இமைக்கணம்

வெண்முரசு

(மகாபாரத நாவல் தொடர் வரிசை)

முதற்கனல்
மழைப்பாடல்
வண்ணக்கடல்
நீலம்
பிரயாகை
வெண்முகில் நகரம்
இந்திரநீலம்
காண்டீபம்
வெய்யோன்
பன்னிரு படைக்களம்
சொல்வளர்காடு
கிராதம்
மாமலர்
நீர்க்கோலம்
எழுதழல்
குருதிச்சாரல்
இமைக்கணம்
செந்நாவேங்கை
திசைதேர் வெள்ளம்
கார்கடல்
இருட்கனி
தீயின் எடை
நீர்ச்சுடர்
களிற்றியானை நிரை
கல்பொருசிறுநுரை
முதலாவிண்

வெண்முரசு

(நாவல் பகுதிகள்)

எரிமலர்
புல்லின் தழல்
செம்மணிக்கவசம்
இருள்விழி
ஆயிரம் கைகள்

இமைக்கணம்

ஜெயமோகன்

கிழக்கு

இமைக்கணம்
Imaikkanam
by *Jeyamohan* ©

First Edition: November 2020
560 Pages

ISBN : 978-93-5135-044-6
Kizhakku - 1192

Kizhakku Pathippagam
177/103, First Floor,
Ambal's Building, Lloyds Road,
Royapettah, Chennai 600 014.
Ph: +91-44-4200-9603

Email : support@nhm.in
Website : www.nhm.in

kizhakkupathippagam

kizhakku_nhm

Illustrations: Shanmugavel

Author's Email: jeyamohan.writer@gmail.com
Author's Website: www.jeyamohan.in | venmurasu.in

Kizhakku Pathippagam is an imprint of New Horizon Media Private Limited.

நாராயணகுருகுலத்தின்
சுவாமி வியாசப்பிரசாத் அவர்களுக்கு

சில முக்கிய வார்த்தைகளுக்கான பொருள்
பின்னிணைப்பாக இணைக்கப்பட்டுள்ளது...

இமைக்கணத்தில் நிகழ்வது

ஒரு பேருரையில் நித்ய சைதன்ய யதி சொன்ன ஒற்றை வரியிலிருந்து தொடங்குகிறது இமைக்கணம். 'பகவத்கீதையை கிருஷ்ணன் நாமறிந்த ஆளுமைகளுக்குச் சொல்லியிருந்தால் நேருவுக்கு சாங்கிய யோகத்தைச் சொல்லியிருப்பார். காந்திக்கு கர்மயோகத்தையும் விவேகானந்தருக்கு ஞானயோகத்தையும் சொல்லியிருப்பார். மோக்ஷசன்யாச யோகம் ரமணருக்குச் சொல்லப்பட்டிருக்கும்.' நித்யாவின் வழி எப்போதுமே சற்றே வேடிக்கை கலந்து நம் கற்பனையையும் அறிதல்முறையையும் சீண்டுவது. அந்த வரி என்னை நெடுங்காலம் தொடர்ந்து வந்தது. இமைக்கணத்தின் கரு அதுவே.

வெண்முரசு வாசிப்பவர்கள் இதற்குள் அறிந்த ஒன்று, கீதையைப்பற்றிய வெண்முரசின் அணுகுமுறை. மகாபாரதப் போரில் கீதை உரைக்கப்படவில்லை, கீதைக்காகவே மகாபாரதப் போர் நிகழ்ந்தது என்பதே அதன் தரிசனம். அனைத்து மக்களுக்கும் தங்களுக்கான வேதங்கள் உள்ளன. அவற்றிலிருந்து தொகுக்கப்பட்டது நால்வேதம். நால்வேதத்தின் தொடர்ச்சியும் எதிர்நிலையுமே நாராயணவேதம். அதாவது கீதை. கீதையின் பீடமே மகாபாரதம். அதன் முன்னோடி நூல்கள் உபநிடதங்களும், கீதையிலேயே குறிப்பிடப்படும் பிரம்மசூத்திரமும். வேதங்களுக்கும் வேதாந்தத்திற்குமான முரண்பாடு அல்லது முரணியக்கம் கீதையிலேயே சொல்லப்பட்ட ஒன்று. அதையே வெண்முரசு மொத்த மகாபாரதமாக விரித்துக்கொள்கிறது.

ஆகவே வெண்முரசில் கீதை களத்தில் நிகழவில்லை. அது கிருஷ்ணனால் அர்ஜுனனுக்கு உரைக்கப்படுகிறது — பிறிதொரு மெய்வெளியில். அதேசமயம் அது அனைத்து மகாபாரதக் கதைமாந்தர்களுக்கும் அவரவருக்கு உகந்த வடிவில் உரைக்கப்படுகிறது. இமைக்கணக் காடு

என இங்கே சொல்லப்பட்டிருக்கும் நைமிஷாரண்யத்தில்தான் பின்னர் மகாபாரதக் கதை முழுதுறக் கூறப்பட்டது. ஆகவே அதுவே கீதைக்குரிய காடு. இந்நூல் வெண்முரசு வெவ்வேறு நூல்களினூடாகச் சொன்ன வேதாந்தக் கருத்துக்களை புனைவுவடிவில் அளிக்கும் ஒரு தனிநூல்.

வெண்முரசில் இதன் பின்னரே போர் தொடங்குகிறது. இதில் பேசப்பட்டவை மீண்டும் அறநிலமான குருநிலையில் கண்டடையப்படுகின்றன.

நாராயணகுருகுலத்தின் சுவாமி வியாசப்பிரசாத் அவர்களுக்கு இந்நூல் காணிக்கை.

ஜெயமோகன்

93, சாரதா நகர், பார்வதிபுரம்,

நாகர்கோவில் 629003

பகுதி 1

காலம்

1

திரேதாயுகத்தில் இது நிகழ்ந்தது. வெண்ணிறமான சிற்றுடலும் சிவந்த துளிக்கண்களும் கொண்ட தியானிகன் என்னும் சிறுபுழு தன் துளையிலிருந்து வெளியே வந்து நெளிந்து அங்கே அமர்ந்திருந்த பிரபாவன் என்னும் சிட்டுக்குருவியை நோக்கி தலைதூக்கியது. பிரபாவன் தன் மணிவிழிகளை உருட்டி அதை நோக்கியது. கூரிய சிறுஅலகைத் திறந்து ஆவலுடன் சிறகடித்து அதை நோக்கி வந்தமர்ந்து கொத்துவதற்காகக் குனிந்தது. ஆனால் தியானிகன் தலைதாழ்த்தவோ விலகிச்செல்லவோ இல்லை. தலைநிமிர்ந்து நோக்கி அச்சமின்றி நின்றது.

அந்தத் துணிவை அதற்குமுன் குருவிகளோ அவற்றின் நினைவிலுறைந்த தொல்மரபினரோ அறிந்திருக்கவேயில்லை. ஆகவே பிரபாவன் திகைத்து புழுவை அச்சுறுத்தும்பொருட்டு எழுந்து சிறகடித்து அமர்ந்து கூச்சலிட்டது. பலமுறை கொத்தப்போவதுபோல அலகைக் கொண்டுவந்தது. தரையைத் தன் உகிர்களால் கீறியும் வாலைச் சுழற்றி வீசியும் ஓசையிட்டது. தியானிகன் இளம்புன்னகைபோல சிறிய வாய் நீண்டிருக்க, விழிநாட்டி நோக்கியபடி அசையாமல் நின்றிருந்தது.

அச்சம்கொள்கையில் புழுவின் உடலில் எழும் நறுமணத்தால்தான் அது உணவென சமைக்கப்படுகிறது என்பதை உணர்ந்த பிரபாவன் திகைத்து சோர்ந்து நின்றது. சோர்வுறுகையில் அதன் சிறகு சரிந்து தலை மார்புக்குள் அழுந்துவது வழக்கம். பின்னர் மீண்டு எழுந்து குனிந்து "நீ ஏன் அச்சம்கொள்ளவில்லை? சொல்க!" என்றது. தியானிகன் "உம்மால் என்னைக் கொல்லமுடியாது... என்னை விழுங்கினீரென்றால் உம் வயிற்றுக்குள் உயிருடன் இருப்பேன்" என்றது. "அய்யோ!" அஞ்சிய பிரபாவன் "ஏன்?" என்றது. "ஏனென்றால் நான் இறக்கமாட்டேன்" என்றது தியானிகன்.

பிரபாவன் அதை ஐயத்துடன் நோக்கி தலையைச் சரித்தபின் "ஏன்? சாகாச்சொல் வாங்கிவிட்டாயா?" என்றது. "நான் மட்டுமல்ல, இனி இப்புவியில் எவருமே சாகப்போவதில்லை" என்றது தியானிகன். "என்ன சொல்கிறாய்?" என்று பிரபாவன் திகைப்புடன் கேட்டது. "உம்மைச்சுற்றிப் பாரும். என்ன நிகழ்கிறது? வேட்டையாடி உண்ட விலங்குகள் எல்லாம் உண்டவற்றைக் கக்கிக்கொண்டிருக்கின்றன. நீர்கூட சற்றுமுன் உயிருடன் புழுக்களையும் பூச்சிகளையும் கக்கினீர்" என்றது தியானிகன். பிரபாவன் "ஆம்" என்றது. அச்சத்துடன் எழுந்து சிறகடித்துச் சுழன்றமைந்து "என்னால் பசி தாளமுடியவில்லை. ஆனால் உண்பவை செரிப்பதுமில்லை" என்றது.

"உமது பெயர் என்ன?" என்று தியானிகன் கேட்டது. "என்னை பிரபாவன் என என் அன்னை அழைத்தாள்." "நன்று பிரபாவரே, என் பெயர் தியானிகன். எத்தனையோ தலைமுறைகளாக உங்கள் குலம் எங்கள் குலத்தை உண்கிறது. நம் இருவருக்குள் அமைந்துள்ள விந்தையானதோர் உறவை எப்போதேனும் உணர்ந்திருக்கிறீர்களா?" பிரபாவன் "இல்லை. என் அன்னை சொன்னதுண்டு, நாங்கள் உண்பதற்காகவே நீங்கள் பல்கிப் பெருகுகிறீர்கள் என்று. புவியன்னையால் இனிதாகச் சமைக்கப்பட்டுப் பரிமாறப்பட்ட உணவு நீங்கள்" என்றது.

தியானிகன் சிரித்து "ஆம், மெய். ஆனால் என் அன்னை எனக்குச் சொன்னது வேறு. நாங்கள் உடலில் சிறகற்றவர்கள். ஆனால் புவியெங்கும் பரவ விழைகிறோம். எங்கள் தொல்மூதாதை தவம் செய்து பிரம்மனிடம் அருட்சொல் பெற்றார். அதன்படி வானெங்கும் நிறைந்திருக்கும் பறவைகளின் அனைத்துச் சிறகுகளையும் நாங்கள் ஆளத்தொடங்கினோம். பிரபாவரே, எங்கள் முட்டைகளை உங்கள் வயிற்றில் விதைக்கிறோம். அவற்றை உலகமெங்கும் நல்ல நிலம் தேடிச் சென்று பரப்புவதற்காக உங்களைப் பயன்படுத்திக்கொள்கிறோம். நீங்கள் பசியிலாது பறக்கவும் ஆற்றல் குன்றாது திசைவெல்லவும் உங்களுக்கு நாங்கள் உணவளிக்கிறோம்" என்றது.

பிரபாவன் அதைப் புரிந்துகொள்ளாமல் தலையை அங்குமிங்குமெனத் திருப்பியது. மீண்டும் சோர்வுகொண்டு சிறகுகளை நிலம்தொடச் சரித்து, தலையை உடலுக்குள் இழுத்துக்கொண்டு பெருமூச்சுவிட்டது. தியானிகன் "நீர் உளம்சோர வேண்டியதில்லை. இப்புவியிலுள்ள அனைத்து உயிர்களும் இவ்வாறு ஒன்றுடனொன்று பிணைக்கப்பட்டவையே. ஒரு தனி உயிருக்கென வாழ்க்கை ஏதும் இல்லை. இன்பதுன்பங்களும், நிகழ்வின் ஒழுங்கும், வீடுபேறும் முற்றிலும் பிறவற்றை சார்ந்துள்ளன. புவிப்பெருக்கின் உட்பொருளையே ஒவ்வொரு உயிரும் தன் இருப்பின்பொருள் எனக் கொண்டுள்ளது" என்றது.

பிரபாவன் மீண்டும் பெருமூச்சுவிட்டு "ஆனால் என் வலிமைவாய்ந்த சிறகுகள் உங்கள் கருவிகள்தான் என்பது சோர்வுறச் செய்கிறது. எங்கள் குலமே இவற்றைப்பற்றிப் பெருமிதம் கொண்டிருக்கிறது. ஒவ்வொருநாளும் அலகால் நீவி அடுக்கியும், மென்பூழியாலும் நீராலும் தூய்மை செய்தும், இவற்றைப் பேணுகிறோம். எங்கள் அடையாளமே இச்சிறகுகள்தான். சிறகுகளாகவே உலகு எங்களை அறிந்திருக்கிறது. எங்கள் உடலேகூட இச்சிறகுகளின் பொருட்டு அமைந்ததுதான் என்பர் முன்னோர்" என்றது.

தியானிகன் "எங்களுக்கும் சிறகுகள் உண்டு" என்றது. "உங்களுக்கா? எங்கே?" என்றது பிரபாவன். "எங்கள் கால்களைப்போல" என்ற தியானிகன் நெளிந்து அருகே வந்து "நான் நடக்கும்போது நோக்குக! கால்கள் தெரிகின்றனவா?" என்றது. "ஆம், அசைவின்போது உன் உடலில் கால்கள் உள்ளன என விழிமயக்கு எழுகிறது." தியானிகன் "அது விழிமயக்கு அல்ல. அவை என் உடலுக்குள் நுண்வடிவில் உள்ளன. சிறகுகளும் அவ்வாறே. பிரபாவரே, எங்களுக்குள் வானமே அவ்வாறு கருத்துருவென உறைகிறது" என்றது.

"எங்களில் சிலர் கால்களை வெளியே எடுத்துக்கொள்வதுண்டு. சிலர் சிறகுகளை வெளியே எடுத்துக்கொண்டு காற்றில் ரீங்கரித்து எழுவதுமுண்டு. எங்கள் நூல்களின்படி இப்புவியிலுள்ள உயிர்க்குலங்கள் அனைத்துக்கும் விதைகள் நாங்களே. எங்களிடம் நுண்கருத்தென உறையும் விழைவுகளே கால்களும் சிறகுகளும் வால்களும் நாவுகளும் கொம்புகளும் உகிர்களும் நஞ்சும் வஞ்சமுமாக எழுந்து பல்லாயிரம் வடிவங்களில் இங்கு பரவியிருக்கின்றன. எங்களுக்கு முன்பிருப்பது பருவில்லா கருத்துவெளி மட்டுமே. அறிக! மகத்தை ஜகத் என்றாக்குவது நாங்களே" என்றது தியானிகன்.

பிரபாவன் பெருமூச்சுவிட்டது. மறுசொல் என ஒன்று அவ்வுரைக்கு இருக்கும் என அதற்குத் தோன்றவில்லை. "நீரே கண்டிருப்பீர், இங்குள்ள ஒவ்வொன்றும் இறந்து மண்படிகையில் உடல்கள் மீண்டும் எங்களால் உண்ணப்பட்டு எங்கள் வடிவை அடைந்து உப்பென்றாகி மண்ணில் மறைகின்றன. ஆக்குவதில் நீரென்றும் அழிப்பதில் அனல் என்றும் இப்புவியில் திகழும் உயிர்வடிவம் நாங்கள். எங்கள் நெளிவு நீரும்நெருப்பும் தங்கள் அசைவெனக் கொண்டிருப்பதே."

பிரபாவன் இமை மேலேறி கண்களை மூட அலகை மார்புப்பிசிறில் புதைத்து அசைவில்லாது அமர்ந்திருந்தது. "ஆனால் துயருற வேண்டியதில்லை. விண்ணளப்பவர்களாகிய நீங்கள் அனைத்தையும் ஆளும் எங்களின் உயர்வடிவு என நிறைவுகொள்ளலாம்" என்றது

தியானிகன். "நாங்கள் விதையும் வேரும் என்றால் நீங்கள் இலையும் தளிரும் மலரும். நாங்கள் பொருளாழம் என்றால் நீங்கள் அழகிய சொற்கள்."

"பிரபாவரே, நான் என உணர்வது விடுதலை அல்ல. அது நம் கைகளை வடமென்றாக்கி நம்மைக் கட்டிக்கொள்வது. முழுமையென உணர்வதே விடுதலை. அது உருவழிந்து கரைந்து பேருருவென எழுவது" என்றது தியானிகன். சற்றுநேரம் கழித்து அஞ்சியதுபோல பிரபாவனின் இறகுகள் மெய்ப்புகொண்டு சிலிர்த்தெழுந்தன. அது கனவில் இருந்து என விழித்து திடுக்கிட்டு சூழ நோக்கியபின் தியானிகனைப் பார்த்து தெளிவுகொண்டு சிறகுகளை நீட்டி மீண்டும் அடுக்கி "ஆனால் நீங்கள் இனிமேல் சாவதில்லை என்று சற்றுமுன் சொன்னாய்" என்றது.

"எவரும் சாகப்போவதில்லை என்றேன். சாவு நின்றுவிட்டது என்று உணர்ந்தேன்" என்றது தியானிகன். "நாங்கள் ஊழ்கத்தில் உயிர்துளித்து உளம்திரட்டி உடல்கோத்து எழுபவர்கள். முட்டைக்குள் இருக்கும் துளிக்கடலில் ஓர் சிற்றலையென மகத்தில் நாங்கள் நிகழ்கிறோம். நான் என உணர்ந்து, இது என அறிந்து, அது எனக் கண்டதும் உண்ணத் தொடங்குகிறோம். அதன்பின் உண்பதே வாழ்வு எங்களுக்கு. அவிகொள்ளும் அனலுக்கு நிகரானவர்கள் நாங்கள்."

"முட்டைக்குள் இருந்து வெளிவந்த பின்னரும் பலவகையான ஊழ்கங்கள் எங்களுக்கு அமைகின்றன. பிறந்த தொட்டிலிலேயே ஊழ்கம்கொள்பவர்கள் உண்டு. உணவுக்குள் சென்று அறையமைத்து ஊழ்கம் பயில்வோருண்டு. நான் அன்னை உடலையே உண்டு அவளில் ஊழ்கம் பயின்றெழுபவன். விழியும் சித்தமும் கொண்டு நான் எழுகையில் என் அன்னை கூடென்று என்னை சூழ்ந்திருப்பாள்" என்றது தியானிகன்.

"இம்முறை நான் எழுந்தபோது என் அன்னை குனிந்து துயர்மிக்க விழிகளால் என்னை நோக்கிக்கொண்டிருப்பதைக் கண்டேன். நீ யார் என்று கேட்டேன். மைந்தா, நான் உன் அன்னை. யுகங்களாக என்னைக் கொன்று உண்டபின் நீங்கள் உலகறிகிறீர்கள் என்றாள். அதனாலென்ன, அன்னையை உண்ணாமல் கொல்லாமல் வாழும் மைந்தர் எக்குலத்திலும் இல்லை என்று நான் சொன்னேன். ஆம், ஆனால் இன்று உன்னை என் உடலில் இருந்து எழக் காண்கையில் துயர்கொள்கிறேன் என்றாள் அன்னை.

"என்ன நிகழ்கிறதென்று அறியாமல் நான் வெளியேறி சூழ நோக்கினேன். அதை உணரும்பொருட்டு மீண்டுமோர் ஊழ்கத்திலமைந்தேன். நீர் அறிந்திருப்பீர், உடலை அளவுகோலெனக் கொண்டு காலத்தையும்

இடத்தையும் அளப்பதையே வாழ்வெனக் கொண்டவர்கள் புழுக்குலத்தோரான நாங்கள். அவ்வளவுச்செயல் நின்றாலொழிய நான் காலஇடம் கடந்த மெய்மையை அறியமுடியாதென்று உணர்ந்து வால்தலைக் கவ்வி ஒரு சிறுசுழியென்றானேன். இறுகி இறுகி மணியென்றானேன். துளியென்று உள்ளும் செறிந்தேன். அப்போது அறிந்தேன், இங்கே இறப்பு நின்றுவிட்டிருக்கிறது."

பிரபாவன் படபடப்புடன் "என்னால் இன்னமும் கூட இதைப் புரிந்துகொள்ள முடியவில்லை. அதெப்படி இறப்பு இல்லாமலாகக்கூடும்?" என்றது. "அதை என்னாலும் புரிந்துகொள்ள இயலவில்லை. ஆனால் இப்போது இங்கு எதுவும் இறப்பதில்லை." பிரபாவன் சிறகை விரித்து மடித்து "அவ்வாறென்றால் இனி இங்கே ஊனுடல்கள் உணவென்று ஆகாதா?" என்றது. "அதைவிட இனி இங்கே உயிர்ப்பலிகள் இல்லை. பலியில்லையேல் வேள்வியில்லை. ஆகவே தெய்வங்கள் இல்லை" என்றது தியானிகன். "தெய்வங்கள் இல்லையேல் செயல்கள் ஒழுங்கும் மையமும் பொருளும் கொள்வதில்லை. ஒவ்வொரு செயலும் பிறிதொன்றுடன் உரசினால் வலியும் துயருமே எஞ்சும்."

அவர்கள் திகைப்புடன் ஒருவரை ஒருவர் நோக்கிக்கொண்டனர். "ஒரு பெரும்பிழை தொடங்குகிறது என ஐயுறுகிறேன். என்ன ஆயிற்று என்று தெரியவில்லை" என்றது தியானிகன். பிரபாவன் அதை நோக்காமல் வானையும் திசைகளையும் நோக்கி தலைசுழற்றியபின் சிறகோசையுடன் எழுந்து பறந்தது.

பிரபாவன் காட்டுக்குள் பறந்துசென்றபோது சிலகணங்களிலேயே தியானிகன் சொன்னதெல்லாம் பொய் என எண்ணத் தொடங்கியது. நுண்ணறிவுகொண்ட சிறுபுழு ஒன்று தன் துணிவால் தன்னை ஏமாற்றிவிட்டது என உளம் சலித்தது. சூழப் பறந்தவையும் அமர்ந்தவையும் நடப்பவையும் இழைபவையும் அமைந்தவையுமான உயிர்கள் ஒவ்வொன்றையாகக் கண்டு இவை இறக்காமலிருக்கலாகுமா எனத் திகைத்தது.

அன்றுவரை ஒவ்வொரு உயிரையும் காணும்போது முதலில் எழுந்த எண்ணம் அவற்றின் இறப்பே என்று உணர்ந்தது. அந்த மரம் நெடுநாள் வாழ்வுகொண்டது, இந்தப் பூச்சி இருநாள் சிறகு கொள்வது என்றுதான் ஒவ்வொன்றையும் மதிப்பிட்டிருந்தேன். என்னைவிட வாழ்வது, என்னைவிட விரைந்தழிவதென்று உலகைப் பகுத்திருந்தேன். முதல்முறையாக இருப்புக்குப் பொருள் அளிப்பது இறப்பே என உணர்ந்ததும் உள்ளத்தின் எடை தாளாமல் ஒரு பாறையில் அமர்ந்தது.

அருகே ஓடிய ஒரு சிறுபூச்சியைக் கண்டு 'இவனிலிருந்து தொடங்குவோம்' என எண்ணி அலகால் கொத்தியது. அதன் சிறிய ஓட்டை உடைத்து உதறியது. பூச்சி எட்டு கைகால்களை அசைத்துக் கெக்கலித்து "என்னை எவரும் ஒன்றும் செய்யவியலாது" என்றது. வெறியுடன் அதைக் கிழித்து உதறியது. வெறும் தலைமட்டுமே எஞ்ச அது சிரித்து "சித்தம் வாழ்வதற்கு ஒரு சிறு துளி உடல்போதும், இருந்துகொண்டிருப்பேன். இறப்பென்பதில்லை" என்றது.

சோர்வுடன் அதைக் கீழே உதிர்த்துவிட்டு அமர்ந்த பிரபாவனிடம் "காலைமுதல் இதைக் கண்டுபிடித்தேன். இந்நாள் வரை நானும் என் கணமும் அச்சமொன்றையே மெய்யென்று கொண்டிருந்தோம். எங்கள் எண்ணங்களும் செயல்களும் அச்சத்தாலேயே வடிவமைக்கப்பட்டிருந்தன. அச்சத்தை உதறுவதன் எல்லையில்லா விடுதலையை அடையும் பேறுபெற்ற என் குலத்தான் நான். அதில் திளைக்கிறேன். உன் கூரலகைக் கண்டுதான் உன் அருகே வந்தேன்" என்றது பூச்சி.

அப்பால் மெல்லிய சரடொன்றில் இறங்கிவந்த சிலந்தி "அதனினும் பெரிய விடுதலை நாம் பின்னிய வலையில் நாமே மாட்டியிருப்பது. ஒவ்வொரு கணமும் நெய்துகொண்டிருப்பதை நிறுத்தியபின் என் கால்கைகளைத் தூக்கிப் பார்த்தேன். இவற்றால் நான் என்னென்ன செய்யமுடியும் என எண்ண எண்ண என் உள்ளம் கிளர்ந்தெழுகிறது" என்றது. "காலைமுதல் வெறுமனே சரடில் தாவிக்கொண்டிருக்கிறேன். நேற்றுவரை என் குலம் செய்துவந்த செயல்கள்தான் இவை. ஆனால் வேட்டைக்கென அன்றி விளையாட்டெனச் செய்கையில் இவற்றிலிருந்து எதிர்பார்ப்பும் பதற்றமும் அச்சமும் அகன்றுவிட்டன, தூய உவகை பெருகுகிறது."

அருகே ரீங்கரித்து வந்தமர்ந்த குளவி "அதனினும் விடுதலை அச்சத்தின்பொருட்டு சேர்த்துவைத்த நஞ்சைத் துறப்பது" என்றது. திரும்பி அருகே வால்விடைக்க கைதூக்கி நடந்துசென்ற சிறிய தேளை நோக்கிச் சிரித்து "உன் கொடுக்கு விடைப்பு கொள்ளவேண்டியதில்லை, நண்பா. அந்நஞ்சை உதறிவிடு. அதன்பின் எஞ்சுவதென்னவோ அதுவே நீ" என்றது. சிலந்தி "ஆம், நஞ்சிலாத கொடுக்கு இன்னொரு காலென்றும் ஆகக்கூடும்" என்றது.

"ஆம், நஞ்சுக்கு இனி தேவை ஏதுமில்லை. நான் எவரையும் கொல்லவேண்டியதில்லை, எவரும் என்னை கொல்லவும் போவதில்லை. ஆனால் என் உடல் அமைந்திருப்பதே என் கொடுக்குமுனை நஞ்சை ஏந்திச்செல்லவும் விசையுடன் செலுத்தவும் உதவும் வடிவில்தான். நஞ்சில்லையேல் என் உடல்வடிவும் பொருளிழந்துவிடுகிறது" என்றது தேள்.

“ஆகவே இல்லா நஞ்சை நடிக்கிறேன். எனக்கு வேறுவழியில்லை.” சிலந்தி திகைப்புடன் நோக்க “வலையில்லாமல் வெறும்வெளியை நெய்துபார். அது பேருவகை அளிக்கும் பின்னற்கலை” என்றது பூச்சி.

உளச்சோர்வுடன் எழுந்து காற்றில் சுழன்ற பிரபாவன் “ஏன் நான் மட்டும் சோர்வுகொண்டிருக்கிறேன்?” என எண்ணிக்கொண்டது. கீழே மான்களும் முயல்களும் அச்சமின்றித் துள்ளிவிளையாடின. புலிகளை தேடிச் சென்று சீண்டின கன்றுகள். இருளுக்குள் மறைந்தே வாழ்ந்திருந்த பல்லாயிரம் உயிர்கள் வெளிவந்து வெயிலில் திளைத்தன. மண்ணுக்குள் மறைந்து வாழ்ந்த எலிகளும் நிலக்கீரிகளும் எனப் பலநூறு உயிர்கள் எழுந்து வந்து துள்ளிக் குதித்தன.

மீன்கள் ஒளிரும் இலைகள் என நீரிலிருந்து தவழ்ந்து மேலேறி வந்து நிலத்தில் துள்ளின. “என் குலம் பல்லாயிரம்கோடி ஆண்டுகளாகக் கண்ட கனவு மண்ணில் வாழ்வதே. என் மூதாதையருக்கு இறப்பிற்கு முன் சில கணங்கள் மட்டுமே வாய்த்த உவகை அது. எங்கள் குலம் அதில் திளைக்கட்டும்” என்றது சிறகென செதில் விரித்துத் தாவிய செந்நிறப் பரல்மீன் ஒன்று.

களிக்கூச்சல்கள், கனைப்புகள், எக்களிப்புகள். எங்கும் கட்டற்ற களியாட்டின் வெறியே நிறைந்திருந்தது. ‘நானும் களியாடவேண்டும், பிறிதொருமுறை எனக்கு ஓர் வாய்ப்பு அமையப்போவதில்லை’ என்று எண்ணியது பிரபாவன். சிறகடித்துப் பறந்தது. ராஜாளிகளைத் துரத்தித்துரத்திக் கொத்திச் சீண்டியது. காட்டெரி எரிவதைக் கண்டு அணுகிச்சென்றது. தயங்கியபின் பாய்ந்து அதில் மூழ்கிச் சென்று திளைத்தது. ஒளிகொண்ட நீர் இது எனச் சொல்லிக்கொண்டது. இல்லை, செஞ்சிறகுகள் கொண்ட அன்னைப்பறவை என எழுந்தபின் கூவியது. அனலில் இருந்து சென்று நீருக்குள் மூழ்கியது. மீன்களை நோக்கியபடி சிறகுகளைச் செதிலாக்கி நீந்திச் சென்றது.

‘ஆம், நான் மகிழ்வுடனிருக்கிறேன், அனைத்திலிருந்தும் விடுதலைகொண்டுவிட்டேன்’ என்று அது உளம்கூவிக்கொண்டது. அப்படியென்றால் இங்கே இதுவரை பொருட்கள் என்றும் உயிர்கள் என்றும் சூழ்ந்திருந்தது இறப்பு மட்டும்தானா? ஒவ்வொன்றும் தங்கள் கொடுக்குகளை, உகிர்களை, பற்களை இழந்திருந்தன. பாறைகள் மென்மையாயின. கூர்கள் மழுங்கின. ஆழங்கள் மேலெழுந்துவந்தன. பரப்புகள் அனைத்தும் ஏந்திக்கொண்டன. ஒவ்வொன்றையாகத் தொட்டுத்தொட்டுப் பறந்து சலித்து கிளையில் அமர்ந்து அனைத்தையும் நோக்கிக்கொண்டிருந்தது பிரபாவன்.

முதலில் கொம்புகளும் பற்களும் உகிர்களும் அலகுகளும் செதில்வால்களும் பொருளிழந்தன. பின்னர் கால்களும் கைகளும் பொருளிழக்கலாயின. சில நாட்களிலேயே கண்களும் நாக்கும் பயனிழந்தன. உடல் இறப்பை ஒழிந்தமையால் உள்ளமைந்த அனலும் அவிந்தது. ஆகவே பசி இல்லை. பசி மறைந்ததும் சுவை அழிந்தது. விழைவும் தேடலும் ஒழிந்ததும் வஞ்சமும் மறைந்தது. காமம் கரைந்தழிய பிறப்பு நின்றுவிட்டது. முழுச் செயலின்மையில் ஒவ்வொரு உடலும் ஆங்காங்கே மண்ணில் ஒட்டிப்படிந்து கிடந்தன.

இறப்பே பசியென்றாகி உலகை ஆண்டது என்று அறிந்தது பிரபாவன். பசியே விழைவென்று உயிர்களை செயல்கொள்ளச் செய்தது. செயலில்லாத உயிரென்பது வெறும் பருப்பொருளே. பாறைகளும் யானைகளும் ஒன்றென்றாயின. முதலைகள் மரக்கட்டைகளாயின. நாகங்கள் சுள்ளிகளாக. பறவைகள் சருகுகளாக. வண்டுகள் கூழாங்கற்களாக. மானுடர் சேற்றின் அலைகளாக. இறப்பு இல்லாமலானபோது உயிர் என்பது வெறும் உணர்வென்றாகியது. காலப்போக்கில் அதுவும் அழிந்து இன்மையே எஞ்சியது.

எட்டு மாதங்களுக்குப்பின் பிரபாவன் மீண்டும் தியானிகனைத் தேடி வந்தது. அச்சிறுதுளைக்கு வெளியே இளவெயிலில் அசைவில்லாத வெண்ணிறக் கூழாங்கல் எனக் கிடந்தது தியானிகன் என்பது கூர்ந்து நோக்கிய பின்னரே பிரபாவனுக்குத் தெரிந்தது. நெடுநாட்கள் பறக்காதிருந்ததனால் அதன் சிறகுகள் அடுக்கு கலைந்திருந்தது. எனவே காற்று அச்சிறகுகளுக்குப் புதிதாக இருந்தது. திசைமாறியும் விழுந்தெழுந்தும் அது வந்தமர்ந்து தியானிகனைக் களைத்த விழிகளால் நோக்கியது. விழித்தெழுந்த தியானிகன் “எவ்வண்ணம் உள்ளது உலகு?” என்றது.

“உலகமென்று இன்று ஏதுமில்லை. பொருட்கள் மட்டுமே உள்ளன” என்றது பிரபாவன். “அவற்றை நோக்க விழிகள் இல்லை. கேட்க செவிகளும் புழங்கக் கைகளும் எங்குமில்லை. தியானிகரே, பார்க்கப்படாத புழங்கப்படாத பொருட்கள் தங்கள் தனியடையாளங்களை இழந்து ஒன்றுடனொன்று உருவழிந்து கலந்து ஒற்றைப்பெரும் பொருள்வெளி என்றாகிவிடுகின்றன. இங்கே இன்று இருப்பு என்ற ஒன்றே உள்ளது. இருத்தல்கள் ஏதுமில்லை” என்றது பிரபாவன்.

“ஆம், அதையே நானும் உணர்ந்தேன். நான் என உணர்ந்து அதுவெனக் கண்டு அதை அணுகுவதே வாழ்வென்பது. செல்லுமிடம் இல்லாமையால் எங்கள் உடல்நெளிவு நின்றுவிட்டது. அளக்காமையால் எங்கள் உலகம் கணக்கழிந்து மறைந்துவிட்டது. சுருண்டு துளிகளென்றாகி ஒன்றென

ஒட்டித்திரண்டு ஒற்றைப் படலமென்றாகிவிட்டிருக்கின்றது என் குலம்" என்றது தியானிகன்.

"அகமென்று தனித்தமையாமையால் செயலென்று ஏதுமில்லை. செயலொழுக்கு நின்றுவிட்டமையால் மூன்று பரப்புகளும் ஒன்றென்று இணைந்து காலம் இல்லாமலாகிவிட்டது. புறக்காலத்தால்தான் வகுக்கப்படுகிறது அகக்காலம். பிரபாவரே, அகக்காலமே உள்ளம். காலம் சொல்லென்றாவதே எண்ணம். உள்ளமில்லாமலானதும் எங்கள் குலம் வெறும் நுரைக்குமிழிப் பரப்பென்று ஆகி நிலம்படிந்து அமைந்துவிட்டது."

துயரும் பதற்றமுமாக பிரபாவன் தவித்தது. தலைதழைந்து "இதெல்லாம் என்ன, தியானிகரே? தங்கள் ஊழ்கத்தால் தாங்கள் அறிந்தது என்ன? அளிகூர்ந்து சொல்க! இன்று நாமென்று உணர்வுகொண்டு இதை உசாவும் நிலையில் இருப்பவர்களும் நாம் மட்டிலுமே" என்றது பிரபாவன். தியானிகன் சற்றுநேரம் தன்னுள் தனித்துவிட்டு மீண்டு "பிரபாவரே, நான் உய்த்தறிந்தது இதுவே. இறப்புக்கிறைவன் தன் தொழில்நிறுத்தி அமைந்துவிட்டான். அவனே இங்கு செயல் வகுப்பவன். ஆகவே அறத்தோன் என்று அவனை அறிந்தனர் முன்னோர். செயலில் எழும் காலத்தின் தலைவன் என்பதனால் காலன்" என்றது.

"என்ன ஆயிற்று அவனுக்கு?" என்று பிரபாவன் பேரச்சத்துடன் கேட்டது. "அதை அவன் வாழும் இன்மையின் இருளுலகுக்குச் சென்று உசாவ விண்ணுலாவிகளான மாமுனிவர்களால்தான் இயலும்" என்றது தியானிகன். "நான் செல்கிறேன். எனக்கு செயலாற்றும் இலக்கென்று இது ஒன்றேனும் அமைக! இக்கணம் முதல் நான் விண்முழுக்கப் பறந்தலைகிறேன். வான்முனிவர் ஒருவரைக் காணும்வரை அமையமாட்டேன்" என்றது பிரபாவன்.

"பிரபாவரே, விண் என்றால் முடிவிலி" என்றது தியானிகன். "ஆம், ஆனால் காலமும் விழைவும் முடிவில்லாதவையே. அவையிரண்டும் எனக்கு அருளப்பட்டுள்ளன. நான் வென்றுவருகிறேன்" என்று சொல்லி பிரபாவன் விண்ணில் பறந்து எழுந்தது.

2

பன்னீராயிரமாண்டுகாலம் பிரபாவன் விண்முகில்கள் மேல் அலைந்தது. மழையும் வெயிலும் மீளமீள வந்துசென்றன. நிகழ்ந்தவற்றின் தடமின்றி எஞ்சுவதே விண் என்று பிரபாவன் உணர்ந்தது. எனவே விண்ணில் எதுவும் நிகழ்வதேயில்லை என்று தெளிந்தது. ஒன்றுபோல் மறுநாள் அமையும் அப்பெருவிரிவின் அலையற்ற காலத்தை அதன் சித்தம் உணர்ந்தது. தன் சிறகுகளால் அக்காலத் தேங்கலை அசைக்கமுடியும் என்று கண்டுகொண்டது. சிறகசைவை எண்ணி காலத்தைக் கணக்கிடத் தொடங்கியதும் தயங்கியபடி பிரிவின்மையிலிருந்து முக்காலம் சொட்டி வடிந்து அதை வந்தடைந்தது. அதன் ஊசலில் முடிவிலாது ஆடியது பிரபாவன்.

புவிக்குமேல் அசைவென எஞ்சியிருந்தது பிரபாவனின் சிறகுகள் மட்டுமே. புவியில் இருப்பென எஞ்சியிருந்தது தியானிகனின் உள்ளம். ஆயிரமாண்டுகளுக்கொருமுறை மண்ணில் இறங்கி வந்து தியானிகனைக் கண்டு ஒன்றும் நிகழவில்லை என்பதைச் சொல்லி மீண்டது பிரபாவன். பின்னர் ஒன்றும் நிகழவில்லை என்னும் செய்தியாகவே அதன் உடல் அமைந்தது. குறையாது தவம்கொள்ளும் நிலைகொண்டிருந்தது தியானிகன். சலிக்காது செயல்கொள்ளும் விசை கொண்டிருந்தது பிரபாவன். எண்ணங்களை அவியாக்கி வேள்வி இயற்றியது தியானிகன். அதன் காவலன் என்று பிரபாவன் அமைந்தது.

எங்கு தவமும் செயலும் முற்றிணைகின்றனவோ அங்கே தெய்வமொன்று எழுகின்றது. புவியில் அன்று எஞ்சியது அவர்களின் கூட்டில் முகிழ்த்த தெய்வம் மட்டுமே. ஹவனை என்னும் அத்தெய்வம் ஒவ்வொரு கணமும் நாளும் ஆண்டுமென வேள்விக்கொடை பெற்று வளர்ந்தது.

பேருருக்கொண்டு எழுந்து விண்ணுலகை அடைந்தது. அங்கே இந்திரனின் நகரில் அழகிய இளநங்கை எனச் சென்று நின்றது. தழல்போல் சுடர்விட்ட ஆடையணியற்ற உடலுடன், இடக்கையில் செந்தாமரையுடன், வலக்கையில் ஏந்திய வெண்சங்கை ஊதியபடி அமராவதியின் தெருக்களினூடாகச் சென்று அவன் அவையை அடைந்தது.

ஓமென்ற ஒலியுடன் அவைபுகுந்த அப்புதிய தெய்வத்தைக் கண்ட இந்திரன் திகைப்புடன் எழுந்து "அழகியே, நீ யார்?" என்று கேட்டான். "ஹவனை என்ற பெயர்கொண்ட நான் மண்ணில் தியானிகன் என்னும் சிறுபுழுவின் நாவில் எஞ்சிய இறுதிச்சொல் ஒன்றில் சிறு ஒலித்தாதுவென இருந்தவள். ஊழ்கம், கலை, எண்ணம், எழுத்து என நான்கு கைகள் கொண்டு அமைந்த சொல்தெய்வத்தின் மகள். விண்ணில் பறந்தலையும் பிரபாவன் என்னும் பறவையின் சிறகின் ஒரு பிசிறு எனப் பருவடிவுகொண்டேன். தியானிகனின் சித்தவேள்வியின் அவிபெற்று வளர்ந்தெழுந்தேன். பிரபாவனின் விழிப்பால் பேணப்பட்டேன். மண்ணின்பொருட்டு முடிவிலா விண்ணைக் கூவி அழைப்பது என் பணி" என்றாள் ஹவனை.

"எதற்காகக் கூவி அழைக்கிறாய்? எதன்பொருட்டு நீ இங்கு வந்தாய்?" என்று இந்திரன் கேட்டான். "அரசே, மண்ணில் வாழ்க்கை நின்றுவிட்டது. செயல்கள் அறுந்தன. செயல்திரண்டு கூர்கொள்வதே வேள்வி என்பதனால் அவிகொண்டு வாழும் தெய்வங்கள் மழையின்றிக் கருகியழியும் புல் என வேரின் காத்திருப்பு மட்டுமாக எஞ்சிவிட்டன. மண்ணில் கைவிடப்பட்டுள்ள இறுதிச் சித்தம் ஒன்றின் அழைப்பு நான். மண் அழிந்தால் அங்கு முளைத்த தெய்வங்களும் அழியும் என்று கொள்க! ஒரு தெய்வத்தின் அழிவென்பது தெய்வங்களாலான மாபெரும் நெசவாகிய விண்ணின் அழிவின் தொடக்கமே என்றுணர்க! தீர்வுதர வல்லோர் அதைக் கேட்குமாறாகுக!" என்றாள் ஹவனை.

இந்திரன் நாரதரிடம் "விண்ணுலாவியான மாமுனிவரே, அனைத்துலகுகளையும் அறிந்தவர் நீங்கள். அங்கு என்ன நிகழ்கிறதென்று அறிந்து வருக!" என்றான். "அவ்வண்ணமே" என வணங்கி எழுந்த நாரதரை தன் கையில் ஒரு கணையாழி என அணிந்துகொண்டு ஹவனை விண்நகரில் இருந்து இறங்கினாள். பொன்னொளிகொண்ட முகில் என அவள் விண்ணில் பறந்துகொண்டிருந்த பிரபாவன் முன் தோன்றினாள். அவளிலிருந்து ஓர் ஒளித்துளி என எழுந்த நாரதர் "பறவையே, நீ விழைவதென்ன?" என்றார். "நான் கிளையின் இலை, முனிவரே. என் பொருட்டு தவமியற்றும் வேரை சந்தியுங்கள்" என பிரபாவன் அவரை மண்ணுக்கு அழைத்துவந்தது.

தன்முன் காலைவெயிலில் ஒளிகொண்ட பனித்திரள் ஒன்று வந்தமைவதைக் கண்டு தியானிகன் எழுந்தது. அருகே வந்த அப்பொன்னிறச் சுருளில் இருந்து எழுந்த நாரதர் "உங்கள் தவம் நிறைவுறுக! உங்கள் தெய்வம் என்னை விண்ணிலிருந்து அழைத்துவந்தது. உங்கள் வேள்விக்காவலரால் இங்கு கொண்டுவரப்பட்டேன்" என்றார். கைகூப்பி உடல்பணிந்து ஹவனையை வணங்கிய தியானிகன் "உன் அளியால் காக்கப்பட்டேன், என் தெய்வமே. என்னில் எழுந்தவள் என்றாலும் இப்புவியைக் காப்பவளாக நீ அமைக! நானும் என் கொடிவழியினரும் அளிக்கும் அவிபெற்று நீ முடிவிலாது வளர்க! ஆம், அவ்வாறே ஆகுக!" என்றது.

பின்னர் நாரதரிடம் "இசைமுனிவரே, இங்கு புவியிலிறங்குகையிலேயே வேறுபாட்டை உணர்ந்திருப்பீர்கள்" என்று சொன்னது. "ஆம், இங்கு அனைத்து ஒலிகளும் முற்றிலும் ஒத்திசைந்துள்ளன. எனவே எங்கும் இசை எழவேயில்லை" என்றார் நாரதர். "இசை என்பது அமைதியின் ஒலிவடிவம். அமைதி தன்னை வெளிப்படுத்த முடிவில்லாத ஒலிவேறுபாடுகளை ஆள்வதன் விளைவு அது. ஒலிகள் வேறுபாடழிந்து ஒன்றுடன் ஒன்று இணைந்து அமையும் வெறுமையில் அமைதி தன்னை இன்மை என வெளிப்படுத்திக்கொள்கிறது."

"ஆம், ஏனென்றால் இங்கு உயிர் இல்லையென்றாகிவிட்டது" என்றது தியானிகன். "ஏன்?" என்றார் நாரதர். "ஏனெனில் இறப்பு இங்கு நிகழாதொழிந்துள்ளது" என்றது தியானிகன். "அறமும் காலமும் அழிந்துவிட்டன. அனைத்தும் மண்ணுடன் படிந்து இன்மை சூடியிருக்கின்றன." நாரதர் "எவ்வண்ணம் இது நிகழ்ந்தது?" என்றார். "அறியோம். தன் இருண்ட ஆழங்களில் தென்றிசைத்தெய்வமான யமன் தொழிலியற்றாது அமைந்துவிட்டார் என்று எண்ணுகிறேன். அவருக்கு என்ன ஆயிற்று என்று சென்று உசாவியறிய திசையுலாவியான உங்களால் மட்டுமே இயலும்" என்றது தியானிகன்.

"அங்கு சென்று கருங்காலவடிவரை காணுங்கள், மெய்யறிவரே. அவரை உங்கள் சொற்களால் மீட்டெடுங்கள். மண்ணுலகில் கோடிமுகம் கொண்டு பெருகிப் பரந்திருக்கும் உயிர்க்குலத்தின் மன்றாட்டை முன்வையுங்கள். விழிநீருடன் கைநீட்டி அவரிடம் இறைஞ்சுகிறோம். தேவா, கருணைகொண்டு இறப்பை எங்களுக்கு மீண்டும் அளியுங்கள். எந்த அமுது இங்கே உயிர்பெருகச் செய்ததோ அதை மீண்டும் கனிந்தருளவேண்டும். எதன் மேல் இங்கு அத்தனை நெறிகளும் அமைந்ததோ அதை எங்களுக்கு மறுக்கலாகாது. நாரதரே, எங்கள் கண்ணீரைச் சென்றுரையுங்கள். எங்கள் அடைக்கலம்கோரலைத் தெரிவியுங்கள். எங்கள் முதல்மூதாதைத் தெய்வமென்று அமர்ந்தவரிடமன்றி நாங்கள் எவரிடம் செல்வோம்?

“காலம் சமைத்து, அதன் கணுக்களென சித்தம் ஒருக்கி, இப்புவிக்குப் பொருள் அளித்த சாவு எனும் பேரருளை எங்களுக்கு மறுத்தால் இங்கு இதுவரை இயற்றப்பட்ட அனைத்தும் அறுபட்டு அழியும். முழுமையடையாத எதுவும் முற்றிலும் பொருளற்றதே என்பது அவர் அறியாதது அல்ல. எதன்பொருட்டு பிரம்மனால் இப்புவி படைக்கப்பட்டதோ அந்நோக்கத்தை முறிக்கவேண்டாம் என்று சொல்லுங்கள். எந்த ஆணையின்படி செயல்கள் வேள்விகளாகி தேவர்கள் எழுந்தனரோ அந்த ஆணையை மறுக்கவேண்டாமென மன்றாடுங்கள். எங்கள் நாவென அங்கு சென்று நில்லுங்கள். உயிர்க்குலங்களின் பொருட்டு உங்களிடம் அடிபணிந்து மன்றாடுகிறேன்” என்றது தியானிகன்.

“ஆம், அது என் கடமையே” என்றார் நாரதர். “ஆனால் நான் செல்லும் வழி பாதுகாக்கப்படவேண்டும். இவள் என்னைக் கொண்டுசெல்லும் ஊர்தியாகவேண்டும். அறிக, இந்திரன் உலகுக்குச் செல்வதிலும் பன்னீராயிரம் மடங்கு ஆற்றல் தேவை இருளுலகுக்கு அமிழ. ஏழு உலகங்களிலும் நிலைபிறழாது செல்வதற்கு அசைவில்லா துலாமுள் அமையவேண்டும். இரு தட்டுகளும் பேரெடை கொண்டாலொழிய அது நிகழ்வதில்லை” என்று நாரதர் சொன்னார். தியானிகன் “நான் என்ன செய்யவேண்டும், முனிவரே?” என்றது.

“இப்புவியிலிருந்து சித்தவேள்வியின் அவி இவளுக்கு வந்துகொண்டே இருக்கவேண்டும்” என்றார் நாரதர். “புவியில் இப்போது அனைவரும் இன்மையென அமைந்துள்ளனர், முனிவரே” என்றது தியானிகன். நாரதர் “உம்முள் எழுந்துள்ள விழைவை அவர்களுக்குப் பகிர்ந்தளியும். அவர்கள் தன்னுணர்வுகொண்டு சித்தம் அசையப்பெறுவார்கள். அனைவரும் சேர்ந்தளிக்கும் சொற்களின் அவி இவளுக்கு உணவாகுக!” என்றார். “உம் குலத்தை எழுப்புக. அவர்கள் சுண்டும் விரல்களென்றாகி பிற உயிர்க்குலங்களைத் தொட்டெழுப்புக!”

“அவ்வாறே” என்றது தியானிகன். “அறிக, நோயின் தெய்வமாகிய வியாதிதேவியும் மூப்பின் தெய்வமாகிய ஜரைதேவியும் ஒவ்வொரு உயிருக்கும் அருகே காத்திருக்கிறார்கள். சித்தமயக்கின் தெய்வமாகிய உன்மாதையும் வலியின் தெய்வமாகிய பீடையும் வியாதியன்னையின் மகள்கள். மறதியின் தெய்வமாகிய விஸ்மிருதியும் அச்சத்தின் தெய்வமாகிய பீதியும் அழுகையின் தெய்வமாகிய ரோதனையும் ஜரையன்னையின் குழவிகள். உயிர்க்குலங்களில் துன்பத்தை நிறைப்பவர்கள் அவர்கள். இறப்பின் தெய்வமாகிய மிருத்யூ அவர்கள் எழுவரை புரவிகளெனப் பூட்டிய கரிய தேரிலேறி செந்நிறக் குழல் பறக்க கரிய முகத்தில் கண்கள் கனல உயிர்களை அணுகுகிறாள்.

“அறிக, தன்னுணர்வினூடாகவே அவர்கள் உடல்புகுந்து உள்ளத்தைக் கைப்பற்ற முடியும். நீர் உம் குடியினருக்கும் உயிர்களுக்கும் இருப்புணர்வை அளித்ததுமே ஏழன்னையரும் பேருருக்கொண்டு கோடி கண்களும் கோடானுகோடி உகிர்விரற்கைகளும் நாக்கொடுக்குகளும் நச்சுப்பற்களும் பூண்டு நகைத்தபடியும் உறுமியபடியும் கனைத்தபடியும் பெருகிச்சூழ்ந்து நிறைவார்கள். ஒவ்வொரு கணமும் பெருந்துன்பமே உயிர்க்குலத்தை ஆளும். அதை ஏற்று உளம்தளராது நின்று சொல்லளித்து இவளை விசைகொள்ளச் செய்யவேண்டும் நீங்கள்.”

தியானிகன் “ஆம், அதைச் செய்கிறோம். எங்களுக்கு வேறுவழியில்லை” என்றது. “அவ்வாறே ஆகுக!” என நாரதர் சொல்லளித்தார். பின்னர் ஹவனையிடம் “என்னை ஏழாமுலகுக்கு அழைத்துச்செல், தேவி. குன்றாது அவி வருமென்றால் உன்னால் எங்கும் செல்லமுடியும். உன் பயணம் வெல்லும்பொருட்டு இவர்கள் இங்கு இயற்றும் தவம் வெல்க!” என்றார்.

பன்னீராயிரமாண்டுகாலம் நாரதர் ஹவனையின் மேலேறி ஆழுலகங்களுக்குள் சென்றுகொண்டிருந்தார். மண்ணுலகில் அனைத்துப் புழுக்களும் தன்னுணர்வு கொண்டன. அக்கணமே அவற்றை வியாதியும், ஜரையும் தங்கள் மகள்களுடன் வந்து பற்றிக்கொண்டனர். வலிகொண்டு துடிப்பதற்கு என்றே அமைந்த உருக்கொண்ட புழுக்கள் பெருகிப்பரவி மண்ணை நிறைத்தன. அங்கிருந்த அனைத்து உயிர்களையும் அவை தொட்டெழுப்பின. எங்கும் பெருந்துன்பம் நிறைந்தது. பெருவலியில் எழும் கதறல்களும் அழுகைகளும் அவை ஓய்ந்தெழும் முனகல்களுமாக புவி முழங்கிக்கொண்டிருந்தது. விண்ணிலிருந்து நோக்கிய தெய்வங்கள் அதை ஒரு தேன்கூடென உணர்ந்தன.

அதலம், விதலம், சுதலம், தலாதலம், இரசாதலம், மகாதலம், பாதாளம் என்னும் அடுக்குகளைக் கடந்து பாதாளத்தின் மையச்சுழி என்றமைந்த யமபுரியைச் சென்றடைந்தார் நாரதர். ஒவ்வொரு தளத்திலும் எதிர்கொண்ட பெருந்தடைகளை மண்ணிலிருந்து வந்த அவியின் ஆற்றலால் ஹவனை வென்றாள். வலியின் அசைவுகளே முத்திரைகளாக, துன்ப ஒலியே வேதச்சொற்களாக, விழிநீரே அவியாக, பெருவேள்வி ஒன்று நிகழும் வேள்விச்சாலையாக இருந்தது புவி. தொலைவில் யமபுரியைக் கண்டதும் நாரதர் பெருமூச்சுவிட்டு “வந்தடைந்துவிட்டோம். இத்தனை பெருந்துயருடன் உயிர்க்குலம் எதையும் கோரியதில்லை” என்றார்.

ஆயிரம் யோசனை அகலம் கொண்ட ஆழிவடிவப் பெருநகர் அது. நான்கு திசைகளுக்கும் பெருவாயில்கள் அமைந்திருந்தன. மீளா பயணத்தால் வந்தணையும் உயிர்கள் தெற்கு வாயிலின் வழியாக கரிய

பெருநதிபோல உள்நுழைந்தன. அங்கே சித்ரபுத்திரனின் காகக்கொடி பறக்கும் மாளிகை அமைந்திருந்தது. அங்குள்ள நூறாயிரம்கோடி யமர்கள் இறப்பின் கணக்குநோக்கி அவர்களைத் தனித்தனியாகப் பிரித்து உள்ளே அனுப்பினர். ஒவ்வொருவரும் அங்கேதான் அவர்கள் செய்தவை என்னென்ன என்று ஒட்டுமொத்தமாகக் கண்டனர். “இல்லை, அது நானல்ல!” என்ற அலறல் ஒவ்வொரு நாளும் அங்கே எழுந்துகொண்டிருந்தது. இழுத்துக் கொண்டுசெல்லப்படுகையில் ஒவ்வொரு காலடியாக தளர்ந்து பின் நிலம்தொட விழுந்து “ஆம், அது நானே” என்று விம்மினர்.

அந்நகருக்குள் நுழைந்தவர்கள் உருமாறி அங்குள்ள பொருட்களென்றாயினர். பொறுப்பிலாதலைந்தவர்கள் கோட்டைச்சுவரில் கற்களாயினர். ஒழுங்கிலாதிருந்தவர்கள் இல்லங்களின் செங்கற்களாக அடுக்கப்பட்டனர். அளிக்காதவர்கள் தூண்களென்றாயினர். உதவாதவர்கள் படிகளாயினர். ஆட்சி செய்தவர்கள் அடித்தளக் கற்களாயினர். தன்னை எண்ணி தருக்கியவர்கள் மணற்பருக்களாயினர். தனித்தலைந்தவர்கள் குவைகளென்றமைந்திருந்தனர். ஒவ்வொருவரும் அவ்வாறு அமைவதற்கு முன் “எத்தனை காலம்?” என்றே இறுதியாக வினவினர். “முடிவிலிவரை” என்ற சொல் அவர்கள் உளம்போழ்ந்துசெல்லும் இரக்கமற்ற வாளென்று எழுந்தது.

யமபுரியின் கிழக்குவாயில் மூன்றுதெய்வங்களுக்கு மட்டுமென ஒதுக்கப்பட்டிருந்தது. அங்கே யானைத்தலைகொண்ட எண்ணாயிரம் காவலர் நின்றிருந்தனர். திசைக்காவலர் உள்ளிட்ட தேவர்களுக்கு வடக்கு. அங்கே பன்னிரண்டாயிரம் காவலர் பன்றித்தலையுடன் நின்றிருந்தனர். இறவாமை எனும் அருள் பெற்ற மாமுனிவர்களுக்கு மேற்கு. அங்கே எருமைத்தலையர் இருபத்துநாலாயிரம்பேர் காத்து நின்றனர். அம்மூன்று வாயில்களும் பெரும்பாலும் திறக்கப்படுவதேயில்லை. ஏனென்றால் ஆழுலகைக் கடந்து அங்குவரும் எவரும் ஒவ்வொரு அடிவைப்பிலும் தங்கள் தவத்தை இழந்துகொண்டிருக்கவேண்டும் என்பதே நெறி.

நகரைச் சூழ்ந்திருந்த பெருங்கோட்டை வெப்பமும் தண்மையும் ஒருங்கே கொண்டதெனத் தோன்றி தொட்டவரை எரிக்கும் இரும்பாலானது. இருளும் ஒளியும் ஒருங்கே அமைந்ததுபோல் கரிய மின் கொண்டிருந்தது. அதற்குள் செம்பாலான உட்கோட்டையும் நடுவே வெள்ளியாலான அரண்மனைக்கோட்டையும் அமைந்திருந்தன. சகஸ்ரபத்மம் என்னும் பொன்மாளிகை ஒரு மையத்தாமரை எனத் தன்னுள் இருந்து எடுத்த ஒளியால் நடுவே பொலிருந்திருந்தது. ஆயிரம் இதழ்களாகக் குவைக்கோபுரங்கள் கொண்டிருந்தது. பன்னிரண்டாயிரம்

உப்பரிகைகளும் பதினெட்டாயிரம் வாயில்களும் கொண்டிருந்தது. அதன் உச்சியில் காகக்கொடி பறந்தது.

ஒன்றுக்குள் ஒன்றென்று அமைந்த நூற்றெட்டு தெருக்களால் ஆனது காலபுரி. முதல் தெருவில் பன்னிரண்டாயிரம் இல்லங்களில் காய்ச்சலின் தெய்வமான ஜ்வரை, வலிப்பின் தெய்வமான அபஸ்மாரை, புண்ணின் தெய்வமான க்ஷதை முதலான தெய்வங்கள் தங்கள் பல்லாயிரக்கணக்கான படைக்கணங்களுடன் வாழ்ந்தன. அதற்கடுத்த தெருவில் சினத்தின் தெய்வமான குரோதை, வஞ்சத்தின் தெய்வமான பிரதிகாரை, வெறுப்பின் தெய்வமான விரோதிதை முதலிய பதினொன்றாயிரம் தெய்வங்கள் தங்கள் எண்ணற்ற ஏவலர்களுடன் வாழ்ந்தன. தொடர்ந்தமைந்த தெருவில் ஸ்கலிதை, விஃப்ரமை, தோஷை முதலிய பிழைகளின் தெய்வங்கள் பத்தாயிரம் இல்லங்களில் குடியிருந்தன.

யமன் தன் மாளிகையின் மையத்தில் அமைந்த பேரவையில் தன் பட்டத்தரசி தூமோர்ணையுடனும் அப்பிராப்தி, சியாமளை, இரி என்னும் இணையரசியருடனும் அரியணை அமர்ந்து ஆட்சிசெய்தான். அவன் அவையில் அறமறிந்த முனிவர்கள் பதினாறாயிரம்பேர் காகபுசுண்டரின் தலைமையில் அமர்ந்து நாளும் நெறிதேர்ந்தனர். மண்ணில் அறம்பிழைக்கும் ஒவ்வொரு முறையும் அதை ஒரு பறவைக்குரல் அங்கே கூவியறிவித்தது. பேரழிவு நிகழ்கையில் விண்ணில் ஒரு குருதியொளிகொண்ட மீன் எழுந்தது. அவைமுதல்வனும் படைமுதல்வனும் இறக்கும்போது சங்கொலி எழுந்தது. அந்நகரின் ஒவ்வொரு மணற்பருவிலிருந்தும் எண்ணத்தால் தன் வடிவேயான ஓர் உருவை உருவாக்கி மண்ணுக்கு அனுப்பி அறத்தை ஆண்டான் யமன்.

யமபுரியின் மேற்குவாயிலை அடைந்த நாரதர் அங்கிருந்த எருமைத்தலைக் காவலர்களால் தடுக்கப்பட்டார். “இவ்வழியே எவரும் வருவதில்லை. இதைத் திறக்க அரசரின் ஆணை தேவை” என்றார் காவலர்தலைவராகிய நியமர். “என் வழியை எவரும் தடுக்கவியலாது” என்று நாரதர் முன்னால் சென்றார். அவரை ஏந்திச்சென்றிருந்த ஹவனை அனலுருக்கொண்டாள். அவ்வனல் தாளாமல் எருமைத்தலையர் அப்பால் விலகிக் கூச்சலிட்டனர். ஹவனை யமபுரியின் மேற்குக் கோட்டையின் வாயிலை உருக்கி அழித்தாள். அதனூடாக நாரதர் உள்ளே நுழைந்தார்.

அவர் அணுகுவதை ஏவலர் வந்துசொல்ல காகபுசுண்டரின் ஆணைப்படி அவரை அரசவைக்குக் கொண்டுசென்றனர். வழியெங்கும் அப்பெருநகரம் செயலின்மையில் சோர்ந்து நிழலசைவு என இயங்கிக்கொண்டிருப்பதை நாரதர் கண்டார். எவரும் எவரிடமும் பேசவில்லை. ஒருவர் விழியைப்

பிறர் நோக்கவுமில்லை. ஒவ்வொன்றும் முன்னரே நிகழ்ந்ததன் மறுநிகழ்வு என உயிரற்றிருந்தன.

அவைமுகப்பில் அவரை எதிர்கொண்டு வணங்கிய காகபுசுண்டர் "எவ்வண்ணம் இங்கு வந்தீர், நாரதரே?" என்றார். "இங்கு எவரும் வரலாகாதென்று தடுக்கப்பட்டுள்ளது. ஏனென்றால் இங்கு வந்து நோக்கியபின் எங்கும் எதிலும் எப்பொருளையும் காணவியலாது. இங்கன்றி எங்கும் பின்னர் வாழவும் இயலாது." நாரதர் "ஆம், ஆயினும் நான் வரவேண்டியிருந்தது. புவியின் உயிர்க்குலங்களின்பொருட்டு மட்டும் அல்ல. புவியென்று எழுந்த பெருவிளையாடலின் பொருட்டும்கூட" என்றார். "என்னை இங்குவரை கொண்டுசேர்த்தது மண்ணில் நிகழும் பெருவேள்வியின் அவிப்பயனே."

காகபுசுண்டர் "ஆம், எங்கோ ஒரு பெருவேள்வி நிகழ்கிறது என்று உணர்கிறேன். இங்கு எங்கும் இளமஞ்சள் ஒளியும் இனிய இசையும் நறுமணங்களும் நிறைந்துள்ளன" என்றார். "அவ்வேள்வி புவியில் நிகழ்கிறது. வேள்விகளில் தலையாயது அது. யாதனா யக்ஞம் என அதை சொல்கின்றனர் முனிவர். ஒவ்வொரு உடலணுவிலும் பெருவலியை நிறைத்துக்கொண்டு, ஒவ்வொரு காலத்துளியையும் துயரென்றே உணர்ந்தபடி, கண்ணீரும் அலறலுமாகச் செய்யும் வேள்வி அது. நோயுற்ற உடல்கள் அதை இயற்றுகின்றன. நலிந்து இறக்கும் உயிர்கள் அதனூடாகவே விடுதலை பெறுகின்றன. முனிவரே, இப்போது புவியின் உயிர்க்குலமே அதை அங்கே செய்துகொண்டிருக்கிறது."

"நோக்குக!" என்று நாரதர் கைகாட்ட காகபுசுண்டர் மண்ணுலகைத் தன் அகவிழியால் கண்டார். அங்கே ஒவ்வொரு உயிரும் தன்னுடலைத் தானே ஒடுக்கி உச்ச வலியில் துடித்துக்கொண்டிருந்தது. நெரிபட்ட பற்கள், இழுபட்டு முறுகிய நரம்புகள், அதிரும் தசைநார்கள், இறுகப்பற்றிய கைகள், நீர்கோத்த சிவந்த விழிகள், நீலம்பாரித்த தோல்கள். "பெருந்துயர்!" என காகபுசுண்டர் சொன்னார். "ஏனென்றால் அங்கே இறப்பு இல்லாமலாகிவிட்டிருக்கிறது. யமன் அந்த அமுதக்கொடையை நிறுத்திவிட்டிருக்கிறார். அவரைக் காணவே வந்தேன்" என்றார் நாரதர்.

"ஆம், இங்கே அறச்செயல்கள் நின்றுவிட்டிருக்கின்றன. அதில் நாங்கள் செய்வதற்கேதுமில்லை. நாங்களும் தெய்வங்களேதும் தலையிடவேண்டுமென்று எண்ணியிருக்கிறோம்" என்றார் காகபுசுண்டர். அங்கு நிகழ்வதென்ன என்று விளக்கினார். நெடுங்காலமாக அரசரில்லாமல் அவை ஒழிந்துகிடந்தது. பெருநகர் புதிய ஆணைகள் இல்லாமல் ஆற்றியதையே மீண்டும் மீண்டும் இயற்றிக்கொண்டிருந்தது.

மையச்செயல் நின்றுவிட்டபோது அங்குள்ள ஒவ்வொன்றும் இலக்கழிந்தது. ஒவ்வொருவரும் இருப்பிழந்தனர்.

"தென்றிசையில் முஞ்சவான் என்னும் மலையின் உச்சியில் சென்றமர்ந்து மூவிழியனைத் தவம்செய்துகொண்டிருக்கிறார் அரசர். அங்கே எவர் செல்வதையும் அவர் விரும்பவில்லை. தன்னந்தனிமையில் தன் கைகளால் உருவாக்கிய சிவக்குறியை ஒழியா உளச்சொல்லால் வழிபட்டபடி அமர்ந்திருக்கிறார். அவரை அரசியர் கண்டே நெடுங்காலம் ஆகின்றது. அன்றுமுதல் இறப்புச்செயல் நிலைத்துவிட்டது" என்று காகபுசுண்டர் சொன்னார்.

நாரதர் "நான் அங்கு சென்று அரசரைக் கண்டு பேசவிழைகிறேன்" என்றார். "மூன்று முதன்மைத் தெய்வங்களில் ஒன்றே அங்கே செல்லமுடியும். அதிலொன்று எழுந்தருளும் என்று எண்ணினேன்" என்றார் காகபுசுண்டர். "அதிலொன்றின் ஆடல்போலும் இது. ஆடும் அனைவரும் அவனே" என்றார் நாரதர். "அங்கு செல்லும் வழியெல்லாம் தடையென அரசரின் காவல்பூதங்கள் உள்ளன, முனிவரே" என்றார் காகபுசுண்டர், "அவற்றைக் கடக்கும் வழியை நானும் அறியேன்." நாரதர் "நான் செல்வது அவர் நலனையும் சார்ந்தது. அதனாலேயே இறுதியில் தடைகள் அகலும்" என்றபின் கிளம்பினார்.

முஞ்சவான் என்னும் மலைமுடிக்கு நாரதர் இருளில் இருந்து மேலும் இருளினூடாகச் சென்றார். இருளில் அவர் உடலழிந்தது. பின் விழி அழிந்தது. அவர் நினைவுகளிலும் இருள் செறிந்தது. அறிந்தவை இருண்டன. இருத்தல் இருண்டது. பின்னர் செல்கை என்பதாக மட்டுமே அவர் எஞ்சினார். "மேலும் அவி கோரி புவியில் எரியிலென எழுக!" என்று ஹவனையிடம் சொன்னார். "ஆம், என் சித்தம் அங்கே எழுந்து கைவிரித்து அலறி அவர்களிடம் கொடை கோருகிறது. இன்னும் துயர் கொள்க, இன்னும் விழிநீர் விடுக, உங்கள் உடலுருகி நெய்யாகுக, உங்கள் உளமுருகி சொல்லாகுக என்று ஆணையிடுகிறேன்" என்றாள் ஹவனை.

பன்னிரு ஆண்டுகள் இருளில் சென்று நாரதர் இருண்ட நீரில் கரிய நீர்க்குமிழியென தன்னொளிகொண்டு வானில் நின்றிருந்த முஞ்சவானை சென்றடைந்தார். அங்கே யமனால் காவல்நிறுத்தப்பட்டிருந்த பேய்களும் பூதங்களும் காகங்களும் எருமைகளும் கழுதைகளும் பன்றிகளுமாகக் கரிய உருப் பெருக்கி அலறியபடி அவரைச் சூழ்ந்துகொண்டன. "நான்! நான்!" என நுண்சொல் உரைத்து தன்னை ஊழ்கத்தில் நிறுத்தி அவற்றை வென்றார். பின்னர் எழுந்தவை அவருடைய உருவம் கொண்டிருந்தன. "தேவர்கள் தேவர்கள்" என்று சொல்லி அவற்றை வென்றார். பின்னர்

எழுந்தவை அவர் அறிந்த தேவர்களின் உருக்கொண்டிருந்தன. "தெய்வம் தெய்வம்" என்று அவற்றை வென்றார்.

மூன்றுதெய்வங்களின் வடிவிலெழுந்து விழுங்க வந்த இருள்முகில் காலர்களை "பிரம்மம்! பிரம்மம்!" என்று சொல்லிக் கடந்தார். அதன்பின் பெருங்கால வடிவுகொண்டு வந்தன பூதங்கள். "தேவி, உன் ஆற்றல் மிகுக!" என்றார் நாரதர். "முனிவரே, இப்போது புவியிலுள்ளவர்களை ஏழு கொடுந்தெய்வங்களின் வடிவுகொண்டு வதைத்துக்கொண்டிருப்பவள் நான். இரக்கமில்லாமல் அவர்கள்மேல் நின்று நடமிடுகிறேன்" என்றாள் ஹவனை. காலவடிவ பூதங்களை "அகாலம் அகாலம்" என்று தவம்செய்து வென்றார் நாரதர்.

எதிரே இருளெனக் குவிந்து இரும்புக் கோட்டையென உருத்து நின்ற தடையை நோக்கி "காலதேவா, அகாலதேவா, அறனுருவே, மறலியே, அடைக்கலமாகுக, நீ!" என்று கூவியபடி நேர்நோக்கிப் பாய்ந்தார். ஹவனை அவரிலிருந்து ஒரு மெல்லிறகென உதிர்ந்தாள். அவர் சென்று சென்று காலதேவனின் முன் சிறு கருங்குருவி என சிறகு மடித்து இறங்கினார்.

3

முஞ்சவானின் உச்சிமுனையில் சிவக்குறியருகே ஊழ்கத்தில் அமர்ந்திருந்த யமன் அந்தச் சிறகொலி கேட்டு விழிதிறந்து சினத்துடன் எழுந்தார். அவர் அருகே இருட்குவையெனக் கிடந்த எருமை விழிமணிகள் மின்ன முக்ரையோசை எழுப்பித் தலைகுனித்துப் பாய்ந்தது. நாரதர் தன் வீணையை மீட்டியபடி அசையாமல் நின்றிருந்தார். அந்த இசையைக் கேட்டு மெல்ல விசையழிந்து தலைதாழ்த்தி அமைதி கொண்டது எருமை. சினம் தணிந்த யமன் "நாரதரே, நீர் ஏன் இங்கு வந்தீர்? என் தவம் முழுமைகொள்வதைத் தடுக்கிறீர். விலகிச்செல்க!" என்றார்.

நாரதர் "உங்கள் தவம் முழுமைகொள்ளவியலாது என்று உணர்ந்தமையால்தான் வந்தேன், காலரே" என்றார். யமன் புரியாமல் "ஏன்?" என்றார். "கடமைகளைக் கைவிட்டுவிட்டு எவரும் தவத்தை முழுமைசெய்ய இயலாது, காலத்துக்கரசே" என்றார் நாரதர். "என்னால் என் கடமையைச் செய்யமுடியவில்லை என்பதனால்தான் இங்கு வந்து தவம் மேற்கொண்டேன்" என்றார் யமன். நாரதர் "ஏன் என்று சொல்க! நான் அதற்கு ஏதேனும் வழியுள்ளதா என்று நோக்குகிறேன்" என்றார்.

"இல்லை, இதற்குப் படைத்தல் காத்தல் அழித்தல் என மூன்றுதொழில்களில் ஒன்றை இயற்றும் முதன்மைத்தெய்வமே மறுமொழி சொல்ல இயலும்" என்றார் யமன். "அவர்களுக்கே நோக்கம் உள்ளது. வழிகளும் அவர்களிடமே. நாமனைவரும் அவர்களின் கருவிகள்." நாரதர் "ஆம், ஆனால் முத்தெய்வங்கள் மட்டிலுமே அறிந்த மெய்மையைப் பிறிதொருவர் அறிவது எளிதல்ல. அவர்கள் அதை உங்களிடம் சொல்லும் தருணம் எது, அங்கு சென்றணையும் வழி எது என்று நான் உரைக்கவியலும்" என்றார்.

“ஆம், எவ்வண்ணமாயினும் நான் இனி இவ்வண்ணம் மேலே செல்லவியலாது. என் தவம் முழுமைக்கு முன் கலைந்தது என்பதே என்னுள் இருக்கும் அலைவால்தான். அது என் கடமையைக் கைவிட்டு வந்தமையால்தான் என உணர்கிறேன்” என்றார் யமன். “சொல்க அரசே, புடவிநெசவின் முதன்மைச்சரடுகளில் ஒன்றாகிய உங்கள் தொழிலைக் கைவிட்டு இங்கு வந்தது எதற்காக? உங்கள் விழிகூர்ந்து புவியை நோக்குக! அங்கே இறப்பு இல்லாமலாக எஞ்சியதென்ன என்று அறிக!” என்று நாரதர் சொன்னார்.

சற்று இமைதாழ்த்திப் புவியை நோக்கிய யமன் “ஆ!” என அலறியபடி எழுந்துவிட்டார். “நாரதரே, என்ன இது? இங்குள்ள கொடுநரகங்களிலும் இத்தகைய பெருந்துன்பம் இல்லையே?” என்றார். “ஆம், இங்குள்ளவர்கள் தாங்கள் துன்பம்கொள்வது ஏன் என்று அறிந்தவர்கள். அது நெறியே என ஏற்றவர்கள். மூலம் அறியா துன்பம் நூறுமடங்கு விசைகொண்டது. முடிவறியா துன்பம் ஆயிரம் மடங்கு விசைகொண்டது. வணங்கிக்கோர தெய்வமொன்றில்லா துயரோ பன்னீராயிரம் மடங்கு கொடியது” என்றார் நாரதர்.

“அங்கு துயரில் ஒடுங்கி அமர்ந்திருப்பவை பழிசேரா உள்ளங்கள். தவம்சேர்ந்த முனிவர். முலைநிறைந்த அன்னையர். அவர்களுக்கு இதை நீங்கள் இழைக்கலாமா?” என்று நாரதர் கேட்டார். “உளம் கனிக, அரசே. அவர்கள் கோரும் அமுதை அளியுங்கள். அழுக்குடை அகற்றி நீராடி எழுதல் உயிர்களின் முதன்மையுரிமை அல்லவா? அவர்கள் குரலென நான் கைகூப்பி விழிநீருடன் இறைஞ்சுகிறேன். அவர்கள் சார்பாக உங்கள் அடிபணிந்து மன்றாடுகிறேன்.”

“உங்கள் சொல்லையே ஆணையெனக் கருதுபவன் நான்” என்றார் யமன். “ஆனால் நான் அரியணை அமர்ந்து அறம்புரக்கையில் என் உள்ளத்தின் துலாமுள் அசைவற்றிருக்கவேண்டும். இல்லையேல் அறம்பிழைத்துவிடுவேன். இங்கு ஒரு அணுவிடை அறம்பிழைக்குமென்றால் விண்மீன்கள் திசைமீறிச் சிதறும். கோள்கள் முட்டி உடையும். வான்வெள்ளம் வற்றும். திசைத்தீ எழுந்து சூழும். ஐயமற்று அமர்ந்தால் மட்டுமே என்னால் அறம்பெருக்க முடியும். என் உள்ளத்தில் அமைதியின்மை திகழ்கிறது. இன்று நான் என்னை நம்பவில்லை.”

“ஏன்? என்ன நிகழ்ந்ததென்று சொல்க! நான் உங்களுக்கு வழிகாட்டக் கூடுமென்று ஊழ் இருக்கிறது. இல்லையேல் தேவர்க்கிறைவனின் நாவில் எனக்கான ஆணை எழுந்திருக்காது” என்றார் நாரதர். யமன் பெருமூச்சுடன் சற்றுநேரம் அமர்ந்திருந்தார். “சொல்க, நெறியிறையே! சொல்வடிவில்

எழுவதெல்லாம் மெய்யே. பொய்யென்று உரைக்கப்படுவதும் மெய்யின் நிழல்மட்டுமே” என்றார் நாரதர். யமன் பிறிதொரு பெருமூச்சுடன் சொல்லத் தொடங்கினார்.

“நாரதரே, சிலகாலம் முன்பு நான் ஒருமுறை சித்திரபுத்திரனின் அலுவல்நிலைக்குச் சென்றிருந்தேன். அங்கே அவரும் அவருடைய பல்லாயிரம் உதவிக்கணக்கர்களும் அமர்ந்து முடிவிலா ஏடுகளாலான மகாசங்கிரகம் என்னும் நூலை எழுதிக்கொண்டிருந்தனர். வாழ்ந்தோர் வாழ்வோர் இயற்றிய இருபாற்பட்ட செயல்களையும், அவற்றின் விளைவுகளையும் அதில் பதிவுசெய்திருந்தனர். விளையாட்டாக நான் என்னுடைய கணக்கை எடுத்துப் பார்க்கவேண்டும் என்றேன். சித்திரபுத்திரன் அது முறையல்ல என்றார். நான் அரசன் என்பதனால் அதை வலியுறுத்தினேன். அவர் அந்த ஏட்டைப் புரட்டினார்.

“எண்ணற்ற நற்செயல்களின் தொகையாக இருந்தது என் கணக்கு. நோயால் மூப்பால் துடித்துக் கண்ணீருடன் ஏங்கிய பலகோடி உயிர்களுக்கு இனிய விடுதலையை அளித்து அவர்களின் வாழ்த்துக்களைப் பெற்றிருந்தேன். பொன்னிற எழுத்துக்களாலான பதிவுகளை உவகையுடன் நோக்கியபடி ஏடுகளை புரட்டிச் சென்றுகொண்டிருந்தபோது ஒரு பெரும்பழி என் கணக்கில் இருப்பதைக் கண்டு திடுக்கிட்டேன். நீல நிறத்தில் பொறிக்கப்பட்டிருந்த அக்குறிப்பைப் படித்து துயருடன் அமர்ந்துவிட்டேன். பதிவுசெய்திருந்தவர்கள் அனைவரும் அதை மறந்துவிட்டிருந்தனர். ஆனால் பழி ஒரு விதை, அதன் தருணம் வரை தவம் மேற்கொள்வது.

“திரேதாயுகத்தில் நிகழ்ந்தது அது” என யமன் தொடர்ந்தார். “அன்று விண்வடிவப் பேருருவன் ராமன் என்னும் மானுடனாக மண்ணில் பிறந்திருந்தான். அயோத்தியின் தசரதனுக்கு மைந்தனாகி, தந்தை சொல்பேண தம்பியும் துணைவியும் உடன்வர கானேகினான். வாலியைக் கொன்றான். வாலரைத் தொகுத்தான். அரக்கர்கோன் கவர்ந்துசென்ற துணைவியை மீட்க படைதிரட்டிச் சென்றான். இலங்கையை வென்று ராவணனையும் தம்பியரையும் கொன்று அவளை மீட்டு மீண்டும் நகர்புகுந்தான். தம்பியர் அறுவருடன் அரியணை அமர்ந்து ஆயிரமாண்டுகாலம் நல்லாட்சி அளித்தான். நிலம்பொலிந்து குடிகள் மகிழ, சொல்பெருகி அந்தணர் வணங்க, அறம் வளர்ந்து முனிவர் வாழ்த்த அரசுவீற்றிருந்தான்.

அந்நாளில் என்னை பிரம்மன் அழைத்தார். தந்தையின் காலடியில் பணிந்து நின்ற என்னிடம் “உன் கடமையை நிறைவேற்றும் காலம் வந்துள்ளது, மைந்தா. மண்ணில் எழுந்த விண்ணவன் அங்கே

பல்லாயிரம்கோடி முகமும் வடிவும் கொண்டு நிறைந்திருக்கும் மாயையில் தன்னை மறந்துவிட்டார். செயல்விளைவின், இன்பதுன்பத்தின், நன்றுதீதின் முடிவிலாச் சுழலில் சிக்கியிருக்கிறார். அவர் விண்மீளும் நாள் வந்துவிட்டது. சென்று அழைத்துவருக!" என ஆணையிட்டார். நான் திகைத்து "உலகங்களை ஆளும் முதற்பெருந்தெய்வத்திற்கே இறப்பாணையுடன் செல்வதா? என்ன சொல்கிறீர்கள்?" என்றேன். "எவராக இருப்பினும் அது உன் கடமை" என்றார் பிரம்மன்.

"அதை எவ்வண்ணம் நான் செய்யமுடியும், தந்தையே?" என்று நான் கேட்டேன். "நீயே செல்லவேண்டும். உன் வழக்கமான வடிவில் அல்ல. அவர் முனிந்தால் நீ அழிந்துவிடுவாய். அரசனுக்கு அறமுரைக்க அவைக்குச் செல்லும் முனிவரின் தோற்றம் கொள்க! தகைசான்றோன் மட்டுமே அறியவேண்டிய நுண்சொல் ஆகையால் தனியறையில் பேசவேண்டும் என்று கோருக! அங்கே மெல்ல நெறியுரைத்து அறம்விளக்கி மெய்மை நோக்கிச் செல்க! அவரை மூடியிருக்கும் மாயையின் திரையைக் கிழித்தகற்றுக! தான் யாரென்றும் எவ்வண்ணம் அவ்வுருக்கொண்டு வந்தார் என்றும் எதை இயற்றினார் என்றும் உணர்ந்தால் மீள்வதைப்பற்றி அவரே முடிவுசெய்வார்" என்றார் பிரம்மன்.

என் தலைதொட்டு வாழ்த்தி "மேடையேறி நடிப்பவரை தன்னுரு மீளச்செய்வதே இது. அறிக, மேடையில் நடிக்கையில் தன்னிலிருந்து துளியொன்றை எடுத்துத் தீட்டிக் கூராக்குகிறார்கள் நடிகர்கள். தனக்கு மீள்கையில் தான் சூடிய அது பொருளிழந்து உதிர்வதாக உணர்ந்து துயர் கொள்கிறார்கள்" என்றார். "நடிப்பதென்பது விழிப்புநிலைக் கனவு. கனவுகளுக்குள் உலவுகையில் கனவென்று தெரியாதவர் எவருமில்லை. ஆனால் கனவுகளின் ஆற்றல் என்பது உள்ளேயே கட்டிவைக்கும் அழகும், உணர்வெழுச்சியும் அவற்றுக்குண்டு என்பதுதான். விழித்தெழுகையில் கனவு கலையும் வெறுமை மீதான அச்சமே கனவுக்குள் மீளாது புதையும் விழைவென்றாகிறது." நான் தலைவணங்கினேன்.

தவமுனிவர் என உருக்கொண்டு அயோத்தியை அடைந்தேன். அரசவைக் காவலரிடம் நான் அதிபலன் என்னும் முனிவரின் மாணவன் என்றும், அறியாது பிறழ்ந்த நெறியை சீரமைக்கும் வழியை அரசருக்கு அறிவுறுத்த விரும்புவதாகவும் சொன்னேன். என் தோற்றமும் குரலும் அவைத்தலைவரான வசிட்டரை என்னை மாமுனிவர் என நம்பச்செய்தன. நிமித்திகர் என்னை நோக்கி "இவர் சாகாக்கலை அறிந்தவர், ஐயமில்லை" என்றனர். "நான் அறிந்த அக்கலையை அவையில் உரைக்கவியலாது, அரசரிடம் உதடுகளிலிருந்து செவிக்கு என மட்டுமே அளிக்கவியலும்" என்றேன்.

வசிட்டர் அதற்கு ஆவன செய்தார். ராமன் அப்போது கானுலாவுக்குச் சென்றிருந்தான். நைமிஷாரண்யப் பெருங்காட்டில் அவன் தங்கியிருந்த கொடிமண்டபத்திற்கு என்னை இட்டுச்சென்றார். அங்கே லட்சுமணன் ராமனுடன் இருந்தான். என்னை அறிமுகம் செய்து என் நோக்கத்தை அறிவித்து ராமனின் ஒப்புதல் பெற்று வசிட்டர் அகன்றார். "முனிவரே, மெய்யை எத்தனை அறிந்தாலும் தீர்வதே இல்லை. எனக்கு நற்சொல்லளிக்கும் பொருட்டு தேடிவந்துள்ளீர். தங்கள் அடிபணிகிறேன்" என்று ராமன் சொன்னான்.

அக்கொடிமண்டபத்திற்குக் கதவுகளேதும் இல்லை என்பதனால் நான் லட்சுமணனிடம் "நான் அரசருடன் சொல்லாடுகையில் எவரும் உள்ளே வரலாகாது. ஒரு சொல்லும் பிறர்செவிக்குச் செல்லக்கூடாது. எனவே நீ வாயிலில் காவல் நிற்கவேண்டும். எவரையும் உள்ளே விடக்கூடாது. அறிக, என் சொல்லாடலுக்கு நடுவே புகும் எவரும் வாள்போழ்ந்து வீசப்படவேண்டியவரே" என்றேன். இளையவனிடம் ராமன் "அது என் ஆணை" என்று சொல்ல, லட்சுமணன் "அவ்வாறே" என வணங்கி வாளுடன் வெளியே சென்று நின்றான்.

நான் ராமனிடம் மானுடவாழ்வின் நெறி என்னவென்று சொல்லத் தொடங்கினேன். "ஒவ்வொன்றும் பிறிதொன்றால் நிகர்செய்யப் பட்டிருப்பதனாலேயே புடவிச்செயல் முடிவிலாது நிகழ்கிறது. முடிவிலாதொழுகுவதன் துளியென்பதே ஒவ்வொன்றும் கொண்டுள்ள பொருள். தான் கொண்ட பொருள் தன்னில் தொடங்கி தன்னில் முடிவடையவில்லை என்னும் விடுதலையில் திளைத்து அமர்ந்திருப்பவை இங்கிருக்கும் அனைத்தும். அரசே, முடிவிலாது நிகழும்பொருட்டே ஒவ்வொன்றும் இங்கே வடிவமைக்கப்பட்டிருக்கிறது" என்றேன்.

"ஆகவே எக்கணத்திலும் வாழ்க்கை முடிவுற்ற நிலையில் இருக்கவியலாது. இங்கு எதுவும் நிறைநிலையில் எஞ்சுவதும் அரிது. ஒவ்வொன்றும் தன்னில் ஒருதுளியேனும் எதிர்காலத்தில் விட்டுவைத்ததாகவே அறியப்படுகிறது. எனவே முடித்து எழுவது எங்கும் எதிலும் இயல்வதேயல்ல. எச்சத்தைத் திரும்பி நோக்காது விட்டுச்செல்பவரே விடுதலையாகிறார்" என்றேன். நான் சொல்லிவருவதை அவன் உணர்ந்துகொண்டதை விழி காட்டியது.

"அரசே, தெய்வமேயென்றாலும் புவியில் பணிமுடித்து விண்ணேகுவது இயல்வதல்ல" என்று தொடர்ந்தேன். ராமனின் விழிகளில் மாயையின் திரை விலகுவதைக் கண்டு உளம் மகிழ்ந்தேன். "இப்புவி வாழவேண்டும் என்றால் தீமை எஞ்சியாகவேண்டும். விதைகளை விட்டுவிட்டு விழுவதே பெருமரங்களின் இயல்பு என்று அறிக!" என்று நான் சொன்னபோது

அவன் ஒருகணம் விண்ணளந்தவனாக ஆனான். அக்கணம் லட்சுமணன் “மூத்தவரே, பொறுத்தருள்க!” என்று கூறியபடி உள்ளே வந்தான்.

அவனைக் கண்டதுமே மூத்தவனாக அவன் ஆனான். இளமைந்தனை நோக்கும் தந்தை என முகம் மலர்ந்து விழி கனிந்து அவனை நோக்கி “சொல்க, இளையோனே!” என்றான். அவன் கண்கள் இளையவனின் விரிந்த பெருந்தோள்களை, திரண்ட புயங்களை, அகன்ற மார்பை அளந்தளந்து அலைந்தன. அவன் மீண்டும் மாயைக்குள் முற்றமிழ்ந்துவிட்டான் என்றுணர்ந்து நான் அனல்கொண்டேன்.

நாரதரே, நாங்கள் பேசிக்கொண்டிருந்தபோது மாபெரும் தவச்செல்வரான துர்வாசர் அக்காட்டினூடாக வந்து குடில்முற்றத்தில் நின்றார். பலநாட்கள் நீண்ட கடும்பசி கொண்டிருந்தார். அப்போது ராமனைக் காணமுடியாது என்று லட்சுமணன் தடுத்தான். “இன்னும் ஒருநாழிகைப்பொழுது, முனிவரே… சற்று பொறுங்கள்” என்று கெஞ்சினான். பெருஞ்சின முனிவர் “நான் நான்குமாத நோன்பிருந்தேன். எட்டு நல்லியல்புகளும் நிறைந்த ஒருவன் கையால் முதற்கவளம் உணவுபெற்று உண்ணும்பொருட்டுத் தேடிச்சென்றேன். அயோத்தியில் ராமன் இல்லை என்று கண்டு இங்கு வந்தேன். கணமும் பசிபொறுக்க முடியாது. சென்று சொல் அவனிடம்!” என்று கூவினார்.

லட்சுமணன் மீண்டும் மீண்டும் அவரிடம் கெஞ்சினான். அவனுடைய மறுப்பு அவரை சினம்கொண்டு நிலைமறக்கச் செய்தது. “கீழ்மகனே, தவத்தோரின் பசிபோக்க முடியாத அளவுக்கு முதன்மையா அவனுக்கு அவைச்சொல்லாடல்? இக்கணமே அவன் வந்து எனக்கு உணவளிக்கவேண்டும். இல்லையென்றால் அவனையும் அவன் குலத்தையும் என் தவம்முழுதுறையும் தீச்சொல்லால் சுடுவேன். அவன் குடிகளை அழிப்பேன். அவன் நகரை இடிபாடுகளாக ஆக்கிவிட்டுச்செல்வேன். என் கையிலேந்திய இந்தத் தர்ப்பைமேல் ஆணை!” என்றார்.

அவரை அஞ்சிய லட்சுமணன் “பொறுங்கள் முனிவரே, இதோ சென்று சொல்கிறேன்” என்று சொல்லி உள்ளே வந்தான். என் சினத்தை நோக்கி அவன் கைகூப்பி உடல்வளைத்து “பொறுத்தருள்க, முனிவரே! பெருஞ்சினத்தவரான துர்வாசர் வந்து வாசலில் நிற்கிறார். அரசரின் கையால் உணவுண்டு தவத்திலமர்ந்த பசியை நீக்க விழைகிறார். அவர் சினத்தை அரசும் குடியும் தாங்காதென்பதனால்தான் உள்ளே வந்தேன். வேறுவழியில்லை” என்றான். “அரசர் என அவர் முதற்கடமை அதுவென்பதை அறிவமைந்தவரான நீங்களும் மறுக்கமாட்டீர்கள் அல்லவா?”

ராமன் உடனே “ஆம், அதுவே முதற்பணி” என்றபின் எழுந்து என்னிடம் “சற்று பொறுங்கள், முனிவரே” என்று கூறிவிட்டு வெளியே சென்றான். முனிவரை வரவேற்று சொல்லும் நீரும் இருக்கையும் அளித்து வணங்கி உணவிட்டு நிறைவூட்டி, நற்சொல்பெற்று மகிழ்ந்து அவன் திரும்பிவர மூன்றுநாழிகைப் பொழுதாகியது. அவன் முகம் நகைசூடிப் பொலிந்திருப்பதைக் கண்டதுமே அவன் என் சொற்களில் இருந்து நெடுந்தொலைவு சென்றுவிட்டான் என்று உணர்ந்தேன். அருகணைந்து என்னை வணங்கி “பொறுத்தருள்க முனிவரே, அரசன் என நான் கொண்ட கடமை இது. இதன்பொருட்டே குடிகள் எனக்கு வரியளிக்கிறார்கள். அந்தணர் எனக்கு இதற்காகத்தான் முடியளித்தனர்” என்றான்.

“ஆனால் அது மாயை. அதில் திளைக்கிறாய். இனி நான் சொல்ல ஏதுமில்லை. கிளம்புகிறேன்” என்றேன். “என் பிழைபொறுக்கவேண்டும், முனிவரே. நடந்த பிழைக்கு என்ன நிகர்செய்யவேண்டும் எனச் சொல்லுங்கள். அதைத் தலைக்கொள்கிறேன்” என்றான். அவன் போர்த்திக்கொண்டிருக்கும் அந்த மாயையை அகற்றவியலாது, கிழித்துவீசுவதே முறை என எனக்குத் தோன்றியது. சினம் ஓங்க “நான் சொன்ன சொல் நிற்கவேண்டும். என் சொல்லாடலைக் கலைத்தவன் வாள்போழ்ந்து வீசப்படவேண்டும்” என்றேன். “என்ன சொல்கிறீர்கள், அறிவரே? அவன் என் உயிருக்கு நிகரான இளவல்” என ராமன் கூவினான்.

லட்சுமணன் “நான் பிழைசெய்தவன். இக்கணமே அதற்கு சித்தமாகிறேன்” என்று கூறி தன் உடைவாளை உருவினான். ராமன் “இளையோனே...” என அலறியபடி அவ்வாளை பாய்ந்து பிடித்தான். “இளையோனே, நீ இல்லாமல் நான் எப்படி உயிர்வாழ்வேன்? வேண்டாம்” எனக் கண்ணீருடன் கதறினான். உடல் பதற குரல் உடைய “அமைச்சரை அழைத்துவாருங்கள். இத்தருணத்தை எப்படிக் கடப்பதென்று அவரிடம் கேட்போம்” என்று கூவினான். கீழ்மகன் எழுதிய சுவையற்ற நாடகம்போன்ற அக்காட்சியைக் கண்டு சலிப்புற்று நான் அக்கணமே அங்கிருந்து வெளியேறி என் நகர் வந்தணைந்தேன். துயரும் கசப்புமாக அங்கே தனிமையில் இருந்தேன். கடன்முடிக்காமல் நான் திரும்பி வந்தது அதுவே முதல்முறை.

ஏவலர் ஓடிச்சென்று வசிட்டரை அழைத்துவந்தனர். “ஆவன செய்க, அமைச்சரே. என் இளவலை நான் எந்நிலையிலும் பிரியேன்” என்று ராமன் கதறினான். “அறிவருக்கு அரசர் அளித்த சொல் நிலைகொள்ளவேண்டும். அதுவே கோல்நெறி” என்று வசிட்டர் சொன்னார். “ஆனால் போழ்தல் என்பது மூன்றுவகை என நூல்கள் சொல்கின்றன. உடல்போழ்தல்

முதல்முறை. பெற்ற கல்வியையும் செல்வத்தையும் நல்லூழையும் முற்றிலும் துறத்தல் இரண்டாவது போழ்தல். அரசே, குலத்திலிருந்து விலக்குதல் மூன்றாவது போழ்தல். நூல்களின்படி மூன்றும் நிகரே. பிற இரண்டில் ஒன்றை இளைய அரசருக்கு அளிக்கலாம்" என்றார்.

"அவன் கற்றவையும் ஈட்டியவையும் சேர்த்தவையும் உடனிருக்கட்டும். அவன் இக்குடியைவிட்டு நீங்கட்டும். செல்லுமிடம் சிறக்க அவனால் வாழவியலும்" என்று ராமன் சொன்னான். "அவனுடன் என் சொல்லும் தொடரும். அவன் கால்தொட்ட நிலமெல்லாம் நாடென்று பொலியும். அவன் குடிபெருகி காலத்தை வெல்லும்." இளையோனை தோள்தழுவி "சென்று வருக இளையோனே, இங்கு உன் நினைவாகவே நான் இருப்பேன். நாம் சந்திக்கும் நாள் அமைக!" என்றான். இளவல் அவன் முன் தலைதாழ்த்தி கண்ணீர்விட்டான்.

அரசாணையின்படி அன்றே முரசுகள் முழங்க லட்சுமணன் குடிநீக்கம் செய்யப்பட்டான். தமையனை வணங்கி சொல்பெற்று லட்சுமணன் அயோத்தியிலிருந்து அகன்றான். அவன் துணைவி ஊர்மிளை விரித்த குழலும் மார்பின்மேல் பெய்த விழிநீருமாக அரண்மனை வாயில்வரை வந்து மயங்கிவிழுந்தாள். மைந்தர்கள் அங்கதனும் சந்திரகேதுவும் கோட்டைமுகப்புவரை அழுதபடி தொடர்ந்தனர். அவன் செல்லும் வழியின் இருமருங்கும் கூடிய அயோத்தியின் மக்கள் நெஞ் சிலறைந்து கதறினர். நாட்டின் எல்லைவரை சென்று நின்று கைவீசிக் கூவியழுதனர்.

லட்சுமணன் சரயு நதியின் கரையில் குசவனம் என்னும் சோலையில் குடில்கட்டித் தங்கினான். அங்கே தவம்செய்ய எண்ணி அமர்ந்தாலும் அவனால் தமையனிலிருந்து உளம்விலக்க இயலவில்லை. தோல்வியடையும் ஊழ்கமே பெருந்துன்பம். அது நஞ்சென்றாகி பிற அனைத்தையும் எரிக்கத் தொடங்கிவிடுகிறது. லட்சுமணன் ஒவ்வொருநாளும் ஒவ்வொருகணமும் தன் தமையனையே எண்ணிக்கொண்டிருந்தான். துயர்கொண்டிருக்கையில் சென்றகாலங்கள் பெருகிக்கொண்டே இருக்கின்றன. தனிமையில் ஒவ்வொன்றும் நூறுமடங்கு எடைகொள்கின்றன. ஆற்ற பிறரில்லா துயரின் எரிக்கு காலமே நெய். வலிகொண்டவன் மேலும் மேலும் அவ்வலியையே எண்ணுகிறான். அதை வெல்லவும் தவிர்க்கவும் முனைந்து அதைப் பெருக்கி வாழ்வின் மையமாக்கிக் கொள்கிறான்.

லட்சுமணன் ஒருகணம் வெறுமையிலமைந்திருந்தால், ஒருமுறை முழுமையை எண்ணிச்சூழ்ந்திருந்தால் தான் எவரென்றும் நிகழ்வது என்னவென்றும் அறிந்து விடுபட்டிருக்கக்கூடும். ஆனால் மாயையைக் கைவிட்டுவிட்டு எழுவது எளிதல்ல. இரை கவ்விய பாம்பு அதை

எண்ணினாலும் விடமுடியாது. ஒரு தருணத்தில் உளம்கொண்ட பெருந்துயரின் நஞ்சு கூர்கொண்டு தாக்க, தாளமுடியாத லட்சுமணன் எழுந்தோடி சரயுவிலிருந்த தீர்க்கபிந்து என்னும் ஆழ்ந்த சுழி ஒன்றில் பாய்ந்து உயிர்துறந்தான். அந்தச் சுழிக்கு அடியில் நீண்ட பெரும்பிலம் ஒன்று இருந்தமையால் அவன் உடல் மேலே வரவில்லை.

இளையோன் நகர்நீங்கிய நாள்முதல் உணவொழிந்து துயில்மறந்து தனியறையின் மஞ்சத்தில் கிடந்தான் ராமன். அணிகொள்ளவில்லை, அரியணை அமரவில்லை, குடித்தெய்வங்களைத் தொழுவதும் மறந்தான். மைந்தரோ தம்பியரோ அவனை ஆற்றமுடியவில்லை. அமைச்சர்களும் முனிவர்களும் அணுகவும் இயலவில்லை. எண்ணி எண்ணி சொல்பெருக்கித் துயர்வளர்த்தான். நஞ்சென அவனுள் பெருகிய துயரால் கருமைகொண்டு வீங்கினான்.

மரத்தடிப்படகிலமைந்து மீன்பிடித்துக்கொண்டிருந்த வேடர்கள் லட்சுமணன் நீர்மாய்ந்ததைக் கண்டனர். அச்செய்தியை அவர்களின் குலத்தலைவர்கள் அயோத்திக்கு ஓடிவந்து ராமனிடம் சொன்னார்கள். இளையோன் இறந்த செய்தியை முழுக்கக் கேட்பதற்குள்ளாகவே வெளியே ஓடி முற்றத்தில் நின்றிருந்த தேரிலேறி விரைந்தான். தம்பியரும் மைந்தரும் படைத்தலைவர்களும் காவலர்களும் அவனைத் தொடர்ந்து விரைந்தனர். பின்னால் சென்ற புரவியில் அமர்ந்திருந்த பரதன் “மூத்தவரே… நில்லுங்கள்… மூத்தவரே!” என்று கூவிக்கொண்டிருந்ததை அவன் கேட்கவில்லை.

அவிழ்ந்துலைந்த குழலும் கலைந்துபறந்த உடையும் புழுதிபடிந்த முகமும் விழிநீர் உலர்ந்த வெறிப்புமாக அவன் தேர்த்தட்டில் நின்றான். சரயுவைக் கண்டதுமே கைநீட்டிக் கதறியழுதபடி அருகே சென்றான். தீர்க்கபிந்துவை அடைந்ததும் “இளையோனே…” என்று கூவியபடி தேரிலிருந்தே அதன் நடுவில் பாய்ந்தான். நீரில் ஒரு குமிழியென அக்கணமே மறைந்தான். உடன் ஓடிவந்த தம்பியரும் மைந்தரும் திகைத்து நின்றனர். பரதன் நெஞ்சிலறைந்தபடி “மூத்தவரே…” என்று கதறியழுதான். அவனும் உடன்பாய்வதற்குள் சத்ருக்னன் அவன் கால்களைப் பற்றி மண்ணுடன் விழுந்தான்.

லட்சுமணன் நீர்பட்ட செய்தியை அறிந்து நான் திகைத்தேன். ராமனும் நீரில் மறைந்ததை எனக்கு ஏவலர் சொன்னபோது சொல்லிழந்து அரியணையில் அமர்ந்திருந்தேன். நீரில் மூழ்கியவர்களை அழைத்துவரும் ஜலன், தோஜன் என்னும் இரு எமகணங்களால் அவர்கள் இறப்புலகுக்குக் கொண்டுவரப்பட்டனர். அவர்களை வரவேற்பதற்காக நான் என் நகரியின் எல்லையில் தலைக்குமேல் கைகூப்பியபடி நின்றிருந்தேன்.

விண்ணளந்தோனையும் அவன் அரவணையையும் கிழக்குவாயில் வழியாகக் கொண்டுவரவேண்டும் என விழைந்தேன். அவர்கள் காலடி படுவதனால் யமபுரி அருள்கொள்ளவேண்டுமென்று எண்ணினேன்.

ஆனால் சித்திரபுத்திரன் "அரசே, அவர்கள் தெய்வங்களேயானாலும் மானுடவடிவில் இருக்கின்றனர். ஆகவே மானுடர்களுக்குரிய பிழைசரிகளின் கணக்குகளுக்கு உட்பட்டவர்கள். தெற்குவாயில் வழியாகவே அவர்கள் வந்தாகவேண்டும்" என்று கூறிவிட்டார். அவர்கள் தெற்குவாயில் வழியாக நுழைந்தபோது நான் சென்று வணங்கி "பொறுத்தருள்க, ஐயனே. பெரும்பிழை இயற்றிவிட்டேன்" என்றேன். ஆனால் அவன் புன்னகையுடன் என் தோளைத் தொட்டு "உங்கள் பிழை அல்ல, என் பிழையும் அல்ல. நிகழ்ந்தது நன்றே. என் இளையோன் மறைந்த துயர்சூடி அங்கே நாள்கழிக்காது உடன் மறையத் தோன்றியது என் நல்லூழே" என்றான்.

அவன் ராமனாகவே இருக்கிறான் என்று கண்டு நான் திகைத்துச் சொல்லிழந்தேன். சித்திரபுத்திரன் என்னிடம் "மாயை அவரில் எஞ்சியிருக்கிறது, அரசே. அது கலையும்பொருட்டே இங்கு வந்துள்ளார்" என்றபின் அவனிடம் "அயோத்தியின் அரசே, தவமின்றி உயிர்மாய்த்துக்கொள்வது அறப்பிழையெனக் கொள்ளப்படும். துயர்கொண்டு இறந்தமையால் உங்கள்மேல் மாயையின் நிழல் எஞ்சியிருக்கிறது. இங்கு ஆயிரமாண்டுகாலம் இருளில் தவமிருந்து பிழைநிகர் செய்து வைகுண்டம் மீள்க!" என ஆணையிட்டார்.

"அதன்படி பாதாளத்தின் தென்மேற்குமூலையில் தனிமையில் தவமிருந்து தன்மேல் படிந்த மாயையின் கறையை அகற்றி விண்பாற்கடலைச் சென்றடைந்தார்" என்றார் யமன். "அந்நிகழ்வில் என் மீது பிழையில்லை என்று விண்ணளந்தோன் சொன்னதை நானும் ஏற்று அவ்வண்ணமே என் நெஞ்சை அமைத்துக்கொண்டிருந்தேன். ஆனால் கணக்குகளைப் பிழையின்றி யாக்கும் சித்திரபுத்திரனின் அலுவல்நிலை அவ்வாறு எண்ணவில்லை. என் நூலில் பெரும்பிழை என அதைப் பதிவுசெய்திருக்கிறது. அதைக் கண்டபின் நான் அகநிகர் குலைந்து துயர்கொண்டுவிட்டேன். அதன்பின் என் நெறிநிலை கைகூடவில்லை, என் தொழிலைத் தொடரவும் இயலவில்லை."

நாரதர் "உங்கள் உளம் கோருவதென்ன?" என்றார். "வினாக்கள், ஒன்றிலிருந்து பிறிதொன்றென எழுபவை. விடைதேடிச் சலிக்கின்றது அகம். அவை தெளிந்து நான் நிலைகொள்ளாது மேலும் தொழிலியற்றினால் பெரும்பிழைகளைச் செய்யக்கூடும் என்று அஞ்சுகிறேன்" என்றார் யமன். "அரசே, ஒரு வினாவிலிருந்து பிறிதொரு வினா உடனே எழுமென்றால்

அவையனைத்தும் ஒற்றைப் பெருவினா ஒன்றின் ஆடிப்பாவைப் பெருக்கென்றே கொள்ளவேண்டும். பெருவினாக்கள் என்றுமென்றிருக்கும் மலையடுக்குகளை நோக்கி ஒலிக்கும் கதறல்கள்போல. எதிரொலிகளைக் கடந்து அம்முதல்வினாவைச் சென்றடைக!" என்றார்.

"ஆம், இங்கிருந்து ஆற்றிய தவத்தால் அதைச் சொல்லென்றாக்கியிருக்கிறேன்" என்றார் யமன். "அதன் விடைதேடியே முக்கண்ணனைத் தவம் செய்கிறேன்." நாரதர் நகைத்து "கடலில் தொலைத்ததை அனலில் தேடுகிறீர்கள், காலரே. எவரிடமிருந்து அந்த வினா எழுந்ததோ அவரிடமல்லவா உசாவவேண்டும்?" என்றார். திகைத்தபின் "ஆம், அது மெய்யே. நான் கோரவேண்டியது விண்ணளந்த பெருமாளிடம். இதோ வைகுண்டம் கிளம்புகிறேன்" என்று யமன் எழுந்தார்.

"நன்று, ஆனால் அவர் ஏதறிவார்?" என்று நாரதர் சொன்னார். "கடல் அலைகளை அறியாது. கரைநிற்பவர் அறிவதே அலையென்பது." யமன் சோர்ந்து "ஆம்" என்றார். "சொல்லிலியில் எண்ணிலியில் காலமிலியில் வெளியிலியில் முழுதமைந்து விழிமயங்கும் மகாயோகப் பெருமாளிடம் எதை அறியமுடியும்?" என்றார் நாரதர். "நான் என்ன செய்வது, முனிவரே?" என்று யமன் கேட்டார். "ஒரு யுகம் பொறுத்திருங்கள். மீண்டுமொரு அலை நிகழட்டும். மண்ணில் அவன் பிறந்திறங்கி மெய்யறிந்தோனென்றாகி அதே நைமிஷாரண்யத்திற்குச் சென்று அதே குடிலில் எப்போது தங்குகிறானோ அப்போது சென்று உங்கள் ஐயங்களைக் கேளுங்கள். மெய்மை அறிவீர்கள்."

"எப்போது நிகழும் அது?" என்று யமன் கேட்டார். "அறியேன். ஆனால் முதல்முறை வந்தவனில் நிகழாது எஞ்சியது மற்றும் ஒருவனாக மண்நிகழும் என்று உய்த்தறிகிறேன். அவன் கூறவியலாதவற்றைக் கூறுபவன், அவன் இயற்றாதொழிந்தவற்றை ஆற்றுபவன், அவன் அடையாதமைந்தவற்றை அடைபவன் வருவான். அவனை நாடுக!" யமன் "ஆம், அதற்காகக் காத்திருக்கிறேன்" என்றார். "அதுவரை உங்கள் தொழில்நிகழ்க! அதுவரை நிகழும் அனைத்து இறப்புகளும் முழுதமையா நிகழ்வுகளென்றாகட்டும். யமபுரிக்கும் மண்ணுலகுக்கும் நடுவே அர்த்தகால ஷேத்ரம் என்னும் தனி நகர் ஒன்றை அமையுங்கள். இனி இறப்பவை அனைத்தும் அங்கேயே தங்கட்டும். உங்கள் ஐயமகன்றபின் முழுதிறப்புக்கு உகந்தவர் யமபுரிக்கு வரட்டும். பிழையென இறந்தவர்கள் அங்கிருந்தே மண்மீளட்டும்" என்று நாரதர் சொன்னார். "ஆம், அவ்வாறே ஆகுக!" என்றார் யமன்.

நாரதர் மண்ணுலகுக்கு மீண்டார். அவரை விண்ணிலேயே எதிர்கொண்ட பிரபாவன் நோயில் கருகியுதிர்ந்த இறகுகளும் சீழ்கொண்ட உடலும் கூர்மழுங்கிச் சிதைந்த உகிர்களும் கொண்டிருந்தது. "நற்சொல் பெற்று

வந்துள்ளேன். யமன் தன் அவைமீள்வார். மண்மேல் சாவமுது பெய்திறங்கும்” என்றார் நாரதர். பிரபாவன் உடன் வர அவர் புவிமேல் நடந்தபோது சீழ்கட்டிச் சிதைந்த உடல்களை, மட்கிய தசைகளை, எரிந்துருகிக்கொண்டிருந்த எலும்புகளைக் கண்டார்.

தன் சிறுதுளையின் வாயிலில் அழுகி நீராகப் பரவிய உடலில் விழி மட்டுமே எஞ்ச தியானிகன் ஊழ்கத்தில் இருந்தது. “தியானிகரே, அணுகுகிறது இறப்பு. உவகை நிறையட்டும் எங்கும்” என்றார் நாரதர். “ஆம், இனி ஆழி சுழல்க!” என்றது தியானிகன். “நலம் சூழ்க!” என்று வாழ்த்தி நாரதர் விண்புகுந்தார். இந்திரனின் நகரை அடைந்து அவையிலிருந்த முனிவர்கள் கேட்க “துலா நிகர் செய்யப்பட்டது” என்று அறிவித்தார்.

அருகருகே அமர்ந்து தியானிகனும் பிரபாவனும் வானை நோக்கிக்கொண்டிருந்தன. அதுவரை கருமுகில்கள் மூடியிருந்த வானம் மெல்ல விரிசலிட்டு வாயில்திறக்க ஒளிபெருகி மண்ணில் படிந்தது. அதனூடாக ஒரு கரிய தேர் அணுகிவந்தது. வியாதி, ஜரை, உன்மாதை, பீடை, விஸ்மிருதி, பீதி, ரோதனை என்னும் ஏழன்னையர் இழுத்த தேரில் நீண்ட செங்கூந்தல் திசைமுடிவுவரை பறக்க, ஒருகையில் தாமரை மலரும் மறுகையில் மின்படைக்கலமுமாக மிருத்யூதேவி அமர்ந்திருந்தாள். அவள் உதடுகள் குருதிகொண்டவை எனச் சிவந்திருந்தன. கண்கள் முலையூட்டும் அன்னையுடையவை எனக் கனிந்திருந்தன.

நிழலற்ற உருவென அருகணைந்த அன்னை தன் மின்படையால் அவர்களைத் தொட்டாள். அறத்தோனாகிய தியானிகனை நெற்றியிலும் துணிந்தோனாகிய பிரபாவனை நெஞ்சிலும். அவர்கள் துள்ளித்துடித்து மெல்ல அடங்க குளிர்தாமரை மலரால் அவர்களை வருடினாள். வலியடங்கி முகம்மலர்ந்து புன்னகையுடன் தாயமுதுண்டு கண்வளரும் மகவினரைப்போல் அவர்கள் உலகுநீத்தனர்.

வாழ்வாங்கு வாழ்ந்தமைந்தமையால் பிரபாவன் தொல்குடியாகிய காசியில் அஜயன் என்னும் புகழ்மிக்க அரசனாகப் பிறந்தான். தியானிகன் நால்வேதம் உணர்ந்து ஏழு பெருவேள்விகள் இயற்றிய சுகிர்தன் என்னும் அந்தணனாகப் பிறந்து அவ்வரசனுக்கு நல்லமைச்சனானான். அவர்கள் இணைந்து ஆட்சிசெய்தமையால் காசி செல்வமும் அறமும் பொலிந்து சிறப்புற்றது.

பகுதி 2

இயல்

1

கோமதிநதியின் கரையில் அமைந்த நைமிஷாரண்யம் தேவர்களின் வேள்விநிலம். சூரியனின் அவிப்பெருங்கலம். சொல்பெருகும் காடுகளுக்கு நடுவே சொல்லவியும் பெருங்காடென அது முனிவரால் வாழ்த்தப்பட்டது. மண்புகுவதற்கு முன்பு சரஸ்வதி ஆறு வடகிழக்கிலிருந்து தென்மேற்கு நோக்கி ஓடிய பாதையில் இருந்த ஒற்றைப்புள்ளியில் ஒருகணத்தில் கிழக்காகத் திரும்பியது.

சத்யயுகத்தில் முதல் சௌனக முனிவர் அதன் கரைக்காட்டில் தவம்செய்கையில் நீர் விளிம்பில் வேள்விச்சாலையை அமைத்து வேதியரையும் முனிவரையும் அழைத்து அகாலயக்ஞம் என்னும் பெருவேள்வி ஒன்றை ஒருக்கினார். காலத்தை நிறுத்தி அதிலெழும் மெய்மையில் அமர்தலை வேட்டார். வேள்வி நிகழ்ந்துகொண்டிருக்கையில் அவிக்கொடை அளித்த சௌனகர் பிறிதொன்றென ஏதும் அகத்திலெஞ்சாமல் வேதச்சொல்லென்றே உளம் அமைந்தார். நடுவே அவிசொரியும்பொருட்டு மரக்குடத்தை எடுத்து அருகே ஓடிய நதியின் நீரை அள்ளப்போனார். தனக்கு இடப்பக்கம் மேற்கே ஓடிய நதியை வலப்பக்கம் கிழக்கென அவர் அகம் மயங்கியிருந்தது. மைந்தன் கைநீட்ட அவன் வேள்விக்குச் செவிலியென உடனிருந்த அன்னை அக்கணமே தன்னையறியாமல் கிழக்கே திரும்பி ஒழுகி அருகணைந்தாள்.

நீரள்ளி வேள்விமுடிக்கும் வரை சௌனகர் அதை அறியவில்லை. அருகிருந்த அந்தணர் சொல்மறந்து திகைத்தனர். வேள்விமுடித்தெழுகையில் நதி திசைமாறி ஒழுகிய செய்தியை அவரிடம் அந்தணர் சொல்ல அவர் "பிறிதொன்று எண்ணுவாளோ அவள்?" என்று மட்டுமே உரைத்தார். அன்னை கனிந்த அக்கணத்தை அழியாது நிறுத்த அதன் கரையிலமைந்த காட்டுக்கு இமைக்கணக்காடு என்று முனிவர் பெயரிட்டார்.

நைமிஷாரண்யம் அதன் பின்னரே தேவர்களுக்கு இனியதும் சூரியனுக்கு உரியதுமாக ஆகியது. காலத்தை நாட்களெனப் பகுத்து அறிகாலம் சமைக்கும் கதிரவன் அங்குள்ள அந்நிமிஷத்தை வலம்வந்து வணங்கிச் சென்றான். விசைகொண்டு சுழன்ற காலநிகழ்வு அதைத் தன் அச்சுப்புள்ளியென்று கொண்டது. மாறும் அனைத்தும் அம்மாறாமையால் தங்களை அளந்துகொண்டன.

சத்யயுகத்தின் இறுதியில் முனிவர்கள் பிரம்மனிடம் சென்று "தந்தையே, காலமின்மையில் நிற்பது எதுவோ அதுவே மெய்மையும் அறமும் வேதமும் ஆகும். காலத்தைக் கட்டிநிறுத்தும் கலைதிகழ்வதனாலேயே இதை சத்யயுகம் என்றனர். இனிவரும் யுகங்களில் காலம் மேலும் மேலும் விசைகொள்ளும். கிருதயுகத்தில் காலம் இருமடங்கு விரைவடையும், மானுடர் உயிர்க்காலம் பாதியெனக் குறையும். திரேதாயுகத்தில் அது மேலும் ஒருமடங்கென்றாகும். துவாபரயுகத்தில் இன்னொருமடங்காகும். கலியுகத்தில் பிறிதொருமடங்காகி வாழ்வகவை சுருங்கும்" என்றனர்.

"வாழ்வே மெய்மையை அறமெனச் சமைக்கிறது. காலம் உருமாறும்போது அறம் திறம்பிழைக்கலாகுமா? அன்று பன்னிருகால்கொண்டு பாயும் அப்புரவியில் அமர்ந்திருக்கையில் நாங்கள் காலமின்மையை எப்படி உணர்வோம்? எங்கு சென்று அகாலத்தின் பீடத்தில் அமர்ந்து யோகம் பயில்வோம்?" என்று கேட்டனர்.

பிரம்மன் காலத்தைப் பன்னிரு ஆரங்களாகவும், மெய்மையை அதன் மைய அச்சாகவும், செயல்விளைவுச்சுழலை விளிம்புவட்டமாகவும் கொண்ட மனோமயம் என்னும் தன் ஆழியை உருட்டிவிட்டார். "இது எங்கு சென்று அமைகிறதென்று நோக்குக! அது காலமிலியில் அமையும் காடென்று அறிக! அங்கு ஓர் இமைக்கணமே முடிவிலாக் காலமென்று உறைந்திருக்கும். அங்கே தவம்செய்து அதுவாக எழும் மெய்மையை அறிக!" என்றார்.

பிரம்மனின் மனோமயம் பெருவெளியை அறிந்தது — அறியப்பட வேண்டியது என இரண்டாகப் பகுத்தபடி உருண்டு உருண்டு செல்ல, முனிவர் அதன் பின்னால் விரைந்தோடினர். சரஸ்வதி மண்புகுந்தபின், அவள் நூறு மகள்களில் ஒருத்தியாகிய கோமதியால் அமுதூட்டப்பட்டுச் செழித்திருந்த பசுங்காட்டின் மையமென அமைந்த மனோஹரம் என்னும் வட்டவடிவமான குளிர்ச்சுனையின் நடுவே எழுந்திருந்த மனோசிலை என்னும் கரிய பெரும்பாறையை தன் அச்சுப்புள்ளியெனக் கொண்டு அவ்வாழி வந்தமைந்தது.

அதுவே நைமிஷாரண்யம் என உணர்ந்து அங்கே முனிவர்கள் குடியேறினர். அதன் தெற்குமூலையில் சௌனகரின் ஆலயம் அமைந்தது.

அதன் எல்லைகளை திசைத்தேவர்கள் காத்தனர். அதன் எல்லைக்கு வெளியே பன்னிரு பூதங்கள் காவல்நின்றன. அங்கே பருவமாறுதல்களை அறியாத மரங்களும் செடிகளும் தழைத்தோங்கின. அவற்றில் காலம் ஒழுகுவதென்பதையே அறியாத பறவைகளும் பூச்சிகளும் குடியேறின. அங்கு வாழ்ந்த விலங்குகளின் காலடிகளால் காலம் அளக்கப்படவில்லை. அவற்றின் கால்தடங்கள் எவையும் எஞ்சவில்லை.

நைமிஷாரண்யத்தில் இலைகளும் இமைப்பதில்லை. அங்குள்ள பறவைகள் விலங்குகள் அனைத்தும் மீன்விழிகளே கொண்டிருந்தன. அருந்தவம் இயற்றிய முனிவர்களே அங்கு நுழையலாகும். அதற்குள் நுழைபவர் அக்கணமே இமையார் ஆயினர். தேவர்களுக்குரிய அனைத்தும் அவர்களுக்குக் கையகப்பட்டன. அமுதுண்டு அழியாமை கொண்டவர், எடையை வடிவை வண்ணத்தை மாற்றத்தெரிந்தவர். விசைகளால் அலைக்கழிக்கப்படாதவர். அகம்நிலைத்தவர்.

இமைக்கையில் உலகம் அழிந்து பிறிதொன்று பிறக்கிறது. இமைக்கண உலகங்களைக் கோத்து நிலையுலகு சமைப்பது மாயை. அதை அகற்றிய அங்குள்ள முனிவர் எதுவும் அழிவதில்லை என்பதை உணர்ந்தவர். நிலை என்பது மாயை என்றும் மாற்றமென்பது அதன் அடியிலிருக்கும் மாமாயை என்றும் தெளிந்தவர். காலத்தைக் கடந்து நிற்கும் மெய்யைத் தேடும் வேள்விகள் அங்கே இயற்றப்படவேண்டும் என்று வகுத்தனர். காலமிலியில் அமர்ந்த காவியங்கள் அங்கே சொல்லப்படவேண்டும் என்றாயிற்று. அங்கே எழும் ஒவ்வொரு சொல்லும் மறுகணம் என ஒன்றின்றி என்றுமென நிலைகொள்ளும் என்று நிறுவப்பட்டது.

இறுதிக் கோரிக்கையும் மறுக்கப்பட்டு வெற்றுக்கைகளுடன், வெறுமையில் எழுந்த புன்னகையுடன், அஸ்தினபுரியில் இருந்து பாண்டவர்கள் வாழ்ந்த உபப்பிலாவ்யத்திற்குத் திரும்பிவந்த யாதவராகிய கிருஷ்ணன் அங்கே அரசர் கூடிய அவையில் எழுந்து "இனி ஒன்றும் செய்வதற்கில்லை, அரசர்களே. போர் நிகழ்க என்பதே மூதாதையரும் தெய்வங்களும் ஊழும் இடும் ஆணை. அது நிகழ்க!" என்றார். ஒவ்வொரு கணமும் போரையே எதிர்பார்த்துக்கொண்டிருந்தார்கள் என்றாலும் அச்சொல்லால் அனைவரும் சோர்வுற்றவர்கள்போல சொல்லின்றி வெறுநோக்கு கொண்டு அமர்ந்திருந்தனர்.

அஸ்தினபுரியில் போர்முன்னெடுப்புகள் வீச்சுகொண்டிருப்பதை அவர்கள் அறிந்திருந்தனர். புருஷமேதவேள்வியில் அந்தணரைப் பலியளித்து தெய்வங்களைத் துணைகொண்டிருந்தனர். பாரதவர்ஷத்தின் முதன்மை ஷத்ரியர்கள் அனைவரும் படைகொண்டு அவர்களுடன் சேர்ந்திருந்தனர். பிதாமகரும் ஆசிரியரும் எனப் பெருவீரர்கள்

படைக்கலம் ஏந்தியிருந்தனர். வெல்லற்கரிய அப்படைபோல் பிறிதொன்று பாரதத்தில் அமைந்ததில்லை என்று அவர்களிடம் சூதரும் புலவரும் சொல்லிக்கொண்டே இருந்தனர்.

அவையில் அமைதி நீடிக்கவே பேரரசியாகிய குந்தி எழுந்து "நன்று, இனி போரைத் தவிர்ப்பதைப் பற்றி ஒருசொல்லும் எண்ணப்பட வேண்டியதில்லை. போர் நிகழும் என்றான பின்னர் அவ்வாறு எண்ணுவது ஆற்றலைக் குறைக்கும். இனி கணம்தோறுமென நம் போர்விழைவு மூண்டெழுக! நம் படைக்கலங்கள் நாளும் கூர்கொள்க! நம் வஞ்சங்கள் அனல்சூடுக! நம் நம்பிக்கைகள் உறுதிப்படுக! நாம் வெல்வோம். மண்மகளும் பொன்மகளும் புகழ்மகளும் நம்மை வந்தணைவார்கள். அம்மூவரால் மண்ணில் வாழ்த்தப்பட்டவர்கள் எச்சமில்லாது உளம்நிறைந்து மண்நீங்குவர். அவர்களை விண் வந்து அழைத்துச்சென்று தேவருலகில் அமரச்செய்யும். அவ்வாறே ஆகுக!" என்றாள்.

அவள் உரைத்த சொற்களிலில் இருந்து அவை மெல்ல பற்றிக்கொண்டு மேலெழுந்தது. பீமன் "ஆம், இதுவரை நாம் பேசிய அமைதிச்சொற்களால் கோழைகள் என்று பெயரீட்டிவிட்டோம். இனி அஞ்சாமையால், தயங்காமையால் அவ்விழிவைக் கடந்தாகவேண்டும்" என்றான். யுதிஷ்டிரர் "மந்தா, அமைதிச்சொல் எடுத்தது நமக்கு பெருமையே. நாம் இறுதிவரை முயன்றோம் என்பதை நம் கொடிவழிகள் அறிக! போரின் அழிவுகளுக்காக அன்னையரும் சான்றோரும் அந்தணரும் முனிவரும் நம்மைப் பொறுத்தருள்வார்கள். உயிர்க்குலங்கள் அனைத்திடமும் நாம் பொறைகோர அச்செயலே நமக்கு அடிப்படை" என்றார்.

அதன்பின் அவர்கள் ஒவ்வொருவரும் பேசிப்பேசித் தங்களை எரியூட்டிக்கொண்டனர். "ஐந்து சிற்றில்களும் அளிக்கவியலாதென்று சொன்னவன் கொண்ட மண் அனைத்தையும் நாம் வென்றெடுக்கவேண்டும். இல்லையேல் நமக்குப் பெருமையேதுமில்லை" என்று துருபதர் சொன்னார். விராடர் எழுந்து "எங்கள் கொடிவழிகள் அந்நிலத்தை எதிரிலாது ஆளவேண்டும். இந்திரனின் மின் கொண்ட அக்கொடியை வளமிக்க குருதிச்சேற்றில் ஆழ நடுவோம்" என்றதும் அவையமர்ந்திருந்தோர் எழுந்து வெறிப்போர் கூச்சலிட்டனர்.

அபிமன்யூ "என் வில்லுக்கு இரையாகுக அஸ்தினபுரியின் நரிபெற்ற குருளைக்கூட்டம்" என்றான். அவையில் எழுந்த அரசர்கள் களிவெறி கொண்டு கைவீசி நடனமிட்டனர். சாத்யகி "எவர் அரசரென்று உணரட்டும் யாதவ ஆத்திரள். அவர்களை ஆளட்டும் ஒளிமிக்க படையாழி!" என்றான். அவையில் என்ன நிகழ்கிறதென்றே தெரியாத கொந்தளிப்பு நிறைந்திருந்தது.

திருஷ்டத்யும்னன் எழுந்து தன் தொடையை ஓங்கி அறைந்து "என் குலக்கொடியை அவைச்சிறுமை செய்தவனின் நகர் எரிகொள்வதைக் கண்டபின்னரே இனி என் நெஞ்சக் கவசத்தை கழற்றுவேன்" என்றான். அச்சொல்லால் அனைவரும் நிகழ்ந்தவற்றை மீளுணர்ந்து நெஞ்சவிந்தனர். அவையெங்கும் அமைதி சூழ்ந்தது.

சகதேவன் எழுந்து "என் வஞ்சம் அவ்வண்ணமே உள்ளது. சூதுக்கள்வன் சகுனியைக் கொன்று குருதிகாண்பேன்" என்றான். அவை ஆர்ப்பரிக்க நகுலன் எழுந்து "ஒருகணமும் சோர்வின்றி போர்முகப்பில் நிற்பேன். எத்தருணத்திலும் அளிகொண்டு என் வஞ்சத்தை மறக்கமாட்டேன்" என்றான்.

அனைவரும் அர்ஜுனனை நோக்க அவன் கைகளைக் கட்டியபடி அசையாது அமர்ந்திருந்தான். பீமன் அவனை நோக்கியபடி சிலகணங்கள் பொறுத்தபின் தன் தோள்களை அறைந்து அவையை நடுக்குறச் செய்தபடி எழுந்தான். ஓங்கிய குரலில் "அனைவரும் அறிக! என் இளையோன் வில்விஜயன் கையால் மறைவர் பிதாமகர்களும் ஆசிரியர்களும். வஞ்சக் கர்ணனையும் இழிமகன் ஜயத்ரதனையும் அவன் கொன்று களத்திலிடுவான். இது அவனுக்கு என் ஆணை!" என்றான்.

அவையமர்ந்த அரசர்கள் கண்ணீருடன் நெஞ்சிலறைந்து கூச்சலிட்டபடி அலைகொள்ள பீமன் "கேட்கட்டும் அவை, அறிக மூதாதையர், ஆணைகொள்க தெய்வங்கள்! கௌரவர் குலம் முற்றழிப்பேன். அவர்களின் முதல்வனைத் தொடைபிளந்து மாய்ப்பேன். அவன் இளையோன் நெஞ்சு போழ்ந்து குருதியுண்பேன். குலாந்தகனாகிய பீமன் நான்! காலப்பேருருவன். என் குலக்கொடியைச் சிறுமைசெய்தவர்கள் எவரும் மண்ணிலெஞ்சமாட்டார்கள். கொழுங்குருதியால் தங்கள் கடன்நிகர் செய்வார்கள். ஆணை! ஆணை! ஆணை!" என்றான்.

அரியணையில் அமர்ந்திருந்த யுதிஷ்டிரர் கைகூப்பிக் கண்ணீர் மல்கினார். அருகமைந்த திரௌபதி அசைவிலா கருஞ்சுடர் எனத் தெரிந்தாள். அவை தன்னைத் தான் கிளர்த்தி உச்சத்தைச் சென்றடைந்தது. வாள்களையும் வேல்களையும் தூக்கி ஆர்ப்பரித்தனர். வெற்றிவேல் வீரவேல் என்னும் முழக்கம் ஓய்ந்து ஓய்ந்து மீண்டும் மீண்டுமென எழுந்தது. பின்னர் மெல்ல அது அடங்கி அனைவரும் அமர்ந்தபோதுதான் அவர்கள் இளைய யாதவரை நோக்கினர். அவர் விழிகளை நிலம்நோக்கித் தாழ்த்தி அமர்ந்திருந்தார்.

யுதிஷ்டிரர் எழுந்து தன் கோலைத்தூக்க அவையினர் அவர் சொல்லுக்கு செவியளித்தனர். "இதோ அரசாணை! இக்கணம் முதல் பாண்டவப்பெரும்படையின் முதன்மைப் படைத்தலைவராக

மாமன்னர் துருபதர் நிறுத்தப்படுகிறார். அவருக்குத் துணைநிற்பவன் என் இளையோனாகிய பீமசேனன். அவர்களின் ஆணைப்படி இங்கு அனைத்தும் அமைக!" என்றார் யுதிஷ்டிரர். அவர் சொற்களை ஏற்று அவைச்சங்கம் ஆம் ஆம் ஆம் என முழங்கியது.

துருபதர் எழுந்து தன் வாளைத் தூக்கி மும்முறை ஆட்டி "இனி நமக்குப் பொழுதில்லை. பிசிறுகளும் உதிரிகளும் இன்றி நம்மால் ஆகக்கூடிய அனைத்துப் படைகளையும் ஒன்றென்றாக்கவேண்டும். அவற்றை நிரைவகுத்து அட்டவணையிட்டு அக்ரோணிகளாக அனீகினிகளாக பிருதனைகளாக வாகினிகளாக கணங்களாக குல்மங்களாக சேனாமுகங்களாக பத்திகளாகப் பிரிக்கவேண்டும். ஒவ்வொன்றுக்கும் தலைவர்களும் கொடிகளும் ஒலிக்குறிகளும் ஒளிக்குறிகளும் அறிவிக்கப்படவேண்டும். ஏழுமுறை போர் ஒத்திகை நிகழவேண்டும். பன்னிருமுறை பிரித்து இணைக்கவேண்டும்" என்றார்.

"போருக்கென உணவும் விலங்குத்தீனியும் படைக்கலங்களும் தேர்களும் சுமைவண்டிகளும் ஒருக்கப்படவேண்டும். போரெழுகைக்கான வேள்விகள் நிகழவேண்டும். பலிக்கொடைகள் நிறைவேற்றப்படவேண்டும். சூதர்களுக்கும் அந்தணர்களுக்கும் பரிசளித்து சொல்கோரப்படவேண்டும்" என அவர் தொடர்ந்தார் "இனி நமக்கு ஒவ்வொரு கணமும் பணியுள்ளது. இனி ஐயமும் மறுவினாவும் இல்லை. தயக்கமும் சோர்வும் அறவே இல்லை. எழுக, என் குடியே! என் உறவுப்பெருக்கே! என் நட்பே! பாரதவர்ஷத்தின் உயிர்விசைகளே! நாம் வெற்றிநோக்கி இதோ கிளம்புகிறோம்."

அவை முழங்கி அதிர "இதுவே பெருங்கணம். எதன்பொருட்டு நம் மூதாதையர் வேலும் வில்லும் வாளும் கதையும் பயின்றார்களோ அது அணுகிவிட்டது. இக்கணம் முதல் நிகழ்வன அனைத்தும் அழியாது சொல்லில் வாழும். இங்கிருந்து எழுவனவே இனி இப்புவியை வகுக்கும். வென்றால் மண்புகழ வாழ்வோம். அமைந்தால் விண்புகுந்து நிறைவோம். வெல்க நம் குடி! நிறைக நம் மூதாதையர்! அருள்க நம் தெய்வங்கள்! நம் சொல் என்றும் நின்றுவாழ்க!" என்றார் துருபதர். "வாழ்க! வாழ்க! வாழ்க!" என்று அவையினர் போர்க்கூச்சலிட்டனர்.

பீமன் "இக்கணத்திலிருந்து ஆணைகள் எழும். ஒவ்வொருவருக்கும் அதுவே இறையாணை என்றாகுக!" என்றான். அனைவரும் "ஆம்! ஆம்! ஆம்!" என்று ஓசையிட்டனர். அமைச்சர் சௌனகர் கைகாட்ட வெளியே காத்திருந்த முரசுக்காவலர் பெருமுரசுகளை முழங்கலாயினர். ஒன்றுதொட்டு ஒன்று ஒலிகொள்ள அச்சிறுநகரில் அமைந்த நூற்றெட்டு காவல்மாடங்களின் உச்சிகளில் அமைந்த போர்முரசுகள் ஒத்தொலிக்கத்

தொடங்கின. நகரைச் சூழ்ந்து நெடுந்தொலைவு வரை பரந்திருந்த பாண்டவர்களின் படைகளின் நடுவே அமைந்த முரசுமேடைகள்தோறும் போர்முரசுகள் ஓசையிட்டன.

அதற்கெனக் காத்திருந்த பல்லாயிரம் படைவீரர்கள் தங்கள் வேல்களையும் வாள்களையும் தூக்கிச் சுழற்றிப் போர்க்கூச்சலெழுப்பினர். கற்பரப்புகள் நீர்ப்படலமென அலைவுறும் விசைகொண்டிருந்தது அவ்வோசை. அது எழுந்தெழுந்து அலைகளாக அங்கிருந்த அனைத்தையும் அறைந்து அதிரச்செய்தது. ஒவ்வொருவரையும் ஒற்றைப்பெருநதி என அள்ளி அடித்துச்சென்றது அவ்வுணர்ச்சி.

உபப்பிலாவ்யத்தின் இல்லங்களிலிருந்து பெண்டிரும் சிறுவரும் முதியோரும் வெளியே இறங்கி தங்கள் தலையாடையையும் மேலாடையையும் வீசி வாழ்த்தொலி எழுப்பினர். நகரின் அனைத்து ஆலயங்களிலும் மணிகள் முழங்கத் தொடங்கின. சங்கொலிகள் உடன் இணைந்துகொண்டன. அந்தணர் எழுப்பிய அதர்வவேதச் சொல்லோசையும் ஆலயங்களில் முழவோசையும் நதிப்பெருக்கில் குங்குமமும் மஞ்சளும் என அதில் கலந்தன.

உடல் மெய்ப்புகொள்ள, கைகளால் மார்பைப் பற்றியபடி அமர்ந்து, குந்தி விம்மியழுதாள். அவையிலிருந்த அனைவருமே விழிநீர் கொண்டிருந்தனர். அவைக்கலைவை அறிவிக்க சுரேசர் கைகாட்டினார். அவைச்சங்கம் மும்முறை முழங்கியமைந்தது. யுதிஷ்டிரர் எழுந்து தன் மணிமுடியைக் கழற்றி ஏவலரிடம் அளித்துவிட்டு அருகே நின்றிருந்த முதல் மைந்தன் பிரதிவிந்தியனின் தோளைப்பற்றியபடி தளர்ந்த கால்களுடன் நடந்து அவைநீங்கினார். தோளசையா சீர்நடையில் திரௌபதி உடன் சென்றாள்.

அவையினர் கலையத் தொடங்கியதும் இளைய யாதவர் எழுந்து மேலாடையை அணிந்துகொண்டு மெல்ல நடந்தார். அவருக்குப் பின்னால் சாத்யகி சென்றான். பாண்டவர்கள் ஒவ்வொருவரும் தங்கள் மைந்தர்கள் சூழ அவைநீங்கினர். அந்தப் பொழுதில் அனைவரும் தங்கள் மைந்தர்களுடன் இருப்பதையே விழைந்தனர். தனித்து வெளியே வந்த இளைய யாதவரை அணுகிய சௌனகர் "தாங்கள் ஆற்றுவதென்ன என்று அறிய விழைகிறேன், யாதவரே. தாங்கள் அளித்த சொல்லுறுதியின்படி படைமுயற்சிகள் எதிலும் தாங்கள் ஈடுபடலாகாது" என்றார்.

"ஆம்" என்று இளைய யாதவர் புன்னகை செய்தார். "ஆனால் தாங்கள் அரண்மனையில் தங்குவதில் பிழையேதுமில்லை. படைதிரட்டல், வகுத்தல் குறித்து சொல்லென ஏதும் எடுக்காமலிருந்தால் போதும்" என்று சௌனகர் சொன்னார். "ஆனால் என் முகக்குறியே அறிவுறுத்துவதாகும்.

அதுவே நெறிப்பிழை” என்றார் இளைய யாதவர். “நான் இங்கிருந்து எங்கேனும் சென்று அமைய விழைகிறேன், சௌனகரே. இங்கு போர் முன்னெடுப்புகள் முழுமைகொண்டபின் என் பாஞ்சஜன்யத்துடன் திரும்பி வருகிறேன்.”

“தாங்கள் செல்வது எதற்காக?” என்று சௌனகர் கேட்டார். இளைய யாதவர் “அறிந்தவை எண்ணியவை உணர்ந்தவை அனைத்தையும் ஒற்றைப்புள்ளியில் திரட்டிக்கொள்ளவேண்டிய நிலையில் உள்ளேன். நானன்றி பிறிதெவரும் இன்றி அமையும் ஓர் இடம் தேவை” என்றார். சௌனகர் “அதற்குரிய இடம் நைமிஷாரண்யம் மட்டுமே. வடக்கே கோமதிநதிக்கரையில் அமைந்துள்ளது அது. என் குலமூதாதையரான சௌனக மாமுனிவரை சரஸ்வதி வலம் வந்த இடம். அங்கேதான் தொல்வியாசர் நால்வேதங்களையும் தொகுத்திணைத்து தன் நான்கு மாணவர்களுக்குக் கற்பித்தார். நிலைகொள்ளவேண்டிய சொல் எதுவும் அங்கேதான் எழவேண்டும் என்பார்கள்” என்றார்.

“ஆம், அதை நானும் அறிந்திருக்கிறேன்” என்றார் இளைய யாதவர். “அங்கு ஒவ்வொரு சொல்லும் முன்பின்னின்றி முழுதமைகின்றன என்கிறார்கள். என்னுள் சொற்கள் முளைவிட்டுப் பெருகிக்கொண்டிருக்கின்றன. நான் சென்றமையவேண்டிய இடம் அதுவே.” சௌனகர் “அதற்குரிய அனைத்தையும் ஒருக்குகிறேன், யாதவரே. உங்கள் செலவு நிறைவின் இனிமை கொள்க!” என்றார்.

“சாத்யகி இங்கு என் சொல்போல் நின்றிருக்கட்டும். அவனுடைய படைத்திறன் பாண்டவருக்கு உதவட்டும்” என்றார் இளைய யாதவர். “நான் உடனின்றி நீங்கள் செல்வதை எண்ணித் துயருறுகிறேன்” என்றான் சாத்யகி. “எவரும் உடனிருக்காத தருணங்கள் மானுடருக்குத் தேவை” என்று அவன் தோளில் கைவைத்து இளைய யாதவர் புன்னகைத்தார். சாத்யகி தலைகுனிந்து பெருமூச்செறிந்தான்.

சௌனகர் ஒருக்கிய எளிய தேரில் இளைய யாதவர் தனித்து நிமிஷக்காட்டுக்குச் சென்றார். செல்லும் வழியெல்லாம் படைப்பெருக்கு போர்க்களிகொண்டிருப்பதைக் கண்டார். அவர் செல்வதுகூட அவர்களுக்கு ஒரு பொருட்டாகத் தெரியவில்லை. படைகள் ஆடலும்பாடலுமாக மகிழ்ந்திருந்தன. தீட்டித்தீட்டி ஒளிஏற்றப்பட்ட வாள்களும் அம்புகளும் தெய்வங்களின் விழிக்கூர் கொண்டிருந்தன. நிழல்களென ஆழுலகத்து இருப்புகள் எழுந்து அவர்களுக்குள் கலந்து குருதிவிடாய் கொண்டு நெளிந்தாடின.

நைமிஷாரண்யத்தின் எல்லையில் அமைந்த பூதங்களின் ஆலயங்களில் பலியளித்துப் பூசனை செய்து அவரை உள்ளே அனுப்பியபின் உடன்வந்த

சுரேசர் திரும்பிச் சென்றார். இளைய யாதவர் தன் படையாழியையும் ஐங்குரல்சங்கையும் தெற்குமுகப்பிலிருந்த யமனின் ஆலயத்திலேயே கைவிட்டுவிட்டு அக்காட்டின் பசிய இருளுக்குள் புகுந்து நடந்துசென்றார். அவருடைய இமைகள் அசைவிழந்தன. காட்சிகளை ஒற்றைநிகழ்வென்று சித்தம் அறிந்தது.

கணப்பெருங்காட்டின் நடுவே அமைந்த மனோஹரம் என்னும் சுனையின் நடுவே எழுந்த மனோசிலையைக் கண்டு அதை சிவக்குறி எனக் கொண்டு காட்டுமலரிட்டு வழிபட்டார். அச்சுனைக்கு வடமேற்கே கொன்றைச்சோலை ஒன்றை அடைந்து நான்கு மரங்களை மூங்கிலால் இணைத்து சிறுகுடில் ஒன்றைக் கட்டிக்கொண்டு அங்கே தங்கினார். ஆடை களைந்து தழைகளை அணிந்துகொண்டார்.

ஒவ்வொருநாளும் புலரியெழுவதற்கு முன்னரே எழுந்து மனோஹரத்தில் குளிர்நீராடி மனோசிலையை வணங்கித் தன் குடிலுக்கு மீண்டபின் அவர் ஒருமுறைகூட வெளியே செல்வதில்லை. முந்தையநாள் அந்தியிலேயே சேர்த்து வைத்திருக்கும் கனிகளையும் கிழங்குகளையும் சேர்த்துச் சமைத்து உச்சியில் ஒருவேளை உண்டபின் குடில்முகப்பில் எப்போதும் கதிரொளி தன் முகத்தில் படும்படி அமர்ந்திருந்தார். வெயில் உடலில் பட்டு தோலை ஊடுருவி குருதியில் பரவுவதை உணர்ந்தார். பின் எண்ணங்களில் கனவுகளில் அது கடந்துசென்றது. அங்குள அனைத்தையும் ஒளிகொள்ளச் செய்தது.

ஓரிருநாட்களிலேயே அவர் தன்னுள் குவிந்திருந்த அனைத்துச் சொற்களையும் அடுக்கி நிரைப்படுத்தினார். அவற்றைத் திரட்டி மையமாக்கினார். ஒற்றைச் சொல்லென்றாக்கி அதை ஊழ்கநுண் சொல்லெனக் கொண்டார். அதை எரிகுளத்து அனலெனத் தன்னில் தழைக்கவிட்டு அங்கே அமர்ந்திருந்தார்.

2

ஏழு ஆழங்களுக்கு அடியில் தன் இருண்ட மாளிகையில் இருள்வடிவ அரியணையில் அமர்ந்து அறம்புரந்த மறலியின் முன்னால் வந்து வணங்கி நின்ற ஏவலனாகிய வேளன் பணிந்து "அரசே, தங்கள் ஆணையின்படி திரேதாயுகத்திலிருந்து நைமிஷாரண்யத்தில் காத்துநின்றிருந்தேன். இன்று காலைமுதல் அங்கே இளைய யாதவன் ஒருவன் வந்து குடில்கட்டிக் குடியிருப்பதைக் கண்டேன். கருமுகில்நிற மேனியன். விளையாட்டுப்பிள்ளையின் விழிகள் கொண்டவன். பீலிசூடிய குழலன். தனித்து தனக்குள் சொல்திரட்டி அங்கிருந்தான்.

"அரசே, அவன் சென்றவழியெங்கும் பின்தொடர்ந்து சென்று நோக்கினேன். அவன் கடந்துசென்றபோது அனைத்துத் தாமரைகளும் அவனை நோக்கித் திரும்பின. அவன் அருகணைந்ததுமே மூங்கில்கள் இசையெழுப்பின" என்று வேளன் சொன்னான். "யார் அவன் என்று வியந்து சென்று நோக்கினேன். அவன் சாலமரத்தடியில் தனித்து அமர்ந்திருந்தபோது இருபக்கமும் நுண்வடிவில் இரண்டு பேருருவத் தேவர்கள் நின்றிருப்பதைக் கண்டேன். எவர் என்று அவர்களை அணுகிக் கேட்டேன். தாங்கள் ஜயனும் விஜயனும் என்றனர். விண்ணளந்த பெருமான் மண்ணில் மானுடனாக உருவெடுத்திருப்பதனால் மானுடவிழிகளறியாமல் காவலுக்கு நின்றிருப்பதாகச் சொன்னார்கள்.

"இவனா முன்பு ரகுவின் குலத்தில் அயோத்தி நகரில் தசரதன் மைந்தனாகப் பிறந்தவன் என்று அவர்களிடம் கேட்டேன். ஆம், அன்றும் நாங்களே அவனுக்கு இருபுறமும் நின்றிருந்தோம் என்றனர். அக்கணமே அங்கிருந்து கிளம்பி இங்குவந்தேன். எனக்களிக்கப்பட்ட பணிமுடிந்தது என்று எண்ணுகிறேன்" என்றான் வேளன். "தாங்கள்

காத்திருந்தவன் அவனே என்பதில் ஐயமில்லை. பெருமாளின் பிறவியுரு அன்றி பிறிதொருவன் அவ்வண்ணம் அனைத்தும் முழுமைகொண்டு அமையவியலாது.”

யமன் தன் அவையமர்ந்த காகபுசுண்டரை அழைத்து வேளனின் செய்தியைக் கேட்கச்சொன்னார். அவன் சொல்லி முடித்ததுமே “ஐயமேயில்லை, இது அவனே” என்றார். “அரசே, ஒரு யுகம் முழுக்க நீங்கள் காத்திருந்தது இதன்பொருட்டே. நைமிஷாரண்யமே நீங்கள் உசாவும் வினாக்களுக்கு விடையென அழியாச்சொல் எழவேண்டிய இடம்” என்றார் காகபுசுண்டர். யமன் தன் கதையை தன் உருவம் கொள்ளச்செய்து அரியணையில் அமர்த்தி தன்பணியை இயற்றும்படி ஆணையிட்டுவிட்டு காரான் ஊர்தியில் ஏறி மண்ணுக்கு வந்தான். முகிலின்நிழல் என எதையும் கலைக்காமல் மண்ணில் ஊர்ந்து நைமிஷாரண்யத்தின் விளிம்பை அடைந்தான்.

தனக்குரிய தென்றிசையில் அமைந்த சிற்றாலயத்தின் முன்சென்று நின்றான். தன் வினாக்களை ஒருங்குதிரட்டி சொல்லென்றாக்க முயல்கையில் எதுவும் எஞ்சாமை கண்டு திகைத்தான். நிலைகொள்ளாமல் அங்கே நின்று தவித்தான். மீண்டும் மீண்டும் தன்னுள்ளத்தை முட்டிப்பெயர்க்க முயன்றான். பின்னர் சோர்ந்து மெல்ல கால்தளர்ந்து அமர்ந்தான். பிறிதொன்றும் எண்ணத் தோன்றவில்லை. எண்ணியபோது எழும் நாரதரை நினைவுகூர்ந்து “இசைமுனிவரே, வருக! எனக்கு உதவுக!” என வேண்டினான். சிறுகருவண்டின் மூளல் ஓசை எழுந்தது. யாழிசை என நெறிகொண்டது. நாரதர் அவன் முன் தோன்றினார்.

“முனிவரே, எனக்கு உதவுக! ஒரு யுகம் முழுமையும் நான் வினாக்களுடன் இருந்தேன். சொல்லிச்சொல்லித் திரட்டி வைத்திருந்தேன். இப்போது என் உள்ளம் ஒழிந்துகிடக்கிறது. நான் அவனைப் பார்க்கையில் இன்று கேட்பதற்கேதுமில்லை” என்று யமன் சொன்னான். “ஆனால் கேள்விக்குரிய நிறைவின்மையின் பதற்றம் மட்டும் அவ்வண்ணமே எஞ்சுகிறது. கேட்காமல் நான் இங்கிருந்து செல்லவும் இயலாது.” நாரதர் புன்னகைத்து “காலத்திற்கிறைவனே, நீர் இங்கு மண்ணில் மானுட உருக்கொண்டு வந்திருக்கிறீர். நீர் எண்ணுவனவும் மானுட மொழியிலேயே அமைந்துள்ளன. நீர் கேட்கவிழையும் மெய்மை இங்கு இவ்வாழ்வில் என்னவாக நிகழ்கிறதென்பதைக்கொண்டே அதை சொல்வடிவாக்க முடியும்” என்றார்.

“அறிக, வாழ்க்கையிலிருந்து மட்டுமே மெய்யுசாவலின் வினாக்கள் எழமுடியும், விறகில் எரியெழுவதுபோல. வாழ்க்கையின் மீதே மெய்மை நிலைகொள்ளமுடியும், பீடத்தில் இறையுரு போல. இங்குள்ள

வாழ்விலிருந்து உம் வினாவைத் திரட்டுக!” யமன் திகைத்து “நான் இங்குள வாழ்க்கையை அறியேன்” என்றான். “அவ்வண்ணமென்றால் இங்குள்ள வாழ்க்கையை வாழ்ந்தறிக!” என்றார் நாரதர். உளம்சோர்ந்து யமன் தலைகுனிந்தான். நாரதர் கனிந்து புன்னகைத்து அவன் தோளைத்தொட்டு “இங்குள்ள காலத்தையே இமைக்கணமென சுருக்கி அடையமுடியும். இங்கு நீர் விழையும் ஒருவாழ்க்கையில் புகுந்து வாழ்ந்து மீள்க!” என்றார்.

புரியாமல் “அது எவ்வண்ணம்?” என்றான் யமன். “வாழ்ந்த வாழ்வை விழிப்புக்குள் நிகழ்வுகளெனத் தொகுக்கிறது மானுட உள்ளம். நிகழ்வுகளை நினைவுகளாக்குகிறது கனவு. ஆழ்நிலையில் நினைவுகள் குறிகளாகின்றன. குறிகள் செறிந்து மாத்திரைகளாகி துரியத்தில் உள்ளன. இப்புவியில் இன்று இளைய யாதவனைக் காணும் பெருவிழைவுடன் தவித்தும் தயங்கியும் இருக்கும் எவரையேனும் தெரிவுசெய்க! அவனுள் புகுந்து இமைக்கணம் வாழ்ந்து எழுக! நான்குநிலைகளில் அவனுள் அமைந்தெழுந்தால் அவனே ஆவீர். அவன் எனப் பெயர்சூடி முகம் கொண்டு உளம்பூண்டு சென்று இளைய யாதவனைக் கண்டு சொல்லாடுக!” என்றார் நாரதர்.

“அவை அவ்வாழ்வில் அவன் திரட்டிய வினாக்களாகத்தானே அமையும்?” என்று யமன் கேட்டான். புன்னகைத்து “ஆம், ஆனால் எவ்வினாவும் இறுதியில் ஒரேவிடையை சென்றடைவதேயாகும்” என்றார் நாரதர். “இங்கு இமைக்கணக் காட்டில் சொல்லப்பட்டவை என்பதனால் அது காலமற்றது. ஒருவர் பொருட்டு நிகழினும் அது அனைவருக்குமான மெய்மையாக இங்கு திகழ்க!”

நாரதர் அகன்றபின் யமன் கண்களை மூடி ஒருகணம் எண்ண அவன்முன் நிழல்பெருகியதுபோல யமபுரியின் காலவடிவ ஏவலர் வந்து நிறைந்தனர். “செல்க எட்டுத்திக்கும். இக்கணம் எவன் இளைய யாதவனைக் கண்டேயாகவேண்டும் என்று உச்சத்தில் உளம்கொதிக்க எண்ணுகிறானோ அவனைக் கண்டுசொல்க” என்றான். மறுகணமே மீண்டுவந்த ஏவலன் ஒருவன் “அரசே, அங்கநாட்டில் சம்பாபுரியின் அரண்மனையின் மஞ்சத்தறையில் துயில்நீத்து எழுந்து நின்று இருள்நோக்கி ஏங்கும் ஒருவனை கண்டேன். அவன்பெயர் கர்ணன். அவன் இக்கணமே இளைய யாதவனை காணவில்லை என்றால் உயிர்துறந்துவிடுவேன் என்பதுபோல் உடல்விம்மி நின்றிருந்தான்” என்றான்.

“அவனே” என்று சொன்ன யமன் மறுகணமே கர்ணனின் அருகே தோன்றினான். ஒரு கணம் தன்னுள் ஓர் இழப்புணர்வு ஏற்படுவதை உணர்ந்து சற்று அசைந்த கர்ணன் பெருமூச்சுவிட அதனூடாக

உள்நுழைந்து வெளியேறி மீண்டும் நைமிஷாரண்யம் வந்தான் தென்றிசைத்தலைவன். அப்போது கரிய நெடிய உடலும், கூரிய விழிகளும், புரிகுழல்சுரிகளும், ஒளிரும் குண்டலங்களும், மார்பில் சூரியபடம் பொறிக்கப்பட்ட பொற்கவசமுமாக அங்கநாட்டரசனாக இருந்தான். நீண்ட காலடிகள் எடுத்துவைத்து நைமிஷாரண்யத்திற்குள் நுழைந்து இளைய யாதவன் தங்கியிருந்த குடிலைச் சென்றடைந்தான்.

தன் குடிலுக்குள் தரையில் விரிக்கப்பட்ட தர்ப்பைப்புல் பாயில் துயின்றுகொண்டிருந்த இளைய யாதவர் மூங்கில்தட்டியாலான கதவை எவரோ தட்டுவதைக் கேட்டு விழிப்புகொண்டு எழுந்தமர்ந்து "எவர்?" என்றான். "நான் அங்கநாட்டரசன், கர்ணன்" என்று குரல்கேட்டதும் எழுந்து குழலும் ஆடையும் திருத்தி கதவைத் திறந்தார். முகம் காட்டும்பொருட்டு நெடிய உடலைக் குனித்து நின்றிருந்த கர்ணன் "நீங்கள் இங்கிருப்பதை அறிந்து வந்தேன். தனிமையில் சந்திக்கவேண்டும் என்று நெடுநாட்களாக எண்ணியிருந்தேன். ஒவ்வொருநாளுமென அது தள்ளிப்போயிற்று. இத்தருணம் இனி அமையாதோ என்று எண்ணினேன்" என்றான்.

"உள்ளே வருக!" என்று அழைத்த இளைய யாதவர் சிக்கிமுக்கிக் கற்களை உரசி அனலெழுப்பி புன்னையெண்ணெய் இடப்பட்ட மண்விளக்கின் திரியைப் பற்றவைத்தார். தர்ப்பைப்புல் பாயை விரித்து "அமர்க!" என்றார். கர்ணன் அமர்ந்ததும் தானும் முன்னால் அமர்ந்து "இவ்விரவில் குடிநீர் அன்றி இங்கு விருந்தென அளிப்பதற்கு எதுவும் இல்லை" என்றார். "நான் விருந்துண்ண வரவில்லை" என்று கர்ணன் சொன்னான். "உங்களைச் சந்தித்து என் ஐயம் ஒன்றைக் கேட்டுச் செல்லவே வந்தேன்." இளைய யாதவர் புன்னகையுடன் "சொல்க!" என்றார்.

கர்ணன் சிலகணங்கள் தன் அகச்செலவை நிறுத்தி சொற்களைத் தொகுத்துக்கொண்டு "என் அகம் கொந்தளித்துக்கொண்டிருக்கிறது. ஒருகணமும் முழுவிழிப்பு நிகழாதபடி அதை மதுவூற்றி அணைத்துக்கொண்டிருக்கிறேன்" என்றான். முதற்சொற்றொடர் அமைந்ததும் உள்ளம் சொல்லென்றாகி எழ, உரத்தகுரலில் "யாதவரே, உள்ளிருந்து ஊறி வளரும் நஞ்சு என்னை எரிக்கிறது. நான் கொண்ட நல்லியல்புகள், தேறியதிறன்கள், கற்றறிந்த மெய்மைகள் அனைத்தையும் அது அழித்துக்கொண்டிருக்கிறது. மீட்பென்று ஏதேனும் இருந்தால் அது உங்களிடமே என்று தோன்றியது" என்றான்.

"அங்கரே, மீட்பென்பது தன்னிடமே எனச் சொல்கின்றன வேதமுடிபின் நூல்கள். தானென்றுணர்தலே மெய்மையிலமர்தல். அதன்பொருட்டு கணந்தோறும் வாயில்களைத் தட்டுவதொன்றே நாம் செய்யக்கூடுவது.

திறக்கும் கணமும் வாயிலும் ஒருங்கமையும் என்றால் மீட்பு நிகழ்கிறது" என்று இளைய யாதவர் சொன்னார். "கணந்தோறும் என நிகழும் ஆயிரம்கோடி அறிதல்களில் ஒன்றில் உள்ளது நமக்கான மெய்மை. அது கல்லில் தெய்வமென எழுந்து நம்மை ஆட்கொள்வதே விடுதலை."

"ஆம், உங்கள் கொள்கை வேதமுடிபு அல்லவா? ஒவ்வொரு உயிரும் கொள்ளும் மீட்பைப்பற்றி நீங்கள் பேசுகிறீர்கள்" என்றான் கர்ணன். அக்குரலில் இருந்த கசப்பைக் கண்டு இளைய யாதவர் புன்னகைத்தார். "சொல்லுங்கள், எனது மீட்பை எவ்வண்ணம் நான் அடையமுடியும்?" என்றான் கர்ணன். இளைய யாதவர் "அங்கரே, மீட்பு என்பது துயரிலிருந்து விடுதலையைக் குறிக்கும். எது உங்கள் துயரென்று நீங்களே முற்றறிந்தால் மட்டுமே அதை நோக்கிய முதல் அடிவைப்பு நிகழவியலும்" என்றார். "அதை பிறர் அறியவே முடியாது என்பதே மானுடவிளையாட்டு. ஏனென்றால் அது உணரும்போது உருக்கொள்வது. சொல்லும்போதே உருமாறுவது. வகுக்கையில் மீறிநிற்பது.

"எனவே, மானுடர் எவ்வகையிலும் எங்கும் வெளிப்படுத்தியிருக்கும் அனைத்துத் துயர்களும் பொய்யே" என இளைய யாதவர் தொடர்ந்தார். "அன்பைநாடி, அடைக்கலம்கோரி, சினத்தைமூட்ட, பொறாமையைக் கிளப்ப, வஞ்சம் தீர்க்க, பிழையை மறைக்க, பழியை மறக்க, பொறுப்பைத் துறக்க என அனைத்துக்கும் மானுடர் கைக்கொள்வது துயரையே. எனவே இவ்வுலகில் பெரிதும் புனையப்பட்டது துயர்தான். புனையப்பட்ட துயருக்குள் எங்கோ ஒளிந்திருக்கிறது மெய்த்துயர், குழைத்துக்கட்டப்பட்ட மண்சுவருக்குள் விதை என.

"துயர்கள் மூவகை. ஆதிதெய்விகம், ஆதிபௌதிகம், ஆதிமானுஷிகம் என நூல்கள் அவற்றை வகுக்கின்றன. இறைமுதல் துயரும், பொருள்முதல் துயரும் அனைத்துயிருக்கும் உள்ளவை. நோயும், முதுமையும், இறப்பும் இறைவிளையாடல்கள். இழப்பும் வலியும் பொருள்விளைவுகள். அங்கரே, விலங்குகளுக்கும் சிற்றுயிர்களுக்கும் அவைமட்டுமே உள்ளன. அவை துயர்குறித்து எண்ணுவதில்லை. எனவே துயரைப் பேணிவைத்திருப்பதில்லை. வளர்த்தெடுப்பதுமில்லை.

"அவ்விரு துயர்களையும் வெல்லும் வழி ஒன்றே. அமைந்திருத்தல், முரண்கொள்ளாதிருத்தல், வழிபடுதல். ஒவ்வொரு உயிரின் உடலிலும் அவற்றின் நெறியும் இயல்பும் வடிவமென்றும் வழக்கமென்றும் பொறிக்கப்பட்டுள்ளது. மான் தாவலாம், பசு தாவலாகாது. குரங்கு மரமேறலாம், நாய் நிலம்விட்டெழலாகாது. அவ்வியற்கையில் அமைகையில் அவை துயர்களை வெல்கின்றன. அவற்றை ஆக்கிய விசை அள்ளிக்கொண்டுசெல்லும் திசையை விரைந்து சென்றடைகின்றன. அவை செய்யக்கூடுவது அது மட்டுமே.

“மானுட முதல்துயர் நமக்கு மட்டும் உரியது. அனைத்துத் துயர்களையும் விதையென்று நட்டு உணர்வுபெய்து மரமாக்கி காடாக்கிக்கொள்கிறோம். நாம் சமைக்கும் அத்துயரை நாமே அள்ளிப்பூசிக்கொள்கிறோம், அணியென சூடிக்கொள்கிறோம். பெருக்கித்தேக்கி அதில் திளைக்கிறோம், அதில் மூழ்கி மடிகிறோம். அதை வெல்லவே வேதமுடிபுக்கொள்கை வழியுசாவுகிறது. அது அறியாமையின் விளைவான துயர் என்பதனால் அறிதலொன்றே அதற்கு மாற்று என்று வகுக்கிறது. கனவில் எழும் காட்டெரியில் இருந்து தப்ப கனவுக்குள் நீர்நிலை தேடுவது வீண்செயல். விழித்தெழுவதே செய்யக்கூடுவது.”

பெரும்சீற்றத்துடன் கர்ணன் கையைத் தூக்கினான். “அது உங்களுக்கு. சொல்கொண்டு வெறும்வெளியில் தத்துவத்தைப் புனைந்தாடும் நூல்வல்லுநர்களுக்கு. நான் எளியவன். என்முன் கல்லென மண்ணென கைக்கும் கண்ணுக்கும் சிக்குவதாக நின்றுள்ளது என் துயர்... பிறிதொன்றால் அதை மறைக்கவியலாது. உங்கள் அணிச்சொற்கள் ஆயிரம்பெய்தாலும் அதைக் கரைக்கவும் முடியாது.” இளைய யாதவர் “அவ்வண்ணமென்றால் கூறுக, உங்கள் துயர் என்ன?” கர்ணன் “என் சொற்களல்ல, என் உணர்வுகளால் இங்கு அதை முன்வைக்கிறேன்” என்றான். “என் சீற்றமும் கண்ணீரும் அதை சொல்லட்டும்.” இளைய யாதவர் “ஆம், அதையே முதன்மையெனக் கொள்கிறேன்” என்றார்.

சொல்லவிருப்பதை முன்சென்று தொட்டு அறிந்த அவன் உள்ளத்தின் சீற்றம் மேலும் பெருகியெழுந்தது. “இளைய யாதவரே, நீர் அறியாதவரல்ல நான் யாரென்று. எந்தையும் தாயும் எவர் எக்குடியினர் என்று” என்று கூவினான். “ஆம், அறிவேன்” என்றார் இளைய யாதவர். “சொல்க, என் பிறப்புக்கு முன்னரே என் வாழ்க்கைக்களங்கள் முற்றிலுமாக வகுக்கப்பட்டுவிட்டன அல்லவா? ஷத்ரியப்பெருங்குடியில் கருக்கொண்டேன். சூதச்சிறுமகனாக வளர்ந்தேன். அவைதோறும் இழிவுசூடினேன். எனக்குரிய இடங்கள் அனைத்திலும் புறந்தள்ளப்பட்டேன்” என்று கர்ணன் சொன்னான். உணர்வெழுச்சியுடன் இருகைகளையும் விரித்தான். நெஞ்சு ஏறியிறங்க, விழிகள் நீர்மைகொள்ள, இடறிய குரலில் கூவினான்.

“என் தகுதிகளே எனக்குப் பகையாயின. என்னை இழிவுசெய்வோர் அவற்றைக் கண்டு அஞ்சி நூறுமடங்கு சிறுமைசெய்தனர். அத்தகுதிகளால் நான் கொண்ட ஆணவம் ஆயிரம் மடங்கென அச்சிறுமையை என்னுள் துயரென்றாக்கியது. நான்கொண்ட துயர்கண்டு என் எதிரிகள் அது வெல்லவியலா படைக்கலம் என்று கண்டுகொண்டனர். அவர்கள் தங்கள் வஞ்சத்தால் நான் என் துயரால் அதைப் பெருக்கிப் பேருருவம் கொள்ளச்செய்தோம். ஒற்றைக்கலத்தின் நஞ்சை இருபுறமும் நின்று கடைந்து நொதித்துப் பெருகச்செய்தோம்.

“இழிவை நிகர் செய்வதே இலக்கென்று இதுவரை வாழ்ந்தேன். யாதவரே, நான் கற்ற கல்வியனைத்தும் அவ்விழிவைக் கடப்பதற்காகவே. நான் தேர்ந்த திறன்கள் எல்லாம் அச்சிறுமைகள் முன் தலைநிமிர்வதற்காகவே. ஒவ்வொரு கணமும் நெஞ்சு நிமிர்த்தியதெல்லாம் உளம்சுருங்கியதனால்தான். அரசும், செல்வமும், கொடையும், போரும், வெற்றியும் அது ஒன்றுக்காகவே. யாதவரே, வாழ்நாளெல்லாம் நான் எண்ணியவை அனைத்தும் என்னை நோக்கும் விழிகளை வெல்வது குறித்தே” என்று கர்ணன் தொடர்ந்தான். பேசப்பேச உளம் தொய்ந்து அவன் குரல் தாழ்ந்தது. முறையீடென, வேண்டுதலென ஒலிக்கலாயிற்று.

“ஒருநாள் தேரில் நகர்வலம் செல்கையில் இழிசினன் ஒருவன் மாசு அள்ளும் தன் தொழில் முடித்து அழுக்குடையும் சேற்றுக்கூடையுமாகச் செல்வதைக் கண்டேன். அந்தியில் மதுவுண்டு களித்து கைவீசிச் சிரித்தபடி அவன் நடந்தான். ‘யாரடா அவன்? வழிவிலகுக. வருபவன் எவர் தெரியுமா? நான் சாரனின் மைந்தன் கர்மன். நிகரில்லாதவன்’ என்று சிலம்பிய குரலில் கூவினான். வழியில் நின்ற அயல்மகன் ஒருவனிடம் உரக்க, ‘எளியவனே, என்ன வேண்டும் உனக்கு? பொன்னா? பொருளா? இதோ உள்ளது எட்டு வெள்ளிப்பணம். இன்று நான் ஈட்டிய ஊதியம். எடுத்துக்கொள். குடி, உண், கொண்டாடு. இது இழிசினனாகிய கர்மன் உனக்களிக்கும் கொடை!’ என்று நகைத்தான்.

“அந்த அயலவன் அருவருப்புடன் ‘விலகிச் செல்க!’ என கைவீசி முகம்சுளித்துச் சொன்னான். இழிசினன் மாசு தெறிக்க தன் கைகளை வீசி ‘இப்புவியையே நான் அளிப்பேன். எனக்கென்று ஒன்றுமில்லாமல் அளிப்பேன். நான் கொடைவள்ளலாகிய கர்ணன். இப்புவியாளும் அரசன்!’ என்று கூச்சலிட்டான். தன் நுனிக்காலில் எழுந்து நின்று ‘என் தலைசூடும் சூரியனைப் பார். என் கால்களை ஏந்தும் புவிமகளைப்பார். நானே பிரம்மம்!’ என்றான். அயலவன் இளிவரல் சினமென்றாக ‘செல்க, கீழ்மகனே!’ என கையை ஓங்கிவிட்டு அகன்று செல்ல இழிமகன் ‘அஞ்சி ஓடுகிறான் பேடி!’ என நகைத்தான்..

“என் உடல் விதிர்த்துக்கொண்டிருந்தது. புரவியை மெல்ல உந்தி முன்னகர்த்தவேண்டியிருந்தது. அங்கு நின்றிருந்தவன் நான். யாதவனே, அவ்விழிசினன் அக்கருவில் பிறந்தமையாலே அவன் வாழ்க்கை வகுக்கப்பட்டுவிட்டது என்றால் இங்கு அறிவரும் முனிவரும் ஆய்ந்தளிக்கும் ஆயிரமாயிரம் மீட்பின் கொள்கைகளால் என்ன பயன்? தெய்வங்களால் ஆவதுதான் என்ன? அவன் அவ்விழிவில் திளைக்கலாம். தன்னைத் திரட்டி எழுந்து தருக்கி நின்று நான் அதுவல்ல என்று அறைகூவலாம். இரண்டும் ஒன்றே. அவன் அதற்கப்பால் ஒரு

மெய்மையை ஒருபோதும் தேடவியலாது. எந்நிலையிலும் அவ்விழிவை இல்லையென்றாக்கும் ஒரு தருணத்தைச் சென்றடையவும் இயலாது.

“என் ஊழ் முற்றாக வகுக்கப்பட்டுவிட்டது. என்னைக் கருக்கொண்ட அன்னையால், அவளால் மறுக்கப்பட்ட தந்தையால், இல்லாமலான குலத்தால். அவர்கள் கூடநேர்ந்த அந்தக் கணத்தால் அச்சூழலால் நான் ஆவதும் எய்துவதும் முழுமையாக வரையப்பட்டுவிட்டது. எஞ்சியது இம்மாறாப்பாதையும், இங்கு கண்ட முள்ளும் நஞ்சும் புண்ணும் சீழும் கண்ணீரும் மட்டுமே. வெற்றுத் தருக்குகளின் உள்ளீடின்மைகள், தனிமையிருளின் கையறுநிலைகள், பிறர் அறியாத ஏக்கங்கள், பிறருக்குக் காட்டும் கசப்புகள். சொல்க, எனக்கு வேதமுடிபு அளிக்கும் விடைதான் என்ன?” என்று கர்ணன் கேட்டான்.

“இங்கே மாசு அள்ளும் தொழில்புரிந்து இருட்குடில்களில் வாழும் இழிசினருக்கு, ஊன்கிழித்துண்ணும் புலையருக்கு, காட்டிருள் விட்டு வெளிவர இயலாத நிஷாதருக்கு நீங்கள் அளிக்கும் மீட்பின்வழி என்ன? அவர்கள் மெய்மையைச் சென்றடையவைக்கும் கொள்கை என்ன?” அவன் விழிகள் வெறித்து நிலைத்திருந்தன “மாற்றிலாத வாழ்க்கை கொண்டவர்களுக்கு, தன் வாழ்வின் ஒருகணத்தைக்கூட தானே வகுக்க இயலாதவர்களுக்கு, நீங்கள் சொல்வது என்ன?”

அவனை விழியிமைக்காது நோக்கியபடி இளைய யாதவர் அமர்ந்திருந்தார். “நானும் அறிவேன், நானேயிறை என்னும் பெருஞ்சொல்லை. என்னிடம் முனிவர்கள் சொல்லியிருக்கின்றனர், இங்கனைத்திலும் இறையுறைகின்றது என்று. நானேயது என்று நாள்தோறும் சொன்னால் மெய்விழி திறக்கும் என்று சொன்ன முனிவர்களுக்கு அவ்வாறே என்று சொல்லி கைநிறைய பொன்னள்ளி அளித்து வணங்கியிருக்கிறேன். எத்தனை சொற்கள். தன்னுணர்வே பிரம்மம். சொல்லே பிரம்மம். இரண்டின்மையே அது. யாதவரே, ஊழிலாடும் எளியவர்களுக்கு இச்சொற்கள் இல்லாத நாடொன்றின் அரசமுத்திரைகொண்ட நாணயங்கள் என பயனற்றவை அல்லவா?

“என்றேனும் எழுந்து சூழநோக்கியிருக்கிறார்களா இந்தத் தவமுனிவர்கள்? நீங்கள் படைநடத்துபவர், நாடுசுற்றியவர், நான்காம் குலத்தவர். நீங்களும் அறிந்ததில்லையா இந்த அணிச்சொற்களின் பயனின்மையை? அனைத்தையும் விளக்கிநின்றிருக்கையில் ஆழத்தில் அவைகொண்டிருக்கும் வெறுமையை? யாதவரே, ஒவ்வொரு கணமும் முன்னரே வகுக்கப்பட்ட இக்களத்தில், ஒவ்வொரு தரப்பும் ஆயிரம்பல்லாயிரமாண்டுகளாக ஒருக்கி நிறுத்தப்பட்ட இந்த ஆடலில் நான் எவரென்றால் என்ன? எதை வென்றால்தான் என்ன?”

“உங்கள் துயர்தான் என்ன? இன்னும் அதை நீங்கள் சொல்லவில்லை, அங்கரே” என்றார் இளைய யாதவர். “இதற்கப்பால் நான் என்ன சொல்லவேண்டும்? பிறப்பாலேயே என் தகுதிக்குரியவை ஏன் எனக்கு மறுக்கப்படவேண்டும்? பிறர்செல்லும் தொலைவுகளை எனக்கில்லை என ஊழே வகுத்துவிட்டதென்றால் கல்வியெதற்கு? அறம்தான் எதற்கு? என் மெய்மையை இக்களத்திற்குள் நின்றுதான் நான் அடையவேண்டும் என்றால் அது எவருடைய மெய்மை?” என்றான் கர்ணன். “இலக்கு தேரும் உரிமை இல்லாத அம்புகளே மானுடர் என்றால் அவர்கள்நோக்கில் இப்பயணம்போல் பொருளற்றது எது?

“யாதவரே, நீங்களும் உங்கள் அறிவர்கணமும் சொல்லும் மெய்மை ஒளிரும் சொற்களால் இரக்கமற்று விரிந்துகிடக்கும் மண்ணில் ஊன்றிய கால்களுக்கு என்ன வழிகாட்டமுடியும்? உம்மிடம் நான் கேட்கவிழைவது இதுவே. சொல்க, உமக்கு முன்னர் இங்கு மெய்ஞானிகள் வந்ததில்லையா? இனி மெய்ஞானிகள் வரப்போவதுமில்லையா? வந்துள்ளனர் எனில் அவர்களின் சொற்களால் இங்கு ஆனதுதான் என்ன? இன்றுவரை ஒருவருக்கேனும் அன்றாட வாழ்க்கையில் பொருளைக் காட்டி நிறைவுறச்செய்துள்ளதா உங்கள் மெய்மை? நாளை ஒருவரேனும் அதை நம்பி வாழ்க்கைப்பெருக்கில் குதிக்கக்கூடுமா? பசிக்கையில் சோறென்றும் துயர்கொள்கையில் துணையென்றும் சிறுமைக்குத் தாங்கென்றும் நெறியழிவில் சினமென்றும் எப்போதேனும் அது எழுந்ததுண்டா?

“இங்கு வாழ்வெனத் திகழ்வது என்ன? நெறியற்ற முட்டிமோதல். ஒன்றை ஒன்று தின்று செல்லும் வெறி. நெறியென்று எதையேனும் நம்பியிருப்போர் வீழ்ந்து மிதிபட்டு அழிய தன்னை எண்ணித் தானொன்றே ஆக முன்செல்வோர் வெல்கிறார்கள். யாதவரே, என்றும் வெல்வது நாணமற்ற, தற்குழப்பங்களற்ற, இரக்கமற்ற, வெல்லும்விழைவின் விசை மட்டுமே. விழிகொண்ட எவரும் காண்பது ஒன்றே. இங்கே என்றும் நிகழ்வது அறமறியா ஆற்றலின் வெற்றி. எப்போதுமுள்ளது வெதும்பி அழியும் எளியோரின் இயலாமைக் கண்ணீர்” என்றான் கர்ணன்.

“இதோ அறமும் மறமும் முயங்கித்திரிந்திருக்கின்றன. நல்லோரும் நல்லோருக்கு எதிராக வில்லெடுத்து நின்றிருக்கிறார்கள். தன்னை மிஞ்சிய ஆற்றலால் எதிர்க்கப்பட்டால் புல்லோர் போலவே நல்லோரும் குருதிசிந்திச் செத்துவிழுவார்கள். வெல்வது அறமோ மறமோ அல்ல, ஆற்றல் மட்டுமே. ஆற்றல்கொண்டதை அண்டிவாழ்வதையன்றி வேதம் இன்றுவரை எதை இயற்றியிருக்கிறது? வென்றதை அறமென்றும் நெறியென்றும் வழிபடுவதையன்றி நூலோர் இன்றுவரை செய்தது என்ன? வந்தவர் அளித்தது ஒன்றுமில்லை என்று அறியும் எவர் வருபவர் சொற்களை நம்பக்கூடும்?”

கர்ணன் எழுந்து நின்றான். உணர்வெழுச்சியில் முகத்தசைகள் நெளிய கீழே கைகட்டி அமர்ந்திருந்த இளைய யாதவரை நோக்கி "யாதவனே சொல்க, இப்புவியில் என்றேனும் அறம் நின்ற வாழ்க்கை நிகழ்ந்துள்ளதா? இங்கு நீர் சொல்லும் மெய்மைக்கு இங்குள்ள எளியோன் அடையும் நடைமுறைப்பயன் ஏதேனும் உள்ளதா?" என்றான். "பிறகு எதற்காக அதைத் திரும்பத்திரும்ப சொல்கிறீர்கள் உங்களைப் போன்றவர்கள்?" கடுஞ்சினமும் கசப்பும் ஏளனமாக விரிய பல் ஒளிரச் சிரித்து "வேறெதற்குமில்லை, இறுதிக்கணம் வரை அவன் அஞ்சாமல் ஐயுறாமல் அடிபணிந்திருக்கவேண்டும் என்பதற்காக மட்டுமே. தனக்கு அளிக்கப்பட்ட நுகங்களை விரும்பி இழுக்கவேண்டும் என்பதற்காக மட்டுமே.

"வேட்டையில் விழுந்து சிம்மத்திற்கு உடலளிக்கும் மானுக்குத் துயரில்லை. இப்புவியை ஆளும் இரக்கமற்ற நெறிக்குத் தன்னை அளிக்கிறது அது. மானுடனுக்கு நீங்கள் அறம் என்ற ஒன்றைக் கற்பித்துவிட்டீர்கள். அது இறைவடிவென்று நம்பவைத்தீர்கள். அது தன்னைக் காக்க பேருருக்கொண்டு எழும் என்று அவன் இறுதிக்கணம் வரை எண்ணச்செய்தீர்கள்" என்று கர்ணன் முழங்கும் குரலில் சொன்னான். "அது உங்கள் சொல் அல்ல. காலந்தோறும் வென்றெழுவதன் சொல்லேவலர் நீங்கள். சவுக்கின்மேல் பூசப்படும் நறுமணத் தைலமன்றி வேறல்ல உங்கள் பெருஞ்சொற்கள்.

"ஆனால் மக்கள் அவற்றை நம்புகிறார்கள். தன்னைச்சூழ்ந்துள்ள வாழ்க்கையில் ஒரு தருணத்தில்கூட அவை பொருள்கொள்ளவில்லை என்றாலும் அவர்களால் அதை நம்பாமலிருக்க இயலாது. நாகபடத்தின் நிழலில் வாழும் சிதல்கூடு. நம்பினாலன்றி அன்றாடக் களியாட்டுகள் இல்லை, உறவுகளும் கனவுகளும் இல்லை. யாதவரே, எளியவன் மானுடன். அளியன், சிறியன், அறிவிலான். காலந்தோறும் அவன் கைவிடப்படுகிறான். மீண்டும் மீண்டும் கொன்றுகுவிக்கப்படுகிறான். நசுக்கி அழிக்கப்படுகிறான். மண்ணோடு மண்ணென ஆகி மறக்கப்படுகிறான். அவன் விடுத்த விழிநீர் அவன் அழிவதற்குள் காய்ந்து எட்டுபுறமும் திறந்து விரிந்த இருண்ட கடுவெளியில் மறைகிறது.

"அதை எந்தப் பேரறமும் இதுவரை கண்டதில்லை. அதன்பொருட்டு எந்தத் தெய்வமும் இறங்கி வந்ததுமில்லை. ஆம், இது ஒன்றே உண்மை. இதை அல்ல அல்ல என்று விளக்கவே பல்லாயிரம் சொற்கள், நூல்கள், கொள்கைகள், கவிதைகள், மெய்மைகள். வென்றவருக்கு தாலத்தில் அன்னம், தோற்றவனுக்கு கனவில் அன்னம். அக்கனவை வனைபவர் நீங்கள், உங்கள் ஆசிரியர்கள், உங்களைப்போன்ற சொல்லேவலர்கள்." மேலும் எதுவும் சொல்வதற்கில்லாமல் கர்ணன் உளம் அமைந்தான்.

தலையை இல்லை இல்லை என அசைத்துக்கொண்டு நிலம் நோக்கி அமர்ந்திருந்தான். இளைய யாதவரும் ஒன்றும் சொல்லவில்லை.

நெடுநேரம் கழித்து கர்ணன் தலைதூக்கி “சொன்னபின் தெரிகிறது இது வினாவே அல்ல, விடை. உம்மிடமிருந்து நான் தெரிந்துகொள்ள ஏதுமில்லை. நான் எண்ணுவதைக் கூர்தீட்டி சொல்லிச்செல்லவே வந்தேன். என் உள்ளம் தெளிந்துவிட்டது. இங்கிருப்பது இரண்டே. ஊழ்வகுத்த பெருங்களம். அதில் நாம் திரட்டிக்கொள்ளும் தடையற்ற ஆற்றல். இங்குள்ள வாழ்வென்பது அக்களத்தில் அவ்வாற்றல் நிகழ்த்தும் கோலம் மட்டுமே. அறமென்றும் நெறியென்றும் மெய்மையென்றும் பெருகிச்சூழும் சொற்களை நம்பாமல் தன் விழைவை மட்டுமே நம்புபவர்கள் வெல்கிறார்கள். அச்சொற்களையே படைக்கலமாகக் கொள்கிறார்கள்.”

இளைய யாதவர் “அத்தனை தெளிவிருந்தால் நான் மேலும் ஏதும் சொல்வதற்கில்லை, அங்கரே. உமக்குரிய மெய்மையை நீர் கண்டடைந்துவிட்டீர் என்றே பொருள். செல்க, உமக்கமைந்த களத்தில் உமது ஆற்றலைப் பெருக்கி நிலைநாட்டி வென்று அனைத்தையும் அடைக! நிறைவுகொள்க! ஆம், அவ்வாறே ஆகுக!” என்றார்.

கர்ணன் இதழ்கோட கசப்புடன் புன்னகைத்து “ஆம், தங்கள் வாழ்த்துக்களுக்கு நன்றியுடையேன். நான் வந்ததன் பயன் இவ்வண்ணம் என்னைத் தொகுத்துக்கொள்வதற்கே போலும். எவற்றின் முன்நின்று சினம்கொள்ள விழைகிறேனோ, எவற்றை சிறுமைசெய்து தருக்க எண்ணுகிறேனோ அவற்றின் முகம் நீங்கள்” என்றான். மேலாடையைச் சீரமைத்து “நன்று, கிளம்புகிறேன், யாதவரே” என்று திரும்பி வெளியே சென்றான். இருண்ட வெளியை நோக்கியபடி படிவாயிலில் ஒருகணம் நின்றபின் இறங்கி மூழ்கினான்.

3

இளைய யாதவர் தன் குடில்வாயிலில் வந்து நின்றபோது முற்றத்தின் நெடுமரத்தின் அடியில் வெண்ணிற அசைவைக் கண்டார். “அங்கரே, தாங்கள் அல்லவா?” என்றார். “ஆம், நானே” என்று கர்ணன் சொன்னான். மேலும் கேட்காமல் இளைய யாதவர் பேசாமல் நின்றார். அருகணையாமல் ஏதும் சொல்லாமல் கர்ணனும் நின்றான். நெடுநேரம் கழித்து கர்ணன் பெருமூச்சுவிட்டான். அவ்வோசை மிக உரக்க என ஒலித்தது. “உள்ளே வருக, அங்கரே” என்றார் இளைய யாதவர். அவன் சிலகணங்கள் தயங்கியபின் மீண்டும் குடில்வாயில் வழியாக வெளியே சரிந்திருந்த செந்நிற வெளிச்சத்திற்கு வந்தான்.

இளைய யாதவர் உள்ளே செல்ல அவனும் தொடர்ந்தான். அவர் மீண்டும் தர்ப்பைப் பாயில் அமர அவன் நின்றுகொண்டிருந்தான். “அமர்க!” என்று இளைய யாதவர் சொன்னார். அவன் பெருமூச்சுடன் அமர்ந்தான். “நீங்கள் நிற்பீர்கள் என நான் அறிவேன்” என்றார் இளைய யாதவர். “ஏன்?” என்றான் கர்ணன். “பெரும்பாலானவர்கள் தத்துவத்தில்தான் எதையும் அறுதியாகச் சொல்லமுடியாது, உலகியலில் அனைத்தையும் உறுதிபடச் சொல்லமுடியும் என நம்புகிறார்கள். அது பிழை. தத்துவம் அருவமானது, உச்சி என்பதனால் சுருங்கிய தளம்கொண்டது. அங்கே உறுதிபட சிலவற்றைச் சொல்லிவிடமுடியும். உலகியல் எதையுமே வகுத்துரைக்கமுடியாது.”

“இதை அறியாத எவரும் உலகியலில் இல்லை” என இளைய யாதவர் தொடர்ந்தார். “ஆயினும் மானுடர் உரக்க வாழ்க்கை குறித்து அறிக்கையிடுவதும் ஆணையுரைப்பதும் உண்டு. அவ்வாறு குரலெழுந்தாலே அவர் தனக்காகத்தான் அதை சொல்கிறார் என்று

பொருள். மிக ஆழத்திலிருக்கும் ஓர் ஐயம் கொண்ட செவிக்காக." இளைய யாதவர் புன்னகைத்து "நீங்கள் செல்லும்போதே சென்றுவிடமாட்டீர்கள் என அறிந்தேன். திரும்பிவர பொழுதளித்து இங்கே அமர்ந்திருந்தேன். இக்காட்டின் எல்லையைக் கடந்திருக்கமாட்டீர்கள், நெடுந்தொலைவு சென்றீர்களா?" கர்ணன் புன்னகைத்து "சிலநூறு காலடிகள்" என்றான். "அத்தனை தொலைவுதான் எனில் எளிதில் கடந்துவிடலாம்" என்றார் இளைய யாதவர் சிரித்தபடி.

இளைய யாதவர் "அத்தனை சொல்லியும்கூட உங்கள் துயரை நீங்கள் சொல்லவில்லை, அங்கரே" என்றார். "பிறிதொன்றை மறைக்கும்பொருட்டே அதையெல்லாம் இங்கு சொன்னீர்கள். ஒன்றன்மேல் ஒன்றென சொற்றொடர்களை அள்ளிப்போட்டீர்கள்." கர்ணன் சீற்றத்துடன் "எவர் சொன்னது?" என்று கூவியபின் மெல்ல தளர்ந்து "ஆம்" என்றான். "ஆம்" என பெருமூச்சின் ஒலியில் சொல்லிவிட்டுத் தலையை அசைத்தான். "சொல்லுங்கள் அங்கரே, நீங்கள் கொண்டிருக்கும் துயர்தான் என்ன?" என்றார் இளைய யாதவர்.

"நான் சொல்லாத ஒன்று எஞ்சியிருந்தது என்று தோன்றியது" என்று கர்ணன் சொன்னான். "நான் உணர்ந்ததையே சொன்னேன். எனக்களிக்கப்பட்ட களத்தில் விழைவைத் தீட்டி வெற்றிநோக்கிச் செல்வதொன்றே நான் செய்யவேண்டியது. ஆனால் பிறிதொன்றும் இக்களத்தில் உள்ளது. என் மெல்லுணர்வுகள். என்னை அலைக்கழிப்பவை அவையே. இருநிலையில் இருந்தே என் வினாக்கள் எழுகின்றன. இருநிலையை வெல்லவே நான் இங்கு வந்தேன். ஒன்றைப் பற்றிக்கொள்ளவேண்டும் என விழைந்தேன். என்னைப் பற்றிக்கொள்ளும் அளவுக்கு அதை வலுவுள்ளதாக்க முயன்றேன்."

இளைய யாதவர் அமைதியாக இருக்க கர்ணன் "நான் இன்று இயற்றவேண்டியது என்ன?" என்று தாழ்ந்தகுரலில் தன்னுள் எனச் சொன்னான். "அவர்கள் என் தம்பியர். அவர்களை கொன்றுகுவிப்பதா? அக்குருதிமேல் நடந்துசென்று இன்னொரு இளையோனை அரியணை அமர்த்துவதா? அன்னையைப் பெருந்துயரிலாழ்த்திக் கொன்றுவிட்டு வென்றேன் எனக் களியாடுவதா? அங்கு நின்றிருப்போர் யார்? என் குருதியினர், என் மைந்தர். அவர்களை வென்று நான் கொள்ளப்போவது என்ன?

"யாதவரே, வஞ்சத்தைத் தீர்த்துக்கொள்ளும் கணமொன்றுக்காக என்னுள் நஞ்சு நீறிநீறிக் காத்திருந்தது. கௌரவர் அவையில் அத்தருணம் அமைந்தபோது என்னுள் இருந்து கீழ்மகன் ஒருவன் எழுந்து அதைக் கொண்டாடினான். ஆனால் அதற்கென நான் எஞ்சிய வாழ்நாளை

நிகரீடென்று அளிக்கநேர்ந்தது. நீங்கள் அறிந்திருக்கமாட்டீர்கள், இப்பதினாறாண்டுகளில் நான் ஒருமுறைகூட என் ஆடிப்பாவையைத் தன்வெறுப்பின்றி நோக்கியதில்லை. நீராட இறங்குகையில் உள்ளிருந்து என்னை நோக்குபவனின் முகத்தில் காறி உமிழ்ந்துவிட்டே மூழ்கி எழுவேன். சென்ற ஆண்டுகளில் ஒருமுறைகூட கிழக்கெழும் எந்தையின் முன் நான் கைகூப்பி நின்றதில்லை.

“வெற்றிக்கென்றே செயலாற்றுகின்றனர் மானுடர். ஆனால் வெற்றி எனக்கொள்வது என்ன?” என்று கர்ணன் தொடர்ந்தான். “பிறப்பிலேயே ஒருவனின் வாழ்க்கை பெருந்தோல்வி என வகுக்கப்பட்டுவிட்டதென்றால் அவன் கொள்ளும் வெற்றிகள் அனைத்தும் அத்தோல்வியை மேலும் வளர்ப்பவை அல்லவா? வில்லேந்தி செருகளம் சென்றால் உண்மையில் என் மீதே நான் அம்புபெய்வேன். நான் சேர்த்துவைத்திருக்கும் நஞ்சை என்மேல் பெய்துகொள்வேன். இக்கணம் வரை நான் வாழ்ந்த வாழ்வெல்லாம் வெறும் எதிர்க்குரல் மட்டுமே. இனிஎழும் போரும் அவ்வாறே. எனில் இருத்தலுக்கென்ன பொருள்?

“நேற்று இரவு எழுந்து என் அம்பொன்றை எடுத்து கழுத்தில் வைத்தேன். ஒருகணம் அதை அழுத்தியிருந்தால் போதும். அப்போது எண்ணினேன், அதைப் பலமுறை அவ்வாறு வைத்திருக்கிறேன் என. ஒவ்வொருமுறையும் ஒருகணத்திற்கு முன் நின்று பின்வாங்கியிருக்கிறேன். அந்த ஒற்றைக்கணத்தில் நின்று இத்தனைநாள் உயிர்வாழ்ந்துவிட்டேன். இம்முறை அந்த ஒற்றைக்கணத்தில் எழுந்தது ஓர் எண்ணம். விடையின்மை ஒன்றை எஞ்சவிட்டுச் சென்றால் எங்கும் அமைதியிழந்தே இருப்பேன் என்று. வாழ்ந்தறிவதே அவ்விடை என்றால் அதை அடைந்துவிட்டுச் செல்வோம் என்று. இன்னும் இழிவும் இதைவிடப்பலமடங்கு துயரும் வரவுள்ளது என்றால் அதுவே ஆகுக என்று.

“பின்னர் அம்பை அறையில் வீசிவிட்டு மஞ்சத்தில் சென்றமர்ந்து மதுவருந்தினேன். மெல்ல என் தசைகள் தளர்ந்தன. படுத்து உடலை நீட்டிக்கொண்டபோது உங்களை எண்ணினேன். அக்கணமே எழுந்து இங்கு வரவேண்டுமென உளம்பொங்கியது. நூறுமுறை தவிர்த்து பின் துணிந்து இதோ வந்தணைந்துள்ளேன்” என்று கர்ணன் சொன்னான். “என்னுள் எழுந்ததை முழுக்க சொல்லிவிட்டேன்” என்று பெருமூச்செறிந்தான். “ஆம், முதலில் எழுந்தது இதன் நுரை” என்று இளைய யாதவர் புன்னகை செய்தார்.

கர்ணன் அப்புன்னகையால் இயல்படைந்து “கூறுக யாதவரே, எனக்கு நீங்கள் காட்டும் வழி என்ன?” என்றான். இளைய யாதவர் சுற்றிலும் நோக்கியபின் கைநீட்டி அங்கே கிடந்த சிறுகுச்சியை எடுத்து

சாணிமெழுகப்பட்ட மண்ணில் வளைந்து செல்லும் கோடு ஒன்றை வரைந்தார். “இதை தொடுங்கள், அங்கரே” என்றார். கர்ணன் அவர் விழிகளை ஒருகணம் நோக்கிவிட்டு அதன்மேல் கையை வைத்தான். அது நெளிவதுபோலத் தோன்றியது. ஆடும் அகல்சுடரின் விழிமாயம் என நினைத்தான். நெளிவு மிகுந்து கோடு நீண்டு இரு சுவர்களையும் தொட்டது. அவன் கைகளை எடுத்துக்கொண்டான்

அது இருளுக்குள் மெல்லிய நீரொளி எழும் உடல்கொண்ட நாகமென்றாகியது. மேலும் மேலுமெனப் பருத்து சுவர்களைத் தொட்டபடி வளைந்து அந்த அறையை நிறைத்தது. அதன் சுருள்கள் காட்டாற்றின் சுழி எனப் பெருகின. அதன் நடுவே அவர்கள் அமர்ந்திருந்தனர். நாகத்தின் தலை அடிமரம்போல் மேலெழுந்தது. அதன் படத்தின் தசைவளைவுகள் நெளிந்தன. அனல்நா பறக்க இமையாவிழிகள் ஒளியுடன் நிலைநோக்கு கொண்டிருந்தன. அதன் சீறல் ஓசை தன் மேல் காற்றெனப் பதிவதுபோல் கர்ணன் உணர்ந்தான்.

“என் பெயர் கார்க்கோடகன், நான் உன்னை நன்கறிவேன்” என்றது நாகம். “நீயும் ஆழத்தில் என்னை அறிந்திருப்பாய்.” கர்ணன் அதை நோக்கிக்கொண்டிருந்தான். உதடுகள் அசையாமலேயே அதனுடன் அவன் உரையாடினான். “ஆம்” என்றான். “என்னை அறியாத மானுடரே இருக்கவியலாது” என்று கார்க்கோடகன் சொன்னது. “சொல்க, எதன்பொருட்டு என்னை அழைத்தாய்?” கர்ணன் “நான் அழைக்கவில்லை” என்றான். “உன்பொருட்டு அவர் அழைத்தார். நீ கோருவதை உனக்கு அளிக்கும்படி சொன்னார்” என்றது.

திகைப்புடன் “நான் கோருவது எது?” என்றான் கர்ணன். “உன்னைத் தீண்டும்படி” என்றது கார்க்கோடகன். “இல்லை” என அவன் சொல்வதற்குள் மரக்கிளை வளைந்து வந்து அறைந்ததுபோல அவன் தலைமேல் அது அறைந்தது. அதன் பற்கள் அவன் நெற்றியில் பதிய அவன் மல்லாந்து விழுந்தான். அது அவன் மேல் கரிய சுருள்களாக எழுந்து நின்றது. மணிவிழிகள் ஒளிர “நீ கோரியது அளிக்கப்பட்டது” என்றது.

கர்ணன் அதன் சுருள் நடுவே நீருக்குள் என அமிழ்ந்துகொண்டே இருந்தான். அதன் உடல் நீர்த்தண்மை கொண்டிருந்தது, நீர்மைகொண்டு அணைத்தது. ஆழத்தில் கிடந்தபடி அவன் மேலே நோக்கிக்கொண்டிருந்தான். வாளுடன் வரும் குந்தியை அவன் நோக்கினான். “அன்னையே!” என்று அழைத்தபடி தன் கைகால்களை உதறினான். “அன்னையே, இங்கிருக்கிறேன். அன்னையே...” குந்தி அவனைக் குனிந்து நோக்கியபடி அணுகிவந்தாள். அவள் விழிகளின் சினமும் வஞ்சமும் நீரொளியாகத் தெரிந்தன. கையில் வாள் மின்னியது.

அவன் "அன்னையே!" என்று உடல்நெளித்தான். குந்தி தன் கையிலிருந்த வாளை ஓங்கினாள். "அன்னையே" என அவன் ஓசையின்றிக் கூவினான். அவளுடைய கையில் ஓங்கி எழுந்த வாள் அசைவற்று நின்றது. பின்னர் அவள் அதை வீசிவிட்டு முகம்பொத்தி அழுதபடி முழந்தாளிட்டு நீருக்குள் அமர்ந்தாள். அவளருகே சுருள்களென எழுந்த கார்க்கோடகனின் பெரும்பத்தி நாக்குபறக்க விழிகள் ஒளிகொள்ள அணுகிவந்தது. "கொலைசெய்க... அது ஒன்றே வழி. கொன்று முன்செல்க!" அவள் இல்லை இல்லை என தலையை அசைத்தாள். "நேற்றைக் கொல். நாளை என எழ அதுவே வழி..." என்றது நாகம்.

"சீ!" எனச் சீறியபடி அவள் அதை கையால் உந்தினாள். முறிந்த மரமென அது நீரில் அலையிளக விழுந்து மூழ்கி மறைந்தது. கைகளை நீருள் விட்டுத் துழாவியபடி அவள் பதற்றத்துடன் சுற்றி வந்தாள். அவள் கைகள் ஆழத்திற்கு நீண்டு வந்து நெளிவதை, விரல்கள் தவிப்பதை அவன் கண்டான். கால்களால் அடித்தளச்சேற்றை உந்தி உதைத்து நீந்தி எழுந்து அணுகி அதைத் தொட்டான். அவள் கை விசைகொண்டு வந்து அவனைப் பற்றிக்கொண்டது. இழுத்து நீர்ப்பரப்புக்குமேலே தூக்கியது. அவன் மூச்சிரைக்க நின்றிருந்தான். அவள் அவனை இழுத்து தன் உடலுடன் சேர்த்து அணைத்துக்கொண்டாள்.

குருகுலத்து அரசனாகிய பாண்டுவின் அரசி குந்தி சதசிருங்கமெனும் காட்டில் விண்புகுந்த தன் கொழுநனை எரியூட்டியபின் மைந்தரை அழைத்துக்கொண்டு அமைச்சர்களுடன் அஸ்தினபுரிக்குத் திரும்பிவந்தாள். நியோகமுறைப்படி அவளில் கருக்கொண்டு மண்நிகழ்ந்து கணவனால் மைந்தர் என ஏற்கப்பட்ட நான்கு மைந்தர்கள் அவளுக்கிருந்தனர். பாண்டுவால் கைக்கொள்ளப்படுவதற்கு முன்பு அவள் ஈன்ற மைந்தனாகிய வசுஷேணன் அவர்களில் மூத்தவன். யுதிஷ்டிரனும் பீமனும் அர்ஜுனனும் அவள் சதசிருங்கத்தில் கருக்கொண்டு ஈன்ற மைந்தர். கணவனுடன் சிதையேறிய இளைய அரசி மாத்ரியின் மைந்தர்களாகிய நகுலனும் சகதேவனும் அவர்களுக்கு இளையோர்.

மூத்த மைந்தன் அவர்கள் அனைவரைவிடவும் உயரமானவனாக, அன்னையின் தோள்வரை தலையெழுந்தவனாக இருந்தான். அவள் அவனை கர்ணன் என்று அழைத்தாள். அவன் இளமையிலேயே உளமுதிர்வுகொண்டவனாக, வில்திறன் மிக்கவனாக இருந்தான். அவர்கள் வருவதை அஸ்தினபுரியில் இருந்த மூத்த அரசரான திருதராஷ்டிரரும் பிதாமகர் பீஷ்மரும் மாதுலர் சகுனியும் மைந்தர்களான கௌரவநூற்றுவரும் அறிந்திருந்தனர். அமைச்சர் விதுரரும் பீஷ்மரும் கோட்டைமுகப்புக்கே வந்து அவர்களை எதிர்கொண்டழைத்தனர். தொலைவில் அவனைப் பார்த்ததுமே பீஷ்மர் முகம் மலர கைவிரித்தபடி

அணுகி தோள்வளைத்து உடலுடன் சேர்த்து தழுவிக்கொண்டார். “என்னைவிட உயரமானவனாக ஆவாய். எழுந்து புவியாள்வதற்காக விண்ணவர் அளித்தது உன் உயரம்” என்றார்.

அரண்மனை முகப்பில் சகுனி அவர்களுக்காக காத்து நின்றிருந்தார். அவர் அருகே நின்ற துரியோதனன் தேரிலிருந்து இறங்கிய கர்ணனைக் கண்டதுமே கைகூப்பியபடி அணுகி கால்தொட்டு வணங்கினான். அவனை கர்ணன் தன்னுடன் சேர்த்துத் தழுவிக்கொண்டான். மறுகையால் நாணத்துடன் அப்பால் நின்றிருந்த துச்சாதனனை இழுத்தணைத்தான். அவர்களை நோக்கி அப்பால் நின்றிருந்த சகுனியை அணுகி “வாழ்த்துக, மாதுலரே!” எனக் கால்தொட்டு வணங்கினான். சகுனி புன்னகையுடன் “இக்கணம் வரை இருந்த ஐயங்கள் இப்போது அகன்றன” என்றார். “சிலர் தெய்வங்களாலேயே தெரிவுசெய்யப்படுபவர்கள்.”

அன்றுமாலை அவர்கள் திருதராஷ்டிரரை சந்திக்க ஒருங்கு செய்யப்பட்டிருந்தது. கர்ணனின் காலடியோசை கேட்டே திருதராஷ்டிரர் உவகைக்குரலுடன் எழுந்தார். “களிற்றுக் காலடியோசை... இந்நகரை ஆளவிருக்கும் மாமன்னனுக்குரியது” என்றார். அருகணைந்த மைந்தனை அள்ளித் தழுவிக்கொண்டார். “என்னுடன் மற்போரிடுக, மைந்தா! உன் தோள்கள் எனக்கு நிகரானவை” என்றார். கர்ணன் நகைக்க அவர் அவனை தன் பெருங்கைகளால் சுற்றிப்பிடித்தார். நகைப்பும் கூச்சலுமாக அவர்கள் பொய்ப்போரிட்டனர்.

குடிப்பேரவையில் சிலர் கர்ணனின் குடிப்பிறப்பைக் குறித்து ஐயம் கொண்டிருந்தனர். விதுரர் அவையிலெழுந்து “மறைந்த அரசர் பாண்டுவால் முறைப்படி மகவேற்பு செய்யப்பட்டவர் இளவரசர் கர்ணன். குருகுலத்தில் அவரே முதல்வர். இக்குடியில் எவருக்கும் அவர்குறித்த மாற்று எண்ணம் இல்லை. இனி மறுப்புரைக்கும் உரிமை அந்தணர்க்கே உண்டு” என்றார். அந்தணர் தலைவரான தௌம்யர் “வேதமுறைப்படி மகவேற்புச்சடங்கு நிகழ்ந்துள்ளது. வேதத்தால் ஏற்றுக்கொள்ளப்பட்டவர் அரசு அமரத் தகுதியானவரே” என்றார். அவையினர் வாழ்த்தொலி எழுப்பினர்.

இளையோர் நூற்றைவருக்கும் உகந்தவனாக இருந்தான் கர்ணன். பீமனுக்கும் துரியோதனனுக்கும் தோள்நிகர் கொண்ட மல்லன். அர்ஜுனனுக்கு வில்நிகர் கொண்ட கைவலன். யுதிஷ்டிரனுக்கு அணுக்கமான நூல்தேர்வோன். இளையோருக்கு தந்தைவடிவினன். இரு அன்னையருக்கும் விளையாட்டு மாறா மைந்தன். மகளிருக்கு கண்நிறையும் ஆண்மகன். அஸ்தினபுரியின் குடிகளுக்கு யயாதியும் குருவும் ஹஸ்தியும் பிரதீபனும் ஒன்றென எழுந்த அரசன்.

பதினெட்டாண்டு அகவை நிறைந்தபோது ஆன்றோர் கூடிய அவையில் பீஷ்மர் தலைமைதாங்க, திருதராஷ்டிரரும் சகுனியும் வாழ்த்த, தௌம்யர் வேதச்சொல் நிறைக்க, ஐம்பத்தாறு அரசர்களும் வந்து வணங்கியமர கர்ணன் அஸ்தினபுரியின் முடிசூடிக்கொண்டான். பாஞ்சாலத்து இளவரசி திரௌபதியை அவன் மணம்புரிந்தான். அவர்களுக்கு ஐந்து மைந்தர்கள் பிறந்தனர். அவர்கள் தந்தையைப்போல் இனியோரும் ஆற்றல்கொண்டவருமாக இருந்தனர்.

மாமன்னர் வசுஷேணரின் ஆட்சியில் அஸ்தினபுரி வயல்கள் செழிக்க, அங்காடிகள் பெருக பொலிவுகொண்டது. பெருந்திறல்வீரர்களான தம்பியர் இருக்க அஸ்தினபுரியை வெல்லும் எண்ணமே எவருக்கும் எழவில்லை. அர்ஜுனன் கிழக்கையும் பீமன் மேற்கையும் துரியோதனன் தெற்கையும் நகுலசகதேவர்கள் வடக்கையும் முற்றிலும் வென்றனர். பாரதவர்ஷத்தின் அனைத்து அரசர்களும் அஸ்தினபுரிக்குக் கப்பம் கட்டலாயினர்.

வசுஷேணர் அதர்வம்தேர்ந்த அந்தணர் வழிகாட்ட, நூற்றைந்து இளையோரும் பெரும்படைகொண்டு துணைநிற்க அஸ்வமேத வேள்வி ஒன்றை நிகழ்த்தினார். கரியபெரும்புரவி பாரதவர்ஷத்தின் அனைத்து நாடுகளுக்கும் சென்று முடிமன்னர்களால் வணங்கப்பட்டு திரும்பிவந்தது. மன்னர்கள் அளித்த பெருஞ்செல்வத்தைக்கொண்டு அஸ்தினபுரியில் கங்கைக்கரையில் ராஜசூயப் பெருவேள்வியை நிகழ்த்தினார். கை ஓயும் வரை அந்தணருக்கும் புலவருக்கும் சூதருக்கும் அள்ளி அள்ளி பொன்வழங்கினார். மும்முடி சூடி அமர்ந்தார்.

வசுஷேணரின் புகழைப்பாடும் பதினெட்டு பெருங்காவியங்களை அவைப்புலவர் இயற்றினர். அவை குடிப்பேரவைகளில் அரங்கேற்றப்பட்டன. பாரதவர்ஷமெங்கும் புலவர்களால் பாடப்பட்டன. வெற்றிமட்டுமே நிகழ்ந்த அவர் வாழ்வைப்பற்றி சார்ங்கதரர் எழுதிய மகாவிஜயம் என்னும் காவியமே அவற்றில் ஒப்பற்றது என்று நூலோர் உரைத்தனர். அவரைப்பற்றிய சூதர்பாடல்கள் பாரதவர்ஷத்தின் அனைத்து நகர்களிலும் முச்சந்திகளிலும் புறக்கடைகளிலும் அன்றாடம் பாடப்பட்டன. நாடெங்கும் முனிவர்களுக்கு தவச்சாலைகள் அமைத்தார். வழிதோறும் வணிகர்களுக்குரிய அறச்சாலைகளை நிறுவினார்.

புவியில் நிகழ்ந்த பிறவிநூல்களிலேயே அரிதானது வசுஷேணருடையது என்றனர் நிமித்திகர். பிறவிக் கணம் முதல் ஒவ்வொன்றும் உகந்தவகையிலேயே அமைந்தது அது. கோள் எதிர் கோள் அமையாத பிறவிநூல் ஒன்று இருக்கவியலும் என்பதையே அயல்நிலத்து நிமித்திகர் அறிந்திருக்கவில்லை. அவர்கள் நாளுமென அவர் அவைக்கு

வந்துகொண்டிருந்தனர். சிற்றவைகளில் அமர்ந்து அதை ஆராயந்து சொல்லாடினர். அதனை நுணுகிக் கூர்ந்து பிரித்து இணைத்து நோக்கி எங்கேனும் ஏதேனும் எதிர்நிலையைக் காணமுயன்று ஓய்ந்தனர்

"ஊழ் என்பது ஒருகையில் வாளும் மறுகையில் மலரும் கொண்ட விந்தைப்பெருந்தெய்வம்" என்றார் தென்தமிழ்நிலத்து நிமித்திகர் சாத்தனார். "நஞ்சும் அமுதும்கொண்டு அது வாழ்வை நெய்கிறதென்கின்றன நூல்கள். எவருக்கும் அது முற்றாகக் கனிந்ததில்லை. எவரையும் கைவிட்டதுமில்லை. இவரை மட்டும் பிச்சியான பேரன்னை என மடியில் அமரவைத்திருக்கிறது. தன் முலைகனிந்து ஊட்டிக்கொண்டே இருக்கிறது."

"அருகிருந்து அவர் வாழ்க்கையை பார்த்துக்கொண்டிருக்கிறோம். வாழ்நாள் முழுக்க அரசர் எண்ணியது நிகழாதொழிந்ததில்லை. அவருக்கு எதிர்ச்சொல் எழுந்ததில்லை. அவருக்கு எதிரியென்று எவரும் நின்றதில்லை. வெல்லவியலாதென்றும் அடையவொண்ணாதென்றும் எதையும் அவர் இப்பிறவியில் கண்டதில்லை. காலில் ஒரு சிறுமுள் தைத்தபோது அதை எடுத்த அவைச்சேவகனிடம் இந்த வலியைப்போன்ற ஒன்றையா நூல்கள் துயர் என்று சொல்கின்றன என்று அவர் வினவினார் என்று சூதர் கதை ஒன்று உள்ளது" என்றார் தலைமை அமைச்சர் சௌனகர்.

தெய்வங்களுக்குரிய பழுதிலாப்பெரும்பிறவி கொண்டிருந்தமையால் வசுஷேணரை முனிவர் வாழ்த்தினர். நலம் மட்டுமே நாடும் உள்ளம் கொண்டிருந்தமையால் அந்தணர் அவரைப் போற்றினர். வெற்றியை மட்டுமே அடைந்தவர் என்பதனால் அவரைப் படைக்கலங்களின் தெய்வம் என்றனர் ஷத்ரியர். பொருள்தெய்வம் தேடிப் பின்தொடர்பவர் என்றனர் வைசியர். ஒருமுறைகூட அறம் பிழைக்கா கோல்கொண்டவர் என்பதனால் குடிகள் அவரைக் குலதெய்வமென்றே வணங்கினர்.

ஒவ்வொருநாளும் வசுஷேணர் புகழ்மொழிகளை மட்டுமே கேட்டுக் கொண்டிருந்தார். அவை உண்மையிலேயே உளமுணர்ந்து உரைக்கப்பட்டவை என்பதனால் அவைமுகமன்களுக்குரிய பொருளின்மை கொண்டிருக்கவில்லை. எனவே அவை செவிகடந்து உளம்சென்று தொட்டன. உள்ளத்திலும் அவை ஒலித்தமையால் மேலும் அழுத்தம் கொண்டன. சொல்பவரின் கேட்பவரின் எண்ணப்பெருக்கை அவை ஆண்டன. பிறிதொன்று இல்லாமல் அவை அவரைச் சூழ்ந்திருந்தன. அவர் அவச்சொல்லையே செவிகொள்ளாது அரசுவீற்றிருந்தார்.

ஒவ்வொரு நாளுமென செல்வமும் நலமும் பொலிந்தன வசுஷேணரின் நாட்டில். இரவலரின்றி அவர் அறமியற்றுவது நின்றது. எதிரிகளின்றி

அவர் வீரம் மறைந்தது. செய்வதற்கேதுமின்றி அவர் அவைகளில் அமர்ந்து கண்சோர்ந்தார். அமைச்சருடனும் தோழருடனும் அமர்ந்து நாற்களமாடினார். மீண்டும் மீண்டுமென ஒரே வாழ்க்கையில் அமைவதன் சோர்வை அகற்ற கானாடினார். மாற்றுருக்கொண்டு நாடுலாவினார். ஆனால் அவையும் மீளமீளச் செய்யப்படுவதே என்று உணர்ந்து மெல்ல அரண்மனைக்குள்ளேயே மீண்டும் அமைந்தார்.

“கருவறைத் தெய்வம் பீடத்தில் அமைந்தே உலகுபுரக்கிறது, அரசே” என்றனர் அவைப்புலவர். “அறம் நிலைத்த நாட்டில் தெய்வங்கள் பலிகொள்வதுகூட இல்லை” என்றனர். சூதர்கள் “அலையிலா பெரு நீர்நிலை இந்த அஸ்தினபுரி. அதன் நடுவே இதழ்குலையாது ஒளிகொண்டு நிற்கும் ஆயிரமிதழ்த்தாமரை நம் அரசர்” என்று பாடினர். ஒன்றும்குறைவிலாதமைந்த நகரையும் அதன் அரசனையும் காண விண்ணில் எப்போதும் தேவர்கள் வந்து நின்றிருந்தமையால் அஸ்தினபுரிக்குமேல் ஒளிமிக்க முகில்கணம் ஒன்று வெண்குடையென எப்போதும் நின்றிருந்தது.

4

குருகுலத்து வசுஷேணர் நூறாண்டு வாழ்ந்தார். முதுமையில் மைந்தரும் பெயர்மைந்தரும் சூழ அரண்மனையில் அமைந்த வசுஷேணர் நெடுநாட்கள் புதிதென எதுவும் இயற்றாமையால் உடலும் உள்ளமும் ஓய்ந்தவராக இருந்தார். ஒவ்வொருநாளும் மாறாமல் அன்றாடத்தையே ஆற்றினார். முதற்புலரி எழுகை, தெய்வம் தொழுகை, இன்சுவைகொண்ட நல்லுணவு, இசை, நூல்நவில்தல், அணுக்கருடன் சொல்லாடுதல், நோயிலா உடல்பேணல், நல்லுறக்கம். ஒருமுறையேனும் ஒன்றும் குறைவுபடாமையால் ஒவ்வொருநாளும் பிறிதொன்றென்றே நிகழ்ந்தது.

அன்றாடத்தின் சலிப்பு அவருள் அனலை அணைத்து பழகிய செயல்களுக்கு அப்பால் அவருடைய சித்தம் செல்லாதாக்கியது. அன்றாடத்திற்கு அப்பாலுள்ளவை அறியாதவை என அச்சுறுத்தியமையால் அவர் அவற்றை முற்றிலும் தவிர்த்து பழகிய அன்றாடத்திற்குள் தன்னைச் சுருட்டிக்கொண்டார். தன் உடலால் உருவாக்கப்பட்ட, தன் உடலளவே ஆன, சிறுதுளைக்குள் வாழும் புழு எனத் திகழ்ந்தார். நன்று தீதென ஒன்றும் நிகழாதிருப்பதே இன்பம் என்று வகுத்துக்கொண்டார்.

தன் விழிசெவி வட்டத்துக்கு அப்பாற்பட்ட ஒவ்வொன்றையும் பலமுறை கேட்டறிந்த பின்னரே பொருள்கொண்டார். பொருள் திரளாதபோது எரிச்சலுற்று வசைபொழிந்தார். தன் அமைவுநிலையை குலைக்கும் எதையும் அணுகவிடாது தன்னை அகற்றிக்கொண்டார். எனவே அவரிடம் எதையும் கொண்டுசெல்லாதொழிந்தனர் மைந்தர். அவருடைய முதல் மைந்தன் விருஷசேனன் அரசப்பொறுப்பை ஏற்றுக்கொண்டான். அவர் பேரவைகளிலும் விழவுகளில் மட்டும் மணிமுடி சூடி அமர்பவரானார்.

அங்கு நிகழ்ந்துகொண்டிருந்த அனைத்து வாழ்வியக்கங்களுக்கும் அப்பால் கொலுவமர்ந்து விழிவெறிக்க நோக்கினார்.

ஆனால் அள்ளி அள்ளி இறுக்கினாலும் மெல்ல நழுவி ஒவ்வொன்றும் தன்னைவிட்டுச் செல்வதையும் அவர் உணர்ந்திருந்தார். ஆகவே விடாப்பிடியாக அனைத்தையும் பற்றிக்கொள்ளவும் விழைந்தார். தன் மணிமுடியையும் அரியணையையும் எந்நிலையிலும் விட்டுக்கொடுக்க அவர் முனையவில்லை. பொன்னூல், அணியாடைகள், மணிக்கலன்கள் என சேர்த்துவைத்துக்கொண்டார். அரியதும் அழகியதுமான அனைத்தையும் தனக்கென எடுத்தார். அவை அவருடைய கருவூலத்தை அடைந்து இல்லையென்றாக்கும் இருளில் புதைந்தமைந்தன. ஒவ்வொருவரும் தனக்களிக்கும் அவைமுறைமைகளையும் முகமன்களையும் கூர்ந்து நோக்கி மதிப்பிட்டார். சற்றேனும் அதில் குறைவு இருப்பதாகத் தோன்றினால் சினம்கொண்டு கூச்சலிட்டார். உளம்சோர்ந்து விழிநீர் பெருக்கினார்.

மேலும் மேலுமென அவர் உடல் முதுமைகொண்டு நலிய உள்ளமும் சிதைந்தபடியே வந்தது. பற்கள் மறைந்தபோது அவர் இனிப்புணவை மேலும் விரும்பலானார். தனக்களிக்கப்பட்ட உணவில் இனிய பகுதிகளை எடுத்து சேக்கையின் அடியிலும் சுவடிப்பெட்டிக்குள்ளும் ஒளித்து வைத்துக்கொண்டார். எப்போதும் சிறிது சிறிதாக விண்டு வாயிலிட்டு மென்று விழிசொக்கினார். தன் உடலையே மீளமீள நோக்கி தடவி குலவினார். பல்லிழந்து நாக்கு குதலை சொல்லத் தொடங்கியதும் சொற்கள் சுருங்கி எளிய சொற்றொடர்கள் மட்டுமே எழுந்தன. அவை திரும்பிச்சென்று சித்தமென்றாக உள்மொழியும் மிகச்சில சொற்றொடர்களாலானதாக ஆகியது.

செவிகள் அணைந்தபோது கேட்குமொலியெல்லாம் மந்தணம் என்றாகி அவரை உளம்கூரச் செய்தன. ஒவ்வொன்றையும் என்ன என்ன என்று கேட்டுக்கொண்டிருந்தார். அனைத்தையும் அவருக்கு உகந்த பிறிதொரு வடிவிலாக்கி ஏவலரும் அணுக்கரும் அவருக்களிக்க அவர்கள் சமைத்த அந்த உலகில் அவர் வாழ்ந்தார். எதிலும் உளம்குவியாமையால் இசையோ கலையோ நூலோ அவருக்கில்லாமலாயிற்று. அறியா உலகைக் கண்டு எழுந்த பதற்றமே அவர் முகத்தின் மாறாத பாவனை என நின்றது. சொல்முளைக்கா இளமைந்தருடன் ஆடுகையிலேயே அவர் உளம் மகிழ்ந்தார். சுருக்கங்கள் மண்டிய முகத்தில் அப்போது மட்டுமே சிரிப்பு எழுந்தது.

ஆனால் கனவுகளில் அவர் பிறிதொன்றென வாழ்ந்தார். புறவுலகு வண்ணம் வெளிறி அசைந்தபோது அகத்திலெழுந்த உலகுகள் ஒளியும் ஓசையும்

கொண்டு பொலிந்தன. அங்கிருந்த அவர் உடலிறுகி ஓங்கியவனாக, உள்ளம் விழைவுகளால் நிறைந்த இளைஞனாக இருந்தார். புரவிகளில் பாய்ந்தார். வில்விளையாடினார். சிம்மங்களுடனும் களிறுகளுடனும் பூசலிட்டார். மகளிரை வேட்டு அடைந்தார். காமத்தில் திளைத்தார். குருதிமணம் அளிக்கும் கள்மயக்கில் நிலையழிந்தார். தொலைநிலங்களில் தனித்தலைந்தார். அலைகடல்களின்மேல் பாய்த்தூண் பற்றி எழுந்து முடிவிலியை நோக்கினார். இடிமின்னல் சூழ தனித்து நின்றிருந்தார்.

ஒவ்வொரு கனவிலும் மெய்வாழ்வில் அவர் எதிர்கொண்டிராத பெரும் அறைகூவல்களை சந்தித்தார். மகதத்தின் அரசன் ஜராசந்தனால் தோற்கடிக்கப்பட்டு நாடிழந்து காட்டுக்கு ஓடினார். அங்கே மலைக்குகைகளில் தங்கி வேட்டையுணவுண்டு வாழ்ந்தார். அணையா வஞ்சத்தைத் திரட்டி ஆற்றல்கொண்டு மலைமக்களை உளம்வென்று படைதிரட்டி மீண்டும் தன் நகரை வென்றார். களிவெறிகொண்டு கூத்தாடிய மக்கள்திரள் நடுவே அரிமலர் மழைபொழிவினூடாக கண்ணீர் வழிய கைகூப்பி நகைத்தபடி நகர்வலம் சென்றார்.

மைந்தரைவிட அணுக்கர்களான தம்பியரால் வஞ்சத்தில் வீழ்த்தப்பட்டார். வேட்டைக்காட்டில் அவர்களால் நஞ்சூட்டப்பட்டு சிதையேற்றும்பொருட்டு கொண்டுசெல்லப்பட்டபோது எஞ்சிய உயிர்த்துளியை குவித்துத் தன்னை மீட்டுத் தப்பினார். துணைநாட்டினரின் படைகொண்டுவந்து நகரை வென்றார். உயிர்ப்பிச்சை கோரி காலில் விழுந்து அழுத துரியோதனனையும் யுதிஷ்டிரனையும் பீமனையும் அர்ஜுனனையும் அள்ளி மார்போடு அணைத்துக்கொண்டு கண்ணீருடன் அவர்கள் தன் தம்பியரல்ல மைந்தர் என்றார். அவர்கள் விம்மி அழுதபடி அவர் மார்பில் முகம்புதைத்தனர்.

அரிதென்றும் கொடிதென்றும் ஆன ஒவ்வொன்றும் அந்நகருக்கும் அவருக்கும் நிகழ்ந்தது. பெருவெள்ளம் வந்து நகரை மூடியபோது அரண்மனைக் கதவுகளைப் படகுகளாக்கித் தன் குருதியினரைக் காத்தார். சேற்றுமலையென்றான நிலத்தின் மேல் மீண்டும் தன் நகரைக் கட்டி எழுப்பினார். முன்னின்று போரிட்டும், உறுதிகொண்டு வழிநடத்தியும் நோயில், எரியில், படையெடுப்பில் இருந்து தன் குடிகளைக் காத்தார். அதன்பொருட்டுத் தன் இன்மைந்தரை இழந்தார். வென்றபின் இழந்த மைந்தரை மடியிலிட்டு விழிசோர அழுதார். அவர்களுக்காக நடுகல் நாட்டி நீர்ப்பலியளித்தார்.

ஒருநாள் அவர் கண்ட கனவில் அவருடைய அன்னை குந்தி அவர் துயின்றுகொண்டிருக்கையில் மெல்லடி வைத்து அருகே வந்தாள். அவர் நடைதிருந்தா இளமைந்தனாக இருந்தார். அன்னை வருவதை அவர்

துயிலுக்குள்ளும் பேரச்சத்துடன் நோக்கிக்கொண்டிருந்தார். அன்னைக்குப் பின்னால் அவள் நிழல் எழுந்து மச்சில் வளைந்திருந்தது. அது ஒரு மாநாகபடம் போலிருந்தது. அன்னை அவரை கையிலெடுத்தபோது அவ்விழிகளை அணுக்கமாகக் கண்டு அவர் உடல்விதிர்த்து குளிர்ந்தார். ஆனால் நீருக்குள் என குரலில்லாமலிருந்தார்.

அன்னை அவரை கொண்டுசென்று காட்டுக்குள் அமைந்த ஒரு சிறுசுனைக்குள் குளிர்நீரில் மூக்கினாள். மூச்சுத்திணற அவர் திமிறி கைகால் நெளித்தபோது இடக்கையில் ஏந்திய வாளால் அவரை அவள் மாறிமாறி வெட்டினாள். மூச்சிரைக்க வெறியுடன் அவரை வெட்டித் துண்டுகளாக்கினாள். சுனைநீர் குருதிச்சுழிப்புடன் அலைகொள்ள கால்நீட்டி வைத்து மேலேறிச் சென்றாள். செந்நீர் சொட்டும் அவள் கை நடுங்கியது. அருகே மாநாகம் கருவேங்கை அடிமரமென படம் எடுத்து நின்றிருந்தது. "அன்னையே! அன்னையே!" என அவர் கூவிக்கொண்டிருந்தார். மெல்ல அவர் குரல் நீர்க்குமிழிகளாகி மேலெழுந்து உடைந்து மறைந்தது.

பின்னர் நீருக்குள் துழாவிய இரு கைகளை அவர் கண்டார். அவருடைய கைகளில் ஒன்றை பெண் கை பற்றிக்கொண்டது. பின்னர் பதற்றமும் கொந்தளிப்புமாக அவரை உள்ளே தேடிக் கண்டடைந்து ஒன்றுசேர்த்தன அக்கைகள். அள்ளி எடுத்து ஒன்றெனக் கோத்து மைந்தனாக்கி நிறுத்தின. அவன் முன் மண்டியிட்டு நின்றிருந்தனர் இரு சூதர்கள். "மைந்தா" என்றார் சூதர். "நீ எனக்கு மைந்தன் என அளிக்கப்பட்டாய்... உன் அன்னைக்கு தெய்வங்களின் கொடை நீ." சூதப்பெண் அவன் தோளைத் தொட்டு வருடி கண்பொங்கினாள்.

"எனக்குப் பசிக்கிறது" என்று அவன் சொன்னான். "ஆம், மறந்துவிட்டேன்" என்று சொன்ன சூதர் எழுந்து சென்று அங்கு நின்றிருந்த புரவியின் சாணியை ஒரு வாழையிலையில் எடுத்துக்கொண்டு வந்தார். "உண்க, மைந்தா!" என நீட்டினார். "என்ன விளையாடுகிறீர்களா? இதை எப்படி உண்பது?" என்று அவன் சினத்துடன் கூவ "இங்கே நாங்களனைவரும் இதை உண்டுதான் உயிர்வாழ்கிறோம், மைந்தா" என்றாள் சூதப்பெண். அவன் அருவருப்புடன் "சீ" என அதைத் தட்டிவிட்டான். "சொல்வதைக் கேள். நாம் வேறெதையும் உண்ணமுடியாது. எந்த உணவும் முதலில் அப்படித்தான் இருக்கும். உண்ண உண்ணப் பழகிவிடும். கண்களைமூடித் துணிந்து சற்று உண்க..." என்று சூதர் சொன்னார்.

அவன் முகம்திருப்ப அன்னை அதில் சிறிது அள்ளி அவன் வாயில் ஊட்டினாள். வயிற்றில் எரிந்த பசி எச்சிலூறச் செய்தாலும் அவன் குமட்டி துப்பி "வேண்டாம்" என்றான். அவள் விழிகளிலிருந்து நீர்

வழிந்தது. "எங்களுக்காக உண்ணுக, மைந்தா! வேறெதையும் நாங்கள் அளிக்கவியலாது. இது உன் அன்னை கை அமுதெனக்கொள்க!" அவன் அவள் தோளைத் தொட்டு "ஆம், உங்கள் விழிநீரால் இனிதாயிற்று இது" என்று சொல்லி அதை வாங்கி உண்டான்.

வாயில் கடுஞ்சுவை என, உள்மூக்கில் கெடுநாற்றமென அதை உணர்ந்தான். முதல் கவளத்தை விழுங்கினான். மீண்டும் மீண்டும் உண்டான். உடல் குமட்டி அதிர்ந்துகொண்டிருந்தது. தனிமையில் சென்று நின்றபோது குதிரைச்சாணி என்னும் சொல்லை உள்ளத்தில் அடைந்தான். அக்கணமே குமட்டி வாயுமிழலானான். உடலுக்குள் இருந்த அனைத்தையும் உமிழ்ந்தான். குருதியை, குடல்களை, இதயத்தை, ஈரலை உமிழ்ந்தான். எண்ணங்களை, கனவுகளை உமிழவேண்டுமென்பதுபோல் ஓசையிட்டு எக்கி அதிர்ந்தான்.

நோயுற்று நினைவிழந்துகிடந்து பலநாட்கள் அவர் வாயுமிழ்ந்து கொண்டிருந்தார். உணவேதும் உட்செல்லவில்லை. உடல் வெம்மை கொண்டு காய்ந்தது. அரைமயக்கில் "குதிரைச்சாணி... குதிரையின் சாணியை..." என்று முனகிக்கொண்டிருந்தார். உடல் மெலிந்து வற்றியது. நிமித்திகர் கூடி அவர் பிறவிநூலை கணித்தனர். "அரசர் மண்ணில் வாழ்வாங்கு வாழ்ந்து நிறைந்துவிட்டார். முற்பிறவி நினைவோ மறுபிறவிக் கருவோ உளம் நிகழ்கிறது. இங்கிருந்து ஆத்மா எழுந்துவிட்டதென்பதையே இது காட்டுகிறது" என்றனர். "இனி நெடுநாட்கள் இவ்வுடல் நிலைக்காது. வயிற்றனல் அவிந்துவிட்டது. நெஞ்சனல் சற்றே எஞ்சியிருக்கிறது. நெய் தீர்ந்த அகலில் சுடர் என நெற்றியனல் தவிக்கிறது" என்றார் மருத்துவர்.

பதினெட்டு நாட்களுக்குப்பின் அவர் விழித்துக்கொண்டபோது அவருடைய அமைச்சர்கள் அந்தணர்களுடன் வந்து அருகமர்ந்து நிமித்திகரும் மருத்துவரும் கூறியதை எடுத்துரைத்தனர். "அரசே, நான்கு வாழ்நிலைகளையும் கடக்காமல் முழு விடுதலை இல்லை என்கின்றன நெறிகள். அரசு துறந்து கானேகுவதே உங்களுக்கு உகந்த வழி. இனி இங்கு நீங்கள் அடைவதற்கும் அறிவதற்கும் ஏதுமில்லை. மைந்தருக்கு முடிசூட்டிவிட்டு மரவுரி அணிந்துகொள்க!" என்றனர். அவர் ஒன்றும் சொல்லவில்லை.

"இனி சிலநாட்கள்தான், அரசே. மேலும் தயங்கினால் மூழ்கும் கலத்தில் அஞ்சிநிற்பவர்போல் மூச்சிழக்கையில் வருந்த நேரும்" என்றார் அந்தணர்தலைவர். விழிநீருடன் அவர் தலையசைத்தார். அதன்பின்னர்தான் குடியவையில் முடிதுறந்து மைந்தருக்குச் சூட்டிவிட்டு சததிருங்கத்திற்குக் கிளம்பிச்சென்றார். சதசிருங்கத்தில்

பாண்டு வாழ்ந்து மறைந்த காட்டிலேயே குடியேறி இறுதிநோன்பை இயற்றினார். முதிர்ந்து நிறைவுகொண்டு அங்குள்ள ஏரியில் மூழ்கி உயிர்துறந்தார். அவருக்கு அங்கேயே சிதையொருக்கப்பட்டது. மைந்தர் கூடி எரியூட்ட விண்புகுந்தார். குருதியினரும் குடியினரும் துயர்காக்க, நினைவுகளில் நின்றிருந்தார்.

வசுஷேணர் இப்புவியில் அடைவதற்கேதும் எஞ்சியிருக்கவில்லை என்று அவர் பிறவிநூல் நோக்கிய நிமித்திகர் உரைத்தனர். வேதம் வகுத்த வழியில் இடையூறின்றிச் சென்றெய்திய வாழ்வு என்றனர் அறிஞர். அவருக்காகத் தெற்குக்காட்டில் ஒரு நினைவுக்கல் நிறுத்தப்பட்டது. அவர் மைந்தர் ஆண்டுக்கொருமுறை அவர் மறைந்த மீன்நாளில் நீர்க்கடன் கழித்தபின் அக்கல்லுக்கு மலர்சூட்டி பலியிட்டு வணங்கினர். அங்கு நின்றிருந்த குருகுலத்து மன்னர்களின் கல்நிரைகளில் ஒன்றென அவரும் ஆனார்.

குருகுலத்து வசுஷேணரின் கொடிவழியில் அவருடைய மைந்தர் விருஷசேனர் சிலகாலமே ஆட்சிசெய்தார். தந்தை கனிந்த முதுமையில் அரசுதுறக்க முதல்முதுமையில்தான் அவர் அரசு கொண்டார். தந்தையை வாழ்த்திய நல்லூழ் மைந்தரைக் கைவிட்டு நிகர்செய்தது. நோயுற்று விருஷசேனரின் மைந்தர்கள் இறக்கவே அவர்களுக்குப் பின் வசுஷேணரின் இளையோன் அர்ஜுனரின் மைந்தர் அபிமன்யூ அரசரானார். திசைவென்று வீரம் நிறுத்திய அபிமன்யூ இளமையிலேயே சிந்துநாட்டரசர் ஜயத்ரதனால் கொல்லப்பட்டார்.

அபிமன்யூவின் மைந்தர் பரீட்சித் பிறப்பிலேயே நோயுற்றிருந்தார். நாகக்குறை கொண்ட பிறவிநூல் அமைந்த அவரை அரசமரச்செய்து அமைச்சர்கள் ஆண்டனர். பரீட்சித் நாகநஞ்சுகொண்டு அகவைமுதிராமலேயே இறந்தபின் அவர் மைந்தர் ஜனமேஜயன் அரசரானார். தந்தையைக் கொன்ற நாகங்களின் அருளைப்பெறும்பொருட்டு மாபெரும் சர்ப்பசத்ர வேள்வி ஒன்றை அவர் அஸ்தினபுரியில் நடத்தினார். அனைத்து நாகங்களையும் ஆற்றல்கொண்டெழச்செய்யும் அவ்வேள்வியில் ஏழு ஆழங்களிலிருந்தும் நாகங்கள் மேலெழுந்து வந்தன. கரிய காடென படம்தூக்கி நின்றாடி அவரை வாழ்த்தின. அவற்றின் நஞ்சைப்பெற்று அவர் ஆற்றல்மிக்கவரானார். படைகொண்டு சென்று பெருகிச்சூழ்ந்திருந்த எதிரிகளை வென்றார். அஸ்தினபுரியை அச்சமூட்டும் மையமென பாரதவர்ஷத்தின் நடுவில் நிறுவினார்.

ஜனமேஜயன் கஸ்யை என்னும் தன் அரசியில் இரண்டு மைந்தரைப் பெற்றார். சந்திரபீடன், சூரியபீடன் என்னும் அம்மைந்தர்களுக்கு நூறு மைந்தர் பிறந்தனர். ஜனமேஜயன் பிறரை வெல்லும்பொருட்டு நாகர்களிடமிருந்து பெற்றுக்கொண்ட நஞ்சு அவரிலிருந்து பெருகி

நூறு பெயர்மைந்தரிலும் நிறைந்து வளர்ந்தது. அவர்கள் நிலம் கோரி தங்களுக்குள் பூசலிட்டனர். ஆயிரம் படைநிலங்களில் ஒருவரை ஒருவர் கொன்று குருதி பெருக்கினர். முதுமையில் தன் அரண்மனையில் ஒடுங்கியிருந்த ஜனமேஜயன் ஒவ்வொருநாள் புலரியிலும் தன் குருதிவழியினர் போரிட்டு இறந்துவிழுவதைப்பற்றிய செய்தி கேட்டே கண்விழித்தார். ஒவ்வொரு அந்தியிலும் தன் மைந்தருக்காக நோற்றுத் துயிலாதிருந்தார்.

அவர் விழிமுன்னால் இரு மைந்தரும் ஒருவரை ஒருவர் கொன்று மறைந்தனர். சூரியபீடனின் மைந்தர்களில் மூத்தவனாகிய சத்யகர்ணன் தன் உடன்பிறந்தார் அனைவரையும் கொன்றழித்து அஸ்தினபுரியின் அரசுரிமையைப் பெற்றான். முடிசூடி அமர்ந்த சத்யகர்ணன் ஒரு மைந்தன் மட்டும் எஞ்ச பிற அனைத்து மைந்தரையும் அவர்கள் சொல்முளைக்கும் முன்னரே நாடுகடத்தினான். அவன் மைந்தனாகிய ஸ்வேதகர்ணன் தன் பதினெட்டாம் அகவையில் தந்தையைச் சிறையிட்டுத் தான் அரசேற்றான். மறுசொல் உரைக்கலாகுமென ஐயம்கொண்ட அனைவரையும் கொன்றழித்து அஸ்தினபுரியைத் தன் கைப்பிடிக்குள் நிறுத்தினான்.

ஸ்வேதகர்ணன் சேதிநாட்டு அரசர் சுசாருவின் மகள் யாதவியை மணந்து அஜபார்ஸ்வன் என்னும் மைந்தனைப் பெற்றான். அவன் மைந்தன் விருஷ்ணிமதன். அவன் மைந்தன் சுசேனன். சுசேனன் சுனிதனைப் பெற்றான். அவனிலிருந்து ரிச்சன், நிருஜாக்ஷு, சுகிகாலன், பரிப்லவன், சுனயன், மேதாவி, நிருபஞ்சயன், மிருது, திக்மன், பிருகத்ரதன், வசுதனன், சதானிகன், உதயனன், அஹிநாரன், கண்டபாணி, நிரமித்ரன் என்னும் மன்னர்களின் நிரை உருவாகியது.

ஒவ்வொரு தலைமுறையிலும் ஒவ்வொருவருக்கும் நூற்றுக்கணக்கில் மைந்தர்கள் பிறந்தனர். அவர்கள் நிலம்தேடி ஒருவரோடொருவர் போரிட்டு அழிந்தனர். இளவேனிலில் பிறந்து பெருகும் பரல்மீன்கள்போல பிறரை உண்டு தான் பெருகிய சிலரே எஞ்சினர். சிலர் எல்லைகளை உதறி புதிய நிலம் தேடிச்சென்றனர். அறியாப் பாலைகளில், இருண்ட காடுகளில், விசைகொண்ட ஆறுகளுக்கு அப்பால் விரிந்த புல்வெளிகளில், சென்றடையமுடியாத மலையுச்சிகளில் நாடுகளை உருவாக்கினர். அவர்களின் குலநிரைக் கதைகளில் பொருளில்லாச் சொல்லாக கர்ணகுலம் என்பது கூறப்பட்டது.

அஸ்தினபுரியில் ஒருநாளும் குருதி ஓயவில்லை. அங்கே ஆண்ட மன்னர்கள் எவரும் உளமடங்கி இரவுறங்கவில்லை. இறந்து மூச்சுலகை அடைந்த பின்னரும் அவர்கள் நிலைகொள்ளவில்லை. அங்கு அமைந்து

மண் நோக்கி "மைந்தர்களே, கொல்லாதீர்கள்! அழியாதீர்கள்!" என்று கூவிப்பதறிக்கொண்டிருந்தனர். அவர்களின் கண்ணீர் இளமழையென அஸ்தினபுரிமேல் பெய்தது. அங்கே பயிர்களும் களைகளும் அந்நீரால்தான் செழித்தன.

குருகுலத்தின் கொடிவழியில் இறுதி அரசனாகிய க்ஷேமகன் நிரமித்ரனின் நூறு மைந்தரில் நூறாமவன். இளமையிலேயே நிகரற்றவனாகவேண்டும் என்று விழைவுகொண்டிருந்தான். தனக்குமேல் நூறு உடன்பிறந்தார் என்பதை எண்ணி எண்ணி அனல்கொண்டான். முடியற்றவன் வெறும்குடியே என அவனுக்குச் சொன்னது குலமுறை கிளத்திய தொல்நூல் மரபு. நிரமித்ரனால் வெல்லப்பட்ட அனைவரையும் எவருமறியாமல் சென்று சந்தித்து இன்சொல்லும் சொல்லுறுதியும் அளித்துத் தன் நண்பர்களாக்கிக் கொண்டான். அஸ்தினபுரியின் கருவூலத்தை விழைந்த வணிகர்களை நாளை எனச் சொல்லிக் கவர்ந்து உடன்சேர்த்துக்கொண்டான். நாகக்குழவியில் நஞ்சு மூப்பதுபோல ஒவ்வொருநாளும் ஆற்றல்கொண்டான்.

க்ஷேமகன் ஒருநாள் காட்டில் செல்கையில் பணிந்த கரிய சிற்றுருவும் ஒளிரும் கண்களும் இனிய நகைப்பும் மென்சொல்லும் கொண்ட சூதன் ஒருவனை சந்தித்தான். விஸ்ரவன் என்ற பெயர்கொண்ட அவன் தென்றிசை ஏகி நூல்கற்று, படைக்கலம் தேர்ந்து திரும்பி வந்துகொண்டிருந்தான். அவன் கொண்டிருந்த திறன்களைக் கண்டு வியந்த க்ஷேமகன் அவனைத் தன் துணைவனாக்கிக்கொண்டான்.

விஸ்ரவன் கூறிய வழியில் க்ஷேமகன் செயல்பட்டான். நேர்நின்று போர்புரிந்து வெல்ல இயலாத தன் தமையன்கள் ஒவ்வொருவரையாக மருத்துவருக்கும் பரத்தையருக்கும் கையூட்டு அளித்து நஞ்சிட்டுக் கொன்றான். அவர்களின் இளமைந்தர் அனைவரையும் கொன்றுமுடித்தான். அவர்களுக்கிடையே பொய்ச்செய்திகளைப் பரப்பி போரிடச் செய்து அழித்தான். ஒவ்வொரு அழிவிலிருந்தும் தனக்கான படைகளைத் திரட்டிக்கொண்டான்.

நஞ்சு நஞ்சை என நிரமித்ரன் தன் மைந்தன் க்ஷேமகனை அறிந்திருந்தான். அவன் ஆற்றல்கொண்டு எழுவதை உணர்ந்து தன் பிற மைந்தரைத் திரட்டி அவனை அழிக்க முயன்றான். அவர்கள் ஒவ்வொருவரும் நிலத்தை விழைந்தனர். ஆகவே ஒவ்வொருவரும் ஒருவரை ஒருவர் ஐயுற்றனர். அவர்களால் ஒன்றென இணைய முடியவில்லை. ஒருவரோடொருவர் அணுகும்தோறும் ஐயம்பெருகி வஞ்சம்விளைந்து பிறரைக் கொன்றனர். வஞ்சமே நெறியென்றானபோது வஞ்சகரே வாழவியலுமென்றாயிற்று. வஞ்சகரோ அவர்களில் தலைசிறந்தவனாகிய க்ஷேமகனையே நாடினர்.

க்ஷேமகன் அஸ்தினபுரிக்கு வெளியே இரண்டாம் தலைநகரான இந்திரப்பிரஸ்தத்தில் இருந்து நிகர் அரசனாக ஆண்டான். தனக்கென தனிப்படை திரட்டிக்கொண்டான்.

நிரமித்ரன் க்ஷேமகனை வெல்லவியலாதவன் ஆனார். அவனை முடிகொள்ளாமல் தவிர்ப்பதே ஒரே வழி என எண்ணி குடிப்பேரவையை கூட்டினார். க்ஷேமகனால் கொல்லப்படாது எஞ்சியவன் அவன் மைந்தனாகிய சந்திரசேனன் மட்டுமே. பதினெட்டு அகவை நிறைந்த அவனுக்கு முடிசூட்ட முடிவெடுத்தார். அவையில் அதற்கான சொல்சூழ்கை நிகழ்ந்துகொண்டிருக்கையில் எவருமறியாமல் அஸ்தினபுரிக்குள் வந்த க்ஷேமகன் விஸ்ரவன் துணைவர வாளுடன் அவைபுகுந்து மைந்தனின் தலையை வெட்டி வீழ்த்தினான். அரியணையிலிருந்து அஞ்சி எழுந்து கூச்சலிட்ட நிரமித்ரனை நோக்கி பாய்ந்துசென்று தலைவெட்டிக் கொன்றான்.

அவைமேடையில் விழுந்துருண்ட தலையிலிருந்து குருவின் மணிமுடியை எடுத்துத் தன் தலையில் சூடி கோல்கொண்டு அரியணையில் அமர்ந்து அரசனானான் க்ஷேமகன். கூடியிருந்த அவையினரை நோக்கி "என்னை வாழ்த்துக!" என்று ஆணையிட்டான். "ஆம், வாழ்த்துக!" என வாளுடன் நின்று விஸ்ரவன் கூவினான். அவையினர் எழுந்து கைதூக்கி "குருகுலத்தான் வாழ்க! அறம்திகழ வந்த அரசன் வாழ்க! மாமன்னர் க்ஷேமகர் வாழ்க!" என்று வாழ்த்து கூவினர். அந்நாளில்தான் துவாபரயுகம் முடிந்து கலியுகம் தொடங்கியது.

விஸ்ரவன் க்ஷேமகனின் அமைச்சனாக முதற்கோல் கொண்டான். தந்தையின் அணுக்கர் அனைவரையும் கொன்றுவிடலாம் என்று க்ஷேமகன் சொன்னபோது அவன் தடுத்தான். "நாம் அவர்களைக் கொன்றால் அறத்திலமைந்தவர் என அவர்கள் குடிகள் நாவில் திகழ்வார்கள். தெய்வங்களாகி அவர்களை ஆள்வார்கள். தெய்வங்கள் மானுடரைவிட ஆற்றல்மிக்கவை. மாறாக அவர்கள் அஞ்சியும் விழைவுகொண்டும் நம்மை ஆதரிப்பார்கள் என்றால் அறமென்று அவர்கள் கொண்ட அனைத்து ஆற்றலையும் இழந்தவர்களாவர். எஞ்சிய குடிகளும் எதிர்ப்பை இழப்பார்கள். அரசே, அறமென்றும் நெறியென்றும் அறிவிலிகள் இங்கு நிலைநாட்டிய நம்பிக்கைகளை அழித்தாலொழிய நம் கோல் இங்கு நிலைக்காது" என்றான்.

அரசரின் கொலையை அறிந்து உளம்கொதித்த குடிமூத்தாரும் குலத்தலைவர்களும் பரிசில்களாலும் அச்சுறுத்தல்களாலும் பணியவைக்கப்பட்டனர். எச்சொல் அளித்தாலும் பணியாத மிகச்சிலர் அரசபடைகளால் தேடித்தேடிக் கொன்றொழிக்கப்பட்டனர்.

மூதன்னையர் நாடுகடத்தப்பட்டனர். க்ஷேமகன் சொற்களையே அஞ்சினான். எனவே மறுசொல்லின்றி அரசாளவேண்டும் என விழைந்தான். அஸ்தினபுரியில் அவனை வாழ்த்தும் ஓசைமட்டுமே எழவேண்டுமென ஆணையிட்டான். அவன் விரும்பிய சொல்லை மட்டுமே நாவிலெடுத்த விஸ்ரவன் அவனை அனைத்து முகங்களாலும் சூழ்ந்திருந்தான்.

ஏழு ஆண்டுகளுக்குப் பின் விஸ்ரவன் ஒருநாள் மாலையில் ஏழு காவலர்களுடன் க்ஷேமகன் அமர்ந்து உணவுண்டுகொண்டிருந்த சிற்றறைக்குள் ஒப்புதல் கேளாமல் நுழைந்தான். திகைத்து, சினம் சற்றே எழ "என்ன செய்தி?" என்று கேட்ட க்ஷேமகனை மறுசொல் இன்றி ஒரே வெட்டில் தலை துணித்தான். அத்தலையை அரண்மனையின் முகப்பில் நீண்ட வேல்முனையில் குத்தி நிறுத்தினான். அஸ்தினபுரியிலிருந்து மறுசொல் எழவில்லை. விஸ்ரவனின் படைவீரர்கள் அந்நகரின் அனைத்து சாலைமுனைகளிலும் நிலைகொண்டிருந்தனர்.

தொல்புகழ்பெற்ற குருவின் குலமரபு க்ஷேமகனுடன் அழிந்தது. விஸ்ரவனின் குலம் ஆறு தலைமுறைக்காலம் அஸ்தினபுரியை ஆண்டது. மகதம் பேருருக்கொண்டு எழுந்து படைகொண்டு வந்து அந்நகரை எரியூட்டி முற்றாக அழிக்கும்வரை ஒன்பது அரசர்கள் அங்கே முடிசூடி அரசமைந்தனர். சாம்பல் மூடி கைவிடப்பட்டுக் கிடந்த நகரிலிருந்து அஞ்சி ஓடியவர்கள் அதை மீண்டும் நினைவுகூரவே விரும்பவில்லை. புராணகங்கையில் ஒருமுறை பெருவெள்ளம் வந்தபோது நகரின் இடிபாடுகள் சேற்றில் மூழ்கின. புராணகங்கை வழியாக மெல்ல மெல்லப் பசுங்காடு வழிந்தோடி வந்து அச்சேற்றலைகளின்மேல் பரவி மூடியது. பசுமைக்கு அடியில் வேர்கள் மட்டுமே அறிந்த மந்தணமாக அஸ்தினபுரி எஞ்சியது.

அஸ்தினபுரி நூல்களிலும் கதைகளிலும் மட்டுமே எஞ்சியது. கதைகளுக்குள் அது வளர்ந்து உருமாறிப் பிறிதொன்றாகியது. பல்லாயிரம் கதைகளில் வாழ்ந்த குருவின் கொடிவழியினரில் மாவீரர்கள் எனக் களம்நின்றவர்கள், அரிய சூழல்களில் தளராதிருந்தவர்கள், எண்ணரிய துயர்களையும் இழப்புகளையும் அடைந்தவர்கள் மட்டுமே நினைவுகளாக நீடித்தனர். ஏனென்றால் மானுடரைப்பற்றிய கதைகள் மானுடரின் நினைவில் நிலைகொள்வதில்லை. கதைகள் தெய்வங்கள் வாழும் களம். மானுடர் அங்கு செல்வதை அவை விரும்புவதில்லை. மானுடரில் தெய்வமெழும்போது மட்டுமே அவர்களுக்கு அங்கு இடமளிக்கப்படுகிறது.

விஷ்ணு, பிரம்மன், அத்ரி, சந்திரன், புதன், புரூரவஸ், ஆயுஸ், நகுஷன், யயாதி, புரு, ஜனமேஜயன், பிராசீனவான், பிரவீரன், நமஸ்யு, வீதபயன்,

சுண்டு, பஹ்லவிதன், ஸம்யாதி, ரஹோவாதி, ரௌத்ராஸ்வன், மதிநாரன், சந்துரோதன், துஷ்யந்தன், பரதன், சுஹோத்ரன், சுஹோதா, கலன், கர்த்தன், சுகேது, பிருஹத்ஷத்ரன், ஹஸ்தி, அஜமீடன், ருக்ஷன், சம்வரணன், குரு, ஜஹ்னு, சுரதன், விடூரதன், சார்வபௌமன், ஜயத்சேனன், ரவ்யயன், பாவுகன், சக்ரோத்ததன், தேவாதிதி, ருக்ஷன், பீமன், பிரதீபன், சந்தனு, விசித்திரவீரியன், பாண்டு, வசுஷேணர், விருஷசேனன், அபிமன்யூ, பரீட்சித், ஜனமேஜயன், சூரியபீடன், சத்யகர்ணன், அஜபார்ஸ்வன், விருஷ்ணிமதன், சுசேனன், சுனிதன், ரிச்சன், நிருஜாக்ஷு, சுகிகாலன், பரிப்லவன், சுனயன், மேதாவி, நிருபஞ்சயன், மிருது, திக்மன், பிருகத்ரதன், வசுதனன், சதானிகன், உதயனன், அஹிநாரன், கண்டபாணி, நிரமித்ரன், க்ஷேமகன் என்னும் குலநிரையில் ஒரு பெயர் என வசுஷேணரின் பெயரும் அமைந்திருந்தது.

பாரதவர்ஷத்தின் நாடுகளின் பெயரைக் குறிப்பிடும் நூல்கள் பின்னர் அங்கம், வங்கம், கலிங்கம் என நீளும் ஐம்பத்தாறு பெயர்களில் ஒன்றென அஸ்தினபுரியையும் சொல்லின. அரிதாக மேலும் விரிந்து அந்நாடுகளை ஆண்ட அரசர்கள் குறித்துச் சொல்லப்பட்டபோது குருகுலத்தோர் என்னும் சொல் குறிப்பிடப்பட்டது. பாரதவர்ஷத்தின் அனைத்து அரசர்களின் பெயர்களும் அடங்கிய பெருநூலான ராஜபிரபாவம் மட்டும் அக்குலவரிசையை முழுமையாகச் சொன்னது. அப்பெயர்களின் பொருளில்லா நிரையில் ஒன்றென வசுஷேணருடையது இருந்தது.

அந்நூலும் நினைவிலிருந்து மறைந்து ஏட்டுச்சுவடிகள் செல்லரித்து அழிந்த பின் கலிங்கத்தின் தொன்மையான நிமித்திகர்குடிகளில் ஒன்றாகிய சாஜர்களின் நூற்குவைகளில் ஒன்றிலிருந்த ராஜநாமமாலினி என்னும் நிமித்தநூலில் மட்டுமே அப்பெயர்நிரை எஞ்சியிருந்தது. அப்படி ஒரு நூல் அங்கிருப்பதை அவர்களும் அறிந்திருக்கவில்லை. மேலும் எழுபத்தாறு தலைமுறைக்குப் பின் கலிங்கத்தை மகதம் படைகொண்டு கைப்பற்றி எரியூட்டியபோது அந்நிமித்திகர் இல்லம் எரியுண்டு அழிந்தது. அந்நூலும் உடன் மறைந்தது.

5

விண்ணின் மூச்சுலகில் அப்போதும் வசுஷேணர் எஞ்சியிருந்தார். வேறு ஒரு காலத்தில் விழிநிலைக்க அமைந்து அனைத்தையும் நோக்கிக்கொண்டிருந்தார். அவருக்கு முன்னும் பின்னும் வாழ்ந்தவர்கள் அனைவரும் மூச்சுலகிலிருந்து வேறுலகுகளுக்கு எழுந்துசென்றபின் அவர் மட்டும் அங்கே எஞ்சினார். அவர் எவரென்று அங்கிருக்கும் பிறரும் அறிந்திருக்கவில்லை. அங்கு அவ்வாறு நின்றுவிட்டவர்கள். ஒவ்வொருவரும் அவ்வாறு முற்றிலும் தனித்துவிடப்பட்டு வான்தெளிந்த கோடைகால இரவுகளில் மட்டும் நடுங்கும் சிறு விண்மீன் என மண்ணில் சிலர் விழிகளுக்குத் தென்பட்டனர். அவர்களை அண்ணாந்து நோக்கியவர்கள் அவ்விண்மீன்கள் உணர்த்திய பெருந்தனிமையை நெஞ்சுணர்ந்து அகம்நடுங்க விழிவிலக்கிக்கொண்டனர்.

வசுஷேணர் மண்ணிலிருந்து எழுந்து மூச்சுலகை அடைந்தபோது விம்மி அழுதுகொண்டிருந்தார். மூச்சுலகில் அவரை எதிர்கொண்ட கந்தர்வனாகிய சுகாலன் "அழுதபடிதான் நீங்கள் இங்கு வரமுடியும் அரசே, வருக!" என வரவேற்றான். "நான் ஏன் இத்தனை துயர்கொண்டிருக்கிறேன்?" என்று வசுஷேணர் கேட்டார். "நீங்கள் காம்பு கனிந்து உதிரவில்லை" என்று சுகாலன் சொன்னான். "ஏன்?" என்று வசுஷேணர் மீண்டும் கேட்டார். "களம்கொண்டு செல்லும் அம்புகள் முற்றொழியாமல் பாசறை திரும்புபவர்களுக்கு போர் முடிவதேயில்லை" என்றான் சுகாலன். அவர் பெருமூச்சுடன் "என்னால் எதையும் வகுத்துக்கொள்ள முடியவில்லை" என்றார்.

நூற்றுகவை நிறைந்த நாள் கழித்து மூன்று மாதங்களுக்குப் பின் அஸ்தினபுரியிலிருந்து அவர் சதசிருங்கத்திற்கு கிளம்பும்போது

அந்தணர்தலைவர் முந்தையநாளே அவர் அறைக்கு வந்து "அரசே, கானேகுதல் என்பது அரசர்களின் வழக்கமான கானுலா அல்ல. இது துறவு. இதுவரை அரசர் என்றும் குருகுலத்தவர் என்றும் குடித்தலைவர் என்றும் அமைந்து நீங்கள் கொண்ட அனைத்தையும் முழுமையாகத் துறந்து கிளம்புவதே இதன் நெறி. உங்கள் பெயரும் இனி உங்களிடம் இருக்கலாகாது. நீங்கள் விரும்பும் எதையும் உடன் கொண்டுசெல்லவேண்டாம். விருப்பங்கள் பற்று வளர்ப்பவை. நீங்கள் வெறுப்பவற்றையும் வைத்துக்கொள்ளவேண்டாம். அவை மும்மடங்கு பற்றை வளர்ப்பவை" என்றார். அவர் "ஆம், அமைச்சர் சொன்னார்" என்றார்.

கிளம்புவதற்கு குறிக்கப்பட்ட நாளின் முதற்காலைப் பொழுதின் இருளில் அவர் அரண்மனையிலிருந்து இறங்கி வந்து முற்றத்தில் நின்றார். அயல்நகர்களை ஆண்ட தம்பியர் வந்திருந்தனர். விருஷசேனனும் பிற மைந்தரும் ஓசையற்ற நிழல்களாக அரண்மனை முற்றத்தில் கூடியிருந்தனர். உரிய பொழுது அணைந்ததும் அந்தணர்தலைவர் தௌம்யர் வேதமோதி கங்கைநீர் தெளித்து அவரை வாழ்த்தினார். முனிவரான கர்க்கர் மரவுரியை மரத்தாலத்தில் வைத்து அளித்து "இதைக் கொள்க! இதுவும் உடைமையாகாமலொழிக!" என்றார். "ஆம், உடைமை என ஏதும் கொள்ளமாட்டேன்" என்று மும்முறை சொல்லி அவர் அதைப் பெற்றுக்கொண்டார்.

ஆனால் தன் வாய்க்குள் சிறிய அருமணி ஒன்றை அவர் கரந்திருந்தார். அதை அவரன்றி எவரும் அறிந்திருக்கவில்லை. அவர் அன்னை அவருக்கு அணிவித்த குண்டலங்களில் ஒன்றிலிருந்த மணி அது. அவரைப் பெற்றதுமே சேடியிடம் கொடுத்து அங்கநாட்டுக்கு அனுப்பியபோது அடையாளம் காணும்பொருட்டு அன்னை அணிவித்தது அக்குண்டலம். அவனை புரவிச்சூதரான அதிரதர் எடுத்து வளர்த்தபோது சூதனல்ல என்று ஒவ்வொருகணமும் அடையாளம் காட்டியது. அதனாலேயே அவனை அவர்கள் மணிகர்ணன் என்றழைத்தனர்.

அன்னையின் ஒற்றர்கள் அதனூடாகவே அவனைக் கண்டடைந்தார்கள். அன்னையின் மூத்தவராகிய மதுராவின் வசுதேவர் அவனை அன்னையிடம் அழைத்துச்சென்றபோது அவனை அப்பால் கண்டதுமே அன்னை ஓடிவந்து அவன் குண்டலங்களைத்தான் முதலில் தொட்டுநோக்கினாள். மறுகணம் அள்ளி உடலுடன் சேர்த்துக்கொண்டு கதறி அழுதாள். அவன் தலைமுகர்ந்து தோள்களை வருடினாள். "உன் காதுமணிகள்... அவை இரு விழிகளுடன் இணைந்து ஒளிவிட்டன. நீ எவரென்று காட்டின" என்றாள். அவனை அவள் கர்ணன் என்றழைத்தாள்.

பின்னர் அணிகளும் மணிகளுமாகப் பொலிந்தபோதும் அன்னை அணிவித்த அந்த முதல் நகையையே தன் அடையாளமென வசுஷேணர் கொண்டிருந்தார். அந்தச் செவியணியாலேயே கர்ணர் என்று குடிகளால் அழைக்கவும்பட்டார். ஒருபோதும் அதைக் கழற்றியதில்லை. அந்த அருமணிகளைப்பற்றி அன்றாடமென சூதரும் புலவரும் புகழ்மொழி பாடினர். அவர் கனவில் அவரெழுகையில் அந்த மணிக்குண்டலத்தின் ஒளியையே முதலில் கண்டார்.

முந்தையநாள் இரவில் அமைச்சர் சௌனகர் வந்து மறுநாள் அணிகளைக் கழற்றிவிடவேண்டும் என்று சொன்னபோது முதலில் எண்ணத்திலெழுந்தது அந்தக் குண்டலங்களைக் கழற்றவேண்டுமா என்றுதான். ஆனால் மெலிந்த கழுத்தில் முடியற்ற வறுந்தலை நடுங்கிக்கொண்டிருக்க, களைப்பில் இமைகள் சரிந்து தழைய, பற்களில்லாத வாய் தாடைதொங்கித் திறந்திருக்க நரைத்த இமைகளுக்குக் கீழே வெளிறிய விழிகளுடன் அவர் வெறுமனே நோக்கிக்கொண்டிருந்தார். அன்றிரவெல்லாம் துயிலாமல் இருளில் படுத்திருந்தார். அரண்மனையின் ஓசைகள் மிக அண்மையிலெனக் கேட்டன. அத்தனை ஒலிசூழ்ந்ததே தான் அதுவரை அறிந்த அமைதி என அன்று உணர்ந்தார்.

மறுநாள் பிரம்மப்பொழுதில் அவரை அணியறைக்கு கொண்டுசென்று அமரச்செய்து ஒவ்வொரு பூணாகக் கழற்றியும் உருவியும் வெட்டியும் எடுத்தனர் அணியர். நூறாண்டுகளாக ஒவ்வொருநாளும் அவர்கள் அணிவித்ததுபோலவே அமைதியாக, பிழையற்ற அசைவுகளுடன், அணிகளை நீக்கினர். அவர்கள் இறுதியாகக் குண்டலங்களைக் கழற்றி அணிப்பேழையில் வைத்துவிட்டு பின்விலகி "முழுமை, அரசே" என்றனர். அச்சொல் அவரைத் திடுக்கிடச் செய்தது. ஆடியில் தன் முதிய முகத்தை, வளைந்த வெற்றுடலை நோக்கினார். ஒவ்வொருநாளும் அணிகளைத்தான் நோக்கிக்கொண்டிருந்தோம் என்று உணர்ந்தார். முன்பு உடல் ஓங்கி அழகுகொண்டிருந்த நாளில் அணிகள் விழிகளுக்குப் பட்டதேயில்லை என்று எண்ணிக்கொண்டார்.

கைவீசி அணியரை அகலச்சொல்லிவிட்டு ஆடியை நோக்கிக்கொண்டு அமர்ந்திருந்தார். விழிகள் அத்தனை மங்கலானவையா? தோள்கள் இத்தனை வளைந்து முன்குவிந்துள்ளனவா? தாடைக்குக் கீழே இத்தனை தொங்கல்களா? பெருமூச்சுடன் எழப்போனபோது குண்டலங்களின் நினைவு வந்தது. பேழையைத் திறந்து அவற்றை நோக்கினார். இரு விழிமணிகள் என அவை கிடந்தன. விழிகள்போல் அவை ஒளியிழந்திருக்கவில்லை. பலமுறை கைநீட்டி, தயங்கி, பின் துணிந்து அவற்றை எடுத்தார். பின் ஒன்றை திரும்ப உள்ளே போட்டார்.

சௌனகரின் காலடியோசை கேட்டதும் எடுத்ததை வாய்க்குள் போட்டுக்கொண்டார்.

மரவுரி அணிந்து தேரிலேறி நகர்நீங்கும்போது அவர் வாய்க்குள் அந்த மணி இருந்தது. திரும்பிப்பார்க்கலாகாது என்று அவரிடம் மீளமீள அறிவுறுத்தியிருந்தனர். திரும்பிப்பார்க்கிறாரா என்று பல விழிகள் கூர்ந்திருக்கும் என அறிந்திருந்தார். திரும்பிப்பார்த்துவிடுவோம் என்னும் அச்சமும் கொண்டிருந்தார். ஆனால் தேர் நகர்ந்ததும் அவர்கள் அனைவரையும் ஏமாற்றிவிட்டோம் என்னும் மெல்லிய உவகையே அவருள் எழுந்தது. நீங்கள் எவருமறியாத ஆழம் கொண்டவன் நான் என எண்ணிக்கொண்டார்.

காட்டுக்குள் புகுந்த பின்னரே மணியை வெளியே எடுத்தார். அதை நோக்கிக்கொண்டிருந்தபோது எரியாத, அணையாத சிறுசுடர் என்று தோன்றியது. அதை திரும்பி வீசி எறிந்தால் அஸ்தினபுரி எரிந்தழிந்து விடக்கூடும். அது ஒரு படைக்கலம், எப்போதும் துணையிருக்கட்டும், இருண்ட காட்டில் அது விளக்காகட்டும் என எண்ணியபடி கைகளை மூடினார். எண்ணமெங்கும் எழுந்த ஏக்கத்தால் உளம் கரைந்து விழிநீர் உகுக்கலானார். சதசிருங்கத்தை அடைந்தபோது உலர்ந்த விழிநீர்த்தடங்களுடன் தேருக்குள் சுருண்டு துயின்றுகொண்டிருந்தார். கனவுக்குள் அன்னை அவர்முன் அந்த மணியை நீட்டிக்காட்டி “உண்ணுக மைந்தா, இது அமுதத்துளி” என்றாள்.

சதசிருங்கத்தில் அவர் அந்த மணியைத் தன்னுடனேயே வைத்திருந்தார். ஒரு சரடில் கட்டித் தன் கழுத்தில் அணிந்துகொண்டார். தனித்திருக்கையில் அறியாது அவர் கை அதை நெருடிக்கொண்டிருந்தது. சதசிருங்கத்திற்குச் சென்ற நாற்பத்தாறாம் நாள் அங்குள்ள ஏரியில் நீராடும்பொருட்டு இறங்கினார். மூழ்கி எழுந்தபோது கால்தடுக்கவே நிலைதடுமாறி விழப்போனபோது கைபட்டு கழுத்திலிருந்த சரடு அறுபட்டது. பதற்றத்துடன் அதை அள்ளிப்பற்றியபோது பக்கவாட்டில் விழுந்து அங்கிருந்த சேற்றில் கையும் காலும் சிக்குண்டு நீருக்குள் அமிழ்ந்தார். இறுதிமூச்சின்போது அந்த மணி அவர் கையில் இருந்தது.

மூச்சுலகை அடைந்தபோது அவர் அந்த மணி தன் கழுத்தில் இருப்பதை உணர்ந்தார். சுகாலனிடம் “பொருட்களைக் கொண்டுவர முடியுமா?” என்று கேட்டார். “இது அப்பொருளின் பிறிதொரு வடிவம். இங்கிருக்கும் உங்கள் உடல்போல” என்று அவன் சொன்னான். அவ்வுலகில் அமைந்து அவர் ஒவ்வொரு கணமும் என அஸ்தினபுரியை நோக்கிக்கொண்டிருந்தார். ஒவ்வொருவர் அருகிலும் எண்ணியதுமே

செல்ல முடிந்தது. ஒரே தருணம் அனைவருடனும் இருக்கமுடிந்தது. அவர்கள் எண்ணுவதையும் கேட்கமுடிந்தது.

ஆனால் அவர் குரலை அவர்கள் கேட்கவில்லை. அவர் தொடுகையை உணரவுமில்லை. மிக அரிதாக, முழுத்தனிமையில் இருக்கையில் எண்ணங்கள் ஓடிஓடிக் களைத்து நின்று மீண்டும் மீளும் இடைவெளியின் கணத்தில் அவர்கள் ஓர் விந்தையான சிலிர்ப்பாக அவர் அருகமைவை உணர்ந்தனர். கனவுகளில் எங்கெங்கோ எதிரொலித்து உருமாறிச் சென்றடைந்த அவர் குரலைக் கேட்டனர். ஒருபோதும் எண்ணிய எதையும் அவரால் அவர்களிடம் உரைக்கமுடியவில்லை.

விருஷசேனனின் இறப்போ, இளையோரின் மறைவோ அவரை வருத்தவில்லை. ஆனால் ஒவ்வொரு தருணத்திலும் அவருக்குச் சொல்வதற்கொன்று இருந்தது. அதை சொல்லத்துடிப்பதே அவர் துயரென்றாகியது. மூன்று தலைமுறை கடந்தபோது ஜனமேஜயன் அவையில் அவருடைய பெயர் அரிதாகவே பேசப்பட்டது. ஐந்து தலைமுறைக்குப் பின் குடியவைகளில் அவருடைய வாழ்க்கையை எவரும் அறிந்திருப்பதாகவே தெரியவில்லை. அரசர்களின் பெயர் நிரையில் ஒன்றுடன் ஒன்று பின்னி ஒழுகிச்செல்லும் ஒலியில் அவர் பெயரும் மின்னி மறைந்தது.

ஒவ்வொரு முறையும் அவையில் நிமித்திகன் எழும்போது அவர் அணுகி செவிகூர்ந்து நின்றார். தன் பெயர் ஒலிக்கையில் மெய்ப்புகொண்டு திரும்பி அவையை நோக்கினார். ஒருவர்கூட அதை செவிகொள்ளவில்லை என்று கண்டதும் சினம்கொண்டு பற்களைக் கடித்தார். பின்னர் விழிநனைய துயரடைந்தார். ஒவ்வொருவரின் அருகிலாகச் சென்று நின்று “என்னை நினைவுகூரவில்லையா நீ? உன் மூதாதை எனக்கு அணுக்கன். உன் தந்தையை நான் அறிவேன்” என்றார். “ஏன் மறக்கிறீர்கள்? ஒவ்வொன்றும் மறக்கப்படும் வெளியில் எதை நிலைநிறுத்துவீர்கள்?” எனக் கேட்டார்.

“மூச்சுலகிலிருந்து மண்ணுக்குச் சென்று இங்கு மீள்கிறார்கள் மானுடர். இங்கிருக்கும் அவர்களின் இருப்பு ஒரு தகவு. மண்ணில் அவர்கள் நிகழ்வு. உள்ளத்திலுள்ள எண்ணம் போன்றது மூச்சுலக இருப்பு. அது சொல்வடிவுகொள்வதே மண்வாழ்க்கை. சொல்லென்றாகாத எண்ணமே இங்கு மானுடரென மீள்கிறது” என்று சுகாலன் சொன்னான். “ஆற்றல்மிக்க எண்ணக்குவையென இங்கிருந்தீர், வசுஷேணரே. அங்கே உங்களில் ஒரு துளியே வெளிப்பட்டது. எஞ்சியவை இங்கு மீண்டன. அவற்றின் எடையே இங்கு உங்கள் இருப்பு.”

“ஆனால் நான் பெரும்வில்லவனாக இருந்தேன். கல்விப்பெருமையும் கொடைச்சிறப்பும் கொண்டிருந்தேன்” என்று வசுஷேணர்

சொன்னார். "மண்ணிலுள்ள அத்தனை விதைகளும் காடென்று எழும் வாய்ப்புள்ளவையே. கோடிகளில் சிலவே முளைத்தெழுந்து கிளைபரப்பி பூத்துக் காய்த்துக் காடாகின்றன" என்றான் சுகாலன். "முளைக்காதவை தெய்வங்களால் கைவிடப்பட்டவை." வசுஷேணர் சினத்துடன் "நான் உலகை வெல்லும் ஆற்றல் கொண்டிருந்தேன்" என்று கூவியபின் அச்சொல்லின் வெறுமையை உணர்ந்து பெருமூச்சுவிட்டார்.

பின்பு சுகாலனிடம் "கந்தர்வரே கூறுக, நான் இயற்றிய பிழைதான் என்ன ?" என்றார். "முதற்பிழை உங்கள் பிறவிநூலில் இருந்தது, வசுஷேணரே" என்றான் சுகாலன். "ஊடு மட்டுமே கொண்ட நெசவென உங்கள் வாழ்க்கை அதில் வகுக்கப்பட்டிருந்தது. எதிர் இல்லாமல் உங்கள் உள்ளுறைந்த எதுவும் எழமுடியாமலாயிற்று. உங்களுக்கான களங்களே அமையவில்லை. கோடிகளில் ஒன்றென நிகழும் கொடிய ஊழ்கொண்டிருந்தீர்." திடுக்கிட்ட உள்ளத்துடன், நடுங்கும் கைகளைக் கோத்தபடி, வசுஷேணர் நோக்கி அமர்ந்திருந்தார்.

"ஒன்று செய்திருக்கலாம், உண்மையில் அது ஒரு பெரும்வாய்ப்பு. அந்த ஊழையே உங்கள் எதிர் என கொண்டிருக்கலாம். பேராற்றல்கொண்ட எதிரி. நிலைக்கா விசைகொண்ட பாவு. நீங்கள் அதைத் தவறவிட்டீர்கள். குமிழியுடையும் நுரை என ஒவ்வொரு நாளும் அமைந்துகொண்டிருந்தீர்கள்." துயருடன் தலைகுனிந்து "ஆம்" என்று வசுஷேணர் சொன்னார். "ஆனால் காலம் எதையும் தவறவிடுவதில்லை. ஒருவர் விட்டதைப் பிறிதொருவரைக் கொண்டு நிறைவேற்றுகின்றது அது. கீழே நிகழ்வன நீங்கள் எழுந்திருக்கவேண்டிய களங்கள். அதோ, நீங்கள் கொன்றிருக்கவேண்டியவர்கள் போரிட்டு இறக்கிறார்கள்."

சூரியபீடனின் மைந்தன் சத்யகர்ணன் தன் உடன்பிறந்தார் அனைவரையும் கொன்றழித்தபோது வசுஷேணர் பதறி அழுதார். தன் ஒரு மைந்தன் மட்டும் எஞ்ச பிற அனைத்து மைந்தரையும் அவர்கள் சொல்முளைக்கும் முன்னரே நாடுகடத்தியபோது ஒவ்வொருவருக்கும் பின்னால் சென்று ஏங்கி விம்மினார். அவர்கள் அறியா நிலங்களில் பசித்தும் வேட்டையாடப்பட்டும் நோயுற்றும் இறந்தபோது அருகே நின்றிருந்தார். ஸ்வேதகர்ணன் சத்யகர்ணனை சிறையிட்டபோது பதைத்தார். அஸ்தினபுரி குருதியில் நாளும் நனைந்தபோது அந்நகரெங்கும் பதறியபடி சுற்றிவந்தார். நள்ளிரவில் துயில்விழித்த சிலர் இருளுக்குள் அறியாப் பறவை ஒலியென எழுந்த விம்மலொன்றைக் கேட்டு மெய்ப்புகொண்டனர்.

குருவின் கொடிவழியில் போர் ஒருநாளும் ஓயவில்லை என்பதனால் அவர் விண்ணில் நிலைகொள்ளவேயில்லை. குருதிக்களங்கள். விழிநீரும்

விம்மலும் நிறைந்த இல்லங்கள். அளியின்மையும் அறமின்மையும் ஆளும் நாட்கள். நிரமித்ரனின் மைந்தன் க்ஷேமகன் காட்டில் விஸ்ரவனை சந்தித்த தருணத்தில் அவர் அருகிருந்தார். விஸ்ரவனை அவர் நன்கறிந்திருந்தார். “மைந்தா, வேண்டாம். அவன் நஞ்சுகொண்ட நாகம்...” என்று கூவினார். க்ஷேமகன் மேல் பாய்ந்து அவனை உலுக்கினார். காட்டின் மென்குளிர்காற்றென்றே அவன் அவரை உணர்ந்தான். விஸ்ரவனும் க்ஷேமகனும் இணைந்து நடந்தபோது நெஞ்சிலறைந்து கதறியபடி உடன்சென்றார்.

விஸ்ரவன் மறைந்த அரசன் நிரமித்ரனின் அரசி சௌரவைக்கு அவள் மணம் கொள்வதற்கு முன்பு சிறுமியாக இருக்கையில் முனிவர் ஒருவரின் குருதியில் பிறந்த மைந்தன். கலிங்க அரசனான அவள் தந்தை அக்குழவியை சேடி ஒருத்தியிடம் கொடுத்து, கொல்லும்படி ஆணையிட்டு அனுப்பினார். அவள் அதை அயல்நிலத்து இசைச்சூதர் குழுவுக்கு விற்றாள். அவர்களிடம் சூதனென்று அக்குழந்தை வளர்ந்தது. விஸ்ரவன் என்று பெயர் பெற்றது.

விஸ்ரவன் நூல்கற்றான், ஆனால் இசையும் ஆடலும் அவனுக்கு அமையவில்லை. விற்கலையும் போர்க்கலையும் காவியங்களிலிருந்தே உளம்பட்டன. அரசுசூழ்தலை அவன் அரசும் அரண்மனையும் இல்லாமலேயே கற்றுத்தேர்ந்தான். வில் அவன் ஆழுளம்போல ஆயிற்று. ஒருமுறை மூங்கில் அம்பைக்கொண்டு பறக்கும் கிளி ஒன்றை அவன் வீழ்த்தியபோது உடனிருந்த முதிய நிமித்திகர் ஒருவர் “இவன் சூதனல்ல, ஷத்ரியன்” என்றார். “இவன் குருதியில் உள்ளது குலவித்தை. சொல்க, இவன் யார்?”

அவன் முன்னரே அதை ஒருவாறாக உய்த்தறிந்திருந்தான். அவன் அன்னை தயங்கியபடி அவனை அளித்தவள் கலிங்க அரண்மனையின் சேடி என்று சொன்னாள். அச்சேடி அவனை அளிக்கையில் அவன் உடலில் இருந்த சிறுபட்டாடையை அவள் அப்போதும் பேணியிருந்தாள். அதைப் பார்த்ததுமே முதுநிமித்திகர் “இவன் கலிங்கத்து இளவரசி சௌரவையின் மைந்தன். அவள் கருவுற்று மைந்தன் ஒருவனை ஈன்றாள், அவன் மகவுப்பருவத்தில் மறைந்தான் என்று ஒரு செவிச்செய்தி உள்ளது. அவனே இவன்” என்றார். மறுவினா இன்றி விஸ்ரவன் அது உண்மை என்று உணர்ந்தான்.

அந்த ஆடையுடன் அவன் அஸ்தினபுரிக்கு சென்றான். அங்கே பட்டத்தரசியென அமர்ந்திருந்த சௌரவையை இசைச்சூதன் என்று சொல்லி அணுகினான். கலையவையில் அவள் சேடியருடன் அமர்ந்திருக்க அவன் கலிங்கத்துத் தொல்கதை எனத் தன் கதையைச்

சொல்லத் தொடங்கினான். சொல்பெருகி கதை உருவம்கொண்டதுமே கேட்டிருந்த சௌரவை திகைப்பும் பதற்றமும் சினமும் கொண்டாள். அவன் கலிங்கத்தின் கதிர்க்கொடி பொறித்த அந்த ஆடையைத் தன் தலையணியாகக் கட்டியிருந்தான். கதை முடிவதற்குள்ளாகவே தலைநோவு கொண்டதாகச் சொல்லி அரசி கிளம்பிச் சென்றாள்.

அவன் தன் குடிலில் இருக்கையில் தேடிவந்த சௌரவையின் முதுசேடி அவன் எவரென்று வினவினாள். அவன் அந்த ஆடையைக் காட்டி "உங்கள் பேரரசியின் மைந்தன் நான்" என்று சொன்னான். "நகர் வேண்டேன், செல்வமும் வேண்டேன். அன்னை என ஒருமுறை அவர் அருகிருக்கவேண்டும். அவர் என்னை மைந்தா என்றழைக்கக் கேட்கவேண்டும். பிறர் அறியாமல் அக்கணமே இந்நகரிலிருந்து கிளம்பிச்செல்வேன். எனக்குரிய நிலத்தை நானே வென்றுகொள்வேன். அங்கு அவள் மைந்தன் என்று என் குலம் அறியப்படவேண்டும் என்பதே என் எண்ணம்" என்றான்.

அரசியிடம் சென்று சொல்லிவிட்டு மீண்ட சேடி அரசி அவன் எவரென்று அறிந்து அழுது துவண்டு மஞ்சத்தில் கிடப்பதாகவும் தன் மைந்தனைத் தனிமையில் பார்க்க விழைவதாகவும் சொன்னாள். மறுநாள் அந்தியில் கொடிமண்டபத்திற்கு அழைத்து வரும்படி அரசியின் ஆணை என்றாள். அவன் விழிநீர் உகுத்து "எப்போதும் என் அன்னையை நான் அகத்தே தேடிக்கொண்டிருந்தேன். அருகமர்கையில் என் பிறவிமுழுமையை அடைவேன்" என்றான்.

மறுநாள் அவன் சேடியால் அந்தியின் மெல்லிருளில் கொடிமண்டபத்திற்கு அழைத்துச்செல்லப்பட்டான். உள்ளம் உவகையால் கொப்பளித்துக்கொண்டிருந்தாலும் அரசுசூழ்தல் கற்ற அவன் அகவிழி எச்சரிக்கைகொண்டிருந்தது. அவள் நடைதயங்குவதிலிருந்து பிழை ஒன்றை அவன் உய்த்தறிந்தான். அவள் நிழலையே நோக்கிக்கொண்டு நடந்தான். அவன் நோக்கவில்லை என்று எண்ணி அவள் கையசைவு காட்டுவதை உணர்ந்த கணமே துள்ளி விலகினான். மறைந்திருந்த காவலர் வாள்களுடன் அவனைச் சூழ்ந்துகொள்ள அவன் அவர்களில் ஒருவனின் உடைவாளைக் கைப்பற்றி அவர்களை எதிர்கொண்டான். ஒருவனை வெட்டி வீழ்த்தியபின் தப்பி ஓடினான். அவனுக்குப் பின்னால் சௌரவையின் குரல் "விடாதீர்கள்... துரத்திப்பிடியுங்கள்" என்று கூவுவதைக் கேட்டான்.

நெஞ்சு முழுக்க சொட்டிப்பரவிய விழிநீருடன் விஸ்ரவன் காட்டுக்குள் புகுந்து ஒளிந்துகொண்டான். சௌரவையின் ஏவலரும் கலிங்க மன்னரின் ஒற்றர்களும் அவனைக் கொல்லும்பொருட்டு தேடி அலைந்தனர். அவன்

மேலும் மேலுமெனக் காட்டுக்குள் புகுந்து தென்றிசைக்குச் சென்றான். அங்கே அறியாது நாகர்நிலத்துள் புகுந்து அவர்களின் தெய்வச்சுனையருகே மயங்கிக்கிடந்த அவனை நாகர்கள் கண்டனர். அயலவர் தங்கள் எல்லை கடந்தால் அக்கணமே கொன்று வெளியே வீசுபவர்கள் அவர்கள். அவனைத் தொட்ட நாகர்களின் தலைவன் "பெருவலி கொண்டு அத்தனை தசைகளும் இழுபட்டு முறுக்கியிருக்கின்றன. இவனை முன்னரே ஏதோ நாகம் கடித்திருக்கிறது" என்றான்.

அவனை புரட்டிப்புரட்டித் தேடியபோது கடிவாய் எதையும் காணாது குழம்பினார்கள். "இவனுள் எரியும் அந்நஞ்சு எவருடையது? நம்மை மிஞ்சும் நஞ்சுகொண்ட நாகங்கள் உள்ளனவா இப்புவியில்?" என்றான் தலைவன். அவனை கொண்டுசென்று தங்கள் குடிலில் கிடத்தி நோய்நோக்கினர். விழித்தெழுந்த அவனிடம் அவனைத் தொட்ட அந்நஞ்சு எது என்றனர். அவன் கூறியதைக்கேட்டு தலைவன் சினந்தெழுந்து நின்று நடுங்கினான். "கொடிய நஞ்சு... மாற்றிலாதது" என்று அவன் சொன்னான்.

அவர்களிடமிருந்து நச்சுக்கலையை விஸ்ரவன் கற்றுக்கொண்டான். நஞ்சைத் தன் உடலில் நுழைத்து உருமாற்றம் அடைந்தான். ஓங்கிய கரிய உடலும் ஒளிகொண்ட கண்களும் கொண்டிருந்த அவன் குறுகிய சிறுதோற்றம் பெற்றான். பிறிதொருவனாக நெஞ்சுள் நொதிக்கும் நஞ்சுடன் அஸ்தினபுரி நோக்கி வரும் வழியில்தான் க்ஷேமகனைப் பார்த்தான். அவன் அணிந்திருந்த கணையாழியினூடாக அவன் எவரென்று அறிந்துகொண்டான்.

"அவன் துறக்கப்பட்டவன், வேட்டையாடப்பட்டவன், பழிசூடியவன். நெஞ்சு நச்சுக்கலமென்றானவன். அவனை நான் அறிவேன். மைந்தா, அவனைத் தவிர்த்துவிடு" என்று வசுஷேணர் கதறிக்கொண்டே இருந்தார். க்ஷேமகன் இருந்த இடத்திலேயே ஒருகணமும் நீங்காமல் இருந்தார். அவன் அவரைக் கேட்கவில்லை என்றாலும் பிறிதொன்றை அருகுணர்ந்து அமைதியிழந்தான். "எவரோ என்னிடம் எதையோ சொல்லிக்கொண்டிருக்கிறார்கள் என்று உணர்கிறேன். சற்றே துயின்றால்கூட எவரோ தொட்டு எழுப்புவதுபோல் உணர்ந்து விழித்துக்கொள்கிறேன்" என்று அவன் மருத்துவரிடமும் நிமித்திகரிடமும் சொன்னான்.

"நிறைகொள்ளாது நிலையழிந்த மூதாதை ஒருவரின் இருப்பை உணர்கிறேன், அரசே" என நிமித்திகர் சொன்னார். க்ஷேமகன் "அவர் பெயரென்ன? அவர் நிகழ்ந்த நாள்மீன் என்ன? அவர் அமைதிகொள்ள ஆவன செய்யவேண்டும்" என்றான். "அறியேன், மீளமீள களம்சூழ்ந்து நோக்கியும் காணமுடியவில்லை" என்றார் நிமித்திகர். அமைதியிழந்து

நாட்கணக்கில் துயில்நீத்திருந்த அவனுக்கு அரண்மனை மருத்துவர் அகிபீனா அளித்தார். பின் அவன் அதற்கு அடிமையானான். விழிப்பும் துயிலும் வண்ணம் மயங்கிக்கலந்த வெளியில் வாழ்ந்தான்.

விஸ்ரவன் வாளுடன் க்ஷேமகனின் அறைக்குள் நுழைந்தபோது வசுஷேணர் அலறியபடி பாய்ந்து வந்து அவனைத் தடுத்தார். "இழிமகனே, நில். நில்!" என்று கூவியபடி அவன் காலில் விழுந்து பற்றிக்கொண்டார். விஸ்ரவன் கால்தடுக்கிய ஓசைகேட்டு க்ஷேமகன் எழுந்துகொண்டு "என்ன செய்தி?" என்று கேட்டான். வாள் சுழன்று அவன் தலையை வெட்டி ஓசையெழ நிலத்தில் உருட்டியது.

அவன் தலையை நோக்கிச் சென்று குனிந்து நெஞ்சிலடித்தபடி வசுஷேணர் கதறினார். தலையால் நிலத்தை அறைந்து துயர்வெறிகொண்டு கூச்சலிட்டார். மூச்சுலகில் அவர் கொண்ட கடுந்துயரை அருகே நின்று சுகாலன் நோக்கிக்கொண்டிருந்தான். வசுஷேணர் "எனக்கு இனி என்ன மீட்பு? நீரும் அன்னமும் அளிக்க என் குடியின் கைகள் எங்கே?" என்று அலறி அழுதார். தன்னைச் சூழ்ந்திருந்த மூச்சுவெளியை திரையொன்றைக் கிழிப்பவர்போலக் கைவீசிக் கலைத்தபடி துள்ளித்திமிறினார். "இல்லை. இதுவல்ல... இதுவல்ல" என்று கூவினார்.

மிக அப்பாலிருந்து "ஆம், அது அல்ல. ஆனால் அதுவும்தான்" என்று எவரோ சொன்னார்கள். கனவிலென அக்குரலை அவர் கேட்டார். வேறெங்கோ எவ்வகையிலோ நிகழ்ந்த நினைவொன்று எழ "யாதவரே, யாதவரே" என்று அலறினார். "என்னை மீட்டெடுங்கள்... யாதவரே, என்னை இம்முடிவிலாப் பாழிலிருந்து காத்தருளுங்கள்." இளைய யாதவரின் கை வந்து அவர் தோளைத் தொட்டது. ஒற்றைக்காலூன்ற இடமிருந்த நீண்ட விளிம்பில் கீழே அடியிலாப் பாழ் வெறித்திருக்க நடந்துகொண்டிருந்த அவர் நிலைகொண்டார். "யாதவரே... போதும். யாதவரே, கைவிடாதீர்!" என்று கதறியபடி அக்கைகளைப் பற்றிக்கொண்டார்.

6

தன்னிலை அறிந்து மீண்டபோது கர்ணன் தரையில் அந்த வளைகோட்டுக்கு மேலேயே கிடந்தான். அவன் கொண்ட அரைமயக்கில் அவன் மேலிருந்து எடைமிக்க உடற்சுருட்களை மெல்ல அகற்றியபடி கார்க்கோடகன் ஒழிந்துசெல்வது தெரிந்தது. இடமுணர்ந்ததும் திடுக்கிட்டுக் கையூன்றி எழுந்து அமர்ந்தான். "யாதவரே, என்ன ஆயிற்று?" என்றான். அப்போதுதான் தன் உடல் இடைக்குக் கீழே அந்த மண்தரைக்குள் இருப்பதை அறிந்தான். அடியறியா நீருக்குள் என அவன் கால்கள் தவித்துத் துழாவின. எழ முயலுந்தோறும் மூழ்கினான். கைகளை நீட்டி "யாதவரே, என்னை மீட்டெடுங்கள்" என்றான்.

"நீர் முழுமையாக மீளவில்லை, அங்கரே. இன்னுமொரு வாய்ப்புள்ளது தெரிவுக்கு. எழுவதையோ மீள்வதையோ எண்ணி முடிவெடுங்கள்" என்று இளைய யாதவர் சொன்னார். "நான் மீள்கிறேன், பிறிதொன்றில்லை. மீள்கிறேன்" என்றான் கர்ணன். "மீண்டெழுந்தால் நிகழ்வதென்ன என்று அறிவீரா?" என்றார் இளைய யாதவர். "எதுவாயினும்... எதுவாயினும் மீள்கிறேன்" என்று கர்ணன் கூவினான். "ஒரு கணம் இதை நோக்குக!" என்று இளைய யாதவர் எதிர்ச்சுவரைக் காட்டினார். அங்கே ஒளி விரிய கர்ணன் அதிலெழுந்த காட்சிகளை மெய்யெனக் கண்டான். உளம்சென்றதும் உடலும் செல்ல அதற்குள் புகுந்து அதை வாழலானான்.

பெரும்போர்க்களத்தை அவன் கண்டான். அதில் தன் மைந்தர்கள் தலையற்று விழுந்து கிடந்து உடல் துள்ளுவதை, வெட்டுப்பரப்பிலிருந்து செங்குருதி நுரைக்குமிழி வெடிக்க எழுவதை, உருண்ட தலையில் விழிகளின் வெறிப்பை, பல்தெரிய நகைப்போ எனக் காட்டிய

வாயை கண்டு உடல்விதிர்க்க நின்றான். செயலற்றதென இடக்கால் அதிர்ந்துகொண்டிருக்க இழுத்தபடி நடந்தான். அறிந்த அனைவரும் வெட்டுண்டும் தலையுடைந்தும் இறந்துகிடப்பதை கண்டான்.

பின் மிக அருகிலென அர்ஜுனனின் உடலைக் கண்டான். அம்பு துளைத்த காயங்களிலிருந்து குருதி வழிய இடக்கால் இழுபட்டு அதிர்ந்து கொண்டிருக்க கைகள் மண்ணை அள்ளி அதிர அவன் தேரிலிருந்து விழுந்துகிடந்தான். "இளையோனே..." என்று அலறியபடி அவன் அருகே சென்றான். இறந்துகிடந்த அர்ஜுனனின் உதடுகள் அசைந்தன. விழிகள் நிலைத்திருக்க "மூத்தவரே, நீங்கள் என்னைக் கொன்றீர்கள்" என்றான். "நான் எண்ணவில்லை இளையோனே, நீ நான்... நான் என்னைக் கொன்றேன்" என்றான்.

நாகவாளி தொட்ட நஞ்சு அர்ஜுனன் உடலைக் கருக வைத்துக் கொண்டிருந்தது. இமைக்கதுப்புகள் எரிந்த கரியென்றாயின. உதடுகள் கருகின. உடல் அனலில் இலை என உலர்ந்து வற்றத்தொடங்கியது. "இளையோனே, நான் எண்ணவில்லை... இளையோனே, நான் என்றும் உன்னையே நான் என்று உணர்ந்தவன். இளையோனே..." என்று கர்ணன் நெஞ்சிலறைந்து கூவினான்.

தொலைவிலிருந்து குந்தி கைவீசிக் கதறியபடி மேலாடை அவிழ்ந்து விழ வறுமுலைகள் தொங்கியாட ஓடிவருவதைக் கண்டான். அவள் தன்னை கொல்லப்போகிறாள் என்று அஞ்சி நடுங்கிய உடலுடன் எழுந்து நின்றான். அவள் அவனைக் கடந்து ஓடி தரையில் கிடந்த பேருடலை அள்ளி நெஞ்சோடணைத்துக்கொண்டு தலையை அறைந்து "மைந்தா! என் இறையே! இனி எனக்குத் தெய்வங்களும் இல்லையே!" என்று கதறியழுதாள்.

பீமனின் பெருங்கரங்கள் துணிக்கப்பட்டு இரு அடிமரங்கள் என அருகே கிடந்தன. அப்பால் அவன் கதை குருதியில் மூடி உருண்டு கிடந்தது. அவன் முகத்தை முத்தமிட்டபடி குந்தி விலங்குபோல் ஒலியெழுப்பி கதறினாள். அவன் கால்கள் உயிரிழந்திருந்தன. உடல் எடைமிக்க கற்சிலை நிலையழிந்ததுபோல் தள்ளாடியது.

அப்பால் நகுலனையும் சகதேவனையும் கண்டான். அருகருகே நிழலும் உருவும் என அவர்கள் தலையறுந்து கிடந்தனர். அவன் விழுந்தும் எழுந்தும் நடந்தான். நான்கு நரிகள் ஒரு தலையைக் கடித்து இழுத்துச்செல்லக்கண்டு கைதூக்கி விரட்டினான். அவற்றிலொன்று அத்தலையை விட்டுவிட்டு அவனை நோக்கிப் பல்காட்டிச் சீறியது. அந்தத் தலை அணிந்த குண்டலங்களில் இருந்து அது யுதிஷ்டிரன் என்று உணர்ந்தான்.

அலறியபடி மயங்கி விழுந்து மீண்டும் உணர்வடைந்தபோது அவன் தலைக்குமேல் துரியோதனன் குனிந்து நின்றிருந்தான். "வென்றோம், அங்கரே... நாம் வென்றோம்." கர்ணன் "ஆம்" என்றான். "உங்கள் வில்திறனால் வென்றோம்... என் கொடிவழியில் ஒரு மைந்தன் அரசாள்வான்." கர்ணன் "ஏன்?" என்றான். "என்னைத் தொடையறைந்து கொன்றான் பீமன். என் இளையோனை நெஞ்சுபிளந்து குருதியுண்டான். என் நூற்றுவர்தம்பியரையும் தலையுடைத்து சிதறடித்தான்."

கர்ணன் கையூன்றி எழுந்தான். "அதோ, அங்கே" என்று துரியோதனன் சுட்டிக்காட்டினான். துச்சாதனனின் உடல் திறந்து விரிந்திருக்க நாய்கள் குடலை கடித்திழுத்தன. அப்பகுதியெங்கும் கௌரவர்களின் உடைந்த தலைகள் மூளைநெய் சிதற பரவிக்கிடந்தன. "வருக, என் சுனையருகே வருக!" என்றான் துரியோதனன். "இல்லை... இல்லை" என்று கர்ணன் தள்ளாடினான்.

அப்பால் உடைந்த தேர் அருகே கிடந்த உடலை உடனே அடையாளம் கண்டான். "ஆ!" என அவன் அலற துரியோதனன் "ஆம், அது நீங்கள். உங்களை அவன் கொன்றான்..." என்றான். "எஞ்சியதென்ன? இளையோனே, எஞ்சியதென்ன?" என்று கர்ணன் கேட்டான். "வெற்றி..." என்று துரியோதனன் புன்னகைத்தான். "ஆம், ஆனால் தோல்வியும் நமதல்லவா?" என்றான் கர்ணன். துரியோதனன் "ஆம், அனைத்தும் நமதே..." என்றான்.

கர்ணன் "இவையெல்லாம் என்ன? எவரிடம் கேட்பது? இதற்கெல்லாம் என்ன பொருள்?" என்று தளர்ந்த குரலில் கூவியபடி களத்தில் அமர்ந்தான். அருகே கிடந்த உடல் ஒன்று விழிதிறந்து "அவர் மட்டுமே அறிவார்" என்றது. துரியோதனன் "ஆம், அவர் மட்டுமே அறிவார்" என்றான். கர்ணன் "யாதவரே! யாதவரே!" என்று கூவினான். "எங்கிருக்கிறீர்? யாதவரே!" மிக அப்பாலென அவர் குரல் கேட்டது "மிக அருகில்... இங்குதான்." அவன் தன்னை உந்தி எழுப்பிக்கொண்டு தொலைவை நோக்கினான். "அருகேதான், அங்கரே" என்றார் இளைய யாதவர்.

கர்ணன் தன்னை மீண்டும் உணர்ந்து "ஆம், இதையே நான் தெரிவுசெய்கிறேன்" என்றான். "ஐயமின்றி என்றால் உங்கள் உடல் மீண்டு இங்கு வந்திருக்கும்" என்றார் இளைய யாதவர். கர்ணன் தன் கால்களை நோக்க அவை தரைமேல் கிடந்தன. எழுந்து அமர்ந்து "இதென்ன உளமயக்காடல்? என்ன செய்கிறீர்?" என்றான். "வாழ்ந்தறிவதே உலகமெய்மை எனப்படும்" என்றார் இளைய யாதவர். "ஆம் நான் வாழ்ந்தேன். விழியிமைக்கணம். ஆனால் காலப்பெருக்கு" என்றான் கர்ணன். "பெருவிசைகொண்ட பெருக்குகள் சுழிகளே" என்றார் இளைய யாதவர்.

கர்ணன் கால்மடித்து அமர்ந்துகொண்டு தலையைத் தாழ்த்தினான். பெருமூச்சுகள் அவன் நெஞ்சை உலைத்தபடி எழுந்தன. இளைய யாதவர் அவன் முகத்தை நோக்கியபடி புன்னகை மாறா முகத்துடன் சொல்லலானார். மிக அண்மையில் செவிக்குள் என அவர் சொற்கள் ஒலிக்க அவன் கைகளைக் கோத்தபடி கேட்டிருந்தான்.

அங்கரே, எளியோருக்கும் பெரியோருக்கும் இல்லை இந்த அகக்குழப்பம். நீங்கள் எளியோர் என துயர் கொள்கிறீர்கள். அறிந்தோர் போல் பேசுகிறீர்கள். அறிக, துயரின்மையே மெய்மை எனப்படும். இறந்தவர்க்கோ இருப்பவர்க்கோ துயர்கொள்ளார் அறிவர்.

ஒருநோக்கில் ஒருதருணத்தில் ஒருவருக்கென நிகழ்வது மெய்யல்ல என்று உணர்க. அனைத்துநோக்கில் காலப்பெருக்கில் எவருக்குமென நிகழ்வதே மெய்மை. ஒருவர் அதை அறிந்துணர வழி ஒன்றே. அறிந்தவற்றைத் தொகுத்தல். முரண்கொள்வனவற்றை இணைத்தல். ஒன்றென்றாக்கி மேலேறிச்செல்லுதல். இணைப்பறிவே யோகம் எனப்படும்.

தனக்கென ஒருவர் அறிவதும் அனைவருக்கென அனைவரும் அறிவதும் ஒன்றென்று அமையும் நிலையே யோகம். இணைத்தறிக! தனித்திருந்தறிக! யோகம் எதிரெதிர் நிற்கும் இருமுனையிலும் ஒன்றே நிலைகொள்வது.

யோகமென்று அறிந்தவை மட்டுமே மெய்யென்று அமையும். ஆகவே அங்கரே, யோகம் புரிக. யோகத்தமைக. யோகமில்லாதவருக்கு மெய்மையும் உளமேன்மையும் இல்லை. அமைதியும் மகிழ்வும் அவரிடம் அமைவதில்லை.

ஒவ்வொன்றும் வகுக்கப்பட்டே மானுடனுக்கு அளிக்கப்பட்டுள்ளன. ஏனென்றால் அவன் உடல் வடிவம் வகுக்கப்பட்டுள்ளது. அவன் உள்ளமும் எல்லை வகுக்கப்பட்டது. அவனுக்கான களமும் வாய்ப்புகளும் மட்டும் வகுக்கப்படாதமையவேண்டும் என்று எப்படி கோரமுடியும்?

வகுக்கப்பட்ட களத்தையே சாமானியம் என்றனர். அங்கே நிகழும் எல்லைக்குட்பட்ட மெய்மையை சாமானிய ஞானம் என்றனர். அது உங்களுக்கு மட்டுமே உரியது. உங்கள் கிணற்றில் ஊறும் கடல். துளியும் கடலே.

வகுக்கப்படாத வெளியில் திகழ்வது விசேஷ ஞானம். முடிவிலியில் நீள்வது அது. இயல்வெளியும் தனிவெளியும் என இவை அறியப்படுகின்றன. இயல்வெளியில் திரள்வது தனிவெளி. தனிவெளியின் மெய்மையின் ஒரு துளித்தோற்றமே இயல்வெளியின் உண்மை.

இயல்உலகின் வினாக்களுக்கு தனிமெய்மையை விடையெனக் கொண்டு இங்கு பேசினீர்கள். அலகிலா தனிமெய்மையை உங்களுக்கான

இயலுண்மை என மயங்கியதே உங்கள் முதற்பிழை. அறிக, மெய்யறிதலில் முதற்பிழை நிகழ்ந்தால் வாயில்கள் அங்கேயே மூடிவிடுகின்றன. பிறகெப்போதும் அவை திறப்பதே இல்லை.

உங்களுக்கு வகுக்கப்பட்ட களம் உங்களுக்கான வாய்ப்பென்று கொள்க. உங்களுக்கு அளிக்கப்பட்ட ஆற்றலும் அந்த எல்லைக்குட்பட்டதே. அவ்விரண்டும் முரண்கொண்டு முடைந்துகொண்டு மட்டுமே உங்கள் வாழ்க்கையை உருவாக்க முடியும். உங்கள் எல்லைக்குட்பட்ட ஆற்றல்களுடன் எல்லையின்மை முன் எப்படி நிற்பீர்கள்? கடுவெளிமுன் நறுமணம் என கரைந்தழிவீர்கள்.

உடலால், உள்ளத்திறனால், பிறப்பால், சூழலால் வகுக்கப்படாது இங்கு வரும் மானுடர் எவருமில்லை. தனக்கு அளிக்கப்பட்ட அனைத்தையும் திரட்டி உச்சமென வெளிப்பட்டு தன் களத்தில் நின்றாடுபவன் நிறைவடைகிறான். அவனுக்கு இங்கே வெற்றியும் தோல்வியுமில்லை. ஏனென்றால் வெளிப்படுகையிலேயே அவன் வென்றவனாகிறான். அவன் அடைவன அவனுக்கு வெளியே இல்லை.

வேழங்களைத் தடுக்கும் பெருங்கிளைகளை கீரிகள் அறிவதேயில்லை. சிறுதவளைகள் சிம்மங்களுக்குமேல் ஏறிவிளையாடுகின்றன. உங்களுக்கு அமைந்த களத்தின் அனைத்து எதிர்விசைகளும் உங்கள் ஆற்றலைக் கோரியே அப்பேருருக் கொண்டன என்று உணர்க!

உங்களுக்கு எதிரான ஒவ்வொரு சொல்லும் உங்கள் பெருமையின் விளைவாக எழுந்தவைதான். உங்களை நோக்கிவரும் அத்தனை அம்புகளும் உங்கள் புகழ்ச்சொற்களாக மறுபிறப்பு கொள்ளவிருக்கின்றன. அளிக்கப்பட்டுள்ளது உங்கள் களம் என்பதன் பொருள் அனைத்தும் அளந்தமைக்கப்பட்டுள்ளன என்பதே.

வெல்க, வெல்லும்பொருட்டு களம்நின்று பொருதுக! இழப்பதனால், வீழ்வதனால் எவரும் தோற்பதில்லை, முற்றாக வெளிப்படாமையால் மட்டுமே தோற்கிறார்கள் என்று உணர்க!

கொல்லாதொழியும் எவரும் வெல்லாதொழிவர். உயிர்க்கொலை ஒன்றே கொலையல்ல. உணர்வுக்கொலை, ஆணவக்கொலை, கருத்துக்கொலையென கொலைநிகழா கணமே இங்கில்லை. அங்கரே, உங்கள் உறவுகளைக் கொல்வதை எண்ணி கலங்குகிறீர்களா? அன்புடையோனுக்கு இவ்வுலகே உறவு அல்லவா? அறத்தோனுக்கு அனைத்துயிரும் நிகரல்லவா?

நீங்கள் காப்பவருக்காக எதிர்ப்பவரைக் கொல்கிறீர்கள் என்றால் கடமையைச் செய்தவராகிறீர். நீங்களும் கொல்லப்படக்கூடும் களம்

என்றால் அறத்தையே இழைத்தவராகிறீர். ஒருகணமும் திரும்பி எண்ணி வருந்தமாட்டீர் என்றால் நற்செயலையே இயற்றுகிறீர்கள்.

இங்கு நிகழும் நன்றுக்கு நீங்களே பொறுப்பென்று எண்ணுவது ஆணவம். தீதுக்கு நீங்களே பொறுப்பென்று எண்ணுவது மேலும் ஆணவம். இங்கு உங்களை எதிர்த்து நின்றிருப்போரின் வாழ்வை நீங்கள் அமைத்தீர்களா என்ன? இங்குவரை அவர்கள் தெரிந்து வந்தமைந்த வழியை வகுத்தீர்களா? முடிவுக்கு மட்டும் நீங்கள் எவ்வண்ணம் பொறுப்பேற்கிறீர்கள்?

இங்கனைத்திலும் நிறைந்திருக்கும் அழிவற்ற ஒன்றின் அலைகளே இவையென்று உணர்ந்தவன் துயரோ களிப்போ கொள்வதில்லை. எழுவதே அமையும். எரிவதே அணையும். எனவே இருமைகளற்று துலாமுள் என நிலைகொள்பவனுக்கு சோர்வென்பதில்லை.

அங்கரே, உணர்வுகளில் உயர்ந்தது அஞ்சாமை. மானுடரில் சிறந்தவன் வீரன். தன் செயல்களில் ஐயமற்று, முழுவிசையுடன் வெளிப்படுவதே வீரம் எனப்படுகிறது. இருத்தலில் முழுமைகொள்பவன் என்பதனால் வீரனுக்கு சாவுமில்லை.

வில்லவர் அனைவரும் அறிந்த ஒன்றுண்டு. அம்பில்தான் அவர்களின் திறன் செல்கிறது. இலக்குகளை தெய்வங்கள் ஆள்கின்றன. ஆனால் அதை எண்ணி வில் தாழ்த்துவோர் கோழைகள் என்றோ அறிவிலிகள் என்றோ அழைக்கப்படுவர். இயற்றும் பொறுப்பே மானுடருக்கு, எய்துவது முடிவிலியை ஆளும் வல்லமையின் ஆணையால்.

விழைவினால் அல்ல, வெறுப்பினால் அல்ல, செயலாற்றும் பொருட்டு இங்கு வந்திருக்கிறீர்கள் என்பதனால் செயலாற்றுக! தசைகளில் உள்ளது தோளின் செயல். கால்களில் உள்ளது நடத்தல். பிறிதொன்றுக்காக அவை இங்கு எழவில்லை. அவற்றுக்குரிய விசையை அளிப்பதே நம் உள்ளத்தின் அறம்.

இங்குள்ள ஒவ்வொரு பொருளும் தனக்கென்று ஓர் செயல்வழியும் இலக்கும் கொண்டுள்ளது. அதுவே அதன் தன்னறம். அதிலேயே அதன் முழுவிசையும் வெளிப்படுகிறது. அதன் ஒவ்வொரு அணுவும் அப்போது மட்டுமே செயல்படுகிறது. அதை இயற்றுகையிலேயே நிறைவடைகிறது. நிறைவுக்கு மறுபெயர் மகிழ்வு.

அங்கரே, உங்கள் தன்னறம் எங்கு உங்கள் தோள்களும் விழிகளும் நெஞ்சமும் பிறிதொன்று தேராது நின்றிருக்குமோ அங்கு உள்ளது. தன்னறத்தை ஆற்றுபவர் தன்னில் மகிழ்கிறார். அறிக, மகிழ்வென்பது வெளியே எதிலிருந்தும் எழவியலாது! தன்னுள் தான் முற்றிலும் நிறைவதே மகிழ்வென்று உணரப்படுகிறது.

இல்லத்தில் தொலைத்ததை பள்ளிச்சாலையில் தேடுகிறீர்கள். இங்கு, இப்பொழுதில் உள்ளது உங்கள் இடர் என்றால் பிறிதெங்கு நோக்குகிறீர்கள்? இயல்தளத்தில் நிலைகொள்பவர் நீங்கள். உங்கள் மெய்மையும் இங்கு எழுவதாகவே அமையலாகும்.

தோற்கடிக்கப்பட்டோர், வீழ்த்தப்பட்டோர், அடக்கப்பட்டோர் அனைவருக்கும் இதுவே என் சொல். தோற்றீர்கள் எனில் வெல்க! வீழ்ந்தீர்கள் எனில் எழுக! அடக்கப்பட்டிருந்தால் ஆள்க! சிறுமைப்படுத்தப்பட்டீர்கள் என்றால் விரிக! அதற்குரிய இயலறிவே உங்களுக்குரியது. தனியறிவு அதற்கு உகந்தது அல்ல. சூரியதென்றாலும் ஒளியைக் கொண்டு காலில் தைத்த முள்ளை அகழ்ந்தெடுக்கவியலாது.

இங்குள்ளவை அனைத்தும் மீறவியலாதன என்றால் உங்கள் தோள்களுக்கு ஆற்றல் ஏன் அளிக்கப்பட்டது? உங்கள் சொற்களுக்கு ஏன் அனல் கூடுகிறது? களத்தை அமைத்த அதுவே கைகளையும் ஆக்கியது என்று உணராதவர் பேதைகளே.

பேதைகளே கட்டுண்டிருக்கிறார்கள். மெய்யுணர்ந்தோர் ஒவ்வொரு கணமும் விடுதலையை நாடுகிறார்கள். அறிவு என்பது விடுதலை என்றே பொருள்படும். எவ்வண்ணம் எவர் உரைத்தாலும் அறிவு விடுதலையை அன்றி பிறிதொன்றை அளிக்காது. அறிவினால் விடுதலை அமைவதில்லை, அறிதலே விடுதலையாகும்.

அங்கரே, அறிவில் தீயது, பயனற்றது என்றொன்றில்லை. அறியப்படாத அறிவுகளே பயனற்றவை. குறையாக அறியப்பட்டவையே தீங்கிழைப்பவை. அவை அறிவென கொள்ளப்படுவதில்லை.

விலங்கு நிலையிலிருந்து மானுடரை விடுதலை செய்தது என் முன்னோடிகளின் அறிவு. இருபாற்பிரிவு நோக்கிலிருந்து விடுதலை செய்வது என் அறிவு. நாளை எழும் அறிவோ இன்மையும் இருப்பும் ஒன்றென்று எழும் பேரறிவாகும். அதை கல்கி என்றும் மைத்ரேயர் என்றும் உரைப்பர் நூலோர்.

இங்கு திகழ்வது அறமென்பதனால்தான் இன்னும் மானுடர் எஞ்சியிருக்கிறார்கள். இன்னமும் வினாவும் விடையுமென அறம் ஆராயப்படுகிறது. அங்கரே, மீண்டும் மீண்டும் அது வெவ்வேறு இடங்களில் உருவுகளில் கண்டடையப்படுகிறது.

இங்கு திகழ்வது அறமென்பதனால்தான் இங்கு ஒவ்வொன்றும் நிலைகொள்கின்றன. மானுடர் இணையாமல் எதுவும் எழுந்து வளர்ந்து நீடிக்காதென்று அறிக! அறத்தின்பொருட்டன்றி எதன்பொருட்டும்

மானுடர் இன்றுவரை ஒருங்குதிரண்டதில்லை. அறமென்பது அவர்கள் ஒருங்குதிரட்டுவதே. அவர்கள் ஒவ்வொருவரிலும் வாழ்வது அது.

அழிக்கப்படுகையில், கைவிடப்படுகையில், சிறுமைகொள்கையில் பிறிதொன்றை நோக்கி உதவிகோருபவன் தன்னை அறியாதவன். அழைக்கப்படாத தெய்வமொன்று இருண்ட ஆலயத்தில் துயருடன் அவனுக்காகக் காத்திருக்கிறது.

இவ்வறம் அவ்வறம் என்று நோக்குவோர் அறத்தைக் காண்பதில்லை. முழுதும் காணப்படாத அறம் மறமென்று தோன்றலாகும். முழுதறத்தை உணர்ந்தவர் மறமும் அறத்தின் கருவியென்றே உணர்வர். எங்கும் திகழும் ஒன்றின் ஆடலை எதிலும் நோக்குபவரே யோகத்தமர்ந்து அறிந்தவர்.

முன்பொருமுறை இனிய புலரியில் குடில்விட்டு வெளியே வந்த தொல்வியாசர் குருவியின் மென்குஞ்சைத் தன் கூரலகால் கிழித்து உண்டுகொண்டிருந்த கழுகொன்றைக் கண்டார். புவிபேணும் பசியெனும் தெய்வத்தின் பேருருவைக் கண்டவராக மகிழ்ந்து கைகூப்பினார்.

பிறிதொருநாள் காட்டில் செல்கையில் கௌதமர் என்னும் முனிவர் தன் குருளையைக் கொன்று தின்றுகொண்டிருந்த அன்னைப் பெரும்பன்றியை கண்டார். அதன் முலைகளை முட்டிக்குடித்துக்கொண்டிருந்தன பிற குட்டிகள். அன்னையே, எத்தனை கனிந்திருந்தால் தன்னையே உண்டு உருக்கி உணவாக்குவாய் நீ என்று அவர் உவகையில் கண்ணீர் விட்டார்.

பறவைச் சிறகெரித்து புழுக்குலம் அழித்து மரங்களில் நாசுழற்றி மூண்டு எரிந்தெழும் காட்டுத்தீயைக் கண்டு தொல்முனிவராகிய காசியபர் கூறியதை அறிக! அனலவனே, மென்மையான புதிய பசுந்தளிர் புற்களின் காவலனே, உன் அருளுக்கு வணக்கம் என்றார் அவர்.

பற்றுகொண்டோன் நோக்குகையில் அனைத்தும் பற்றினாலேயே பொருள்கொள்ளப்படும். இருள்விழைவோன் இருளை அடைகிறான். மருள்விழைவோனை அதுவே அணைகிறது. ஒளிநாடும் புட்கள் மட்டுமே புலரியை அறிகின்றன. வணங்கும் வடிவில் வந்தணைகிறது தெய்வம்.

முற்றிலும் பற்றறுத்த முனிவருக்கே முழுமை புலனாகும். குந்தியின் மைந்தரே, முனிவரிலும் முழுதமைந்த தவம்கொண்டோர் சிலரே. முழுமையறிவு உலகவாழ்வுக்கு எவ்வகையிலும் பயனற்றது என்பதனால் முழுதறிந்த பின்னரும் அதை சிறிதாக்கிக்கொள்பவரும் முனிவருள் உண்டு.

இப்புவியில், விழைவுகளுடன் நிற்பவர்களுக்கு அக்களத்திற்குள் அமையும் உண்மையே உகந்ததாகும். அது பசிக்கையில் உணவென்றும், அஞ்சுகையில் அரண் என்றும், போரில் படைக்கலமென்றும், தனிமையில் துணையென்றும், துயரில் உறவென்றும் வந்தமையவேண்டும். அதை நாடுக!

உணவில் பகிர்தலாக, இடரில் நட்பாக, எளியோர் முன் அளியாக, அவையில் நெறியாக, போரில் சினமாக, நோக்கில் நடுநிலையாக, குடிகளுக்குமேல் ஆணையாக, குலங்களுக்குமேல் நம்பிக்கையாக, விண்ணவருக்கு முன் அறமாக அது வந்தமைக! அதை அடைபவர் வெல்வர்.

ஒவ்வொருவருக்கும் அது தன் முகம் காட்டுகிறது. எதன்பொருட்டு வந்தீர்களோ அதை முழுதியற்றுக! கைவிரல்களைக் கண்டவன் அவற்றின் செயலென்ன என்று அறிந்துகொள்வான். தன்னை நோக்குபவன் தன் இலக்கென்ன என்று தெளிவுகொள்வான்.

அவ்வறிதலை செயலென்றாக்குக! செயல்கள் ஒவ்வொன்றும் மறுசெயல்களால் ஆனவை. செயலாற்றுக, விளைவை கொள்க! அறிக, செயல் விடுதலையென்றாகவேண்டும்! கட்டுறுத்தும் செயல் அரைச்செயலே. முழுமை நம்மை அதைக் கடந்துசெல்ல வைக்கும்.

வெல்லுங்கள், ஆனால் வென்றவருக்கு அருள்கையிலேயே கடந்து செல்கிறீர்கள். கொள்க, எனில் கொடுக்கையில்தான் நிறைவுறுகிறீர்கள்! சினம் கொள்க, ஆயின் கனியும்போது மட்டுமே முழுமை அமைகிறது!

அங்கரே, மானுடர் அடைந்த எதையும் இழப்பதில்லை. அறியாமையை, ஐயத்தை, சினத்தை, துயரைக்கூட அவர்கள் உடைமையென்றே கொள்கிறார்கள். கைவிட மறுக்கிறார்கள். இழக்க அஞ்சுகிறார்கள். கைவிடப்படாத எதுவும் சுமையே. இழக்கப்படாத எதுவும் தளையே.

நிகர்கொண்ட வேலே இலக்கடைகிறது. உணர்வுகளால், ஐயத்தால், மிகைவிழைவால் நிலையழியாது இயற்றும் செயல் வெல்கிறது. தோள்விசையை முழுதும் பெற்ற அம்புகளே நெடுந்தொலைவைக் கடக்கின்றன.

எழுக! உங்கள் தோள்களில் வெல்லும்விழைவு நிறைக! உங்கள் ஆற்றல் முழுமையும் களத்தில் நிகழ்க! வெற்றியால் இவ்வுலகனைத்தையும் அடைவீர்கள். சிறுமைகளை அத்திருவால் நிரப்புவீர்கள். வீழ்ந்தால் அச்சிறுமைகளை பெரும்புகழ் எழுந்து அழிக்கும்.

இறுதிமூச்சையும் இசையாக்கிய பின்னரே குயில் வானில் முழுதெழுகிறது. எச்சமின்றி விட்டுச்செல்வதன் விடுதலை உங்களுக்கு அமைக! ஆம், அவ்வாறே ஆகுக!

இளைய யாதவர் சொல்லி முடித்த பின்னரும் கைகட்டி அமர்ந்திருந்த கர்ணன் நெடுநேரம் உளம் மீளாமல் தலை குனிந்திருந்தான். பின்னர் நீள்மூச்சுடன் எழுந்து கைகூப்பினான். "ஒரு வினாவும் எஞ்சாது நிறைவுற்றேன், யாதவரே. விடுதலை நோக்கிய நேர்ப்பாதையை என்முன் காண்கிறேன்" என்றபின் திரும்பி முதற்புலரி எழுந்துவிட்டிருந்த முற்றத்தில் இறங்கி நடந்தகன்றான்.

பகுதி 3

ஒருமை

1

நைமிஷாரண்யத்திலிருந்து வெளியே வரும்வரை யமன் கர்ணனின் உருவில்தான் இருந்தார். கருக்கிருட்டில் தன் ஆலயமுகப்புக்கு வந்து அங்கிருந்து யமபுரிக்கு இமைக்கணத்தில் மீண்டார். உவகையுடன் தன் அரண்மனைக்குச் சென்று அதன் முதல்படியில் காலடி வைக்கும் வரை பிறிதொரு வினா இல்லாது நிறைந்திருந்தது அவர் உள்ளம். தூக்கிய கால் நின்றிருக்க திகைத்தபின் பின்னெடுத்து ஊன்றினார். திரும்பி தன்னைத் தொடர்ந்த காரானூர்தியை நோக்கிய கணமே மீண்டும் மண்ணுலகை அடைந்தார்.

அவரைச் சூழ்ந்த காலவடிவ ஏவலரிடம் "செல்க, இவ்வினாவைவிட விசைகொண்ட வினாவுடன் எவர் இருக்கிறார்கள் என்று அறிந்து வருக!" என்று ஆணையிட்டார். அவர்கள் சென்று மீண்டனர். துர்பதன் என்னும் காலவடிவன் "அரசே, அஸ்தினபுரியின் சோலைக்குடிலில் ஒருவரை நான் கண்டேன். படைக்கலப் பயிற்சிநிலையில் இரவும்பகலும் அம்பு தொடுத்தபடி இருக்கிறார். ஆயிரம் அம்புகளில் ஒன்று குறிதவறுகிறது. அதை எடுத்து சினத்துடன் தன் உடலில் குத்தி குருதி பெருக்குகிறார். அதன்பொருட்டு மீண்டும் ஆயிரம் அம்புகளைத் தொடுக்கிறார். நாட்களென வாரங்களென காலம் கடந்துசென்றுகொண்டிருக்கிறது. அவர் உள்ளம் அமைதிகொள்ளவில்லை" என்றான்.

"அவர் முதியவர். நரைத்த நீள்குழல் தோளில் விரிந்திருக்க வெண்தாடி விழுந்த மார்பும் பழுத்த விழிகளும் தொங்கிய மூக்கும் உள்மடிந்த உதடுகளும் கொண்டவர். களைத்துச் சரியும் இமைகளுடன் சற்றே துயிலில் அமைகிறார். எவரோ தொட்டதுபோல் விழித்தெழுந்து 'ஏன்?' என்கிறார். பின்பு வாயைத் துடைத்தபடி 'ஆம்!' என்கிறார்.

எழுந்துகொண்டு 'ஆயின்...' என்கிறார். அம்புகளை எடுக்கையில் 'இல்லை! இல்லை!' எனத் தலையசைக்கிறார்" என்றான் துர்பதன்.

"அந்த விடுபடும் அம்பிலுள்ளது அவருடைய வினா" என்றார் யமன். "ஆம், அதை எவரிடம் வினவ விரும்புகிறார் என்றறிய நான் அருகிருந்து நோக்கினேன். நூறாவது முறையாக அம்பு தவறியபோது பற்களைக் கடித்தபடி 'அவன்' என்றார். தன் நெஞ்சில் அதைக் குத்தி குருதி வழிய 'அவன் ஒருவனே' என்றார். நான் ஆமென்று எழுந்து இங்கு மீண்டேன்" என்று துர்பதன் சொன்னான். அக்கணமே யமன் சென்று பீஷ்மரின் உடலுக்குள் புகுந்து மீண்டார். எடுத்த அம்பு கைதவற அதைப் பிடித்துக்கொண்ட பீஷ்மர் சினத்துடன் திரும்பி நோக்கினார். அவர் முகத்தில் அந்திப்பந்தங்களின் செவ்வொளி அலைகொண்டது.

அருகே அம்புகளை எடுத்தளித்துக்கொண்டிருந்த அவருடைய அணுக்க மாணவரான விஸ்வசேனர் "முதல் கைத்தவறல், ஆசிரியரே" என்றார். பீஷ்மர் இடப்புருவம் மேலெழுந்தமைய நோக்கி திரும்பிக்கொண்டார். இரண்டு அம்புகள் இலக்கெய்தியதும் வில்தாழ்த்தி "சொல், அதன்பொருள் என்ன?" என்றார். "நூல்களின்படி உளப்பிழையும் உடற்பிழையும் முதுமையின் தெய்வமாகிய ஜரையின் வருகைக்குறிகள்..." என்றார் விஸ்வசேனர். "அவள் இறப்பின் தெய்வமான மிருத்யூவின் அணுக்கி. அவள் ஊரும் தேரின் பரி."

பீஷ்மர் தலையசைத்து வில்லை எடுத்தார். "இன்றுவரை இந்தக் குறி ஏதும் உங்களில் எழுந்ததில்லை, ஆசிரியரே" என்றார் விஸ்வசேனர். "என்ன சொல்கிறாய்?" என்று பீஷ்மர் கேட்டார். விஸ்வசேனர் "ஒருகணமோ அரைக்கணமோ இங்கு இறப்பு வந்து அகன்றுள்ளதென்று என் உள்ளம் உணர்கிறது" என்றார். ஒருகணம் அவரை தளர்ந்த இமைகளுடன் நோக்கியபின் "நன்று" என்று புன்னகைத்தபடி பீஷ்மர் வில்லைத் தூக்கி அம்பைத் தொடுத்தார்.

நைமிஷாரண்யத்தின் தெற்குவழியினூடாக யமன் பீஷ்மரின் உருவில் காட்டுக்குள் புகுந்தார். நெடிய காலடிகளைத் தூக்கி வைத்து ஓசையற்ற நிழல் எனக் காட்டுச்செடிகளை ஊடுருவிச்சென்று இளைய யாதவர் தங்கியிருந்த குடிலின் கதவை தட்டினார். மும்முறை தட்டியபோது உள்ளிருந்து "எவர் வந்திருப்பது?" என்று இளைய யாதவரின் குரல் ஒலித்தது. "காங்கேயனாகிய பீஷ்மன். யாதவரே, உம்மிடமன்றிப் பிறரிடம் கேட்கவியலா வினா ஒன்று என்னிடமுள்ளது. அதன்பொருட்டே வந்தேன்" என்றார் யமன்.

"வருக!" என்ற இளைய யாதவர் உள்ளே சிக்கிமுக்கியை உரசும் ஒலி கேட்டது. அனல் பற்றிக்கொண்டதும் சிறுசாளரம் ஒளி கொண்டது.

கதவைத் திறந்து கையில் விளக்குடன் நின்ற இளைய யாதவரின் முகம் ஓவியப்பாவை போலிருந்தது. யமன் கைகூப்பி "இரவில் உசாவவேண்டியவை போலும் இவ்வையங்கள்... நெடுந்தொலைவு கடந்து வந்தணைய பொழுதாகிவிட்டது" என்றார். "உள்ளே வாருங்கள், அஸ்தினபுரியின் பிதாமகரே" என்று இளைய யாதவர் அழைத்தார். சிலகணங்கள் தயங்கிவிட்டு யமன் குடிலுக்குள் சென்றார்.

இளைய யாதவர் பீஷ்மரை நோக்கியபடி அமர்ந்திருந்தார். பீஷ்மர் தரையில் விரித்த தர்ப்பைப்பாய்மேல் நீண்ட கால்களை ஒடித்ததுபோல் மடித்து முதுகை நிமிர்த்தி அமர்ந்திருந்தார். தாடியை இடக்கை கசக்கி நீவி மீண்டும் கசக்கிக்கொண்டிருக்க வலக்கை மடியில் ஓய்ந்து அமர்ந்திருந்தது. தான் கேட்கும்வரை அவர் பேசப்போவதில்லை என்றுணர்ந்த இளைய யாதவர் "அஸ்தினபுரியின் பிதாமகரை என் குடிலுக்கு விருந்தினராகக் கொண்ட மகிழ்வில் இருக்கிறேன். நாம் இன்றுவரை இப்படி தனியாக சந்தித்துக்கொண்டதில்லை" என்றார்.

"ஆம்" என்று நிமிர்ந்த பீஷ்மர் எந்த முகமனும் இல்லாமல் நேரடியாக "நான் சென்ற சிலநாட்களாக இடைவெளியில்லாமல் அம்புகளைத் தொடுத்துக்கொண்டிருந்தேன்" என்றார். "ஆம் அறிவேன், உங்கள் உள்ளம் வில்லம்பு என்பார்கள்" என்றார் இளைய யாதவர். "ஆம், இம்முறை அது ஒரு வதையென ஆகிவிட்டது" என்றார் பீஷ்மர். "ஆயிரம் அம்புகளைக் குறிதவறாது அனுப்புவதே என் இலக்கெனக்கொண்டேன். ஆயிரத்தில் ஒன்று பிழைத்துக்கொண்டே இருந்தது. பிழைத்த ஒவ்வொன்றுக்கும் ஆயிரம் அம்புகள் பிழையீடெனக்கொண்டேன். ஈராயிரமாகி மூவாயிரமாகி இன்று என் கணக்குக்குமேல் பன்னிரண்டாயிரம் அம்புகள் நின்றுள்ளன. பன்னிரண்டாயிரம் வருபிழைகள். அவைபெருகும் முடிவிலி" என்றார்.

இளைய யாதவர் புன்னகை புரிந்தார். "யாதவரே, எங்கு பிழைக்கின்றது என் அம்பு என்று நோக்கிக்கொண்டிருந்தேன். கை ஓய்ந்து ஆயிரத்தை அணுகும்போது. வென்றேன் என எண்ணும்போது. உளம்குவியாதபோது. ஆம், ஆனால் அதுமட்டுமல்ல. முதல் அம்பே பிழைத்ததுண்டு. உளம் கூர்ந்தமையாலேயே அம்பு தவறியதுண்டு. இறுகப்பற்றினால், இளகப்பிடித்தால், குறிநோக்கினால், நோக்காது செலுத்தினால் எந்நிலையிலும் பிழைநிகழ்கிறதென்று பின்னர் கண்டேன். ஆகவே என்னால் ஆவதொன்றில்லை. இது இந்த ஆடலின் நெறி போலும் என நினைத்தேன்."

இளைய யாதவர் "அனைத்தும் இணைந்ததே ஆடல்" என்றார். "ஆனால் என்னால் உளம்அமைய முடியவில்லை. அந்தப் பிழைத்த அம்புகளால்

என் உடலில் ஒரு குருதிப்புள்ளி வைத்தேன். சிறுத்தையென உடலெங்கும் புள்ளிகள் நிறைந்தன. சலித்தெழுந்து ஒருமுறை அம்புநுனியை என் கழுத்திலேயே வைத்தேன். இப்புவியில் எவருக்கும் ஒன்றேனும் பிழைப்பதே இயல்பு. நான் தெய்வங்களின் முழுமையை நாடுகிறேனோ என்று எண்ணினேன். எவருக்கு ஒருபிழையும் நிகழாதென்று என்னுள் வினவிக்கொண்டேன். துரோணருக்கும் கிருபருக்கும் கர்ணனுக்கும் பிழைக்கும் என்பதில் ஐயமில்லை. பரத்வாஜர், அக்னிவேசர், சரத்வான்... ஒவ்வொரு பெயராக எண்ணிச்செல்ல உமது நினைவெழுந்தது..."

இளைய யாதவர் காத்திருந்தார். "யாதவரே, ஆயிரத்தில் ஒன்று தவறும் ஊழ் உங்களுக்கும் உண்டா? பன்னீராயிரத்தில் லட்சத்தில் கோடியில் ஒன்றேனும் பிழைபடுமா?" என்றார் பீஷ்மர். "இல்லை" என்று இளைய யாதவர் சொன்னார். "ஆனால் நான் நூற்றிலொன்றைப் பிழைவிடுவது வழக்கம்." பீஷ்மர் புருவம்சுளிக்க நோக்கினார். "பிழைகளினூடாகவே இங்கு புவிநாடகம் நிகழ்கிறது, பெருநெறியரே" என்றார் இளைய யாதவர். "பிழைநிகழாதவற்றைக் கண்டு நான் அகல்கிறேன். அவற்றின் முழுமை வாயற்ற குடம். ஒருதுளியும் மொள்ளாது பெருக்கில் மிதக்கும் பொருளற்ற கோளம்."

பீஷ்மர் பெருமூச்சுவிட்டார். பின்னர் "நன்று, நான் அப்பிழையை வெல்ல முயலக்கூடாதா?" என்றார். "வெல்ல முயலாவிடில் உங்களுக்கு வாழ்க்கையேது?" என்றார் இளைய யாதவர். "அனைத்தையும் துறந்து கானேகும்போது இறுதி அம்பையும் வீசுவீர்கள் என்றால் அம்முயற்சியைக் கைவிடலாம்." பீஷ்மர் பெருமூச்சுவிட்டு "நான் கேட்கவந்தது அதைத்தான். நான் கானேக விழைகிறேன். என்னை அஸ்தினபுரியின் முதன்மைப் படைத்தலைவராக அறிவித்திருக்கிறார்கள். இத்தருணத்தில் விலகுவது பொறுப்பைத் துறப்பதாகாதா என ஐயுற்றேன். ஆனால் எண்ணுந்தோறும் நான் அப்பொறுப்புக்கு உகந்தவனல்ல என்று தெளிவுகொள்கிறேன்" என்றார்.

"யாதவரே, போருக்குத் தேவை பற்று. அதன் மறுபக்கமாகிய வெறுப்பு. பற்று முதிர்ந்து விழைவாகி, விழைவே ஆணவமாகி, ஆணவம் சினமாகி அனலெனப் பற்றிக்கொள்கையிலேயே களம்நின்று போரிடமுடியும். எனக்கு துரியோதனன் மீதோ, அஸ்தினபுரி மீதோ, அதனால் தலைமைதாங்கப்படும் வேதத் தரப்பின் மீதோ அணுவளவும் பற்றில்லை. இவர்கள் முற்றழிந்தாலும் நான் ஒருதுளியும் வருந்தப்போவதில்லை. மறுபக்கம் எதிர்நின்று போரிடவிருக்கும் பாண்டவர்கள் மீதோ அவர்களைத் துணைக்கும் அசுர, நிஷாத, கிராதவீரர்கள் மீதோ சற்றும் வெறுப்பும் விலக்கமும் இல்லை.

“அவர்கள் வென்று இங்குள அனைத்தையும் முற்றழித்து தங்கள் கோலை நிறுவுவார்கள் என்றால் எனக்கு அதில் துயரில்லை. என் கொடிவழிகள் எவரும் பெயரென்றும் எஞ்சமாட்டார்கள் என்றால்கூட, நான் நம்பிச் சார்ந்திருந்த அனைத்தும் இனியில்லை என்று அழிந்து மறையும் என்றால்கூட, அது எனக்கு எவ்வகையிலும் பொருட்டல்ல. அல்ல என்று நம்ப விழைந்தேன். பற்றையும் காழ்ப்பையும் நடித்தால் உள்ளமும் அதை சூடிக்கொள்ளக்கூடும் என்று எண்ணினேன். காழ்ப்பின், பற்றின் உச்சங்களை வெளிப்படுத்தினேன். ஆனால் உள்ளே நான் அகன்று நின்று அதைத் திகைத்து நோக்கிக்கொண்டிருக்கிறேன்.

“இங்கு நான் செய்வதற்கு மெய்யாகவே ஏதுமில்லை. அது மெய்யா என் உளநடிப்பா என்று என்னையே மீளமீள கூர்ந்து நோக்கிக் கொண்டிருந்தேன். ஐயமின்றி நான் எவற்றிலுமில்லை என்று இன்றுதான் தோன்றியது. அக்கணமே இனி எதிலும் ஈடுபடலாகாது என்று முடிவெடுத்தேன். யாதவரே, இங்கு நான் செய்வதற்கேதுமில்லை. அதைவிட செய்வன எனக்கு எவ்வகையிலும் பயனளிப்பவையல்ல. நான் செய்வன பிழைக்கவும் ஒவ்வாதவை நிகழவுமே வாய்ப்பு மிகுதி” என்றார் பீஷ்மர். “ஆனால் மீண்டுமொருமுறை எவரிடமேனும் ஒரு சொல் கோரிவிட்டு அகலலாம் என்று எண்ணினேன்.”

“ஏன்?” என்று இளைய யாதவர் கேட்டார். “கானேகும் எவரும் மறுசொல் உசாவுவதில்லை. மறுகணத்திற்கெனக் காப்பதுமில்லை.” பீஷ்மர் “ஆம், நான் ஐயுறுவது இதுநாள்வரை நான் பெரும்பாலும் காட்டிலேயே இருந்தேன் என்பதனால்தான். இந்த நூறாண்டுகளில் மீண்டும் மீண்டும் நகர்நீங்கி காட்டுக்குச் சென்றுகொண்டேதான் இருக்கிறேன். ஒவ்வொருமுறையும் திரும்பி வந்திருக்கிறேன். ஏதோ ஒன்றின்பொருட்டு. அழைக்கப்பட்டு வந்திருக்கிறேன், மகிழ்ந்தும் சினந்தும் கசந்தும் நானே வந்திருக்கிறேன். மீண்டும் நான் வரக்கூடுமா? என்னை வரச்செய்வது எது?” என்றார்.

“யாதவரே, நீர் ஆழ்ந்தறிந்தவர் என நான் அறிவேன். பாரதவர்ஷத்தில் களம்நின்று படைநடத்துபவர் குருநிலையின் முதன்மை ஆசிரியரும் ஆகி இருந்ததில்லை. அன்றாடம் அரசுசூழ்பவர் கானகத்துறவியென்று அமைந்ததும் இல்லை. மகளிருடன் ஆடிக்களிப்பவர் புலனறுத்து அகத்தமைந்திருக்கிறீர்கள். இளமைந்தனும் மூதறிஞனும் ஒன்றென்றாகி நின்றிருக்கிறீர்கள். நீங்களே எனக்கு நெறி உரைக்கமுடியும்” என்றார் பீஷ்மர். இளைய யாதவர் “ஒன்றை விட்டுவிட்டீர் பிதாமகரே, என்னைப்போல் அனைத்துமறிந்தும் கணம்தோறும் கலங்குபவரும் இல்லை” என்றார். “ஆம், அது நீங்களே தேரும் நூற்றிலொரு பிழையம்பு” என்றார் பீஷ்மர்.

இளைய யாதவர் நகைக்க பீஷ்மர் முன்னால் குனிந்து "இங்கிருந்து இறங்கிச் சென்று நான் கானேகினேன் என்றால் மீண்டு வருவேனா?" என்றார். "ஆம்" என்றார் இளைய யாதவர். பீஷ்மர் நெடும்பொழுது சொல்லின்றி அமைந்து மீண்டு "ஏன்?" என்றார். "ஆயிரத்திலொன்று பிழையம்பு. ஆகவே ஆயிரம் அம்புகளின் ஆற்றல்கொண்டது அது" என்றார் இளைய யாதவர். "ஆம், நான் அரசை, காமத்தை, மைந்தரை, குடியைத் துறந்தேன். துறந்தவற்றுடன் ஒவ்வொருகணமும் உடனிருந்தேன். என் வாழ்க்கை, அம்புகளால் கங்கைக்கு அணைகட்டுவதாகவே அமைந்தது" என்று பீஷ்மர் சொன்னார்.

கசப்புடன் புன்னகைத்து "உதிர்வனவற்றின் வடு தாங்கிய உள்ளம் கொண்டவன் நான் என்று முன்பு ஒரு சூதன் பாடி கேட்டேன். மெய்யென்று தோன்றுகிறது" என்றார். இளைய யாதவர் "அவை ஒவ்வொன்றிலுமிருந்து நீங்கள் விடுதலை கொள்ளக்கூடும், பிதாமகரே" என்றார். "ஏனென்றால் முன்னரே விடுதலையின் இன்பத்துக்குப் பழகியிருக்கிறீர்கள். எப்போதும் தனியராக இருந்தமையால் எவருமின்றி இருக்கக் கற்றிருக்கிறீர்கள். உங்களை அலைக்கழித்த அனலை உடல் இழந்துகொண்டிருக்கிறது. முதுமை என்பது தன்னளவிலேயே ஒரு துறவு.

"ஆனால் இளமையைவிட முதுமையிலேயே தன்னுயிர்த்துறப்பும் துறவும் கடினமானவை" என்று இளைய யாதவர் தொடர்ந்தார். "இழக்கப்படுகையிலேயே ஒவ்வொன்றும் எத்தனை அரிதெனத் தெரிகின்றது. இழப்புகளாலான நீள்வாழ்நாளுக்குப்பின் இழக்கவிருப்பவை என எஞ்சுபவை நூறுமடங்கு அருமைகொண்டுவிடுகின்றன. அவற்றை நெஞ்சோடணைத்தபடியே முதுமையைக் கடக்கிறார்கள். முதியோர் எதையும் இழப்பதில்லை. பயனற்ற சிறுபொருட்களைக்கூட. எனில் உடலை, உயிரை, வாழ்வை எங்ஙனம் இழக்கவியலும்? இறுதிச்சொட்டு மூச்சுக்காக ஏங்கிப்போரிட்டு உயிர்துறப்பதே உயிர்களின் இயல்பான நெறி."

சிறுமைபடுத்தப்பட்டவர்போல பீஷ்மர் முகம்சிவந்து நோக்கைத் திருப்பிக்கொண்டார். "மானுட இருப்பு ஆணவத்தால் ஆனது, பிதாமகரே. அதன்மேல் குலத்தால், கல்வியால், உடைமைகளால், வெற்றிகளால், தவத்தால் அடையாளங்களை ஏற்றிக்கொள்கிறார்கள் மானுடர். அவை ஒவ்வொன்றாக உதிர்ந்தழியும் முதுமையில் ஆணவம் மட்டுமே எஞ்சுகிறது. காப்பும் கவசங்களுமற்ற ஆணவம் மென்தோல்கதுப்பென இளங்காற்றில் வரும் இதழ் பட்டாலே புண்படுகிறது. நான் எனப் பொறுப்பேற்றுக்கொள்கிறது. நானே என்றும் என்னால் என்றும்

ஒவ்வொரு கணமும் எண்ணிக்கொள்கிறது. நான் எனக்குப்பின் எனத் துயர்கொள்கிறது."

"ஆம்" என பீஷ்மர் முனகினார். "அவ்வண்ணம்தான் இதுவரை இங்கிருந்தேன்." இளைய யாதவர் "மெல்லிய நூல். அனைத்துப்பிடியும் அற்று மலைவிளிம்பில் தொங்குபவனுக்கு கொடிவள்ளி. அவன் உளமுருகிச் செய்யும் வேண்டுதல்களால் வலுவூட்டப்பட்டது. அவனுக்குரிய தெய்வங்களால் காக்கப்படுவது" என்று சொன்னார். "அதையும் நீங்கள் அறுத்து மீளக்கூடும். ஏனென்றால் பெருநோன்பு பூண்டு உளமுறுதியுடன் ஊழை எதிர்கொண்டு வெல்லும் திறன்கொண்டவர் என உங்களை நிறுவிக்கொண்டவர் நீங்கள்."

அவர் சொல்லவருவதென்ன என்று புரியாமல் பீஷ்மர் நோக்கினார். கண்களுக்குமேல் நரைத்த புருவமயிர்கள் விழுந்துகிடந்தமையால் புதர்களுக்கு அப்பால் சிம்மம் பதுங்கியிருப்பதுபோல விழிகள் தெரிந்தன. "ஆனால் ஏன் நீங்கள் துறந்துசெல்லமுடியாது என்கிறேன்? பிதாமகரே, வாழ்தல் இயல்பானது. அதற்கு எந்தத் தூண்டுதலும் தேவையில்லை. உயிர்களுக்குள் வாழ்வதற்குரிய ஆணையை பிரம்மன் பொறித்திருக்கிறான். துறத்தல் மானுடர் தேர்வது. அதற்கு அவர்களுக்குள் இருந்து ஆணை எழவேண்டும். அதற்குரிய பயன் என்னவென்று உள்ளம் தெள்ளிதின் அறியவேண்டும்."

"நான் துறப்பதனால் பயன்நிகழாதென்று எண்ணுகிறீரா?" என்று சற்று அடைத்ததுபோல் ஒலித்த குரலில் பீஷ்மர் கேட்டார். "ஆம்" என்றார் இளைய யாதவர். "ஏன்?" என்று பீஷ்மர் கேட்டார். "ஏனென்றால் இங்கு நிறைந்து அங்கு செல்பவர் அல்ல நீங்கள். இங்கு நிகழ்ந்து முடிந்தவரும் அல்ல." பீஷ்மர் சீற்றத்துடன் "இல்லை, இதை நானே அறிவேன். நான் காடுகளில் ஒருகணம்கூட அஸ்தினபுரியையோ என் குடிகளையோ எண்ணாமல் பல்லாண்டுகாலம் வாழ்ந்திருக்கிறேன்" என்றார். இளைய யாதவர் "ஆம், அங்கெல்லாம் உங்கள் உள்ளத்திற்குகந்த அஸ்தினபுரி ஒன்றை உருவாக்கிக்கொண்டிருக்கிறீர்கள்" என்றார்.

பீஷ்மர் "இது அனைத்துமறிந்ததுபோல் பேசும் வீண்மொழி. அஸ்தினபுரியில் நான் மிகவிரும்பியது என் படைக்கலச்சாலையை. காட்டில் அதற்கிணையாக எதை உருவாக்கினேன்?" என்றார். இளைய யாதவர் "காங்கேயரே, அது நீங்கள் அஸ்தினபுரியில் உருவாக்கிய காடு. காட்டில் நீங்கள் அரசவையை உருவாக்கவில்லை என்று சொல்லமுடியுமா?" என்றார். பீஷ்மர் சிலகணங்கள் இமைக்காமல் நோக்கிவிட்டு விழிதாழ்த்திக்கொண்டார். இளைய யாதவர் "நீங்கள் துறந்து செல்ல இயலும், பிதாமகரே. ஆனால் தொடங்கிய புள்ளிக்கே

மீளச்சுழன்று வந்துகொண்டிருப்பீர்கள். பெரும்பயனின்மையே அது” என்றார்.

அமைதியிழந்தவராகத் தன் கைவிரல்களைப் பின்னிக்கொண்டும் தலையை அசைத்துக்கொண்டும் இருந்த பீஷ்மர் அறியாதெழுந்த எழப்போகும் அசைவால் தானே திடுக்கிட்டு மீண்டும் அமர்ந்தார். பின்னர் தாழ்ந்த குரலில் “நான் செய்யவேண்டியது என்ன?” என்றார். “செயலாற்றுக!” என்றார் இளைய யாதவர். “ஒருதுளி இன்பமும் அதிலிருந்து எழவில்லை என்றால் மட்டும் செயலை நிறுத்திக்கொள்க!” பீஷ்மர் சினத்துடன் “இல்லை, துன்பம் மட்டுமே செயலில் இருந்து எழுகிறது” என்றார். “துன்பத்தை மட்டுமே செயல் அளிக்கிறதென்றால், செயல் மறுசெயல் என மீளாச் சுழலில் சிக்கவைக்கிறதென்றால் அதை ஏன் இயற்றவேண்டும்? விட்டேன் எனத் துணிந்து விலகி ஏன் அமையக்கூடாது?”

“செயல் துன்பத்தை அளிக்கிறதென்றால் அதிலிருந்து இன்பமும் எழக்கூடும். செயலாற்றும் முறை மட்டுமே பிழையென்றிருக்கும்” என்று இளைய யாதவர் சொன்னார். “செயலின் பொருட்டே உங்கள் உடலும் உள்ளமும் அமைக்கப்பட்டுள்ளது. செயலாற்றாவிட்டால் இக்கைவிரல்கள் இப்படி அமைந்திருப்பதை என்ன செய்வது? விழிகள் கொண்ட ஒளியை எப்படி அணைப்பது? செயலால் துன்பம் விளைகிறதென்றால் எங்கோ நீங்கள் அதைக் கோருகிறீர்கள் என்பதனால்தான். கேட்காத எதுவும் இங்கே அளிக்கப்படுவதில்லை.”

“என்ன சொல்கிறீர்கள்? எவர் விழைவார் துன்பத்தை?” என்றார் பீஷ்மர் உரத்த குரலில். “நேரடியாக விழையமாட்டார்கள், உருமாறி வந்தால் வேண்டி ஈட்டி சேர்த்துக்கொள்வார்கள்” என்று இளைய யாதவர் சொன்னார். “அன்பை வேண்டி பொறுப்பின் துயரைச் சுமப்பவர் மானுடர்.. காதலுக்காக பிரிவை. பற்றினால் இழப்பை. ஆணவத்தால் புறக்கணிப்பின் வலியை. உடைமையின் பொருட்டு எதிர்ப்பை. வெற்றிக்காக தோல்வியை. பிதாமகரே, இங்கிருந்து நோக்குகையில் எட்டுகால்களால் இரைதேடும் பூச்சிகளைப்போல மானுடர் துயர்தேடிப் பசித்தலைவதையே காண்கிறேன்.”

முகம் சுளித்து தலையை அசைத்தபடி “என்னிடம் சொல்விளையாடுகிறீர்” என்று பீஷ்மர் சொன்னார். பற்களைக் கடித்தபடி “முதியவரை குழவியர்போல் கையாள்கிறது இளையோருலகு” என்றார். இளைய யாதவர் “ஆம், அது நன்றல்லவா? வாழ்க்கையில் வந்துபடிந்த பிற அனைத்தும் அகன்று எதுவோ அதுமட்டும் எஞ்சியிருக்கும் நிலை?” என்றார். “என்னால் பிறிதொன்று சொல்லக்கூடவில்லை. செயல்

முற்றிலும் வீணென்று எனக்குத் தோன்றுகிறது. அவ்வெண்ணத்துடன் என்னால் எதையும் செய்ய இயலாது" என மன்றாட்டின் ஒலியில் பீஷ்மர் சொன்னார்.

"காங்கேயரே, செயல் இன்பத்தையும் துன்பத்தையும் அளிக்கக்கூடாது. பயனென்றும் வீணென்றும் தோன்றலாகாது. செயல்நிகழ்வதையே சித்தம் அறியலாகாது. அந்நிலையில் செயல்நிறுத்தி அமைவர் சித்தர். பிறிதெவரும் செயலாற்றக் கடமைப்பட்டவரே" என்றார் இளைய யாதவர். பீஷ்மர் தளர்ந்து பெருமூச்சுவிட்டு "என்னைப்போல் இங்குள எளியோருக்கு செயலறுத்து எழுதல் இயல்வதே அல்ல என்கிறீரா?" என்றார்.

"வேர்களற்ற விண்ணிலெழு தாவரங்களுக்கு ஆணையில்லை, முகில்களைக் கண்டு கனவுகண்டு நின்றிருக்கவே அவற்றால் இயலும்" என்றார் இளைய யாதவர் புன்னகையுடன். "ஆனால், முகிலைக் கண்டுதான் தங்கள் தழைக்குவையை மரங்கள் படைத்துக்கொண்டன. இளவெயிலில் வெண்ணிலவில் முகிலின்கீழ் மண்முகிலென நின்றிருக்கையிலேயே மரங்கள் ஊழ்கப்பேரழகு கொள்கின்றன." பீஷ்மர் மீண்டும் பெருமூச்சுவிட்டார். மீண்டும் ஒரு செறிவான அமைதி அவர்களிடையே திரண்டது.

நெடுநேரம் கழித்து கலைந்து "இளையவனே சொல்க, என்னை நீ எவ்வண்ணம் மதிப்பிடுகிறாய்?" என்று பீஷ்மர் கேட்டார். அவர் விழிகள் புதருக்குள் இருந்து வெளிவந்துவிட்டிருந்தன என்று தோன்றியது. "முடிசூடாமலேயே அஸ்தினபுரியின் அரசரென்றிருப்பவர்" என்றார் இளைய யாதவர். "நிகழாச் செயல் மும்மடங்கு விசைகொண்டது." அவர் தலை நடுங்கிக்கொண்டிருந்தது. கழுத்தில் தசைநார்கள் இழுபட்டு இழுபட்டுத் தளர்ந்து அசைந்தன. இருவருக்கும் நடுவே காலம் இழுபட்டு விசைகொண்டு தெறித்து விம்மி நின்றது. உதடுகள் அசையாமல் "சொல்!" என்றார் பீஷ்மர். "நிகழாதன அனைத்தும் அவ்வாறே" என்றார் இளைய யாதவர்.

எதிர்பாராதபடி சினம் பற்றிக்கொண்டெழ, உடல் பதற, முகம் வலிப்புகொள்ள, வலக்கையால் தரையை அறைந்தபடி பீஷ்மர் எழுந்தார். "இனிப் பேச்சில்லை... உம்மிடம் இனி சொல்லவேண்டியன ஏதுமில்லை" என்று கைநீட்டி கூவினார். இளைய யாதவர் அசையாமல் அமர்ந்து நோக்கினார். "நான் கிளம்புகிறேன். துறந்து கானேகுகிறேன். இங்கு நான் ஆற்றுவதற்கொன்றுமில்லை. அங்கு சென்று பயனில ஆற்றுவேன் என்கிறீர். இங்கிருப்பினும் ஆற்றுவன பயனற்றவையே. எனவே செல்வதற்கே முடிவெடுத்திருக்கிறேன். எனக்கென்று ஓர் அறைகூவலை விடுக்காவிடில்

இதில் ஒன்றியொழுக என்னால் இயலாதென்பதனால்தான் அதை உம்மிடம் சொல்கிறேன். அதன்பொருட்டே வந்தேன். நான் சென்றடையாமல் போகலாம், இங்கிருந்து சிறுமைகொள்ளாதிருப்பேன்" என்றார் பீஷ்மர்.

இளைய யாதவர் ஒன்றும் சொல்லாமல் அமர்ந்திருக்க பீஷ்மர் மீண்டும் குரல் தணிந்தார். "செயலென்று இதுவரை சூழ்ந்தவை எல்லாம் வெற்றாணவமே எனப் புரிகிறது. எதையும் அடையாவிடினும் ஆணவமற்று விலங்கெனக் காட்டில் வாழ்ந்திறப்பது இனிதென்று எண்ணுகிறேன், யாதவரே" என்றார். இளைய யாதவர் தன் விழிகளில் சுடரொளிர அப்படியே நோக்கி அமர்ந்திருந்தார். பீஷ்மர் "சொல்க, உம்மிடம் ஏதோ எஞ்சியுள்ளது" என்றார். "பிதாமகரே, துறவுகொள்வதற்கு முன் ஈரேழு விடை கொள்ளவேண்டும் என்று அறிவீரா?" என்றார். பீஷ்மர் "ஆம்" என்றார்.

"பெற்றோர், உடன்பிறந்தார், மனைவி, மைந்தர், ஆசிரியர், அரசர், மூதாதையர் என நேரேழு. நாம் இழந்தோர், நம்மிடம் கடன்பட்டோர், நாம் கடன்பட்டோர், நம் மீது வஞ்சம்கொண்டோர், நாம் வஞ்சம் கொண்டோர், நம் பழிகொண்டோர், குடித்தெய்வங்கள் என எதிரேழு" என்றார் இளைய யாதவர். "அனைவரிடமும் முழுவிடை பெற்று நீங்கள் கானேகமுடியும் என்றால் அதைச் செய்க!" பீஷ்மர் "ஆம், அதைச் செய்தபின் கானேகுகிறேன்" என்றார்.

"அவை ஒவ்வொன்றையும் எளிய சடங்கு என்றாக்கி வைத்திருக்கிறார்கள், பிதாமகரே. அலைந்து சோராமல் தெய்வமுன்னிலையில் அவற்றை இயற்றமுடியும்" என்றார் இளைய யாதவர். "என்னுடன் வருக!" என்றபடி எழுந்தார்.

2

இளைய யாதவர் பீஷ்மரை “வருக, பிதாமகரே” என்று அழைத்துக்கொண்டு முன்னால் நடந்தார். தாடியைக் கசக்கியபடி தயங்கி நின்றிருந்த பீஷ்மர் பின்னர் தொடர்ந்து சென்றார். அவர்கள் இருண்ட முற்றத்தில் இறங்கி மரங்களினூடாக மெல்லிய தடமாகத் தெரிந்த ஒற்றையடிப்பாதையில் நடந்தனர். இளைய யாதவர் திரும்பவோ சொல்லெடுக்கவோ செய்யாமல் நேர்கொண்ட நோக்குடன் செல்ல பீஷ்மர் அவ்வப்போது நின்று அந்த இடத்தைக் கூர்ந்தபின் தொடர்ந்தார். அவர்களின் காலடியோசைகள், சூழ்ந்திருந்த இருண்ட மரக்குவைகளில் பலவாறாக எதிரொலித்து உடன் பலர் தொடர்வதுபோல் செவிமயக்கு கூட்டின.

கோமதியின் கரையை அடைந்ததும் இளைய யாதவர் நின்றார். அங்கே நீர்ப்பரப்பிலிருந்து எழுந்த மெல்லொளி இலைகளை நெய்மிளிர்வு கொள்ளச்செய்திருந்தது. அடிமரங்களில் நீரொளி அலையடித்தது. பீஷ்மர் பெருமூச்சுடன் நிற்க இளைய யாதவர் அங்கிருந்த சிற்றாலயம் ஒன்றை அடைந்தார். ஓங்கி நின்றிருந்த நாவல்மரத்தின் அடியில் நீட்டியிடப்பட்ட இரண்டு கற்பீடங்களின் மேல் சிறிய குத்துக்கற்களாக தெய்வங்கள் அமர்ந்திருந்தன. மேலிருந்த கல்லில் ஏழு வெண்ணிற நாகங்கள், கீழிருந்ததில் மேலும் ஏழு கருநிறநாகங்கள். அவற்றுக்கு அன்றும் புதிய மலர்மாலை இடப்பட்டிருந்தது. மேலிருந்து விழுந்த சருகு ஒன்று ஒரு நாகத்தின்மேல் அமைந்திருந்தது.

அவர்கள் அணுகியதை உணர்ந்து மரத்தின்மேலிருந்த கூகை ஒன்று குழறியபடி சிறகடித்தெழுந்தது. இளைய யாதவர் “பிதாமகரே, எதையும் தெய்வமென்று எண்ணலாம். எண்ணும் வடிவில் எழுவன அவை” என்றார். “மானுடரின் உச்சங்களிலும் தெய்வங்களே எழுகின்றன.”

அவர் சொல்வது விளங்காமல் பீஷ்மர் நோக்கி நின்றார். இளைய யாதவர் "இங்குள்ளன ஏழும் ஏழுமென பதினான்கு தெய்வங்கள். நீங்கள் விடைகொள்ளவேண்டிய பதினான்கு நிலைகள் என இவற்றைக் கொள்க!" என்றார்.

பீஷ்மர் அவற்றை நோக்கியபடி சற்றே அணுகி "நாகங்களா?" என்றார். "ஆம், நாம் விடைகொள்ளவேண்டியவை. எப்போதும் நம்மை ஓசையின்றிப் பின்தொடர்பவை, மொழியின்றி உரையாடுபவை, இமைக்காது நோக்கிக்கொண்டிருப்பவை, சுருண்டு பதுங்கும் கலையறிந்தவை, நஞ்சு கொண்டவை" என்றார் இளைய யாதவர். "வெண்ணிற நாகங்கள் விண்ணுக்குரியவை. கருநிற நாகங்கள் மண்ணுக்கு. பகலும் இரவும் என அவை ஒன்றை ஒன்று நிகர்செய்கின்றன." பீஷ்மர் தாடியை உருவியபடி நோக்கி நின்றிருக்க இளைய யாதவர் தொடர்ந்தார் "ஊழ்கம் பருந்து, ஊழ்வினை நாகம்." பீஷ்மர் திரும்பி நோக்கி தலையசைத்தார்.

இளைய யாதவர் அங்கே சூழ்ந்திருந்த காட்டுச்செடிகளின் மலர்களைக் கொய்து பேரிலை ஒன்றில் கொண்டுவந்து நாகங்களின் முன் வைத்தார். "பிதாமகரே, இங்குள்ள நாகங்களிடம் விடைபெற்றுக்கொள்க! மும்முறை மலரள்ளி இட்டு, செல்கிறேன் செல்கிறேன் என்று கூறுக! வாழ்த்துரைக்கும் நாகத்தின் சொல் என இந்த மரத்திலிருந்து மலரோ இலையோ உதிரும். கூறுவதற்கேதுமிருந்தால் அவர்களே தோன்றவும் கூடும். தடைநிற்கும் நாகம் படமெடுத்து எழுந்து முன்வந்து நிற்கும். அத்தடையை நிகர்த்தி விடைபெற்று செலவு கொள்க!"

பீஷ்மர் "ஆம்" என்றார். "ஒவ்வொருவருக்கும் என்ன கடன் உள்ளதென்று கண்டு ஈடுசெய்வேன். இளைய யாதவரே, இப்பிறவியில் எனக்கிருக்கும் கடன்கள் சிலவே. இந்நீண்ட வாழ்நாளை கடன் நிகர்த்தவே செலவிட்டேன் என்பதனால் முற்பிறவிக்கடன்களும் எனக்கு எஞ்சுவது அரிது. கனிந்து நெட்டற்று நின்றிருக்கிறேன், இங்கிருந்து விடுதலைகொள்ள இயலுமென்றே எண்ணுகிறேன்." இளைய யாதவர் தலைவணங்கி "தனிமையில் அது நிகழட்டும். நீங்கள் கிளம்ப முடிவெடுத்தால் மரவுரியுடன் நான் வந்து நிற்பேன். அப்பால் காத்திருக்கிறேன்" என்று அகன்றார்.

பீஷ்மர் நாகங்களை நோக்கியபடி நின்றார். பின்னர் குனிந்து மூன்று மலர்களை எடுத்து முதல் வெண்நாகத்தின் முன்னால் மும்முறை இட்டு "எந்தையே, எனக்கு விடைகொடுங்கள்" என்றார். கல்லின் நிழல் நீண்டு நீரொளிநிழலில் நெளிவுகொண்டது. பின் சிறிய வெண்ணிற நாகமென அது படம் தூக்கி எழுந்தது. அதன் விழிகளை நோக்கியபடி பீஷ்மர் கைகூப்பி நின்றார். அதன் குரலை செவியிலாது கேட்டார். "மைந்தா" என்று நாகம் அழைத்தது. "என் பெயர் உசகன், கனகை என்னும் பேரன்னையின் மைந்தனாகிய சிறுநாகம்." பீஷ்மர் மெல்லிய சிலிர்ப்புடன் "ஆம், அந்தக் கதையை கேட்டிருக்கிறேன்" என்றார்.

“என் அன்னை நூறு மைந்தரைப் பெற்றாள். நூற்றுவருக்கும் தன் விழைவைப் பகிர்ந்தளித்தாள். இறுதித்துளியான எனக்கு அளிக்கவருகையில் அத்தனை அளித்தும் தன் விழைவு குன்றாமல் அப்படியே எஞ்சுவதைக் கண்டாள். அதைக் கைவிடாமல் அங்கிருந்து அகலமுடியாதென்று உணர்ந்தமையால் அனைத்தும் உனக்கே என ஒற்றைச் சொல்லில் அதை அளித்து அவள் மீண்டாள். நான் அன்னையின் விழைவை முற்றிலும் பெற்றவனானேன்.”

“என் உடன்பிறந்தார் மலர்தேடிச்சென்று குடிகொண்டனர். நான் மண்ணில் மலர்வதிலேயே ஒளியும் அழகும் கொண்ட மாமலர் ஒன்றை விழைந்தேன். அதில் புகுந்து எரிந்தழிந்தேன். என் விழைவு மீண்டும் பிறந்தது. அஸ்தினபுரியில் பிரதீபரின் மைந்தனாகிய சந்தனுவானேன்” என்றது நாகம். “சிற்றகலில் காட்டெரி எழுந்ததுபோல என் உடல்கொள்ளா பெருவிழைவு சூடி எரிந்தழிந்தவன் நான். இன்று அஸ்தினபுரியில் நிகழ்வன அனைத்தும் என் விழைவை விதையெனக் கொண்டு எழுந்தவை.”

அவர் சந்தனுவைக் கண்டார். அவர் விழிகள் துயர்கொண்டிருந்தன. “இங்கு மூச்சுலகில் காத்திருக்கிறேன். சுகாலன் என்னும் கந்தர்வன் என்னிடம் சொன்னான், விதைத்ததை அறுவடை செய்யாமல் முழுமை அமையாது என்று. நான் காத்திருப்பது அதற்காகவே. குருஷேத்ரக் குருதிவெளியில் என் விழைவுகள் இருபால் பிரிந்து நின்று போரிட்டு குருதிசிந்தி விழுந்தழிவதை நான் பார்த்தாகவேண்டும்.” பீஷ்மர் “நான் அதைத் தடுக்கவே நாளும் முயன்றேன், தந்தையே” என்றார். “நீ உன் தந்தையின் மீட்பைத் தடைசெய்தாய். மூன்று தலைமுறைக்காலம் அதை ஒத்திவைத்தாய்” என கசந்த புன்னகையுடன் சந்தனு சொன்னார்.

பீஷ்மர் குளிர்கொண்டவர் என நடுங்கிக்கொண்டிருந்தார். “என்னில் எரிந்த தீ இங்கே என்னை சூழ்ந்திருக்கிறது. எரிதழலால் ஆன காட்டில் கனல்பீடத்தில் அமர்ந்திருக்கிறேன்” என்றார் சந்தனு. “கையால் தொட்டறியாத ஏழு மைந்தரால் சூழப்பட்டிருக்கிறேன். வேறெங்கோ வஞ்சம் கொண்ட மூத்தவர் தேவாபி என்னை நோக்கிக்கொண்டிருக்கிறார். மைந்தா, என்னை முற்றிலும் மறந்துவிட்ட மூத்தவர் பால்ஹிகரால் மேலும் இரக்கமின்றி தண்டிக்கப்பட்டிருக்கிறேன்.”

பீஷ்மர் சொல்லிழந்து கைகூப்பினார். “நன்று, அது மைந்தனாக உன் கடன்” என அவர் தொடர்ந்தார். “நான் உன்னைப் பெருநோன்புக்கு தள்ளினேன். என் பெருவிழைவை நிகர்செய்ய நீ விழைவறுத்தவன் ஆனாய். புவியின் நெறி அது. வீரனின் மைந்தன் கோழை, அறிஞனின் மைந்தன் எளியோன், செல்வன் ஏழைக்கு தந்தையாகிறான்” என்ற சந்தனு “நீண்ட வாழ்நாளை எனக்கென அளித்தாய். இனியெதையும்

நான் கோரவியலாது, நீ அனைத்தையும் விட்டுச்செல்வதே இயல்பானது. உன்னை வாழ்த்துகிறேன்" என்றார்.

பீஷ்மர் கைகளைக் கூப்பியபடி "பொறுத்தருள்க தந்தையே, நான் உங்கள்மேல் சினம் கொண்டதுண்டு. நனவிலல்ல, கனவில்" என்றார். "ஆம், நான் அறிவேன். இங்கே இந்தத் தழலில் குளிர்காற்றென்று வந்து தொடுவது அச்சினமே." பீஷ்மர் "தந்தையே, என்ன சொல்கிறீர்கள்?" என்றார். "அப்போதுதான் நீ என் மைந்தனாக இருந்தாய்" என்றார் சந்தனு. "தந்தையே" என்று பீஷ்மர் கூவ புன்னகையுடன் அவர் முகம் மறைந்தது. மரத்திலிருந்து ஒரு பழுத்திலை உதிர்ந்து சுழன்றிறங்கியது.

"தந்தையே, நான் உரைத்த அச்சொல் இங்கே எஞ்சியிருக்கிறது" என்றார் பீஷ்மர். மீண்டும் உரக்க "தந்தையே, நீங்கள் என் மேல் சினம்கொள்ளாமல் இந்தக் கடன் முடிவதில்லை" என்றார். இருள்தான் அவர்முன் நின்றிருந்தது. அவர் குனிந்து அந்த இலையை எடுத்துப்பார்த்தார். புரியாதவராக அதைத் திருப்பித்திருப்பி நோக்கியபின் மீண்டும் கல்நாகத்தின் அடியில் வைத்துக் கைகூப்பினார்.

பீஷ்மர் சற்றுநேரம் தயங்கியபின் மீண்டும் மலர்களை எடுத்து மும்முறை உளம்நேர்ந்து இட்டு வணங்கினார். நாகநிழலில் இருந்து கங்கையன்னை எழுந்தாள். ஓசையில்லாத நெளிவுடன், கலுழ்ந்த விழிகளுடன் நின்றாள். "அன்னையே..." என்றார் பீஷ்மர். அன்னையின் விழிகள் தன்னை நோக்காமல் அலையழிவதைக் கண்டார். அவை துழாவி நோக்குவதென்ன என்று அவர் சுற்றிலும் நோக்கினார். "அன்னையே! என்னை நோக்குக, அன்னையே!" என்றார். அவள் "நீர்ப்பெருக்கு!" என்றாள். "அன்னையே, நான் உங்கள் எட்டாவது மைந்தன். கொல்லப்படாது எஞ்சியவன்!" என்றார் பீஷ்மர்.

"கொல்லப்படவில்லை... கொல்லப்படவில்லை" என்று அவள் மிக மெல்லிய ஒலியில் முணுமுணுத்தாள். அவள் முகத்தை நோக்கி "எண்மருக்கும் என எஞ்சியவன் நான். எட்டு வாழ்க்கைகளை இங்கு வாழ்ந்தேன்" என்றார். "எட்டு துயர்களை, எண்மடங்கு பொறுப்புகளை, எட்டாயிரம் மடங்கு சொற்களை சுமந்தேன், அன்னையே. என் கடன் இனியில்லை." அன்னை "பெருக்கு... பெரும்பெருக்கு..." என்றாள். அவள் கண்கள் நிலையழிந்து அலைபாய்ந்தன. அழுகையிலென உதடுகள் நெளிந்தன.

அவர் அவள் ஆடையின் மடிப்பைப் பார்த்தார். அதிலிருந்து ஆமைக்குஞ்சு ஒன்று ஊர்ந்து மேலேறியது. அவள் உடலெங்கும் ஆமைக்குஞ்சுகள் பரவிக்கொண்டிருந்தன. "அன்னையே, இனியேனும் எனக்கு விடுதலை கொடுங்கள்." கங்கை "நான் கைவிடுவதில்லை... உண்டுவிட்டேன்... விழுங்கி மீண்டும் வயிற்றுக்குள் செலுத்தினேன்..." என்றாள்.

அவள் உருவத்திற்கு மேலாக ஒரு மலர் விழுந்து மண்ணை அடைந்தது. அதை விழி நோக்கியதுமே அவள் தோற்றம் மறைந்தது. அவர் திகைத்தவராக நோக்கி நின்றிருந்தார். "அன்னையே!" என நலிந்த குரலில் அழைத்தார். "நான் செய்யவேண்டியதென்ன?" மீண்டும் "நான் முழுமை செய்யவில்லையா? என்னிடம் சொல்ல ஒரு சொல்லும் உங்களிடமில்லையா?" என்றார். மீண்டுமொரு மலர் அவர் தலைமேல் விழுந்தது. அவர் நெஞ்சு விம்ம கண்கள் கலங்க தன்னை அடக்கிக்கொண்டார். அந்த மலரை எடுத்து விழிகளில் ஒற்றிக்கொண்டு நாகத்திற்குப் படைத்தார்.

மீண்டும் மலர் எடுத்து அவர் அடுத்த நாகத்தின்மேல் இட்டு வணங்கினார். அவர் விழிமுன் நாகச்சிலை கல்லென்றே நின்றிருக்க நீரொளிநிழலில் மரக்கிளைகள் ஆடிக்கொண்டிருந்தன. தன் மேலும் அசைந்த நிழலில் பிற அசைவுகளைக் கண்டு அவர் திரும்பி நோக்கினார். ஆடையற்ற ஏழு குழவியர் அவரைச் சூழ்ந்து நின்றிருந்தார்கள். திடுக்கிட்டவராக அவர் சற்றே விலகித்திரும்பி அவர்களை நோக்கினார். குழவியர் விழிகளில் அத்தனை துயர் எழ இயலுமா என உள்ளம் திகைத்தது.

"எங்களை நீ அறிவாய்" என்றது முதல் குழந்தை. "இல்லை, நான் எப்போதும் உங்களை உணர்ந்துள்ளேன், அறிந்ததில்லை" என்றார் பீஷ்மர். "எட்டு வசுக்களில் முதல்வன் நான். என் பெயர் தரன், என் இளையோனாகிய இவன் பெயர் துருவன். அவன் சோமன், நான்காமவன் அஹஸ்." ஐந்தாவது மைந்தன் முன்னால் வந்து இரண்டு வெண்பற்கள் எழுந்த வாய் தெரியச் சிரித்து "என் பெயர் அனிலன். என் இரட்டையனாகிய இவன் அனலன். இளையோனாகிய அவன் பெயர் பிரத்யூஷன்" என்றான். பீஷ்மர் "நான் உங்களுக்கு யார்?" என்றார். "உன் உடன்பிறந்தார் நாங்கள். நீருள் பிறந்து மண்ணைக் காணாமலேயே மறைந்தவர்கள்."

பீஷ்மர் "ஆம், நான் அறிவேன்" என்றார். "நாங்கள் எண்மர், எங்களிலிருந்து பிரிந்து மண்ணில் வாழும் உன்னை இன்மையென அருகே உணர்ந்துகொண்டே இருக்கிறோம். எங்களுக்கு உன் பெயர் பிரபாசன்" என்றான் அனிலன். "உங்கள் எண்மரின் எடையையும் என் மேல் எப்போதும் உணர்ந்துகொண்டிருக்கிறேன்" என்றார் பீஷ்மர். அனலன் புன்னகைத்து "எண்மரின் எடைகொண்ட பிறிதொருவன் அங்கிருக்கிறான்" என்றார். பீஷ்மர் திகைப்புடன் "ஆம்" என்றார். பிரத்யூஷன் இடைபுகுந்து "எண்மரல்ல, எண்ணாயிரம் மைந்தரின் குருதிக்குமேல் எழுந்தவன் அவன்" என்றான். சினத்துடன் அப்பேச்சை வெட்டி "நான் சலித்துவிட்டேன், விடுதலையை விழைகிறேன்" என்றார் பீஷ்மர். "அறிவதும் அடைவதும் துயரே என்பதனால் அமைவதே வழி என்று கொண்டேன்."

அவர்கள் அமைதியாயினர். "என்னை விடுதலை செய்க! என் கணக்குகளை நிகர்செய்க!" என்று பீஷ்மர் மீண்டும் இறைஞ்சினார். தரன் திரும்பி நோக்கி சற்றே விலக அவனுக்குப் பின்னால் நிழல் என எழுந்த மைந்தன் "என் பெயர் ஆபன், இவர் மைந்தன்" என்றான். அவனுக்குப் பின்னால் நிழலாட்டமென விரிந்த மைந்தர் நிரையை பீஷ்மர் கண்டார். "இவர்கள் என் மைந்தர், இன்னும் நிகழாதவர். வைதண்டன், சிரமன், சாந்தன், த்வனி என இவர்கள் அழைக்கப்படுகிறார்கள். அவர்களுக்குப்பின் இருக்கும் இருளில் அவர்களின் மைந்தர்கள் எழுந்துகொண்டிருக்கிறார்கள்" என்றான் ஆபன்.

துருவனின் பின்னால் எழுந்த இருளுரு "நான் காலன், இவர் மைந்தன்" என்றது. "சோமனின் மைந்தனாகிய நான் வர்ச்சஸ்" என்றது இன்னொரு மகவு. அன்னையொருத்தி தன் மைந்தருடன் வந்து நின்றாள். "நான் அஹஸின் மைந்தர் தர்மனின் துணைவியாகிய மனோஹரி. இவர்கள் என் மைந்தர்களான திரவிணன், ஹுதஹவியவஹன், சிசிரன், பிராணன், வருணன்." அவளருகே நின்றிருந்தவள் "நான் அனிலனின் துணைவி சிவை. என் மைந்தர்களான மனோஜவன், அவிக்ஞாதகதி என்போர் இவர்" என்றாள். "அன்னையே, இவர்கள் முன்னரே பிறந்ததில்லையா?" என்றார் பீஷ்மர். "நீ காலத்தைப் பின்திரும்பிப் பார்க்கிறாய்" என்றான் துருவன்.

"நான் இவர்களின் கொடிவழியில் வந்தவன், என்னை அக்னி என்பார்கள்" என்றான் செவ்வண்ணம் கொண்ட இன்னொரு மைந்தன். "என் மைந்தன் குமாரன் இவன்." குமாரன் திரும்பி கைகாட்டி "என் மைந்தர் சாகன், விசாகன், நைகமேயன்" என்றான். "நான் பிரத்யூஷரின் மைந்தன் தேவலன்" என்றான் ஒரு மைந்தன். "என் மைந்தர் இங்கு நின்றிருக்கிறார்கள். அவர்கள் நூற்றுவர்." பீஷ்மர் சொல்லின்றி அவர்களை நோக்கிக்கொண்டிருந்தார். "நோக்க நோக்கப் பெருகும் இவர்கள் இப்புவியில் மைந்தர். பிற உலகொன்றில் கருவடிவர். பிறிதொன்றில் இறவாதோர். பிறிதொன்றில் பிறவாதோர்" என்றான் தரன். "ஒன்றென்று தோன்றுவது ஒன்றல்ல. காலமும் வெளியும் தொடுகையில் ஒவ்வொன்றும் முடிவிலியே."

பீஷ்மர் "நான் விடுதலைகொள்ள விழைகிறேன். விட்டுச்செல்ல விழைகிறேன்" என்று கூவினார். "எதிலிருந்து?" என்று அஹஸ் கேட்டான். "இங்கிருக்கும் பீஷ்மரில் இருந்தா? முன்பிருந்த பிரபாசனிலிருந்தா? வரவிருப்பவர்களிலிருந்தா?" பீஷ்மர் "இச்சுழலில் இருந்து" என்றார். "என்னை செல்லவிடுங்கள்... என் உடன்பிறந்தவர்களே, இனி இப்புவியிலென்னை உழலவிடாதீர்கள்" என்று கைகூப்பி இறைஞ்சினார். மெல்ல அவர்கள் அமைதியடைந்தனர். தரன் "நீ விழைவது

அதுவெனில் நாங்கள் மறுக்கப்போவதில்லை" என்றான். "ஆம், நாம் அதை அளித்தாகவேண்டும்" என்றான் அனிலன். "நம் அருள் என்றும் அவனுக்கு இருப்பதாக!"

அவர்கள் ஒவ்வொருவராக இருளில் மறைந்தனர். பிறிதொரு இலை உதிர்ந்தது. ஒன்று தொடர்ந்து ஒன்றென ஏழு இலைகள் உதிர்ந்தன. பீஷ்மர் உடல்தளர்ந்தவராக உணர்ந்தார். பின்னர் ஒவ்வொரு இலையாக எடுத்து நாகத்தின் பீடத்தில் வைத்தார். மீண்டும் மூன்று மலர்களை எடுத்து நாகத்திற்குப் படைத்துக் கைகூப்பினார். அவர் முன் விழிகள் ஒளிர நீண்ட குழல்கொண்ட பெண் ஒருத்தி தோன்றினாள். அவளை அவர் முன்பு அறிந்திருந்தார். அவள் "ஆம், மீண்டும் மீண்டும் அணுகியகலும் ஊழ்கொண்டுள்ளோம்" என்றாள்.

அவர் அவளையே நோக்கிக்கொண்டிருந்தார். "பிரஹஸ்பதியின் மகளாகிய என் பெயர் வரஸ்ரீ. முன்பு உங்கள் துணைவியாக இருந்தேன். பின்னர் பிரிந்தேன். மீண்டும் மீண்டும் அணுகி அகல்கிறேன்." பீஷ்மர் "ஆனால் நான் எப்போதும் உன்னை அடைந்ததில்லை" என்றார். "ஆம், நானும் ஒருபோதும் உங்களுடன் இணைந்ததில்லை" என்று அவள் சொன்னாள். "முற்றணுகாமையால் முழுதும் பிரியமுடியாமல் இவ்வூசலில் காலமிறந்து ஆடிக்கொண்டிருக்கிறோம். எப்போதும் ஒருசொல் நம்மிடையே சொல்லப்படாமல் எஞ்சுகிறது. அதிலிருந்து நமக்கு விடுதலையில்லை."

"ஆனால் என் உள்ளக்காதல் மைந்தனாகியது. இவன் பெயர் விஸ்வகர்மன்." அவள் தன் இடையிலிருந்த சிறுமைந்தனை அவருக்கு காட்டினாள். "இவர்கள் இவனுக்குப் பிறக்கும் மைந்தர்கள். அஜைகபாத், அஹிர்புத்தன்யன், த்வஷ்டா, ருத்ரன் என அவர்கள் பெயர்கொண்டிருக்கிறார்கள். உத்தமரே, அதற்கப்பால் நின்றிருப்பவர்கள் த்வஷ்டாவின் மைந்தர்களான விஸ்வரூபன், ஹரன், பகுரூபன், திரயம்பகன், அபராஜிதன், விருஷகவி, சம்பு, கபர்த்தி, ரைவதன், மிருகவியாதன், சர்வன், கபாலி. அவர்களை ஏகாதச ருத்ரர்கள் என்கிறார்கள்."

பீஷ்மர் "என் தலை சுழல்கிறது. நான் பருவுடல்கொண்டு நின்றிருக்கும் இந்தக் காலத்திலேயே சித்தம்நிலைத்து அனைத்தையும் நோக்க விழைகிறேன்" என்றார். "மாயை என்பது அதுவே" என்று வரஸ்ரீ புன்னகைத்தாள். "அறிய முடிவதையே அறிவெனக் கொள்வது. உத்தமரே, இன்றென்றும் இங்கென்றும் இவையென்றும் எண்ணுவன பொய் என்று அறியாமல் எதை மெய்யென்று அறியமுடியும்?" பீஷ்மர் கால்கள் தளர அமர்ந்துகொண்டார். 'இங்குள்ள ஒவ்வொன்றும் எங்குமுளவற்றால் ஆனவை. இன்றென்பது என்றுமென்றிருப்பது.

இவையோ அனைத்துமென்றானவை. மெய்யென்பது முழுமை, உத்தமரே, துளியே நம் முன் மாயை என்று நின்றுள்ளது."

பீஷ்மர் "இல்லை, இல்லை" என்று தலையை அசைத்தார். "இது என் சித்தச்சிடுக்கு. இத்தருணத்திலெழும் பித்து..." எழுந்துகொண்டு "அல்லது கொடுங்கனவு..." என்றார். "இது இமைக்கணக்காடு" என்றாள் வரஸ்ரீ. "இங்கு கணமே காலமுடிவிலி. உத்தமரே, கனவுகளில் காலம் ஒரு கணமே." அவர் சூழ்ந்திருக்கும் இருளை நோக்கியபடி "இது அவன் ஏவிய மாயம்... அவன் என்னுடன் ஆடுகிறான்" என்றார். அவள் முகம் உருமாறியது. அவர் திடுக்கிட்டு பின்னால் நகர்ந்து மூச்சொலியாக அலறினார். அவள் சிரித்தபடி அணுக பின்காலடி வைத்தபடி "உன்னை முதற்கணம் கண்டபோதே எண்ணினேன் நான் உன்னை அறிவேன் என" என்றார்.

"நானே" என்று சிரித்தபடி அம்பை சொன்னாள். "நானன்றி வேறில்லை." அவர் சினத்துடன் நின்று "என்னை வேட்டைவிலங்கென தடம் தேர்ந்து துரத்திவருகிறாய். இனி அஞ்சப்போவதில்லை. என்னைக் கொள்க! இருள்தீரா நரகமென்றாலும் இனி நான் ஒழியப்போவதில்லை" என்றார். அவள் விழிகள் கனிந்தன. "நான் எப்படி உங்கள்மேல் சினம்கொள்ள முடியும்?" என்றாள். "என்றும் உடனிருப்பவள் நான்." அவள் தன் கையை நீட்டி "உளம் எஞ்சாது என் கையை பற்றுக! எஞ்சாமல் இழப்பதே காதலில் வெல்லும் வழியென்று நம்பி அணுகுக... இங்கே இச்சரடை முடிப்போம். இச்சுழலிலிருந்து இருவரும் கரையணைவோம்" என்றாள்.

ஆனால் அவள் இடையிலிருந்த மைந்தனின் விழிகள் செவ்வொளி கொண்டன. அவன் உதடுகள் குருதிச்செம்மையுடன் விரிய நாகமென நச்சுப்பற்கள் தெரிந்தன. வஞ்சத்துடன் புன்னகைத்தபடி அவன் கைநீட்டினான். அவர் பின்னால் நகர்ந்தபோது கால் தடுக்கி மல்லாந்து விழுந்தார். புரண்டு எழுந்தபோது அவள் கால்களை கண்டார். நிமிர்ந்தபோது மரத்தின் இரு கிளைகள் என அவள் முகமும் மைந்தன் முகமும் திகழக்கண்டார். எழுந்து காட்டினூடாக ஓடத்தொடங்கினார். வேரில் கால் பின்ன கீழே விழுந்து உருண்டு எழுந்தார்.

மூச்சுவாங்க நெடுந்தொலைவு ஓடி நின்று திரும்பி நோக்கினார். அவள் மிக அருகில் நின்றிருந்தாள். "ஓர் இமைக்கணத்திற்குள் எவ்வளவு தொலைவு ஓடமுடியும்?" என்றாள். அவர் "விலகுக... விலகுக!" என்று கூச்சலிட்டார். "முடியுமென்றால் நீங்களே விலகிச்செல்லுங்கள்" என்றாள் வரஸ்ரீ. "நான் அருள்பவள். ஒருபோதும் முனியாதவள். அருளின் ஆயிரம் கோடி தோற்றங்களாக உங்களை சூழ்ந்திருப்பவள்."

பீஷ்மர் திரும்பி நோக்காமல் ஒவ்வொரு காலடியாக எடுத்து வைத்து நடந்தார். உறுதியுடன் தனக்கே எனச் சொல்லிக்கொண்டார்.

“அகல்கிறேன். முற்றகல்கிறேன். இனியில்லை என்று. எச்சமிலாது, மீளாது.” காலுக்குக் குறுக்கே அவர் ஒரு வேரைப் பார்த்தார். அது என்னவென்று உணர்வதற்குள் சீறிப்படமெடுத்து அவர்மேல் பாய்ந்து கால்களை சுற்றிக்கொண்டது. நிலைதடுமாறுவதற்குள் பிறிதொரு நாகம் அவர்மேல் பாய்ந்து உடலைச்சுழற்றிக் கவ்வியது. அவர் புரண்டு மூச்சிரைத்து தவித்தார். பெரிய கருநாகம் அவர்மேல் படம் தூக்கியது.

திமிறியபடி “அரசே!” என்று அவர் சொன்னார். விழியற்ற நாகம் நாபறக்க சீறலோசையுடன் சொன்னது. “எனக்களித்த சொல் நிற்கிறது!” பிறிதொரு மஞ்சள் நாகம் அவர் மேல் வழுக்கி இறுகியபடி முனகியது. “எனக்களிக்கப்பட்ட சொல்லும்.” மேலும் மேலுமென நாகங்கள் வந்து அவரை பின்னிக்கொண்டன. இறுக்கி மேலும் இறுக்கி அவர் தொண்டையில் மூச்சு நின்று தெறிக்கச்செய்தன. கண்கள் துறித்து எழ நா பிதுங்கி நீள அவர் தவித்தார். சற்று அப்பால் அவர் மீண்டும் வரஸ்ரீயை கண்டார். அவளருகே நிழலென ஒரு பன்றி. “தேவி, என்னை காத்தருள்க! இதிலிருந்து எனக்கு மீட்பருள்க!” என்று அவர் கூவினார்.

அவள் ஓர் அடி முன்னால் கால்வைத்தாள். “அவள் என் துணைவி” என்றபடி பின்னிருந்து ஒருவன் தோன்றினான். எளிய ஆடை அணிந்த வேளான். அவர் திடுக்கிட்டு மேலே விழிதூக்கி அவளைப் பார்த்தார். அவள் ஏழுசிந்துவின் தொல்லூர்ச் சிறுபெண் போன்றிருந்தாள். “இங்கு இவளை நான் மணம் கொண்டிருக்கிறேன்” என்றான். அவர் தன் உடலை எரித்தபடி எழுந்த அனலை உணர்ந்தார். “இல்லை... நான் ஒப்பமாட்டேன்... என் தேவியைத் தொட்டால் உன் குருதிகொள்வேன். உன் குலத்தை அழிப்பேன்” என்று கூச்சலிட்டபடி எஞ்சிய உயிர்விசையை முழுதும் திரட்டி எழுந்தார்.

அக்கணம் அவரைச் சூழ்ந்திருந்த அத்தனை மரங்களும் பெருநாகபடங்களென்று உருமாறின. விழிகளும் நச்சுப்பற்களும் இருநாக்களும் கொண்டன. வெட்டுண்டவை என அவர் மேல் விழத்தொடங்கின. வெண்ணிற நாகங்கள். கருநிற நாகங்கள். வெண்மையும் கருமையுமென புறமும் அடியும் கொண்டவை. அவரை மண்ணுடன் அறைந்து சேர்த்து சுற்றி கவ்விக்கொண்டன அவை.

அவை தன்னைச் சுற்றி வரிந்து இறுக்குகையில் இறுதிமூச்செடுத்து பீஷ்மர் கேட்டார். “நான் அறியாதவர்களே, யார் நீங்கள்?” ஒரு நாகம் அவரை விழுங்குவதுபோல் வாய்பிளந்து முகத்தருகே அணுகிச் சொன்னது “உன் குலதெய்வங்கள், உன் ஒரு சொல் எழுவதற்காக காத்திருந்தோம்.”

3

பீஷ்மரின் அருகே வந்து மேலிருந்து குனிந்து நோக்கிய இளைய யாதவர் "பிதாமகரே" என்று அழைத்தார். "யாதவரே, இந்தக் கட்டுகளை அவிழ்த்துவிடும்... என்னை மீட்டெடும்" என்று பீஷ்மர் கூவினார். அவர் புன்னகைத்து "மிக எளிது அது பிதாமகரே, கிளம்பிச் செல்வதில்லை என முடிவெடுங்கள். அனைத்தும் நீங்கள் செல்வதைத் தடுக்கும்பொருட்டு எழுந்தவை அல்லவா?" என்றார். "ஆம், நான் செல்லப்போவதில்லை" என்றதுமே பீஷ்மர் தன்மேல் மரநிழல்கள் விழுந்துகிடப்பதைக் கண்டார். அனைத்தும் விழிமயக்கா என திகைத்தபின் எழுந்து நின்று புழுதியைத் தட்டியபடி "கனவு!" என்றார்.

"ஆம்" என்று இளைய யாதவர் சொன்னார். "நனவுகளின் கூர்முடிச்சுக்களைக் கனவென்கிறோம்." பீஷ்மர் "யாதவரே, முடிந்தவரை அகன்றிருக்கிறேன். முழு வாழ்வும் எதையும் செய்யாதிருந்திருக்கிறேன். இருந்தும் இத்தனை கட்டுகளா?" என்றார். இளைய யாதவர் புன்னகைத்தார். "அவ்வாறென்றால் இங்கு ஒவ்வொன்றிலும் தாங்களே சென்று சிக்குபவர்கள் சிக்கியிருக்கும் வலைதான் எவ்வளவு பெரிது!" என்றார் பீஷ்மர். "அறுக்கமுயலாதவரை அந்த வலை இல்லை என்றே இருக்கும்" என்றார் இளைய யாதவர். பீஷ்மர் பெருமூச்செறிந்தார்.

"வருக!" என்று சொல்லி இளைய யாதவர் நடக்க பீஷ்மர் பின்னால் சென்றார். அவர்கள் மீண்டும் குடில்வாயிலை அடைந்தனர். இளைய யாதவர் படியிலேறி உள்ளே செல்ல பீஷ்மர் முற்றத்திலேயே நின்றார். "வருக!" என்று திரும்பிநோக்கி இளைய யாதவர் அழைக்க பீஷ்மர் தயங்கிய காலடிகளை எடுத்துவைத்து உள்ளே சென்றார். இளைய யாதவர் மீண்டும் தன் தர்ப்பைப்பாயில் அமர்ந்தார். பீஷ்மர் அவரை நோக்காமல்

அவர் முன் அமர்ந்து கால்களை முன்பெனவே மடித்துக்கொண்டார். அவர் பேசுவார் என சற்று எதிர்பார்த்தபின் இளைய யாதவர் "செல்வது எளிதல்ல, பிதாமகரே" என்றார்.

"ஆனால் சென்றுகொண்டேதான் இருக்கிறார்கள்" என்றார் பீஷ்மர். "ஆம், ஆனால் அவர்களின் வழி வேறு" என்றார் இளைய யாதவர். "அவர்களைத் தளைகள் பூட்டுவதில்லையா?" என்று பீஷ்மர் கேட்டார். "அவர்களுக்கிருக்கும் தவவல்லமை எனக்கில்லை என்கிறீர்களா?" இளைய யாதவர் சிரித்து "பிதாமகரே, ஒவ்வொரு வழியிலும் அதற்குரிய தவம் தேவையாகின்றது. மைந்தரைப்பெற்று பொருளீட்டி வளர்த்து குடிப்பொறுப்புகளை முழுமைசெய்து ஓய்ந்து குலம்பெருகக் கண்டு நிறைவடையும் எளிய உலகியலான் இயற்றுவதும் தவமே" என்றார். "துறப்போர் துறக்கமுடிவது அவர்கள் எய்தவிருப்பது துறந்தபின்னர்தான் என்பதனால்தான்."

அவர் சொன்னதை சற்றுநேரம் எண்ணி நோக்கியபின் "நான் எய்தவிருப்பது செயல்தளத்தில்தான் என்கிறீர்களா?" என்றார். "ஆம், ஆகவேதான் ஒவ்வொரு துறவிலிருந்தும் திரும்பி வருகிறீர்கள்" என்றார் இளைய யாதவர். "யாதவரே, அவ்வண்ணமென்றால் ஞானமும் தவமும் வீடுபேறும் எனக்கில்லையா?" என்று பீஷ்மர் கேட்டார். "காங்கேயரே, அன்னமென்பது என்ன?" என்றார் இளைய யாதவர். "உண்ணப்படுவது" என்றார் பீஷ்மர் புரியாதவராக. "உண்ணப்படாத ஏதாவது இப்புவியில் உண்டா?" என்றார் இளைய யாதவர். அவர் சொல்லவருவதைப் புரிந்துகொண்டு "இல்லை" என்று பெருமூச்சாக முனகினார் பீஷ்மர்.

"மலர்த்தேனும் மண்ணில் மட்கும் மாசும் அன்னமே. ஒவ்வொன்றும் ஒவ்வொரு உயிருக்கு அமுது. ஒன்றை பிறிது கொள்ளலாகாது" என்று இளைய யாதவர் சொன்னார். "உங்கள் வழியேதென்று தேர்க! அது அம்புகளின் வழி." பீஷ்மர் தலைகுனிந்து அமர்ந்திருந்தார். "அம்புகளின்றி நீங்கள் இருந்ததே இல்லை, மூத்தவரே" என்றார் இளைய யாதவர். அவர் கை அன்னக்குஞ்சின் மென்தூவியை என தாடியை நீவிக்கொண்டிருந்தது.

பின்னர் விழிதூக்கி "நான் கேட்பது ஒன்றே, யாதவரே. நீர் பன்னிரு தலைமுறைகளாக மெய்யுசாவும் சாந்தீபனிக் குருநிலையின் முதலாசிரியன். அறிதலைவிட ஆற்றுதல் மேலென்று எண்ணவில்லையா?" என்றார். "ஆம், மேல்தான்" என்றார் இளைய யாதவர். "ஊர்தலைவிட நடத்தல் மேல். பறத்தல் அதனினும் மேல்."

பீஷ்மர் சினம் மின்னியணைந்த விழிகளுடன் நோக்கினார். "ஆனால் ஊர்வது விழுவதேயில்லை. நடப்பது எளிதில் ஓய்வதில்லை" என்று இளைய யாதவர் தொடர்ந்தபோது தலையை அசைத்தார். "செயலைவிட அறிவே

மேலென்றால் அறிவுடையோரும் அறிவிலாரும் ஒன்றென்றே நின்று இயற்றும் இச்செயலுக்கு ஏன் என்னை செலுத்துகிறீர்? சொற்சிடுக்கால் என் சித்தம் மயங்கச்செய்கிறீர். சொல்க, நான் இயற்றவேண்டியது என்ன?"

"தேவவிரதரே, இரு கைகளுமில்லாத ஒருவர் உங்களைவிட விற்தொழில் அறிந்திருக்கக் கூடுமா?" என்றார் இளைய யாதவர். "அதெங்ஙனம்?" என்றார் பீஷ்மர் திகைப்புடன். "இருக்கிறார், அவர் பெயர் கண்டகர். அவரிடம் சென்று அவ்விற்தொழிலை அவர் எங்ஙனம் கற்றார் என்று அறிந்துவருக!" என்றார் இளைய யாதவர். "உளம்கூர்க! இது இமைப்பொழுதில் காலம் கடக்கும் காடு."

பீஷ்மர் எண்ணிய கணமே வேசரநாட்டில் விற்தொழில் கற்பிக்கப்பட்ட ஒரு குருநிலையில் நின்றிருந்தார். வில்வேதம் தேர்ந்த முனிவர்போல் உடையணிந்து, பிறிதொரு முகமும் உயரமற்ற உடலும் கொண்டிருந்தார். அங்கே ஒரு மரப்பீடத்தில் பிறவியிலேயே இரு கைகளுமில்லாதவரான கண்டகர் அமர்ந்து அவர் முன் வில் பயின்றுகொண்டிருந்த மாணவர்களுக்கு சொற்களால் கற்பித்துக்கொண்டிருந்தார். அப்பால் நின்று அச்சொற்களைக் கேட்ட பீஷ்மர் சில கணங்களுக்குப்பின் மொழியினூடாக அங்கே வில்வளைந்து அம்பு தொடுக்கப்பட்டு இலக்குகள் வெல்லப்படுவதைக் கண்டு திகைத்தார்.

அருகணைந்த பீஷ்மர் "ஆசிரியரே, என் பெயர் தேவவிரதன். வடநாட்டு காமத்துறப்பு நெறியன். கைகளில்லாமல் எங்ஙனம் விற்தொழில் அறிந்தீர் என்று நான் அறியலாமா?" என்றார். கண்டகர் "நான் கௌதம முனிவரின் மாணவனாக வடக்கே அஸ்தினபுரிக்கு அண்மையிலிருந்த சாரதம் என்னும் காட்டில் தவம் செய்தேன். ஒருமுறை அங்கே ஆற்றினூடாக படகில் செல்கையில் கரையில் அஸ்தினபுரியின் பிதாமகரான பீஷ்மர் வில்பழகுவதைக் கண்டேன். அவர் ஓர் அம்புவிடுவதற்குள் நான் கடந்துசென்றேன். ஆனால் அக்காட்சி என்னுள்ளத்தில் ஆழப் பதிந்தது. அதை விரித்து என் கனவில் வரைந்துகொண்டேன். அதிலிருந்து முன்னும் பின்னும் சென்று அக்கலையின் அனைத்து நிலைகளையும் உய்த்தறிந்து கற்றேன்" என்றார்.

பீஷ்மர் திகைப்புடன் பணிந்து நிற்க "கனவுக்குள் இருந்து காட்சியை எடுக்கிறேன். அதை சொல்லென்றாக்கி ஆழத்திற்கு மீண்டும் செலுத்துகிறேன். அங்கு அது பெருகி துரியத்தை அடைகிறது. ஒன்று பல்லாயிரமெனத் திரும்பி வருகிறது. முனிவரே, ஒவ்வொருநாளும் வில்வேதம் என் நாவிலெழுந்தபடியே இருக்கிறது. வில்வேதம் சார்ந்த பன்னிரு நூல்களை யாத்தேன். இங்கே மூன்று தலைமுறைகளாக என்

நூல்களினூடாகவே அனைவரும் விற்தொழில் பயில்கின்றனர்" என்று கண்டகர் கூறினார்.

"கண்டகரே, நீங்கள் ஒருமுறையேனும் அம்பையோ வில்லையோ தொட்டதுண்டா?" என்றார் பீஷ்மர். "இல்லை" என்றார் கண்டகர். பின்னர் புன்னகையுடன் "வில்லென்றும் அம்பென்றும் மூங்கிலிலும் இரும்பிலும் புல்லிலும் எழுவது என்ன? அவையென்று ஆன சொல் அல்லவா? ஒவ்வொருநாளும் அவற்றின் விசையறியாது, கூர்தீண்டாது நான் இருந்ததில்லை" என்றார். பீஷ்மர் "ஆனால் ஓர் எதிரி வில்லம்பு கொண்டு உங்களை கொல்லவந்தால் இச்சொல் எழுந்து காக்குமா என்ன?" என்றார். "என்னைக் கொல்க!" என்றார் கண்டகர். பீஷ்மர் தயங்க "தயங்கவேண்டாம், முயல்க!" என்றார்.

பீஷ்மர் தன் வில்லை எடுத்து கணப்பொழுதில் அம்புதொடுத்து எய்தார். அகல்சுடர்போல இயல்பாக வளைந்து அம்பைத் தவிர்த்தார் கண்டகர். சீற்றம்கொண்டு அம்புகளைத் தொடுத்துக்கொண்டே இருந்தார் பீஷ்மர். கை ஓய்ந்து அவர் வில்தாழ்த்தியபோது ஓர் அம்புகூட தைக்காத உடலுடன் புன்னகைத்தபடி கண்டகர் நின்றிருந்தார். பீஷ்மர் சிறுமைகொண்டு உதட்டைக் கடித்தார். "நாணவேண்டாம் முனிவரே, இது விற்கலையின் அடுத்த நிலை. நீங்கள் வில்லேந்தும் கோணம் அம்பின் இயல்பு தோள்தசைகளின் இறுக்கம் விரல்களின் விசை என அனைத்தையும் ஒருகணத்தில் கண்டு அந்த அம்பு எழுவதற்குள் அது சென்று தைக்கும் இடத்தை என்னால் கணிக்க முடியும்."

கைகளில்லாத அந்த உடல் ஆடிய அழகிய நடனத்தை ஒருகணத்தில் திரும்பச்சென்று கண்ட பீஷ்மர் எய்பவனின் இடத்திலிருந்தே விற்கலையை அதுவரை அவர் அறிந்திருந்ததை உணர்ந்தார். கொள்பவரின் நிலையிலிருந்து முழு விற்கலையையும் ஒரு கணம் நோக்கினார். "வணங்குகிறேன், மெய்யறிவரே. வில்லினூடாக காலம் கடக்கலாகும் என்று இன்று அறிந்தேன்" என்றார். "வில்முனிவரே, அறிவென்று இங்குள்ள அனைத்தும் காலம்கடப்பதற்கானவையே. செல்காலத்தை இக்கணக் காலத்தினூடாக வருகாலத்துடன் இணைப்பதையே எண்ணுதல் என்கிறோம். எண்ணியறியும் மெய்மையெல்லாம் ஒருவழிப்பாதையே" என்றார் கண்டகர்.

"இவ்வில்லை நான் கையினால் அறிந்ததில் இருந்து எவ்வகையில் தாங்கள் அறிவது வேறுபடுகிறது?" என்றார் பீஷ்மர். "முனிவரே, வில்லை கையில் ஏந்துகையில் அதன் பொருண்மையைத் தொடுகிறீர்கள். எனவே பருப்பொருளென்று அது தன்னைக் காட்டுகிறது. சூழநோக்குக! இங்குள்ள பொருட்களனைத்தும் கணமொழியாது விரிந்தும் பிரிந்தும் வளர்ந்தும்

பெருகிப் பரவிக்கொண்டிருக்கின்றன. பருப்பொருளுக்கும் பிரம்மம் அளித்த ஆணை அது. பெருகுதலென்னும் செயலே பருப்பொருள். செயலின்றி அதற்கு இருப்பென்பதில்லை. பருப்பொருளை அறியத் தொடங்குபவன் அதன் செயல்பின்னலையே சென்றடைகிறான். முடிவிலாது பெருகிக்கொண்டிருக்கிறது அவன் அறிதல்.

"நான் அறிந்தது வில்லெனும் பருப்பொருளின் உட்பொருளை. அது இணைந்தும் நிறைத்தும் கூர்ந்தும் தன்னை ஒன்றாக்கிக்கொள்ளும் தன்மைகொண்டது" என்று கண்டகர் தொடர்ந்தார். "வில்லே மலையென்றும் அலையென்றும் முகிலென்றும் தழலென்றும் அறிந்தேன். அறிந்தறிந்து அதன் ஆழ்நெறியே அதுவென்று சென்று நின்றேன்" என்றார் கண்டகர். "பருப்பொருளை அறிபவன் அதனுடன் ஆடுகிறான். உட்பொருளை அறிபவன் அதுவாகிறான்." பீஷ்மர் தலைவணங்கி "தெளிந்தேன் அறிவரே, இத்தருணத்தை என் குடித்தெய்வங்கள் எனக்கு அருளின" என்றார்.

மறுகணம் முன்னால் நின்ற இளைய யாதவரை நோக்கி "விந்தை!" என்றார் பீஷ்மர். இளைய யாதவர் "அதனினும் விந்தை ஒன்றைக் காண்க! வில்மெய்மை துறைபோகிய கண்டகரை விடவும் அப்பால் சென்றவர் காலக்ண்டர் என்னும் முனிவர். கோடிமுறை எய்தாலும் இலக்கு பிழைக்காத வில்கொண்டவர். சென்று அவரைக் கண்டுவருக!" என்றார். "ஆம்" என்றதுமே பீஷ்மர் அங்கு நின்றிருந்தார். அது அரையிருள் நிறைந்திருந்த மலைக்குகை. புலித்தோல்மேல் கால்மடித்தமர்ந்து ஊழ்கத்திலிருந்தார் காலகண்டர். பீஷ்மர் அவர் அருகே சென்று பணிந்து "முனிவரே" என்று அழைத்தார். அவர் அவ்வழைப்பைக் கேட்கவில்லை. கோடிமுறை அழைத்தபோது அவர் விழிகள் அசைந்தன. முகம் மீண்டுவருவதைக் காட்டியது.

முனிவர் விழிதிறந்ததும்தான் அவருக்குப் பார்வையில்லை என்பதை பீஷ்மர் உணர்ந்தார். அவரை வணங்கி "முனிவரே, வில்லாடலை ஊழ்கமெனக் கொண்ட என் பெயர் தேவவிரதன். தங்களைக் கண்டு தாங்கள் அறிந்த மெய்மையை உணர்ந்துவர விழைந்து வந்தவன். தாங்கள் என்னைப்போல் வில்லூழ்கம் இயற்றுபவர் என்று அறிந்தேன்" என்றார். "ஆம், என் வழி வில்பயில்தலே" என்றார் காலகண்டர். பீஷ்மர் அவரைச்சுற்றி நோக்கியபின் "இங்கே வில்லென்று ஏதுமில்லையே" என்றார். "நான் வில்லை கண்டதேயில்லை" என்றார் காலகண்டர்.

அம்மறுமொழியை பீஷ்மர் எதிர்பார்த்திருந்தார். "விழியின்மையால் வில்லை தெய்வம் என உருவகம் செய்து உள்ளத்தில் பயில்கிறீர்கள் என்று எண்ணுகிறேன். அதை எவ்வண்ணம் அடைந்தீர்கள் என்று

உரைக்கவேண்டும்” என்றார். காலகண்டர் “நெடுங்காலம் முன்பு நான் என் ஆசிரியரான பிரசண்ட கௌசிகரிடம் ஊழ்கம் பயின்ற நாளில் அவருக்கும் மாணவர்களுக்கும் உணவு இரக்கும்பொருட்டு எங்கள் ஊழ்கநிலை இருந்த காட்டுக்கு அருகே இருந்த சிற்றூருக்குச் சென்றேன். அங்கே வில்வேதநிலை ஒன்றில் கண்டகர் என்னும் கைகளில்லாத வில்வேத அறிவர் தன் மாணவருக்கு வில்நெறியை சொல்லில் அளிப்பதைக் கேட்டேன்” என்றார்.

“கடந்து செல்கையில் எட்டு சொற்களை நான் கேட்டேன். அவை எனக்கென்றே சொல்லப்பட்டவை என்று தோன்றின. மீண்டு வரும்வரை அச்சொற்களிலேயே இருந்தேன். என் ஆசிரியரிடம் அச்சொற்களில் அக்காட்டைவிட மிகுதியான ஊடுவழிகள் இருப்பதை சொன்னேன். அவையே என் ஊழ்கநுண்சொற்கள் எனக்கொள்ளும்படி எனக்கு அவர் அருள்புரிந்தார். அச்சொற்களுடன் இங்கு வந்தமர்ந்தேன். அதனூடாக நெடுந்தொலைவு சென்றேன்” என்றார் காலகண்டர். “நான் அடைந்தவை அனைத்தும் என் அம்புகள் சென்று சேர்ந்த முடிவிலி எனக்கு அருளியவையே.”

பீஷ்மர் “உள்ளே நிகழும் விற்கலையால் எதிரியுடன் பொருதுவது எவ்வாறு?” என்றார். “என் எதிரியென்றாகுக!” என்றார் காலகண்டர். பீஷ்மர் தன் கையை அம்புக்கென எடுப்பதற்குள்ளாகவே காலகண்டர் அந்த அம்பை சொல்லால் சுட்டினார். திகைத்த கையை நிறுத்தி பிறிதொன்றை அவர் எண்ணிய அதே கணம் அதைச் சொன்னார் காலகண்டர். மேலும் அவர் எடுக்கவிருக்கும் அம்புகளைச் சொல்லலானார். “எப்படி இது?” என்று பீஷ்மர் திகைத்தார். “தேவவிரதரே, என் எதிரி நானே. இத்தனை அம்புகளால் நான் என்னுடன்தான் பொருதுகிறேன்” என்றார் காலகண்டர்.

பீஷ்மர் “சொல்க, கண்டகர் தன் சொற்களால் அறிந்த வில்வேதத்திற்கும் நீங்கள் அறிவதற்கும் என்ன வேறுபாடு?” என்றார். “சொல் இருமுனை கொண்டது. அதன் ஒலியெனும் முனையே புறவுலகைத் தொட்டுக்கொண்டிருக்கிறது. மறுமுனையில் குறிப்பு எனும் கூர் முடிவிலியைத் தொடுகிறது. சொல்லில் இருந்து ஒலியை அகற்றுவதே என் ஊழ்கம்” என்றார் காலகண்டர்.

பீஷ்மர் மீண்டு வந்து இளைய யாதவர் முன் நின்றார். “ஆம்” என்று இளைய யாதவர் சொன்னார். “செயலொருமையால் எய்துவதைவிட மெய்யறிவால் எய்துவது அரியது. அதைவிட ஊழ்கத்தால் எய்துவது அரியது. அரியவை என்பதனாலேயே அவை அனைவருக்கும் உரியவையல்ல. உங்கள் வழி செயலே என்று தெளிக! செயலினூடாகச் சென்றடைக!”

பீஷ்மர் அவர் விழிகளைக் குனிந்து நோக்கி ஆழ்ந்த குரலில் "ஒவ்வொரு செயலும் ஒருநூறெனத் திரும்பிவரும் இவ்வெளியில் செயலாற்றி முடியும் நிலை உண்டா? ஒவ்வொன்றும் பிறிதொன்றால் நிகர் செய்யப்பட்டிருக்கையில் இறுதியில் அடைவதொன்று உண்டா?" என்றார். "ஆம், செயல் யோகமென்றாகுகையில்" என்று இளைய யாதவர் மறுமொழி சொன்னார்.

"நெறிநிலை கொண்டவரே, முன்பு விதேகத்தை ஆண்ட ஜனகரின் கதையை அறிந்திருப்பீர்கள். விஷ்ணு, பிரம்மா, மரீசி, காசியபர், விவஸ்வான், வைவஸ்வதன் எனத் தொடரும் பிரஜாபதி நிரையிலிருந்து இக்ஷ்வாகுகுலம் எழுந்தது. அதில் நிமி என்னும் மைந்தன் பிறந்தான். இந்த நைமிஷாரண்யம் அவனால் உருவானது என்றும் ஒரு சூதர்கதை உண்டு. நிமி மைந்தனில்லாமல் இறந்தான். அவன் குலம் அழியலாகாதென்று விழைந்த முனிவர்கள் அவன் உடலில் இருந்து உயிர்த்துளியை எடுத்து புடமிட்டுப் பேணி அவன் துணைவியின் வயிற்றில் ஒரு மைந்தனை உருவாக்கினர்.

"உடலிறந்தும் உயிருடன் இருந்தான் என்பதனால் நிமி விதேகன் என்று அழைக்கப்பட்டான். அந்நாடு அப்பெயர் பெற்றது. பாலில் வெண்ணையென தந்தையின் உடலில் கடைந்தெடுக்கப்பட்டு பிறந்தவன் என்பதனால் அவன் மைந்தன் மிதிஜனகன் என்று பெயர்கொண்டான். அம்மைந்தனும் அவன் குலமும் ஜனகர்கள் என்று அழைக்கப்பட்டார்கள்.

"உடலில்லாது பிறந்தவர்கள் என்பதனால் அவர்கள் அனைவருக்கும் உடலுக்குள் உடலிலியை உணர்ந்து நிலைகொள்ளும் தவவல்லமை பிறவியிலேயே வந்தது. அவர்கள் அரசகட்டிலில் துறவிகளாக, மஞ்சத்தில் துணைவியுடன் இருக்கையிலும் காமத்துறப்பு கொண்டவர்களாக, போர்க்களத்திலும் ஊழ்கத்திலமைபவர்களாக இருந்தனர். புகழ்பெற்ற ரகுகுலத்து அரசன் ராமனின் துணைவி சீதையின் தந்தையாகிய ஸீரத்வஜன் என்னும் ஜனகனைப்பற்றி காவியங்களில் இருந்து அறிந்திருப்பீர்கள்.

"அறத்தில் நின்ற அரசமுனிவர்களாகிய பன்னிரு ஜனகர்களை மெய்நூல்கள் குறிப்பிடுகின்றன" என்று இளைய யாதவர் சொன்னார். பீஷ்மர் ஆமெனத் தலையசைத்தார். "உதாவசு, நந்திவர்த்தனன், சுகேது, தேவராதன், பிருஹத்ரதன், மகாவீரன், சத்ருதி, திருஷ்டகேது, ஹரியஸ்வன், மரு, பிரதிந்தகன், கீர்த்திரதன், தேவமிடன், விபுதன், மஹித்ருகன், கீர்த்திராதன், மகாரோமன், சுவர்ணரோமன் என்னும் கொடிவழியில் வந்தவர் தர்மத்வஜன் என்னும் ஜனகர். இவர் ஹ்ருஸ்வரோமன் என்றும்

அழைக்கப்பட்டார். இவருடைய மைந்தரே சீதையின் தந்தையாகிய ஸீரத்வஜ ஜனகர்" என்றார் இளைய யாதவர்.

ஜனகர்களில் முதன்மையானவர் என்று அவரைப்பற்றி நூல்கள் சொல்கின்றன. மகாஜனகர் என்னும் சொல்லால் மட்டுமே அவர் குறிப்பிடப்படுகிறார். விதேகத்தை அவர் ஆண்டுவரும் நாளில் சுலபை என்னும் முதுமகள் அவரைக் காண வந்தாள். அவர்கள் பேசிய கருத்துக்கள் சுலபாதந்த்ரம் என்னும் நூலெனப் பயிலப்படுகின்றன.

நூறாண்டுகாலம் பாரதப்பெருவிரிவில் அலைந்தவள் அவள். மெய்மையை அறிதல் என்றன்றி பிறிதேதும் வாழ்விலக்கெனக் கொள்ளாதவள். ஒவ்வொரு அறிதலாலும் மேலும் மேலும் அவள் மெய்மை மேல் நம்பிக்கையை இழந்தாள். தண்டகாரண்யத்தில் அவள் நடந்து சென்றுகொண்டிருந்தபோது அவள் நிழல்பட்டு இலைகள் வளைவதை அங்கு தவம்செய்துகொண்டிருந்த முனிவரான அஷ்டவக்ரர் கண்டார். திகைப்புடன் தன் மாணவர்களை அனுப்பி அவளை அழைத்துவரச் செய்தார்.

அவள் மிக மெல்ல காலடி வைத்து நடந்து வந்தபோது நூறுமடங்கு எடைகொண்டவள்போல் அவள் கால்கள் மண்ணில் புதைந்ததைக் கண்டார். அவள் அவர்முன் அமர்ந்த கற்பாறை சேற்றுப்பரப்பென நெகிழ்ந்து குழிந்தது. அஷ்டவக்ரர் அவ்விந்தை நிகழ்வு ஏன் என அவளிடம் கேட்டார். "முனிவரே, நான் நூறாண்டுகளாக மெய்மையைத் தேடி அலைபவள். அனைத்துக் குருநிலைகளிலும் சென்று தத்துவங்கள் அனைத்தையும் கற்றேன். ஒவ்வொரு அறிதலும் அறிபவனால் ஆக்கப்படுவதே என்றுதான் இன்றுவரை கண்டறிந்தேன். தன்னை அகற்றி மெய்மையின் முன் நின்று அறியும் ஒருவரைத் தேடி அலைந்தேன். கற்றவை என்னுள் பெருகிப்பெருகி எடைகொண்டன" என்றாள் சுலபை.

"கற்றவற்றில் சிலவற்றைக் கைவிடுக! உன் எடையைக் குறைக்கலாகும்" என்றார் அஷ்டவக்ரர். "அதற்கு பலவாறாக முயன்றேன். நான் கற்ற ஒவ்வொன்றையும் எனதென்று ஆக்கி உள்ளே தேக்கியிருக்கிறேன். அவை அனைத்திலும் நான் உள்ளேன். என்னில் ஒரு துளியையும் என்னால் விட இயலவில்லை" என்று அவள் சொன்னாள். "அது உன் எண்ணத்தால். கைவிடுவது எளிது" என்றார் அஷ்டவக்ரர். "அறிந்ததைக் கைவிடாமல் அறிபவர் அறிந்ததையே மீண்டும் அறிகிறார்."

சீற்றத்துடன் சுலபை "மண்ணில் உடலுடன் உள்ளத்துடன் வாழும் எந்த மானுடராலும் தன்னைக் கைவிட முடியாது" என்றாள். "புவியில் மானுடருக்கு அளிக்கப்பட்டுள்ள அனைத்தையும் அறிந்து துய்த்தபடி

முற்றிலும் தன்னைக் கைவிட்டு அமர்ந்திருப்போர் உண்டு" என்றார் அஷ்டவக்ரர். ஐயம்கொண்டு நோக்கிய சுலபையிடம் "செல்க, விதேகத்தை ஆளும் ஜனகராகிய ஸீரத்வஜரை வணங்குக! தன்னைக் கைவிடும் கலையைக் கற்றுக்கொள்வாய். முற்றாகத் தன்னைக் கைவிட்டபின் எஞ்சுவதென்னவோ அதுவே உனக்கான மெய்மை என்று அறிவாய்" என்றார்.

சுலபை தான் கற்ற மாயத்திறனால் பேரழகுமிக்க இளம்பாணினியாக மாறி மிதிலையை வந்தடைந்தாள். அரசருடன் காவியச்சொல்லாட விழைவதாகச் சொல்லி ஜனகரின் அவையை அடைந்தாள். ஜனகரின் அவையிலமர்ந்ததும் அவள் அவரிடம் தன் முதல் வினாவைக் கேட்டாள். "உயிர்களின் உடல்வடிவை அமைப்பது எது?" ஜனகர் "அவற்றின் உணவு" என்றார். "அவற்றின் உள்ளமைந்த விழைவு அல்லவா?" என்று அவள் கேட்டாள். "விழைவு அவற்றின் உள்ளத்தை அமைக்கிறது. உள்ளம் உடலின் வடிவைச் சூடுவதேயில்லை" என்றார் ஜனகர்.

"முற்றிலும் தூய உணவு எது?" என்று அவள் இரண்டாவது வினாவைக் கேட்டாள். "முற்றிலும் சுவையறியாமல் உண்ணப்படுவது" என்று அவர் சொன்னார். அவள் "சுவையல்லவா உணவின் இயல்பு?" என்றாள். "இல்லை, பெரும்பசி கொண்டவன் உயிர்வாழும்பொருட்டே உண்கிறான்" என்றார். "பசித்து உண்ணும் உணவு சுவைமிக்கதல்லவா?" என்றாள். "இல்லை, உயிர்கொண்ட பெரும்பசி சுவையறியாது. ஏனென்றால் அது உடல்கடந்தது" என்றார் ஜனகர்.

"முற்றிலும் தனியர் எவர்?" என்று சுலபை இறுதியாகக் கேட்டாள். "அனைத்தையும் ஆற்றுவோனும், எதையும் ஆற்றாதவனும்" என்றார் ஜனகர். "ஆற்றுபவன் எப்படி தனித்திருக்கவியலும்?" என்றாள். "ஏதேனும் ஒரு செயலில் மகிழ்ந்து ஒன்றுபவன் அச்செயலால் பின்னப்படுகிறான். எதிலும் ஒட்டாதவனே அனைத்தையும் இயற்றுகிறான்" என்று ஜனகர் சொன்னார்.

மூன்று வினாக்களிலிருந்தும் அவருடைய கொள்கையை உணர்ந்துகொண்ட சுலபை "கொள்கையென எவர் சொல்வதும் சொல்பவரின் தன்னிலையின் ஒருமுகத்தை மட்டும்தான். தானற்ற அறிதல் மானுடருக்கு இயல்வதேயல்ல" என்றாள். ஜனகர் "இவ்வுடலில் இவ்வண்ணம் இருந்து நான் அறிவதையே எவ்வுடலிலும் எச்சூழலிலும் இருந்து அறிவேன்" என்றார். "அவ்வாறென்றால் ஆயிரம் முனிவர் அறிந்து சொல்லும் மெய்மை ஆயிரம் கோணத்தில் அமைவதெப்படி?" என்றாள் சுலபை. "ஆயிரத்திலும் நடுவென ஓடுவதே அவர்கள் அறிந்த மெய்மை. ஆயிரமெனக் காட்டுவது அவர்கள் சொல்லும் மெய்மை" என்றார் ஜனகர்.

சுலபை “மன்னரே, மண்ணுக்கு வரும் குழவி ஒன்றென்றிருப்பதில்லை. அதன் விழிகளும் கைகளும் கால்களும் வாயும் செவியும் தனித்தனியாகவே இருக்கின்றன. வெளியுலகை நோக்கி தன்னைக் குவித்துக்குவித்து உடலைத் தொகுத்து உருவம் கொள்கிறது. உடலைத் தொகுக்கும்போதே அது தன்னையும் வகுத்துக்கொள்கிறது. தன்னிலை அறிவாவதில்லை. அறிவே தன்னிலையைப் படைக்கிறது. அறிவும் தன்னிலையும் வெவ்வேறல்ல. எனவே தன்னிலை அற்ற அறிவென்பதில்லை” என்றாள்.

ஜனகர் “எந்த மானுட உடலும் தன்னை நாயென்றும் காகமென்றும் வகுத்துக்கொள்வதில்லை. ஆணென்றும் பெண்ணென்றும்கூட அறிவதில்லை. உடலென ஆகும் அறிவுகொள்ளும் பொதுமையே அறிவென்பது. அது உடல்கடந்தது. உடலில் எழுவது” என்றார் ஜனகர்.

அவர் சொல்வனவற்றை உள்புகுந்தறிய விரும்பிய சுலபை அவர் விழிகளைக் கூர்ந்து நோக்கி தன் மாயத்தால் அவர் உடலுக்குள் அக்கணமே புகுந்துகொண்டாள். அவரென அமர்ந்து அத்தருணத்தில் திகழ்ந்த அறிவை அடைந்தாள். எதிரில் சுலபையின் உடலில் அமைந்திருந்த ஜனகர் அவளை நோக்கி “தன்னிலையே மெய்மை என்றால் தன்னிலை அழிகையில் மெய்மை மறையவேண்டும். ஆனால் தன்னிலை மறையும்போதெல்லாம் மெய்மை தங்கத்தாதுவிலிருந்து மண் உருகி அகன்றபின்பு என மேலும் தனித்தூய்மையையே கொள்கிறது” என்றார்.

“அவர் உடல்மாறியதையே அறிந்திருக்கவில்லை என்பதை சுலபை அறிந்தாள். திகைத்து அதற்கு மறுமொழி சொன்னாள்” என்றார் இளைய யாதவர். பீஷ்மர் அவரை விழிகள் நிலைத்திருக்க நோக்கிக்கொண்டிருந்தார். இளைய யாதவர் “பிதாமகரே, சுலபை எந்நிலையில் நின்று மறுமொழி சொல்லியிருப்பாள்?” என்றார். “அவள் தானறிந்த மெய்மையையே சொல்லியிருப்பாள். ஏனென்றால் உடலால் மெய்மை மாறுவதில்லை என்றுதான் இக்கதை சொல்கிறது” என்றார் பீஷ்மர்.

இளைய யாதவர் சிரித்து “இல்லை, ஜனகர் சொல்லை ஏற்று, ஆம், கல்லில் அமைந்தாலும் மண்ணில் வனைந்தாலும் மரத்தில் செதுக்கினாலும் எழுவது ஒரே தெய்வம்தான் என்று சுலபை மறுமொழி சொன்னாள்” என்றார். பீஷ்மர் திகைப்புடன் நோக்க “காங்கேயரே, மெய்மை ஒன்றே என்றுதான் இக்கதை சொல்கிறது. தன்னிலையெனும் ஆணவம் அழிந்து மீண்ட சுலபை ஜனகர் அறிந்த மாறா மெய்மையைத் தானும் அடைந்தாள்” என்றார்.

4

இமைக்கணக் காட்டில் தன் முன் அமர்ந்திருந்த பீஷ்மரிடம் யாதவராகிய கிருஷ்ணன் செயலெனும் யோகத்தை விளக்கி இவ்வண்ணம் சொல்லத் தொடங்கினார். மூப்பையும் திறனையும் மறந்து, சலிப்பையும் விலக்கத்தையும் இழந்து, கைகட்டி விழிநிலைக்க அமர்ந்து அச்சொற்களை பீஷ்மர் கேட்டிருந்தார்.

பிதாமகரே, முன்பு சுலபை எனும் பேரறிவை அரசமுனிவராகிய ஜனகரிடம் கேட்டாள். ஒவ்வொரு பொருளும் அப்பொருளின் நுண்கூறுகளில் திகழும் தனித்தன்மையினால் ஆனது என்று கணாத காசியப முனிவரால் வகுக்கப்பட்டுள்ளது. அத்தனித்தன்மைகளோ அறியப்படுவதனூடாக அமைபவை. ஆகவேதான் அறிமுறையைக் குறித்த அறிவே அறிவில் தலையாயதென்று அக்ஷபாத கௌதம முனிவர் வகுத்தார்.

அறிவையன்றி எதையும் அறியவியலாதென்றால் அறிவென்பது அறிதலெனும் நிகழ்வே என்றாகிறது அல்லவா? அறிபடுபவன் இல்லையென்றால் அறிதலே இல்லையென்பதனால் அறியப்படுவதெல்லாம் அறிபவனின் அறிநிலை என்று அன்றி வேறெப்படி வகுக்க இயலும்?

அறிபவனுக்கேற்ப தன்னை காட்டும் இப்புடவியை அவ்வண்ணம் முடிவிலாது அறிவதனால் என்ன பயன்? ஒன்று பிறிதைக் காட்டும் பல்லாயிரம் ஆடிகளில் முகம்நோக்கி யார் தன்னை அறிந்துகொள்ள முடியும்? செயலெல்லாம் அறிதலே என்று சொல்கின்றன நூல்கள். செயல் பிற செயலென்று பெருகுமென்றால் செயல்புரிவோன் முடிவிலா அறியாமையில் சிக்கியிருக்கிறான் என்பதல்லவா மெய்?

சுலபை ஜனகரிடம் இவ்வண்ணம் கேட்டாள். அரசே, ஒருபோதும் கரைக்கு வராத நாவாயில் பிறந்து வளர்ந்து இறக்கும் ஒருவன் இருந்தான். அவன் இப்புவி நிலையானதென்று அறிந்திருக்கவேயில்லை. இங்குள்ள ஒவ்வொன்றும் அலையடிப்பதென்றே நினைத்திருந்தான். அவன் மறைகையில் அந்தப் புவி எங்கு செல்கிறது? பிற கோடிப்பேர் அறிந்த புவியை ஆளும் தெய்வங்கள் அந்த அலைப் புவியில் எப்படி திகழ்கின்றன?

அனைத்து விதைகளையும் முளைக்கவைக்கும் அணைப்பு கொண்டது இந்த மண். முளைக்காத விதைகள் காத்திருக்கின்றன. மானுட உள்ளத்தில் மூவிழைவுகள் இல்லையென்றான கணம் அமையலாகுமா? அவை ஐம்புலன்கள் மேல் அமையாத தருணமொன்றுண்டா? விழைவுகளும் புலன்களும் முடைந்தமைந்த சித்தமே நிலைகொள்ளாக் கடல். அரசே சொல்க, புயல் கொந்தளிக்கும் மரக்கிளையில் எப்பறவை வந்தமரும்?

முன்பு உங்கள் மூதாதையான சுதிருதி தன் நகர் அமைந்த குன்றுக்குக் கீழே ஓடிய சிற்றோடை ஒன்றின் கரையில் அமர்ந்திருந்தார். அவர் ஊழ்கத்திலிருந்து விழித்தெழுந்தபோது ஓடைவிளிம்பில் எழுந்து நின்றிருந்த நுரைக்குமிழி ஒன்றில் தன் நகரின் முழுத் தோற்றத்தைக் கண்டார். அன்றே அங்கிருந்தே கான்புகுந்தார்.

தாழியில் தன் முன் வந்த பாலைக் கண்டு முன்பு உங்கள் மூதாதையான மரு அதை வணங்கினார். அவர் முன் க்ஷீரை என்னும் தெய்வமாக எழுந்தது பால். "அன்னையே, இத்தாழியின் வடிவை ஏன் கொண்டாய்?" என்று அவர் கேட்டார். "அதற்குமுன் பசுவின் அகிடின் வடிவிலிருந்தேன். அதற்கும் முன் அதன் குருதி வடிவில்" என்று க்ஷீரை சொன்னாள். "பெருவடிவில் வானிலிருக்கிறேன். எப்போதும் ஏதேனும் வடிவிலேயே இருக்கிறேன். வடிவில்லையேல் இன்மையென்றே இருப்பேன்."

"நான் உன்னை அறிகையில் அறிவது இத்தாழியை அல்லவா?" என்று மரு கேட்டார். "ஆம், கலமின்றி பாலை அறிய மானுடர்க்கு வழியே இல்லை" என்றபின் க்ஷீரை மறைந்தாள். மரு அதுவரை கற்ற அனைத்தையும் துறந்து களிமகன் ஆனார். நுரைசூடிய கள் என்று வாழ்வைக் கொண்டாடலானார்.

முன்பு ஒருகாலத்தில் சிறுகுட்டையில் வாழ்ந்த ரஜதன் என்னும் மீன் மேலிருந்து குனிந்து தன்னை நோக்கிய முனிவரிடம் துயருடன் சொன்னது. "நான் கலங்கிய நீரின் அலைகளால் சூழப்பட்டிருக்கிறேன். அதையே அருந்துகிறேன். அதையே நோக்குகிறேன். அதனால் மறைக்கப்பட்ட உலகையே காணும்படி அமைந்துள்ளது என் வாழ்க்கை."

முனிவர் அதனிடம் சொன்னார் "இனியவனே, உன் நீரைக் கலக்கிக் கொண்டிருப்பது நீயேதான்." ரஜதன் திடுக்கிட்டு "நான் ஒரு கணமும் செதிலும் வாலும் ஓய முடியாது. நீரில் மூழ்கி இறப்பேன்" என்றது. முனிவர் "அவ்வண்ணமென்றால் நீ இந்தக் கலங்கலையே அடைந்தாகவேண்டும்" என்று திரும்பிச் சென்றார்.

மானுடர் ஆற்றும் செயல்கள் பயனற்றவையே என்று நிறுவி இவ்வண்ணம் பேசிய சுலபையிடம் ஜனகர் சொன்னார் "அறிவின்பொருட்டு எழுந்தவளே, செயல்கள் எதையும் செய்யாமலிருப்பதனால் எவரும் செயலற்ற நிலை அடைவதில்லை. செயலற்ற நிலை என்பது கடுந்தவத்தால் சென்றடையவேண்டியது, மேலும் கடுந்தவத்தால் நிலைகொள்ளவேண்டியது. விரையும் படகின் அமர மையத்தில் நிற்பவன் துடுப்பிடுபவருக்கு நிகராகவே உடலுழைக்கிறான்."

மூலப்பேரியற்கையில் எழுந்த மூன்றியல்பின் முரண்களால் முதற்செயல் தோன்றியது என்று கபிலமுனிவரின் மெய்நூல் சொல்கிறது. முதற்செயலின் தொடர்செயலே இப்புவியெனும் செயற்பெருக்கு. ஒவ்வொருவரும் அதற்குள்தான் வாழ்கிறார்கள்.

இங்கு செயலாற்றாத எதுவுமில்லை. புவிக்குமேல் விண்கோள்கள் சுழல்கின்றன. சிற்றெறும்பு துயில்வதேயில்லை. செயலாற்றுவதன் பயன் என்னவென்று அவை அறிவதில்லை. செயலாற்றாதிருக்க இயலாதென்னும் நெறியாலேயே அவை செயலாற்றுகின்றன. எவரும் ஒரு கணப்பொழுதேனும் செயலற்ற நிலையில் இருக்கவியலாது.

முக்குணம் தெளியா முதற்பொருள் செயலினூடாகவே தெளியும் புடவி என வளர்மாற்றம் கொண்டது. அவியக்தம் என்றும் வியக்தம் என்றும் அதை அறிஞர் சொல்கிறார்கள். தெளியாப் பொருளுக்கும் தெளிபொருளுக்கும் நடுவே நிகழ்வதொன்றே. அதை செயல் என்றார் கபிலர். விவர்த்தம் எனும் அச்செயல் காலமற்றது. செயல்கள் எனப் பெருக்குவது உயிர்களின் சித்தம். சித்தம் கடந்து செயலென்று அதைக் காண்பவர் தெளிபொருளில் தெளியாததைக் காணக்கூடும்.

செயல்கள் உடலால் மட்டும் ஆற்றப்படுவதில்லை. மூடிய பேழைக்குள் வைரம் ஒளிவிளையாடிக்கொண்டிருக்கிறது. உடற்குடத்திற்குள் இதயம் புரவியெனப் பாய்ந்து செல்கிறது. செயலை அஞ்சி செயலின்மையை விரும்பி ஐம்புலன்களை அடக்கி உள்ளத்தால் அனைத்தையும் இயற்றுபவனை பொய்யொழுக்கம் கொண்டவன் என்றே சொல்லவேண்டும். நிழல்கண்டு காமம் கொள்ளினும் உவகையும் துயரும் நிகரே.

அகன்றமைந்த பெருநகர் ஒன்றை நான் கண்டிருக்கிறேன். அதன் எல்லைகள் படைக்கலமேந்திய வீரர்களாலும் வழிநடத்தும்

முரசுகளாலும் தொலைவை நோக்கும் ஒற்றர்களாலும் சூழப்பட்டுள்ளன. அவ்வட்டத்திற்குள் ஆயிரம் ஆலயங்களில் தெய்வங்களுக்கு ஓயாமல் பூசெய்கை நிகழ்கிறது. அதற்கும் அப்பால் உள்வளையத்தில் அறிஞர் அமர்ந்து பறவைக்கூட்டம்போல் ஓசையிட்டுச் சொல்லாடுகிறார்கள்.

அதற்கும் அப்பாலுள்ள வட்டத்தில் ஊழ்கத்தில் அமர்ந்திருக்கும் முனிவர்களைக் கண்டேன். தங்கள் உள்ளத்தை சொல்லின்மையாக்கி, காலத்தை இனிய சுழியென்றாக்கி, அவர்கள் அமர்ந்திருந்தனர். இளையவளே, அதற்கும் அப்பால் அமைந்த அறையில் மாறா புன்னகையுடன் முனிவர் ஒருவர் அமர்ந்திருந்தார். அவர் முற்றிலும் தனிமையில், முழுமையான செயலின்மையில், தன்னையும் தான் அறியாதவராக அமர்ந்திருந்தார்.

அலைஓயாத பெருங்கடல்மேல் வாழ்பவன் நான் என்று ஒரு மாலுமி சொன்னான். கரையிலமர்ந்திருந்த இல்லறத்தான் புன்னகைத்து அலை ஓயாத புவிமேல் நானும் வாழ்கிறேன் என்று சொன்னான்.

பெருங்கடல் தாண்டி வந்தமர்ந்த பறவையிடம் கடலோரம் அலையெண்ணி அமர்ந்திருந்த இல்லக்கோழி கேட்டது, எந்த அலையிலிருந்து நீ பறக்கத் தொடங்கினாய் என்று. தொடங்கிய அலையிலேயே எப்போதும் பறந்துகொண்டிருக்கிறேன் என்று அது மறுமொழி சொன்னது.

என் மூதாதையான சுதிருதி தன் வாழ்வின் இறுதியில் அனைத்து நகர்களையும் தன் மேல் ஏந்திய பெருங்குமிழி ஒன்றைக் கண்டார். புன்னகையுடன் ஆம் என்று சொல்லி விழிமூடினார்.

என் மூதாதையான மரு அன்னையின் சிறுமுலைக்காம்பில் சொட்டிநின்ற பால்துளி ஒன்றைக் கண்டு இளங்கன்று ஒன்று வாழ்த்துவதை ஒருநாள் கேட்டார். ‘பரம்பொருள் பள்ளிகொள்ள முடிவிலியென விரிந்தவளே, என் பசிக்கென துளிவடிவில் ஊறும் உன் பெருங்கனிவுக்கு அப்பால் பொருள் என ஒன்று கொண்டிருக்கிறாயா?’ அவர் இங்கு நிகழும் பெருங்களியாட்டில் தன்னை நிறைத்துக்கொண்டார்.

பொருளென்று அங்கிருந்தும் அறிவென்று இங்கிருந்தும் சந்திக்கும் புள்ளியிலேயே அனைத்தும் நிலைகொள்கின்றன. நிகர்விசைகொண்ட இரு களிறுகளால் இழுக்கப்படும் வடத்தின் மையம் அது.

அறியப்படும் இவையனைத்தும் அறிவென்பதனால் அறியப்படுவதனால் அறிவு உருவாகவில்லை என்றே பொருள். அறிவன்றி இங்கு பிறிதேதுமில்லை. அறிவுக்குள் அறிவென்று அமைந்தவையே அனைத்தும். தனித்தன்மைகள் அறிதலினால் எழுகின்றன. அறிதலுக்கு அப்பால் பெரும்பொதுமையின் அமைதலும் அறிவே.

அறியப்படாமையும் அறியவொண்ணாமையும் அறிவுகடந்தமையும் அறிவே. அறிவிலமர்ந்தவர் அறிவென அதையே கொள்வர். அறிபொருள் அறிவோன் அறிவு எனும் மும்மையழிந்த நிலையில் அது நிலைகொள்கிறது.

சுழற்சிக்கு நடுவே மையம் அசைவின்மை கொண்டிருக்கிறது. ஆழம் அலையின்மையால் இறுகியிருக்கிறது. அப்பாலிருப்பவனே அனைத்தையும் அறிபவனாகிறான். செயல்களுக்குள் செயலற்றிருப்பவனே செயலாற்ற வல்லவன்.

நிலமறைந்து பாயும் சிம்மத்தில், முகக்கை சுழற்றிப் பாயும் களிற்றில், சீறிப்படமெடுக்கும் நாகத்தில் எழுகிறது இப்புவியாளும் பெருவிசை. புரவியின் கால்களில், கழுகின் சிறகில், தவளையின் நாவில் வெளிப்படுகிறது. அது தெய்வங்களுக்குரியது. அதனால் ஆற்றப்படுகின்றன அனைத்துச் செயல்களும். அனைத்து அறங்களும் அதனால் நிலைநிறுத்தப்படுகின்றன.

அவ்விசை உணரப்படுகையில் மானுடருக்குரியவையாகின்றது. காமம் சினம் விழைவு என சொல்கொள்கின்றது. அனைத்தையும் மறைக்கும் திரையாகின்றது. அனைத்தும் தானாகித் தோன்றுவதனூடாக பிறிதெதையும் காட்டாதவையாகின்றது.

ஐம்புலன்களையும் ஆளும் காமமும் சினமும் விழைவும், கால்களும் விழிகளும் அற்றவை. ஆணவமே அவற்றின் ஊர்தி. ஆணவத்தை வென்றவன் அம்மூன்றையும் ஆள்கிறான். காற்றிலா கருவறையில் நிலைகொள்ளும் சுடர் என அகம் கொண்டிருப்பான். அவன் காண்பவை துலங்கும்.

முன்பு இலங்கையின் தலைவனாகிய ராவணன் பெருவேள்வி ஒன்றை இயற்றினான். அதில் அவன் தன் செல்வங்கள் அனைத்தையும் ஆகுதியாக்கினான். தன் உறவை, துணையை அவியென அளித்தான். பின்னர் தன் தலைகளை ஒவ்வொன்றாக அறுத்து அனலோம்பினான். காமம், சினம், விழைவு எனும் மூன்று தலைகளை அளித்தான். மறுபக்கத்திலிருந்து கல்வி, புகழ், பற்று என்னும் மூன்று தலைகளை மீண்டும் வெட்டியிட்டான்.

பின்னர் ஆகூழ், போகூழ், அறம் என்னும் மூன்று தலைகளையும் வெட்டி அவியூட்டினான். வேள்விமுழுமை பெறாமை கண்டு திகைத்தபின் தன் பத்தாவது தலையையும் வெட்டி எரிபலி அளித்தான். அந்தத் தலையே தன்னிலை. அது நீங்கிய பின்னரே வேள்வித்தீயில் அவனுக்குரிய தெய்வம் எழுந்தது.

தன்னிலையை இழந்தவன் பாம்புகளைப் பிடாரன் என மும்முக விசையை ஆள்கிறான். காட்டெரியின் நடுவே கரும்பாறையென நிலைகொள்கிறான். அனைத்துத் துயர்களையும் இடர்களையும் கனவிலெனக் கண்டு விழித்துக்கொள்கிறான்.

அனைத்தையும் சுவைத்த பின்னும் தனக்கென சுவையேதுமில்லாதிருக்கும் நாக்கு அவன். புதுச் சுவையை நாடுபவன். இனிமையில் முற்றிலுமாகத் திளைக்க அறிந்தவன். தன்னில் தான் இன்புறுபவன்.

அவன் தன்னில் தான் நிறைவுகொள்பவன். தன்னிலே தான் உவகையடைபவன். தானன்றி பிறிதிலானுக்கு செயலென்று ஏதுமில்லை. அவனே முடிவிலாது செயலாற்றுபவன். புடவியில் பிரம்மம் என உயிர்களில் அவன் உறைகிறான்.

பிறரை மட்டுமே எண்ணி அளிக்கையில், தன்னை மட்டுமே எண்ணி அன்புகொள்கையில், இரண்டும் எண்ணாமல் அறம்புரிகையில் செயல் வேள்வி என்றாகிறது. அனைத்தையும் அவியாக்கும் வேள்வி. அனைத்து தெய்வங்களும் பேணப்படும் வேள்வி. வேள்வியல்லா செயலனைத்தும் வீணே. வேள்வியன்னம் அல்லாதவை உணவே அல்ல.

செயலினூடாக செயலைக் கைவிடுக! செயல்நிறைவென்பது செயல்கடத்தலென்றாகுக! செயலில் எழும் அறிவும் செயல்மிச்சமே. எஞ்சாச் செயலே வீடுபேறளிக்கும் என்று அறிக!

செய்யப்படாத செயல் துன்பத்தை அளிக்கிறது. செய்துமுடித்த செயல் புதிய துன்பத்தைக் கொண்டுவருகிறது. செயலை அறியாமல் செயலாற்றுபவனே அத்துன்பத்தைத் தவிர்க்கிறான். முற்றிலும் நிகர்கொண்ட படையாழியே முழுவிசையில் சுழலும். தன்னை ஏந்தும் சுட்டுவிரல் அறியாதபடி எடையற்றிருக்கும்.

இங்கு செயல், மறுசெயல், தொடர்செயல் என இயங்கும் இந்தப் பெரும்பொறியை அமைத்த சிற்பி அதில் ஓசையின்றி உராய்வின்றி தான் எண்ணியதை முற்றியற்றும் உறுப்பையே விரும்புகிறான். அதை தன் வெற்றியென்று கொள்வான்.

அப்பொறியின் அமைப்பையும் இயக்கத்தையும் இலக்கையும் அவ்வுறுப்பு முழுதறியவியலாது. முற்றமைந்தால் அறியமுடியாது. பிறழ்வதனூடாகவே அதை அறியமுடியும். பிறழ்கையில் அது அமைந்திருக்கும் இடமே அதன் சிறையென்றாகும். அப்பொறியின் அனைத்து பிற உறுப்புகளாலும் அது உரசப்பட்டு அனல்கொள்ளும். அப்பொறியின் முழு எடையையும் தாங்கி உடைந்தழியும்.

தன் பணியை முற்றியற்ற அது அமையுமென்றால் அது அமைந்திருக்கும் இடமே முற்றிலும் உகந்ததென அறியும். அனைத்துறுப்புக்களும் அதற்கு உதவுவதைக் காணும். முழுமையுடன் பொருந்துவதனால் முழுமையின் ஆற்றல்கொண்டதாக மாறும்.

ஒரு செயல் அனைத்துச் செயல்களுடனும் முற்றிணைகையில் அது யோகம் என்றாகிறது. யோகமென அமைந்த செயலே செயல்களில் தூயது. செயல் சிறையிடுவது. யோகச்செயல் விடுவிப்பது.

ஆகவே அறிவமைந்தவளே, செயலில் அமைக! செயலால் எழுக! செயல் யோகமென்றாகுக!

இவ்வண்ணம் ஜனகர் கூறிமுடித்ததும் சுலபை கைகூப்பியபடி எழுந்தாள். தன் உடலின் எடையனைத்தும் நீங்கிவிட்டிருப்பதை அறிந்தாள். “அரசமுனிவரே, என் முதலாசிரியர் எனக்கு இப்பெயரை இட்டபோது இதன்பொருள் அறியாமல் வியந்தேன். பின் இதன் பொருள்முரணை எண்ணி கசந்தேன். இப்பொருளை வந்தடைய நான் பயணம் செய்துகொண்டிருந்தேன் என இப்போது உணர்கிறேன்” என்றாள்.

பின் இளங்காற்றில் சுருண்டெழும் புகைபோல அவள் மிதந்து பறந்து மிதிலையின் தெருக்களினூடாக விலகிச் சென்றாள். விதேகத்திலிருந்து வடக்குநோக்கிச் சென்று இமயமலையில் எழுந்த காஞ்சனசிருங்கம் என்னும் பொன்மலைமுடியில் சென்றமைந்தாள். பொன்வடிவம் கொண்டு நிறைவடைந்தாள்.

“சுலபைக்கு ஜனகர் அருளிய செயல்மெய்மை இது, காங்கேயரே. இது உங்களுக்கும் வழிகாட்டும் சொல்லென்றமைக!” என்று இளைய யாதவர் சொன்னார். பீஷ்மர் கைகூப்பி “ஆம், என் உள்ளம் தெளிவுகொண்டது” என்றார். பின் எழுந்து நின்று தன் குழல்கற்றைகளைக் கையால் நீவி தோளிலிட்டபடி “நான் செல்கிறேன். உங்கள் சொற்கள் எனக்காகக் காத்திருந்தன என்று உணர்கிறேன்” என்றார். இளைய யாதவர் “ஆம், இத்தருணம் அவற்றுக்குரியது” என்றார்.

பீஷ்மர் கிளம்பும் அசைவு உடலில் கூடியபின் தயங்கி நின்று “நான் என்பொருட்டு கேட்கவில்லை, யாதவரே. விருப்பமற்றவனைக்கூட இழுத்துச் சென்று செயலில் தூண்டி பெரும்பழி கொள்ளச்செய்யும் அவ்வாற்றல்தான் என்ன?” என்றார். “ஏனென்றால் என் மைந்தன் துரியோதனனை நான் நன்கறிவேன். இப்போதும் அவனுள் விழைவு எழுந்து நிறைந்துள்ளது என நான் எண்ணவில்லை.”

இளைய யாதவர் “சத்வம், ரஜஸ், தமஸ் என்னும் மூன்று குணங்களில் விசைகொண்டது இரண்டாவதே. ரஜோகுணம் கொண்டவனே ராஜன்

எனப்படுகிறான். அதுவே அனைத்துயிரையும் செலுத்தும் விசை. வெல்க, கொள்க, ஆள்க என அது ஆணையிடுகிறது. இங்கே செயலென்று சூழ்ந்திருப்பது அதுவே" என்றார்.

"அம்மூன்று இயல்புகளும் நிகர்கொண்ட நிலையே மெய்மை என்று அறிந்துள்ளேன். என்னுள் எழும் ரஜோகுணத்தைத்தான் என்றும் அஞ்சிக்கொண்டிருக்கிறேன். என்னுள் இருந்து சத்வகுணத்தை எழுப்பி கடந்துசெல்லவே முயல்கிறேன்" என்றார் பீஷ்மர்.

"காட்டெரியை அணைக்கும் வழி என்ன, காங்கேயரே?" என்றார் இளைய யாதவர். "காட்டெரியை உருவாக்குவது. உண்ண காடில்லாமலாகும்போது அதுவே அணையும்" என்றார் பீஷ்மர். "ரஜோகுணத்தை ரஜோகுணத்தால் வெல்லலாம். அதுவே உங்கள் வழி. வெல்வதற்கும் கொள்வதற்கும் ஆள்வதற்குமான விசையை அவற்றைக் கடப்பதற்கு என ஆக்கிக்கொள்க!"

"ஆம், அதுவே என் வழியாகுக!" என்றார் பீஷ்மர். "நன்று" என்று சொல்லி இளைய யாதவரும் எழுந்தார். அவர்கள் குடிலின் வாயில் நோக்கி நடந்தனர். முதற்காலையின் குளிர்காற்று எழுந்து அவர்களின் ஆடைகளை அசையச் செய்தது. விடிவெள்ளியை நோக்கியபடி சிலகணங்கள் பீஷ்மர் நின்றார். அவர் அருகே இளைய யாதவரும் நின்றார். "இன்னும் நெடுந்தொலைவு செல்லவேண்டியிருக்கிறது, இளைய யாதவரே" என்றார். "ஆம், வடக்குமுகம் கொள்ளவேண்டியிருக்கிறது" என்றார் இளைய யாதவர்.

அகம் அதிர்ந்து பீஷ்மர் திரும்பி நோக்கினார். இருவர் விழிகளும் தொட்டுக்கொண்டன. பீஷ்மர் புன்னகைத்தார். "ஸ்வேதவீரரே, மடியிலேறி விளையாட வரும் மைந்தர்களுக்கும் உங்களைக் கொல்லவருபவர்களுக்கும் வேறுபாடில்லை என்னும் உளநிலை போரில் உங்களிடம் அமையட்டும்" என்றார். பீஷ்மர் மேலும் புன்னகைத்த பின்னர் திரும்பி இருளில் நடந்து அகன்றார்.

பகுதி 4

அறிவு

1

யமன் மூன்றாவது முறையாக வந்தபோது சிகண்டியின் வடிவிலிருந்தார். நைமிஷாரண்ய எல்லையில் அவருக்காகக் காத்திருந்த யமதூதனாகிய திரிதண்டன் "அரசே, நீங்கள் விரும்புவீர்கள் என்பதனால் இச்செய்தியுடன் காத்திருந்தேன்" என்றான். சினத்துடன் "நான் விரும்புவேன் என எவ்வாறு அறிந்தாய்?" என்று யமன் கேட்டார். அவர் ஒவ்வொரு அடியிலும் நிறைவின்மைகொண்டு உடல் எடைமிகுந்து நடக்கமுடியாதவராக வந்துகொண்டிருந்தார். காட்டின் எல்லை தொலைவில் தெரிந்த பின்னரும் தன்னை உந்தி உந்தி செலுத்தினார். சலிப்புடன் நின்று அவனை நோக்கி "நான் நிறைவுகொள்ளவில்லை என எப்படி அறிந்தாய்?" என்றார்.

"அரசே, நானும் துர்பதனும் சென்றமுறை சேர்ந்தே இங்கு வந்தோம். வரும்போது எங்களிடமிருந்த செய்தியின் விசைக்கேற்ப எங்கள் விரைவும் வரிசையும் அமைந்தது. பீஷ்மரின் செய்தியை உரைத்த துர்பதனுக்கு ஒருகணம் பின்னாலிருந்தேன். ஆனால் நீங்கள் பீஷ்மராகி காட்டுக்குள் நுழைந்த மறுகணம் என்னிடமிருந்த செய்தி அவனிடமிருந்ததைவிட பெருகியது. அங்கே நீங்கள் இளைய யாதவரிடம் சொல்லுசாவும்போது ஒவ்வொரு கணத்திலும் இருமடங்காகியது" என்றான் திரிதண்டன்.

"சொல்க!" என்றார் யமன். "அரசே, விந்தியமலைகளுக்கு நடுவே சிகண்டம் என்னும் காடு அமைந்துள்ளது. தென்னகம் செல்லும் பயணிகள் செல்லும் வழி அது. ஆனால் அனைத்துப் பயணிகளும் அவ்வழியை தவிர்த்து இருமடங்கு வழிசுழன்றுதான் செல்கிறார்கள். அந்தக் காட்டிலுள்ள உணவுப்பொருட்களும், அரக்கு, சந்தனம், அகில் முதலிய மலைப்பொருட்களும், வேட்டையூனும், அந்தணர், ஷத்ரியர், வைசியர் என்னும் மூன்று வகுப்பார்க்கும் கொடுநஞ்சு. அறியாமல் அதை

அவர்கள் தொட்டால்கூட ஏழு தலைமுறைகள் தீப்பழி கொள்ளும். அவர்கள் வாழும் நகர்மேல் நச்சுமழை பெய்து குடிகளும் விலங்குகளும் முழுதழியும் என சொல்லிருக்கிறது" என்றான் திரிதண்டன்.

"அந்தத் தொல்பழியை அரசர் அஞ்சியமையால் அவ்வழி வந்த எவரையும் நகர்களுக்குள் நுழையவிடுவதில்லை. தங்கள் குடிகள் எவ்வகையிலேனும் அதனுடன் தொடர்புகொண்டிருந்தால் அவர்களை நாடுநீக்கி கழுவேற்றி எரித்தழித்தனர். ஆகவே சூத்திரர்களும் அவ்வழி செல்வதில்லை. அக்காட்டுடன் தொடர்புடையவர்கள் என அறியப்பட்டால் தாங்கள் விற்கும் மலைப்பொருட்களுக்கு விலக்கு நேரும் என்பதனால் கிராதரும், நிஷாதரும்கூட அந்த மலைப்பகுதியை அணுகுவதில்லை. பல்லாயிரமாண்டுகளாக அந்த மலைச்சூழல் முழுமையாக மானுடரால் கைவிடப்பட்டு பசுமையே இருளென்றாகி அனைத்து வழிகளையும் மூடிக்கொண்டு கிடந்தது.

"அது நெடுங்காலத்திற்கு முன்பு அசுரர்கோனாகிய விருத்திரனை உம்பர்க்கரசன் இந்திரன் கொன்றபோது அவன் குருதி மழையெனப் பெய்து முளைத்தெழுந்த காடு என்கிறார்கள். விருத்திரனின் குருதியில் எஞ்சியிருந்த விழைவுகளும் வஞ்சங்களும் அங்கே மரமென செடியென முளைத்தன. விலங்குகளாக பறவைகளாக சிற்றுயிர்களாக நிறைந்தன. நாகங்களாக நிழல்களுடன் கலந்து நெளிந்தன. விருத்திரன் இறக்கும் கணத்தில் நான் கொண்டவை நிலைகொள்க என்று வஞ்சினம் உரைத்து வீழ்ந்தான். அவன் கொண்ட அனைத்தும் இந்திரனை வணங்கும் அனைத்துக் குலங்கள்மீதும் வஞ்சம்கொண்ட படைக்கலங்களென மாறி அங்கே நின்றிருக்கின்றன.

"அரசே, மானுடம் மீது சொல்லப்பட்ட ஒரு தீச்சொல் என அந்தக் காடு காத்திருக்கிறது. மறைத்துப் புதைக்கப்பட்ட நஞ்சு மழையிலூறி ஊற்றுச்சரடுகள் வழியாகக் கிணறுகளை அடைவதுபோல பாரதவர்ஷம் முழுக்க பரவிக்கொண்டுமிருக்கிறது" என்று திரிதண்டன் சொன்னான். "அந்த அடர்காட்டுக்குள் சென்று ஒரு மனிதன் தவமிருக்கிறான் என்று அறிந்தேன். அவன் உளம்கொண்ட வினாக்களனைத்தும் தவத்தால் கூர்மையடைந்து இளைய யாதவரை நோக்கியே இலக்குகொள்கின்றன என்று உணர்ந்தேன். அவனை சென்று கண்டு உளமறிந்து மீண்டேன்.

"அவன் பெயர் சிகண்டி. அழியா வஞ்சம் கொண்டவன், ஆணிலி. அவன் நெஞ்சும் அந்தக் காட்டைப்போலவே நஞ்சு நொதித்துப்பெருகும் கலமென்றானது. வளைக்குள் உடல்வளைத்து ஒடுங்கி காற்றை நாதுழாவி உண்டு இமையா நோக்குடன் தவம்செய்து நஞ்சை அருமணியென்றாக்கும் நாகம்போலிருந்தான். அவன் மூச்சுபட்டு பசுந்தளிர் கருகுவதைக்

கண்டேன். சிகண்டத்தின் நாகங்கள் நூறுமடங்கு நஞ்சுகொண்டவை. அவை பசும்புல்லில் சென்ற தடம் அமிலமொழுகிய பாதைபோல் கருகியிருக்கும். அந்நாகங்களே அவனருகே செல்லும்போது உடல்கருகி அனல்பட்ட இலையெனப் படம் சுருங்கி மண்ணில் படிந்தன.

"அவன் கொண்ட வினாக்கள் பீஷ்மராக சென்று நீங்கள் அறிந்த ஒவ்வொரு சொல்லாலும் எதிர்விசைகொண்டு எழுந்து பெருகியிருக்கின்றன. அவனை அறிக! அவன் சொல்லென எழுக!" என்றான் திரிதண்டன். யமன் "ஆம், நான் கொண்ட அமைதியின்மை ஏனென்று இப்போது தெரிகிறது" என்றார். பின்பு ஒருகணத்தில் சிகண்டக்காட்டின் நடுவே ஒரு பன்றிக்குழிக்குள் தவத்திலமைந்திருந்த சிகண்டியின் முன் தோன்றினார். அவருள் புகுந்து மறுகணம் மீண்டார். அக்கணத்தில் கடந்துசென்றிருந்த ஒருநாளைத் தாண்டி மறுநாள் முன்னிரவில் கால்களை எடையுடன் எடுத்துவைத்து உடற்தசைகள் குலுங்க நடந்து இளைய யாதவரின் குடிலை அடைந்தார்.

இளைய யாதவர் அப்போதுதான் துயில்கொள்வதற்காகஜீ படுத்திருந்தார். கதவைத் தட்டிய யமன் "யாதவரே! யாதவரே!" என அழைத்தார். "யார்?" என்றபடி அவர் எழுந்தார். "நான் சிகண்டி" என்று அவர் மறுமொழி சொன்னார். "உள்ளே வருக!" என்றபடி இளைய யாதவர் எழுந்துவந்து கதவுப்படலைத் திறந்தார். பன்றிகளுக்குரிய சேற்றுவாடை வீசும் உடலுடன் தாடியும் தலைமுடியும் சடைகளாக மாறித் தொங்க மண்படிந்த முலைகள் குலுங்க உள்ளே வந்த சிகண்டி "நான் உங்களிடம் சில வினாக்களை எழுப்பவிழைகிறேன், யாதவரே. இந்நெடுங்காலம் முழுக்க அந்த வினாக்களைப் பேணிவளர்த்தேன். என் நஞ்சு முற்றி மணியாகிவிட்டிருக்கிறது" என்றார்.

"சொல்க!" என்று இளைய யாதவர் சொன்னார். சிகண்டி நிமிர்ந்தமர்ந்து அவர் விழிகளைத் தன் மதம்பரவிய சிறிய விழிகளால் நோக்கி "யாதவரே, மூன்று தலைமுறைக்காலம் நான் அஸ்தினபுரியிலோ காம்பில்யத்திலோ இல்லை. அதை எவரேனும் எங்கேனும் பேசிக்கேட்டிருக்கிறீர்களா?" என்றார். "இல்லை, ஏனென்றால் நீங்கள் இதற்குள் சூதர்கதைகளுக்குள் ஒரு தொல்மூதாதையென மாறிவிட்டிருக்கிறீர்கள். காலத்தில் நடந்து அகன்றுவிட்டவர்களில் ஒருவர். நீங்கள் எங்கேனும் இருந்தால்தான் இளைய தலைமுறையினர் திகைப்புகொள்வார்கள்" என்றார் இளைய யாதவர்.

சிகண்டியின் முகத்தில் புன்னகை எழவில்லை. அந்த மெய்ப்பாட்டையே அவர் அறியாரென்று தோன்றியது. "நான் சிகண்டமென்னும் காட்டை நோக்கிச் சென்றது எதனாலென்று எவருமறிந்திருக்க வாய்ப்பில்லை" என்று

அவர் தொடங்கினார். விழிகள் குறிபார்க்கும் பன்றிக்குரியவைபோல் கூர்ந்திருந்தன. "யாதவரே, என் பதினெட்டு அகவை நிறைவுக்குப்பின் வில்லும் அம்பும் ஏந்தி தன்னந்தனியாக என் வாழ்வின் இலக்கு தேடி சென்றேன். அஸ்தினபுரிக்குச் சென்று பீஷ்மரைத் தனிப்போருக்கு அழைப்பதே என் நோக்கம். அதை நான் காம்பில்யத்தில் எவரிடமும் சொல்லவில்லை" என்றார்.

அரசகுலத்தான் எனக் குண்டலமும் குலப்பெயரும் கொண்டவனிடம் மட்டுமே பீஷ்மர் படைக்கலமேந்தி இணைப்போருக்கு எழுவார் என்று கேட்டிருந்தேன். ஆகவே தசார்ணநாட்டரசர் ஹிரண்யவதனரின் மகள் தசார்ணையை ஆண் எனச் சொல்லி ஒப்புதல்கொண்டு மணத்தன்னேற்பில் நுழைந்து விற்போட்டியில் வென்று மணந்துகொண்டேன். படைக்கலப்பயிற்சி முடித்து மணமும் புரிந்துகொண்டமையால் இளவரசனாக கணையாழியும் பாஞ்சாலன் என்னும் குடிப்பெயரும் அமைந்தது. அஸ்தினபுரிக்குச் சென்று அங்கு கோட்டைவாயிலில் இருந்த காவலர்தலைவனிடம் என் குடியையும் பெயரையும் சொல்லி அரண்மனைக்கு அழைத்துச் செல்லும்படி கோரினேன்.

அஸ்தினபுரியின் இடர்மிக்க காலம் அது. மாமன்னர் சந்தனுவின் இறப்புக்குப் பின் அங்கே ஆற்றல்கொண்ட அரசர்கள் உருவாகவில்லை. சித்ராங்கதர் கந்தர்வனால் கொல்லப்பட்டார். நோயுற்றிருந்த விசித்ரவீரியரும் மண்மறைந்த பின்னர் பேரரசி சத்யவதி அரியணை அமராமல் அன்னையென இருந்து ஆட்சிசெய்துகொண்டிருந்தார். காசிநாட்டரசியர் அம்பிகையிலும் அம்பாலிகையிலும் விசித்ரவீரியர் பெற்ற இரு இளமைந்தரும் அஸ்தினபுரியில் கிருபரிடம் படைக்கலப்பயிற்சி பெறுவதாகச் சொன்னார்கள். மூத்தவன் விழியிழந்தோன் என்றும் இளையவன் வெளிர்நோய் கொண்டவன் என்றும் அறிந்திருந்தேன்.

பேரரசி சத்யவதியின் ஆட்சியில் ஒவ்வொன்றும் முறைப்படி நிகழ்ந்துகொண்டிருந்தன என்றாலும் பேரரசி மச்சர்குடியினள் என்பதனால் தெய்வங்கள் முனியக்கூடும் என அந்தணர் அஞ்சிக்கொண்டிருந்தனர். அவருடைய குலத்தைச் சுட்டி அஸ்தினபுரிக்கு எதிராக அரசர்கள் படைக்கூட்டமைத்துக்கொண்டிருந்தனர். இளவரசர் திறனற்றோர் என்பதனால் எக்கணமும் படையெடுப்புகள் நிகழலாமென்று ஒற்றர் சொன்னார்கள். அஸ்தினபுரி ஒவ்வொருநாளும் பதுங்கியிருக்கும் முள்ளம்பன்றிபோல் படைக்கலம் தீட்டி அமர்ந்திருந்தது.

ஆனால் அஸ்தினபுரிக்கு வெளியே இருந்த அனைவரும் பாரதவர்ஷத்தின் அரசர்கள் பேரரசியின் மைந்தரான பீஷ்மரை அஞ்சிக்கொண்டிருந்தனர் என்று அறிந்திருந்தனர். அவர் வெல்லற்கரியவர் என்று அனைவரும்

எண்ணினர். கதைகளில் அவர் மேலும் மேலும் பேருருக்கொண்டு தெய்வ உருவென்றே அறியப்படலானார். விந்தையானவர்கள் கதைகளினூடாக மேலும் விந்தையானவர்களாகிறார்கள். அவரைப்பற்றிய கதைகளை நான் எங்கும் கேட்டேன். வடமேற்கே சிபிநாடுவரை சென்று அவரையே அறிந்து மீண்டேன்.

தொல்குடியாகிய பாஞ்சாலத்தைச் சேர்ந்தவன் என்பதனால் பேரரசி என்னை முறைப்படி வரவேற்று அவையில் அமரச்செய்தார். அக்காலத்தில் நகரில் பீஷ்மர் வாழவில்லை. அவர் அஸ்தினபுரியிலிருந்து முப்பது நிவர்த்த தொலைவில் ஓடிய தாராவாகினி என்னும் சிற்றாற்றின் கரையில் அமைந்த கிரீஷ்மவனம் என்னும் காட்டில் ஒரு படைக்கலப்பயிற்சி நிலை அமைத்து அங்கேயே தங்கியிருப்பதாக அவையமர்ந்த பின்னரே அறிந்தேன். பேரரசியுடன் நிகழ்ந்த ஏதோ உளமுறிவுக்குப் பின் அவர் அஸ்தினபுரிக்குள் நுழைவதில்லை என்னும் நோன்புகொண்டிருந்தார். சிலகாலம் கான்வாழ்வுக்குச் சென்றவர் எதிரிகள் எழுகிறார்கள் என்னும் செய்தி கிடைத்த பின் திரும்பி வந்திருந்தார்.

அவைமுகமன்கள் முடிந்ததும் நான் பீஷ்மரை சந்திக்க வந்திருப்பதாகச் சொன்னேன். நான் அவரைச் சந்திக்க விழைவது ஏன் எனப் பேரரசி கேட்டார். பாஞ்சால இளவரசனாகிய நான் பரத்வாஜரின் குருமரபைச் சேர்ந்த அக்னிவேச முனிவரிடமிருந்து அனைத்து விற்கலைகளையும் கற்றுத்தேர்ந்துவிட்டேன் என்றும், இனி எனக்குக் கற்பிக்கத் தகுதிகொண்டவர்கள் பரசுராமரும், சரத்வானும், பீஷ்மரும் மட்டுமே என்பதனால் தேடிவந்ததாகவும் சொன்னேன். பேரரசி முகம்மலர்ந்து “ஆம், இந்நகர் என் மைந்தனால் காக்கப்படுகிறது. ஆகவே பாரதவர்ஷத்தில் வெல்லமுடியாத முதன்மைகொண்டிருக்கிறது” என்றார்.

“ஆனால் என் மைந்தன் தன் வாழ்வை இந்நகருக்கும் என் பெயர்மைந்தருக்கும் அளித்தவன். அவர்களுக்கு எதிராக எழக்கூடும் எவருக்கும் விற்கலையை அவன் கற்பிக்க வாய்ப்பில்லை” என்றார் பேரரசி. “நான் அவரிடம் பணிந்து மன்றாடுகிறேன். அவர் என் உளமறியக்கூடும்” என்றேன். “இல்லை, அவன் பெருநெறியன். சொல் பிறழாதவன்” என்று அரசி சொன்னார். “பேரரசி, கல்வி கோரி நின்றிருக்கும் உரிமை எனக்குண்டு. அவர் மறுப்பாரென்றால் அது என் ஊழ்” என்றேன். “நான் எண்ணிவந்தேன், எனவே அவரை சந்திக்காமல் திரும்பமாட்டேன். என் உயிர் இங்கு பிரிவதென்றாலும்” என்றேன். பேரரசி மெல்ல விழிகனிந்து “நன்று, உம்மை தேவவிரதனிடம் அழைத்துச்செல்லச் சொல்கிறேன்” என்றார்.

அரசியின் ஆணைப்படி இளைய அமைச்சனாகிய விதுரன் என்னை கிரீஷ்மவனத்தில் இருந்த பீஷ்மரின் பயிற்சிசாலைக்கு

அழைத்துச்சென்றான். தேரில் செல்கையில் அவன் என்னை ஐயத்துடன் நோக்கிக்கொண்டு உடன் வந்தான். சற்று கழிந்தபின் "உங்கள் உடல் விந்தையான தோற்றம் கொண்டிருக்கிறது, இளவரசே" என்றான். "ஆம், இமயமலையின் தொல்குடி ஒன்றைச் சேர்ந்தவள் என் அன்னை. துருபதர் அவளை கவர்மணம் கொண்டு என்னைப் பெற்றார். எங்கள் குடியின் உடலமைப்பு இது" என்றேன்.

"ஆனால் விற்பயிற்சியில் முதன்மைகொண்டிருக்கிறீர்கள்" என்றான் விதுரன். "நான் விற்தொழில் தேர்ந்தவன் என எப்படி தெரியும்?" என நான் கேட்டேன். "நான் மாபெரும் வில்லவர் ஒருவரை நாளும் பார்த்தறிந்தவன்" என்றான். "அவருக்கு இணைநிற்க உங்களால் இயலும்" என்று சொன்னபோது என் விழிகளை அவன் விழிகள் சந்தித்தன. நான் ஒன்றும் சொல்லவில்லை. "அவரும் உங்களைப்போலவே மலைக்குடி அன்னையின் மைந்தர்" என்றான். பேசிக்கொண்டே இருக்க விழைந்தான். "கங்கர்நாடு இன்று மலைக்குடி அல்ல" என்றான். என் நாவை அவன் ஆட்டுவிக்க எண்ணுகிறான் என உணர்ந்து சொல்லடக்கினேன்.

அவன் அந்நகர் பற்றி சொல்லிக்கொண்டே வந்தான். "அவர் அங்கே எவருடன் தங்கியிருக்கிறார்?" என்று பொதுவாகக் கேட்டேன். "அவருடைய மாணவர் ஹரிசேனர் உடனிருக்கிறார். மாணவர்கள் நூற்றுவர் உடனுறைந்து கற்கிறார்கள். அவ்வப்போது இளவரசர்களும் அங்கு சென்றுதங்கி மீள்வதுண்டு என்று அவன் சொன்னான். நான் அவன் விழிகளை நோக்குவதை தவிர்த்தேன். அவன் நோக்கை என் உடலில் உணர்ந்தபடியே இருந்தேன். தேர் நகரைவிட்டு நீங்க காடு நடுவே சென்ற சாலையின் வழியாக கிரீஷ்மவனத்திற்கு அழைத்துச்சென்றான்.

நான் சென்றபோது இருட்டிவிட்டிருந்தது. ஆகவே எங்களை அங்கிருந்த குடில்களில் ஒன்றில் தங்கவைத்தனர். நானும் விதுரனும் சேர்ந்தே தங்கினோம். உணவு அருந்தியதுமே பயணக்களைப்பில் அவன் துயில்கொண்டுவிட்டான். நான் துயில்வது மிக அரிது. எனவே காட்டுக்குள் சென்று விற்பயிற்சியில் ஈடுபட்டேன். என் இரவுகளனைத்தும் கணத்திற்கொரு அம்பு எனக் கழிவதே வழக்கம். அம்புகளை சேர்த்துக்கொண்டிருக்கையில் அவன் என்னை நோக்கியபடி நின்றிருப்பதைக் கண்டேன்.

இலக்காக ஒரு அடிமரத்தை நிறுத்தியிருந்தேன். அதில் பதிந்திருந்த அம்புதைத்த தடங்களைக் கண்ட அவன் "இரவெல்லாம் இங்குதான் இருந்தீரா?" என்றான். "ஆம்" என்றேன். "விடியப்போகிறது" என்று அவன் சொன்னான். நான் தலையசைத்தேன். "குடிமூத்தாரான பீஷ்மரும் இவ்வழக்கம் உடையவரே. அவரும் துயில்கொள்வது மிக அரிது.

இரவெல்லாம் தாராவாகினியின் கரையில் வில்பயின்றுகொண்டிருப்பார்" என்றான். "ஆம், அவரிடம் நான் கற்பதற்கு பல புதியன இருக்கக்கூடும்" என்று இருளை நோக்கியபடி சொன்னேன். என் அம்புகள் ஒன்றை இன்னொன்று அடித்து தெறிக்கவைப்பதை அவன் நோக்கிக்கொண்டு நின்றான்.

விடிவெள்ளி எழுந்ததும் நானும் அவனும் சேர்ந்தே நீராடும்பொருட்டு தாராவாகினிக்குச் சென்றோம். இடையளவே நீர் ஓடும் ஆறு அது. நான் நீராடிக்கொண்டிருக்கையில் அவன் "உம்மிடம் பன்றியின் அசைவுகள் உள்ளன, பாஞ்சாலரே" என்றான். "நான் பன்றிமுக அன்னையை வணங்குகிறேன்" என்றேன். "அவ்வழிபாடு இப்பகுதியில் குறைவல்லவா?" என்றான். "நான் ஏழுசிந்துவிலிருந்து அத்தெய்வத்தை அடைந்தேன்" என்றேன். "அங்கு சென்று கற்றீர்களோ?" என்றான். நான் அதற்கு ஆமெனத் தலையசைத்தேன். "அங்கே உழுபடையை தெய்வமென வணங்கும் குடிகள் உள்ளனர்" என்றான். "ஆம்" என்றேன். "சிந்துவின் நிலமே பெரிய வயல்தான் எனப் படித்திருக்கிறேன்" என்றான்.

அப்போது எதிரில் நீண்ட குழல்கற்றைகள் தோளில் விழுந்திருக்க மரவுரியணிந்த நெடிய உடலுடன் ஒருவர் வருவதைக் கண்டேன். யாதவரே, அவரை நான் முன்பு கண்டிருந்தேன். "இவர் இங்கே எங்கு வந்தார்?" என்று சொன்னபடி நீரிலிருந்து எழுந்தேன். புலரியின் மென்னொளியில் அண்மையிலெனத் தெரிந்தார். "என்ன சொல்கிறீர்கள்?" என்றான் விதுரன். "இவர் எனக்கு புல்லம்புக் கலை பயிற்றுவித்த முனிவர். இவரை நான் சிபிநாட்டில் சந்தித்திருக்கிறேன்" என்றேன். விதுரன் சில கணங்களில் அனைத்தையும் புரிந்துகொண்டு "இவர் மட்டுமே புல்லம்புக் கலையைப் பயிற்றுவிக்க முடியும். அது கங்கர்குடியின் தொல்மூதாதையருக்கு மட்டுமே உரிய கலை. அதை அறிந்த ஒருவர் இவரே" என்றான்.

நான் ஒரு மெல்லிய அகநகர்வை உணர்ந்தேன். "பாஞ்சாலரே, இவர்தான் பீஷ்மர்" என்றான் விதுரன். நான் நடுங்கிக்கொண்டிருந்தேன். பீஷ்மர் மெல்ல நடந்து வந்து கரையில் நின்ற ஆலமரத்தின் வேர்ப்புடைப்பில் மரவுரியாடையை களைந்து வைத்துவிட்டு ஆற்றில் இறங்கி நீரில் நின்றார். நீரள்ளி விட்டு கதிரவனை வணங்கினார். நான் அனைத்தையும் மறந்து அவரை நோக்கிக்கொண்டிருந்தேன். கையிலிருந்து ஒளியுடன் நீர் வழிந்தது. கரிய தாடியில் நீர்மணிகள் மின்னின. உதடுகள் சொல்லிக்கொண்டிருக்கும் நுண்சொல்லை என் செவிகள் அறியுமெனத் தோன்றியது.

"ஆசிரியரை நீர் முன்னர் பார்த்ததில்லை என நான் அறிந்திருக்கவில்லை" என்றான் விதுரன். நான் மூச்சுவிடுவதற்கே திணறிக்கொண்டிருந்தேன்.

பின்னர் பாய்ந்து நீரைப்பிளந்து கரையேறி ஈரம் சொட்டும் ஆடையுடன் என் வில்லம்பை எடுத்துக்கொண்டு காட்டுக்குள் ஓடினேன். அவன் "பாஞ்சாலரே" என அழைத்தபடி எனக்குப் பின்னால் ஏறிவந்தான். நான் புதர்களை வகுந்தோடி ஆழ்ந்த காட்டுக்குள் சென்று இருளுக்குள் என்னைப் புதைத்துக்கொண்டேன். காட்டுக்குள் எப்போதுமே என்னால் முழுதாகப் புதைய முடியும். சேற்றுமணம் என்னை அன்னையென ஆறுதல்படுத்துவது.

அன்று பகல் முழுக்க நான் காட்டின் இருளுக்குள் இருந்தேன். அந்தியில் குடிலுக்கு மீண்டபோது என்னைக் காத்து விதுரன் அமர்ந்திருந்தான். நான் அணுகியதுமே "நீர் எவரென்று உணர்ந்துகொண்டேன். அதை முன்னரே உய்த்திருந்தேன், அப்போது உறுதிகொள்ள இயலவில்லை" என்றான். நான் என் வில்லை மடியிலமைத்த பின் அமர்ந்தேன். "நீர் அவரைக் கொல்ல வந்திருக்கக்கூடும்" என்றான். நான் அவனை நோக்கி "ஆம், அதன்பொருட்டே வந்தேன்" என்றேன். "உமது அன்னையின் வஞ்சம் அது என உணர்கிறேன். கதைகளில் அம்பையன்னை பன்றி என உருக்கொண்டு மைந்தன் ஒருவனை ஈன்று மண்ணிலிட்டுவிட்டு எரியேறி விண்புகுந்ததாகக் கேட்டிருக்கிறேன்" என்றான். "ஆம், அவள் வஞ்சத்தை ஏந்தியே வாழ்கிறேன்" என்றேன்.

சற்றுநேரம் அமைதி நிலவியது. விதுரன் சொல்லடுக்கி உளம்கோப்பதை உணர்ந்தேன். அடைத்த குரலில் அவன் "அவரை எப்போது சந்தித்தீர்?" என்று கேட்டான். நான் மறுமொழி உரைக்காமை கண்டு "சிபிநாட்டிலா?" என மீண்டும் கேட்டான். ஆம் எனத் தலையசைத்தேன். "புல்லம்புக் கலையை உமக்கு அவர் கற்றுத்தந்தாரா?" நான் பேசாமலிருந்தேன். "ஏன் அதைக் கற்றீர்?" என்று விதுரன் கேட்டான். "அவரைக் கொல்வதற்கா?" என்று மீண்டும் அவன் கேட்க "உனக்கு என்ன வேண்டும்?" என நான் சீறினேன். "அவரை ஏமாற்றி அதைக் கற்றிருக்கிறீர். அவரிடம் நீர் எவர் என்றும் ஏன் அதைக் கற்க விழைகிறீர் என்றும் சொல்லவில்லை" என்று அவன் கூவினான். "இல்லை, என் கதையை முழுமையாக சொல்லித்தான் அதைக் கற்றுத்தரும்படி கோரினேன்" என்றேன்.

"முழுமையாகவா?" என்றான் விதுரன். "ஆம், என் அன்னையின் அழலுக்கு அறம் செய்யப்படவேண்டும் என்று அவர் எண்ணினால் எனக்கு அருள்க என்றேன். பெரும்பத்தினி ஒருத்தி கங்கையில் ஒரு பிடி நீரை அள்ளி வீசி கங்கைமேல் தீச்சொல்லிட்டால் கங்கைநீர் கங்கையை அழிக்குமா என்று கேட்டேன். அவர் உள்ளம் நான் சொன்னதை ஏற்றது. என்னை நோக்கி காசிநாட்டரசி அம்பையின் மைந்தனும் பாஞ்சால இளவரசனும் வழுவா நெறிகொண்டவனுமாகிய சிகண்டி எனும் உனக்கு நானறிந்தவற்றிலேயே நுண்ணிய போர்வித்தைகள் அனைத்தையும் இன்று

கற்பிக்கிறேன் என்றார். நீ உன் இலக்கை அடைவாய். அடைந்தபின் ஒருகணமும் வருந்தமாட்டாய். வீரர்களுக்குரிய விண்ணுலகையும் அடைவாய் என்று என்னை வாழ்த்தினார்" என்றேன்.

விதுரன் திகைத்தவனாக அமர்ந்திருந்தான். பின்னர் "என்ன செய்யவிருக்கிறீர்?" என்றான். நான் சொல்லின்றி உறுமினேன். "உமது பணி எளிதாயிற்று. நீர் வில்லுடன் சென்று நான் உங்களைக் கொல்ல வந்துள்ளேன் என்று சொன்னாலே போதும். அவர் தலையைக் கொய்து எடுத்துக்கொண்டு காம்பில்யம் மீளலாம். உமது அன்னையின் எரிபீடத்தின்மேல் அதை வைத்து வஞ்சினம் முடிக்கலாம்." நான் சினத்துடன் "என்ன சொல்கிறாய்?" என்றேன். "ஆம், நீர் ஷத்ரியர். வெறும்கையரை வெல்லுதல் பீடல்ல. அதை அவரிடம் சொன்னால் உம்மிடம் போரிட்டுத் தோற்பார். உம் புகழ்குறையாமல் உயிரளிக்கவும் ஒப்புவார்" என்றான்.

நான் தொடையை அறைந்து ஓசை எழுப்பியபடி எழுந்தேன். என்னுள் இருந்த பன்றி எழ தலைசிலுப்பி மயிர் சிலிர்த்தேன். "உம்மை சினம் கொள்ளவைக்க விரும்பவில்லை, பாஞ்சாலரே. நீர் இத்தருணத்திற்காகவே வாழ்ந்தவர். இதைத் தவிர்த்துச்சென்றால் உம் வாழ்வே பொருளிழந்ததாகிவிடும். இனியொரு இலக்கோ தவமோ உமக்கு அமையப்போவதில்லை" என்றான் விதுரன். நான் அவனை நோக்காமல் காட்டை நோக்கி நடந்தேன். அவன் என் பின்னால் எழுந்து வந்தபடி "அவரைக் கொல்வது அவருக்கும் மீட்பென்றாகலாம். அவரே அதை விழைகிறார் என்றல்லவா பொருள்?" என்றான்.

சீற்றத்துடன் அவனை நோக்கி "நீ அஸ்தினபுரியின் துணையமைச்சன். அதன் காவலரைக் கொல்லச் சொல்கிறாயா?" என்றேன். "ஆம், அவர் பெருங்காவலர் என்பதில் ஐயமில்லை. ஆனால் அவர் இந்நகர்மேலும் அரசகுடிமேலும் ஈட்டிவைத்த பெரும்பழியை உம் அம்பு தீர்க்குமென்றால் ஒரு பெருஞ்சுமை இறங்குகிறது. அஸ்தினபுரி அதன் ஊழை அதுவே பேணிக்கொள்ளும்" என்றான். பற்களைக் கடித்தபடி அவனை நோக்கிக்கொண்டு நின்றேன். அவனுடைய விழிகள் இளமைக்குரிய கள்ளமின்மை கொண்டிருந்தன. எச்சூழ்ச்சியும் இல்லாமல்தான் அவன் அதைச் சொல்கிறான் என்று புரிந்தது.

என் வஞ்சத்தைத் திரட்டிக்கொண்டு "நீ சேடிப்பெண் சிவையில் விசித்திரவீரியருக்குப் பிறந்த மைந்தன். அவரை அகற்றிவிட்டால் அஸ்தினபுரியில் நீயே நின்றாளலாம் என எண்ணுகிறாய் அல்லவா?" என்றேன். என் சொல் அவனைப் புண்படுத்தவில்லை. "இல்லை, அஸ்தினபுரிக்குமேல் இனியும் என்ன பழி வருமென அஞ்சுகிறேன். பாஞ்

சாலரே, என் இரு தமையன்களையும் நோக்கும்போதெல்லாம் நெஞ்சு பதைக்கிறது. விழியின்மையும் நோயுமாக இவ்வரசகுடிமேல் பொழிந்த வஞ்சத்தில் இன்னும் என்ன மிஞ்சுகிறது என்று எண்ணி அஞ்சுகிறேன்" என்றான்.

நான் அவனைத் திரும்பி நோக்காமல் நடந்தேன். "திரும்பிச் செல்கிறீரா?" என்றான். நான் அவன் குரலைப் பொருட்படுத்தாமல் நடந்தேன். "வராகரே, ஒற்றை இலக்குக்காக மட்டுமே வாழ்பவன் அதை அடைந்தாகவேண்டுமென்பது பெருநியதி என்று நூல்கள் சொல்கின்றன. நீர் ஒத்திப்போடலாம், தவிர்க்கமுடியாது" என அவன் எனக்குப் பின்னாலிருந்து குரலெடுத்தான். நான் நின்றுவிட்டேன். யாதவரே, என் அன்னை என்னிடம் சொன்ன சொற்கள் அவை.

சிகண்டி சிவந்த விழிகள் குத்திநின்ற நோக்குடன் "என் அருகே அன்னை நின்றிருப்பதை அப்போது உணர்ந்தேன். மிக அருகே. அன்னையின் நோக்கை, உடல்வெம்மையை, மூச்சுக்காற்றை என்னால் உணரமுடிந்தது. உணர்ந்தவர் அறிவர், இருப்பவரைவிட இறந்தவர் மிகக் கூர்மையுடன் இருப்புணர்த்த இயலும்" என்றார். இளைய யாதவர் அவர் சொற்களை விழிவிரித்துக் கேட்டிருந்தார். இளமைந்தருக்குரிய தெளிவிழிகள், சற்றே மலர்ந்தமையால் புன்னகை எனத் தோன்றிய கீழுதடு. அவர் நகைக்கிறாரா என்ற ஐயம் எழ சிகண்டி பன்றிபோல் உறுமினார்.

சிகண்டி போருக்கு எழும் பன்றி போலவே தலையைத் தாழ்த்தி பிடரியை சிலிர்த்தசைத்து "அப்போது நான் என் அன்னையைக் கண்டேன்" என்றார். "அவள் மணம் எழுந்தது. சேற்றுப்பன்றியின் மணம் அது. அவளுடன் இருக்கும் உணர்வுக்காகவே நான் எப்போதும் காட்டுப்பன்றியுடன் வாழ்பவன். எதிரே புதர்கள் அசைவதைக் கண்டேன். காலடியோசையில்லாமல் நிழல் ஒழுகியணைவதுபோல அன்னைப்பன்றி ஒன்று அருகணைந்தது. வெண்ணிறத் தேற்றைகள் தெரிய நீண்ட மேழிமுகம் தாழ்த்தி சங்குச்செவிகளை முன்கோட்டி பிடரிமுட்கள் சிலிர்த்தெழுந்து நிற்க மதம் பரவிய செவ்விழிகளால் நோக்கியபடி என்னை நோக்கி உறுமியது" என்றார்.

2

சிகண்டி இளைய யாதவரிடம் சொன்னார். “யாதவரே, நான் அந்தப் பெரும்பன்றியை நோக்கியபடி நின்றேன். அது மேலும் தன் வாயைத் தாழ்த்தியபோது குருதிச்சொட்டுகள் உதிர்வதைக் கண்டேன். இரவின் வானொளியில் செம்மை துலங்கவில்லை என்றாலும் மணத்தால் அது குருதியென்று உணர்ந்தேன். நான் ஆம் என்று அதனிடம் சொன்னேன். அவ்வாறே எனத் தலைவணங்கினேன். விழிநாட்டி என்னை நோக்கி நின்றுவிட்டு மெல்ல பின்கால் எடுத்துவைத்து அது புதர்க்குவைக்குள் மறைந்தது. அது மெல்ல அமிழ்வதன் கூச்சத்தை என் உடலெங்கும் உணர்ந்தேன். என் முலைக்காம்புகள், விரல்முனைகள் சிலிர்த்து நின்றன.”

பின்னர் திரும்பி விதுரனிடம் “நான் அவரைப் பார்க்கச் செல்கிறேன்” என்றேன். “இப்போது அவர் காட்டுக்குள் படைக்கலம் பயிலச் சென்றுவிட்டிருப்பார். அந்திச்சடங்குகள் முடிந்தமைக்கான சங்கொலி சற்று முன்னர்தான் எழுந்தது” என்றான். வில்லைத் தோளிலேற்றிக்கொண்டு “என் பிறவிப்பணி இது, எது வரினும் நான் மீறவியலாதது” என்றேன். வருவதென்ன என்று அதைச் சொல்லும்போதே உணர்ந்தேன். பெரும்பழி, தலைமுறைகள் நினைவுகொண்டிருக்கும் இழிவு. புன்னகையுடன் “போரிட்டு இறப்போர் உண்டு. இறந்தபின் போரிடவேண்டுமென அன்னை என்னிடம் ஆணையிட்டிருக்கிறாள்” என்றபின் நடந்தேன்.

காட்டுக்குள் சென்றபோது மிக விரைவிலேயே பீஷ்மர் இருக்குமிடத்தை உணர்ந்துகொண்டேன். தொலைவில் அம்புகள் மீன்கொத்திச் சிறகுபோல் ஓசையிட்டபடி சென்று பதியும் ஒலி கேட்டது. அம்புகள் மரத்தாலான

இலக்கில் தைத்து நிற்கும் ஓசை. அது ஆழ்ந்த முத்தத்தின் ஓசையென ஒலித்தது. முத்தங்கள் என் உடலில் விழுந்துகொண்டிருந்தன. காய்ந்த நிலத்தில் மழைத்துளிகள். மெய்ப்புகொண்டு, கண்ணீர் பொடிக்க, நடைதள்ளாட காட்டுக்குள் சென்றேன். ஆயிரம் முத்தங்களினூடாக நான் அவர் வில்பயின்ற இடத்தைச் சென்றடைந்தேன்.

என்னைக் கண்டதும் அவர் விழிகள் விரியவில்லை என்பதை உணர்ந்தேன், என்னை முன்னரே ஆற்றில் கண்டுவிட்டிருக்கிறார். வில்லைத் தாழ்த்திவிட்டுப் பேசாமல் நின்றார். நான் அவரை நோக்கிக்கொண்டு நின்றேன். என்ன சொல்வதென்று தெரியவில்லை. தொண்டையைக் கனைத்தேன். அவர் என்னை நோக்கிப் புன்னகைத்தார். தேவையற்ற உரத்த குரலில் "நான் சிகண்டி" என்றேன். ஏன் அந்தப் பொருளில்லாச் சொல்லை எடுத்தேன் என வியந்துகொண்டேன். "வருக!" என அவர் கைநீட்டினார். நான் கால்கள் மண்ணில் ஆழ இறங்கியதுபோல நின்றேன்.

"உன் மணவிழாச் செய்தியை பிந்தியே அறிந்தேன். தெரிந்திருந்தால் வந்திருப்பேன்" என்று பீஷ்மர் சொன்னார். "தசார்ணை நன்மகள். உங்களுக்கு நன்று சூழ்க! செய்தியறிந்ததும் உனக்காக கொற்றவை ஆலயத்தில் ஒரு மலர்க்கொடை நிகழ்த்தினேன்." புன்னகையுடன் அருகே வந்தபடி "நீ மணம்கொண்டது நன்று. அச்செய்தியைப்போல நான் மகிழ்ந்த தருணம் பிறிதொன்றில்லை" என்றார். நான் ஓர் அடி பின்னால் சென்று "நான் என் அன்னையின் ஆணையை ஏற்று வந்துள்ளேன்" என்றேன். "ஆம், நீயே தேடிவரும்போது அதன்பொருட்டே வருவாய் என அறிவேன்" என்றார். ஒருகணம் அவர் என்னை எதிர்பாராது தாக்கிவிடக்கூடும் என ஐயம் மின்னி மறைந்தது.

"நான் உங்களுடன் போரிட விழைகிறேன். கொன்று குருதியாட எண்ணுகிறேன்" என்று உரத்த குரலில் கூவினேன். என் குரல் அப்படி உடைந்து விந்தையாக ஒலிப்பதைக் கண்டு என் அகம் ஒருங்கு கூடியது. "நாம் போரிடலாம், நான் அதற்கு ஒருக்கமாகவே உள்ளேன். இறையருள் உனக்கிருப்பதனால் நீ என் குருதியிலாடுவாய், பெரும்புகழையும் பெறுவாய்..." என்று பீஷ்மர் சொன்னார். "ஆனால் அனைத்தையும் நாம் முறையாகச் செய்யவேண்டும். நீ என்னை மறைந்திருந்து கொன்றாய் என்றோ அது பாஞ்சாலத்தவரின் சூழ்ச்சி என்றோ எவருக்கும் தோன்றிவிடக்கூடாது. பேரரசி சத்யவதியின் சினத்தை நீ தாங்கமுடியாது."

அருகே வந்து என் தலைக்குமேல் தன் தாடி முனை காற்றிலசைய, குனிந்து நோக்கி அவர் நின்றார். அவர் விழிகளில் இருந்த கனிவைக்

கண்டு நான் தலைகுனிந்துகொண்டேன். "நீ என்னை நாளை காலை களரிநிலத்திற்கு வந்து தனிப்போருக்கு அறைகூவு. இங்கே ஹரிசேனன் இருக்கிறான். அவன் நடுவராக இருக்கட்டும். விதுரன் விழிச்சான்றாக அமையட்டும். ஒருவரோடொருவர் வில்நூல் நெறிப்படி பொருதுவோம். நீ வெல்லும்போது அப்புகழ் உனக்கு முழுமையாகச் சேரவேண்டும்" என்றார். "எனக்கு எவருடைய அளிக்கொடையும் தேவையில்லை. உங்களைக் கொன்று கிழித்து நெஞ்சக்குருதி எடுத்து முகத்தில் பூசிக்கொண்டு வெறியாட்டுகொள்ள என்னால் இயலும்" என்றேன்.

என் தோளில் கையை வைத்து "ஆம், உன்னால் இயலும். உன் வில்திறனை நான் நன்கறிவேன்" என்றார். என் உடல் சிலிர்த்தது. கால்கள் நடுங்கத்தொடங்கின. அத்தனை இயல்பாக அவர் என்னைத் தொட்டதை பிறகு எண்ணி எண்ணி வியந்திருக்கிறேன். அடைத்த தொண்டையைத் தீட்டி குரல்திரட்டி "எப்படி தெரியும்?" என்றேன். "நீ வில்பயில்வதை பலமுறை கண்டிருக்கிறேன்." என்னால் திகைப்பை வெளிக்காட்டாமலிருக்க இயலவில்லை. "எங்கே?" என்றேன். "காம்பில்யத்தின் காடுகளில்." அவரை ஏறிட்டு நோக்கி "அங்கே வந்தீர்களா?" என்றேன். "உன்னைப் பார்க்க வந்துகொண்டேதான் இருப்பேன்" என்றார். "எவருமறியாமல் வந்து மீள்வேன்."

என் உடலில் மெய்ப்பு எழுந்தபடியே இருந்தது. என்னை மீறி என் உடல் பிறிதொன்றென ஆவதுபோல் உணர்ந்தேன். அவர் என் தோள்களை வருடி புயங்களில் கைகளை இறக்கினார். "உன் தோள்கள் பெண்களுக்குரிய குழைவும் ஆண்மைக்குரிய இறுக்கமும் கொண்டுள்ளன. தோள்களின் தனித்தன்மை அம்புகளிலும் இருக்கும். இயல்பான அம்புகளுக்குப் பழகியவர்கள் உன் தொடுத்தல்களை எதிர்கொள்ள இயலாது" என்றார். நான் "என்னைப் பார்க்க ஏன் வந்தீர்கள்?" என்றேன். "நீ பயிற்சியில் முன்னேறுவதைப் பார்க்கத்தான்" என்றார்.

நான் அவரை ஏறிட்டு நோக்கி "ஏன்?" என்றேன். "மாணவர் அனைவரிடமும் இந்த அணுக்கம் உங்களுக்கு உண்டா? அனைவரையும் தொடர்வீர்களா?" அவர் விழிவிலக்கி "இல்லை" என்றார். "ஏன்? நான் மட்டும் எவ்வகையில் சிறப்பு?" என்று குரலெழுப்பினேன். அந்தச் சினநடிப்பினூடாக மீண்டேன். அவர் "ஏனென்றால் நீ என்னைக் கொல்லவிருப்பவன்" என்றார். "நிமித்திகர்களிடமிருந்து அதை நன்கறிந்திருக்கிறேன்" என முணுமுணுத்தார். நான் தோள்திமிறி அவரை விலக்க முயன்றபடி "கொல்லவருபவர்களுக்கு கொல்லும் கலையை எவரும் சொல்லிக்கொடுப்பதில்லை" என்றேன்.

அவர் கையை எடுத்துக்கொண்டு "அதுவே அறம் என்று தோன்றியது" என்றார். "நான் காத்திருக்கும் முடிவு அது." நான் ஒரே கணத்தில் அனைத்து

இறுக்கங்களையும் இழந்து தளர்ந்தேன். தழுதழுத்த குரலில் "ஆசிரியரே, ஏன் அதைச் செய்தீர்கள்? எப்படி அது தோன்றியது உங்களுக்கு?" என்றேன். "நான் ஆண் என்பதனால்" என்றார். கைகளை எதையோ அகற்றுவதுபோல வீசி "ஆண்மை என்பது பொய்யான ஒரு நிலை. பெண் இல்லா ஆண் இல்லை. பெண்ணுடலில் எழுந்த மீறலே ஆண். அதை ஆணவம் என்றனர் முன்னோர். அதை நிலைநிறுத்த தன்னிலுள்ள பெண்ணை ஒறுத்து முழுமையான ஆண் எனத் திரட்டிக்கொள்கிறார்கள் சிலர்" என்றார்.

எதையோ உதறவிழைபவர்போல கைவீசி "அது நம்மை இரும்பாலானவர் களாக ஆக்குகிறது. உணர்வுகளால் அரிக்கப்படாதவர்களாக மாற்றுகிறது" என்றார். "பெண்ணை சிறுமைசெய்யும் ஆண்களை மீள மீள நோக்குகிறேன். அவர்கள் தங்கள் உடல் பிளந்தெழுந்து பேருருக்கொண்டு நிற்கும் மூலவிசைகள் எனத் தோன்றுவர். அப்போது விந்தையான களிவெறி ஒன்று அவர்களுக்குள் ஊறிக் கொப்பளித்துக்கொண்டிருக்கும். அது தெய்வங்களால் மானுட உள்ளங்களுக்குள் நொதிக்கவைக்கப்படுவது. பாறையில் மத்தகம் அறையும் களிறுகளில், மண்கிளறியிடும் எருதுகளில், கிளைகளை உலுக்கும் கடுவன்குரங்குகளில் அதைக் காணலாம். ஆண்கள் வெறும் கலங்கள்."

நான் என் சினத்தை இழுத்து எடுத்து சூடிக்கொண்டேன். "பழிகளை ஊழ்மீதும் தெய்வங்களின்மீதும் போடுவது எவரும் செய்வதுதான்" என்றேன். "ஆம், நானும் மானுடனே" என்றார். "என் அன்னை பிச்சியென வாழ்ந்து அழிந்ததைக் கண்டவன் நான். அவள் சிதைச்சாம்பலை எடுத்து உறுதி கொண்டவன். அவளுக்கு நான் அளித்த சொல் அப்படியே உலராக் குருதியுடன் நின்றுள்ளது" என்றேன். பீஷ்மர் புன்னகைத்து "உன்னிடம் மட்டுமல்ல, என்னுள்ளும்தான்" என்றார். "குருதிகள் எளிதில் உலர்வதில்லை. சில குருதிகள் தெய்வங்களைப்போல காலமின்மை கொண்டுவிடுகின்றன."

"ஒருங்குக! நான் நாளை காலையில் வந்து உங்களைப் போருக்கு அறைகூவுவேன். உங்கள் குருதியை என் ஆடையில் நனைத்து எடுத்துக்கொண்டு அன்னையின் எரியிடம் செல்வேன். அவள் முன் அதை வைத்து ஏவல் முடித்துவிட்டேன் அன்னையே என்பேன்" என்றேன். "நலம் சூழ்க! நீ எண்ணியது நிகழ்க!" என்று அவர் கைதூக்கி வாழ்த்தினார். மறுசொல் இல்லாமல் திரும்பி மீண்டும் காட்டுக்குள் சென்றேன். செல்லச்செல்ல என் விரைவு மிகுந்தது. உளக்கொந்தளிப்புடன் காட்டுக்குள் நுழைவதென்பது என்னை எப்போதுமே ஆறச் செய்வது. ஏனென்றால் அங்கு வகுக்கப்பட்ட வழிகள் இல்லை. எனவே புதுவழி ஒன்று திறக்க எப்போதும் வாய்ப்புண்டு.

இரவு ஏறும்வரை நான் காட்டுக்குள் அலைந்து திரிந்தேன். கால்தளர்ந்து அமரலாம் என்று எண்ணும்போதெல்லாம் உள்ளிருந்து ஒன்று எழுந்து மேலும் என உந்தியது. மேலும் மேலுமெனச் சென்றுகொண்டிருந்தேன். பின்னர் அறிந்தேன் அக்காட்டுக்குள் நான் பெருஞ்சுழி ஒன்றில் சுற்றிவந்துகொண்டிருந்தேன் என. ஒரு பாதை நேராக என்னை ஆற்றை நோக்கிக் கொண்டுசென்றது. மரங்களுக்கு நடுவே அதன் நீர்ப்பளபளப்பைக் கண்டு அணுகிச்சென்றேன். சதுப்புக்கரையில் நாணல் நடுவே இருந்த சிறுபாறைமேல் ஏறி நின்றேன்.

தாராவாகினி என அதை ஏன் சொல்கிறார்கள் என்று அறிந்தேன். அங்கே நிலம் மிகவும் சீர்ப்பரவல் கொண்டது. எனவே நீர் ஆழமில்லாமல் அகன்று மிக மெல்ல ஒழுகியது. நோக்கிநின்றபோது அசைவற்று தேங்கியிருப்பதாகத் தோன்றியது. அங்கே காற்றும் குறைவு. பெரிய ஆடி என விரிந்து விண்மீன்கள் செறிந்த வானைக் காட்டியது ஆறு. விண்ணிலிருந்து நோக்குபவன்போல நடுங்கும் மீன்களை குனிந்து நோக்கியபடி நின்றிருந்தேன். விண்மீன் ஒன்று நான் நோக்கியிருக்கவே மிக மெல்ல இடம் மாறியது. கடுவெளியே தன்னை மாற்றிப் புனைந்துகொண்டது. அப்போது எவரோ அருகிலிருக்கும் உணர்வை அடைந்தேன். பின்னர் அறிந்தேன் என் அன்னைக்குரிய மணம் அது என.

மெல்ல நடந்துசென்று அப்பால் நோக்கினேன். ஆற்றங்கரைப் பாறை ஒன்றில் பீஷ்மர் துயின்றுகொண்டிருந்தார். அருகே, அவருடைய காலடியில், மென்சதுப்புச்சேற்றில் முகம் வைத்து அவர்மேல் விழிநட்டுக் கிடந்த அன்னையைக் கண்டேன். சில கணங்கள் அக்காட்சியை நோக்கிக்கொண்டு நின்றபின் நான் திரும்ப ஓடினேன். தாராவாகினியின் கரையினூடாகவே ஓடி புலரியில் கங்கையை அடைந்தேன். அங்கிருந்து படகிலேறி மீண்டும் சென்றேன். எங்கு செல்வதென்று தெளிவிருக்கவில்லை, ஆனால் அனைத்தில் இருந்தும் அகலே என உள்ளம் விசைகொண்டது. "செல்க! செல்க! செல்க!" என படகுக்காரனை நோக்கி கூவிக்கொண்டே இருந்தேன்.

காம்பில்ய நகருக்குச் சென்று புறநகரிலிருந்த என் சிறுகுடிலுக்குள் ஒடுங்கிக்கொண்டேன். எவரையும் சந்திப்பதைத் தவிர்த்தேன். மீண்டும் மீண்டும் என் வினாக்களுடன் உழன்றேன். எண்ணி எண்ணித் தெளிந்து ஒரு முடிவுகொண்டு வில்லேந்தி அஸ்தினபுரிக்குக் கிளம்புவேன். அந்நகரை அணுகுவதற்குள்ளாகவே உளமாறுபாடு கொண்டு திரும்பி வருவேன். நூறுமுறையேனும் சென்றுமீண்டிருப்பேன். பின்னர் அறிந்தேன் நான் சென்று திரும்பும் தொலைவு குறுகிக்கொண்டே இருப்பதை. உள்ளத்தால் சென்றுதிரும்பியபடி நிலைக்காத ஊசலென என் குடிலிலும் மடைப்பள்ளியிலுமாக வாழ்ந்தேன்.

அந்நாளில் எங்கள் ஐந்துகுலங்களில் ஒன்றின் தலைவரான துர்வாச முனிவர் காம்பில்யத்திற்கு வந்திருந்தார். அனைத்து வினாக்களுக்கும் விடையளிப்பவர் என அவரைப்பற்றி சொன்னார்கள். நான் பலநாள் தயங்கியபின் சென்று அவரை சந்தித்தேன். தன் குடிலில் அவர் தனித்திருந்தார். முற்றத்தில் நின்று அவரை சந்திக்கவேண்டும் என உரக்கக் குரலெழுப்பினேன். அவரது மாணவர் ஒருவர் சினத்துடன் ஏதோ சொன்னபடி வர உள்ளிருந்து அவர் "அவனை உள்ளே அனுப்புக!" என்றார்.

நான் உள்ளே சென்று அவர் முன் பணியாமல் கைகட்டி நின்று உரத்த குரலில் "மூன்று வினையும் நிகழும் வகை அறிந்தவர் என்று உங்களைச் சொல்கிறார்கள். சொல்க, என் ஊழ் என்ன? எதில் நான் சிக்கியிருக்கிறேன்?" என்று கேட்டேன். அவர் புன்னகைபுரிந்து "நான் மூன்று வினைகளையும் அறிந்தவன் அல்ல. வினைகள் ஒன்றை ஒன்று உருவாக்கி முன்செல்லும் இயக்கநெறியை மட்டும் அறிந்தவன்" என்றார். "எதுவாயினும் சொல்க, நான் கொண்டிருக்கும் இடர் எது? என்னைக் கட்டிவைத்திருப்பது எது?" என்றேன். "பிறர் கட்டிய கட்டுகளில் எவரும் நெடுநாட்கள் இருப்பதில்லை. இது நீயே கட்டிக்கொண்டது" என்றார்.

"நான் எதையும் கட்டிக்கொண்டிருக்கவில்லை" என்று சினத்துடன் கூறியபடி அவரை நோக்கிச் சென்றேன். "என்னையறியாது ஏதேனுமிருந்தால் அவற்றைக் குருதிவழிய அறுத்தெறியத் தயங்குபவனும் அல்ல." அவர் என்னை நோக்கிப் புன்னகைத்துக்கொண்டு அமர்ந்திருந்தார். நான் அவர் எதிரிலமர்ந்தேன். என்ன நிகழ்ந்தது என்று சொன்னேன். "நான் என் அன்னையை அவர் அருகே கண்டேன், அது உளமயக்கு அல்ல. அதிலெனக்கு ஐயமே இல்லை. "என் அன்னையின் ஆணை என்ன?" என்றேன். அவர் "அன்னை உன்னிடம் சொல்வதுதான் உனக்கான ஆணை" என்றார். "இல்லை, அன்னை என்னிடம் சொல்வதல்ல அவள் உள்ளம் என என் அகம் தயங்குகிறது. அவள் தன்னைத்தானே ஏமாற்றிக்கொள்கிறாளா?" என்றேன்.

"அதை என்றேனும் உன்னால் அறிந்துவிடமுடியுமா என்ன?" என்று அவர் சொன்னார். "அவளை அறிவதற்கு முன் உன்னை வகுத்துக்கொள். உனக்கு உன் உள்ளம் பற்றி என்ன தெரியும்?" அவருடைய சிரிப்பு என்னை எரியச் செய்தது. "சொல், நீ பீஷ்மரை வெறுக்கிறாயா விரும்புகிறாயா?" நான் அவர் விழிகளை வீம்புடன் எதிர்கொண்டு "அது இங்கு வினாவே அல்ல. அவர் எவராக இருந்தாலும் எனக்கொன்றுமில்லை" என்றேன். "அவர் உன்னைத் தொட்டபோது ஏன் உன் உள்ளம் குழைந்தது? நீ அவரை உன் தந்தையென்று உணர்ந்தாய்" என்றார்.

“இல்லை,இது எவரும் சொல்லக்கூடியதுதான்.இவ்வளவு நீட்டித்தொட்டால் தட்டுப்படுவது மெய் என்ற நம்பிக்கை நமக்கு ஏற்படுகிறது. அது அறிவின் ஆணவம் மட்டுமே. அரிதென்று இருப்பதனால், மறைந்திருப்பதனால் ஒன்று மெய்யென்றாக வேண்டியதில்லை” என்றேன். “சரி, அவர் உன்னை மைந்தன் என எண்ணவில்லை என்று சொல்லமுடியுமா?” என்று அவர் மீண்டும் கேட்டார். “அவர் எவராக எண்ணினால் எனக்கென்ன?” என்று நான் மீண்டும் கூவினேன். “அவரை என் அம்புகளின் இலக்கு என்று அன்றி வேறெவ்வகையிலும் எண்ணப்போவதில்லை. நான் என் அன்னையின் ஆணை என்ன என்று மட்டுமே அறியவிரும்புகிறேன்.” துர்வாசர் என்னை நோக்கி “பாஞ்சாலனே, அவள் வஞ்சம் மெய். அவள் கொண்ட காதலும் மெய். இரண்டும் ஒன்றையொன்று வளர்க்கின்றன” என்றார்.

நான் சொல்லிழந்து நின்றேன். “எந்த மானுட உணர்வும் ஒருமுகம் கொண்டிருப்பதில்லை” என்று அவர் சொன்னார். மேலும் என்ன கேட்பது என்று எனக்குத் தெரியவில்லை. “உன் அன்னை உனக்கிட்ட ஆணையை நீ செய்யலாம். செய்தமைக்காக நீ வருந்தமாட்டாய் என உணர்ந்தால் போதும்” என்று அவர் சொன்னார். “நான் வருந்துவதல்ல வினா. வருந்தினால், மீளா கெடுநரகில் உழன்றால் எனக்கு ஒன்றுமில்லை. ஆனால் அவருடைய நெஞ்சக்குருதியுடன் நான் செல்லும்போது விழிநீருடன், அவிழ்ந்த தலையுடன் என் அன்னை எழுந்து என் கொழுநனைக் கொன்றுவிட்டாயே என என் மேல் பழிசொல்லிக் கதறினால் நான் என்ன செய்வேன்? இதைச் செய்வதனூடாக அவளை மீளாக் கெடுநரகுக்கு அனுப்புகிறேனா?”

என் வினாவுக்குரிய சரியான சொற்கள் அமைந்தன. “முனிவரே, நான் இன்றுவரை செயல்நோன்பு கொண்டது என் அன்னை என்னை ஏவினாள் என்பதற்காக அல்ல. மைந்தனாக நின்று அவள் அழலடங்கி விண்ணில் அமையச்செய்யவேண்டியது என் கடமை என்பதனால்தான்.” துர்வாசர் “இளையோனே, இன்று நாம் செய்யும் செயலின் விளைவுகள் பின்னிப்பின்னி நாம் எந்நிலையிலும் உணரவியலாத எதிர்காலம் வரை செல்கின்றன. அன்றுவரை சென்று அனைத்தையும் உணர்ந்த பின்னர்தான் இன்று செயலாற்றுவேன் என்று சொன்னால் எவர் எதைச் செய்யமுடியும்?” என்றார்.

“அறியமுடியாமையில் அவ்விளைவு இருக்கும் வரை எனக்கு இடரில்லை. இன்று அது என் உளமெட்டும் தொலைவிலுள்ளது. தன்னை எனக்கு அது சற்று காட்டிவிட்டது” என்று நான் சொன்னேன். “அவ்வாறென்றால் அதை நோக்கி உளம்நீட்டி நோக்கு. அதைச் சென்று தொட்டு அறிய முயல்க!” என்றார் துர்வாசர். நான் அவரை நோக்கியபடி அசையாமல் நின்றேன்.

என்னை சினம்கொள்ளச் செய்வதற்காகவே அதைச் சொல்கிறார் என்று தோன்றியது. மேலும் சற்றுநேரம் கழிந்த பின் உணர்ந்தேன், அவர் பேச்சை முடித்துவிட்டார் என்று. "செல்கிறேன்" என்றேன். சொல்லின்றி கைதூக்கி வாழ்த்துரைத்தார். "முனிவரே சொல்க, நான் கண்டடைவேனா?" என்றேன். அவர் "மெய்யைத் தேடுபவர்கள் தேடும் மெய்யைக் கண்டடைகிறார்கள்" என்றார். அவரை வணங்கிவிட்டுக் கிளம்பினேன்.

காம்பில்யத்திலிருந்து கிளம்பி தென்னகம் நோக்கிச் சென்றுகொண்டே இருந்தேன். மக்கள்செறிந்த இடங்களை விட்டு அகன்றேன். சேறுமண்டிய காடுகளுக்குள்ளும் மக்கள் வந்தனர். மேலும் மேலும் மக்கள் அணுகமுடியாத இடம் நோக்கிச் சென்றபோது சிகண்டம் என்னும் மலைக்காட்டைப்பற்றி அறிந்தேன். அங்கே செல்லும் வழியையே எவரும் அறிந்திருக்கவில்லை. மானுடர் அகலும் திசை என்பதையே வழிகாட்டியெனக் கொண்டு நான் சென்றேன். சிகண்டம் விண்ணில் இந்திரனின் மின்படையால் போழ்ந்து வீழ்த்தப்பட்ட முகில்வடிவ விருத்திரனின் குருதி பெய்திறங்கிய நிலம்.

அங்கே மண் ஆறாத குருதிப்புண் என செஞ்சதுப்பாக இருந்தது. அங்கு வாழும் முதன்மை உயிர்கள் பன்றிகள்தான். உடலோடு உடலொட்டி முட்டிமோதித் திளைத்த பன்றிகளால் அந்நிலம் கொதித்துக் கொப்பளிப்பதாகத் தோன்றியது. மீண்டும் கருவறை புகுந்து மென்தசைக் கதுப்புக்குள் புகுந்து ஒளிந்துகொள்வதாக உணர்ந்தேன். அங்கே எனக்கொரு வளையைத் தேடிக்கொண்டேன். என் உணவு தேடிவந்தது. உடலை விட்டு உள்ளத்தை மேலும் மேலுமென உள்ளே செலுத்திச் சுருக்கி ஒரு சிறுசுழியென ஆக்கி அங்கிருந்தேன். நாட்களற்ற, பருவங்களற்ற, ஆண்டுகளற்ற வெளியில் வாழ்ந்தேன். பிறிதொன்றிலாமல் ஒற்றை வினாவில் வாழ்ந்தேன். துளிநீரைத் தொட்டு திசையெல்லை வரை நீட்டுவதே என் தவம்.

இங்கே தலைமுறைகள் பிறந்து மாய்ந்துகொண்டிருந்தன. நகரங்கள் எழுந்தன, அழிந்தன. கொள்கைகள் பிறந்து ஓங்கின. நான் அனைவருக்கும் இறந்துவிட்டதாகவே பொருள்கொண்டேன். கருவறை எப்போதோ பசித்த வயிறு என உருமாறி என்னை உண்ணத் தொடங்கியிருந்தது. புதைகுழிக்குள் என் உடல் மட்கியது. உள்ளமும் செயலிழந்து மட்கி இருளில் மின்னும் மின்மினிகள்போல எப்போதேனும் எழும் உதிரிச்சொற்களின் சிதறலாக எஞ்சியது. அந்தப் புதைவிலிருந்து எவ்வாறு எழுந்தேன் என்று இப்போதும் தெரியவில்லை. ஒருகணம் எனக்குள் பிறிதொன்று புகுந்தெழுந்ததாகத் தோன்றியது. என்னை உணர்ந்தபோது உங்களைத்தான் முதலில் எண்ணினேன்.

"உங்களை காம்பில்யத்தின் மணத்தன்னேற்பில் கண்டிருக்கிறேன். அன்று யாதவர் என்றும் துவாரகையின் அரசர் என்றும் மட்டுமே அறிந்திருந்தேன். விழித்தெழுந்தபோது நான் சென்றுகாணவேண்டிய ஒருவன் உண்டு என்று மட்டுமே என் உள்ளம் உணர்ந்தது. என்னுடன் சொல்லாடும்பொருட்டு உளம்பழுத்துத் திரண்டு எங்கோ இருந்துகொண்டிருக்கும் ஒருவன். என் பிறிதுவடிவு. இங்கு வரும்போதே உங்கள் முகமும் தோற்றமும் என்னுள் தெளிந்தது" என்று சிகண்டி சொன்னார். "உங்களிடம் என் வினாவை முன்வைக்கும்பொருட்டு வந்தேன். வரும் வழிதோறும் என் சொற்களைத் திரட்டிக்கொண்டேன்."

"சொல்க!" என்றார் இளைய யாதவர். "யாதவரே, அதற்குமுன் ஒரு வினா. துர்வாசரிடம் வினவி எஞ்சும் சொல்லுடன் சிகண்டக் காட்டுக்கு சென்றேன். அந்த எச்சத்தின் முனையிலிருந்து ஓர் அணுவிடை மட்டுமே இன்று என் சொல் முன்னகர்ந்திருக்கிறது. அவ்வாறென்றால் இத்தனை ஆண்டுகள் அங்கே நான் செய்த தவமென்பது வீணா?" என்றார் சிகண்டி. "ஓர் அணுவிடை முன்னகர்ந்திருக்கிறீர்கள். அத்தனை உளத்தொலைவு கொண்டு செல்லவேண்டியதுபோலும் அது" என்றார் இளைய யாதவர்.

சிகண்டி எரிச்சலுடன் தலையை அசைத்து "அணிச்சொற்களை நான் வெறுக்கிறேன். என்னிடம் நேரடியாகவே சொல்க, நான் எதை அடைந்தேன் அந்தத் தவத்தில்?" என்றார். "துர்வாசரிடமிருந்து என்னிடம் வந்திருக்கிறீர்கள், பாஞ்சாலரே. அந்த நெடுந்தொலைவைக் கடந்திருக்கிறீர்கள்" என்றார் இளைய யாதவர். "நீங்கள் சென்றபின் வேதமுடிபுக்கொள்கை கூர்கொண்டிருக்கிறது. அதைக் காக்கவும் எதிர்க்கவும் என பாரதவர்ஷம் இரண்டாகப் பிரிந்து போர்முனையில் நின்றிருக்கிறது." சிகண்டி விழியிமை அசையாமல் நோக்கியிருந்தார். "மெய்மையின் பாதை வாளின் கூர்முனையில் அமைவது. இது வரலாற்றின் நடுவே ஒரு மாபெரும் வாள் வைக்கப்பட்டிருக்கும் தருணம்" என்று இளைய யாதவர் மீண்டும் சொன்னார்.

"இப்போதுதான் இது சொல்லப்படவேண்டும் போலும்" என இளைய யாதவர் தொடர்ந்தார். "ஒருவேளை நான் சொல்வதை துர்வாசரும் சொல்லியிருக்கக் கூடும். அதை கேட்கும் உள்ளம் உங்களில் அமைந்திருக்காது. சில விதைகள் கடினமான ஓடு உடைந்து முளைத்தெழ நெடுங்காலம் எடுத்துக்கொள்கின்றன" என்று இளைய யாதவர் சொன்னார். சிகண்டி தலையசைத்து "ஆம், அதை ஏற்கிறேன்" என்றார். "சொல்க, நீங்கள் என்னிடம் கேட்கவிழைவதென்ன?" என்றார் இளைய யாதவர்.

3

சிகண்டியின் விழிகள் கூர்கொண்டு இளைய யாதவர்மேல் நிலைத்திருந்தன. அவர் பேசும்போது இளைய யாதவரைக் கடந்து அப்பால்சென்று பேசுவதுபோல் தோன்றியது. "யாதவரே, எக்கணமும் எழுவேன், செயலாற்றுவேன் என்னும் இறுதிப்புள்ளியில் நூறு ஆண்டுகளாக நின்றிருக்கிறது என் வாழ்க்கை, மலைவிளிம்பில் காலமிலாது நின்றிருக்கும் பாறை என. இப்புள்ளி நீண்டு முடிந்து என் வாழ்வென்றே ஆகிவிடுமென்றால் என் பிறவிக்கு என்ன பொருள்? நான் கொண்ட வஞ்சினமும், நோன்பும் இம்மண்ணில் எதன்பொருட்டு எழுந்தன?" என்றார்.

"அவற்றை பொருள்கொள்ளச் செய்யவேண்டுமென்றால் நான் பீஷ்மரை எதிர்கொள்ளவேண்டும். கொல்லவேண்டும் அன்றேல் இறந்தழியவேண்டும். ஆனால் அச்செயல் என் அன்னையை மீளா இருளுலகில் நிலைகொள்ளச் செய்யுமென்றால் என் வஞ்சினமும் நோன்பும் மேலும் பொருளின்மை கொள்கின்றன" என்று சிகண்டி சொன்னார். "என் முன் விரிந்திருக்கும் செயல்வாய்ப்புகளை உளம்பதைக்க நோக்குகிறேன். எதை செய்தால் நான் பொருளுள்ளதை இயற்றுவேன்? என் பிறவியை நிறைவுகொண்டதாக்குவேன்? செய்வது அல்லது ஒழிவது, இப்புவியில் மானுடனுக்கு தெய்வங்களுடன் இருக்கும் பூசல் இது ஒன்றே."

யாதவரே, இங்கே எத்தனை நூல்கள்! பெருகி எழும் கொள்கைகள். சொல்நுரைத்த தத்துவங்கள். அனைத்தும் ஒன்றெனக் குவியும் மானுடக்கேள்வி இதுவே. மானுடன் தான் ஆற்றும் செயலைப் புரிந்துகொள்வது எப்படி? இங்கு வாழ்பவர்களில் மிகப்

பெரும்பாலானவர்கள் காற்றில் சுழலும் காற்றாடிகள்போல செயலாற்றுபவர்கள். அறியாப் பெருவிசைகளுக்குத் தங்களை முற்றாகக் கொடுத்துவிட்டவர்கள். மிகச் சிலரே தங்கள் செயல்நோக்கத்தின் தொடக்கத்தை, தங்கள் செயல்விளைவின் நெறியை அறியவிரும்புகிறார்கள். பாய்மரம்போல காற்றுக்குத் தங்களை அளித்தாலும் சுக்கானைத் தாங்களே ஏந்த விழைகிறார்கள். மானுடர் இந்த இருவகையினர் மட்டுமே.

நான் ஒவ்வொரு கணமும் செயலாற்ற விழைகிறேன். செயலை எண்ணி எண்ணி, நுண்ணிதின் திட்டமிட்டு தீட்டித்தீட்டி அமர்ந்திருக்கிறேன். எனக்கான தருணம் வரும், அன்று எரிமலை என எழுவேன் என எனக்கே சொல்லிக்கொள்கிறேன். பின், இல்லை, இது வெறும் வீண்சழக்கு, என்னை நானே ஏமாற்றிக்கொள்கிறேன், இது செயலின்மையின் இனிமையில் திளைத்தல் மட்டுமே என என்னை சாட்டையால் சொடுக்கிக்கொள்கிறேன். தன்னிரக்கம் கொண்டு அழுகிறேன். தனக்குத்தானே வஞ்சினம் உரைத்து எழுகிறேன். என் முன் அக்கணம் விரியும் பொருளின்மையைக் கண்டு மீண்டும் சரிகிறேன்.

எனக்குத் தேவை ஒரு சிறு பிடி. ஒரு சிறு குறிப்பு. ஆம், இதுவே செயலின் பொருள் என ஒரு தெய்வம் என்னிடம் சொல்லவேண்டும். என் காதுக்குள் அது மெல்ல முணுமுணுத்தால் போதும். எழுந்துவிடுவேன். பயின்ற கலை பெருகி எழுந்து என் தோளை உயிர்கொள்ளச்செய்யும். வெல்வேன், அன்றி வீழ்வேன். இரு நிலையிலும் என் வாழ்க்கையை நிறைவுசெய்தவனாவேன். ஆனால் என் உள்ளம் தேடித்தேடி சலிக்கிறது. ஒரு சிறு ஒளிக்காக. யாதவரே, தொடுவானில் துழாவும் விழியும் செவியுமாக அமர்ந்திருந்தேன் ஒரு நூற்றாண்டு.

இன்றுவரையிலான மானுட வாழ்க்கை காட்டுவதொன்றே. அறிதொறும் அறியாமை கண்டு அறியமுடியாமையின் இரும்பாலான தொடுவானில் சென்று தலையறைந்து விழுந்து மடிபவர்கள்தான் அறிவுதேடுபவர்கள். நான் முழுமையை அறிய விழையவில்லை, அனைத்துக்கும் விடை தேடவில்லை. என் கைகள் ஆற்றும் செயலை மட்டும் அறிய விரும்புகிறேன். ஏனென்றால் நான் எனக்குப் பொறுப்பேற்றுக்கொள்ள விழைகிறேன். அடுமனையில் சமைப்பவன் தான் இடும்பொருட்களில் எது நஞ்சென்றாவது அறிந்திருக்கவேண்டும் அல்லவா?

என்னைச் சுற்றி அறியாமையின் பெருங்கொண்டாட்டத்தையே கண்டுகொண்டிருக்கிறேன். கூர்முள் நிறைந்த காடுகளில் வண்ணத்துப்பூச்சிகள் மென்சிறகை விரித்து காற்றலைகளில் சுழன்று ஒளியாடி மகிழ்கின்றன. அறிபவர் ஒவ்வொருவருக்கும் இருக்கும்

அலைக்கழிப்புகளை நானும் அடைந்தேன். அறிவெனும் இப்பெருந்துயரை எதற்கு நான் சூடிக்கொள்ளவேண்டும்? அறியாமையில் திளைத்து மகிழ்ந்து இங்கிருந்து சென்றால் என் வாழ்க்கையில் அந்த மகிழ்ச்சியாவது எஞ்சுகிறது. அறியத் துடிப்பவன் அறிந்து நிறைவதுமில்லை, அறியாமையின் மகிழ்ச்சியும் அவனுக்கில்லை.

அறிவைக் கழற்றி வீசிவிட்டுக் கிளம்பிவிடவேண்டுமென உளமெழாத அறிவன் இப்புவியில் இல்லை. ஆனால் நான் அறியத் தொடங்கிவிட்டேன். நான் என்றும் அது என்றும் பிரித்து நடுவே இந்த முடிவிலாப் பெருவலையைப் பின்னத் தொடங்கிவிட்டேன். அறியாமையையேகூட ஓர் அறிவென்றே என்னால் அடைய முடியும். அறியும் முதற்கணத்தில் அறிவது அறியாமையைத்தான். அறியாமை அளிக்கும் அச்சமும் அருவருப்புமே அறிவை நோக்கி ஓடச்செய்கின்றன. அறியாமையே அறிவுக்கு எல்லைவகுத்து வடிவளிக்கிறது. அறிவெனும் ஒளிக்கு பொருள் அளிக்கும் இருள் அது. அறியவிழைவோர் அனைவருமே ஆணவத்தாலானவர்கள். அறிவு ஆணவமென தன்னில் ஒரு பகுதியை உருமாற்றிக்கொள்கிறது. தலைப்பிரட்டையின் வால். காலும் கையும் செதிலும் சிறகுமாகி அதை உந்திச்செலுத்தி உயிரசைவுகொள்ளச் செய்வது.

அறியும்தோறும் பெருகுகிறது வினாக்களின் நிரை. ஐயத்திலமைந்த அறிவு பாலைநிலத்தின் உப்புக் குடிநீர். ஐயங்கள் அனைத்தும் ஒன்றையொன்று ஊட்டி வளர்ப்பதெப்படி? அறிவுகொண்டவன் திரளாகிறான், ஐயம்கொண்டவன் தனிமை கொள்கிறான். தனிமையின் ஆற்றலால் அவன் தன்னில் இருந்து எழுந்து பேருருக்கொள்கிறான். ஐயம் கொள்வதற்கு அப்பால் இப்புவியில் அறிவுச்செயல் என ஏதும் உள்ளதா என்ன? இதன் ஓயாச் சுழலில் இருந்து எனக்கு விடுதலை இல்லை.

நான் இம்மண்ணின் எட்டு விழுச்செல்வங்களையும் விரும்பவில்லை. புகழையும் விண்ணுலகையும் விரும்பவில்லை. அறிதலின் இன்பத்தை, துறத்தலின் விடுதலையை, உயிர்களின் இறுதி முழுமையைக்கூட விழையவில்லை. இப்பிறவியிலும் இதைக் கடந்தும் நான் அடைய விழைவதென்று ஏதுமில்லை. நான் கோருவதொன்றே, நான் செய்ய வேண்டியது ஒற்றைச்செயல். அதை அறிந்துகொண்டு ஆற்றுவதெப்படி? இச்செயலின் ஊற்றுமுகமென்ன, இலக்கென்ன, எஞ்சுவதென்ன? இவ்வொரு செயலுக்காவது நானே நெறி வகுத்தாகவேண்டும்.

ஐயமின்றிச் செயலாற்றுபவர்கள் அதிலிருந்து அறிவெதையும் பெறுவதில்லை. அது பட்டுப்புழுவின் நெசவு. ஐயமில்லாது செயலாற்ற அறிவுகொண்டோரால் இயல்வதில்லை. ஓயாது ஓடும் அந்தத் தறியின்

ஊடும்பாவும் பிறருக்கே அணி சமைக்கிறது. ஐயங்களை நடுவழியில் கொல்கிறார்கள் அறிஞர். அவற்றை சொற்களாக்கிக் கொள்கிறார்கள். அறிஞரும் நூலோருமாகி அனைத்து இடங்களிலும் திகழ்கிறார்கள். வாயிலிருந்து குஞ்சுகளை உமிழும் மீன் என சொற்களில் குலவரிசையை நிறுவிவிட்டு வெறுமையில் மூழ்கிச் சாகிறார்கள். சொன்ன சொல் இறுதிநீரெனத் தன் வாயில் சொட்டும் பேறுபெற்ற அறிஞன் யாரேனும் இருந்திருக்கிறானா இங்கே?

“செயலுக்குமேல் அருமணி காக்கும் நாகமென அமைந்துள்ளது ஐயம். இன்று அத்தனை நூல்களும் ஞானியரும் மறுமொழி சொல்லவேண்டியது இவ்வினாவுக்கே, ஐயமின்றி அறிந்து ஆற்றுவதெப்படி?” என்றார் சிகண்டி. அத்தனை பொழுதும் அவர் பேசியதாகத் தோன்றவில்லை. அவருடைய எண்ணங்கள் இளைய யாதவரை நோக்கி அறியா நுண்பாதையொன்றினூடாக ஒழுகிச் சென்றடைந்தன. சொல்லி நிறையாமல் சொல் முடிந்து அவர் பெருமூச்சுவிட்டார். உடற்தசைகள் தொய்ந்தன. ஆனால் விழி மாறா நோக்குகொண்டிருந்தது.

சிகண்டியின் அசையா விழிகளை நோக்கியபடி இளைய யாதவர் சொன்னார் “பாஞ்சாலரே, எது செயல் எது செயல் அல்ல என்ற வினாவுக்கு முன் ஞானியரும் உளமயக்கு கொள்கிறார்கள். அறிபவர்களுக்கு செயலின் இயல்பு தெரிந்திருக்கவேண்டும். அதற்கும் மேலாக செயற்கேட்டின் இயல்பு தெரிந்திருக்கவேண்டும். செயலின்மையை மேலும் நுணுகியறிந்திருக்கவேண்டும். செயலின் வழி மிகவும் இடர்மிக்கது. எளிதில் எண்ணி எய்தமுடியாதது.”

இந்த நைமிஷாரண்யத்திலமர்ந்து இரண்டு நாட்களாக செயலைப் பற்றியே சொல்லாடிக்கொண்டிருக்கிறேன். செயலின் விளைவை அஞ்சியவராக அங்கநாட்டரசர் இங்கு வந்தார். அவருக்கு செயல் எனும் போரைப் பற்றிச் சொன்னேன். செயல்மேல் தயக்கம் கொண்டவராக பீஷ்மர் நேற்று வந்தார். அவருக்கு செயலெனும் யோகத்தைப் பற்றிச் சொன்னேன். எய்துவனவற்றை அங்கருக்கும் இயற்றுவதன் முழுமையைப்பற்றி பீஷ்மருக்கும் கூறினேன். பாஞ்சாலரே, செயல்மேல் ஐயம் கொண்டவராக நீர் வந்திருக்கிறீர். செயலெனும் அறிதலைப் பற்றி வினவுகிறீர்.

தழல் தான் தொடும் அனைத்தையும் தானென்றே ஆக்கிவிடுகிறது. அறிவு அனைத்தையும் அறிவென்றாக்குகிறது. தழல் தூயது, ஒளிகொண்டது. அனைத்தையும் தழலாக்குவதையே வேள்வி என்கிறோம். ஞானத்திலமைந்தவன் செயலனைத்தையும் வேள்வியாக்குகிறான். சிலர் அனலில் வேள்விசெய்கிறார்கள். சிலர் அலகிலா அனலை ஓம்புகிறார்கள். அவர்களையே ஞானிகள் என்கிறோம்.

எது பிற அனைத்தும் தானே எனக் காட்டுகிறதோ, பிற அனைத்துக்கும் மாற்றென தான் நின்றுகொள்கிறதோ அதுவே அறிவு. விதையைத் தன் தோளிலேற்றிக்கொண்டு முளைத்தெழுகிறது சிறுசெடி. நோக்குபவனாக தான் ஆகும் ஆடி. அறிபவன் அறிவே அனைத்துமென்றும் அதில் தான் ஒரு துளியே என்றும் உணர்கிறான். அறிபவனை அறிவென்றாக்குவதே அறிவு. முழுமையற்றது அறிவல்ல. அறிவனைத்தும் முழுமையின் ஒரு துளியே. அனைத்து நீர்த்துளிகளும் கடல்நோக்கியவையே.

முழுமைதேடும் செயல்களெல்லாம் வேள்விகளே. ஆனால் பொருட்களால் ஆற்றப்படும் வேள்விகளைவிட அறிவால் இயற்றப்படும் வேள்வி சிறந்தது. அனைத்துச் செயல்களும் அறிவுச்செயல்பாடுகளே. நதியைவிட முகில் விரைவுகொண்டது. விண்ணில் அலையும் கடல்கள் எடையற்றவை. அறிவின் பாதை பயின்று மேம்பட்டு அடையவேண்டியது. நீந்தியபடியே பிறக்கின்றன மீன்கள். பிறந்ததுமே ஓடுகின்றன கால்கள் கொண்டவை. பறவைக்குஞ்சு அன்னையிடமிருந்தே சிறகுகளைப் பற்றி அறிகிறது. சிறகுகளினூடாக வானைப் பயில்கிறது. நீந்தியும் ஓடியும் தாவியும் கற்றவற்றைக் கொண்டே உயிர்கள் பறவைகளாயின.

வணங்கியும் எட்டுத்திசையும் வினாவெழுப்பியும் தொண்டுசெய்தும் அறிந்துகொள்க! உண்மை காணும் ஞானிகளே உமக்கு ஞானத்தை அளிக்கவியலும். ஞானத்தை அடைந்தபின்னர் இந்த ஐயங்கள் இயல்பாக அழிந்துவிடும். அனைத்து உயிர்களையும் உம்முள்ளே காணச்செய்வதே அறிவு. எனவே அனைத்துக்கும் விடையென்றாகி நின்றிருப்பதே அதன் இயல்பு. பழி, இழிவு, துயர் எனும் மூன்று கடல்களைக் கடக்கச்செய்யும் பெருங்கலம் ஞானம். வெளிவிரியும் புலன்களை உள்நோக்கித் தொகுத்துக்கொண்டு, துயிலிலும் ஒலிக்கு அசையும் பூனைச்செவியென உளம் கூர்ந்திருப்பவன் ஞானத்தை அடைகிறான். ஞானம் அமைதியை அளிக்கிறது.

ஐயம் கொண்டவனுக்கு செயல் இல்லை. செயலில் திரள்வதே ஞானம். ஞானமில்லையேல் ஐயம் அழிவதில்லை. ஐயம்கொண்டவனுக்கு இவ்வுலகில் எதுவுமில்லை. மாற்றுலகுகளிலும் எஞ்சுவதேதுமில்லை. அனைத்தையும் ஐயப்படுபவன் தனக்குத்தானே விலங்குகளைப் பூட்டிக்கொள்பவன். ஐயம் அறிவின்பொருட்டே எழவேண்டும். விடையின்பொருட்டு மட்டுமே வினா எழவேண்டும். வினாவுக்குள் விடையின் வடிவும் இலக்கும் பொதிந்திருக்கின்றன. அறிவின் மீதான நம்பிக்கையையே அறிபவனின் அனைத்து ஐயங்களும் வெளிப்படுத்துகின்றன. அறிவை நம்பி ஐயங்களை எதிர்கொள்பவன் தன்னை மீட்டுக்கொள்கிறான். ஐயத்தை நம்பி அறிவை எதிர்கொள்பவன் ஐயத்தையே பெருக்கிக்கொள்கிறான்.

விடைதேடுவதென்பது கேள்விகளை மேலும் மேலும் கூர்ந்து தெளிவுபடுத்திக்கொள்வது மட்டுமே. ஐயங்களைக் கூர்ந்து நோக்கி உறுதிகளைச் சென்றடையலாம். வலையைக் கட்டும் சிலந்தி இரை சிக்கிக்கொண்டதும் கண்ணிகளைத் தானே அறுத்துவிடுகிறது. ஐயம்கொள்பவன் தன் ஐயம் குறித்துப் பெருமிதம் கொள்வதே அறிதலின் பாதையின் பெரும்புதைகுழி. ஐயப்படுதல் என்பது ஓர் அறிவுநிலை அல்ல. ஐயம் அறிவின் கருவியும் அல்ல. அறிதலின் ஏதேனும் ஒரு படியில் நின்றிருப்பதே அறிவுநிலை எனப்படும். ஐயம் அறிவில்லாநிலை மட்டுமே. அறிவின்மையை அறிவு விழைகிறது, தான் பெய்தமையும் கலம் அது என்பதனால்.

புறத்தே நோக்கி ஐயப்படுபவன் அறிவன் அல்லன். தன்னுள் ஐயம் எழ அதை ஊர்தியெனக் கொண்டு முன்செல்பவனே அறிவை நாடுபவன். பிறர் அடைந்தவற்றின் மேல் ஐயம் கொள்வதென்பது கங்கைப்பேரலைகளை எதிர்த்து நீந்துவது. சொல்லுக்கு சொல்வைப்பது சொல்லை மறுப்பது மட்டுமே. வெற்றுச்சொல்லில் மகிழ்வதே அறிவுநாடுபவனின் இருட்டறை. ஐயத்தை கருவியாகக் கொண்டவன் எதிரொலிகள் மட்டுமே நிறைந்திருக்கும் கூரைக்குவடு போன்றவன். அவன் கொள்ளும் அமைதியும் ஓசைகளாலானதே.

அறிவின் ஆணவம் மேலும் அறியவே வைக்கும். அறிவுத்தேடலல்லாத செயல்களை விலக்கும். ஆனால் அறிந்தவற்றைச் சூழ்ந்த வேலியென்றாகி அறிவை ஆளுமையெனத் திரட்டி நிறுத்தி மேலும் செல்வதை தடுக்கும் என்பதனால் செல்லும்தோறும் விலக்கவேண்டியது அது. ஐயத்தின் ஆணவமோ தொடங்கும்போதே களையப்படவேண்டியது. எல்லா அறிவும் தன்னுள் உறையும் அறியாமைக்கு எதிரான போரே. தன்னுள் ஐயம் கொண்டவன் அறிந்துகொள்ளக்கூடும். ஐயத்தை கவசமென்றும் வாளென்றும் கொண்டவன் வெல்லப்படுவதே இல்லை. தன்னைவிடப் பெரியவற்றால் வெல்லப்படுவதே கல்வி என்பது.

“பாஞ்சாலரே, நூறாண்டுகள் நீங்கள் அமர்ந்தது ஐயத்தை பீடமெனக் கொண்டமையால்தான். சொல்லை தவமெனக் கொள்பவன் சொல்பெருக்குகிறான். ஐயத்தை தவமெனக் கொள்பவன் ஐயத்தையே பெருக்குகிறான். அடையவேண்டியவற்றை தவம் செய்பவனே சென்றடைகிறான். பாஞ்சாலரே, பெருநதியின் நீர்ப்படலத்தில் விளையாடும் நீர்ச்சறுக்கிப் பூச்சிகள் நீரிலிருந்து விடுபட்டவை. அவை மூழ்குவதோ அலைக்கழிவதோ ஒழுகுவதோ இல்லை. நோக்குக, அவை நதியை அறிவதுமில்லை.”

சிகண்டி சினத்துடன் எழுந்து “நான் என் வினாக்கள் மறுக்கப்படுவதற்காக இங்கு வரவில்லை, எனக்கான விடைகளைக் கேட்டு வந்தேன்”

என்றார். "நீங்கள் ஒரு வினாவில் நிலைகொள்ளவில்லை, பாஞ்சாலரே, வினாக்களினூடாக ஒழுகிச் சென்றீர்கள்" என்றார் இளைய யாதவர். சிகண்டி சீற்றம் குறையாமல், குரலைமட்டும் உறுதியாக்கி "சரி, நான் அனைத்தையும் இப்படி சுருக்குகிறேன். நான் எனக்கென நோற்ற செயலைச் செய்வதா வேண்டாமா? அதைச் செய் என எனக்கு உறுதிசொல்லும் அறிவு எது?" என்றார். சற்று குனிந்து "ஒரு செயலுக்கு உறுதியளிக்கும் அறிவு அனைத்துச்செயலுக்கும் உறுதியென்றமையும் என நான் அறிவேன்" என்றார்.

இளைய யாதவர் "நீர் அதை உம் அன்னையிடமே கேட்கலாம்" என்றார். சிகண்டி கூர்ந்து நோக்கிக்கொண்டு நின்றார். "அமர்க!" என்றார் இளைய யாதவர். சிகண்டி அமர்ந்தார். "உங்கள் அன்னையை உங்களுக்குக் காட்டுகிறேன்" என்றபடி எழுந்த இளைய யாதவர் சிறிய மரக்கொப்பரையில் நீருடன் வந்தார். அதை சிகண்டியின் முன்வைத்து "நோக்குக!" என்றார். சிகண்டி தன் முகத்தை அதில் பார்த்தார். "நீங்கள் சந்திக்க விழைபவரை எண்ணிக்கொள்க! அவர் இங்கே தோன்றுவார்" என்றார் இளைய யாதவர்.

சிகண்டி அந்த நீர்வட்டத்தை நோக்கிக்கொண்டிருந்தார். அகல்சுடரின் செவ்வொளி படர்ந்த அவர் முகம் அதிலிருந்து ஐயத்துடன், குழப்பத்துடன் நோக்கிக்கொண்டிருந்தது. "அன்னையே" என அவர் அழைத்தார். "அன்னையே! அன்னையே! அன்னையே!" என்று உள்ளம் ஒலிக்க அமைந்திருந்தார். விழிவிலகவில்லை என்றாலும் ஒருகணம் மயங்கி பிறிதொன்றாவதைத் தவறவிட்டார். அங்கே அம்பையின் முகம் தெளிந்து வந்தது. அவளுடன் அவர் தனித்திருந்தார். அம்பை புன்னகைத்து "வருக!" எனக் கைநீட்டினாள். "அன்னையே" என சிகண்டி கண்ணீருடன் விம்மினார். "அருகணைக, மைந்தா!" என அம்பை அழைத்தாள். ஒரு சிறுகணத் திரும்பலில் அவர் அவளிருந்த வெளியை அடைந்தார்.

சுற்றிலும் நோக்கியபடி "இது எந்த இடம்?" என்று அவர் கேட்டார். "இதுவே உண்மையில் இமைக்கணக் காடு. அங்கிருப்பது இதன் பருவடிவு. பருவடிவுகள் காலத்தை முற்றிலும் தவிர்க்க முடியாது" என்று அம்பை சொன்னாள். அவர் தோளைத் தழுவி தலைமயிரைக் கலைத்து "களைத்திருக்கிறாய்" என்றாள். தான் ஒரு சிறுவனாக மாறிவிட்டிருப்பதை அவர் உணர்ந்தார். "நெடுந்தொலைவிலிருந்து வருகிறேன், அன்னையே" என்றார். "ஆம், அது மிக அப்பாலுள்ளது" என்று அம்பை சொன்னாள். "வருக!" என அவர் கையைப்பிடித்து அக்காட்டுக்குள் அழைத்துச்சென்றாள்.

இளங்காற்று வீசிக்கொண்டிருந்தது. ஒளிசாய்ந்திருந்த திசையே கிழக்கு என்று உணர்ந்தான். "பொறுத்திரு, தந்தை உணவுடன் வருவார்." அவன் "அவர் சென்றபோது நான் துயின்றுகொண்டிருந்தேனா?" என்றான்.

அன்னை "அவரைத்தான் தெரியுமே? புலரிக்கு முன்னரே துயில்நீப்பவர்" என்றாள். அவன் கால்களை நீட்டிக்கொண்டு "இந்தக் காடு இனியது. இங்கே எப்போதும் மென்குளிர்காற்று உள்ளது" என்றான். பறவைகளின் ஒலிகள் கேட்டுக்கொண்டிருந்தன. பனிசூழ்ந்த மலைகள் அப்பால் வளையமிட்டிருந்தன. காட்டுக்குள் கிளைகள் அசையும் ஓசை கேட்டது. அம்பை "அவர்தான்" என்றாள்.

காட்டுப்பாதையில் பீஷ்மர் காய்களும் கனிகளும் நிறைந்த கொடிக்கூடை ஒன்றைத் தோளிலிட்டு கயிற்றால் கட்டப்பட்ட கிழங்குகளைக் கையில் எடுத்தபடி வந்தார். அவருடைய தலையில் கரியமயிர் சடைக்கற்றைகளாகத் தொங்கியது. அதில் பிறைநிலவு எனப் பன்றித்தேற்றையை அணிந்திருந்தார். புலித்தோலாடை முழங்கால்வரை வந்தது. உடலெங்கும் பூசிய வெண்ணீற்றில் வியர்வையின் தடங்கள். கரிய முகத்தில் வெண்புன்னகையுடன் அன்னை எழுந்து "அதோ தந்தை" என அவனுக்கு சுட்டிக்காட்டினாள்.

"தந்தையே" என்று கைநீட்டிக் கூவியபடி சிகண்டி எழுந்து அவரை நோக்கி ஓடினான். சிரித்தபடி குனிந்து "மெல்ல மெல்ல" என்றார் பீஷ்மர். "இங்கே என்ன செய்துகொண்டிருந்தாய்?" என்றார். "நீங்கள் வருவதற்காகக் காத்திருந்தேன், தந்தையே" என்றபடி அவர் தோளிலிருந்த கூடையை நோக்கி அவன் எம்பினான். "இரு இரு. அனைத்தும் உனக்காகவே" என்று அவர் சொன்னார். "வா" என அவனை அழைத்துச்சென்றார். அன்னை சிரித்தபடி அவர்கள் அணுகுவதை நோக்கிநின்றாள்.

அவர் கூடையைத் தரையில் வைப்பதற்குள்ளாகவே அவன் அதற்குள் இருந்த கனிகளை எடுத்துப் பரப்பத் தொடங்கினான். இரு கைகளிலும் இரு மாங்கனிகளை எடுத்து மாறிமாறி கடித்து உண்டான். சாறு முழங்கை வரை ஒழுகியது. புளிப்பு முதிர்ந்து இனிப்பான சுவையில் அவன் உடல் உலுக்கிக்கொண்டே இருந்தது. உறிஞ்சியும் மென்றும் உண்டபோது ஊழ்கத்திலென விழிமூடி முகம் மலர்ந்தான். அம்பை அவனை நோக்கி "அமர்ந்துகொள், மைந்தா" என்றாள். அவன் அதைக் கேட்கவில்லை. அவள் அவனைப்பற்றி இழுத்து தன்னருகே அமரச்செய்தாள்.

பீஷ்மர் ஒரு கனியை எடுத்து அம்பைக்கு அளித்தார். அவன் அக்கணமே விழிதிறந்து "இல்லை... இல்லை" என்று கூவியபடி அதைப் பிடித்து விலக்கினான். "என்னுடையவை இவை... அனைத்தும் என்னுடையவை" என்றான். "அன்னைக்கு ஒன்று, மைந்தா" என்றார் பீஷ்மர். அம்பை சிரித்து "இன்னுமொன்று உண்டதுமே வயிறு நிறையும். அதன்பின் காலால் உதைத்துத் தள்ளுவான்" என்றாள். அவன் "இல்லை, நான் அனைத்தையும் தின்பேன். எவருக்கும் கொடுக்கமாட்டேன்" என்றான். "கையை எடுங்கள்! கையை எடுங்கள்!" என பீஷ்மரின் கையைப் பிடித்து விலக்கினான். சிரித்தபடி "சரி, கையை வைக்கவில்லை" என்று பீஷ்மர் சொன்னார்.

அம்பை "அன்னைக்கு ஒரு பழம் கொடு, மைந்தா" என்றாள். அவன் அவளை நோக்கிவிட்டு சுட்டுவிரலின் கனிச்சாற்றை நக்கியபின்பு "ஒன்றுமட்டும்" என்று காட்டினான். "சரி" என்றபின் அவள் ஒரு கனியை எடுத்தாள். கடித்து சாற்றை உறிஞ்சி "இன்கனி, இக்காட்டிலேயே இதற்கு நிகரான சுவை பிறிதில்லை" என்றாள். பீஷ்மர் புன்னகைக்க "இந்த மரம் காய்க்கும் பருவமா இது?" என்றாள். "ஆம்" என்று அவர் சொன்னார். அவன் அவர்களின் விழிகள் பரிமாறிக்கொண்ட புன்னகையைக் கண்டு மாறி மாறி நோக்கியபடி "என்ன?" என்றான். "ஒன்றுமில்லை" என்றாள் அம்பை.

"என்ன மரம் அது, அன்னையே?" என்றான். "ஒன்றுமில்லை, நீ பழத்தை உண்க!" என்று அன்னை சொன்னாள். "என்ன மரம்? என்ன மரம்?" என்று அவன் கூவினான். "ஒன்றுமில்லை என்று சொன்னேன் அல்லவா? பேசாமலிரு" என்று அன்னை அதட்டினாள். அவள் விழிகளும் குரலும் மாறியிருந்தமை அவனை உள்ளத்தை கூர்கொள்ளச் செய்தது. "என்ன மரம்? என்ன மரம், தந்தையே?" என்றான். "ஏன், மரத்தைப்பற்றி அறிந்தால்தான் கனியுண்பாயா? விலகிப்போ... போய் விளையாடு" என்று அன்னை சினம்கொண்டு சிவந்த முகத்துடன் சொன்னாள். அப்போது முற்றிலும் புதிய ஒருத்தி அவளில் எழுந்துவிட்டிருந்தாள்.

"தந்தையே, என்ன மரம் அது?" என்று அவன் கேட்டான். அவர் கையைப் பிடித்து உலுக்கி "என்ன மரம் அது, தந்தையே?" என்றான். "போ என்றேனே?" என அன்னை அடிக்க கையோங்கினாள். அவன் கையிலிருந்த கனிகளை கீழே வீசிவிட்டு "எனக்கு ஒன்றும் வேண்டாம்... இந்தக் கனிகளே வேண்டாம்" என்று கூச்சலிட்டான். தரையை உதைத்து "வேண்டாம்... ஒன்றும் வேண்டாம்" என்று அலறினான். அன்னை அவன் புட்டத்தில் அடித்து "என்ன அடம்? சொன்னால் கேட்கமாட்டாயா?" என்றாள். அவன் வீறிட்டலறியபடி தரையில் விழுந்து உருண்டு கைகால்களை வீசினான். கூடை சரிந்து கனிகள் உருண்டன.

தந்தை அவனை அப்படியே தூக்கி எடுத்துக்கொண்டார். "வேண்டாம்! வேண்டாம்!" என்று அவன் கூச்சலிட்டுத் திமிறினான். அவர் சிரித்தபடியே அவனைக் கொண்டுசென்று ஒரு சிறுபாறைமேல் நிறுத்தி "நிறுத்து... அழாதே... நிறுத்து!" என்றார். அவன் விம்மி தேம்பினான். "இதோ பார்! உன்னைத் தேனெடுக்க கூட்டிச்செல்வேன்..." என்றார். "ஆம், மெய்யாகவே நாம் தேன் எடுக்கச் செல்வோம்." அவன் அழுகையை நிறுத்திவிட்டு உதடுகளை நீட்டி அவரை நோக்கினான்.

"அந்த மரத்தைப்பற்றி சொல்கிறேன். நீ எவரிடமும் சொல்லக்கூடாது." அவன் இல்லை என தலையசைத்தான். "முன்பொருநாள் நான் உன்

அன்னையை எரித்துவிட்டேன்." அவன் திகைப்புடன் "ஏன்?" என்றான். "அவள் என்னை மதிக்கவில்லை என்று தோன்றியது" என்றார் தந்தை. "ஏன்?" என்று அவன் புரியாமல் கேட்டான். "நான் அவளை எவ்வளவு மதிக்கிறேன் என அவள் தெரிந்துகொள்ள விழைந்தாள். ஆகவே என்னை மதிக்காமல் நடந்துகொண்டாள்." அவன் ஒன்றும் புரியாமல் தலையசைத்தான். "என்னைவிட அவள் தந்தை மேலானவன் என்றாள். அது எல்லா பெண்களும் எடுக்கும் படைக்கலம்" என்றார் தந்தை. "என் சொல் கேளாது தன் தந்தையில்லம் சென்றாள். அது என்னை சிறுமைசெய்வதனால் என்று எண்ணி நான் அவள்மேல் சினம்கொண்டு தீச்சொல்லால் எரித்தேன்."

"எரித்துவிட்டீர்களா?" என்றான். "ஆம், நான் அவளை எரித்தது என் சிறுமையால். என்னை அவள் மதிக்கிறாளா என்று நான் வேவுசூழ்ந்துகொண்டே இருந்திருக்கிறேன். சினம் என்னை வென்றது. அதையே ஆணின் சிறுமை என்கிறார்கள். விழுங்கவும் உமிழவும் இயலாத நஞ்சு அது" எனத் தந்தை தொடர்ந்தார். "என்ன?" என்று அவன் கேட்டான். "ஆண் என எழுந்த அனைவருக்குள்ளும் உறையும் சிறுமை அது. வெல்லவே முடியாதெனும் எதிரியை சிறுமைசெய்து வெல்ல முயல்வது." அவன் "என்ன?" என்று மீண்டும் பொருளில்லாமல் கேட்டான். "தாய்மையின் நிமிர்வு கண்டு சிறுமைகொள்கிறோம். தாய்மையின் கனிவைப் பயன்படுத்தி சிறுமைசெய்கிறோம்."

அவன் "அன்னையா?" என்றான். "உன் அன்னைதான் இந்தக் காடு என்று வைத்துக்கொள். அப்படியென்றால் நான் யார்?" என்றார் தந்தை. "யார்?" என்று அவன் கேட்டான். "வானிலிருந்து வரும் இடி, மின்னல், மழை. அவ்வளவுதான். அன்னைதான் எப்போதுமிருப்பவள். இங்குள்ள செடிகளும் கொடிகளும் விலங்குகளும் சிற்றுயிர்களும் எல்லாம் அவளுடையவை. அதை அறிந்திருப்பதனால்தான் ஆணில் அந்தச் சிறுமை எழுகிறது. மின்னலால் சிலபோது காடு பற்றிக்கொள்கிறது" என்றார் தந்தை.

அவன் ஆர்வமிழந்து தொலைவில் அன்னை கனிகளை எடுத்துக் கூடையில் வைப்பதைப் பார்த்தான். "என் கனிகள்... நான் அவற்றை உண்பேன்" என்றான். "உன் அன்னையை எரித்த பின்னர் நான் அனைத்தையும் உணர்ந்தேன். என் ஆற்றல்கள் அனைத்தையும் இழந்து பொருளற்றவன் ஆனேன். இந்த மலையுச்சியில் அமர்ந்து தவம்செய்தேன். என் உள்ளத்தில் எஞ்சிய அவளுருவிலிருந்து மெல்ல மெல்ல அவளை மீட்டெடுத்தேன். அவள் எரிந்தழிந்த சாம்பலில் இருந்து ஒரு மரம் முளைத்து என் அருகே நின்றது. வேர்முதல் தேன் வரை கசப்பு நிறைந்த மரம். அதன் கனிகள் கசந்தன. பின்னர் காலப்போக்கில் இனிமைகொண்டன. அவையே இந்தக் கனிகள். போதுமா?" அவன் தலையசைத்தான்.

“வா, மைந்தருக்கு மேலும் இனியவை அக்கனிகள்” என பீஷ்மர் அவன் கையைப்பற்றி அழைத்து வந்தார். “அவனுக்குச் சொல்லிவிட்டேன்” என்றார். “அவனுக்கு என்ன தெரியும்?” என்றாள் அம்பை. “அவனுக்கு உரியபோதில் நினைவுக்கு வரும்” என்றார். அவன் அன்னையை நோக்கியபின் “நீங்கள் தந்தையைத் தீச்சொல்லிட்டதுண்டா?” என்றான். அன்னை புன்னகைத்து ஒரு கனியை எடுத்து அவனிடம் கொடுத்து “உண்க!” என்றாள். “அன்னையே...” என அவன் தொடங்க “உண்க!” என்றபின் இன்னொரு கனியை எடுத்து தந்தையிடம் அளித்தாள்.

அவன் அக்கனியைப் புதிய சுவையுடன் உண்டான். அதற்குள் எங்கோ கசப்பு இருந்திருக்கிறது. இன்னொரு கனியை எடுத்து உண்ணப் புகுந்தபோது ஏப்பம் வந்தது. அதிலிருந்த மணம் கசப்பை நினைவூட்டியது. அந்தக் கசப்பே மணமென்று உருமாறி இனிமையுடன் கலந்திருக்கிறது என நினைத்தான். இனிமையை மேலும் இனிதாக்குகிறது அது. அன்னையும் தந்தையும் தாழ்ந்த குரலில் உதிரிச்சொற்களில் உரையாடிக்கொண்டிருப்பதை, அவர்களின் விழிகள் பிறிதொன்று உரைப்பதை நோக்கினான்.

அவன் எவரோ தன்னை அழைப்பதைக் கேட்டான். “யார்?” என்றான். பீஷ்மர் “என்ன?” என்றார். “அவர்” என அவன் சுட்டிக்காட்டினான். அம்பை அங்கே நோக்கிவிட்டு “என்ன காட்டுகிறான்?” என்றாள். “குழவியரின் விழிகள் விழைவன காண்பவை” என்ற பீஷ்மர் அவனிடம் “அங்கே ஒன்றுமில்லை, உண்க!” என்றார். அவன் பாதி உண்ட மாம்பழங்களை வீசிவிட்டு இன்னும் இரண்டை எடுத்துக்கொண்டான். “பாஞ்சாலரே...” என்னும் அழைப்பைக் கேட்டான். “அழைக்கிறார்கள்” என்றான். “ஒன்றுமில்லை, உண்க!” என்றாள் அம்பை.

“பாஞ்சாலரே” என்னும் அழைப்பில் சிகண்டி மீண்டுவந்தார். எதிரே அமர்ந்திருந்த இளைய யாதவர் “கேட்டீர்களா?” என்றார். “எதை?” என்று சிகண்டி கேட்டார். “அன்னையின் விருப்பம் என்ன என்று?” என்றார் இளைய யாதவர். “கேட்கவேண்டியதே இல்லை. யாதவரே, அது ஆணும் பெண்ணும் ஆடும் கூத்தின் ஒரு தருணம். பெண்ணை ஆண் கொல்கிறான். ஆணைப் பெண் உண்கிறாள். அவன் உடலின் பகுதியென்றாகிறாள். அவள் வயிற்றில் அவன் கருவாகிறான்” என்றார் சிகண்டி. மலர்ந்த முகத்துடன் “நான் செய்வதென்ன என்று தெளிந்தேன்” என்று சொல்லிக் கைகளை விரித்தார்.

4

சிகண்டி எழுந்துகொண்டு "நான் விடைகொள்கிறேன் யாதவரே, இன்று நாள் நலம்கொண்டது" என்றார். இளைய யாதவர் அவருடன் எழுந்துகொண்டு "உங்கள் ஐயங்கள் தீர்ந்துவிட்டனவா?" என்றார். "இந்த வினாவுக்கு இதற்குமேல் ஒரு விடை இல்லை" என்றார் சிகண்டி. இளைய யாதவர் புன்னகைத்தார். சிகண்டி "நான் உங்களைத் தேடிவந்தது வீணாகவில்லை. இவை எங்கு நிகழ்ந்தன என நான் அறியேன். என்னுள் இருந்து எழுந்தவையாக இருக்கலாம். காலத்துளியெனக் கூறப்படும் இக்காட்டில் எழுந்தவையாக இருக்கலாம். ஆனால் அவை மெய்மையென்றே உறுதியாகத் தோன்றுகிறது" என்றார்.

தலைமுடியை சுருட்டிக் கட்டியபடி சிகண்டி முற்றத்தில் இறங்க இளைய யாதவர் படிமேல் நின்றார். "நன்று, யாதவரே. நான் என் தவச்சோலைக்கே மீள்கிறேன்" என்றார் சிகண்டி. இளைய யாதவர் புன்னகைத்தார். "உமது புன்னகையில் இன்னுமொன்று எஞ்சியிருப்பதாகக் குறிப்புள்ளது" என்ற சிகண்டி "இக்காட்சியில் உங்களுக்கு ஐயமுள்ளதா?" என்றார். "இல்லை" என்று இளைய யாதவர் சொன்னார். "இது உணர்த்துவது அவர்களிருவரும் இருக்கும் மெய்மையைத்தான்." சிகண்டி "உமைசிவ நடனம்" என்றார். "சொல்லறிந்த நாள் முதல் கேட்டது. ஆயினும் உணர்வதற்குரிய தருணம் இப்போதே அமைந்தது."

இளைய யாதவர் "பாஞ்சாலரே, நோயல்ல, நோய்மூலமே உசாவப்படவேண்டியது. உங்களில் எழுந்த ஐயமே அதற்குரிய வேர் எங்கோ உள்ளது என்பதைக் காட்டுகிறது" என்றார். "அது என் ஆணவத்திலிருந்து எழுந்தது. நான் என்னை இயற்றுகிறேன் என்னும் எண்ணத்தால். நன்று, இப்போது கனவில் உண்ட கனியின் இனிமையே

நாவிலுள்ளது" என்றபின் தலைவணங்கி சிகண்டி முற்றத்தைக் கடந்து இருளுக்குள் சென்றார். இளைய யாதவர் அவரை நோக்கியபடி நின்றபின் திரும்பி குடிலுக்குள் சென்று கதவை மூடினார். அந்த மெல்லிய ஓசையை சிகண்டி கேட்டார். விளக்கொளி அணைந்தபோது நிழற்பின்னல் உருமாறியதை விழிகள் அறிந்தன.

இருளுக்குள் உறுதியான அடிகளுடன் சென்றுகொண்டிருந்த சிகண்டி மெல்லிய முக்ரையோசை கேட்டு நின்றார். மறுகணமே சேற்று மணத்தை உணர்ந்தார். "அன்னையே" என்று முனகியபடி நின்றார். காட்டின் கரிய இலைத்தழைப்புக்கு அப்பால் இருள்வரி ஓவியமென பெரும்பன்றி தெரிந்தது. மேலும் அணுகியபோது பிசிறி நின்றிருந்த பிடரிமயிர் முட்கள் தெளிந்தன. "அன்னையே" என்றபடி அவர் மேலும் நெருங்கியபோது அது திரும்பி நடக்கத் தொடங்கியது. அவர் தொடர்ந்து செல்ல அதன் விரைவு மிகுந்துவந்தது. மூச்சிரைக்க மரங்களின் புதர்களினூடாக அவர் அதை துரத்திச் சென்றார்.

காட்டின் நடுவே இலைகளுக்கு அப்பால் மனோஹரத்தின் ஒளி தெரிந்தது. மாபெரும் நாகவிழி என அது அசைவற்றிருந்தது. பெரும்பன்றி சென்று அதன் விளிம்புச்சேற்றில் இறங்கி நீரில் மூழ்கி மறைந்தது. அவர் நோக்கிக்கொண்டு கரையில் நின்றார். சுனைநடுவே மனோசிலை இருளொளியுடன் நின்றிருந்தது. பன்றி மேலெழும் என அவர் காத்திருந்தார். பின்னர் மெல்ல சுனைநோக்கிச் சென்றார். நீர் விளிம்பை அடைந்தபோதுதான் நீர் அசைவற்றிருக்கவில்லை என்றும் மிக விசையுடன் சுழன்றுகொண்டிருக்கிறதென்றும் உணர்ந்தார்.

தயங்கியபின் குனிந்து நீர்ச்சுழியைத் தொட்டார். களிறு தன் துதிக்கை நுனிவிரலால் என அவர் விரலைப் பற்றி பெருவிசையுடன் இழுத்து மூழ்கடித்து கொண்டுசென்றது சுழல். கணம் கோடி காதம் என சென்ற அதன் விரைவு அனைத்தையும் அழித்து இன்மையென்றாக்கியது. உடலின்மை, உளமின்மை, தன்னிலையின்மை. அவர் இருண்ட பெருவெளியை நோக்கிக்கொண்டிருந்தார். அப்பெருவெளியில் ஒருதுளியென்றிருந்தபடி. அவர்முன் எழுந்த பெரும்பன்றியின் உருவைக் கண்டார். அதன் மேழிமுகத்தின் மேல் சிறுபனித்துளி எனப் புவி அமைந்திருந்தது. இடியோசையும் மின்னலொளியும் எழுந்தன. திசைகள் ஓங்காரமிட்டன.

அவர் விழிப்புகொண்டபோது மனோஹரத்தின் விளிம்பில் சேற்றில் கிடந்தார். கையூன்றி எழுந்தமர்ந்தபோது பின்னிரவின் ஓசைகளை அறிந்தார். அனைத்தையும் மீளுணர்ந்து எழுந்தமர்ந்து விண்மீன்களை நோக்கினார். சேற்றில் பதிந்த மின்மினிகள். சேற்றுப்பன்றியின் விழிகள்.

அசைவற்று கரும்பளிங்குப் பரப்பெனக் கிடந்தது மனோஹரம். நடுவே எழுந்த மனோசிலை வான்நோக்கி சுட்டியது. எழுந்து ஆடைதிருத்தியபடி திரும்பி நடந்தார். செல்லச்செல்ல விசைகொண்டு விரைந்து இளைய யாதவரின் குடில் கதவைத் தட்டினார். மீண்டும் மீண்டும் தட்டியபடி “யாதவரே! யாதவரே!” என்று கூவினார். கையில் அகல்சுடருடன் கதவைத் திறந்து தழலெழுந்ததுபோல் அவர் தோன்றினார்.

“யாதவரே, ஒரு பன்றியைக் கண்டேன். பிறிதொரு பன்றியை” என்றார் சிகண்டி. “வியனுரு...” என்று மூச்சிரைத்தார். “நான் கண்டேன், புவி அகழ்ந்தெடுக்கும் பெருமுகரையை. மதவிழிகளை...” இளைய யாதவர் “உள்ளே வருக!” என்றார். சிகண்டி உள்ளே சென்று பதறும் உடலுடன் “நான் கண்டதென்ன? யாதவரே, நான் அங்கே கண்டது என்ன?” என்றார். “உங்கள் ஐயத்திற்கு எழுந்த பேருருவே விடை” என்றார் இளைய யாதவர். “அது விண்ணளந்தோன் முன்பு இருளுலகங்களை அளந்த பேருரு அல்லவா?” என்றார் சிகண்டி. இளைய யாதவர் “எல்லா தெய்வ உருவங்களும் ஐயங்களுக்கான விடைகளே” என்றபின் “அமர்க, பாஞ்சாலரே!” என்றார். சிகண்டி அமர்ந்து “நீர் வேண்டும்... விடாய்கொண்டிருக்கிறேன்” என எழப்போனார்.

இளைய யாதவர் எழுந்து “இதோ” என நீர்க்கொப்பரையை அளிக்க அதை வாங்கி தலைதூக்கி குடித்து முடித்து மூச்சொலியுடன் தாழ்த்தினார். பின்னர் “தொல்கதைகள் சொல்லும் பேருரு... அது மெய்யாகவே நிகழ்ந்திருக்கவேண்டும்” என்றார். இளைய யாதவர் “அது பிறப்பிறப்பற்றதென்றாலும் உயிர்களனைத்தும் அதுவே என்றாலும் மூன்றியல்புகளின் ஆடல் என்னும் தன் நெறிக்கேற்ப தன் விளையாடலால் பிறவியும் கொள்கிறது. எப்போதெல்லாம் அறம் அழிந்து தீமை மிகுகிறதோ அப்போதெல்லாம் அது நிகழ்கிறது. நல்லதைக் காத்து அல்லதை அழிக்க யுகங்கள்தோறும் எழுகிறது” என்றார்.

சிகண்டி அச்சொற்களால் உளப்பெருக்கு நிலைக்கப்பெற்று அசைவிழந்து நின்றார். இளைய யாதவர் “அவை காலமின்மையில் நிகழ்ந்தன. எனவே முன்பும் பின்புமல்ல, இப்போதும் எப்போதும் நிகழ்ந்துகொண்டிருக்கின்றன. அறியக்கூடுபவர் அவர்களுக்கு உகந்ததைக் கண்டுகொள்கிறார்கள்” என்றார். “விடையென தன்னை நிறுத்திக்கொண்டு வினாக்களால் உலகுகள் சமைத்து விளையாடும் மெய்மை. அறியக்கூடுவன என நிகழும் அறியமுடியாமை. அதை வரச்செய்யலாம், சென்றடையவியலாது.”

சிகண்டியின் விழிகள் நிலைத்திருக்க உதடுகள் மட்டும் சொல்லின்றி அசைந்தன. இளைய யாதவர் அவரை நோக்கிக்கொண்டு புன்னகையுடன் அமர்ந்திருந்தார். “யாதவரே” என்று கம்மிய குரலில் சிகண்டி அழைத்தார்.

"நான் அவ்வியனுருவின் விழிகளைக் கண்டேன். பின்னர் மூழ்கி மறைந்த இருளில் எழுந்த கனவுகளில் அவ்விழிக்குறியை மொழி என மாற்றிக்கொண்டேன். அது எனக்குரைத்தது பிறிதொன்று."

ஒன்றும் பேசாமல் இளைய யாதவர் நோக்கியிருந்தார். "வாளிடம் அதை ஏந்தும் தோள் என எனக்கு அது ஆணையிட்டது" என்றார் சிகண்டி. "அதை மொழி என்று ஆக்கினேன் என்றால் இப்படி சொல்வேன். இயற்றுவோன் நான். ஆம், அச்சொல்லையே நான் கேட்டேன் — இயற்றுவோன் நான்." இளைய யாதவர் "இயற்றுவதும் இயற்றப்படுவதும் அதுவே" என்றார். சிகண்டி கைகள் நடுங்க விரல்களைக் கோத்துக்கொண்டு உதடுகளை இறுக்கினார். மூச்சில் வறுமுலை சரிந்த முதுநெஞ்சு ஏறியிறங்கியது. "அவ்வண்ணமென்றால் நான் அறியவேண்டியது எதை?" என்று அவர் மூச்சொலியில் கேட்டார். "அதையா?"

"அதை மட்டும்" என்று இளைய யாதவர் சொன்னார். "அறிதலுக்கேற்ப வெளிப்படுவதும், வெளிப்படுமென்ற மாறாமையைத் தன் நெறியாகக் கொண்டதுமான ஒன்று. ஐயங்கள் கோடி, விடை ஒன்றே. அதை அறிந்தவர் மட்டுமே செயல்களை முழுமையாக அறிவென்றாக்கிக் கொள்பவர். செயல்களை ஆற்றி அதன் தொடர்விளைவுகளிலிருந்து விடுபடுபவர். துயரும் உவகையுமின்றி அலைகடலுக்குமேல் துருவமீன் என உலகச்செயலில் நின்றிருப்பவர். ஞானமென்பது நிலைகொள்ளுதலே. நிலைகொள்ளாமையே துயரம் எனப்படுகிறது. துயர்நீக்குவதே ஞானம் என்றனர் முனிவர்."

சிகண்டி கேட்டிருக்க நைமிஷாரண்யப் பெருங்காட்டில் இளைய யாதவர் இவ்வண்ணம் சொன்னார். பாஞ்சாலரே, ஒவ்வொன்றும் மாறிக்கொண்டிருக்கும் வெளி இது. தழல் நின்றாடுகிறது. மலைகள் உருகியழிகின்றன. நீர்க்குமிழிகள் உடைகின்றன. விண்கோள்கள் மறைகின்றன. முதற்பொருளிலிருந்து எழுபொருளுக்கு ஓயாதொழுகும் பெருக்கையே உலகென்று உணர்கிறோம். காலமென்று கணிக்கிறோம். இடமென்று பகுக்கிறோம். ஊழென்று விளக்குகிறோம்.

பிறிதொரு காலத்தில் ஒழுகிக்கொண்டிருக்கிறது சித்தம். சித்தம் பொருளைச் சந்தித்து உலகு சமைக்கிறது. நம்மைச் சூழ்ந்திருக்கும் ஒவ்வொன்றும் சித்தத் துளி சூடி நின்றிருக்கின்றன. சித்தம் பொருட்களை வேர்பரப்பி உண்கிறது. ஓடும் நதிமேல் ஓடும் முகிலின் நிழல் என நின்றுள்ளது உலகெனும் ஓவியம்.

இவையனைத்துக்கும் உருவென்று ஒன்றை அளிக்கும்பொருட்டு அது உருவம் கொண்டது. இவையனைத்தும் தனித்தன்மை கொள்ளும்பொருட்டு அது பிரிந்தது. இவையனைத்தும் இணையவிழைவதனால் அது

ஒன்றாகியது. இவையனைத்தும் தங்களைக் கடக்கவிழைவதனால் அது அப்பால்நின்றது.

எல்லையில்லா வானை பன்னிரு களமென்று பகுத்து விரித்தமைக்கின்றனர் நிமித்திகர். அதில் கருக்கலென்று அமைகின்றன உலகப்பொருட்கள். சுட்டுவிரல்தொட்டு துருவனை நிறுத்துகின்றனர். அம்மாறிலியில் இருந்து சென்று மாறுதல்களை அளக்கின்றனர். கணம்தோறும் மாறும் களத்தில் நிகழ்கின்றது கணம்தோறும் மாறும் உறவுகளின் பின்னல்.

சொற்களம் அமைத்தாடுகின்றனர் கவிஞர். இல்லமெனும் களம், ஊரெனும் நாடெனும் நூறாயிரம் களங்கள். களங்கள் தோறும் எழுகின்றன மாறிலிகள். மாற்றங்கள் மாறிலிகள் உருவாக்கும் தோற்றங்கள். இக்காட்டின் மாற்றங்களை அந்த மலைப்பாறையால் அறிகிறோம். அந்த மலையை மேலிருக்கும் விண்மீனால் அறிகிறோம். அதை அளக்கும் மாறிலி அதற்கப்பால் உள்ளது. முதல் மாறிலியே முழுமை.

முதல்முழுமையில் தொட்டு எண்ணத் தொடங்குகின்றனர் கணக்கர். அது வெறுமையின் சுழி. எங்கெல்லாம் மாறிலியென ஒன்றை உணர்கிறோமோ அங்கெல்லாம் அதையே தொட்டறிகிறோம். மாறிலிகளின் நிரை தொடங்கியது அதில். சென்றடைவதும் அதிலேயே. நிலையின்மை காணும் மானுடர் நிலையென வகுத்துக்கொள்வது அதை. அறிவதற்கும் அறிவுக்கும் அறிபவனுக்கும் நடுவே அமையும் மையம்.

மாறுவன என்றே அனைத்தையும் அறிகிறோம். அவற்றில் மாறாத ஒன்றைக் காணும்பொருட்டே அனைத்து எண்ணங்களும், கணக்குகளும் அமைகின்றன. தொகுத்தறிய, வகுத்துச்சொல்ல, நிலைநிறுத்த முயலும் அனைத்துச் சொற்களும் அதையே திசைகொண்டிருக்கின்றன.

அன்றாடத்தின் மாறிலியே ஒழுக்கம். ஒழுக்கத்தின் மாறிலி அறம். அறத்தின் மாறிலி புடவிப்பெருநெறி. அதன் மாறிலி ஒன்றுண்டு. அதுவே அனைத்தும். ஒவ்வொன்றிலும் உட்பொருளென்று நின்றிருப்பது அது.

பாஞ்சாலரே, ஒருவர் தன் உணர்வால் நெறிகளை முற்றாக வகுக்க இயலாது. ஒரு சாரார் தங்களுக்குள் அறத்தை முடிவுசெய்துவிட முடியாது. உங்கள் அன்னையின் வஞ்சமல்ல நீங்கள் கொண்டுள்ளது. உங்கள் தந்தைக்கு எதிரானதுமல்ல. அவர்களும் நீங்களும் இங்கு இல்லாமலான பின்னரும் அது இருக்கும். ஏனென்றால் நீங்கள் இங்கு வருவதற்கு முன்னரே அது இருந்துகொண்டிருந்தது. அது மாறுவனவற்றின்மேல் மாறிலி கொண்டுள்ள விசை.

ஆழுணர்வுகள், பெருஞ்சொற்கள் தனிநெஞ்சில் ஒருநாவில் எழுவன அல்ல. அவை பெரும்பொதுமைகளுக்குரியவை. பெயரென்று குலமென்று

நாடென்று நின்று அல்ல, பெண் என்று உயிரென்று நின்று எழுவன. இவையென்று ஆகி நின்றிருப்பதன் ஒலியென்று கேட்பன.

அழிக்கப்படுவதில் எழுகிறது அழிவற்ற ஒன்று. அடக்கப்படுவதில் தோன்றுகிறது மீறிச்செல்வது. புரிந்துகொள்ளப்படாததில் விளைகிறது எளிதினும் எளிதானது. சிறுமை செய்யப்படும் ஒன்றில் எழுகிறது பெரிதினும் பெரிது.

ஒவ்வொன்றும் பிறிதொன்றின் எடைநிகர் என நிற்பன. ஒவ்வொன்றும் பிறிதொன்றின் மறுபக்கம் என நிகழ்வன. ஒன்றில் நின்று நாமறிவதற்கு அப்பால் நிகரான அறியப்படாமை உள்ளது.

பிழையற்ற கருவி தனக்கென விசையேதும் அற்றது. தன்னை ஏந்தியவனின் ஆற்றலை முழுக்க தான் ஏற்றுக்கொண்டது. இலக்குகளும் வஞ்சங்களும் வெற்றிகளும் வீழ்ச்சிகளும் தன்னுடையவை அல்ல என்று அறிந்தது. அது ஐயத்தால் விசைகுன்றுவதில்லை. களத்தில் சுழல்கையிலும் முற்றிலும் விடுதலைபெற்றிருக்கிறது.

“அறிதலென்பது ஆதலே. முற்றறிதல் எச்சமின்றி ஆதல். உண்டு உமிழ்ந்து கடலை அறியமுடியாது மீனால். கடலென்றாகும் மீன் அலைகளில் இருந்து விடுதலை பெறுகிறது.”

இளைய யாதவர் முன் அமர்ந்திருந்த சிகண்டி பெருமூச்சுவிட்டார். இளைய யாதவர் “பாஞ்சாலரே, நீர் சென்று உசாவவேண்டிய ஓர் இடம் உள்ளது. உமக்கான ஆணை அங்கு எழக்கூடும். அங்கு செல்க!” என்றார். சிகண்டி வினாவுடன் நோக்க அவர் தன் முன் கைகளால் ஒரு களம் வரைந்தார். அதன் வடமேற்கே கையால் நீட்டித் தொட்டு “இங்கு” என்றார். “சுதுத்ரி, பருஷ்னி, அஸிக்னி, விதஸ்தா, விபஸ், குபா, சுஷோமா என்னும் ஏழு சிந்துக்களின் நிலம். அதிலமைந்துள்ள பூவராகம் என்னும் சிற்றூர். அங்கு நீர் முன்பு சென்றதுண்டு.” சிகண்டி “ஆம்” என்றார். “இதைத் தொடுக!” என்றார் இளைய யாதவர். சிகண்டி அப்புள்ளியில் கைவைத்தார். மறுகணமே அவர் சிந்துநிலத்தில் சென்றுகொண்டிருந்தார்.

இமயமலையிலிருந்து இறங்கிவந்த மென்வண்டல் படிந்த சிந்துவின் நிலம் கோதுமைப் பசுங்கடலாக அலையடித்துக்கொண்டிருந்தது. அவற்றின் கரைகளில் வைக்கோல்கூரைகள் கொண்ட வீடுகள் செறிந்த பலநூறு சிற்றூர்கள் ஓசையெழுப்பிக்கொண்டிருந்தன. சுதுத்ரியின் நடுவே மணல்மேடுகளில் நாணல்புதர்கள் காற்றில் உலைந்தன. குட்டை மரங்கள் இருந்த ஆற்றிடைக்குறைகளில் வெண்நாரைகள் கிளைகளில் அமர்ந்தும் வானில் சிறகுவிரித்து எழுந்தும் மீண்டுவந்து அமைந்தும்

உரக்க அகவியும் அழகூட்டின. எப்போதாவது ஒரு பெரிய மீன் நீரில் மேலெழுந்து மறைந்தது.

சிந்துநிலத்தின் வேளிர்சிற்றூர்களில் சுற்றுவேலிகள் கிடையாது. சுற்றிச் சுழித்தோடும் ஆழமான நீரோடையே அரணாக அமைந்திருக்க அவற்றின் மேல் போடப்பட்ட மரப்பாலங்கள் ஊருக்குள் இட்டுச்சென்றன. மென்சேற்றுநிலத்தில் மரத்தடிகளை ஆழ நட்டு அவற்றின் மேல் பலகையிட்டு வீடுகளை எழுப்பியிருந்தனர். வீடுகளுக்கு அடியில் கோழிகளும் ஆடுகளும் நின்றிருந்தன. வண்ணம் பூசப்பட்ட பலகைச்சுவர்களும் புற்கூரைகளும் கொண்ட வீடுகள். ஊர்மன்றுகூடும் அரசமரம் நடுவே அமைந்திருக்க சிறிய ஊர்க்கோயில்கள் நான்கு மூலைகளிலும் இருந்தன. அவற்றில் விஷ்ணுவும் சிவனும் கார்த்திகேயனும் கொற்றவையும் பூசனைகொண்டிருந்தனர். கற்களை அடுக்கி கூம்புக்கோபுரம் அமைத்து உள்ளே கல்பீடங்களில் சிறிய மண்சிலைகளாக தெய்வங்களை நிறுவியிருந்தனர்.

மெல்லிய தூறல் விழுந்துகொண்டிருந்தது. அவ்வப்போது காற்று தெற்கே இருந்து சீறிப்பாய்ந்து வடக்கு நோக்கிச் சென்றது. அதிலேறிய நீர்த்துளிகள் அம்புக்கூட்டங்களாக வீடுகளையும் மதில்சுவர்களையும் நீர்ப்பரப்பையும் தாக்கின. அவர் அச்சிற்றூரை நெருங்கியபோது வெளியே வயல்களில் உடலை சேற்றில் ஆழ்த்தி சாரல் துளித்துச்சொட்டிய காதுகளுடன் கிடந்த எருமைகள் தலைதிருப்பி அவரை விழித்து நோக்கின. மரத்தாலான பாலம் வழியாக நீர் சுழித்தோடிய ஓடையைக் கடந்து சிறிய கிராமத்தில் நுழைந்து அதன் மூங்கில் தடுப்புக்குப் பின்னால் நின்று “விருந்தினன்!” என்று மும்முறை குரல்கொடுத்தார்.

முதல் குடிலில் இருந்து வெளியே வந்த முதியவர் கைகூப்பியபடி “வருக... எங்கள் சிற்றூருக்கு நலம் தருக!” என்றார். அவர் “நான் சிகண்டி. இருபாலினன். சிகண்டமெனும் காட்டில் தவம்செய்பவன்” என்றார். முதியவர் “எங்கள் குழந்தைகளும் கன்றுகளும் உங்களால் நலம்பெறுக!” என்றார். அவருடன் சென்று விருந்தினருக்காகக் கட்டப்பட்டிருந்த குடிலில் நுழைந்து உடைமாற்றிக் கொண்டார். திண்ணையில் வந்து அமர்ந்து நோக்கினார். வானிலிருந்து ஒளித்துருவல்களாக மென்மழை விழுந்துகொண்டே இருந்தது. அவ்வப்போது முகில்குவையில் இருந்து மெல்லிய உறுமல் கேட்டது. வீடுகளின் முற்றங்களில் மழையிலேயே காகங்கள் எழுந்து அமர்ந்து சிறகடிக்க, மழைத்திரைக்கு அப்பால் சில நாரைகள் பறந்து சென்றன.

மாலை மெல்ல மெல்ல அணுகி வந்தது. ஒளிபெற்ற நீர்வயல்கள் மேலும் ஒளிபெற, சூழ்ந்திருந்த புதர்கள் இருண்டன. பின்னர் வானத்தைவிட

நீர்வெளி ஒளியுடன் தெரிந்தது. வயல்களில் இருந்து ஊர்க்குடிகள் ஒவ்வொருவராக வரத்தொடங்கினர். பெண்கள் மீன்களைப்பிடித்து நாணலில் கோத்துக் கொண்டுவந்தனர். சிலர் வயல்கீரைகளைப் பறித்து கழுவிக் கட்டி கையில் வைத்திருந்தனர். நாணல்களில் கோக்கப்பட்ட காய்கறிகள் சிலர் கையில் இருந்தன. ஆண்கள் வயல்களில் பிடித்த முயல்களையோ பறவைகளையோ நாரால் கட்டி தோளில் தொங்கவிட்டிருந்தனர். அனைவருமே ஓடைகளில் குளித்து உடலில் இருந்த சேற்றைக் களைந்து ஈர உடையுடன் வந்தனர். அவர்களுடன் வயல்களுக்குச் சென்ற நாய்கள் ஈரமுடியை சிலிர்த்துக்கொண்டு வால்சுழற்றியபடி பின்னால் வந்தன.

அவர்களைக் கண்டதும் ஊரைச்சூழ்ந்திருந்த எருமைக்கூட்டம் உரக்க குரலெழுப்பியது. சில எருமைகள் பின்னால் தொடர்ந்துவந்து மூங்கில் தடுப்புக்கு அப்பால் நெருக்கியடித்து நின்று வளைந்த கொம்புகள்கொண்ட தலைகளை உள்ளே விட்டு மெல்ல அலறின. பெண்கள் அவற்றின் பளபளப்பான முதுகுகளில் கைகளால் ஓங்கி அறைந்து அவற்றை ஓரமாக விலக்கினர். பெண்கள் வந்ததும் வீடுகளிலிருந்து குழந்தைகள் கூச்சலிட்டபடி ஓடிச்சென்று அவர்களின் ஆடைகளைப் பற்றிக்கொண்டு துள்ளிக்குதித்தன. அன்னையர் சிறு மகவுகளை அள்ளி தோளிலேற்றிக்கொண்டனர். திண்ணையில் அமர்ந்திருந்த முதியவர்கள் வந்து பெண்களிடமிருந்து கீரைக்கட்டுகளையும் மீன்களையும் காய்கறிகளையும் வாங்கிக்கொண்டனர். எங்கும் சிரிப்புகளும் கொஞ்சல்களும் ஒலித்தன.

சற்று நேரத்தில் வீட்டுக்கூரைகளின்மேல் புகை எழத்தொடங்கியது. இனிய ஊனுணவின் மணம் கிராமத்தை நிறைத்தது. மெல்ல இருண்டு மறைந்த வானில் அவ்வப்போது மேகங்கள் ஒளியுடன் அதிர்ந்தன. மரங்கள் நிழல்களாக ஆக அப்பால் வயல்நீர்வெளி தீட்டப்பட்ட இரும்புபோல கருமையாக மின்னியது. தென்மேற்கு ஓரத்தில் வட்டவடிவமாகக் கட்டப்பட்டிருந்த தனிக்குடிலில் வாழ்ந்த குலப்பூசகர் இடையில் புலித்தோலாடை அணிந்து கையில் அகல்விளக்குடன் கோயில்களை நோக்கிச் சென்றார். முதியவர்கள் எழுந்து கோயில் முன் கூடினார்கள். உடன் சில பெண்களும் குழந்தைகளும் வந்து இணைந்துகொண்டனர்.

சிகண்டி சென்று வணங்கி நின்றார். பூசகர் முதலில் கைமுகத்தோனுக்கு சுடர் ஏற்றி தூபம் காட்டினார். பின்பு விஷ்ணுவுக்கும் சிவனுக்கும் வரிசையாக ஒளியும் நறும்புகையும் காட்டப்பட்டன. அவர் தெய்வ உருவங்களை ஒவ்வொன்றாக நோக்கினார். தெய்வங்கள் அமர்ந்த நீள்பீடத்திற்கு எதிரே பிறிதொரு தனிபீடத்தில் கரியால் இருவிழிகள்

வரையப்பட்ட நீளுருளைக் கல்வடிவில் இருந்த தெய்வத்தை நோக்கியபின் முதிய பூசகரிடம் "மூத்தவரே, அத்தெய்வம் எது?" என்றார். "அவள் பெயர் உர்வரை. இங்கு வாழ்ந்து மறைந்த தவச்செல்வி" என்று அவர் சொன்னார்.

"அன்னை எங்கள் தந்தையர் காலத்தில் இங்கு பிறந்தவள். தன் இளமைக்கனவில் அவள் சேற்றில்படிந்த காலடி ஒன்றைக் கண்டாள். அதை தன் கொழுநன் என நெஞ்சில் சூடிக்கொண்டாள். அவனைக் காணும்பொருட்டு தவம் செய்தாள். அக்காலத்தில் இங்கே இதைப்போன்ற மழைநாள் ஒன்றில் ஒரு வீரர் வந்து ஓரிரவு தங்கி கடந்துசென்றார். அவர் சென்றபின்னரே அன்னை அவர் காலடி சேற்றில் பதிந்திருப்பதைக் கண்டாள். அவரே என அறிந்து அவரைத் தேடிச்சென்றாள். அதற்குள் அவர் நதிகளைக் கடந்து சென்றுவிட்டிருந்தார்."

"அன்னை அவருக்காகக் காத்திருந்தாள். நூறு அகவை நிறைவுவரை ஒவ்வொருநாளும் இந்த மரத்தடியில் அமர்ந்து இந்த வாயிலை நோக்கிக்கொண்டிருந்தாள். அவள் மறைந்தபின்னரும் அவ்விழிகள் இங்கேயே அவ்வண்ணம் மலர்ந்திருப்பதை பலர் கண்டனர். அவற்றை கல்லில் பொறித்து அழிவின்மையில் நிறுத்தினர். ஒவ்வொரு ஆண்டும் அன்னை நிறைவடைந்த சைத்ர மாதம் ஏழாம் வளர்பிறை நாளில் மலர்க்கொடை அளித்து வணங்குகிறோம்" என்றார் பூசகர்.

சிகண்டி அச்சிலையை நோக்கிக்கொண்டு நின்றார். பின்னர் "நான் அன்னையிடம் ஒன்று கேட்கவேண்டும். அதன்பொருட்டே இங்கு வந்தேன் என உணர்கிறேன்" என்றார். பூசகர் "அன்னையிடமா?" என்றார். "ஆம்" என்றார் சிகண்டி. பூசகர் "அன்னையிடம் நீங்கள் கேட்கலாம். மறுமொழி சொல்ல அவள் எண்ணினால் எங்களில் ஒருவரில் அவள் எழுவாள்" என்றார். சிகண்டி கைகூப்பி அவ்விழிகளை நோக்கி நின்றார். உள்ளத்தைக் கூராக்கி முழுவிசையையும் கொண்டு அவ்வினாவை எழுப்பினார். மீண்டும் மீண்டுமென அவ்வினா சென்று அறைந்தபடியே இருந்தது. பின் பெருமூச்சுவிட்டு மீண்டுமொருமுறை தொழுதுவிட்டுத் தன் குடிலுக்குத் திரும்பினார்.

ஏழு நாட்கள் அவர் அக்குடிலில் இருந்தார். ஒவ்வொருநாளும் காலையிலும் மாலையிலும் அன்னையின் பூசனைக்கு மட்டுமே சென்றார். நின்று துளிவிட்டும் பின் ஓசையுடன் எழுந்தும் பெய்துகொண்டிருந்த மழையை உள்ளும் புறமும் எனக் கேட்டுக்கொண்டிருந்தார். ஏழாம் நாள் அந்திப்பூசனை முடிந்து பூசகர் அனைவருக்கும் மலரளித்துக்கொண்டிருந்தபோது மூன்று அகவை கொண்ட சிறுமி ஒருத்தி கையில் மலருடன் அவரை நோக்கி திரும்பி "ஓர் எண்ணத்தின்பொருட்டு

ஒருவரை பலிகொள்வேன். ஒரு சொல்லின்பொருட்டு ஒரு குடியை. ஒரு செயலின் பொருட்டு ஒரு நகரை. எரி துளியென்றே எழுகிறது" என்றாள்.

கைகள் நடுங்க "அன்னையே" என்று சிகண்டி சொன்னார். கையிலிருந்த மலருடன் தொழுதார். "பிழைகள் பலிகளாலேயே நிகர்செய்யப்படுகின்றன" என்று நிலைகுத்திய விழிகளுடன் சிறுமி சொன்னாள். அவள் அன்னை குனிந்து "என்ன சொல்கிறாள்?" என்றாள். சிறுமி நிமிர்ந்து நோக்கி "அம்மா" என்றபின் அவள் மேலாடையைப் பற்றியபடி கால்தளர்ந்தாள். முகம் தழைய மயங்கி அன்னையின் கைகளில் சரிந்தாள். சிகண்டி "நான் தேடிவந்த சொற்கள் இவையே" என்றார். அன்னை தன் மகளைத் தூக்கி அருகிருந்த இல்லத்தின் திண்ணை நோக்கிக் கொண்டுசென்றாள். மீண்டும் ஒருமுறை அன்னையை வணங்கி அனைவரையும் நோக்கிக் கைகூப்பிவிட்டு சிகண்டி கிளம்பினார்.

நைமிஷாரண்யத்தில் இளைய யாதவர் முன் மீண்டு வந்த சிகண்டி பெருமூச்சுவிட்டார். "வஞ்சத்திற்கும் அன்புக்கும் அப்பாலுள்ளது அறம். மானுடரை ஆளும் விசைகொண்ட அனைத்தும் மானுடம் கடந்தவையே" என்று இளைய யாதவர் சொன்னார். சிகண்டி "ஆம், அழிவிலாத விழிநீர் நிகர்செய்யப்பட்டாகவேண்டும். அது தன் பாதையையும் படைக்கலங்களையும் கண்டடைகிறது" என்றார். "அறிவால் ஐயங்களை அகற்றி தன் பாதையைத் தெளிவுசெய்க! அறிவு முழுமையாகவே செயலென்று ஆகும் நிலையே யோகம்" என்றார் இளைய யாதவர். வணங்கி மறுசொல்லின்றி எழுந்து சிகண்டி வெளியே நடந்தார்.

பகுதி 5

விடுதல்

1

நைமிஷாரண்யத்தின் எல்லையை அடைந்த யமன் நின்று திரும்பி நோக்கி நெடுமூச்செறிந்தார். அவரருகே வந்த ஏவலனாகிய திரிதண்டன் "அரசே, நாம் திரும்புகிறோமா?" என்றான். யமன் "இல்லை, இது இங்கே இப்படி முடியாது என்று எனக்குப் படுகிறது. இன்னும் பல படிகள் உள்ளன இதற்கு" என்றார். "அதெங்ஙனம்?" என சொல்லத் தொடங்கிய திரிதண்டன் யமனின் தத்தளிக்கும் முகத்தை நோக்கியபின் "என்ன எண்ணுகிறீர்கள் என்பது தெளிவாகவில்லை" என்றான்.

யமன் "இறுதி வினா ஒன்று உண்டு. அதுவே என்போன்ற தேவர்களுக்குரியது. அதைத்தான் நான் அவரிடம் கேட்கவேண்டும்" என்றார். "ஆனால் அதை நான் மானுட அறிவுநிலைகளினூடாகவே சென்றடைய முடியும். இப்போது மூன்று படிகள் மட்டுமே ஏறியிருக்கிறேன்" என்றார். திரிதண்டன் "இன்னும் எத்தனை?" என்றான். "அதை எவ்வண்ணம் அறிவேன்?" என்று யமன் சொன்னார். ஐயத்துடன் "அது முடிவிலாததென்றால்?" என்று திரிதண்டன் கேட்டான். யமன் "அவ்வண்ணம் அமைய வழியில்லை. மண்ணில் மானுடரின் இயல்புகளும் திறன்களும் எல்லைக்குட்பட்டவை" என்றார்.

பின்னர் மீசையை நீவியபடி இருள் நிறைந்த காட்டை நோக்கிநின்று "அவர் சொன்ன ஒரு வரியே அதற்கும் அடிப்படை. அறிவென்று ஒன்று இங்கிருப்பதே அது அறியற்பாலது என்பதற்கான சான்று" என்றார். திரிதண்டன் "நான் என்ன செய்யவேண்டும், அரசே?" என்றான். "இன்னொருவர் வேண்டும், இதற்கடுத்த நிலையில் வினாவுடன் கொதித்துக்கொண்டிருக்கும் ஒருவர். அவரைக் கண்டறிக!" என்றார் யமன். திரிதண்டன் திரும்பிநோக்க அவன் நிழல்பெருக்கென காலர்கள் எழுந்தனர். "செல்க!" என்றான் திரிதண்டன்.

அவர்கள் மறைந்து மறுகணம் தோன்றினர். முன்னால் நின்றிருந்த தமோகாலன் என்னும் ஏவலன் “அரசே, இளைய யாதவரை எண்ணி கணம்கணமென எரிந்துகொண்டிருப்பவர்களில் முதன்மையானவரை அஸ்தினபுரியின் அரண்மனையில் பார்த்தேன். அவர் பெயர் விதுரர்” என்றான். “குருகுலத்தின் அமைச்சர். கவிமுனிவராகிய கிருஷ்ண துவைபாயன மகாவியாசருக்கு சிவை என்னும் அன்னையில் பிறந்தவர். திருதராஷ்டிரருக்கும் பாண்டுவுக்கும் இளையவர்.” யமன் “ஆம், அவரேயாகலாம். அறிதலை வாழ்வெனக் கொண்டவர். அறிவுகடந்த ஐயம் அவருக்கே எழும்” என்றார். மறுகணம் அவர் விதுரரென்றிருந்தார். நைமிஷாரண்யக் காட்டுக்குள் தொய்ந்த தோள்களும் கூன்விழுந்த உடலுமாக சென்றுகொண்டிருந்தார்.

அது மறுநாள் இரவின் அதே பொழுது. இளைய யாதவர் சற்றுமுன்னர்தான் அகல்சுடரை அணைத்திருந்தார். வெளியே காலடியோசையைக் கேட்டு அவர் எழுந்து அகலைப் பொருத்தாமல் சென்று கதவை திறந்தார். முற்றத்தில் மேலாடையைப் போர்வைபோல் உடலைச் சுற்றி அணிந்து குளிருக்கு உடல் குறுக்கி நின்றிருந்த விதுரர் ஒன்றும் சொல்லாமல் கைகூப்பினார். “வருக!” என்றபடி உள்ளே சென்ற இளைய யாதவர் விதுரரிடம் அமரும்படி கைகாட்டிவிட்டு சிக்கிமுக்கியை உரசி அகல்சுடரைப் பொருத்தினார்.

விதுரர் அமர்ந்துகொண்டு உடலை மேலும் குறுக்கிக்கொண்டார். இளைய யாதவர் அமர்ந்து “நீர் அருந்துகிறீர்களா, அமைச்சரே?” என்றார். “ஆம்” என்றார் விதுரர். இளைய யாதவர் அளித்த நீரை அருந்தி மேலாடையால் வாயைத் துடைத்துக்கொண்டார். அவருக்கு அப்போதும் மூச்சிளைத்துக்கொண்டிருந்தது. இளைய யாதவர் புன்னகைத்து “நெடுநாட்கள் உடல்பயிலவில்லை என எண்ணுகிறேன்” என்றார். “துயில்நீப்பு. காலைகள் அனைத்தும் களைப்பால் வெளிறியிருக்கின்றன. உச்சிப்பொழுதில் மட்டும் சற்று துயில்கிறேன். இரவுகளில் நானறியா இருள்தெய்வங்கள் வந்து சூழ்ந்துகொள்கின்றன” என்றார் விதுரர்.

இளைய யாதவர் “ஆம், போர் எழும் நகர்களில் பகலில் ஊக்கமும் இரவில் ஐயமும் பெருகும் என்பார்கள்” என்றார். விதுரர் அதற்கு மறுமொழி சொல்லாமல் நிலம்நோக்கிக்கொண்டிருந்தார். இளைய யாதவர் அவரிடம் ஒன்றும் கேட்கவில்லை. விதுரர் தலைதூக்கி “நான் உங்களிடம் எதை கேட்கவந்தேன் எனத் தெரியவில்லை. உண்மையில் உங்களை சந்திக்கும் எந்த எண்ணமும் எனக்கில்லை” என்றார். “மெய்யாகச் சொல்லவேண்டுமென்றால் உங்கள்மேல் கடும்சினமே கொண்டிருந்தேன். இப்போரை மூட்டிவிட்டுச் சென்றது நீங்களே.”

இளைய யாதவர் "நானா?" என்றார். "ஆம், நீங்கள் வந்த மூன்று தூதுமே போரை மூட்டும் செயல்களே." இளைய யாதவர் "என்ன சொல்கிறீர்கள்?" என்றார். "யாதவரே, துரியோதனனும் அவன் அரசத்துணைவரும் உள்ளூர அச்சம் கொண்டிருந்தார்கள். போருக்கெழும் ஒவ்வொருவரும் எதிரியின் ஆற்றலை அறிய முயல்கிறார்கள். அதற்கென உளம்கூர்கிறார்கள். கூர்ந்துநோக்கும் எதுவும் உருப்பெருகும். எதிரியின் ஆற்றலைப் பெருக்கியே மதிப்பிடுவார்கள். ஒருவரோடொருவர் பேசப்பேச பெருகும் அது. பேச்சை நிறுத்தி எண்ணத்தொடங்குகையில் மேலும் பெருகும். அச்சமும் ஐயமும் இல்லாமல் களம்செல்லும் எவருமில்லை" என்று விதுரர் சொன்னார்.

"அவர்கள் தங்கள் ஆற்றல் குறித்து ஐயம் கொண்டிருந்தனர். ஏனென்றால் கௌரவர்களின் பெரும்படைத்தலைவர்கள் அதுவரை ஒன்றென நின்று பொருதியதே இல்லை. பாண்டவர்களைப்பற்றி அச்சம் கொண்டிருந்தனர், ஏனென்றால் அவர்களை எவரும் எப்போதும் வென்றதேயில்லை. அனைத்தையும்விட அவர்கள் உங்களைப்பற்றித் திகைப்பே கொண்டிருந்தனர். எவரென்று எவராலும் வகுக்கப்படாத பேருருவர் நீங்கள். அனைத்தையும் அழித்தது உங்கள் தூது. போர்முனை ஒருங்கியபின் தூது வருவது ஆற்றலின்மையைக் காட்டுகிறது. நிலம்கோரி இரந்து நிற்பது அச்சம் எனப் பொருள் கொள்கிறது."

"நீங்கள் தூது வந்ததே துரியோதனனைத் தருக்க வைத்தது" என்று விதுரர் தொடர்ந்தார். "மீண்டும் தூது வந்தபோது மேலும் ஆணவம் கொண்டான். இன்று இப்போரில் யானை நாணல்காட்டிலென தான் நுழைந்து அப்பால் செல்வோம் என நம்பிக்கொண்டிருக்கிறான். போர் ஒழிவதற்கான அனைத்து வாய்ப்புகளும் முற்றாக மூடப்பட்டுவிட்டன." இளைய யாதவர் பேசாமல் பார்த்துக்கொண்டிருந்தார். "ஆனால் போர் அவ்வண்ணம் எளிதில் முடியாது. பேரழிவே எஞ்சும். பிறந்த கணமே நிமித்திகர் உரைத்தனர், பீமன் குலாந்தகன் என்று. அர்ஜுனன் லட்சம்பேரைக் கொல்லும் வில்கொண்ட சவ்யசாசி என்று. அது நிகழும். அவர்களை எவராலும் வெல்லவியலாது" என்றார் விதுரர்.

"ஒருவேளை பாண்டவர்கள் இவர்களை முற்றழிக்க சற்றே தயங்கியிருக்கக்கூடும். அத்தயக்கத்தையும் இல்லாமலாக்கியது உங்கள் தூது. ஊசிமுனை நிலம்கூட மறுக்கப்பட்டதென்பதே பாண்டவர்கள் எந்த எல்லைக்கும் செல்லலாம் என்னும் உரிமையை அளிக்கிறது. அவர்கள் எது செய்தாலும் எதிர்காலத்தின் விழிகளில் சரியென்றாக்குகிறது. அவர்களைக் கட்டியிருக்கும் அனைத்துச் சரடுகளிலிருந்தும் விடுவித்துவிட்டீர்கள், யாதவரே. இப்போரை மிகச் சரியாக கொண்டுசென்று குருக்ஷேத்ரத்தில் நிறுத்திவிட்டீர்கள்" என்றார் விதுரர்.

இளைய யாதவர் மாறாப் புன்னகைகொண்ட முகத்துடன் பாவையென அமைந்திருந்தார். விதுரர் “நீங்கள் எண்ணுவதென்ன? இந்நிலத்தில் ஒரு குருதிப்பெருக்கை உருவாக்கி எதை அடையப்போகிறீர்கள்? விண்ணளந்த பேருருவனின் மண்வடிவம் நீங்கள் என்று உங்களைச் சொல்கிறார்கள் எளியோர், அறிவிலாப் பெண்டிர், அறிவுமயங்கிய சூதர். ஆனால் அவர்கள் எப்போதும் அறிவறியாத ஒன்றை அறிபவர்கள். மெய்யாகவே நீங்கள் அவர்தானா? கோடித்தலையைக் குருதிபலியாகப் பெற்று விண்மீள வந்த தெய்வமா? அறியேன். ஆனால் நீங்கள் மண்ணுக்கு நலம் பயக்கவில்லை. அழிவைநோக்கிக் கொண்டுசெல்கிறீர்கள்” என்றார்.

“உங்கள் குலத்தை உங்கள் கைகளாலேயே முற்றழிக்கவிருக்கிறீர்கள். உங்களைத் தந்தையெனக்கொண்டு வளர்ந்த மைந்தர்கள் பல்லாயிரவர் களத்தில் தலையுருள குருதிசிதறி விழப்போகிறார்கள். உங்களைத் தெய்வமென்று கொண்ட பெண்கள் பலர் கைம்பெண்ணாகவிருக்கிறார்கள். யாதவரே, இன்றும் உங்களை வழிபடும் கௌரவ அரசியர் அனைவரையும் பாழ்கொள்ளச் செய்யவிருக்கிறீர்கள். அதனூடாக எந்நன்மை நிகழினும் அதனாலென்ன?”

மூச்சிரைக்க விழிகள் நீர்மைகொள்ள விதுரர் நிறுத்தினார். “நான் என் மூத்தவரை சென்று பார்க்க அஞ்சி தவிர்த்துக்கொண்டிருந்தேன். அவர் என்னை அழைக்கவுமில்லை. முதற்சிலநாட்கள் அவரைப்பற்றி எண்ணலாகாதென்று ஒழிந்தேன். பின்னர் எண்ணாமலிருக்க இயலாதென்று கண்டேன். சஞ்சயனையும் யுயுத்ஸுவையும் சென்றுகண்டு அவர் எப்படி இருக்கிறார் என்று அறிந்துகொண்டேன். துயர்கொண்டிருக்கிறார், துயிலிழந்திருக்கிறார் என்றனர். அவருடைய மருத்துவரை சென்றுகண்டேன். அவர் நாடி பிழைகொண்டிருக்கிறது என்றார். துயிலின்பொருட்டு அளிக்கப்படும் நஞ்சு அவ்விளைவை அளிக்கிறது என உணர்ந்ததாகவும் நஞ்சின்றித் துயிலவைக்க வழியுண்டா என உசாவிக்கொண்டிருப்பதாகவும் சொன்னார்.”

இப்புவியில் அவரன்றி எவரையும் நான் மெய்யுறவென்று கருதவில்லை என்று உணர்ந்தேன். அவர் மைந்தருக்கு அணுக்கமாக இருப்பதும் அவர்களைக் காக்கப் போரிடுவதும் அந்த அன்பின்பொருட்டே. நாளெல்லாம் அவரைப்பற்றி எண்ணிக்கொண்டிருப்பதை உணர்ந்து தன்னிரக்கம் கொண்டேன். அவருக்காகவே வாழ்ந்திருக்கிறேன். இறுதியில் அவரை முழுமையாகவே கைவிட்டுவிட்டு திறனற்றவனாக அமர்ந்திருக்கிறேன். என் கல்வி, நுண்ணறிவு, நல்லியல்பு எதுவும் அவருக்குப் பயனளிக்கவில்லை.

ஒருநாள் உளமுருகி அழத்தொடங்கினேன். எண்ணி எண்ணி அவரைப்பற்றிய என் நெகிழ்வைப்பெருக்கி விழிநீர் ஒழிந்தபின் மீண்டேன்.

அந்த நீள்துயரிலிருந்து விடுபடுவதற்கு ஒரே வழி அவரைச் சென்று பார்ப்பதே என்று தோன்றியது. மறு எண்ணமில்லாமல் அப்போதே கிளம்பி புஷ்பகோஷ்டத்திற்குச் சென்றேன். வாயிலில் அமர்ந்திருந்த சங்குலன் எந்த மாறுதலுமில்லாமல் அப்படியே இருந்தான். அதுவே எனக்கு ஓர் ஏமாற்றத்தை அளித்தது. "அரசர் எப்படி இருக்கிறார்?" என்று கேட்டேன்.

அவன் தன் தந்தை விப்ரரைப்போலவே சொல்குறைந்தவன், விழி சந்திக்காத நோக்குகொண்டவன். "அவையமர்ந்திருக்கிறார்" என்றான். உள்ளே சென்றபோது மூத்தவர் யுயுத்ஸுவுடன் நாற்களமாடிக்கொண்டிருந்தார். அவர் அருகே சஞ்சயன் அமர்ந்திருந்தான். யுயுத்ஸு களம்நோக்கி குனிந்திருக்க சஞ்சயன் யுயுத்ஸுவின் காய்நீக்கங்களை மெல்லிய குரலில் சொல்லிக்கொண்டிருந்தான். என் காலடியோசை கேட்டதும் கையில் எடுத்த காயுடன் அவர் செவிதிருப்பினார். நான் அருகே சென்று "மூத்தவரே, வணங்குகிறேன்" என்றேன். "நலமாக இருக்கிறாயா? நீ வந்து நீணாள் ஆகிறது" என்றபின் காயை நீக்கி "நீ விளையாடு, மைந்தா" என்றார்.

யுயுத்ஸு என்னை நோக்கிக்கொண்டிருந்தான். நான் விழிகாட்டியதும் "இளைய தந்தை தங்களிடம் பேசவிழைகிறார் போலும்... நான் ஏவலரிடம் சற்று சொல்லாடிவருகிறேன்" என்று எழுந்து சென்றான். அவர் என்னிடம் "என்ன சொல்லவிருக்கிறாய்?" என்றார். "நான் அவைக்குச் சென்றே நெடுநாட்களாகின்றது" என்றேன். "ஆம், அதை அறிந்தேன். படைக்கூட்டுக்கு ஜயத்ரதனையும் அரசர்களுடன் பேசுவதற்கு பூரிசிரவஸையும் அவை நிகழ்த்துவதற்கு சல்யரையும் அரசன் அமைத்திருப்பதாகச் சொன்னார்கள்" என்று அவர் எந்த உணர்வுமின்றிச் சொன்னார்.

"ஆம், என்னால் அதிலெல்லாம் ஈடுபட இயலாது" என்றேன். என் குரலில் ஒலித்த எரிச்சல் எவர்மேல் எனத் தெரியவில்லை. "ஆம், உன்னால் இயலாது" என்றபின் மூத்தவர் சஞ்சயனிடம் "நமக்கு அரசனின் செய்தி ஏதாவது வந்ததா?" என்றார். "இல்லை" என்றான் சஞ்சயன். என் ஏமாற்றமும் எரிச்சலும் மிகுந்தபடியே சென்றன. "பாண்டவர்களின் படைக்கூட்டும் நிகரென எழுந்துகொண்டிருக்கிறது. அவர்கள் வெல்லப்பட இயலாதவர் என்பதனாலேயே அவர்களுக்கும் அரசத்துணைகள் அமைந்துகொண்டிருக்கின்றன. நிஷாதரும் கிராதரும் அரக்கரும் அசுரரும் தங்கள் நெடுநாள் வஞ்சங்களுடன் அவர்களுடன் சேர்ந்துகொண்டிருக்கிறார்கள்" என்றேன். "ஆம், இயல்புதான்" என்றார்.

உரத்த குரலில் "பேரழிவு அணுகிக்கொண்டிருக்கிறது, அரசே" என்றேன். "நம்மால் என்ன செய்ய இயலும்? நம்மை மீறிச் செல்கின்றன அனைத்தும்" என்றார் மூத்தவர். திரும்பி "யுயுத்ஸு எங்கே?" என சஞ்சயனிடம் கேட்டார். "அவர் ஏவலரைப் பார்க்கச் சென்றார், அரசே" என்றான் சஞ்சயன். "அவனிடம் என் உணவை எடுத்துவைக்கும்படி சொல்" என்றபின் என்னிடம் "நீ என்னுடன் உணவருந்துகிறாயா?" என்றார். நான் "நிமித்தநூல்கள் சொன்னவை ஒன்றுகுறையாமல் எழுந்து அணுகுகின்றன, மூத்தவரே" என்றேன். அவரிடம் எந்த உணர்வுமாற்றமும் தெரியவில்லை. "நம் அரசர் குருதிச்சரடின் இறுதிப்புள்ளி, நகரையும் குடிகளையும் அழிவுக்குக் கொண்டுசெல்லும் கலிவடிவர் என்றனர். அதே நாவால் பீமனை குலாந்தகன் என்றனர்" என்றேன்.

ஒவ்வொரு சொல்லையும் நஞ்சுதீட்டி அம்பு எனச் செலுத்தினேன். "நூற்றுவரும் அவர் பெற்ற ஆயிரத்தவரும் களம்படுவர் என்று நம்மிடம் சொன்ன நிமித்திகர் பலர்." அவர் "ஆம், அவர்கள் சொல்வதே மெய்யென்றிருக்கலாம். நாம் நம்ப விழைவதை நம்புகிறோம்" என்றபின் "சஞ்சயா, எனக்கு உணவு எடுத்துவைக்கச் சொன்னாயா?" என்றார். "சொல்கிறேன்" என்று சஞ்சயன் எழுந்து சென்றான். நானும் அவரும் மட்டும் அணுக்கமாக நின்றிருந்தோம். அவருடைய விழிக்குழிகள் குருதிக்குமிழிகளாக அசைந்தன. வாய் எதையோ மெல்வதுபோலவோ தனக்கே சொல்லிக்கொள்வதுபோலவோ அசைந்தது.

"அரசே, நம் மைந்தரின் குருதியிலாடி அமையப்போகிறோம். நம் கொடிவழி முற்றழிய பட்டமரமென நின்றிருப்பதே நம் ஊழ்" என்றேன். அவர் "ஆம், அதுவே இறைவிருப்பம் எனில் அவ்வாறே நிகழ்க" என்றபின் "சஞ்சயன் வந்தானா?" எனத் திரும்பினார். யுயுத்ஸு வந்து "தந்தையே, உணவு ஒருங்கியிருக்கிறது" என்றான். நான் "நாம் முற்றிலும் கைவிடப்பட்டிருக்கிறோம், மூத்தவரே" என்றபோது என் குரல் உடைந்தது. "நினைவறிந்த நாள் முதல் நான் தவிர்க்கமுயன்றது இது. இருளென சூழ்ந்துவிட்டிருக்கிறது." அவர் என்னை நோக்கி முகம்திருப்பி "ஆம்" என்றார்.

அந்த விழியின்மை எத்தனை அச்சமூட்டுவதென்று அப்போது அறிந்தேன். வழியை மூடிய மொட்டைப் பெருஞ்சுவர் என என் முன் நின்றது. பாய்ந்து அந்நெஞ்சை பிளக்கவேண்டும் என்று, என் தலையை அதில் அறைந்து பிளக்கவேண்டும் என்று உள்ளம் எழுந்தது. இன்னும் விசையுடன் எதையேனும் சொல்ல விரும்பினேன். மேலும் மேலுமென நஞ்சை நாடினேன். ஆனால் சொல்திரளவில்லை. அந்தத் தத்தளிப்பாலேயே என் விழிகள் நீர்கொண்டன. "நம் இறப்பை நாமே காணப்போகிறோம். உயிரிழந்த பின்னரும் ஓடென எஞ்சும் சிப்பிகளாக வாழப்போகிறோம்" என்று விம்மி அழுதேன்.

“ஆம், அவ்வாறென்றால் அவ்வாறே. இதுகாறும் அனைத்தையும் அடைந்துவிட்டோம். அளித்தவரின் விழைவு அதுவென்றால் திருப்பி எடுத்துக்கொள்ளட்டும்... அடேய் மூடா, என்ன செய்கிறாய்?” என்றார் மூத்தவர். சஞ்சயன் “இங்கிருக்கிறேன்” என்றான். “என் கையைப் பிடி...” என்று நீட்டினார். அவன் அவர் கையைப் பற்றியதும் “மெல்ல அழைத்துச்செல். சென்றமுறை பீடத்தில் முட்டிக்கொண்டேன்” என்றார். சஞ்சயன் நான் ஏதேனும் சொல்ல எஞ்சுகிறதா என என்னை நோக்கினான்.

நான் இரு கைகளையும் முட்டிசுருட்டி இறுக்கினேன். பற்கள் கிட்டித்துக்கொண்டன. “நீ துயர்கொள்ளாதே. அனைத்தும் முடிவாகிவிட்டது. நாம் இயற்றுவதற்கொன்றுமில்லை. உன் கடமைகளை செய்துகொண்டிரு... உன் மைந்தர் நலம்பெறுக!” என்றபின் “யுயுத்ஸு எங்கே? அடேய் மூடா, உணவு ஒருக்கமாகிவிட்டதா?” என்றார். யுயுத்ஸு “ஆம், தந்தையே” என்றான். அவர் மெல்ல நடந்து விலகுவதைக் கண்டு நின்றேன். அனைவரும் சென்றபின்னரும் அங்கேயே நின்றேன்.

யுயுத்ஸு திரும்ப வந்து என்னைக் கண்டு விரைந்து அணுகி “ஆணை ஏதேனும் உண்டா, தந்தையே?” என்றான். “உண்கிறாரா?” என்றேன். “ஆம்” என்றான். “பொழுதாகவில்லையே...” என்றேன். தயங்கி “பசிக்கையில் உண்கிறார்” என்றான். “இப்போதெல்லாம் பசி மிகுந்துள்ளது என எண்ணுகிறேன்... உடல் முன்னைவிட பெருத்திருக்கிறது” என்றேன். அவன் ஒன்றும் சொல்லவில்லை. பற்களைக் கடித்து “மைந்தர் நெஞ்சுபிளந்து கிடக்கும்போது அக்குருதியை அள்ளி சோற்றிலிட்டு உருட்டி அளித்தாலும் உண்பார்... விழியின்மை என்பது ஒரு உடல்நிலை அல்ல” என்றேன்.

யுயுத்ஸுவின் முகம் இறுகியிருந்தது. மேலும் ஏதோ சொல்ல வாய் எடுத்தபின் திரும்பி வெளியே சென்றேன். வழிமூடியதுபோல் நின்ற சங்குலனிடம் “விலகு மூடா... இது என்ன யமபுரியா, பிணத்தை வைத்து வாயிலை மூடுவதற்கு?” என்றபின் வெளியே சென்றேன். வெளியே நின்றிருந்த ஏவலனிடம் “தேர் ஒருங்குக... தேர் சித்தமாக இல்லையேல் உன்னைக் கழுவேற்றுவேன்” என்றேன்.

என் உடல் பதறிக்கொண்டே இருந்தது. கால்கள் தளர அவ்வப்போது நின்றேன். பின்னர் முற்றத்திற்கு வந்து தேரிலேறிக்கொண்டேன். “எங்கே?” என்று கேட்ட பாகனிடம் “செல்க!” என்று மட்டும் சொன்னேன். இல்லத்திற்கு மீளவே தோன்றியது. ஆனால் அங்கே சென்று அமரமுடியாது என்றும் தோன்றியது. பல நாட்களாக நான் பகல் முழுக்க தொன்மையான போர்ச்சுவடிகளை எடுத்து படித்துக்கொண்டிருந்தேன். ஒவ்வொரு

சூழ்கையும் என்னென்ன அழிவுகளை உருவாக்கும் என்று நோக்கினேன். எதையெல்லாம் இரு சாராரும் அமைக்கக்கூடும் என்று கணித்தேன். என் உள்ளத்தில் மீளமீள போரை நிகழ்த்தி நோக்கிக்கொண்டிருந்தேன். மீண்டும் என் சுவடிகளுக்குச் செல்ல என்னால் இயலாதென்று தோன்றியது. "கோட்டைமுகப்புக்கு" என்றேன்.

தேர் சீரான சகட ஒலியுடன் சென்றுகொண்டிருந்தது. அந்த ஒலியின் தாளம் என்னை சற்றே அமைதிப்படுத்தியது. நகரம் இரைவீசப்பட்ட மீன்குளம் எனக் கொப்பளித்துக்கொண்டிருந்தது. வீரர்கள் களிவெறிகொண்டவர்களாக குதிரைகளில் அங்குமிங்கும் ஓடிக்கொண்டிருந்தனர். பெண்கள் அவர்களை நகையாடி மலர்களையும் பழங்களையும் எடுத்து வீசி கூச்சலிட்டனர். புரவிகளின் பின்னால் சிறுவர்கள் கூவியபடி ஓடினர். எங்கும் விழவுக்கொண்டாட்டம். மலர்சூடியிருந்தனர் குலமகளிர். அத்தனை கொடிகளும் புதிய துணிகளால் வண்ணம் பொலிந்தன. கோட்டைகளும் காவல்நிலைகளும் புதுச்சுண்ணமும் காவியும் பூசப்பட்டிருந்தன. நகரில் கள்ளருந்தாதவர் சிலரே என்று தோன்றியது.

அப்பால் வாழ்த்தொலியும் குரவையோசையும் முழவும் கொம்போசையுடன் இணைந்து ஒலித்தன. "யார் அது?" என்றேன். "கணிகர்" என்று பாகன் சொன்னான். "தேரை விலக்கி நிறுத்துக..." என்றேன். ஒரு சிறு சாலைப்பிரிவில் தேர் நின்றது. தேனீக்கூட்டம் ஒன்று ரீங்கரித்தபடி செல்வதுபோல ஒரு திரள் சாலையினூடாக நகர்ந்தது. நடுவே கணிகர் சிறுதேர் ஒன்றின் பீடத்தில் அமர்ந்திருந்தார். உடல்நலம் நன்கு தேறியிருந்தது. நிமிர்ந்து அமர்ந்து இருபக்கமும் நோக்கி கைதூக்கி வாழ்த்து சொன்னார். சூழ்ந்திருந்த வீரர்கள் வாழ்த்தொலி எழுப்பினர். "ஞானாசிரியர் வாழ்க! மூன்றுணர்ந்தோர் வாழ்க! வெற்றிவிதைப்போர் வாழ்க! குருகுலத்து முதல்குரு வாழ்க!" என்று கூவியபடி மக்கள் இருபுறமும் திரண்டு மலர்களை அள்ளி அவர்மேல் வீசினர்.

"அஸ்தினபுரியின் இன்றைய முதன்மைத்தலைவர் இவரே. பாண்டவர்தரப்பின் இளைய யாதவரை வெல்லும் திறன் இவருக்கு மட்டுமே உண்டு என்கிறார்கள் மக்கள்" என்று பாகன் சொன்னான். "இளைய யாதவரை மும்முறை அவையில் வென்றார் என்று சூதர் பாடுகிறார்கள்." நான் கணிகரையே நோக்கிக்கொண்டிருந்தேன். தன்னில் மகிழ்ந்து திளைத்துக்கொண்டிருந்தார். அவருடைய நகைப்பு மிக அழகானது. இளமைந்தரின் அறியாச் சிரிப்புபோல. அவர் விழிகளும் இள மைந்தருக்குரியவை. தீமையே உருக்கொண்டவர் என்பதே அவரைப்பற்றிய என் எண்ணம். ஆனால் அத்தகைய அழகு எப்படி அமைந்தது? தீமைக்கு

அழகின்மையையும் நன்மைக்கு அழகையும் அளிக்கவேண்டுமென்று முதலில் தோன்றியது எந்த மூடக் கவிஞனுக்கு?

கோட்டைமுகப்புக்குச் சென்றேன். அங்கிருந்த எவரும் என்னைப் பொருட்படுத்தவில்லை. வழக்கமான முறைமை வணக்கங்கள், வாழ்த்துரைகள். நான் அவர்களின் போருக்கு எதிரானவன் என்று எண்ணுகிறார்கள் என உணர்ந்திருந்தேன். கோட்டைமேல் ஏறி காவல்மாடத்தில் நின்று பார்த்தேன். முரசு புதிய தோல்பரப்புடன் அன்றுபிறந்த குழவியின் மெருகுடன் இருந்தது. வெளியே முகமுற்றத்தில் ஒரு காவல்படை முரசும் கொம்பும் முழங்க அணிவகுத்து கடந்துசென்றது. காவலர்தலைவனிடம் “இது காந்தாரப்படை அல்லவா?” என்றேன்.

“ஆம், சுபலரின் தலைமையில் பதினெட்டு அணிகள் நேற்று வந்தன. மேலும் மேலுமென படைகள் வந்துகொண்டே இருக்கின்றன” என்று அவன் சொன்னான். “கொசுவைக் கொல்ல சுத்தியலா என இப்போதே பகடிபேசுகிறார்கள் களிமகன்கள். பாண்டவர்களின் தரப்பில் இருப்பவை பயிலாப் படைகள். அவர்களை எதிர்க்க இன்றிருக்கும் படைவல்லமையே இருமடங்குக்கும் மேல். ஒருநாளில் போர் முடியும். அவர்களில் எஞ்சுபவர்கள் உறுப்பிழந்தவர்கள் மட்டுமாகவே இருப்பார்கள்... இன்னும் படைதிரட்டுவது நாம் வெல்லுமுறுதி கொண்டிருக்கவில்லை என்பதையே காட்டும்” என்றான்.

அவன் முகத்திலிருந்த நம்பிக்கையைக் கண்டேன். அது சொல்லிச்சொல்லி திரட்டப்பட்டது. நெடுங்காலமாக உருவானதனால் உறுதியாகிப் பாறையென்றானது. அதற்கெதிரான அனைத்துச் சொற்களுக்கும் அவனிடம் மறுமொழி இருக்கும். “ஆம், ஆனால் போர் நிகழும்வரை படைதிரண்டுகொண்டே இருக்கவேண்டும் என்பதல்லவா போர்நெறி?” என்றேன். “ஆம், ஆதரவு வந்தபடியே இருப்பது களிப்பூட்டுவதை மறுக்கவியலாது” என்றான். “குருதிபெருகும்” என்று நான் எனக்கே எனச் சொன்னேன். அவன் “குருதி தூயது, தெய்வங்களுக்குரியது” என்றான். “நம் குருதியும்” என்றேன். “ஆம், நம் குருதியும் நம் மைந்தர் குருதியும். பலியில்லாமல் போர்வெற்றியில்லை” என்று அவன் சொன்னான்.

அவன் முகத்தை நோக்கினேன். அங்கிருந்தது மெய்யான களிப்பு. மேலும் சொல்லெடுக்கத் தோன்றாமல் மேலே நின்றபடி கீழே படைகள் குறுக்கும் மறுக்குமாக அணிகளாக சென்றுகொண்டிருப்பதை நோக்கினேன். எண்ணெய்ப்பூச்சுகொண்டு நின்றிருந்த கைவிடுபடைகள் கண்ணில்பட்டன. மேலும் பலமடங்கு அம்புகள் விற்களில் பொருத்தப்பட்டு இறுகிக் காத்துநின்றிருந்தன. விற்சகடங்களுக்கு அருகே யானைகள் அசைந்து நின்றன. அங்கிருந்து நோக்கியபோது அந்த

முனைகள் ஒவ்வொன்றும் விழி என ஒளிசூடியிருப்பதாகத் தோன்றியது. வில்வளைவுகள் புன்னகைத்தன.

இறங்கி அவற்றின் அருகே சென்றேன். அவற்றின் முனைகளைத் தொட்டுப்பார்க்கவேண்டும் என்று தோன்றியது. மேலேறிச் செல்ல படிகள் இருந்தன. நான் அணுகியதும் காவலன் "குறுகிய ஏணி, அமைச்சரே" என்றான். "ஆம்" என்றபடி அதன்மேல் ஏறினேன். நூறு அம்புகள் தொடுக்கப்பட்ட பன்னிரு விற்கள் கொண்ட பொறி அது. நூறு கூர்முனைகள் வானோக்கி நின்றிருந்தன. வானிலிருந்து வரும் எதிர்காலத்தை நோக்கி. அங்கே முதன்முறையாக வந்ததை நினைவுகூர்ந்தேன்.

மேலும் ஏறி ஓர் அம்பின் முனையை மெல்ல கையால் தொட்டேன். என் உடல் மெய்ப்புகொண்டது. விழிகள் நீர்பொடிய எங்கோ ஆழத்தில் விழுந்துகொண்டே இருக்கும் உணர்வை அடைந்தேன். நிமிர்ந்து எதிரே நோக்கினேன். அந்த விசையை இழுத்தால் போதும், கோட்டைக்கு வெளியே ஆயிரம் உயிர்கள் மறையும். ஒருகணத்தில் குருதிப்பெருக்கொன்றில் ஆடி மீண்டேன்.

நெடுங்காலத்திற்கு முன்பு அங்கே வந்து அந்தக் கைவிடுபடைகளைக் கண்டபோது அவை அக்கணமே ஏவப்படவேண்டுமென என் உள்ளத்தின் ஆழம் விழைந்தது. போரெழுந்தாகவேண்டும் என அன்னையிடம் சென்று சொன்னேன். அதன் நலன்களை விரித்துரைத்தேன். அன்றிருந்த அந்நிலையிலேயே அப்போதுமிருந்ததை உணர்ந்தேன். எதுவும் மாறவில்லை. அந்நகர் காத்திருந்தது. அங்கு வாழ்ந்த ஒவ்வொரு உள்ளமும் காத்திருந்தது.

"யாதவரே, அன்று நான் என் இல்லத்திற்குத் திரும்புகையில் உடலெங்கும் மெல்லிய மிதப்பைக் கொண்டிருந்தேன். இரும்பைக் கடித்தால் வருவதுபோன்ற இனிமையான கூச்சம் என் பற்களிலும் எலும்புகளிலும் நிறைந்திருந்தது. தேரிலமர்ந்து இருபுறமும் பெருகி அலையடித்த திரளின் உவகையை நோக்கியபோது நான் ஒவ்வாமை கொள்ளவில்லை. அவர்களுடன் இணைந்து என் அகமும் கொண்டாடிக்கொண்டிருந்தது" என்றார் விதுரர்.

"மாளிகைக்குச் சென்று மீண்டும் போர்க்கலைச் சுவடிகளை எடுத்துக்கொண்டேன். இம்முறை வெறிகொண்ட வீரனாக களத்திலிருந்தேன். அப்போது அறிந்தேன் முன்பும் அவ்வாறுதான் இருந்தேன் என்பதை. அப்போதுதான் உங்களை அணுக்கமாக உணர்ந்தேன். நீங்கள் விழைவதையே நாங்களும் ஆற்றிக்கொண்டிருக்கிறோம் என்று" என்றார் விதுரர். "ஆகவேதான் உங்களைக் காணவேண்டுமென விழைந்தேன்."

2

இளைய யாதவர் புன்னகையுடன் “அங்கநாட்டரசரும் பீஷ்மரும் சிகண்டியும் இங்கே வந்தனர். இங்கு வருபவர்கள் எவரும் தங்கள் மெய்யான வினா என்ன என்பதை உடனே உரைப்பதில்லை. அவர்கள் தங்கள் வாழ்க்கையை பற்றித்தான் முதலில் சொல்லத் தொடங்குகிறார்கள். அதுகூட அவர்களின் வாழ்க்கை அல்ல, அவர்களின் அகப்புனைவுதான்” என்றார். விதுரர் அவர் என்ன சொல்லப்போகிறார் என விழிகளில் வியப்புடன் நோக்கினார்.

“மானுட வாழ்க்கை நிகழ்ந்த அக்கணமே தடமின்றி மறைந்துவிடுகிறது. அதன் ஒரு துளிகூட எங்கும் எஞ்சக்கூடாதென்பதே நெறி. ஏனென்றால் அது பிரம்மலீலை. எஞ்சுவது ஒவ்வொருவரும் தங்களுக்குள் திரட்டிக்கொள்ளும் புனைவுதான். எரிகல் விட்டுச்செல்லும் அனல்கோடு. கணந்தோறும் வாழ்விலிருந்து எடுத்து உருமாற்றி அப்புனைவை தங்களுக்குள் சேர்த்துக்கொள்கிறார்கள். அதையே அறிதல் என்றும் ஆதல் என்றும் சொல்கிறார்கள். அப்புனைவையே நினைவென்றும் காலமென்றும் எண்ணிக்கொள்கிறார்கள்.”

“விதுரரே, மானுட வாழ்க்கை ஒரு துளி ஒளியென நிகழ, சூழ்ந்திருக்கும் பல்லாயிரம்கோடி குமிழிவளைவுகள் அதை தங்கள்மேல் ஏற்றிக்கொள்கின்றன. நிகழ்வுகள் பல பட்டைகள் கொண்ட படிகங்கள். அதில் சிலவற்றையே மானுடன் அறியவியலும். அறியக்கூடுவனவற்றில் சிலவற்றையே அவன் தெரிவுசெய்கிறான். தெரிவுகள் ஒவ்வொருவருக்கும் ஒவ்வொன்று என்பதனால் ஒவ்வொரு புனைவும் முற்றிலும் வெவ்வேறானது. எனவே முடிவில்லாத பெருக்கு. அது பிரம்மத்தின் இரக்கமில்லா விளையாட்டு. அது தன்னை பெருக்கிப் பெருக்கி

அம்முடிவிலியில் தன்னை முற்றாக மறைத்துக்கொள்கிறது" என இளைய யாதவர் தொடர்ந்தார்.

அவர் என்ன சொல்லிக்கொண்டிருக்கிறார் என்று புரியாமல் விதுரர் வெறுமனே நோக்கினார். "ஒவ்வொரு தருணமும் பிரம்மமே என்பதனால் மானுடனால் வாழ்வின் ஒரு தருணத்தைக்கூட மெய்யாக அறிந்துகொள்ளக்கூடுவதில்லை. ஒவ்வொரு தருணத்தைப்பற்றியும் முடிவிலா புனைவுகளையே அவன் அடையமுடியும். அப்புனைவுகளை ஒன்றாக்கி மெய்மையைச் சென்றடைய இயலாது. அவற்றிலிருந்து அவன் மீண்டும் தனக்குரிய தெரிவுகளை உருவாக்குவான். அடுக்குமுறையை தன்னுள் இருந்தே எடுப்பான். தனக்கு உகந்ததைக் கட்டி எழுப்பி அதனுள் வாழ்வான். புழுக்கள் தங்கள் உடல்வடிவிலேயே அறைகட்டி குடியிருக்கின்றன. அவ்வறையையே அவற்றின் உடல் உகந்ததென்று உணரும்" என்றார் இளைய யாதவர்.

ஒரேகணத்தில் அவர் சொல்லவருவன அனைத்தையும் புரிந்துகொண்டு விதுரர் சினம்கொண்டு எரிந்தெழுந்தார். அதை நோக்காமல் இளைய யாதவர் சொன்னார், "ஆணவமும் விழைவும் இரு சரடுகளாகப் பின்னி நெய்துவிரிக்கின்றன மானுடனின் அகப்புனைவை. ஓசையில்லாது ஓடும் தறியே உள்ளம். அதன் ஓசையே பேச்சு. தன்னுள் புனைந்து சலிக்கையில் அருகிருக்கும் ஒருவரிடம் அப்புனைவை விரிக்கத் தொடங்குகிறான். ஊடுக்குப் பாவென பிறன் தன் அகப்புனைவை அளிக்கத் தொடங்கினால் நெசவு விரிந்து விரிந்து செல்லும். அதையே நல்ல உரையாடல் என்கின்றனர்."

அவர் அங்கில்லை என எண்ணுபவர்போல இளைய யாதவர் சொல்லிச் சென்றார். "காதலன் காதலியுடன், ஆசிரியன் மாணவனுடன், தந்தை மைந்தனுடன், தோழன் தோழனுடன், வழிப்போக்கன் அயலானிடமென இதுவே ஓயாது நிகழ்ந்துகொண்டிருக்கிறது. ஒருவர் சொல்லும் அகப்புனைவை பிறிதொருவர் ஒரு சொல்லுக்கு ஏற்கவில்லை என்றாலும் எதிர்நெசவு விழுந்துவிடுகிறது. முட்டிக்கொள்ளும் தருணம் ஆணவம் சீறி பேருருக் கொள்கிறது. பூசலில் முடியாத நீளுரையாடல்களை மானுடரில் இரு சாரார் மட்டுமே நிகழ்த்தமுடியும். ஒருவருவருக்கொருவர் முழுமையாக நடித்துக்கொள்ளும் அளவுக்கு நட்போ மதிப்போ அன்போ காதலோ கொண்டவர்கள். ஒருவர் ஆணவத்தை பிறிதொருவர் முற்றாக ஏற்குமளவுக்குப் பணிந்தவர்கள். தோளோடு தோள்முட்டி ததும்பிக்கொண்டிருக்கும் இம்மானுடப் பெருந்திரளில் மிகமிக அரிதாகவே ஒருவரோடொருவர் பேசிக்கொள்வது நிகழ்கிறது என்பது பெரும்விந்தை."

விதுரர் பேச வாயெடுப்பதைக் காணாதவராக இளைய யாதவர் சொன்னார். "மானுடர் பேசத்தெரியாதவர்களாகவே என்றுமிருந்திருக்கிறார்கள். புறத்தைப் பேசத்தொடங்கி அதனூடாக அகத்தை சொல்ல முயன்றதுமே புறத்தில் அகம் வந்துபடிவதன் முடிவிலாத வாய்ப்புகளின் சுழலில் சிக்கிக்கொண்டார்கள். ஒன்று சொல்லி ஓராயிரத்தை உணர்த்தமுடியும் என்னும் வாய்ப்பென்பது ஒரு வலை. அதில் சிக்கி ஒன்றையும் சொல்லமுடியாமலானார்கள். சொற்களில் மறைந்து மறைந்து விளையாடத்தொடங்கி, சொல்பெருக்கி அதற்கு இலக்கணம் வகுத்து, இலக்கணங்களை அக்கணமே மீறி, பொருள்சமைத்து, பொருள்மயக்கத்தைக் கண்டடைந்து சென்றுகொண்டே இருக்கும் இப்பயணத்தில் கற்கும்தோறும் காணமுடியாதவர்களாகிறோம். சொல்பெருகுந்தோறும் சொல்லமுடியாதவர்களாகிறோம்."

தன்னை அவர் சீண்டுகிறார் எனப் புரிந்துகொண்டு விதுரர் உணர்வுகளை அடக்கிக்கொண்டார். அப்பேச்சினூடாக வெளிப்படும் உணர்வுகளை மட்டும் தொட்டு எடுத்துக்கொள்ள முயன்றவராக இளைய யாதவரின் முகத்தை நோக்கிக்கொண்டிருந்தார். "தன்னைத்தானே சுழல்வழிகளும் எதிராடிகளும் நிறைந்த மாய மாளிகைக்குள் ஒளித்துக்கொண்டு தனிமைகொண்டு ஏங்குகிறது மானுட அகம். என்னைக் கண்டுபிடி என ஏங்குகிறது. அழைப்புகளை வெளியே வீசிவிட்டுக் காத்திருக்கிறது. அது அளிக்கும் சிறிய வாயில்களினூடாக எவரேனும் நுழைந்தால் உவகைகொண்டு ஓடிச்செல்கிறது. கண்ணீர் மல்குகிறது. தன் சொற்களையெல்லாம் அள்ளி அள்ளிக் குவிக்கச் சித்தமாகிறது.

"ஆனால் அவன் இரண்டு அடி வைத்ததுமே அஞ்சி வழிகளை குழப்பத் தொடங்குகிறது. சுழற்பாதையில் அவனை கொண்டுசென்று மிகமிகத் தொன்மையான ஓர் ஓவியத்தை அவனுக்கு அளித்து இதுதான் நான் என்கிறது. அவனும் அத்தகைய ஓவியத்தை தான் என வைத்திருப்பவனாதலால் ஏமாற்றமடைகிறான். ஆனால் ஒருவர் தனக்கு அளிக்கும் ஓவியத்தை ஏற்றால் தன் ஓவியத்தை அவருக்கு அளிக்கமுடியும் என அறிந்தமையால் ஆம் என்று முகம்மலர்கிறான். மெய் என்று ஒப்புக்கொள்கிறான். இப்புவியில் மிகவும் புழங்கும் பணம் என்பது பொய்யே. விதுரரே, பணம் என்பதே ஒருவருக்கொருவர் ஒப்புக்கொள்ளும் பொய்தானே?"

அவர் தன்னுடன் விளையாடுகிறார் என்று விதுரர் உணர்ந்தார். "யாதவரே, நீங்கள் சொல்வதெல்லாம் மெய்யென்றே இருக்கலாம். ஏனென்றால் மெய்யென்றும் மாயமென்றும் தன்னை கணந்தோறும் முன்வைப்பவர் நீங்கள். பிறரால் புரிந்துகொள்ளப்படாமையால் ஞானி என்றும் ஞானத்தால் விளையாடுவதனால் தெய்வமென்றும்

கருதப்படுபவர்” என்றார். இளைய யாதவர் தலைதூக்கி வாய்விட்டு சிரித்து “நல்ல சொற்கள், விதுரரே. உங்கள் அவைத்திறனாளர் என்னும் நிலையை மீட்டுக்கொண்டுவிட்டிருக்கிறீர்கள்” என்றார்.

“நான் உங்களிடம் விளையாடும்பொருட்டு வரவில்லை, யாதவரே” என்று விதுரர் சொன்னார். “நீங்கள் சொன்னதும் என்னை உட்புகுந்து அகழ்ந்தெடுத்து நோக்கினேன். ஆம், நான் விளையாடவில்லை என்றே மீண்டும் உணர்ந்தேன். உங்களிடமோ என்னிடமோ. ஏனென்றால் அவ்வாறு விளையாடிச் சலித்த ஒரு கணத்திலேயே எழுந்து கிளம்பியிருக்கிறேன். வாழ்க்கையை நான் சொன்னது என் இடரை முன்வைக்கவேண்டும் என்பதனால்தான்.

“மிக எளிதாக அதை தத்துவம் எனத் தொகுத்து உரிய சொல்லாட்சிகளுடன் என்னால் முன்வைத்துவிடமுடியும். தத்துவச்சொல்லாட்சிகளுக்கு மிகப்பெரிய குறைபாடொன்று உள்ளது. அவை சொல்லப்பட்டதுமே அறைகூவலென மாறிவிடுகின்றன. கேட்பவரை மறுத்துச் சொல்லாடவே தூண்டுகின்றன. ஏற்பவர் அதைத் தன் நோக்கில் விரிவாக்குகிறார். மறுப்பவர் அதற்கு நிகரான மறுகட்டமைப்பை உருவாக்கிக் கொள்கிறார். தத்துவத்தினூடாக வாழ்க்கையைப்பற்றிப் பேசவே முடியாது என இத்தனை ஆண்டுகளில் நான் நன்கறிந்திருக்கிறேன். ஏனென்றால் வாழ்க்கையை தத்துவமாக ஆக்குவதையே இந்நாள்வரை செய்துகொண்டிருந்தேன். நான் சொல்லாட வரவில்லை. என் நேரடித்துயருடன் வந்திருக்கிறேன்” என்றார் விதுரர்.

“வாழ்க்கையைப்பற்றி எவரும் நேரடியாக உரையாடிவிட இயலாதென்றே நான் சொன்னேன்” என்றார் இளைய யாதவர் அதே புன்னகையுடன். “தத்துவம் என்பது வாழ்க்கையின் மையத்தொகுப்பு அல்ல. இயல்வதாகும் சுருக்கம். வேறெவ்வகையிலும் வாழ்க்கையைப் பற்றி பேசமுடியாது.” விதுரர் “அது வெறும் சொல்லாடலென்றே முடியும் என உணர்ந்திருக்கிறேன்” என்றார். “ஆம், அவையில் முன்வைக்கப்படும் தத்துவம் சொல்நுரையையே கிளப்பும். அகத்தே விதையென விழும் தத்துவம் அங்கிருந்து மெய்மையென எழும்” என்றார் இளைய யாதவர். “தத்துவம் என்பது ஊழ்கத்தால் தொட்டெழுப்பப்படும் மொழி.”

விதுரர் பெருமூச்சுவிட்டார். பின்னர் “அறியேன். இத்தருணத்தில் எண்ணிச்சுருக்கிய சொற்களுடன் உங்கள்முன் வந்தமரவேண்டுமென்று எனக்குத் தோன்றவில்லை. என் வாழ்க்கையை அவ்வாறே எடுத்துவைக்கவேண்டுமென்று எண்ணினேன்” என்றார். இளைய யாதவர் அவரைக் கூர்ந்து நோக்கி “மருத்துவன் முன் உடலை என?” என்றார். “ஆம்” என அவர் விழிகளை நோக்கிச் சொன்னார் விதுரர்.

இளைய யாதவர் “நீங்கள் என் முன் காட்ட விழைந்தது எதை, விதுரரே?” என்றார். “அரசுசூழ்தலறிந்தவர், இப்போரை முன்னுணர்ந்து தடுக்க வாழ்நாளெல்லாம் முயன்றவர் என்பது ஒரு முகம். அதை நீங்களே அகற்றி அவ்வழிவைப் பிறரைப்போல் வரவேற்கும் எளியவர் என்று காட்டினீர்.”

“ஒன்றைக் காட்டி பிறிதொன்றை மறைத்தல் ஒரு சிறந்த சூழ்ச்சி. மானுட உள்ளம் மறைந்திருப்பதைத் தேடிக்கண்டடைந்து அதை உண்மையெனக் கொள்ளும். உண்மை மறைந்தே இருக்கும் என்பது மானுடம் கொண்டுள்ள அறிவுமயக்கங்களில் முதன்மையானது. அப்போதுதான் அதை கண்டடைவதன் மகிழ்வு கிடைக்கிறது. தன்னால் கண்டடையப்பட்ட ஒன்றுக்குத் தன் ஆணவத்தாலேயே மானுடன் சான்றளிக்கிறான்” என இளைய யாதவர் தொடர்ந்தார். “நான் அவ்விரண்டையும் இரு புனைவுகளாகவே காண்கிறேன். அப்புனைவாடலின் நோக்கமென்ன என்றே பார்ப்பேன்.”

“சொல்க!” என்றார் விதுரர். “மானுடன் ஆக்கும் புனைவுகள் முடிவிலாத வாய்ப்புகள் கொண்டவை. ஆனால் அப்புனைவை உருவாக்கும் நெறிகள் மிகக் குறைவானவை. ஏனென்றால் அவன் வாழ்க்கை இங்கே இடம்காலம் வகுக்கப்பட்டு நிகழ்வது. ஒவ்வொரு மனிதனும் தனித்தன்மை கொண்டவன் என்பதற்கு நிகரான உண்மை அத்தனை மானுடரும் மானுடரே என்பது” என்று இளைய யாதவர் சொன்னார். “நீங்கள் ஏன் உங்கள் மூத்தவரின் விழிநீரை காணவிழைந்தீர்கள்? ஏன் அவர் விழிநீர் சிந்தவில்லை என்றதும் சினம்கொண்டீர்கள்?”

“என் ஆணவத்தால். நான் அங்கே இளையோன் என்று எழுந்து ஆறுதல் சொல்ல விழைந்தேன்.” இளைய யாதவர் அவர் விழிகளை நோக்கிப் புன்னகைத்து “ஆம், ஆனால் அதற்கு அடியில் அவர் முழுமையாகத் தோற்பதை விழைந்தீர்கள்” என்றார். விதுரர் இமைக்காமல் நோக்கினார். அவர் தலை நடுங்கத் தொடங்கியது. “குழிக்குள் எலி எனப் பதுங்கியிருந்து நோக்கிக்கொண்டிருந்தது உங்கள் ஆழுளம். ஒவ்வொரு ஓசையையும் மணத்தையும் உள்வாங்கி உங்கள் தருணத்திற்காகக் காத்திருந்தீர்கள். அதில் திளைத்தீர்கள். அக்குற்றவுணர்வால் திரும்பச் சுழலத் தொடங்கினீர்கள். சொல்லிச் சொல்லி சரியென்றாக்கிவிட இயலாத ஒன்றென்பதனால் பிழையென்று ஏற்று நிகர்செய்ய முனைகிறீர்கள். அதற்குச் சொல்பெறுகலம் என என்னை எண்ணினீர்கள்.

“விதுரரே, திருதராஷ்டிரர் துயருற்றிருக்கிறார் என நீங்கள் நன்கறிவீர்கள். முதற்துயர் அலைவடிவானது. அதில்தான் மானுடர் தத்தளிப்பு கொள்கிறார்கள். அழுகையும் புலம்பலும் ஆற்றாது வெம்புதலும்

அந்நிலையிலேயே. தொடர்துயர் அசைவிலா ஆழம் கொண்டது. சிறுதுயர்களுக்கு மானுடர் தெய்வங்களிடம் முறையிடுகிறார்கள். பெருந்துயர் தெய்வங்களால் அளிக்கப்படுவதென்று அறிகிறார்கள். அதை அறிந்ததுமே அமைதிகொள்கிறார்கள். அதை நோக்குதலை ஒழிந்து உலகியல் செயல்களாக அதை சிதறடித்துக்கொள்கிறார்கள். விசைப்பொறி என உடல் செயலாற்றவிடுகிறார்கள். அனலில் மணல் என ஐந்து புலன்கள் மேலும் புறவுலகை அள்ளிக்குவிக்கிறார்கள்.

“ஆனால் அவர்கள் செய்யும் ஒவ்வொரு செயலும் சற்றே இயல்பு மாறி விந்தையானதாக ஆகிவிடுகிறது. அது சூழ்ந்திருப்பவர் விழிகளில் தெரிந்து திரும்பவருகிறது. அதை வெல்ல விழிதவிர்ப்பார்கள் பெருந்துயராளர். விழியின்மை கொண்டவர் நோக்கை தவிர்ப்பதை முதல்முறையாக உணர்ந்து சினம்கொண்டெழுந்தீர்கள்” என்றார் இளைய யாதவர். “அனைத்தையும் அறிந்த பின்னரும் அவர் அழுவதை விரும்பினீர்கள். ஏனென்றால் நீங்கள் வெல்ல விழைந்தீர்கள். முழுமையாக அவர் உங்கள் முன் சிதறிக்கிடக்க வேண்டுமென்று எதிர்பார்த்தீர்கள்.”

விதுரர் “சொல்க!” என்றார். “அது தோற்றவனின், பறிக்கப்பட்டவனின், சிறுமைசெய்யப்பட்டவனின் வஞ்சம். அதைப் பிறவியிலேயே நீங்கள் அடைந்தீர்கள். உங்கள் அன்னை சிவையில் இருந்து உங்களுக்கு விடுதலை இல்லை. விதுரரே, இந்நாட்களிலெல்லாம் நீங்கள் நாளும் சென்று அமர்ந்திருந்தது உங்கள் அன்னை அமர்ந்திருந்த அச்சாளரத்தில் அல்லவா?” என்றார் இளைய யாதவர். “ஆனால்...” எனத் தொடங்கி “இல்லை, சொல்லுங்கள்” என்றார் விதுரர். “தருக்கைவிட அளி சிறுமையை அளிப்பது. வெறுப்பைவிட அன்பு மேலும் சீற்றம்கொள்ளச் செய்வது” என்று இளைய யாதவர் சொன்னார்.

விதுரரின் உதடுகள் சொல்லுடன் அசைந்து அமைந்தன. “அறிவுடையோர் வஞ்சமிலாதாவது மிக அரிது” என இளைய யாதவர் தொடர்ந்தார். விதுரர் அச்சொற்கணத்தில் சினம் பற்றிக்கொள்ள எழுந்து நின்று “போதும், அனைத்தும் அறிந்தவரென நடிக்க இரக்கமின்மையைக் கைக்கொள்வது மிகச் சிறந்த வழி என நானும் நன்கறிவேன். ஒவ்வாதனவற்றை உண்மையென்றும் எண்ணாதனவற்றை அடியிலுள்ளவை என்றும் சொன்னால் திகைப்படைவர் எளியோர். நான் அவ்வாடலில் எழுபதாண்டுகள் உழன்றவன்” என்றார். மூச்சிரைக்க “என்ன சொல்ல வருகிறீர்கள்? இழிவுகொண்டு வெறுமைகண்டு இறந்த சிவையின் வஞ்சத்தை நஞ்செனக் கரந்து இக்குடி அழியும்பொருட்டு காத்திருக்கிறேன் இல்லையா?” என்றார்.

“இல்லை” என்றார் இளைய யாதவர். “நீங்கள் காத்திருப்பது அழிவை அல்ல. தன்னிரக்கம் கொண்டு நெகிழ்ந்து உடைந்து மிச்சமின்றி அழுது

மீளும் தருணத்திற்காக. அது இன்றுவரை உங்களுக்கு வாய்க்கவில்லை. அது நிகழ்ந்துவிட்டால் இதுவரை சேர்ந்த நஞ்செல்லாம் வழிந்தோட தூய்மைகொண்டு எழுவீர்கள். உரிய குருதிக்கும் கண்ணீருக்கும் பின்னரே மானுடர் ஒளிகொள்கிறார்கள்.” விதுரர் “வீண்சொல்... வெற்றுத்தத்துவம்... இதை எவரும் சொல்லலாம். மானுடர் மீது வெறுப்பும் கசப்பும் இருந்தால் மட்டும் போதும். யாதவரே, நீர் பேருருவம் கொண்டு விண்ணில் தலையெழுந்து மண்ணில் சிற்றுயிர்களென உழலும் மானுடரை நோக்குவதாக எண்ணிக்கொள்கிறீர்கள். நீர் எவராக இருப்பினும் இவ்வுடலில் இவ்வுறவுப் பின்னலில் இருக்கும் வரை மானுடரே” என்றார்.

இளைய யாதவர் “நான் உங்கள் உணர்வை மட்டுமே கருத்தில்கொள்கிறேன், விதுரரே” எனப் புன்னகையுடன் தொடர்ந்தார். “படைக்கலங்களின் நுனிதொட்டு வருடும்போது நீங்கள் உணர்ந்ததென்ன? உங்கள் எதிரியென எவர் வந்து அகத்தில் நின்றனர்?” விதுரர் தடுமாறி பின் மீட்டுக்கொண்டு மேலும் விசையுடன் “எவரையும்போலத்தான். நான், என் குருதி” என்றார். “ஆம், உங்கள் குருதி. அதைத்தான் நானும் சொன்னேன்” என்றார் இளைய யாதவர். விதுரர் தளர்ந்து “நாம் இதனால் எதை அடையவிருக்கிறோம், யாதவரே?” என்றார். இளைய யாதவர் “நாம் புனைவுகளை ஊடுருவுகிறோம். காட்டெரியைக் கடப்பதற்கு ஒரே வழி எரிந்த இடத்தினூடாக நடப்பது” என்றார். விதுரர் கைகள் தழைந்து இருமருங்கும் விழ நோக்கி நின்றார். தர்ப்பைப்பாய்மேல் அமர்ந்த இளைய யாதவர் மேலே நோக்கிக்கொண்டிருந்தார். விதுரர் மீண்டும் அமர்ந்துகொண்டு “சரி, என்னை கிழியுங்கள், சிதையுங்கள். நான் ஒப்புத்தருகிறேன்” என்றார்.

“மான் சிம்மத்திற்குத் தன்னை அளிக்கும் தருணம்” என இளைய யாதவர் சிரித்தார். விதுரர் சிரித்து “நான் இம்முறை சினம்கொள்ளப்போவதில்லை” என்றார். “நன்று, உங்களுள் உறைந்த நஞ்சின் ஊற்று எது என்று சொன்னேன். பிறவியால் அடைந்த நஞ்சை மானுடர் எளிதில் விலக்க இயலாது. வாழ்வு அதைப் பெருக்கும். துறவும் தவமுமே அதை கடக்க உதவுபவை.” விதுரர் “அந்நஞ்சு கீழ்நிலையினருக்குரிய தளையா?” என்றார். இளைய யாதவர் “கீழ்நிலையினருக்கு தாழ்வுணர்ச்சியின் நஞ்சு. அதைவிடக் கொடிய நஞ்சு உயர்நிலையினருக்கு, மேட்டிமையின் நஞ்சு” என்றார்.

“கீழ்நிலையினர் வஞ்சம் பெருக்கிக்கொள்கிறார்கள். அது வஞ்சமென அவர்களுக்குத் தெரியுமென்பதனால் அதைக் கடக்கலுமாகும். மேல்நிலையினர் அளியைப் பெருக்கிக்கொள்கிறார்கள். அந்த ஆணவம் அழுகி நாறும்போதும் நறுமணமென்றே அவர்களுக்குத் தெரியும்”

என்றார் இளைய யாதவர். "பிறவிநோயென உடனிருக்கும் இந்நஞ்சைக் கொல்லாமல் எவருக்கும் விடுதலை இல்லை, விதுரரே." விதுரர் "ஆம்" எனப் பெருமூச்சுவிட்டார்.

"ஓராயிரம் முறை ஒளிக்கப்பட்ட ஒன்று பெருவல்லமைகொண்ட படைக்கலமாகிறது" என்றார் இளைய யாதவர். விதுரர் ஒவ்வா ஒலி கேட்டதைப்போல உடற்கூச்சமடைந்தார். "தீமைநிறைந்தவன் துறந்து செல்வதைவிட நல்லியல்பு கொண்டவன் துறந்து செல்வது கடினம். தீயோன் பிறரனைவருக்கும் தெரிந்தவற்றைத் துறக்கிறான். நல்லோன் பிறரறியாது பெருகியவற்றை பிறர் அறிய துறக்கவேண்டியிருக்கிறது" என்றார் இளைய யாதவர். "ஆம், நான் துறப்பதைக் குறித்தே எண்ணிக்கொண்டிருக்கிறேன். எப்படி சுழன்றாலும் என் எண்ணம் அங்குதான் சென்று நிலைகொள்கிறது" என்றார் விதுரர்.

"ஏன்?" என்று இளைய யாதவர் கேட்டார். "இப்பேரழிவில் எனக்குப் பங்கில்லை என எண்ண விழைகிறேன். இதிலிருந்து முழுமையாக விடுபட்டுச் சென்றுவிட்டாலொழிய எனக்கு மீட்பில்லை. இதில் இனி நான் என்ன செய்தாலும் இதன் பழி எனக்கும் வந்துசேரும். யாதவரே, நேரடியாகச் சொல்கிறேன். நான் அஞ்சுவது என்னைத்தான். இப்போரில் என் உளம் ஈடுபடும். எவரோ கொல்லப்படுகையில் துயருறுவேன். எவரோ வீழ்கையில் நான் மகிழ்வேன். இரண்டும் என்னைக் கீழ்மையிலாழ்த்தும். இது தொடங்குவதற்கு முன்னரே இங்கிருந்து கிளம்பினேன் என்றால் மட்டுமே நான் மீண்டவன் ஆவேன்" என்றார் விதுரர்.

குரல் நெகிழ "நான் உங்களை நாடிவந்தது இதன்பொருட்டே என இப்போது உணர்கிறேன். நான் துறந்து செல்லும் வழி எது? எதை முதலில் அறுக்கவேண்டும்? எவ்வழியே மீளவேண்டும்? நீங்கள் சொல்லமுடியும். என் உளமறிகிறது, இங்கு அனைத்தையும் துறந்து அமர்ந்திருப்பவர் நீங்கள் ஒருவரே என" என்றார் விதுரர். இளைய யாதவர் "துறந்து சென்று எதை அடையவிழைகிறீர்கள்?" என்றார். "எதையும் அடையாவிட்டாலும் சரி. இங்கிருந்து இக்கீழ்மைகளில் உழலாமலிருந்தாலே நான் மீண்டவனாவேன்" என்றார். "இங்கிருந்து இவற்றை அள்ளும் இவ்வுள்ளத்தைக் கொண்டுதானே செல்வீர்கள்?" என்றார் இளைய யாதவர்.

விதுரர் "ஆம், நான் துறக்க விரும்புவது இதைத்தான்" என்றார். இளைய யாதவர் "வெறுத்தலும் விரும்புதலும் இல்லாதவன் எங்கிருந்தாலும் துறவியே. அகம் அசையா நிலையே யோகம். உலகியலையும் யோகத்தையும் வெவ்வேறெனக் கருதுபவர்கள் அறியாதவர்களே.

உலகியலில் யோகத்திலமைபவன் இரண்டின் பயனையும் அடைகிறான். செயல்களில் ஒட்டாதவன் செயல்களின் பயனால் சிறப்புறுகிறான். மெய்யறிந்தவன் நான் எதையும் செய்யவில்லை என்று உணர்ந்தவன்" என்றார்.

"காண்கையிலும் கேட்கையிலும் தொடுகையிலும் முகர்கையிலும் உண்கையிலும் நடக்கையிலும் உயிர்க்கையிலும் உறங்குகையிலும் புலம்புகையிலும் விடுகையிலும் பெறுகையிலும் விழிக்கையிலும் துயில்கையிலும் புலன்கள் என்பொருட்டு இவற்றை ஆற்றுகின்றன, இவை நானல்ல என்று அகன்றவன் யோகத்திலமைந்தவன்" என்று தொடர்ந்தார். "செயல்முதன்மை, செயலாட்சி, செயற்பயன் மூன்றும் எவருக்கும் அளிக்கப்படவில்லை. தீயோன் நல்லோன் என்றுகூட எவரும் இறுதியாக பகுக்கப்படவில்லை.

"அறியாமையால் சூழப்பட்டுள்ளது அறிவு. கருவை கருவறைக்குருதி என. அறிவு அறியாமையையே உடலெனக்கொண்டு எழுகிறது. அறியாமை அதன் ஊர்தி. சென்றடைவதுவரை உடனிருப்பது" என்றார் இளைய யாதவர். விதுரர் அச்சொற்களில் ஆழ்ந்தவராக அமர்ந்திருந்தார். வெளியே காற்றின் ஓசை எழுந்து அலைபெருகிச் சூழ்ந்து பின் அமைந்தது. காட்டு ஆடுகளின் தும்மலோசை எழுந்தது. விதுரர் பெருமூச்சுடன் கலைந்து "யாதவரே, இங்கு இந்தச் சிறிய சொல்லாடலிலும் நான் மீளுறுதி கொண்டது ஒன்றை குறித்தே. அறியும்தோறும் இருளையே காண்கிறோம். அறிந்து செல்லும் பாதை முற்றிருளுக்கே இட்டுச்செல்லும் எனில் அறிவினால் என்ன பயன்?" என்றார்.

அச்சொற்றொடர் அவரை முகம்தெளியச் செய்தது. "ஆம், மிகச் சரியாக இப்போதுதான் நான் என் வினாவை வந்தடைந்திருக்கிறேன். முன்பு நான் சொன்ன என் உணர்வுநிலைகள் அனைத்துக்கும் மையமென அமைந்தது இதுதான். வாழ்க்கை முழுக்க அறிவினூடாகவே வளர்ந்து வந்தேன். எனைச் சூழ்ந்த அனைவரையும் ஊடுருவிச்சென்று வகுத்தேன். என்னைக் கடந்துசென்று கண்டறிந்துகொண்டே இருந்தேன். என்னைக்கொண்டு அவர்களையும் அவர்களைக்கொண்டு என்னையும் உணர்ந்தேன். இன்று வந்து நின்றிருக்கும் உச்சிமுனையில் நின்று நோக்குகிறேன். நான் கண்டதெல்லாம் மானுடத் தீமை, அதை ஆளும் இயற்கையின் தீமை, அது அமைந்திருக்கும் பெருவெளியின் அறியமுடியாமை.

"நான் அறிந்தது நூல்கள் சொன்ன பொய்யென்றும் நான் கொண்ட உளமயக்கென்றும் எக்கணமும் தெளியக்கூடும் என்று ஏதோ ஒரு நம்பிக்கை எனக்குள் இருந்தது. அதை நம்பியே மீண்டும் மீண்டும்

அறிய முயன்றேன். அவ்வாறே என்று அறிவு ஆணையிட்டுரைத்தபோது அவ்வாறு அமையலாகாதென்று விழைந்தேன். இன்று எழும் இப்போரின் வடிவில் என் முன் திசைமறைத்துச் சூழ்ந்து நின்றிருக்கிறது நான் மறுக்க விரும்பிய உண்மை" என்றார் விதுரர். "யாதவரே, நீர் கோரியபடி இதோ என்னைத் தொகுத்து சொல்வகுத்து முன்வைக்கிறேன். அறிவது தீமையை மட்டுமே என்றால் அறிவை ஒழிவதல்லவா மெய்யின் வழி?"

3

இளைய யாதவர் சொல்லப்போகும் மறுமொழிக்காக விதுரர் முகம்கூர்ந்து காத்திருந்தார். அவர் “விதுரரே, தாங்கள் மறைந்த அரசர் பாண்டுவிடமிருந்து முன்பு பெற்ற அஸ்வதந்தம் என்னும் அருமணி எங்குள்ளது?” என்றார். விதுரர் சற்று திடுக்கிட்டு பின் “ஏன் கேட்கிறீர்கள்?” என்றார். “அது இப்போது தங்களிடம் உள்ளது அல்லவா?” என்றார் இளைய யாதவர். “ஆம், அதில் மறைவென ஏதுமில்லை. என்னிடம் அது இருப்பது அனைவருக்கும் தெரியும்” என்றார் விதுரர் கடுமையான குரலில்.

இளைய யாதவர் புன்னகைத்து “நான் அதை நீங்கள் மறைத்து வைத்திருக்கிறீர்கள் என்று சொல்லவில்லையே?” என்றார். விதுரர் புருவம் சுளித்து நோக்க “நீங்கள் சென்று அதை இங்கே கொண்டுவர இயலுமா?” என்றார். “இப்போதா?” என்றார் விதுரர். “ஒரு கணம் போதும், இது இமைக்கணக் காடு” என்றார் இளைய யாதவர். விதுரர் “ஆம்” என்றார். “இங்கே தொடுங்கள்” என்றார் இளைய யாதவர். அவர் சொன்ன இடத்தில் சுட்டுவிரலை ஊன்றியதுமே விதுரர் தன் இல்லத்தில் இருந்தார்.

காலை முதலே அவர் அன்னை சிவை அமர்ந்திருந்த சாளரத்தினூடாக வெளியே நோக்கிக்கொண்டிருந்தவர், அருகே எவரோ வந்ததுபோல் உணர்ந்து திரும்பி நோக்கினார். மீண்டும் சாளரத்தினூடாக மேற்கு அரண்மனைச்சாலையைப் பார்த்தார். இரு யானைகள் கைகளில் சங்கிலிகளைத் தூக்கிக்கொண்டு நீராடிய கரிய உடல் மிளிர அசைந்தசைந்து வடக்குக் கோட்டைமுகம் நோக்கித் திரும்பின. மிகத் தொலைவில் ஒரு பல்லக்கு சென்றுகொண்டிருந்தது. முன்மதியப்

பொழுதின் கூசவைக்கும் வெயில் செம்மண் பரப்புகளில் எரிந்து நின்றிருந்தது.

எவரோ சொல்லி செவிகொண்டதுபோல் அவர் அஸ்வதந்தத்தின் நினைவை அடைந்தார். அந்த நினைவு எழும்போதெல்லாம் யாழ்தந்தியில் கைபட்டதுபோன்ற இனிய அதிர்வொன்றையே அவர் அடைவார். அன்று அரியதொன்றை எங்கோ மறந்துவைத்துவிட்ட நினைவு எழ திடுக்கிட்டு எழுந்தார். விரைந்த காலடிகளுடன் நேராகத் தன் அறை நோக்கிச் சென்றார். சுபோத்யனின் துணைவி சாரதை அவர் செல்வதை நோக்கியபடி எழுந்து அவர் ஆணைக்காகக் காத்து நின்றாள். அவர் அவளைப் பொருட்படுத்தாமல் தன் அறைக்குச் சென்றார்.

அகல்விளக்கைப் பொருத்தி சுடர்நீட்டி கையில் எடுத்துக்கொண்டார். உடலெங்கும் பரவிய பரபரப்புடன் அருகிருந்த வைப்பறையைத் திறந்து உள்ளே சென்று கதவை மூடித் தாழிட்டார். அறைக்குள் செறிந்திருந்த இருள் அலையடித்து விலகிய வெளியில் மரப்பெட்டிகளும் ஆமாடப் பேழைகளும் அமர்ந்திருந்தன. வேப்பிலைச்சருகின் நாற்றமும் தாழம்பூம்பொடியின் மணமும் கலந்த காற்று. அதற்கு இருளின் மணமும் இருந்தது. இருளுக்கு ஒட்டடையும் தூசியும் கலந்த பிசுபிசுப்பான மணம். எலிப்புழுக்கைகள். அல்லது வௌவாலா? சிற்றுயிர் ஒன்று காலடியில் கால்கள் பரபரக்க ஓடி பெட்டிகளுக்குள் மறைந்தது.

இருட்டு ஈரமான மென்துகில்போல உடலைத் தடுத்தது. சுடரசைவில் சுவர்கள் திரைச்சீலையென ஆடின. அவருடைய நிழல் பிறிதொருவர் என உடனிருந்தது. முருக்கமரத்தாலான இடைஉயர விளக்குதண்டின்மேல் அகலை வைத்தார். ஆமாடப் பேழையின் செதுக்குகளில் செவ்வொளி ஈரமெனப் பரவியது. அங்கு வந்து சிலகாலமாகியிருந்தது. எழுந்து சென்ற தருணத்தின் அடுத்த கணம் அது என உளம் மயங்கியது.

கால்மடித்து அமர்ந்து ஆமாடப் பேழையைத் திறந்து உள்ளிருந்த தந்தச்சிமிழை எடுத்து அதை கையால் வருடிக்கொண்டிருந்தார். பின்னர் அதைத் திறந்து உள்ளே நோக்கினார். அங்கு அருமணி இருக்கவில்லை. ஆனால் சில கணங்கள் அவர் சித்தம் அந்தக் காட்சியை உளம்கொள்ளவேயில்லை. சிமிழைத் திருப்பித் திருப்பிப் பார்த்தார். எதற்கு உள்ளே வந்தோம் என குழம்பியவர்போல மூடிய கதவைப் பார்த்தார். மீண்டும் சிமிழுக்குள் ஒழிந்திருந்த செம்பட்டுப்பரப்பை நோக்கினார். அதில் ஒரு வேறுபாடு இருக்கிறது என்னும் அளவிலேயே அவருடைய அகம் புரிந்துகொண்டது.

அதை மூடி உள்ளே மீண்டும் வைத்து பேழையின் மூடியை நோக்கி விழிகளைத் திருப்பியபோது ஊசியால் குத்தப்பட்டதுபோல் உடல்

துடித்தது. அதன் பின்னரே அது ஏன் என உள்ளம் அறிந்தது. பாய்ந்து பேழையை நோக்கி குனிந்தார். பேழைக்குள் கைவிட்டு சிமிழை எடுக்கமுடியாமல் கை நடுங்கியது. இரு கைகளின் பத்து விரல்களாலும் பற்றியபோதும் கைநழுவி விழுந்துவிடுமென அகம் பதறியது. திறப்பதற்கு முந்தைய கணம் இவை எல்லாம் உளநடிப்பு, உள்ளே அஸ்வதந்தம் இருக்கும் என்று எண்ணினார். அந்நினைவை நீடிக்கவிடும்பொருட்டு சற்றுநேரம் திறக்காமலேயே வைத்திருந்தார். பின்னர் மெல்ல திறந்தார்.

நெஞ்சின் ஓசை செவிகளில் முழங்கியது. கண்கள் வெம்மைகொண்டு நோக்கிழந்தவை போலாயின. மூச்சில் நெஞ்சு ஏறியிறங்கியது. உள்ளே இருக்கும், இல்லாமலிருக்க வாய்ப்பே இல்லை. அதை அங்கே கண்டடைவதன் உவகையை அக்கணம் நடித்தறிந்தார். அதில் திளைத்துக்கொண்டிருந்தமையால்தான் அதைத் திறக்க துணிவு வந்தது. ஒழிந்த உட்பக்கத்தைப் பார்த்ததுமே உடலெங்கும் வெம்மை நிறைந்த காற்று வந்து அலையென அறைந்தது. மறுகணம் வியர்வை பெருகி உடல் குளிர்ந்து சிலிர்த்தது. தொடைகள் அதிர்ந்தமையால் அவர் கால்மடித்தமர்ந்த நிலையிலிருந்து பின்னால் சாய்ந்து விழுந்துவிட்டார்.

கையூன்றி எழுந்து விலங்குபோல் மொழியிலா ஒலியால் கூவியபடி கதவின் தாழைத் திறந்தார். அந்த ஓசை தலைமேல் அறைய நிலைமீண்டு அறையைத் திரும்பிப் பார்த்தார். எடுத்தபோது எங்கேனும் விழுந்திருக்கும். அந்தப் பேழைக்குள் விழுந்துகிடக்கவே வாய்ப்பு. அவர் விளக்கை மீண்டும் தண்டின்மேல் வைத்துவிட்டு ஆமாடப் பேழையை திறந்தார். உள்ளிருந்து சிமிழை எடுத்தபோது மீண்டுமொரு முறை திறந்து பார்க்கவேண்டுமென்று தோன்றியது. திறப்பதற்கு முந்தைய கணம் உள்ளே அஸ்வதந்தம் செவ்வொளியுடன் இருப்பதை உளத்தால் கண்டு உவகையில் எழுந்தார். திறந்தபோது அங்கு அது இல்லை என்பது முன்போல் அதிரச் செய்யவில்லை. வெறுமையின் ஏக்கமே உள்ளத்தை நிறைத்தது.

சிமிழை நன்றாக நோக்கிவிட்டு இடக்கைப் பக்கம் வைத்தார். பேழைக்குள் இருந்த பொருட்களை ஒவ்வொன்றாக எடுத்து நன்றாக நோக்கி வலப்பக்கம் பரப்பினார். உள்ளே தாழைமடல்கள் வைக்கப்பட்டு மடிக்கப்பட்டு மென்துகிலால் சுற்றப்பட்ட பட்டாடைகள். அவை சுருதைக்குரியவை. அவர் அவளை மணம்கொண்டபோது அவள் தந்தை தேவகரால் அளிக்கப்பட்டவை. பட்டு வாழையிலைக்குருத்து போலிருந்தது. பட்டை மென்மையாக வருடினார். எடுத்து முகர்ந்துபார்த்தார். தாழைக்குடலையின் பூம்பொடியின் மணம் கொண்டிருந்தன.

இளமையில் சுருதையின் கன்னங்களில் அந்த மணம் இருந்தது. அவள் முகச்சுண்ணத்துடன் தாழைப்பொடி சேர்ப்பதுண்டு. அவள் முகம் நீள்வட்டவடிவானது. அவளுடைய மாநிறம் இளமையில் கன்னங்களிலும் தோள்களிலும் தேய்க்கப்பட்ட செம்புபோல் ஒளிகொண்டிருந்தது. பெரிய இமைகள் கொண்ட விழிகள். நாணத்தால் அவை சரிகையில் அவள் ஊழ்கத்திலமைவதுபோலிருக்கும். ஆனால் உள்ளம் அவள் முகத்தில் நுண்ணிய வண்ண மாறுதல்களாக, அசைவுகளாக ஓடிக்கொண்டிருக்கும். அவளுடைய நடுவகிடு. அது காலம் செல்லச்செல்ல விரிந்துகொண்டே வந்தது. நெற்றியின் இரு சிறுமுழைகள். கூரிய சிறுமூக்கு.

அவர் மிக அண்மையிலென அவளை உணர்ந்தார். நெடுநாட்களுக்குப்பின் அவளுடைய எழுகை. எப்போதேனும் புலரியின் அரைவிழிப்பில் நெஞ்சுகுழையும் ஏக்கமென அவள் நினைவு வருவதுண்டு. அரிதாகவே அவள் கனவுகளில் தோன்றினாள். எப்போதும் மைந்தரின் அன்னையென எங்கேனும் ஏதேனும் செய்துகொண்டிருந்தாள். முதுமகள் என அமர்ந்திருந்தாள். இளமைகொண்ட சுருதை பிறிதொருத்தி என எங்கோ மறைந்துவிட்டவள். அவள் கழுத்தின் மென்மை. கைவிரல்களின் ஈரம். நரம்புகள் புடைத்த மேல்கைகள். முழங்கையின் சிறு வடுக்கள்.

நெடுநேரம் கழித்தே அவர் அவள் நினைவுகளில் அலைந்துவிட்டிருப்பதை உணர்ந்தார். அஸ்தினபுரிக்கு வந்தபின்னர் சுருதை மூன்றுமுறை மட்டுமே உத்தரமதுராபுரிக்குச் சென்றிருந்தாள். சுபோத்யனையும் சுசரிதனையும் அங்குதான் ஈன்றாள். அதன்பின் தேவகரின் மறைவுக்குச் சென்றாள். "உனக்கு உன் நகரிமேல் பற்றில்லையா?" என்றார். "பெண்களுக்கு நிலம் மீது பற்று இருப்பதில்லை" என்றாள். "ஏன்?" என்றார். "அவள் நிலத்தை அறிவதேயில்லையே" என்றாள். அவர் ஆம் எனத் தலையசைத்தார்.

பேழைக்குள் இருந்த சிறிய சந்தனப்பெட்டிகளில் சுருதையின் அணிகள் இருந்தன. பெரும்பாலான அணிகளை அவர் தன் இரு மருமகள்களுக்கும் அளித்துவிட்டிருந்தார். அவளுடைய பொற்தாலியும் கருகுமணிமாலையும் சிலம்புகளும் கணையாழியும் மட்டுமே இருந்தன. நெடுங்காலம் அணியப்படாதிருக்கையில் நகைகள் பொருளிழந்துவிடுகின்றனவா என்று எண்ணிக்கொண்டார். அவை ஒளி மங்கலடைந்து மஞ்சள்நெற்றுகள்போல தோன்றின.

அவர் அவற்றை மீண்டுமொருமுறை நோக்க தயங்கினார். ஆனால் விழிதிருப்பியதுமே சுருதையின் தாலி கண்ணுக்குள் நிற்பது தெரிய திரும்பி நோக்கி அதை எடுத்தார். அவளுடைய முலைகளுக்கு நடுவே அதன் அணிக்குமிழிகள் கிடந்ததை நினைவுகூர்ந்தார். கூரிய வலி என ஒன்றை உணர்ந்தார். திரும்பிச்செல்ல முடியாத காலம். எதிர்காலம்

எத்தனை அப்பாலிருந்தாலும் அணுகிவிடக்கூடியது. என்றோ. ஒருபோதும் திரும்பநிகழாதது இறந்தகாலம். மிகமிக எளிய எண்ணம். ஆனால் அகவைமுதிர்வில் அதைப்போல விந்தையானதும் அச்சுறுத்துவதும் துயர்நிறைப்பதுமான எண்ணம் வேறில்லை.

அவர் உள்ளத்தைக் கலைத்து விலக்கிக்கொண்டு சுவடிக்கட்டுகளை வெளியே எடுத்தார். காவியங்கள், நெறிநூல்கள், அரசவரலாறுகள், தொல்கதைகள். அவருடைய அகத்தின் வளர்ச்சியை அவை காட்டுவனபோல தோன்றியது. ஏழு கட்டுகளாகக் கிடந்த தொல்கதைத் தொகுதியை எடுத்தார். பராசரரின் புராணகதாமாலிகா. அஸ்வகரின் சப்தகதா மஞ்சரி. உக்ரசேனரின் கதாசம்கிரகம். ஒவ்வொன்றாக வருடிநோக்கி அப்பால் வைத்தபின் அரசவரலாறு நூலை எடுத்ததுமே அது தீர்க்கதமஸின் கொடிவழிப் பட்டியலான பஞ்சராஜ்யவைபவம் என தெரிந்தது. விழியற்றவரின் குருதிவழி. அவர் அதை அப்பால் வீசினார்.

நெறிநூல்களில் ஒன்றை கைபோனபோக்கில் எடுத்தார். லகிமாதேவியின் விவாதசந்த்ரம். முதிரா இளமையில் தற்செயலாக அவர் கண்டடைந்த தொல்நெறிநூல் அது. அப்போது அந்நூல் வழிதவறி நகருக்குள் நுழைந்த காட்டுயானை என அவர் கற்ற அனைத்தையும் சிதறடித்து பெரும் கொந்தளிப்பை அளித்தது. அதை அவர் சொல் சொல்லென உளப்பாடம் செய்தார். மீளமீள எண்ணி நோக்கினார். அத்தனை ஆண்டுகளில் பலநூறுமுறை அதைப் படித்திருக்கிறார். பல்லாயிரம் முறை எண்ணியிருக்கிறார். வேறெந்த நெறிநூலும் அவரை அந்த அளவுக்குக் கவர்ந்து ஆட்கொண்டதில்லை.

அதில் அப்படி என்ன இருக்கிறது என பலரும் அவரிடம் கேட்பதுண்டு. முன்பெல்லாம் அவ்வினாவால் ஊக்கமடைந்து சொல்பெருக்கத் தொடங்குவார். பின்னர் அவர் அந்நூலையே மிகுதியாக உசாத்துணை கொள்வார் என அனைவரும் அறிந்துவிட்டிருந்தனர். பீஷ்மர் வேடிக்கையாக "இதைப்பற்றி லகிமாதேவி கூறுவதென்ன?" என்று கேட்பதுண்டு. அவரைப்போலவே சௌனகருக்கும் உகந்த நூல் அது. இருபுறமும் லகிமாதேவி பிரிந்து நின்று களம்காணப்போகிறாள். அவ்வாறு பாரதவர்ஷத்தில் எத்தனை களங்களில் அவள் குருதி பெருக்கி பலிகொண்டிருப்பாள்!

அவர் சுவடிகளைக் கைகளால் வருடிக்கொண்டிருந்தார். நெறிநூல்களில் அனைத்துவகையான போர்களையும் கவர்தல்களையும் கொலைகளையும் நெறியென வகுப்பது அது ஒன்றே. பெண்களை வன்புணர்வதும், அந்தணரையும் ஆக்களையும் கொல்வதும், அன்னையைத் தலைகொய்வதும்கூட அந்தந்தத் தருணங்களில் அரசனுக்கு அழகே என

லகிமாதேவி வகுத்திருந்தாள். அவள் நோக்கில் குடிகளின் விழைவுகள், வஞ்சங்கள், பித்துகள், தீங்குகள் அனைத்தும் அரசனால் கவரப்பட்டு தன்னுடையதென ஆக்கப்படவேண்டும். வேட்டைக்குச் செல்பவனின் கையின் வேல் என, அவன் தன் குடிகளின் கூர் என அமையவேண்டும். ஊர்ப்பேய்களை ஒழித்து கொண்டுசென்று ஆணியறைந்து நிறுத்தும் தென்புலத்து ஆலமரம்.

காட்டுவிலங்குகளின் நெறி என அதைச் சொல்வதுண்டு. அவருக்கு நெறிநூல் கற்பித்த ஆசிரியரான காஸ்யப விவஸ்தர் "இந்நிலத்தில் தொல்காலத்தில் பெண்டிரே அரசியர். ஆண்கள் தொண்டரும் வீரரும் மட்டுமே. அன்றிருந்த நெறிகளைச் சொல்வது விவாதசந்த்ரம். லகிமாதேவி தொல்நிலமான காசியில் அரசகுடியில் பிறந்தவர். பிறவியிலேயே நெற்றிநடுவே ஒற்றைவிழி மட்டும் கொண்டிருந்தார். ஆகவே காசித்தலைவனின் மண்துளி என வணங்கப்பட்டார். மணமாகாமல் கன்னியென்றே முதுமை எய்தினார். கங்கைக்கரையில் கன்னிமாடம் அமைத்து அங்கே வாழ்ந்தார். நூலாய்தலையே நாளெனக் கொண்டிருந்த அவர் உடலில் தொல் அன்னையர் கூடி எழுதிய ஸ்மிருதி இது என்பார்கள்" என்றார்.

அவர் புன்னகையுடன் அதை அப்பால் வைத்தார். "எந்தப் பெண்ணும் இத்தகைய ஒன்றையே எழுதுவாள், ஆசிரியரே" என்று அவர் சொன்னபோது காஸ்யப விவஸ்தர் "என்ன சொல்கிறாய்?" என்று சினத்துடன் கேட்டார். "நிஷாதர்களின் கொடும் மற்போர்களில் இதைக் கண்டிருக்கிறேன். மல்லன் எதிர் மல்லனின் நெஞ்செலும்பை உடைத்து வெறும்கையால் குருதிக்குலையைப் பிழுதெடுக்கையில் பெண்களின் கண்கள் அனல்கொண்டு மின்னும். அவர்கள் காமத்தில் வெம்மைகொண்டு புளைவதைப்போல் தோன்றுவர்" என்றார். "உளறாதே" என ஆசிரியர் கைவீசினார். "நாம் மானுடரைப்பற்றி பேசுகிறோம். அவர்களில் எழும் தெய்வங்களைப்பற்றி அல்ல."

அவர் சுவடிக்கட்டிலிருந்து காவியங்களை ஒவ்வொன்றாக எடுத்து வைத்தார். பராசரரின் தேவிஸ்தவம். சூதரான லோகாக்ஷன் அவருடைய முதிரா இளமையில் அளித்த பூர்ஜப்பட்டைச் சுவடி. அதைத் தொட்டதுமே உள்ளம் புரண்டு மறுபக்கம் எழ அவர் முற்றிலும் பிறிதொருவர் என்றானார். தொட்டுத்தொட்டு எடுத்த சுவடியைப் படித்தார். "தேவி, உன் விழிகள் ஒளியாலானவை. உன் உதடுகள் இசையாலானவை. உன் மார்புகளோ அமுதத்தாலானவை. ஆனால் அடியவன் உன் பாதங்களையே பேரழகாக எண்ணுகிறேன். என் புன்தலையை தன் வாசல்படியாகக் கொண்டு மிதித்து உள்நுழைபவை அல்லவா அவை?"

பலநூறுமுறை படித்த வரிகள். ஒவ்வொருமுறையும் இந்தப் பக்கத்தைதான் கைகள் திறந்துகொள்கின்றனவா? அடிக்கடி திறப்பதனால் இந்த ஏடு அதற்கென விரிந்திருக்கிறதா? 'சர்வகல்விதமேவாஹம் நான்யாஸ்திசனாதனம்!' எவரோ மென்குரலில் பின்னாலிருந்து அதைச் சொன்னதுபோலிருந்து. அவர் உடல் விதிர்ப்பு கொண்டது. 'சர்வகல்விதமேவாஹம் நான்யாஸ்திசனாதனம்!' செவி வெடித்து உடைய, திசைகள் அச்சொல்லை முழங்கின. எவர்? எவர்? தேவி, உன் காலடிகள் பதிந்த இப்பீடம் அடுகலமென கொதிக்கிறது. உன் விழிதொட்ட இச்சுனை எரிகுளமென்றாகிறது. உன் ஒளிநிறைந்த இவ்வெளி சுடர்விளக்காகிறது. 'சர்வகல்விதமேவாஹம் நான்யாஸ்திசனாதனம்!' ஒவ்வொரு பருப்பொருளும் எழுந்து சூழ்ந்துகொண்டன. 'இவையனைத்தும் நானே. நானன்றி முழுமுதன்மையானதென ஏதுமில்லை.'

நினைவு மீண்டபோது அவர் மஞ்சத்தில் கிடந்தார். அருகே சுசரிதன் குனிந்து நோக்கி நின்றிருந்தான். "தந்தையே..." என்றான். அவர் விழிகள் அலைபாய அவனை நோக்கினார். உதடுகள் ஓசையின்றி அசைய தொண்டைமுழை ஏறியிறங்கியது. விந்தையானதோர் உணர்வெழுந்து உடல் உலுக்கியது. நரையோடிய கரிய முடிச்சுருள்கள் தோள்களில் விரிந்திருக்க அவர் குனிந்து நரைத்த முடிச்சுருள்களும் மூக்குபுடைத்த வற்றிய முகமும் கூடுகட்டிய நெஞ்சும் கொண்ட ஒரு பிணத்தை நோக்கிக்கொண்டிருந்தார். பலநாட்களான மட்கிய பிணத்தில் விழிகள் மட்டும் அசைந்தன.

அவரிடமிருந்து எழுந்த முனகல் அவனை மேலும் அணுகிநோக்கச் செய்தது. "நீர் அருந்துகிறீர்களா, தந்தையே?" என்றான். ஆம் எனத் தலையசைத்தார். அவன் திரும்பி தன் மனைவியை நோக்க அவள் எடையற்ற நெற்றுக்குடுவையில் குளிர்நீரை அவனிடம் அளித்தாள். அவன் அதை மெல்ல அவர் வாயில் ஊற்றினான். முதல் மிடறை அருந்தும்போதுதான் நெஞ்சுக்குள் எவ்வளவு அனல் இருக்கிறதென்று அவர் உணர்ந்தார். குடிக்கக் குடிக்க உடல் குளிர்ந்து நிறைந்தது. போதும் எனக் கைகாட்டிவிட்டு கண்களை மூடினார். விழிநீர் காதுகளை நோக்கி வழிந்தது.

"அறைக்குள் நீங்கள் சென்றதை மூத்தவரின் துணைவியார் பார்த்தமையால் நன்று நிகழ்ந்தது, தந்தையே. நீங்கள் நெடும்பொழுது வெளிவராதிருக்கக் கண்டு கதவிடுக்கு வழியாக நோக்கினோம். விழுந்து கிடந்தீர்கள். வாளால் தாழை நெம்பித் திறந்தோம்" என்றான் சுசரிதன். அவர் "ஆம்" என்றார். "என்ன ஆயிற்று?" என்று அவன் கேட்டான். "மறைந்த அரசர் பாண்டு எனக்களித்த அருமணி ஒன்றுண்டு." அவன் "ஆம், அஸ்வதந்தம் என்று

அதற்கு பெயர். அதை நான் இருமுறை கண்டிருக்கிறேன். அன்னை எடுத்துக்காட்டினார்கள்" என்றான்.

வியப்புடன் விதுரர் "அன்னையா?" என்றார். "ஆம், அன்னை அடிக்கடி அதை எடுத்துப் பார்ப்பதுண்டு" என்றான் சுசரிதன். அவர் வியப்புடன் இமைக்காமல் நோக்கியபடி "என் பேழையைத் திறந்தா?" என்றார். "ஆம், அவரிடம் ஒரு திறவுகோல் இருந்தது." விதுரர் பெருமூச்சுடன் "இருந்திருக்கலாம்" என்றார். சுசரிதன் பிழையாக எதையோ சொல்லிவிட்டோம் என உணர்ந்தான். அதை நிகர்செய்யும்பொருட்டு இயல்பாகப் பேசலானான். "அன்னை அதை நோக்கி நெடுநேரம் அமர்ந்திருப்பதுண்டு... சில தருணங்களில் அதை நோக்கி அழுவதையும் கண்டிருக்கிறேன்."

ஒருமுறை நானும் மூத்தவரும் அதை வாங்கிப் பார்த்தோம். மூத்தவர் அதைத் தன் நெற்றியில் வைத்து "என்னைப் பார்த்தால் அரசன் போலிருக்கிறதா?" என்றார். நான் "ஆம், மெய்யாகவே அரசன் போலிருக்கிறீர்கள், மூத்தவரே" என்றேன். சிரித்தபடி கைகளைத் தட்டி "அரசன்! அரசன்!" என்று கூவினேன். ஆனால் எண்ணியிராக் கணத்தில் அன்னை சினந்து மூத்தவரை அறைந்து அருமணியைப் பிடுங்கி உள்ளே வைத்துப் பூட்டினார். என்னையும் மூத்தவரையும் சீற்றத்துடன் பிடித்துத் தள்ளி "செல்க!" என்றார்.

நான் அவரை நோக்கிக் கண்ணீருடன் "நாங்கள் என்ன பிழை செய்தோம்?" என்றேன். "செல்க!" என அன்னை நரம்புகள் இறுகித்தெரிய கூச்சலிட்டார். "போகிறோம். ஆனால் நீங்கள் அழைத்தாலும் இனி நாங்கள் இந்த மணியைப் பார்க்கவே மாட்டோம்" என்று சொல்லி மூத்தவரை அழைத்துக்கொண்டு சென்றுவிட்டேன். அன்று மாலை எங்கள் அருகே வந்து அமர்ந்த அன்னை சொன்னார், அந்த மணி அஸ்தினபுரி என்னும் நாட்டுக்கு நிகர்விலையென அளிக்கப்பட்டது என்று. அந்தத் தருணத்தை விளக்கி "அதை வைத்திருப்பதனால் நீங்களும் அரசரே" என்றார். "நீ அரசரின் முதல் மைந்தன், முடிசூடி ஆளவேண்டியவன்" என்று சொல்லி மூத்தவரின் தலையை வருடினார்.

"அதெப்படி ஒரு மணி அரசு என ஆக முடியும்?" என நான் கேட்டேன். "ஒரு சிறுவிதை பெரிய ஆலமரமாக ஆவதுபோல" என்றார் அன்னை. மூத்தவர் "அந்த அருமணியை நட்டால் அது முளைக்குமா, அன்னையே?" என்றார். அன்னை "வெறுமனே முளைக்காது. அதற்குரிய தவம் செய்யப்படவேண்டும்" என்றார். "முளைத்து அஸ்தினபுரியைப்போன்ற நாடாகிவிடுமா?" என்று நான் கேட்டேன். "அதைவிடப் பெரிய நாடாகக்கூட ஆகலாம். எவரறிவார்?" என்று அன்னை சொன்னார்.

நானும் மூத்தவரும் அன்னையின் உடலுடன் ஒட்டிக்கொண்டு நெடுநேரம் அமர்ந்திருந்தோம்.

"தந்தையே, மூத்தவரின் உள்ளத்தில் அச்சொற்கள் ஆழப் பதிந்துவிட்டன. அவர் யாதவபுரிக்குச் சென்றது அங்கே அமைச்சராகவேண்டும் என்பதற்காக அல்ல. யாதவபுரி வளர்ந்து பெருகும் நாடு. அவர்களின் விரிநிலத்திற்குள் ஒரு கைப்பிடி நிலமேனும் தனக்கெனக் கிடைக்கும் என அவர் கருதினார். ஒருநாளேனும் ஒரு நிலத்திற்கு அரசன் என முடிசூடி அமரவேண்டும் என்று விழைந்தார். "அன்று என் முடியில் இந்த அருமணி அமையும். என் மைந்தர்கள் என்றோ ஒருநாள் அஸ்தினபுரிக்கு இணையான முடி ஒன்றுக்கு உரிமைகொள்வார்கள். அஸ்வதந்தம் என்னை தெரிவுசெய்திருப்பது அதனால்தான்" என்றார்.

"இன்று இளைய யாதவர் அரசுதுறந்த பின்னரும் மூத்தவர் யாதவர்களுடன் இருப்பது அக்கனவால்தான்" என்றான் சுசரிதன். விதுரர் பெருமூச்சுவிட்டு "அந்த அருமணி இப்போது எங்கிருக்கிறது?" என்றார். விழிகளில் திகைப்புடன் "இங்குதான், அதை எவரும் எடுக்கவில்லை" என்றான் சுசரிதன். விதுரர் உதடுகளை இறுக்கியபடி நீர்மைபடர்ந்த விழிகளால் நோக்கி தாழ்ந்த குரலில் "அறிவிலி, அது அங்கு இல்லை. இத்தனைபொழுது நான் அதைத்தான் தேடினேன்" என்றார்.

சுசரிதன் "அல்ல, தந்தையே. என்னால் உறுதியாகச் சொல்லமுடியும். மூத்தவர் அந்த அருமணியைத் தொடவில்லை. அவர் அதை அஞ்சவும் செய்தார். இது நஞ்சுத்துளி. இப்பேழைக்கு வெளியே வந்தால் நம் குடியை எரித்தழிக்கும் என்று அவர் என்னிடம் சொன்னார். இத்தகைய மணி நம்மிடமிருப்பது தெரிந்தால் அக்கணமே நாம் அனைத்து அரசர்களுக்கும் எதிரிகளாகிவிடுவோம் என்றார். நமக்குரிய நிலமும் செங்கோலும் இன்றி இதை இப்பேழைவிட்டு வெளியே எடுக்கலாகாதென்றார்" என்றான்.

விதுரர் "அதைச் சொன்ன கோழை எளிய சூதன்மகன். அரசுக்கு விழைவுகொண்டவன் யாதவக்குருதியினன். அருமணியை எடுத்துச்சென்றது இரண்டாமவனே. ஆம், ஐயமே இல்லை" என்றார். "தந்தையே, நீங்கள் இத்தருணத்தில் அவரை வெறுக்க விழைகிறீர்கள்" என்று சுசரிதன் சொன்னான். அச்சொல்லால் சினம் பற்றிக்கொள்ள உரத்த குரலில் "அவ்வாறெனில் அந்த அருமணி எங்கே?" என்றபடி விதுரர் கையூன்றி எழுந்தார். "அந்த அறைக்குள் இருந்து அது எங்கே சென்றது?"

சுசரிதன் "அது அங்குதான் இருக்கும்... எங்கேனும் விழுந்திருக்கும். நான் தேடிப்பார்க்கிறேன்" என்றான். "அது அருமணி என்பதனாலேயே ஒருபோதும் கைதவறி எங்கும் விழாது. விழி அதை அறியாமல் போகாது.

அந்த அறைக்குள்ளோ பேழையிலோ அது இல்லை" என்றபோது விதுரரின் குரல் மேலும் உயர்ந்து நடுங்கியது. "அது எப்போதும் எவரேனும் ஒருவரின் கையில்தான் இருக்கும். அருமணிகள் எவரையேனும் ஆளாமல் ஒருகணமும் அமைவதில்லை."

"தந்தையே..." என சுசரிதன் கைநீட்டி சொல்லெடுக்க அதைத் தடுத்து "அதை அவன் எடுத்துச்சென்றான். இன்றுள்ள அரசியல்கலங்கலில் அதைத் தூண்டிலாக்க எண்ணுகிறான்... அவன் அதைக்கொண்டு என்ன செய்வான் என நான் அறிவேன்" என்றார் விதுரர். சுசரிதன் "கசப்பைக் கொட்ட விழைகிறீர்கள், தந்தையே... நான் ஒன்றும் சொல்வதற்கில்லை. அருள்கூர்ந்து சற்றே பொறுங்கள். நான் தேடிப்பார்க்கிறேன். நிருத்யையிடமும் சொல்கிறேன்... இன்றே அந்த மணியைத் தேடி எடுத்து உங்கள் கைகளில் அளிக்கிறேன்" என்றான்.

"அவனிடம் நான் உடனே அவனை சந்திக்கவேண்டும் என்று சொல். இப்போதே செய்தி செல்லவேண்டும்" என்றார் விதுரர். எழுந்து நின்று தன் தலைப்பாகைக்காக கைநீட்டியபடி "அவன் அதை எடுத்துச்சென்றிருந்தால் அவனை அஸ்தினபுரியின் கழுவிலேற்ற ஆணையிடுவேன். அவனுக்கு அதற்கு உரிமையில்லை. அவனுக்கு அதை நான் அளிக்கவில்லை. என் மூத்தவரால் எனக்களிக்கப்பட்ட கொடை அது" என்றார். "அதை முளைக்க வைத்தால் நாடு எழாது என நானும் அறிவேன்" என சிவந்த முகத்துடன் சுசரிதன் சொன்னான்.

"என்ன சொல்கிறாய்?" என்று திகைப்புடன் விதுரர் கேட்டார். "அதன் பொருளென்ன என்று அறிவேன். என் அன்னை அதை எடுத்து நோக்கி ஏன் ஏங்கினாள் என்றும்" என்று அவன் அவர் விழிகளை நோக்கிச் சொன்னான். பதறி விழிவிலக்கிய விதுரர் "நான் உன்னிடம் எதையும் பேச விழையவில்லை. அந்த அருமணி என் கைகளுக்கு வந்தாகவேண்டும்..." என்றார். "தந்தையே, மூத்தவருக்கு செய்தி அனுப்புகிறேன். நானும் நிருத்யையும் இந்த இல்லத்தை முழுக்கத் தேடிப்பார்க்கிறோம். தாங்கள் அமைதியாக இருங்கள்" என்றபின் சுசரிதன் நிருத்யையிடம் "செல்க... நான் அறையில் தேடிப்பார்க்கிறேன். நீ இல்லம் முழுக்க நோக்கு" என்றான்.

"எங்கும் நோக்கவேண்டியதில்லை. அது இப்போது அரசியல்பீடத்தில் வைக்கப்பட்டிருக்கும்..." என்று விதுரர் கூவினார். "அவனை நான் கழுவேற்றுவேன்... இது திருட்டு... இதற்கான தண்டனை அதுதான்!" தலைப்பாகையை வைத்துக்கொண்டு இடைநாழி நோக்கிச் சென்றார். "இப்போதே அந்த மணியை நான் அஸ்தினபுரியின் அரசருக்கு அளிக்கிறேன். அதை தேடிக் கண்டடைந்து திருடிச்சென்றவனை

கழுவிலேற்ற அதன்பின் துரியோதனன் கடமைப்பட்டவன்... ஆம், அது என் மணி. நான் அளிப்பவருக்கு மட்டுமே உரியது.”

மறுமொழி சொல்லாமல் சுசரிதனும் நிருத்யையும் விலகிச்சென்றனர். விதுரர் நிலைகொள்ளாமல் கைகள் பதறி அலைய சுற்றிவந்தார். சிற்றறைக்கு வெளியே நின்று உள்ளே விளக்குகள் பொருத்திவைத்து தேடிக்கொண்டிருந்த சுசரிதனிடம் “திருடியது எவர் குருதி என அறிவேன். அவனில் எழுபவள் அவள். என்றும் அவள் என்னிடம் நிறைவற்றிருந்தாள். உத்தரமதுராவின் தேவகனின் மகள். முடியுரிமைகொண்ட இளவரசி. நான் சூதன், அடுமனைப்பெண் சிவைபெற்ற மைந்தன்” என்றார். அவன் அவரை வெறுமனே நோக்கிவிட்டுத் திரும்பினான். “உங்கள் உள்ளங்களில் அவள் நிறைத்துவிட்டுப்போன நஞ்சு என்ன என்று அறிவேன்... நான் அறிவிலி அல்ல” என்றார் விதுரர்.

சினத்துடன் சாளரத்தருகே சென்று அமர்ந்து உடனே எழுந்து திரும்பி வந்து மூச்சிரைக்க கைவீசி “ஆம், நான் அறிவேன். அனைவரையும் அறிவேன். உன் உள்ளமென்ன என்று அறிவேன். உங்களுக்கு இது ஒரு முளைக்காத விதை. எனக்கு என் மூத்தவரின் இனிய புன்னகை. அதை நீங்கள் உணரமுடியாது” என்றார். பற்கள் கிட்டிக்க கைகளை இறுக்கி “எனது பொருள் அது. அதை நான் உயிருடன் இருக்கும்வரை எவரும் உரிமைகொள்ளப்போவதில்லை. இக்கணமே அது என்னிடம் வந்தாகவேண்டும்... ஆம், இப்போதே” என்று கூவினார். “இல்லை. இதைத் திருடியவள் அவள். உங்கள் அன்னை. என் பொருளை நானறியாமல் திருடினாள். அவளை எரித்த குழிமேட்டில் சென்று இதைச் சொல்வேன்... என் பொருளை திருடியவள் அவள்.”

சுசரிதன் கதவை ஓசையுடன் திறந்து வெளியே எட்டிப்பார்த்து சினத்தால் சிவந்த, வியர்த்து ஈரமான முகத்துடன் “போதும், உங்கள் சொல் எல்லைமீறிச் செல்கிறது” என்றான். “இது எதன்பொருட்டு அளிக்கப்பட்டது என்று எவர் அறியமாட்டார்கள்? இது ஆணையிட்டு மஞ்சத்திற்கு இழுத்துக்கொண்டு செல்லப்பட்ட சிவைக்கு அளிக்கப்பட்ட ஊதியம்... அவள் கருவறையிலிருந்து சொட்டிய குருதி” என்றான். “அடேய்...” எனக் கையை ஓங்கியபடி விதுரர் முன்னால் செல்ல அவன் வெளியே வந்து “அடிக்க விழைகிறீர்களா? அடியுங்கள்” என்றான்.

அவர் கைதளர்ந்து மூச்சிரைக்க “நான் செல்கிறேன். இங்கிருந்து செல்கிறேன்... எவருக்காகவும் நான் இல்லை” என்றார். உடைந்த குரலில் “ஒவ்வொருவராலும் தோற்கடிக்கப்படுகிறேன். ஆம், என் அன்னை என்னை சிதறச்செய்தாள். என் துணைவி என்னைக் கடந்து உளம் சென்றிருந்தாள் என இப்போது அறிகிறேன். வேண்டாம், தேடவேண்டாம்.

அது தொலைந்ததாகவே இருக்கட்டும். அது கிடைத்தால்கூட நான் தொடமாட்டேன். அது குருதி... என் குருதி" என்றார்.

"தந்தையே..." என சுசரிதன் குரல் கனிந்தான். கைவீசி அவனை விலக்கி "வேண்டியதில்லை. எனக்கு இனி அது தேவையில்லை" என்றபடி விதுரர் மேலாடையை அள்ளிச்சுழற்றியிட்டபடி இடைநாழியில் நடந்து படிகளில் இறங்கினார். மூச்சிரைக்க ஓடினார். எதிர்பட்ட அனைத்துச் சேடியர் முகங்களிலும் அங்கு நிகழ்ந்தவை அவர்களுக்குத் தெரியும் என்று தெரிந்தது. முற்றத்தில் நின்ற தேரில் ஏறிக்கொண்டார். பாகன் அவர் ஆணைக்காகக் காத்திருந்தான். பொறுமையிழந்த புரவி அசைந்ததும் விழித்துக்கொண்டு "அரண்மனைக்கு..." என்றார்.

அவருக்கு ஓலைகள் தேவைப்பட்டன. நாடெங்கிலுமிருந்து இடர்களுடன், சிக்கல்களுடன், புதிர்களுடன் வந்துசேரும் ஓலைகள். செத்த விலங்கின் உடலை கழுகுகள் என அவரைக் குத்திக்கிழித்து உண்டு வெள்ளெலும்பென அந்தியில் எஞ்சவிடுபவை. "விரைக... விரைக!" என்று அவர் கூவினார். பாகனின் சவுக்கோசையில் புரவிகள் விரைவுத்தாளம் கொண்டன.

4

சுவடிகளில் குருதிமணம் இருந்தது. கொழுங்குருதி. மானுடக்குருதிக்கு மட்டுமே உரிய மணம். அதை அறியாத மானுடர் இல்லை. உமிழ்நீரின், உயிர்த்துளியின், கண்ணீரின் மணம். சுவையின், காமத்தின், துயரின் மணம். ஒவ்வொரு சுவடியும் எனக்கு எனக்கு என வீறிட்டது. நான் நான் என அறைகூவியது. விதுரர் மெல்ல விசைதளர்ந்து மூச்செறிந்து அமைந்தார். கைகளைக் கட்டிக்கொண்டு தன் முன் பீடத்தில் விரிந்துகிடந்த சுவடிகளை நோக்கிக்கொண்டிருந்தார். கனகர் அருகே வந்து தணிந்து "மேலும் ஓலைகள் உள்ளன" என்றார். வேண்டாம் என அவர் கைகாட்டினார்.

"தன்னுடைய படைகள் வேல்திறன் கொண்டவை, அவற்றை படைமுகப்பில் நிறுத்தவேண்டும் என வைராடநாட்டரசர் கோரியிருக்கிறார்" என்றார் கனகர். "அவருடைய அந்தக் கோரிக்கைக்குப் பின்னால் வேறுபல விழைவுகள் இருக்கக்கூடும். அதை நாம் இப்போது ஒப்பமுடியாது. முடிவெடுக்க வேண்டியவர் பிதாமகரான பீஷ்மர். நாம் ஓலைகளை அவரிடம் அனுப்பலாம்." விதுரர் தலையசைத்தார். கனகர் மேலும் குனிந்து "பேரரசி நோயுற்றிருக்கிறார். நேற்றுமுதல் தன்னினைவே இல்லை. மருத்துவர் எழுவர் சென்று நோக்கி ஓலை அனுப்பியிருக்கிறார்கள்" என்றார். விதுரர் அதற்கும் கையசைத்தார்.

மெல்ல அசைந்தமர்ந்தபோது கூர்முனையால் குத்தப்பட்டதுபோல அந்நினைவெழுந்தது. திடுக்கிட்டு எழுந்துகொண்டு "நான் கிளம்புகிறேன்" என்றார். கனகர் சற்று திடுக்கிட்டு "தேர்..." என சொல்லத்தொடங்குவதற்குள் வாயிலுக்குச் சென்று "தேர் எங்கே? தேர்?" என்று கூவினார். ஏவலன் ஓடிவந்து "ஒருங்கியிருக்கிறது, அமைச்சரே" என்றான். "விலகு!" என

அவனிடம் சீறிவிட்டு முற்றம்நோக்கி விரைந்தார். “செல்க!” என்று கூவினார். தேரில் அதன்பின்னரே ஏறிக்கொண்டார். அமர்ந்து மூச்சிரைக்க “செல்க! செல்க!” என்று கூச்சலிட்டார். தேர் அதிர்ந்து குளம்புத்தாளம் விரைவுகொள்ள முற்றத்தைக் கடந்து சாலையில் ஏறி அரண்மனை வளைவைச் சுற்றிக்கொண்டு அவருடைய மாளிகை நோக்கிச் சென்றது.

இறங்கி இல்லம்நோக்கி ஓடியபடி “எங்கே சுசரிதன்? அவன் துணைவி எங்கே?” என்று ஓசையெழுப்பினார். வெளியே வந்த சுசரிதன் தயங்கி சுவர் சாய்ந்து நின்றான். “எங்கே அஸ்வதந்தம்? கிடைத்ததா? கையில் கொண்டுவந்து தருவேன் என்றாயே? இழிமகனே, எங்கே அது?” என்றார். அவன் தலைகுனிந்து நின்றான். “சொல், எங்கே அது? கிடைத்ததா?” என்று அவன் தோளைப்பற்றி உலுக்கினார். “இல்லை தந்தையே, அதை எங்கும் தேடிவிட்டோம். ஆனால் அது இங்குதான் உள்ளது. இந்த இல்லம்விட்டு சென்றிருக்க வாய்ப்பே இல்லை.” விதுரர் இகழ்ச்சியுடன் முகம்கோணச் சிரித்து “அது எங்கிருக்கிறதென்று உனக்குத் தெரியாதா? நீயும் இணைந்து செய்த திருட்டு இது...” என்றார்.

சுசரிதன் துயருடன் “தந்தையே...” என்றான். “பேசாதே! என்ன செய்வதென்று நான் அறிவேன். ஓலை சென்றுவிட்டதா? அவன் உடனடியாகத் திரும்பி வரவேண்டும். இல்லையேல் துவாரகை நோக்கிப் படைகள் செல்லும்” என்றார். “மூத்தவர் அருகே மதுராவில்தான் இருக்கிறார். நீங்கள் சொன்னதுமே ஓலை சென்றுவிட்டது. இந்நேரம் வந்துகொண்டிருப்பார். இன்று மாலைக்குள் அவர் நகர்நுழைவார்” என்றான் சுசரிதன். “மூடா! மூடா! நான் சொல்கிறேன், கேட்டுக்கொள். அவன் வரமாட்டான். உன் ஓலை கிடைத்ததுமே கிளம்பி துவாரகைக்குச் செல்வான். சாம்பனின் படைகள் நடுவே மூழ்கி மறைந்துகொள்வான். நம் படைகளை அனுப்பினால் அந்த அருமணியை சாம்பனுக்கே அளித்து அடிபணிந்து பாதுகாப்பு கோருவான்.”

“ஆம், அது ஓர் உத்தி. ஆனால் அது உங்களுடைய வழி” என்றான் சுசரிதன். “என்ன சொல்கிறாய்? கீழ்மகனே, என்ன சொல்கிறாய்?” என விதுரர் கையோங்கியபடி அவனை அடிக்கச் சென்றார். அவன் விழிநிலைக்க நோக்கி “எங்களை தண்டிக்கும்பொருட்டு அருமணியை அஸ்தினபுரியின் அரசர் துரியோதனரிடம் கொடுப்பதாக நீங்கள்தான் சொன்னீர்கள்” என்றான். அவர் அவன் கன்னத்தில் ஓங்கி அறைந்தார். அவன் தாடையெலும்பில் பட்டு அவர் கை வலியெடுத்தது. அதை உதறியபடி “தூ” என அவர் துப்பினார். அவன் தலைகுனிந்தான். அவர் நின்று நடுங்கி பின்பு சரிந்த மேலாடையை இழுத்துப்போர்த்திக்கொண்டு மூச்சிரைக்க நடந்து தன் அறையை அடைந்தார். மேலாடையைச்

சுருட்டி மஞ்சத்தில் வீசிவிட்டு வந்து அன்னையின் சாளரப்படியில் அமர்ந்தார்.

களைப்புடன் விழிமூடிக்கொண்டு நரம்புகளின் துடிப்பைக் கேட்டார். மெல்ல மெல்ல அவர் உடல் குளிர்ந்து அடங்கியது. மூச்சு ஏறியிறங்கியது. துயில் வந்து மூடி வேறெங்கோ அவரைக் கொண்டுசென்றது. அருகே வந்து நின்ற காலடியோசை கேட்டு அவர் திரும்பி நோக்கினார். முது மருத்துவர் தலைவணங்கி "மூன்று நாட்களாக காய்ச்சல் இருக்கிறது, அமைச்சரே. ஒவ்வொரு நாளும் அது கனன்றுகொண்டே செல்கிறது. முதல் நாளிலேயே உள்காய்ச்சல் என்று தெரிந்து கொண்டேன். இப்போது உடலெங்கும் அனல் பரவிவிட்டது. மருந்துகள் எதையும் உடல் ஏற்கவில்லை. மருத்துவம் சென்று நின்றுவிட வேண்டிய எல்லை ஒன்றுள்ளது. அதை நாங்கள் உணர்ந்துவிட்டோம்" என்றார். அவர் தலையசைத்தார். "தங்களை பார்க்க விழைகிறார்கள்" என்றார் மருத்துவர்.

அவர் எழுந்து அவரைத் தொடர்ந்து நடந்து சிற்றறைக்குள் சென்றார். சிறிய பீடம் மீது விரிக்கப்பட்ட மரவுரியில் சுருதை படுத்திருந்தாள். அவர் சுருதையின் பீடத்தருகே அமர்ந்து முழங்கையைத் தொடையில் ஊன்றி குனிந்து அவள் முகத்தைப் பார்த்தார். காய்ச்சலினால் அவள் முகத்தின் தோல் சருகுபோல் உலர்ந்திருந்தது. உதடுகள் காய்ந்த புண்போல சற்றே குவிந்திருக்க மூக்கு எலும்புப் புடைப்புடன் எழுந்து தெரிந்தது. மூடிய இமைகளுக்குள் விழிகள் அதிர்ந்துகொண்டிருந்தன. ஆனால் மிக இளமையாக இருந்தாள். ஒவ்வொரு நாளும் நோயினூடாக இளமையைச் சென்றடைந்துவிட்டாளா? கரிய தலைமுடிச்சுருள்கள் அவிழ்ந்து தலையணை மேல் பரவியிருந்தது. அன்று காலையும் அவளுக்கு நெற்றியிலும் வகிட்டிலும் குங்குமம் அணிவித்திருந்தனர். செவியோரம் ஓரிரு மலர்களையும் சூட்டியிருந்தனர்.

அவர் அவள் கைகளை தன் விரல்களுக்குள் கோத்துக்கொண்டு "சுருதை" என்று மெல்ல அழைத்தார். அவள் விழியிமைகள் அதிர்ந்தன. உதடுகள் அசைவுகொண்டன. மெல்ல விழிகளைத் திறந்து அவரைப் பார்த்தாள். "வந்துவிட்டீர்களா?" என்றாள். அவர் "ஆம்" என்றார். அதற்கு மேல் ஒன்றும் சொல்வதற்கு சொற்கள் எழவில்லை. அவள் தன் இன்னொரு கையை அவர் கைமேல் வைத்து "எதைப்பற்றியும் கவலைப்பட வேண்டியதில்லை" என்றாள். "இல்லை, நான் கவலைப்படவில்லை" என்றார். அவள் கண்கள் அவர் முகத்தையே நோக்கி அசைந்து கொண்டிருந்தன. அவளும் சொல்லெடுக்க விழைபவள்போல தோன்றினாள்.

அவர் அவள் உதடுகளையே நோக்கினார். அவள் விழிவிலக்கினாள். அவர் அவள் கைகளை இறுக்கிப் பற்றியதும் அதை உருவிக்கொண்டு "நான் அந்த

அருமணியை விழுங்கிவிட்டேன்" என்று சுருதை சொன்னாள். "ஏன்?" என்று அவர் திகைப்புடன் கேட்டார். "அது இனிய கனி போலிருந்தது..." என்றாள். பதற்றத்துடன் "அது குருதி... மானுடக்குருதியை... மானுடர் அருந்தக்கூடாது" என்றார் விதுரர். "ஆம், ஆனால் தெய்வமெழுந்தவர்கள் அருந்தலாம்" என்றாள் சுருதை. அவள் விழிகள் நகைத்தன. திறந்த வாய்க்குள் செங்குருதியை அவர் கண்டார். "நீ செய்தது பிழை... அது என் குருதி" என்றார் விதுரர். அவள் மேலும் நகைத்தாள்.

அருகே நின்ற சுசரிதன் அவர் தோளைத் தொட்டான். அவர் விம்மியழுது "சுருதை... சுருதை" என்றார். "தந்தையே..." என அவன் அவர் தோளை உலுக்கினான். அவர் விழித்துக்கொண்டபோது சுசரிதன் அருகே நின்றிருந்தான். பொழுது மாறியிருப்பது நிழலொளியில் தெரிந்தது. "தந்தையே, நீங்கள் உணவருந்தவில்லை என்றார்கள். உணவு அருந்தி சற்றே ஓய்வெடுங்கள்" என்றான் சுசரிதன். அப்பால் அவன் துணைவி நின்றிருந்தாள். "மூத்தவன் எங்கே?" என்றார் விதுரர். "வந்துகொண்டிருக்கிறார்" என்றான் சுசரிதன்.

"அவன் வரமாட்டான். இன்றே இக்கணமே அவன் வந்தாகவேண்டும். அவன் மனைவியும் மைந்தரும் இங்கே என்னுடன்தான் இருக்கிறார்கள். அவனுக்கு ஓலை அனுப்பு. இன்றிரவு விடிவதற்குள் அவன் இங்கு என் முன் வராவிட்டால் அவன் மனைவியையும் குழந்தைகளையும் சிறையிடுவேன் என்று சொல். அவன் மைந்தரைக் கழுவேற்றுவேன். ஆம், அவர்களைக் கழுவேற்றுவேன். அவன் என் அருமணியுடன் வந்தாகவேண்டும். என் காலடியில் அதை வைத்தாகவேண்டும்" என அவர் ஓலமிட்டார்.

சுசரிதன் ஒன்றும் சொல்லாமல் நின்றான். "உன் அமைதியின் பொருள் எனக்குப் புரிகிறது. நீயும் அச்சூழ்ச்சியில் ஒருவன். உன்னையும் நான் விடப்போவதில்லை" என்றபின் அவர் தன் அறைக்குள் சென்றார். மஞ்சத்தில் படுத்தபின் அமைதியின்மையுடன் புரண்டு உடனே எழுந்து சென்று கதவைத் திறந்து சிற்றறைக்குள் சென்றார். சுவடிகளை எடுத்து எடுத்து வெளியே வீசினார். லகிமாதேவியின் விவாதசந்த்ரத்தை எடுத்து சுவடிகளைப் பிரித்தார். "அரசப்பிழை செய்த மைந்தனை மன்னன் கொல்லாமல் விடக்கூடாது. அவன் பிழைசெய்யும் அரசனாவான். அவன் செய்யும் முதற்பிழை தந்தையைக் கொல்வதே."

அவர் அவ்வரிகளை அச்சுவடியில்தான் படித்தார். ஆனால் அது அங்கே இல்லை. சுவடிகளைப் பிரித்துப் பிரித்துப் படித்துச் சென்றார். "தன் மேல் இரக்கமற்றிருப்பதே தவம். அரசு அமர்தல் என்பதும் தவமே. தன் குருதிமேல் இரக்கமற்றிருக்கும் அரசனே ஆற்றல்மிக்கவன்."

உடல் தளர்ந்தது. துயில்வந்து மூடி விழிகள் சரிந்தன. வேறெங்கோ எவரோ சொல்லிக்கொண்டிருந்தனர். "விழைவே தமோகுணத்தை ரஜோகுணமாக்குகிறது. விழைவற்ற அரசன் குயவன் கைபடாத களிமண்." அவர் நெடுந்தொலைவில் இருக்க எவரோ முணுமுணுத்தனர். "அரசனின் கோல் கொலைசெய்யும் நாட்டில் குடிகள் கொலைசெய்வதில்லை."

தன் மெல்லிய குறட்டையோசையைத் தானே கேட்டு அவர் விழித்துக்கொண்டார். வாயிலிருந்து வழிந்த நீரைத் துடைத்தபடி சுவடியை நோக்கினார். கைதளர சுவடி தொடைமேல் கிடந்தது. அதை எடுத்துப் புரட்டி நோக்கினார். "குற்றவாளிகளுக்கான உடல் வதையை அரசன் ஒவ்வொருநாளும் செய்யவேண்டும். அதை அவனே நோக்கவேண்டும். அரசனின் ஆட்சி என்பது முதன்மையாக உடல்மீதுதான். உள்ளங்களை ஆள்பவை இருளும் ஒளியும் கொண்ட தெய்வங்கள்." அவர் சுவடியை அப்பால் வீசிவிட்டு மீண்டும் விழிகளை மூடிக்கொண்டார். எண்ணங்கள் ஒழுகிச்சென்றன. எங்கோ இருந்தார். மெல்லிய தித்திப்பு ஒன்றை உளநா உணர்ந்தது. அது அவர் முகத்தசைகளின் இறுக்கத்தை இல்லாமலாக்கியது.

பராசரரின் தேவிஸ்தவத்தை எடுத்தார். "தேவி, உன் கால்கள் தொட்டுச்செல்லும் இப்பாதையில் எட்டுமங்கலங்களும் பூத்தெழுகின்றன. நீ அகன்றதும் அவை நினைவை சூடிக்கொண்டு மேலும் பொலிவுகொள்கின்றன." அவர் உடல் மெய்ப்புகொண்டது. வெளியே குரல் "சர்வகல்விதமேவாஹம் நான்யாஸ்திசனாதனம்!" அவர் திரும்பி நோக்கி "யார்?" என்றார். மீண்டும் உரக்க "யார்?" என்றார். "தந்தையே, நான்தான்..." என்றான் சுசரிதன். "என்ன வேண்டும் உனக்கு?" என்று அவர் கேட்டார். "மூத்தவர் வந்துவிட்டார். அமைச்சுக்குச் சென்று தன் வரவை அறிவித்துவிட்டு நம் இல்லம்புகவிருக்கிறார்." அவர் "தனியாகத்தான் வந்துள்ளானா?" என்றார். "ஆம், தந்தையே" என்றான் சுசரிதன்.

"அவனிடம் அஸ்வதந்தம் இருக்கிறதா? முதலில் அதைக் கேட்டு சொல். அவன் அந்த அருமணியுடன்தான் வந்திருக்கிறானா?" என்றார் விதுரர். சுசரிதன் "அதை நீங்களே கேட்கலாம், தந்தையே" என்றான். அவர் சுவடியை மூடிவைத்து எழப்போனார். "தேவி, உன் முலைகள் கனிந்து குழைந்திருக்கின்றன. காதலனை நீ அன்னையெனத் தழுவும் கணங்களும் உண்டா?" அவர் சுவடியை வெறித்து நோக்கிக்கொண்டிருந்தார். பின்னர் நூலைச் சுருட்டிக் கட்டி அதை உள்ளே வைத்தபின் விளக்கைக் கையிலெடுத்தபடி எழுந்தார். சுவர்கள் அனைத்திலுமிருந்து பேரொலிபோல எழுந்து அவரை அறைந்தது அந்தச் சொற்றொடர். சர்வகல்விதமேவாஹம் நான்யாஸ்திசனாதனம்!

நீ மட்டுமே. நீ! நீ! நீ! சங்குசக்ரகதாபத்ம சோபிதம்! பராசரரின் சொற்கள். பதினாறு பெருந்தடக்கைகளில் ஒளிவிடும் படைக்கலன்களுடன் அன்னை தோன்றினாள். ரதி, பூதி, புத்தி, மதி, கீர்த்தி, திருதி, ஸ்மிருதி, சிரத்தை, மேதா, ஸ்வாதா, ஸ்வாகா, க்ஷுதா, நித்ரா, தயா, கதி, துஷ்டி, புஷ்டி, க்ஷமா, லஜ்ஜா, ஜ்ரும்பா, தந்திரி என்னும் இருபத்தொரு சக்திவடிவங்கள் விண்ணிலெழுந்தன. அவை இணைந்து ஒன்றாகி அன்னையாகின. நகையொலி எழுப்பி குனிந்து அம்மகவை அள்ளி எடுத்து முலைக்குவைமேல் அணைத்துக்கொண்டன. சர்வகல்விதமேவாஹம்! சர்வகல்விதமேவாஹம்! சர்வகல்விதமேவாஹம்! நீ மட்டுமே. நீ! நீ! நீ!

அவர் கதவைத் திறந்து அறைக்குள் இருந்த வெளிச்சத்திற்குக் கூசிய கண்ணை மூடிக்கொண்டார். கால் தடுக்க கையிலிருந்து அகல்சுடர் சரிந்தது. அதனை அணைக்க அதன்மேல் மரவுரியை எடுத்துப்போட்டார். அனல் அதை உண்டு புகை எழுப்பியது. சுசரிதன் உள்ளே வந்து "என்ன இது?" என்றான். அனலை நோக்கியதும் குனிந்து அதை அணைக்கத் தொடங்கினான். அவர் மெல்ல நடந்து சென்று அன்னையின் சாளரக்கட்டையில் அமர்ந்தார். சர்வகல்விதமேவாஹம் நான்யாஸ்திசனாதனம்! சர்வகல்விதமேவாஹம்!

சுபோத்யன் அவர் முன் வந்து நின்றபோது அவர் அவனை சுசரிதன் என்று நினைத்து "எங்கே அவன்? வந்துவிட்டானா? இல்லை ஒளிந்துகொண்டானா?" என்றார். சுபோத்யன் "தந்தையே, நான் சுபோத்யன்... தங்கள் அழைப்பின்பேரில் வந்தேன்" என்றான். அதைக் கேட்டதும் அவர் சித்தம் சொல்லின்றி உறைந்தது. வாய்திறந்திருக்க, விழிகள் வெறிக்க வெறுமனே அவனை நோக்கினார். அவன் மீண்டும் "தங்கள் அழைப்பின்பேரில் வந்திருக்கிறேன், தந்தையே" என்றான். "ஆம்" என்றார் விதுரர். உடனே சினம் எழுந்து உடலை உதறச்செய்ய கை நீட்டி "கீழ்மகனே, என் அருமணியை நீ எப்படி எடுத்துக்கொண்டாய்? திருடத்தொடங்கிவிட்டாயா? எங்கே அது?" என்று கூவினார்.

சுபோத்யன் ஏற்கெனவே அனைத்தையும் சுசரிதனிடமிருந்து கேள்விப்பட்டிருந்தான். "தந்தையே, நான் அந்த அருமணியை எடுக்கவில்லை. அதைப் பார்த்தே நெடுநாட்களாகின்றன" என்றான். "பொய் சொல்லாதே... பொய்சொல்லி மேலும் கீழ்மை தேடாதே. சொல், எங்கே அது? அதை நீ என்ன செய்வாய் என எனக்குத் தெரியும். அதை வைத்து நீ யாதவபுரியில் ஒரு நிலத்தை விலைபேசுவாய். அதைக்கொண்டு நீயும் அரசனே என்று தருக்குவாய். அது உன்னுடையதல்ல. அது என் குடியைச் சேர்ந்தது. தொல்புகழ்கொண்ட அஸ்தினபுரியின் அரசர்களுக்குரியது. மாமன்னர் பாண்டுவால் எனக்கு அளிக்கப்பட்டது.

எளிய யாதவக்குடிகள் அதைத் தொட நான் ஒருபோதும் ஒப்பமாட்டேன்" என்றார் விதுரர்.

சுபோத்யன் சினம்கொள்ளலாகாதென தனக்கே ஆணையிட்டுக் கொண்டிருந்தான். "தந்தையே, தாங்கள் அளித்தாலொழிய அந்த அருமணிக்கு எந்த மதிப்பும் இல்லை என நான் அறிவேன். ஆம், அதை நான் விழைகிறேன். அதை நீங்கள் எனக்கு அளிப்பதற்காகக் காத்திருக்கிறேன். ஆனால் அதை நான் எடுக்கவில்லை" என்றான். அவர் அவன் கன்னத்தில் ஓங்கி அறைந்து "உன்னைக் கழுவேற்றுவேன். உன் குடியையே முற்றழிப்பேன். எங்கே அது? இப்போதே எனக்கு அதை அளித்தால் நீ உயிர்பிழைப்பாய். உன் குடி எஞ்சும்" என்றார்.

"தந்தையே, நெறிநூல்களைக் கற்றவர் நீங்கள். குற்றம்சாட்டுபவர்தான் சான்றுகளை அளிக்கவேண்டுமென அறியாதவரல்ல" என்றான் சுபோத்யன். "அரசன் குற்றம்சாட்டினால் நெறிகளை நோக்கவேண்டியதில்லை. ஒவ்வாதவன் யாராயினும் அகற்றலாம் என்கின்றது நெறிநூல்" என்று விதுரர் கூவினார். "லகிமாதேவியின் நூல்" என்றான் சுபோத்யன். "ஆம், அதுவே என் நெறிநூல். நான் உன்னை அரசவஞ்சகன் என துரியோதனனிடம் சொல்வேன்... ஏன் சொல்லவேண்டும்? உன்னைக் கழுவிலேற்ற நான் எவரிடமும் கேட்கவேண்டியதில்லை. நீ சூதன், ஷத்ரியனல்ல" என்றார் விதுரர்.

"சரி, அவ்வண்ணமென்றால் அதைச் செய்யுங்கள்" என்றபடி சுபோத்யன் திரும்பினான். விதுரர் அவன் தோளைப்பிடித்து வலுவாகத் திருப்பி "அஞ்சுவேன் என எண்ணினாயா? என் அருமணியை மீட்க நான் எதையும் செய்வேன்... ஆம், அதுவே எனக்கு முதன்மை. உறவும் குருதியும் ஒன்றுமல்ல. இப்புவியில் இனி அதுவே எனக்கு எச்சம்" என்றார். "அதைச் செய்க!" என்றபடி சுபோத்யன் வெளியேறினான். "நான் உன்னைக் கழுவேற்றுவேன். என் அருமணி இப்போதே என் கைக்கு வரவில்லை என்றால் நீ கழுவிலமர்ந்திருப்பாய்" என்று கூவியபடி பின்னால் சென்ற விதுரர் தன் மேலாடையை எடுத்துத் தரையில் வீசினார். "நில், நீ என் அருமணியுடன் எங்கும் செல்லவிடமாட்டேன்" என்று உரக்க கூச்சலிட்டார். அவன் சென்றபின் காலால் நிலத்தை ஓங்கி உதைத்து "கொல்வேன், அனைவரையும் கொல்வேன்" என தொண்டை கமற ஓலமிட்டார்.

பின்னர் தளர்ந்து சுவரில் சாய்ந்து நின்றார். கண்களுக்குள் குமிழிகளாக குருதியின் சுழிகளைக் கண்டார். மீண்டும் அச்சத்தின் அலைபோல, கீழே விழுந்துகொண்டே இருக்கும் உணர்வுபோல அருமணியின் நினைவெழ வெளியே ஓடி அங்கே நின்றிருந்த காவலனிடம் "அரண்மனைக்குச்

செல்! உடனே கனகரை வரச்சொல். என் இரு மைந்தரும் இப்போதே மறிக்கப்படவேண்டும். அவர்களை சிறையிலடைத்தபின் என்னை வந்து பார்க்கச் சொல்!” என்றார். அவன் கண்களில் திகைப்புடன் “அவ்வாறே” என்றான்.

அவன் சென்றபின்னர் தேரைநோக்கிச் சென்று ஏறிக்கொண்டு இருக்கையில் தளர்ந்து அமர்ந்தார். “கோட்டைமுகப்பு” என்றார். தேர் கிளம்பி இளங்காற்று வந்து முகத்திலறைந்தபோது “ஆம், அங்குதான்” என தனக்குத்தானே சொல்லிக்கொண்டார். கோட்டைமுகப்புவரை முகத்தைக் கைகளில் தாங்கி விழிமூடி அமர்ந்திருந்தார். தேர் நின்று பாகன் “வந்துவிட்டோம்” என்றதும் விழிதிறந்து நேர்முன் எழுந்து நின்றிருந்த கைவிடுபடைகளின் முட்செறிவை நோக்கினார். ஒவ்வொரு கூரும் ஒளிகொண்டிருந்தது. குருதி உண்பதற்கான விடாயே ஒளியென்றானதுபோல்.

இறங்கியபோதுதான் தன் உடலில் சால்வை இல்லை என்று தெரிந்தது. கைவிடுபடைகளை அணுகி அவற்றைச் சுற்றிவந்தார். அவற்றுக்கான பொறுப்புக்காவலன் அவர் அருகே வந்து “அனைத்தும் முற்றொருக்கப்பட்டுள்ளன, அமைச்சரே” என்றான். “காந்தாரப்படைகளின் அணிவகுப்பு முடிந்ததா?” என்று அவர் கேட்டார். அவ்வினாவின் பொருத்தமின்மை துணுக்குறச்செய்ய அவன் பொதுவாகத் தலையசைத்தான். அவர் மேலே நோக்கியபோது வேல்முனைகள் வானைக் குத்தி நின்றிருந்ததைக் கண்டார். கீழே அவற்றின் நிழல்கள். ஒவ்வொரு நிழலாக அவர்மேல் விழுந்து வருடி அகல மெல்ல அவற்றின் கீழே நடந்தார். கூர்நிழலின் தொடுகை உடல்சிலிர்க்கச் செய்தது.

அப்பால் புரவியில் கனகர் வருவது தெரிந்தது. புரவியிலிருந்து இறங்கி அவரை அணுகி வந்து வணங்கி “ஆணை பெற்றேன், அவர்களை சிறையிட்டுவிட்டு வருகிறேன்” என்றார். “ஆம், அவர்கள் உண்மை சொல்ல மறுக்கிறார்கள்” என்றார். பின்னர் “எவராயினும் திருட்டு குற்றமே. என் அருமணியை இருவரும் திருடினர்” என்றார். கனகர் ஒன்றும் சொல்லவில்லை. ஒருகணம் அந்த மணி அவர் விழிமுன் எனத் தெரிந்து மறைந்தது. இனி அதைப் பார்க்கவே போவதில்லை. இனி அதற்கும் அவருக்கும் உறவில்லை. சீற்றத்துடன் திரும்பி “அவர்கள் இருவரையும் தலைகொய்தெறிய ஆணையிடுகிறேன்” என்றார்.

கனகர் “அமைச்சரே...” என்றார். விதுரர் தன் கணையாழியை அவர்முன் தூக்கிக் காட்டி “இது என் ஆணை. அஸ்தினபுரியின் பேரமைச்சரின் ஆணை... செல்க! இப்போதே அவர்களின் தலைகள் கொய்துவீசப்படவேண்டும்” என்று உரக்க வீறிட்டார். “செல்க... மறுசொல்

இல்லை! செல்க!" கனகர் தலைவணங்கி திரும்பிச்சென்று புரவியில் ஏறி மறையும் வரை அவர் தசைகள் தளரவில்லை. பின்னர் களைப்புடன் நடந்து கைவிடுபடைகளை நோக்கியபடி சுற்றிவந்தார். உடன்வந்த காவலனை விலகிச்செல்லும்படி கைகாட்டினார். உடலெங்கும் களைப்பு பரவியிருந்தது. படைக்கலங்கள் பேணும் நான்கு கட்டடங்கள் நின்றன. அதற்கப்பால் ஒரு சிற்றறை. அதன் கதவு திறந்திருந்தது.

அதன் முன் அவர் நின்று நோக்கினார். உள்ளே எவரோ இருப்பது போலிருந்தது. இருளசைவென ஒன்று தெரிந்தது. அணுகி அதற்குள் நோக்கினார். எவருமில்லை என விழிசொன்னாலும் எவரையோ உணர்வுகள் அறிந்தன. மெல்ல உள்ளே சென்றார். சிறிய அறை அது. உடைந்த செங்கல் படிக்கட்டுகள் இறங்கிச்சென்று ஆழமான குழிபோன்ற அறையை அடைந்தன. அங்கே கைவிடுபடைகளுக்குரிய துருப்பிடித்த அம்புகள் குவிந்திருந்தன. அங்கே இருளில் ஒருவர் நிற்பது தெரிந்தது. "யார்?" என்றார். ஓசையில்லை எனக் கண்டு மேலும் உரக்க "யார்?" என்றார்.

இறங்கிச்சென்றபோது படிகள் சற்று பெயர்ந்தன. கீழே சென்றபோது அங்கு எவருமில்லை எனத் தெரிந்தது. மேலே நின்றிருந்தபோது விழுந்த தன் நிழல்போலும் அது. திரும்பிவிடலாமென்று எண்ணி படியில் ஏறினார். என்ன பித்து இது என்னும் எண்ணம் வந்தது. இதை ஏன் செய்தேன்? இதைவிட பெரிதொன்றை செய்திருக்கிறேன். அக்கணம் அலையலையென அனைத்தும் விரிந்து அவரைச் சூழ்ந்தது. உடல் துள்ளித்துடிக்க அவர் செங்கல் படிகளில் ஏறினார். இந்நேரம் கனகர் சென்றுவிட்டிருப்பார். அவரை நிறுத்தவேண்டும். காவலனிடம் செய்திப்புறா இருக்கும். இல்லை, அது செல்ல பொழுதாகும். ஆணைமுரசு ஒலிக்கட்டும். முரசுமேடை அருகேதான். அங்கே செல்ல எவ்வளவு பொழுதாகும்?

படிக்கட்டின் செங்கல் ஒன்று பெயர்ந்து அவரை நிலைபிறழச் செய்தது. கைநீட்டி சுவரைப் பற்ற முயன்றபோது அது அவரை சரிக்க தள்ளாடி கீழே ஈரத்தரையில் செத்தைச்சருகுகள்மேல் விழுந்தார். முனகியபடி திரும்பி எழுந்தபோது அவருடைய உடல்பட்டு நாட்டப்பட்டிருந்த மூங்கில்தூண் ஒன்று சரிந்தது. "யாரங்கே? காவலர்களே..." என்று கூவினார். அவருடைய ஓசை மேலெழவில்லை மேலே திறந்திருந்த கதவு காற்றிலறைபட்டதென மூடிக்கொண்டது. அதற்கப்பால் தாழ்விழும் ஓசையை அவர் கேட்டார்.

5

விதுரர் நொண்டியபடி படிகளில் மீண்டும் ஏறி கதவை அடைந்து அதை ஓங்கி ஓங்கி அறைந்தார். கால்களாலும் கைகளாலும் அதை மாறி மாறி தாக்கினார். உரக்க ஓலமிட்டார். ஒவ்வொரு கணமும் எடைமிகுந்தபடியே செல்ல அழுகையும் ஆத்திரமுமாக கதவின்மேல் மோதினார். தாளமுடியாமல் தலையால் அதை அறைந்தார். "யாதவரே! யாதவரே" எனத் தான் கூவுவதைத் தானே உணர்ந்தபோது திகைப்புடன் என்ன நிகழ்கிறதென்று உணர்ந்தார். "யாதவரே, போதும்... என்னை மீட்டெடுங்கள்" என்றார். "அத்தருணத்தைக் கைவிடுவது உங்கள் கைகளிலேயே" என்றார் இளைய யாதவர். விதுரர் ஒருகணத்தில் திமிறி வெளியே வந்தார்.

இளைய யாதவர் அவரை நோக்கிப் புன்னகைத்து "அருமணியை கண்டடைந்தீர்களா?" என்றார். "இல்லை" என்றார் விதுரர். "அது அந்த அறைக்குள்தான் உள்ளது, நீங்கள் விரும்பிப் பயிலும் சுவடிக்கட்டுக்குள்." விதுரர் திகைப்புடன் "ஆம், நான் கட்டுகளைப் பிரிக்கவேயில்லை" என்றார். பின்னர் "தேவிஸ்தவத்திற்குள்ளா?" என்றார். "இல்லை, விவாதசந்திரத்திற்குள்" என்றார் இளைய யாதவர். "ஆம், அதற்கும் வாய்ப்புண்டு" என்றார் விதுரர். "தேவிஸ்தவம் பின்னர் நீங்கள் பயின்ற நூல், விதுரரே. தொடக்கம் முதல் உடனிருப்பது லகிமாதேவியின் நூல்தான்." விதுரர் பெருமூச்சுவிட்டார். "அவ்விரு நூல்களுக்குள் ஆடுவது உங்கள் ஊசல்" என்றார் இளைய யாதவர்.

இளைய யாதவரை சில கணங்கள் நோக்கிக்கொண்டிருந்த விதுரர் "என் வினாவை நான் எங்கும் சந்திக்கவேயில்லை" என்றார். இளைய யாதவர் "உடல் மண்நீங்குவதற்கு முன்னரே இவ்வுலகில் விழைவாலும் சினத்தாலும்

விளையும் விசைகளை தாங்கும் ஆற்றலை வளர்த்துக்கொள்பவனே மாறாதனவற்றை அறிய இயலும். அசைவற்ற கலத்திலேயே அமுதத்தைக் கறந்தளிக்கிறது அப்பசு. தனக்குள் இன்பத்தை அடைந்தவன், ஒளியைத் தன்னுள் கொண்டவன், வெளியே தேடவேண்டியதில்லை. இருமைகளை வெட்டிவிட்டவன் மட்டுமே இருத்தலுக்கு அப்பால் சென்று எதையேனும் அறியக்கூடும்" என்றார்.

விதுரர் "நான் அந்த அருமணியால் எதை அடைந்திருந்தேன்? எதன்பொருட்டு அதை அத்தனை முயன்று காத்தேன்?" என்றார். "நீங்களே எண்ணிநோக்குங்கள், விதுரரே. இது இமைக்கணக் காடு. காலமென்று ஓடுவதெல்லாம் கையகப்படும் துளிகளென்று ஆன நிலம்" என்றார் இளைய யாதவர். விதுரர் சிறிது எண்ணிச்சூழ்ந்துவிட்டு "அது நான் கொண்ட ஆழ்விழைவு. காமம் ஒன்றே அத்தகைய மந்தணத்தைக் கொள்ளமுடியும்" என்றார். "அதைக் காதலென்றும் அதைவிடத் தூய தன்னளித்தல் என்றும் உருமாற்றிக்கொண்டேன். அதற்கே தேவிஸ்தவம் போன்ற காவியங்கள். கவிதையின் உளஉச்சங்களும் பித்தும். உருமாற்றி உருமாற்றி அதை முற்றறிய முடியாத ஒன்றென்று சமைத்து என்னுள் கரந்தேன். யாதவரே, அந்த அருமணி நான் ஒரு கருங்குழல்திரளில் சூடவிழைந்த மலர்.

"ஏனென்றால் என்னுள் அமைந்த எனக்குரிய இணை அவள். நான் வளர்த்து சூடிக்கொண்ட என் தோற்றத்திற்குத்தான் பெண் தேடினர் என் அன்னையும் பிதாமகரும். அதற்குரிய துணைவியையே அடைந்தேன். அதுவென்று உருமாற்றி அவளுடன் வாழ்ந்தேன். மானுடர் தங்கள் இணைகளை தாங்களே வகுத்து அவ்வடிவில் அடைந்து அவர்களுடன் வாழ்கிறார்கள். ஆனால் எவரும் தங்கள் விழிப்புக்கனவுகளில் தேடுவது தானென்று தான் மட்டுமே அறிந்தவனுக்கான துணையைத்தான். எத்தனை பழக்கி இல்லத்தொழுவில் நாயென்று கட்டினாலும் ஓநாய் காட்டின் ஊனையே கனவுகாண்கிறது.

"நான் வெளிவந்து ஏறிடும் விழி. என் பற்களும் உகிர்களும் எழ காமம்கொண்டாடும் உடல். அது அவளே" என்றார் விதுரர். "ஒவ்வொரு சொல்லையும் கனியச்செய்யும் உணர்வாக அந்தத் தொல்விசையை எவ்வண்ணம் மாற்றிக்கொண்டேன்?" எனத் தனக்குள் வியந்தார். "நதியின் விசையைக் கிளைகளாக, கால்களாகப் பிரித்து நிறுத்துகிறோம். பசுமையெனப் பொலிகிறது. பொன் என விளைகிறது" என்று இளைய யாதவர் சொன்னார். அவரை வெற்றுவிழிகளால் நோக்கினார் விதுரர். "அனைத்துத் தொல்விசைகளும் அழகென்றும் அறமென்றும் மெய்மையென்றும் உருமாற்றத் தக்கவையே" என்றார் இளைய யாதவர். விதுரர் தலையசைத்தார்.

சற்று நேரம் கழித்து "ஆனால் அதனினும் மறைவானது என் ஆணவம்" என்றார் விதுரர். "ஆம், நான் அஸ்தினபுரியின்மேல் விழைவுகொண்டிருந்தேன். நானே தகுதியானவன் என்று எண்ணினேன். அந்நகருக்கு நிகராக நான் கொண்டிருந்தது அந்த அருமணி. அதை விழியருகே வைத்து உள்ளே நோக்குகையில் நான் கண்டது அடுக்கடுக்கென ஒளிகொண்டு விரியும் எனக்கான நுண்நகரத்தை. என் கோல்நிற்கும் கோட்டை, என் சொல் ஆளும் நிலம்." சொற்களுக்காகக் கொந்தளித்து பின் மெல்ல அடங்கி "நீங்கள் சொன்னதுதான் யாதவரே, அளிக்கப்படும் உரிமை உரிமையே அல்ல. கொள்ளப்படுவதும் வெல்லப்படுவதுமே மெய்யான உரிமைகள். நான் அன்பாலும் அளியாலும் பேணப்பட்டவன். இன்சொல்லின் நஞ்சுண்டு வளர்ந்தவன். அன்பெனும் சிறுமையில் திளைத்துக்கொண்டிருப்பவன்" என்றார்.

"என் உளம்கரந்த நஞ்சு இந்த அருமணி" என அவர் தொடர்ந்தார். "விந்தைதான். ஒளியும் பேரழகும் கொண்டது நஞ்சென்றுமாவது எப்படி? அல்லது நஞ்சுக்கு மட்டுமே அவை இயல்வனவா?" தலையசைத்து அவர் பெருமூச்சுவிட்டார். நிமிர்ந்து தத்தளிக்கும் விழிகளுடன் நோக்கி "ஆம், ஆணவமல்ல. வஞ்சம். இது என் அன்னையின் விழிநீரின் ஒளி. ஒரு முழு வாழ்க்கையையும் சாளரத்தினூடாக நோக்கிக் கழித்தவள். அவள் நோக்கியது எதை? அச்சாளரத் தனிமையில் அமர்கையில் என் விழிகள் அதைத் தேடித்தேடி சலிக்கின்றன" என்றார்.

"நான் காண்பதெல்லாம் பொருளற்ற அசைவுகளை. யானைகளின் ஓய்வுநடை. வண்டிகள் எங்கிருந்தோ எங்கோ சென்றுகொண்டிருக்கின்றன. மனிதர்கள் சிலந்திச்சரடில் ஆடும் புழு என நெளிந்து நெளிந்து முன்னும்பின்னும் செல்கிறார்கள். எப்பொருளும் இல்லாத காட்சிகளை நாளெல்லாம் வாழ்வெல்லாம் கண்டவள் எதை மொண்டு மொண்டு எடுத்து தன்னை நிறைத்துக்கொண்டாள்?"

"வெறுமையை! யாதவரே, அங்கே நிறைந்திருப்பது அதுவே. பொருளின்மை, தொடர்பின்மை, இன்மை. முழு நகரில் இருந்து அந்தச் சாலை துண்டுபட்டிருக்கிறது. அந்த சாலையிலேயே அவ்விழிதொடு வட்டம் தனித்திருக்கிறது. முழுமையிலிருந்து வெட்டி எடுக்கையில் ஒவ்வொன்றும் முற்றிலும் பொருளிழந்தவை. பொருளெனக்கொள்வது அந்த முழுமையில் அமைந்திருக்கிறதுபோலும். ஆனால் எவராயினும் வெட்டி எடுத்த வெளியை அன்றி முழுமையை எப்படி அடைய முடியும்? தாங்கள் அளித்த பொருளை அவர்கள் அதில் காண்கிறார்கள். அன்னை அதை அளிக்க முற்றாக மறுத்துவிட்டவள்."

விதுரர் தனக்குத்தானே தலையசைத்தபடி அமைதியிலாழ்ந்தார். பின்னர் "ஆம், காமம் மோகம் குரோதம். எவராலும் மறைத்துவைக்க

இயலாதது. மறைக்க மறைக்க பெருகுவது. மைந்தர் இருவரும் மிகச் சரியாக அதை சுட்டிக்காட்டிவிட்டனர்" என்றார். பின்னர் நிமிர்ந்து இளைய யாதவரை நோக்கி "என் கலம் மாசுடையதென்பதனால் மாசை அள்ளிக்கொள்கிறேனா, யாதவரே?" என்றார். இளைய யாதவர் "காமகுரோதமோகம் இல்லாத மானுட உள்ளங்களே மெய்மையை அறியமுடியும் என்றால் மெய்மை மானுடருக்கு உரியதே அல்ல" என்றார்.

முகம் சற்றே எளிதாக, ஆம் என விதுரர் தலையசைத்தார். "காமத்தை எவ்வண்ணம் வெல்வீர், விதுரரே?" என்றார் இளைய யாதவர். "அறியேன். முனிவரும் அறியாது தவிக்கும் மாயவெளி அது" என்றார் விதுரர். "குரோதத்தை? மோகத்தை?" என்று இளைய யாதவர் கேட்டார். "அதற்கும் சொல்லப்பட்ட மறுமொழிகளே என்னிடமுள்ளன" என்று விதுரர் சொன்னார். "அன்பால் குரோதத்தை. எளிமையால் மோகத்தை." இளைய யாதவர் புன்னகைத்து "காமத்தை அடக்கத்தால் என்பர் நூலோர். அமைச்சரே, அவ்வண்ணம் வென்ற எவரையேனும் எப்போதேனும் பார்த்திருக்கிறீர்களா?" என்றார். விதுரர் திகைத்து பின் எண்ணத்திலாழ்ந்து "நான் பார்த்தவர்கள் சிலரே" என்றார்.

"விதுரரே, காமம் கொண்டவர்கள் அனைவருமே அதை அஞ்சுகிறார்கள். அடக்கப்படாத காமம் விலங்குகளுக்கு மட்டுமே இயல்வது. குரோதத்தை நிகர்செய்யவே அன்பைப் பயில்கிறார்கள் மானுடர். தன்னவர்பால் அன்பையும் அல்லவரிடம் சினத்தையும் கொள்பவர் எளியோர். எதிரிகளிடமும் அன்பைக் கொள்கிறார்கள் அறத்தோர். மோகத்தை வெல்ல எளிமையில் அமைகிறார்கள் தவத்தோர். காமமும் சினமும் விழைவும் அனைத்து மானுட உள்ளங்களிலும் இருபால்பிரிவு கொண்டே அமைந்துள்ளன. இரு முனைகளும் பூசலிடுகின்றன. அல்லது ஒன்றின் வாலைப் பிறிதொன்று விழுங்கி சுற்றிவருகின்றன.

"இருபாற்பிரிவு கொண்ட நெஞ்சில் அமைதி என்பதே இல்லை" என்று இளைய யாதவர் தொடர்ந்தார். "அறிக, காமமோ சினமோ விழைவோ துயரளிப்பதில்லை! அதைத் தடையின்றி அடையும் விலங்குகள் தெய்வத்துயரையும் உலகத்துயரையும் மட்டுமே அடைகின்றன. அவை எவ்வுயிரும் தவிர்க்கவியலாதவை. மானுடத்துயர் என்பது காமமும் சினமும் விழைவும் நிகர்விசைகளால் எதிர்கொள்ளப்படும்போது உருவாகும் கொந்தளிப்பே. குற்றவுணர்வாக, குழப்பமாக, கொந்தளிப்பாக, சோர்வாக அது மானுடரை அலைக்கழிக்கிறது."

ஆம் என விதுரர் தலையசைத்தார். "இருமையொழிதலே அந்தத் துயரிலிருந்து விடுபடச்செய்யும். காமம் அடக்கம் என்னும்

இருமையிலிருந்து, சினம் அன்பு என்னும் இருமையிலிருந்து, விழைவு துறப்பு என்னும் இருமையிலிருந்து எழுவதொன்றே மீளும் வழியாகும். ஒளிநாடுபவனே இருளைச் சென்றடைகிறான். இருளும் ஒளியும் அற்றதை, இருளும் ஒளியும் ஒன்றானதை நாடுக! அதுவே அறிவின் வழி.

"அறிதொறும் தீமையைக் கண்டேன் என்றீர் விதுரரே, நீங்கள் கண்டது இருமையை. நீங்கள் கண்ட ஒவ்வொன்றிலும் தீமையிடம் தோற்றுச் சுருங்கி அமர்ந்திருந்தது நன்மை. ஏனென்றால் உங்களுக்குள் இருந்தது அதே இருமை. இருமையழிந்த அறிவே அறிவெனப்படும். இருமையில் எழுவன அனைத்தும் அறிவின்மையே" என்றார் இளைய யாதவர். "நோக்குக, அஸ்தினபுரியின் அந்த எளிய அமைச்சரை!"

விதுரர் அக்கணம் அஸ்தினபுரியின் கைவிடுபடைக்கல நிலையின் சிற்றறையின் கதவை உடைத்து வெளியே வந்த விதுரரைக் கண்டார். இரு கைகளையும் விரித்து "மைந்தா! மைந்தா!" என அலறியபடி அவர் ஓடினார். ஆடை தடுக்கிக் கீழே விழுந்தார். எழுந்து ஓடி கைகளை விரித்து "வீரர்களே, ஓடிவாருங்கள்! வீரர்களே!" என்று கூவினார். பதறி வந்து சூழ்ந்தவர்களிடம் "எழுக முரசு... என் அரசாணை இப்போதே நிறுத்திவைக்கப்படவேண்டும். முரசு ஒலிக்கட்டும்" என்று கூவினார். "எங்கே என் தேர்? என் தேர் எங்கே?" என்றபடி தேரை நோக்கி ஓடினார்.

தேரிலேறிக்கொண்டபோது அவர் விம்மிக்கொண்டிருந்தார். "அரண்மனைக்கு அரண்மனைக்கு" என்று கூவினார். தேர்த்தட்டை ஓங்கி ஓங்கி அறைந்தார். "செல்க! செல்க!" என்று ஓலமிட்டார். தேர் அஸ்தினபுரியின் தெருக்களினூடாக விரைந்தது. முரசொலி அவர் தலைக்குமேல் முகில்முழக்கமென கேட்டது. தேனீத்திரள் என அதன் ஓசை பறந்து சென்றது. "செல்க! விரைக!" என அவர் கூவிக்கொண்டே இருந்தார். அரண்மனை முகப்பை அடைவதற்குள்ளாகவே தேரிலிருந்து குதித்து அதன் செல்விசையில் நிலைதடுமாறி விழுந்தார். மீண்டும் எழுந்து ஓடினார்.

அரண்மனை முகப்பில் சுசரிதனும் சுபோத்யனும் கைகள் பிணைக்கப்பட்டு நிற்பதைக் கண்டார். கனகர் முரசொலி கேட்டு வெளியே வந்து தயங்கி நின்றிருக்க அப்பால் கொலைவாளுடன் காவலர் இருவர் நின்றிருந்தனர். "நிறுத்துக! நிறுத்துக!" என்று கூவியபடி அவர்களை அணுகிப் பாய்ந்து இரு கைகளாலும் அள்ளி நெஞ்சோடு சேர்த்துக்கொண்டார். நுனிக்காலில் எழுந்து அவர்களின் தோள்களை முத்தமிட்டபடி கேவல்களும் விசும்பல்களுமாக அழுதார். சொல்லெழாமல் நெஞ்சு அதிர்ந்துகொண்டிருந்தது. பின்னர் கால்தளர்ந்து அவர்கள் மேலேயே விழுந்தார்.

இளைய யாதவர் "விதுரரே, இதனால் நீங்கள் அந்த அருமணிமேல் கொண்ட பற்றை இழந்துவிட்டீர்கள் என்று பொருளா? நாளை மீண்டும் அதன்பொருட்டு சினம் கொள்ளமாட்டீர்கள் என்று சொல்லமுடியுமா?" என்றார். விதுரர் "இல்லை, இது ஓர் அலை. இது அந்தச் சினத்தின் மறுபக்கம். இதன் மறுபக்கமென மீண்டும் பிறிதொரு சினமே எழும்" என்றார். "இங்கிருந்து மட்டுமே அதை காணமுடியும், அமைச்சரே" என்று சொல்லி இளைய யாதவர் புன்னகை செய்தார். "இது ஒரு கணம். ஒரு துளியை நதியென நீட்டுவதைப்போல் இதைக் காலமென்றாக்குபவரே மெய்யறிதலைப் பெறுகிறார்."

"நான் இவற்றை அறிந்துகொண்டேன்" என்றார் விதுரர். அதிலிருந்த உட்பொருளை உணர்ந்து இளைய யாதவர் புன்னகை செய்தார். "ஆம், அறிதலைப்போல் எளிது வேறில்லை. ஓரிரு சொற்றொடர்களில் சொல்லிமுடிக்கத்தக்கவையே மெய்மையென மானுடம் அறிந்த அனைத்தும். மெய்யுணர்தலும் மெய்யிலமைதலுமே யோகம். யோகமென்பது ஒவ்வொரு கணமும் என, ஒவ்வொரு எண்ணத்தாலும் எனப் பயிலப்படவேண்டியது. ஒவ்வொருவரும் எதில் உளம் ஈடுபட்டிருக்கிறார்களோ அதையே யோகமென்று பயில்வதே தொடக்கம். முழுமைநோக்கிய இலக்குடன் பயில்வன அனைத்தும் யோகமே" என்றார் இளைய யாதவர். விதுரர் நிலத்தை நோக்கி சரிந்த விழிகளுடன் அமர்ந்திருந்தார்.

அறிதலின் மாயங்களில் சிக்கி அலைக்கழிபவன் அறிஞன். நான் அறிகிறேன் என்னும் மயக்கம் அறிதலனைத்தையும் அறிபவனில் கோக்கிறது. அறிவனைத்தையும் அவன் இயல்புக்கேற்ப உருமாற்றுகிறது. அறிபவன் தன்னையே மீளமீள அறியும் சுழலில் சிக்கவைக்கிறது. அறிவது தானென்பதனால் அவ்வினிமையை அறிதலின் இனிமையென எண்ணச் செய்கிறது. தானற்ற ஒன்றை அறியமுடியாதவனாக ஆக்குகிறது. அறிவை அறிவின்மை என ஆக்கி விளையாடுகிறது.

அறிந்தவை அறிவனவற்றுக்கு முன்சொல்லாக அமைவதன் மயக்கம் சொல்லுக்குப் பொருள் அளிக்கும் புலமென்றாகி அனைத்தையும் தானெனக் காட்டுகிறது. முன்னறிவால் வருமறிவு வகுக்கப்படுவதனால் முன்னறிவே அறிவின் எல்லையென்றாகிறது. கலமென்று சமைந்து கவிந்தவற்றைத் தள்ளிவிடுகிறது. அறியப்படுவன அனைத்தும் அறிந்தவற்றால் தொடங்கிவைக்கப்படுபவையாகின்றன. அறிவனவற்றை மதிப்பிட அறிந்தவற்றால் இயலுமென்பது அறிதலின் மயக்கம். வென்றவை அனைத்தையும் தன் கோட்டைக்குள் கொண்டுவரும் அரசன் கோட்டை ஒன்றையே உண்மையில் வென்றிருக்கிறான்.

அறிதலின் நெறிகளை அறிதலினூடாக வகுக்க முயல்வதனால் அறிதல்களின் பொதுமைகள் மட்டும் கருத்தில்கொள்ளப்படுகின்றன. பொதுமையே மெய்மை என்பது மயக்கம். நெறிகள் அனைத்தும் தொகுப்புத்தன்மை கொண்டவை. தொகுப்புச்செயல் சாரம் தேடுவது. சாரமென மட்டும் மெய்மை வெளிப்படுவதில்லை. தொகுப்புகள் அனைத்தும் தொகுப்பவனிடம் ஆணைபெற்றுக்கொள்பவை. நெறிகளின் திசைவழி தொடங்கிய இடத்தையே சுற்றிவந்துசேரும் வளைகோடு. நெறிகள் அறிதல்களை ஏற்றும் மறுத்தும் பகுக்கின்றன. இரண்டென்றானவை தங்களுக்குள் ஆடத் தொடங்கிவிடுகின்றன.

அறிவின் முழுமை அதன் முடிவில் உள்ளது என்னும் மயக்கம் அறிவதனைத்தையும் அறியப்படாத ஒன்றைக்கொண்டு மதிப்பிடச் செய்கிறது. மறுத்து மறுத்து முன்னேறுபவன் சென்றடைவதில்லை. ஏற்று ஏற்று சென்றடைபவன் வழியில் நின்றுவிடுகிறான். ஏற்பும் மறுப்பும் இரு நிலை. அதைக் கடத்தலே யோகம்.

ஒன்றுபிறிதுடன் சொல்லாடுமென்றால் அவை இரண்டும் அறிவல்ல. ஒன்று பிறிதுடன் இணையுமென்றாலும் அவை இரண்டும் அறிவல்ல. ஒன்று தன்னை முழுமையென்று காட்டுமென்றாலும் அது அறிவல்ல. கன்று முலையை அறிவதுபோல் நிகழ்வதே அறிதல். ஆன்மா உடலை அடைவதுபோல் ஆதலே அறிவு.

அறிதலை அறியவியலும் என்னும் மயக்கம் அறிதலை ஓர் ஆடலென்றாக்குகிறது. அடைந்தவற்றில் மகிழ்வும் அடைவன குறித்த எதிர்பார்ப்பும் தவறுவன குறித்த பதற்றமும் அறிதலை மறைக்கின்றன. அறிதலில் வெற்றிதோல்வி இல்லை. நல்லது அல்லது என்றில்லை.

எவரும் உடல்வளர்வதை உணர்வதில்லை. ஆற்றும் செயல்கள் அனைத்தையும் அறிதலென்றாக்கியவன் தன்னுணர்வின்றி அறிவடைந்து அறிவிலமைந்துகொண்டிருக்கிறான். அறிதலென்பது ஆதல். அறிந்த பின்னரும் அறிந்ததென்ன என்று அறியாதிருத்தல். அறிவென்று தனித்து ஒன்றைக் கொண்டோர் அறிவை அடையாதவர்.

புறத்தே அறியும் அறிதல்களனைத்தும் தொடக்கமும் முடிவும் கொண்டவை. அறிவமைந்தவன் அவற்றில் களிப்புறுவதில்லை. ஒவ்வொரு அறிதலும் ஒரு முழுமை. ஒவ்வொரு அறிதல்கணமும் ஒரு வாழ்வு. ஒன்று பிறிதல்ல. ஒன்றிலிருந்து பிறிதும் இல்லை. ஒவ்வொன்றிலும் திகழ்பவன் முழுமையிலிருந்து முழுமைக்குச் செல்பவன். அவன் முழுமையில் இருக்கிறான். முழுமையே அறிவெனப்படும்.

இளைய யாதவரை வணங்கி விடைகொண்டு கிளம்பிய விதுரர் நைமிஷாரண்யத்தின் அடர்காட்டின் ஒற்றையடிப் பாதையினூடாக

நடந்தார். தனித்து தளர்ந்து தொய்ந்த தோள்களுடன் நடந்த அவரை சூழ்ந்திருந்தது காட்டின் இருள். தன் காலடியோசையை அப்பாலென்றும் அருகிலென்றும் கேட்டுக்கொண்டிருந்தார். அறியாமல் தன் இல்லத்தை அடைந்துவிட்டிருப்பதை உணர்ந்தார். முற்றத்தில் சால்வை காற்றில் பறக்க நின்றிருந்தார். இருண்ட வானில் ஒளிர்ந்துகொண்டிருந்த துருவனை ஏறிட்டுப்பார்த்தார்.

நிருத்யை மாளிகை வாயிலில் நின்றிருந்தாள். "குளிர் மிகுந்து வருகிறது" என மெல்லிய குரலில் அவள் சொன்னாள். அவர் ஆம் எனத் தலையசைத்து மாளிகைக்குள் சென்றார். ஒரு நீண்ட கனவென்று நைமிஷாரண்யத்தை உணர்ந்தார். அல்லது பயின்ற நூலொன்றின் நினைவெழுகை. நைமிஷாரண்யம். காலம் ஒரு ஆழியென்று சுழிக்கும் வட்டம். தளர்ந்த காலடிகளுடன் இடைநாழியில் நடந்து மரப்படிகளில் ஏறினார். கீழே நிருத்யை கதவை மூடும் ஓசை கேட்டது. சேடிப்பெண்களின் மெல்லிய குரல்கள். தேரிலிருந்து அவிழ்க்கப்படும் புரவியின் தும்மலோசை. அதன் கழுத்துமணி குலுங்கல். தேர்ச்சகடம் உருண்டு நிற்கும் ஓசை. பிறிதொன்றுக்குச் செல்லும் இரவின் ஒலிகள் அவை.

சுசரிதனின் அறைக்குள் சுடரொளி தெரிந்தது. அவர் நிலைக்கீற்றெனத் தெரிந்த செவ்வொளியை நோக்கியபடி நின்றார். நீண்ட செவ்வரியென அது இடைநாழியின் மரத்தரையில் விழுந்து மறுபக்கம் சுவரில் எழுந்து ஓங்கிய வாள்போல் நின்றது. கதவை மெல்லத் தொட்டபோது ஓசையின்றித் திறந்துகொண்டது. சுசரிதன் அப்பால் சாளரத்தை நோக்கியபடி திரும்பி நின்றிருந்தான். அறைக்குள் அவர் நுழைந்ததை அவன் அறியவில்லை. அவர் அவன் தோள்களை நோக்கியபடி நின்றார். அது வேறெவரோ எனத் தோன்றியது. அசையாத உடலில்கூட உணர்வுமாற்றம் எவ்வண்ணம் வெளிப்படுகிறது என வியந்தார்.

"மைந்தா" என மெல்லிய குரலில் அழைத்தார். திரும்பியபோதுதான் அது சுபோத்யன் என தெரிந்தது. அவரை இமையசையாமல் நோக்கி அவன் நின்றான். மெல்லிய சொல் ஒன்று எழுந்து உதடுகளிலேயே ஓசையடங்கியது. "ஏன் துயில்நீத்திருக்கிறாய்?" என்று அவர் கேட்டார். இல்லை என அவன் தலையசைத்தான். அவன் விழிகள் அவரை அறியவில்லை என்று தோன்றியது. முற்றிலும் அயலவனின் நோக்கு. அது அவரை அகம் பதறச் செய்தது.

அருகணைந்து அவன் கைகளைத் தொடப்போனார். அவன் கையை இழுத்துக்கொண்டு விலகினான். "ஏன் துயர்கொண்டிருக்கிறாய்?" என்று அவர் கேட்டார். மீண்டும் அவனைத் தொட கைநீட்டினார். அவன் அருவருப்புடன் முகம்சுளித்து மேலும் பின்னால் சென்றான்.

“தொடவேண்டாம்” என்றான். திகைப்புடன் “ஏன்?” என்று அவர் கேட்டார். “இனி உங்கள் தொடுகையை என்னால் ஏற்கமுடியாது” என்றான். அவர் “ஏன்?” என உடைந்த குரலில் கேட்டார். “அக்கணத்தை என்னால் கடக்க முடியாது” என்று அவன் விழிகளை விலக்கியபடி சொன்னான்.

அவனால் பேசமுடியவில்லை. உதடுகள் துடிக்க கைகள் அலைக்கழிய உடல் நடுங்க இருமுறை சொல்லெடுத்தான். பின்னர் “கழுமுனைக்கு முன்னரே கழுவன் இறந்துவிடுகிறான்” என்றான். கைகள் அசைந்தசைந்து மேலும் மேலுமென கேளாச் சொற்களை காற்றில் நிகழ்த்தின. “மறுபிறப்பில் நாம் அழிந்தெழுகிறோம்” என்றான். “மைந்தா, அது வெறும் கனவு. அது என் உணர்வுகள் சமைத்த மாயை.” அவன் கோணலாக இழுபட்ட வாயுடன் “ஆனால் திரண்டுவந்த உண்மை என்றுமுள்ளது” என்றான். “இல்லை, அது பொய். அது நான் எனக்கு அளித்துக்கொண்ட உளமயக்கு.”

கதவு திறக்க வாயிலில் சுசரிதன் நின்றான். “தங்கள் அறைக்குச் செல்க!” என்றான். அவன் விழிகளில் இருந்த வெறுப்பை நோக்கியபடி அவர் உடல் குளிர்ந்து செயலிழக்க நின்றார். “செல்க... இனி ஒருமுறையும் மைந்தா என்று அழைக்கும் கொடுமையை இழைக்காதீர்கள். உங்களைத் தந்தை என்று எண்ணும் சிறுமையை எங்களுக்கும் அளிக்கவேண்டாம்.” விதுரர் “இது கனவு... இது வேறெங்கோ நிகழ்கிறது” என்றார். “ஆம், ஆனால் இது அங்கு ஒரு கணம்” என்று சுசரிதன் சொன்னான். “அழிவிலாத மெய்க்கணம்... ”

விதுரர் கண்ணீருடன் கைநீட்டி “எனக்கென்று எதுவும் இல்லாமலாகும், நான் எச்சமில்லாது அழிவேன்” என்றார். “ஆம், அதுவே உங்கள் ஊழ். செல்க!” என்றான் சுபோத்யன். “ஏனென்றால் அறிவை நாடுபவர் அனைத்தையும் மிச்சமின்றிக் கரைத்தழிப்பார். வேறு வழியே அத்திசையில் இல்லை.” விதுரர் கைகள் நீண்டிருக்க அவனை நோக்கிச் நின்றார். “செல்க, இனி உங்களுக்கு மைந்தர் இல்லை. குடியும் குருதிவழியும் இல்லை” என்றான் சுசரிதன். அவர் அவனை நோக்கித் திரும்பினார். “நான் தனித்துவிடப்படுவேன். வெறுமையால் சூழப்படுவேன்” என்று தாழ்ந்த குரலில் சொன்னார். “ஆம், அதுவே அறிபவனுக்கு வகுக்கப்பட்டது. செல்க!” என்றான் சுசரிதன்.

அவர் அவர்களை மாறிமாறி நோக்கியபடி நின்றார். பின்னர் அவர் கைகள் தளர்ந்து சரிந்தன. முகத்தசைகள் நெகிழ புன்னகைபோல் ஓர் அசைவு கூடியது. பெருமூச்சுவிட்டு “நீங்களும் அறிதலின் பாதையைத் தெரிவுசெய்துவிட்டீர்கள். கழுமுனைக்கு முந்தைய கணத்தில்” என்றார். அவர்கள் விழிகளில் அதிர்ச்சியுடன் அவரை நோக்கினர். “ஒன்றை

உடைத்து அறிகையில் அனைத்தையும் உடைக்கும் படைக்கலம் ஒன்றைப் பெற்றுவிடுகிறீர்கள்” என்றபின் அவர் வெளியே நடந்தார்.

ஒவ்வொரு காலடியிலும் உடல் எளிதாகியபடியே வந்தது. தன் அறைவாயிலை அடைந்தபோது அவர் புன்னகைத்துக்கொண்டிருந்தார். சால்வையை மஞ்சத்திலிட்டுவிட்டு அகல்விளக்கை கையில் எடுத்தபடி சிற்றறையைத் திறந்து உள்ளே சென்றார். ஆமாடப் பேழையை திறந்து லகிமாதேவியின் விவாதசந்திரத்தை எடுத்தார். சரடுமுடிச்சை அவிழ்த்து ஏடுகளைப் புரட்டியபோது அஸ்வதந்தத்தைக் கண்டடைந்தார். ஏடு விழிதிறந்ததுபோல் அமைந்திருந்தது. குளம்புகள் ஓசையிட தலைக்குமேல் கடந்துசென்றது குதிரை.

பகுதி 6

ஊழ்கம்

1

நைமிஷாரண்யத்திலிருந்து வெளியே வந்த யமன் ஆழ்ந்த தனிமையை உணர்ந்தார். அங்கு கிளைவிரித்து நின்றிருந்த மருத மரத்தடியில் கைகளை மார்பில் கட்டியபடி அடிமரத்தில் சாய்ந்து சூழ்ந்திருந்த கருக்கிருட்டை நோக்கினார். பின்னர் கால்தளர்ந்து வேர்களில் அமர்ந்தார். சுட்டுவிரலால் இடது மீசையைச் சுழற்றி முறுக்கி நீட்டி அளைந்து கொண்டிருந்தார். “அது புரவி” என்னும் சொல் அவருக்குள் எஞ்சியிருந்தது. எவர் எவரிடம் சொன்னது அது? எவர் எண்ணிக்கொண்டது? கூகையொன்றின் ஒலிகேட்டு தன் நிலை மீண்டு அவர் மீண்டும் இளைய யாதவரை நோக்கிச் செல்ல விழைந்தார். பின்னர் திரும்பி நைமிஷாரண்யத்தின் எல்லையைப் பார்த்தார்.

காட்டுக்கு வெளியே தென்திசைக்காவலனின் ஆலயமுற்றத்தில் அவருக்காகக் காத்து நின்றிருந்த உபகாலனாகிய சம்ப்ரமன் அங்கிருந்து அவரை நோக்கினான். அவர் விழிகளைக் கண்டதும் கைகளைக் கூப்பியபடி அவர் வருவதற்காகக் காத்து நின்றான். எடை மிக்க காலடிகளை வைத்து வெளியே வந்த யமனை வணங்கிய சம்ப்ரமன் “அரசே, தாங்கள் அடுத்து உட்புகுந்து மீளவேண்டியவரை கண்டறிந்து சொல்லும்பொருட்டு வந்துள்ளேன்” என்றான். ‘சொல்’ எனும்படி யமன் கையசைத்தார்.

“அவர் பெயர் கிருஷ்ண துவைபாயனன். பராசர முனிவருக்கு மச்ச குலத்துப் பெண்ணாகிய சத்யவதியில் பிறந்த மைந்தர். நால்வேதங்களையும் கற்று சொல்நிரையை வகுத்தவராகையால் வியாசர் எனப் பட்டம் பெற்றவர். அஸ்தினபுரி அரசர்களின் குருதிவழி அவரிலிருந்தே என சில கதைகள் சொல்கின்றன. தெற்கே வியாசவனத்தின் தனிக்குகையொன்றில்

வைசம்பாயனன், சுமந்து, ஜைமினி, பைலன், உக்ரசிரவஸ் என்னும் ஐந்து மாணவர்களுடன் தங்கியிருக்கிறார். ஒவ்வொரு நாளும் எட்டுத் திசையிலிருந்தும் சூதர்கள் அவரைத் தேடிவந்து அவர் இயற்றும் பாடல்களையும் குறுங்காவியங்களையும் கற்று மீள்கிறார்கள். அரசே, இன்றிரவு இக்கணத்தில் தன் மாணவர்களையும் காடெங்கும் குடில்கட்டி நிறைந்திருக்கும் சூதர்களையும் முற்றிலும் தவிர்த்து தனித்துச் சென்று சிற்றோடைக் கரையொன்றில் நீரோசையைக் கேட்டபடி அமர்ந்திருக்கிறார்" என்றான் சம்ப்ரமன்.

"நான் அவரைப் பார்த்தபோது அவர் கண்களிலிருந்து விழிநீர் வழிந்து தாடியில் துளிர்த்து நிற்பதைக் கண்டேன். உதடுகள் அழுகையில் விம்மிக்கொண்டிருந்தன. அணிந்திருந்த மரவுரியாடையைப் பற்றிக் கசக்கின அவர் விரல்கள். சிறுதவளையென ஓடைக்கரை சதுப்பில் தாவிக் குதித்து அவரை அணுகி விழியுருட்டி கூர்ந்து நோக்கினேன். ஐயங்கொண்டவர்போல் திரும்பி என் விழிகளைப் பார்த்தார். என் அருகமைவால் அத்தருணத்தில் இறந்துவிட வேண்டுமென்று அவர் விழைந்தார். பெருவிசையென அவருடைய விழைவு என்னை இழுத்தது. மேலும் இருமுறை துள்ளி அவர் இடக்கால் நகம்வரை சென்றேன். நாநீட்டி அதைத் தொடுவதற்கு எம்பினேன்.

"அரசே, உயிர்களில் நீண்ட சொல்கொண்டது தவளை. என் நாக்கை தொடுக்காமல் என்னைத் தடுத்தது அத்தருணத்தில் எனைச் சூழ்ந்த ஊழின் எடை மட்டுமே. ஒரு கணத்தில் எனை வென்று திரும்பித் தாவி அகன்றேன். அவரும் உளம் மீண்டு நீள்மூச்செறிந்தார். ஒரு கணத்தில் இறப்பை சென்று தொட்டு மீண்டிருக்கிறார் என்பதை அவருடைய சித்தம் அறியவில்லை. ஆழம் உணர்ந்து மெல்ல நலுங்கியது. அரசே, நான் உணர்ந்தது இறப்பெனும் எண்ணம் அவருக்குள் நிரப்பிய இனிமையைத்தான். முகம் இளங்காதலன் தன் தோழியை எண்ணிக்கொண்டதுபோல் மலர்ந்தது.

"நீள்மூச்சுகள்விட்டபடி தாடியைக் கைகளால் நீவிக்கொண்டு உதிரி விண்மீன்கள் பரவிய வானை நிமிர்ந்து நோக்கினார். கைகளால் காற்றில் சுழற்றி மீள மீள ஓங்காரத்தை எழுதுவது அவர் வழக்கம். அவ்விரல்களை சற்று அப்பால் பாறையொன்றின்மேல் அமர்ந்து நோக்கிக்கொண்டிருந்தேன். எழுதாத ஒரு கணம் அவரது சித்தக்காலத்தில் இல்லை. எழுதுபவர்கள் எண்ணுவதும் இயல்வதும் ஓய்வதும் எழுத்திலேதான். தங்கள் சொற்களுக்குள்ளேயே சிறைகொள்கிறார்கள். சொற்களால் சிறையுடைத்து மீள்கிறார்கள். சொற்களை உண்டு சொற்களில் மூழ்கி மறைகிறார்கள்.

“அவருள் ஓடிய சொற்களை என்னால் அறியக்கூடவில்லை. ஆனால் மெல்லிய குரலில் அவர் முனகிய போது ஹா தேவி, பிங்களகேசினி என்னும் சொல்லைக் கேட்டேன். இறப்பைப் புகழ்ந்து பாடுகிறார் என்று தோன்றியது. ஒரு கவிதைக்கான முதற்சொல். அச்சொல்லில் தாளமென அமைந்த பிறசொற்களை சிலந்தி தன் வயிற்றுப்பசையிலிருந்து நூல் நீட்டுவதுபோல எடுத்துக்கொண்டிருந்தவர் எதிர்பாராத அடியொன்று பிடரியில் விழுந்ததுபோல் உடல் உன்னி கைகால்கள் அதிர எழுந்தார். என் நோக்கை உணர்ந்தவர்போல் சுற்றும் முற்றும் பார்த்தார். பெருவலி கொண்டவர்களிடம் மட்டுமே தெரியும் அதிர்வை அவரிடம் கண்டேன். பற்கள் கிட்டித்திருக்க கைகள் முடிச்சுவிழ நடுங்கி வலி முனகலெழுப்பி பின் மெல்ல தளர்ந்தார். அத்தருணத்தில் அவர் எண்ணியது இளைய யாதவரை. அதை உணர்ந்ததும் நான் இங்கே மீண்டேன்” என்றான்.

யமன் “ஆம், அவர் உருவிலேயே நான் மீண்டும் சென்று அவர் சொல்லைக் கேட்கவேண்டும்” என்றார். மறுகணம் வியாசனென அமைந்து மீண்டார். மறு இரவில் இளைய யாதவர் வாழ்ந்த சிறுகுடிலின் கதவுப்படலை மெல்ல தட்டி “யாதவரே, யாதவரே” என்று அழைத்தார். உள்ளே சிற்றகல் ஒளியில் சுவடி ஒன்றைப் படித்துக்கொண்டிருந்த இளைய யாதவர் அதை மடித்து வைத்துவிட்டு கையில் விளக்குடன் வந்து கதவைத் திறந்தார். படித்துக்கொண்டிருந்த சொல்லின் ஒளி அவர் முகத்தில் எஞ்சியிருந்தது.

நிழலாடிக்கொண்டிருந்த முற்றத்தில் நிழலுருவாக நின்றிருந்த வியாசர் “நான் கிருஷ்ண துவைபாயனன். இளைய யாதவரே, தங்களை இதுவரை நேரில் பார்த்ததில்லை” என்றார். இளைய யாதவர் “ஆம், ஆனால் என்னை நீங்கள் நன்கு அறிவீர்கள். உங்கள் ஏழு காவியங்களின் கதைத்தலைவன் நான். ஆசிரியனை என உங்களையும் நான் நன்கு அறிவேன்” என்றார். வியாசர் “ஒவ்வொரு நாளும் ஒரு கதையென என்னை வந்தடைந்துகொண்டிருந்தீர்கள். அலைகளைக் கண்டு கடல் புனையும் எளியவன். என் காவியங்கள் அதன் விளைவுகளே” என்றார். “என்னைப் புனைந்தறிவதொன்றே வழி” என்று சிரித்த இளைய யாதவர் “உள்ளே வருக, பிதாமகரே!” என்று அழைத்தார்.

பெருமூச்சுடன் மெலிந்த கால்களைப் படிகளில் ஊன்றி உடலை உந்தி உள்ளே வந்த வியாசர் சுற்றும் நோக்கி “மிகச் சிறிய அறை” என்றார். சிறுவனைப்போல நகைத்து “என்னிலுள்ள அந்தத் தத்துவநோய் உளம் விரிவதற்கு இதுவே போதும் என்று சொல்லத் துடிக்கிறது, பிதாமகரே” என்றபின் “அமர்க!” என்று தர்ப்பைப்புல் பாயை எடுத்து விரித்தார் இளைய யாதவர். சிரித்தபடி “சுடர் தனக்கென வெளி சமைக்கிறது என்று சொல்ல என்னிலுள்ள கவிதைநோய் உந்துகிறது” என்ற வியாசர்

தன் கையிலிருந்த தண்டத்தை சுவரில் சாய்த்து வைத்தார். இளைய யாதவர் குனிந்து அவர் கால்களைத் தொட்டு சென்னி சூடி "வாழ்த்துக, பிதாமகரே!" என்றார்.

"எண்ணுவது இயல்வதாகுக!" என அவர் தோள்தொட்டு வாழ்த்திய வியாசர் "என்னை அனைத்துமறிந்த ஆசிரியரென்று மாணவர்கள் அழைக்கிறார்கள். நான் அறியாதனவற்றைக் கற்பதற்காக இங்கு வந்தேன்" என்றார். இளைய யாதவர் நகைத்து "மைந்தனிடமிருந்து முதற்சொல் பெற்ற மூவிழியன்போல" என்றார். வியாசர் புன்னகைத்து "ஆம், அதையே நான் எண்ணினேன். தந்தையர் அனைவரும் அச்சொல்லை மைந்தரிடம் இருந்தே பெற்றுக்கொள்ள முடியும்" என்றபின் பாயில் அமர்ந்தார். மெல்லிய கால்களை மடித்து அதன்மேல் கைகளைக் கோத்துக்கொண்டார்.

இளைய யாதவர் அவர்முன் அமர்ந்தபடி "தங்கள் சொற்களைப் பயிலாத ஒரு நாள்கூட இருந்ததில்லை, பிதாமகரே. சற்று முன்னர்கூட நீங்கள் யாத்த ஹஸ்திபிரபாவம் என்னும் குறுநூலையே படித்துக்கொண்டிருந்தேன்" என்றார். "ஆம், என்னைச் சுற்றி நான் எழுதிய சொற்கள் நிரம்பி அலையடிக்கின்றன. அதில் நீந்தியே எவராயினும் என்னை வந்து அடைய முடிகிறது" என்ற வியாசர் "சொற்களுக்குள் தனிமை கொண்டவர்கள் கவிஞர்கள் என்று ஒரு சொல் உண்டு. பராசரரின் ரத்னாவளியில் என எண்ணுகிறேன்" என்றார். "பிற தனிமைகளை விட அது மேல்" என்று இளைய யாதவர் சொன்னார்.

முகமனுரைகள் முடிவடைவதை இருவரும் உணர்ந்தனர். வியாசர் விழிவிரித்து இளைய யாதவரை காலிலிருந்து தலைவரை குழற்பீலியிலிருந்து இடக்கால் கருநகம் வரை விழியோட்டினார். இரு தோள்களையும் தொட்டு மார்பை வருடி அவர் நோக்கு அலைந்தது. அகல்விளக்கின் செவ்வொளியில் அவர் விழிகளில் அனல் தெரிந்தது. உதடுகளில் குருதி. "நோக்க நோக்க குறைவிலாதவர் என்று உங்களைப் பற்றி எழுதினேன். நோக்கும்தோறும் பெருகுபவர் என்று இப்போது அறிந்தேன்" என்றார் வியாசர். "கதைத்தலைவர்கள் கணம்தோறும் பெருகுபவர்கள் அல்லவா?" என்று இளைய யாதவர் கேட்டார். வியாசர் நகைத்து "மெய், கதைத்தலைவன் ஒருவனைப் புனைந்தால்போதும், அவனே கதையுலகை தன்னைச் சுற்றிக் கட்டிக்கொள்வான்" என்றார்.

பின்னர் விழிமாறுபட்டு "நூறு கதைத்தலைவர்களை பன்னீராயிரம் கதைமாந்தரைப் புனைந்தமையால் என்னை மகாவியாசன் என்கின்றனர். என் அனைத்துப் புனைவுகளும் மையமென ஒருவரைத் திரட்டி எடுத்துக்கொள்வதற்காகவே என்று நான் அறிவேன். எழுதுந்தோறும்

நழுவுவதும் எண்ணுந்தோறும் திரள்வதுமாகிய அவ்வுருவின் மாயையால் இதுவரை வாழ்வில் நிறைக்கப்பட்டேன்" என்றார். "தன் மூச்சை அளித்து கதைத்தலைவனை யாத்து பின் அவ்வுருவில் இருந்து தன் மூச்சை இழுக்கத் தொடங்குவதே ஆசிரியரின் மீளாச் சுழல்." தாடியை நீவியபடி "யாதவரே, அறியும்தோறும் அகலும் கதைத்தலைவனை அடைந்த கவிஞன் நல்லூழ் கொண்டவன். முடிவடையாத காவியத்தில் வாழ்கிறான்" என்றார். இளைய யாதவர் புன்னகைத்தார். "மாயை விளையாடல். பொருள்வயப் பேருரு" என வியாசர் தனக்கே போல சொல்லிக்கொண்டார்.

பின்னர் மீண்டு குரல் மாறி "இத்தருணத்தில் உளம்கொண்ட பெருந்துயரொன்றை எங்கு சென்று உரைப்பதென்று எண்ணிப் பதைத்தபோது தோன்றியது, ஆசிரியன் தன் கதைத்தலைவனிடம் அல்லாமல் பிற எவரிடம் சென்று பணியமுடியும் என. பிற எவர் சொல்லை தன் ஊழ்க நுண்சொல்லென்று அவன் ஏற்க முடியும்? தொழுது தொழுது கல்லில் எழுப்பிய தெய்வம். யாதவரே, நீங்களே எனக்கு வழிகாட்ட வேண்டும்" என்றார்.

இளைய யாதவர் "கதைத்தலைவன் தன் ஆசிரியனை மட்டுமே சென்று கால்தொட்டு வணங்க முடியும். ஆசிரியனை எரித்தெழுந்த அனலே கதைத்தலைவன். அவியுண்ட பின்பே தீ தேவர்களை விண்ணிலிருந்து கறந்தெடுத்து தன்னில் சூடி எழுந்து நிற்கும் வல்லமை கொள்கிறது. நூறாண்டுகாலம் உங்கள் விழிநீரை, புன்னகையை, தனிமையை, விழைவுகளை அவியெனக் கொண்டவன் நான்" என்றார். வியாசர் இளைய யாதவரை விழியலைய முகம்மலர்ந்து நோக்கி அமர்ந்திருந்தார். பலமுறை கலைந்து சொல்லெடுக்க முயன்றும் விழிகொண்ட உவகை மீண்டும் அவரை இழுத்து ஆழ்த்தியது. பின் "எத்தனை அணிகளால் சொல்லியிருப்பேன் உங்களை! இவ்வுலகமே உங்களுக்கு அணிசெய்யும்பொருட்டு எழுந்ததுபோலும்" என்றார்.

முலையூட்டும் அன்னை என, முத்தமிடும் காதலன் என அவர் முகம் நெகிழ்ந்தும் மலர்ந்தும் உருமாறிக்கொண்டிருந்தது. "குழவி, மைந்தன், இளையோன், காதலன், இசைஞன், வீரன், அரசன், ஞானி, படிவன், யோகி, மானுடன், தேவன், விண்வடிவன். எவர் நீங்கள் என்று எண்ணி எண்ணி எல்லாமென புனைந்தேன். இனி எஞ்சுவதென்ன?" என்றார் வியாசர். "மகாகாலன். விஸ்வருத்ரன்" எனப் புன்னகையுடன் இளைய யாதவர் சொன்னார். "பேரிருளன், ஏழும் கடந்த அடியிலி." ஒருகணம் வியாசர் உளம் நடுங்கினார். அதிர்ந்துகொண்டிருந்த விரல்களால் தாடியைத் தடவி மெல்ல புன்னகை மீண்டு "ஆம், அதை நான் இன்னமும் எழுதவில்லை" என்றார். "தனித்தவன், துயர்கொண்டவன், நோயுற்றவன், உதிர்பவன், மட்கி மறையும் உடலானவன்" என்றார் இளைய யாதவர். வியாசர் அவரை நோக்காமல் விழி தாழ்த்தி தலையசைத்தார்.

பின்னர் இருவரும் மீண்டும் அந்த இடத்திற்கு வந்தமைந்தனர். வியாசர் "யாதவரே, நான் நெடுங்காலத்துக்கு முன்பு அஸ்தினபுரியிலிருந்து கிளம்பியவன். என் மைந்தர் மூவரும் அந்நகரியில் பிறந்தெழுந்ததை நான் கண்டதில்லை. அன்னையின் ஆணையை ஏற்று என் கடமையைச் செய்தேன். அதில் காமம் கலந்திருந்ததை உணர்ந்ததும் நெஞ்சுலைந்தேன். அப்பெரும்பிழையைச் சுமந்தபடி ஒவ்வொரு காலடியிலும் இந்நகரை உதறி விலகிச் சென்றேன்" என்றார். "நெளியும் நாகங்களும், விழியொளிர வான்நிறைத்த வௌவால்களும் ஆழங்களிலிருந்து ஒலியெழுப்பிய எலிகளும் நிறைந்த குகைக்குள் ஏழாண்டுகள் தவம் செய்தேன். என் உடலை உருக்கி அங்கே வீழ்த்திவிட்டு கிளம்பினேன்.

"என் மைந்தன் வாழ்ந்த சுகசாரி மலையைத் தேடி தென்திசை சென்றேன். சதாரவனத்தைக் கடந்து சுகவனத்தை அடைந்து அவனைக் கண்டேன். கிளிகளின் சோலையில் அவன் இருந்தான். இறப்பிலியாக இருந்து என் உயிர்முளைத்த காட்டின் வாழ்வனைத்தையும் காணும் நற்சொல்லை எனக்கு அவன் அளித்தான். அப்போதே அது தீச்சொல்லும்கூட என்று அறிந்தேன். அதுவே என் பிழைக்கான ஈடு என உணர்ந்து மேலும் தெற்கே சென்று எனக்குரிய காட்டைக் கண்டடைந்தேன்" என்றார் வியாசர்.

அது விந்தியமலைக்கு அப்பாலொரு காடு. அங்கே நான் சிறுசுனை ஒன்றின் கரைவழியாகச் சென்றுகொண்டிருந்தபோது நீரில் இரு இமயநாரைகளைக் கண்டேன். அவை கழுத்து பிணைத்து அலகு உரசி கொஞ்சிக்கொண்டிருந்ததைக் கண்டு மகிழ்ந்து மரநிழலில் நின்றேன். நாணிழுபடும் ஓசைகேட்டுத் திரும்பி நோக்கியபோது அங்கு ஒரு வேடன் அம்புதொடுத்து குறிநோக்குவதைக் கண்டேன். என் நெஞ்சு திடுக்கிட்டது. கைகளை நீட்டி அவனைத் தடுக்கவும், நில் காட்டாளனே என கூவவும் விழைந்தேன். ஆனால் வெறுமனே நோக்கி நிற்கவே என்னால் முடிந்தது.

அம்பு சென்று தைத்து முதல் கிரௌஞ்சம் நீரில் உடல் வழுக்கி கவிழ்ந்து சிறகடித்து துடித்தது. இன்னொரு அம்பில் அதன் துணையும் சிதறித்தெறித்தது. அம்புகள் மேலும் மேலுமென விழ அந்நீர்ப்பகுதியில் மிதந்த அனைத்து நாரைகளும் அறைபட்டுத் தெறித்தன. கரைகளிலிருந்து சிறிய முதலைப்படகுகளில் நிஷாதர் நீரிலிறங்கி கைகளாலேயே துடுப்பிட்டுச் சென்று அவற்றைப் பொறுக்கி கயிற்றால் கால்களைக் கட்டி மூங்கிலில் கோத்து தோளிலேற்றிக்கொண்டு கரைசேர்ந்தனர். சிதறிய வெண்ணிற இறகுகள் நுரைத்துமிகள்போல நீர்மேல் அலைந்தன. உள்ளிருந்து மீன்கள் துள்ளி எழுந்து அவற்றைக் கவ்வி உள்ளே இழுத்துச்சென்றன. நிஷாதர் சிரிப்பும் பாடலுமாக தோணிகளைத் தோளிலேற்றி கடந்துசென்றனர்.

காடு ஒலியவிந்தது. சுனை அலையடங்கியது. ஒரு தடமும் இல்லாமல் அனைத்தும் மறைந்தன.

என் நெஞ்சில் சில சொற்கள் மட்டுமே எஞ்சியிருந்தன. அந்த மரத்தடியிலேயே அமர்ந்திருந்தேன். களைத்து விழிமயங்கித் துயின்றேன். பின்னர் விழித்துக்கொண்டபோது பறவைகளின் ஒலியைக் கேட்டேன். சுனைமுழுக்க வெண்சிறகுள்ள நாரைகள் வால்சிலுப்பி சிறகால் நீரளைந்து சுழன்று நீந்திக்கொண்டிருந்தன. கழுத்தோடு கழுத்து பின்னி அலகுகளால் கொஞ்சிக்கொண்டன. அதைக் கண்டு என் உளம் விம்மியது. விழிநீர் பெருகி வழிந்தது. அதுவே என் காடு என அப்போதுதான் முடிவெடுத்தேன். அங்கேயே தனிமையில் தங்கலானேன். என்னைத் தேடி சூதர் வரத்தொடங்கியதும் அது வியாசவனம் எனப் பெயர் பெற்றது.

“அங்கே அத்தனை நாள் நான் இயற்றியதென்ன என்று இன்று தொகுத்துக்கொள்ள இயல்கிறது” என்றார் வியாசர். “யாதவரே, முதல் மூன்றாண்டுகள் என் செயலை சரியென்று நிறுவும்பொருட்டு சித்தத்தால் வலையமைத்தேன். கற்ற நூல்களனைத்தையும் சான்றுக்கு இழுத்து வந்தேன். அறிந்த சொல்முறைகள் அனைத்தையும் ஆயிரம் முறை வளைத்தேன். ஒவ்வொரு நாளுமென பல்லாயிரம் சொல்லவைகளில் எழுந்து நின்று எனக்கெனப் பேசி அனைவரையும் வென்றேன். வெல்லற்கரியவனாக நானே பேருருக்கொண்டு நின்றிருப்பதைக் கண்டு பின்னர் ஓய்ந்தேன்.”

பின்னர் மூன்றாண்டுகள் என் பிழை எவராலும் தவிர்க்கப்பட இயலாது என்றும், ஏனெனில் அது மானுடத்தின் அடிப்படை இயல்பு எனவும் நிறுவும்பொருட்டு சொல்சூழ்ந்தேன். மானுடன் எளிய விலங்கன்றி வேறல்ல. அறங்கள் அன்றாடத் தருணங்களில் மட்டுமே நம்மைக் கட்டுப்படுத்துகின்றன. ஆனால் வாழ்க்கை அன்றாடம் மீறிய தருணங்களாலேயே வழி கண்டடைகிறது, உச்சம் கொள்கிறது என்று வகுத்துக்கொண்டேன். அதை நூலென்று யாத்தபோது என்னிலிருந்து வெளியே சென்று தனியொரு நிலையென வடிவம் கொண்டது. முழுமையடைந்தபோது திரும்பி என்னுடன் சொல் தொடுக்கலாயிற்று. அனைத்தும் விலங்கு நிலையே என்றால் எவரிடம் எதன் பொருட்டு இச்சொல்லாடல்? எவ்விலங்கும் நூல் யாப்பதில்லை... நெறி பேசி உளம் கலங்குவதும் இல்லை.

மானுடன் நெறியைக் கண்டடைந்தான் என்பதனாலேயே அவனுக்கேனும் மாறா நெறியொன்று உள்ளது என நிறுவப்படுகிறது. ஒவ்வொரு பிழைக்குப் பின்னும் உளம் குன்றுகிறான் என்பதனாலேயே பிழையும்

சரியும் மானுடனால் மாற்றத்தக்கதல்ல என்று தெளிவாகிறது. பிழை பிறிதொன்றிலாதது. அது அனைத்துக் கோணங்களிலும் பிழை மட்டுமே என்றது அந்நூல். பின்னர் ஏழாண்டுகாலம் என் பிழைக்கென வருந்தி ஈடுசெய்ய என்னைத் துயருறுத்திக்கொண்டேன். உணவொழிந்தேன். துயில் நீத்தேன். உடல் வலிகளைத் தேடி அடைந்தேன். ஒவ்வொருமுறையும் இவ்வளவல்ல, இதுவல்ல என்று கண்டடைந்து மீண்டேன்.

ஒருமுறை என் குகைவாயிலில் அமர்ந்திருக்கையில் ஒரு குரலென மெய்மையொன்று என் முன் திகழ்ந்தது. பிழையை அறியாப் பெருவெளி நோக்கியே தொடுக்கிறோம். தண்டனை அப்பெருவெளியிலிருந்து வரும் வரை காத்திரு என்றது. ஆம் அவ்வாறே என்று என்னை மீட்டுக்கொண்டேன். வியாசவனத்திலிருந்து நூறாண்டுகளாக நான் வெளியே வரவில்லை. சொல்திகழும் உள்ளம் கொண்ட என்னால் ஓர் ஊரில், ஒரு காலத்தில் வாழ்ந்திருக்க இயலாது. எங்கும் எப்போதும் வாழ்ந்திருக்கவேண்டுமென்றால் கதைகளிலேயே குடியிருக்கவேண்டும் என்று அறிந்தேன்.

ஒவ்வொரு நாளும் கதைகளுடன் சூதர் என்னைத் தேடி வந்தனர். என் முன் மைந்தர்களும் பெயர்மைந்தர்களும் அவர் மைந்தர்களும் பிறந்துபெருகினர். அவர்களுக்கிணையாகவே மறுதிசையில் முன்னோர் காலத்தின் ஆழங்களிலிருந்து எழுந்து வந்துகொண்டிருந்தனர். பாரதவர்ஷப் பெருநிலம் பெருகிக்கொண்டே இருந்தது. குலங்கள், குடிகள், ஊர்கள், நகர்கள், நாடுகள். திரள்கள், வீரர், சான்றோர், தவத்தோர். இடர்கள், துயர்கள், விழவுகள். தோன்றினர் மறைந்தனர் சொல்லென்றாயினர் மறக்கப்பட்டனர் பிறரில் ஏறி மீண்டனர். எழுதி எழுதி என்னைச் சுற்றி உருவாக்கிய பெருங்கதைவெளியை நான் எனக்கான பாரதம் என்று கொண்டேன்.

நேற்றுவரை கதைகளில் மகிழ்ந்திருந்தேன். ஒவ்வொன்றும் கதையென்று ஆகும்போது பொருள்கொண்டதாகிறது. ஒன்றோடொன்று முற்றிலும் பொருந்திக்கொண்டு முழுமை சமைக்கிறது. கதைகளை ஆள்பவன் என்று தருக்கியிருந்தேன். கதைமாந்தர் அனைவரும் கதைசொல்லியே. முடிவிலாது பிறந்து முடிவிலாது வாழ்வதன் உவகையும் துயரும். ஓர் உடலுக்குள் பெருந்திரளென வளர்தல். அப்போதுதான் என்னைத் தேடி வந்தார் நான் முன்பு தென்றிசை செல்கையில் கண்ட சாத்தன் என்னும் படிவர். தென்னகத்தில் பிறந்தமையால் வடபுலம் சென்றவர். வடபுலம் சென்றமையால் தென்புலம் திரும்பிக்கொண்டிருந்தார்.

“செல்லும் வழியில் இவ்விடத்தைப் பற்றி சூதர் சொன்னார்கள். நீரா என்று உறுதிசெய்யும்பொருட்டு வந்தேன்” என்று என்னிடம் சாத்தன் சொன்னார். “ஆம், நானே. எனக்குப் பணிகள் காத்திருக்கின்றன

என்றீர், சாத்தரே. அன்றிலின் இறப்புகண்டு தொல்கவிஞன் விட்ட விழிநீர்த்துளி என்னில் எழுந்திருப்பதாக சான்றுரைத்தீர். இங்கே நான் கவிதையையே ஊழ்கமெனக் கொண்டு வாழ்கிறேன்" என்றேன். அவர் முகம் மலரவில்லை என்பதைக் கண்டு என் உள்ளம் சுருங்கியது. "என் பாடல்களைக் கேட்காமல் எவரும் பாரதவர்ஷத்தில் வழிநடை கொள்ள இயலாது" என்றேன். "ஆம், உம் சொற்களே எங்கும் உள்ளன" என்றார்.

"பெருங்காவியம் ஒன்றை யாக்கும் எண்ணம் கொண்டிருக்கிறேன்" என்றேன். "ஆம், உமது சொற்கள் அனைத்திலும் அதுவே தெரிகிறது" என்றார். நான் அவரை நோக்கிக்கொண்டிருந்தேன். ஒவ்வாதன சிலவற்றை அவர் சொல்லப்போகிறார் என்று எண்ணினேன். அதைத் தவிர்க்கவே விழைந்தேன். காவியம் எழுதுபவனின் உளச்சிக்கல் அது. அவன் தான் அமைக்காத உலகில் வாழும் திறனை இழந்துவிடுகிறான். அவர் சொல்ல வருவதிலிருந்து விலகிச்செல்ல எண்ணி "என் காவியத்தை நான் எட்டு பகுதிகளாக, எண்ணூறு பாடல்களாக அமைக்கவிருக்கிறேன்" என்றேன். "மின்படை கொண்டவனுக்கும் கதிரவனுக்குமான பூசலில் அது தொடங்கும். விண்வடிவனின் பேருருவைச் சொல்லி முடியும்."

"காவியங்கள் விண்ணை நோக்கி எழுபவை, ஆனால் மண்ணில் காலூன்றியவை" என்று சாத்தன் சொன்னார். "குருதியும் கண்ணீரும் விந்துவும் கலந்து நொதித்த வயல்சேற்றில் முளைத்த சொற்களாலானவையே காவியங்கள் என்றுணர்க!" என்னுள் எரிச்சலே எழுந்தது. "ஆம்" என்று சொன்னேன். "உம்மிடம் நான் சொன்னேன், நீர்வழிப்படும் புணையென்று ஒழுக" என்றார். "ஆம்" என்றேன். "பெரியோரை வியத்தலும் சிறியோரை இகழ்தலும் இலா நிலை அது" என்றார். "காவியங்கள் பேருருவர்களுக்கானவை" என்று நான் சொன்னேன். "அல்ல, பேருருவர்களிலும் வாழும் சிறுமையை சிற்றுருவர்களிலும் எழும் பெருமையை நோக்கும் விழியிலாத காவிய ஆசிரியர் எவருமில்லை" என்றார். நான் என் எல்லைகளைக் கடந்தேன். "நேரிடையாகவே சொல்லுங்கள். நான் காவியம் யாக்கும் தகுதிகொண்டவனா இல்லையா?" என்றேன். "ஆம், நீர் அதன்பொருட்டே பிறந்தவர்" என்றார். பின்னர் புன்னகையுடன் "அது பிறவியிலேயே அமையும் தீயூழ்" என்றார்.

"யாதவரே, என்னை இங்கு கொண்டுவந்து சேர்த்த துயர் அவர் உரைத்த சொற்களில் இருந்து எழுந்தது" என்று வியாசர் சொன்னார். "அவர் அருகிருக்கையில் உடன் ஒரு மானுடன் இருக்கும் நுண்ணுணர்வை உளம் அடைவதில்லை என்பதை முன்பும் உணர்ந்திருக்கிறேன். அவர் எவரென்று அறியேன். ஆனால் என்னிடம் அச்சொற்களை சொல்லும்பொருட்டே வந்தவர் என்று கொள்கிறேன்."

2

யாதவரே, நான் தவிர்க்கமுடியாத இடத்தை உருவாக்கிவிட்டு சாத்தன் அமர்ந்திருந்தார். "காவிய ஆசிரியன் என்பது தீயூழ் என எவரும் சொல்லிக் கேட்டதில்லை. காலத்தை வென்று வாழ்பவன் அல்லவா அவன்?" என்றேன். "ஆம், முதற்கவிஞன் கொல்லப்பட்ட அன்றிலை நோக்கி விடுத்த விழிநீர்த்துளியின் ஈரம் இன்னமும் காயவில்லை என்பார்கள். தலைமுறைகளைக் கடந்து, காலப்பெருக்கைத் தாண்டி நிலைகொள்கிறதென்றால் அது எத்தனை பெரிய துயர்!" என்றார்.

என் உள்ளம் நடுங்கியது. "அத்தகைய பெருந்துயர் எனக்கும் காத்திருக்கிறது என்கிறீர்களா?" என்றேன். அவர் அதற்கு நேரடியாக மறுமொழி சொல்லவில்லை. "நீர் கிருதயுகத்தில் வாழ்ந்த சத்யகன் என்னும் கிரௌஞ்சத்தின் கதையை அறிந்திருக்கிறீரா?" என்று கேட்டார். "இல்லை" என்றேன். அவர் அக்கதையைச் சொன்னார்.

சத்யகனும் சத்யகியும் இமயச்சாரலில் அமைந்த புஷ்கரம் எனும் குளிர்வாவியில் வாழ்ந்தனர். சத்யகன் விண்ணிலெரியும் சூரியனை நோக்கிமகிழும் இயல்பு கொண்டிருந்தான். "பறவைகள் விண்ணில் பறப்பவை, மண்ணை நோக்குபவை. விண்நோக்கும் விழி நமக்கில்லை. மண்நோக்கப் படைக்கப்பட்டவையாதலால் அவை விண்ணின் விரிவையும் ஒளியையும் தாங்கவியலாது, நமக்குரியது நீரிலெழும் சூரியனே" என்று சத்யகி கணவனிடம் மீண்டும் மீண்டும் சொன்னாள். "நீர்ச்சூரியனும் சூரியனே என்று நமக்கு முன்னோர் கற்பித்திருக்கிறார்கள். நமக்கென சமைக்கப்பட்ட குளிர்கதிரோன் அவன்" என்றாள்.

சத்யகன் அவளை இகழ்ந்து "ஆயிரத்தில் பல்லாயிரத்தில் ஒருவன் மீறியாகவேண்டும் என்பதே நெறிகளின் இயல்பு. இல்லையேல் அவை

உறைந்து அவ்வுயிர்க்குலத்தையே சிறையிடக்கூடும் என்று முன்னோர் உரைத்ததுண்டு" என்று மறுமொழி சொன்னான். "நாரை என இச்சிற்றுடலுக்குள் தன்னை நிறுத்திக்கொள்பவனுக்குரியது நீர்ச்சூரியன். தன்னை உடலில் இருந்து விடுவித்துக்கொள்பவர்களுக்குரியது வானம், அங்கு ஒளிரும் சூரியன்." சத்யகி சீற்றத்துடன் "அறிந்து பேசுக! மேலெழுபவர்களைப் பொசுக்கும் அனல் அது" என்றாள். சத்யகன் "பலிகொள்ளாதது தெய்வம் அல்ல" என்றான்.

சூரியனை நோக்கி நோக்கி சத்யகனின் விழிகள் ஒளியிழந்தன. சூரியனை நோக்கி எழுந்து பறந்து இறகுகள் பொசுங்கி சிறகுகளின் விசை குறைந்தது. அச்சுனைவிட்டு அகல இயலாதவனாக ஆனான். சத்யகி சத்யகனுடன் கூடி நூற்றெட்டு முட்டைகளை இட்டாள். அவை விரிந்து அழகிய சிறு குஞ்சுகள் வெளிவந்தன. அவற்றுக்கு இரைதேடும்பொருட்டு சத்யகி காலையில் பறந்து மேலே சென்றாள். சத்யகன் அக்குஞ்சுகளைத் தன்பின் அழைத்துக்கொண்டு சுனையில் சுற்றிவந்தான். அவற்றுக்கு நீச்சலும் பறத்தலும் மூழ்குதலும் மொழிதலும் திரள்தலும் கற்றுத்தந்தான்.

ஒருநாள் பசிகொண்ட முதலை ஒன்று அச்சுனையின் கரைச்சேற்றில் வாய்திறந்து படுத்திருந்தது. உச்சிக்கதிரவனை அண்ணாந்து நோக்கிக் கொண்டிருந்த சத்யகன் முதலையைக் காணவில்லை. குஞ்சுகளில் மூத்ததான சிதன் முதலையின் திறந்த வாயை நோக்கி "அது என்ன, தந்தையே?" என்றது. சத்யகன் அக்குரலைக் கேட்கவில்லை. சிதன் சிறிய பறவைகள் அதன் வாய்க்குள் இறங்கி கொத்தி உண்பதையும் சிறகடித்தெழுவதையும் கண்டது. "அவற்றைப்போல் நாமும் விளையாடுவோம், வருக!" என அது தன் உடன்பிறந்தாரையும் அழைத்துக்கொண்டு முதலையை அணுகியது. அவை ஒவ்வொன்றாக முதலையின் வாய்க்குள் புகுந்து மறைந்தன.

நெடுநேரம் கழித்து உணவுடன் வந்திறங்கிய சத்யகி விழிகளை வானில் நட்டு சுழன்றுகொண்டிருந்த சத்யகனை நோக்கிப் பதற்றத்துடன் "எங்கே என் மைந்தர்?" என்று கேட்டாள். அவன் திகைத்து திரும்பிநோக்கி "இங்குதான் இருந்தனர்" என்றான். "சொல், மூடா! என் மைந்தர் எங்கே? என்ன செய்தாய் அவர்களை?" என அவள் கூவினாள். திரும்பி நோக்கியபோது கரைச்சேற்றில் விழிநீர் விட்டபடி படுத்திருந்த முதலையைக் கண்டதும் அனைத்தையும் புரிந்துகொண்டாள். "விண்நோக்கி அலையும் உனக்கு மைந்தர்களைப் பெறும் தகுதி இல்லை என அறியாதது என் பிழை. உனக்கு மைந்தராகப் பிறந்தது அவர்களின் பிழை. மீண்டும் மீண்டும் பிறந்திறந்து எங்கள் விழியின்மையின் பழியைப் போக்குகிறோம். ஆனால் நீ வாழ்வாய், ஒவ்வொரு இறகாக உதிர்ந்து மறைவதுவரை மைந்தர் துயர்கொண்டு இங்கிருப்பாய். மீண்டும் பிறந்து மைந்தர்துயரில் நூறாண்டு

உழல்வாய்” என்று தீச்சொல்லிட்டாள். பாய்ந்து சென்று முதலையை அணுகி “என்னை ஏற்றருள்க, இறைவடிவே!” என்றாள். விழிநீர் சொட்ட பெருங்கருணையுடன் அவளை அது உண்டது.

நூறாண்டுகாலம் சத்யகன் அந்தச் சுனையில் வாழ்ந்தான். ஒவ்வொரு கணமும் மைந்தரை எண்ணி எண்ணித் துயருற்றான். அத்துயரை மறக்க மேலும் மேலும் விண்ணை நோக்கினான். துயரின் எடையால் ஒரு கணமும் கால் ஓய முடியாதவனானான். அந்த முதலையை அணுகி “என்னை ஏற்றருள்க! எனக்கு விடுதலை அளித்தருள்க!” என்று மன்றாடினான். “உன் உடலின் இறகுகள் துயரின் எரிமணம் கொண்டுள்ளன. முற்றிலும் இறகுகள் உதிரும்வரை நான் உன்னை உண்ணப்போவதில்லை” என்றது முதலை.

முற்றிலும் விழியிழந்து நீரலைகள்மேல் அலைந்துகொண்டிருந்த அந்த நாரையை பிற நாரைகள் கேலிப்பொருளாகக் கருதின. ஒவ்வொருநாளும் அந்த முதலையின் முன்னால் சென்று நின்று ஏங்கியது அப்பறவை. ஆண்டுக்கு ஒரு இறகென உதிர முற்றுதிர்ந்து விடுதலைபெறும் நாளை எண்ணி எண்ணிக் காலம் கடந்தது. இறகுகள் அனைத்தும் உதிர்ந்து ஒரே ஒரு இறகு எஞ்சியபோது முதலையின் முன் சென்று நின்றது. ஒவ்வொரு கணமாக அணுகிவர இறுதியில் “என் மைந்தர்களே” என அது விம்மியபோது இறுதியிறகும் உதிர்ந்தது. முதலை கண்ணீருடன் அணுகி “நிறைவுறுக, சத்யகரே!” என அதை உண்டது.

சத்யகன் மறுபிறவியில் சரஸ்வதி நதியின் கரையில் பிரம்மனின் மைந்தர் காசியபப் பிரஜாபதியில் பிறந்த ஃபூ என்னும் முனிவருக்கு மைந்தனாகப் பிறந்தான். பிறவியிலேயே விழியற்றிருந்த அம்மைந்தனுக்கு அபந்தரதமஸ் என்று தந்தை பெயரிட்டார். சாரஸ்வத அபந்தரதமஸ் தந்தையிடமிருந்து வேதங்கள் நான்கையும் கற்றுத்தேர்ந்தார். பிரம்மனிடமிருந்து பிரஜாபதி வேதங்களைப் பெற்றார். அவரிடமிருந்து சுக்ரர் பெற்றார். தொல்வியாசர் சுக்ரரின் மாணவர். பிரஹஸ்பதி, சூரியர், இந்திரர், வசிட்டர், சாரஸ்வதர், திரிதமர், திரிசிகர், பரத்வாஜர், அந்தரீக்ஷர், வர்ணி ஆகியோர் கிருதயுகத்தில் வேதங்களைத் தொகுத்துப் பகுத்தனர். திரேதாயுகத்தில் த்ரய்யாருணர், தனஞ்சயர், கிருதஞ்சயர், ஜயர், பரத்வாஜர், கௌதமர், ஹரியாத்மர், வைஷ்ரவ வியாஜஸ்ரவஸ், திருணபிந்து, ருக்ஷ, வால்மீகி, சக்தி பராசரர், ஜதுகரணர் முதலான பதினான்கு முனிவர்கள் வேதங்களைத் தொகுத்துப் பகுத்தனர். அவர்கள் ஆற்றியவற்றை முன்னெடுத்து விடுபட்டவற்றை நிரப்பி முழுமைசெய்யும் பணியை அபந்தரதமஸ் மேற்கொண்டார்.

வேதம் வேதம்போன்றனவற்றால் சூழப்பட்டது. வேதம் போன்றன வேதத்திலிருந்து முளைத்தவை என்பதனால் தந்தையை மைந்தர்போல்

உயிராலன்றி வேறுபாடில்லாமல் மாற்றுகொண்டிருந்தன. வேதத்தின் உயிர் அதன் விண்ணொலி. எனவே செவியாலன்றி வேறெவ்வகையிலும் வேதச்சொல்லை தனித்தறிய இயலாது. விழியிழந்தவரான அபந்தரதமஸ் மலர்கள் மொக்கவிழும் தருணத்தைக் கேட்கும் செவிகொண்டவராக இருந்தார். ஒலியாலேயே புறவுலகை இணைத்து அடையாளம் அளித்து விரித்துக்கொண்டார். சொல்சொல்லென வேதமறிந்த அவரைச் சூழ்ந்து நூறு முனிவர்கள் அமர்ந்து வேதம் ஓதுகையில் ஒரு வேதமிலாச் சொல் ஒலித்தாலும் ஒரு சொல்லில் வேத ஒலி பிறழ்ந்தாலும் சுட்டிக்காட்ட அவரால் இயன்றது. நாளும் இரவும் ஒழியாது அவரிடம் வேதம் ஆராய வைதிகர் வந்தபடியே இருந்தனர்.

பிரஜாபதியான அபந்தரதமஸ் ஸ்ரவ்யை, ஹ்ருத்யை, பிரதிபை, ஸ்மிருதி, வாக் என்னும் ஐந்து மனைவியரை மணந்து நூறு மைந்தரைப் பெற்றார். அவர்கள் அவர் வாழ்ந்த சாரஸ்வதம் என்னும் காட்டில் மூத்தவரிலிருந்து இளையவர் என வேதம் கற்று வளர்ந்தனர். அன்று சித்திரை முழுநிலவானதனால் அவருடைய நூறு மைந்தரும் கானாடும்பொருட்டுச் சென்றிருந்தனர். அவர்களின் அன்னையர் ஆற்றங்கரையில் அமைந்த தங்கள் குடில்களில் துயின்றனர். நள்ளிரவில் துயிலாது தனித்தமர்ந்து அகோராத்ரம் என்னும் அதர்வ வேள்வியை இயற்றிக்கொண்டிருந்த அபந்தரதமஸ் முதல்முறையாக ஒரு வேதச்சொல் முன் திகைத்து உளமழிந்தார்.

அது வேதம் போலவும் அல்லது போலவும் தோன்றியது. நுண்பொருளும் ஒலியமைவும் வேதமென்றிருந்தபோதிலும் அதனுடன் முந்தைய சொல் முரண்கொண்டது. வேதமிலாச் சொல்லுக்கு அவியளித்து அதை தேவர்கள் கேட்கும்படி செய்யலாகாதென்பதனால் அபந்தரதமஸ் நெய்க்கரண்டியுடன் சிலையென்று அமர்ந்திருந்தார். ஆனால் வேள்விக்கென எடுத்த அவி வேறெந்த உயிராலும் உண்ணப்படாதாகையால் அந்தக் கையைத் திரும்ப எடுக்கவும் அவரால் இயலவில்லை.

அக்கணத்தில் அவர் முன் எழுந்த அனலவன் “மறுசொல் இன்றி இக்கணமே இக்காட்டை எனக்கு முற்றவியாக்குவாய் எனில் அந்த வேதச்சொல்லின் உண்மையை உனக்குரைப்பேன்” என்றான். மறுஎண்ணமின்றி “ஆம், அவ்வாறே” என அபந்தரதமஸ் சொல்லளித்தார். “உன் முன்னோடியான ஜதுகரணர் அச்சொல்லை வகுக்கையில் அருகே விளையாடிக்கொண்டிருந்த தன் இளமைந்தனை நோக்கி அரைவிழி திரும்பிய கணத்தில் ஒரு மாத்திரை பிழைவர சந்தம் குறைந்தது அச்சொல். ஆனால் அதைச் சொல்லி ஆயிரம்பேர் அவியிட்டமையால் வேதச்சொல்லின் ஒளியும் கொண்டது” என்றான்.

அபந்தரதமஸ் அச்சொல்லை மாத்திரை முழுமைசெய்து நெய்யை ஊற்றினார். பற்றி எழுந்து கிளைவிரித்து அருகே நின்றிருந்த மரங்களைக் கவ்வி உறுமியும் பிளிறியும் வெடிப்பொலியும் சிறகொலியும் எழுப்பியும் தீ அக்காட்டின்மேல் பரவியது. கானாடச் சென்ற அபந்தரதமஸின் நூறு மைந்தரும் அங்கே மரங்களின்மேல் ஏறுமாடம் கட்டி துயின்றுகொண்டிருந்தனர். பெருவெள்ளமென வந்து சூழ்ந்த காட்டெரிக்கு அவர்கள் இரையாயினர். அப்போதும் அபந்தரதமஸ் வேதம் ஓதிக்கொண்டே இருந்தமையால் அது மாபெரும் வேள்வியென்றாகியது. அவியுண்ண வானில் தேவர்கள் நிறைந்தனர்.

விழியற்றவர் அந்த அனல்வெம்மையை உணர்ந்து பெருவேள்வி என்று எண்ணி வேதமுழக்கமிட்டார். மைந்தர் அவியான செய்தியை அவர் அறிந்திருக்கவில்லை. ஆற்றங்கரைக் குடிலில் துயின்ற அவருடைய ஐந்து மனைவியரும் அலறிக்கொண்டு எழுந்து ஓடிவந்தனர். அவர்கள் அணுகமுடியாதபடி விண்வரை ஏறி எரிந்தது காட்டுத்தீ. வேள்விக்களத்தைக் கண்டதுமே நிகழ்ந்ததென்ன என்று அவர்கள் புரிந்துகொண்டனர். தர்ப்பையினூடாக வேள்விச்சாலையில் தீ பற்றி ஏறி அருகே நின்ற மரத்தில் படர்ந்து சென்றிருந்த கரித்தடம் தெரிந்தது. தன் வேதச்சொல் முழுமையடைந்ததை எண்ணி முகம்மலர்ந்து தனக்குள் ஆழ்ந்து அமர்ந்திருந்தார் அபந்தரதமஸ்.

அவர்களில் மூத்தவளாகிய ஸ்ரவ்யை "எங்கள் மைந்தர் எங்கே? சொல்க, எங்கள் மைந்தர் எங்கே?" என்று கூவினாள். ஹ்ருத்யை "எங்கள் மைந்தரை அவியிட்டு வேதச்சொல் பெற்றீர்... தந்தையர் எவரும் செய்யாத கொடுஞ் செயல் புரிந்தீர்" என்று அலறினாள். பிரதிபை "மைந்தரில்லா இவ்வுலகில் இனி வாழத்தகாது. நாமும் எரிபுகுவோம்" என்றபடி ஓட, ஸ்மிருதியும் வாக்கும் அவளுடன் ஓடினர். ஹ்ருத்யை "மைந்தர் அருமையறியாத நீ இப்பிறவியில் நூறாண்டு வாழ்வாய். ஒவ்வொரு கணமும் மைந்தரை எண்ணி எரிந்துருகுவாய். மறுபிறவியில் மைந்தர்துயர் உன்னை சூழும். இறப்பின்றி முடிவிலி வரை அதில் திளைப்பாய்" என்றபடி எரி நோக்கி ஓடினாள்.

அவளுடன் செல்லவிருந்த முதல் துணைவியின் பாதங்களை எட்டி இரு கைகளாலும் பற்றிக்கொண்ட அபந்தரதமஸ் கண்ணீருடன் "என் விழியின்மையால் இப்பெரும்பழியை அடைந்தேன். தேவி, நான் உனக்குமட்டும் கணவனாக அல்ல, மைந்தனாகவே இருந்தேன். எனக்கு அருள்க!" என்றார். ஸ்ரவ்யை அவரை நோக்கி "உங்கள் கண்ணீரை என்னால் தாங்க முடியவில்லை. ஆனால் பத்தினியரின் சொல் தெய்வங்களாலும் மாற்றவொண்ணாதது. இது என் நற்சொல். அடுத்த பிறவியில் நான் உங்கள் துணைவியாகி வருவேன். உங்களுக்கு அழியாத கவிச்சொல்லை அளிப்பேன். நீங்கள் அடையும் மைந்தர்துயரை காவியமாக

ஆக்கி இனிமைகொள்ளச் செய்வேன். அதில் நீங்கள் இறப்பிலாது வாழ்வீர்கள்" என்றாள். நடந்து எரியில் மூழ்கி மறைந்தாள்.

"ஒவ்வொரு கணமும் கண்ணீர்விட்டபடி அபந்தரதமஸ் நூறாண்டு வாழ்ந்தார். வேதங்களைத் தொகுத்தமையால் மகாவியாசர்களில் ஒருவராக நிரையிலமைந்தார். கண்ணீருடன் மறைந்து மீண்டும் பிறந்தெழுந்தார்" என்று சாத்தன் சொன்னார். "கிருஷ்ண துவைபாயனரே, கலியுகத்திற்கான வேதங்களைத் தொகுக்கும்பொருட்டே அவர் உங்கள் வடிவில் பிறந்தார். ஸ்ரவ்யை சுவர்ணவனத்தில் சுகர்குலத்தில் ஹ்ருதாசியெனும் மங்கையாகப் பிறந்தாள். இன்குரலால் உங்களைக் கவர்ந்து மணம்கொண்டாள். சுகன் என்னும் மைந்தனைப் பெற்றாள். கிளிகளின் மொழியிலிருந்து கவிதையின் சந்தத்தை உங்களுக்கு அளித்தவள் அவள். இன்று உங்களைச் சூழ்ந்து இனிமையென நிறைந்திருப்பது அவளுடைய இன்குரலே."

"சாத்தர் சென்றபின் என்னிடமிருந்து நான் விடுபட மேலும் மூன்று நாட்களாயின" என்றார் வியாசர். "அவர் சொன்னவற்றின் உட்பொருளை விரித்து விரித்து அனைத்தையும் விழிமுன் பார்த்தபடி அமர்ந்திருந்தேன். நன்றென ஒன்றும் உள்ளே எஞ்சாதவனாக. எதை நினைத்தாலும் இருளைச் சென்றடைவதனால் நினைப்பொழியும்பொருட்டு சூழ நிகழும் சிறுசெயல்களில் மாறிமாறி விழியோட்டியவனாக. இவையனைத்தும் புனைவே என்று அள்ளி ஒதுக்க முயன்றேன். சுவரைத் திரையென அள்ளிச்சுருக்க முயன்ற அறிவிலிபோல திகைத்தேன்.

"அப்போதறிந்தேன் புனைவிலாடுவதன் பிழை என்ன என்று. மெய்நிகழ்வை உள்ளத்தால் ஏற்றுக்கொள்ளவே இயல்வதில்லை. அது எண்ணத்தால், சொல்லால் மாற்றிவிட முடியாதது. மாற்றி விளக்கவோ ஏடுபுரட்டிக் கடக்கவோ அதில் இடமே இல்லை. விழிநீருக்கு, சினத்துக்கு அது சற்றும் நெகிழ்வதில்லை. அந்தப் பாறையில் மோதித் தலையுடைவதன்றி வேறு வழியே இல்லை. அதை முற்றுணர்ந்த கணம் திகைத்து திரும்பி ஓடினேன். என் புனைவுகளுக்குள் புதைந்துகொண்டேன். என் காவியத்தில் என் குருதிவழியினர் பல்கிப்பெருகினர். நிலம்வென்றனர். நகர் அமைத்தனர். வேள்விபெருக்கி அறம்வளர்த்தனர். குலம்செழித்து காலத்தில் படர்ந்தேறினர். திகட்டத்திகட்ட எழுதினேன். அதை சலிக்கச்சலிக்க நானே படித்தேன். மெய்ப்புகொண்டே அழுது நிறைந்தேன். அதனூடாக அனைத்தையும் கடந்துசென்றேன்."

ஆனால் அன்றிரவு ஒரு கனவைக் கண்டேன். அதில் பெருகிவிரிந்திருக்கும் ஒரு குருதிநிலம் எழுந்தது. நான் நன்கறிந்தது, குருஷேத்திரம். அங்கே துடித்துக்கொண்டிருந்தனர் என் பெயர்மைந்தர், மறுபெயரர். என் குருதியில் கால் வழுக்கி விழுந்து எழுந்தேன். நெஞ்சிலறைந்து

அலறியழுதபடி அக்களத்தினூடாக சென்றேன். அனைத்து முகங்களும் என்னுடையவை. சிதைந்த உடல்கள், சிதறித்தெறித்த தலைகள். ஆனால் அனைத்து விழிகளும் உயிருடனிருந்தன. புன்னகையுடன், துயருடன், அச்சத்துடன், ஐயத்துடன் என்னை நோக்கின. கதறியழுதபடி ஓடி அஸ்தினபுரிக்குள் நுழைந்தேன். அரண்மனையின் படிகளெங்கும் குருதி வழிந்து வழுக்கியது. "என்ன நிகழ்கிறது இங்கே? ஏன் இந்தக் குருதி?" என்று கூவினேன். முதிய சேடி ஒருத்தி "இங்குள்ள அத்தனை மகளிரின் கருக்களும் சிதைந்து ஒழுகுகின்றன, பிதாமகரே" என்றாள்.

என் கால்களில் ஒரு பிஞ்சுக்கை மிதிபட்டது. சிறுவிரல் அளவேயுள்ள கை. அப்பால் சிறிய தலை. அதில் கடுகென விழிகள். சிறுதுளையெனத் திறந்த வாய். நான் நெஞ்சிலறைந்து அலறியபடி அஸ்தினபுரியின் தெருக்களினூடாக ஓடினேன். நகரத்தின்மேல் நின்றிருந்த கருமுகில்திரள் உறுமியது. மின்னல்களில் மாளிகைகள் அதிர்ந்தன. பின் மென்மழை பெய்யத்தொடங்கியது. என் புருவங்கள் சொட்டியபோதுதான் உணர்ந்தேன், அது கொழுங்குருதி. குருதிமழை நகர்மேல் நின்று பொழிந்தது. காற்றில் பெருந்திரைச்சீலைபோல் அசைந்தது. தோகைத்திரளாக சுவர்களை அறைந்தது. ஓலமிட்டபடி சுழன்றது.

கோட்டையை விட்டு வெளியே சென்றபோது மூவிழி திறந்த பேருருவன் ஒருவனைக் கண்டேன். முக்கூர்வேலும் புலித்தோலும் அணிந்தவன். அப்பால் பிறிதொருவன். மேலும் ஒருவன். நகரைச் சூழ்ந்திருந்தனர் பதினொரு ருத்ரர்கள். அனலுருவான அஜர், அடிமரமென ஒற்றைக்காலூன்றி எழுந்த ஏகபாதர், நான்கு தலைகள்கொண்ட அக்னிபுத்திரர், எரிகுளமென விழியெழுந்த விரூபாட்சர், மலைமுடியென ஓங்கிய ரைவதர், கொலைக்கரம் நூறுகொண்ட ஹரர், பன்னிரு முகம் எழுந்த பகுரூபர், மூன்றுவிழியரான த்ரியம்பகர், காட்டாளத் தோற்றம்கொண்ட அசுரேசர், பொன்னொளிகொண்ட சாவித்ரர், மின்படைகொண்ட சயந்தர். அவர்கள் பதினொரு சுழற்காற்றுத்தூண்கள் என எழுந்து நகர்மேல் ஏறினர். அவர்கள் ஏந்திய தோமரமும், அனல்கொடியும், வாளும், மின்படையும், அம்பும், அங்குசமும், மணியும், தாமரையும், தண்டும், வில்லும், மழுவும் விசைகொண்டு வானிலெழுவதைக் கண்டேன்.

குருஷேத்திரத்திற்கு நான் வந்தபோது அங்கே அனைத்து உடல்களையும் நாய்களும் நரிகளும் கழுதைப்புலிகளும் காகங்களும் கழுகுகளும் உண்ணத்தொடங்கியிருந்தன. அவை பூசலிட்டு எழுப்பிய ஓசை அந்நிலத்தின் ஓலமென எழுந்துகொண்டிருந்தது. அவற்றால் கடித்து இழுக்கப்பட்ட என் மைந்தர் உயிர்பெற்றெழுபவர்களெனத் தோன்றினர். சிறு கைகள் அசைந்தன. கால்கள் இழுபட்டன. தலை இல்லை இல்லை

என அசைந்தது. அப்போதும் சிலர் உயிர் மிஞ்சியிருந்தனர். அவர்களை விலங்குகளும் பறவைகளும் கவ்வியுண்டபோது வலியுடன் முனகினர்.

நான் அதன்நடுவே அவளைக் கண்டேன். செம்புநிறமான நீள்குழல் பறக்க, கரிய உடலுடன் நின்றிருந்தாள். என் விழிமயக்கா என அணுகி நோக்கினேன். இறந்தவர்களின் குலமகளா? ஆனால் அவள் குழல் தழல்கதிரென நெடுந்தூரம் நீண்டு அலையடித்தது. தொலைவிலிருந்து நோக்கியபோது அவள் அழுதுகொண்டிருக்கிறாள் என்று தோன்றியது. அண்மையில் சென்று விழிகளை நோக்கியதும் அவள் அழவில்லை, கண்கள் கனிந்திருந்தமையால் அவ்வாறு தோன்றியது என்று உணர்ந்தேன்.

அவளுக்கு இருபுறமும் நீலநிறக் குழல்கள்கொண்ட இரு அணுக்கியர் நடந்தனர். அவர்களில் ஒருத்தி என்னை நோக்கினாள். என் அருகே வந்து புன்னகைத்தாள். அதற்கிணையான அழகிய புன்னகையை நான் கண்டதே இல்லை. திருமகளே எழுந்தாள் என எண்ணி என் உள்ளம் அமைதிகொண்டது. துயரும் வலியும் தனிமையும் வெறுமையும் அகன்றன. “தேவி, நீயே அடைக்கலம்” என்று சொன்னேன். “வருக!” என அவள் என்னை அழைத்துச்சென்றாள். குருஷேத்திரத்தின் ஓரத்தில் நிலம் பசித்து வாய்திறந்தது எனப் பெருங்குழி ஒன்றிருந்தது. ஆழத்தில் அடியிலாத கரிய நீர் அசைவின்றி கிடந்தது.

“இதன் பெயர் வியாசஸ்தலி” என்றாள். “ஏன்?” என்று நான் கேட்டேன். “இதுவே உங்களுக்குரிய இடம்...” என்றாள். “தேவி, என் அழலனைத்தும் அழியுமா?” என்றேன். “ஆம், அதுவே இறுதி” என்றாள். “நான் நீடுவாழி என்று அருட்சொல் பெற்றவன்” என்றேன். “இதுவும் வாழ்வே... இந்தப் பாதை முடிவிலா ஆழங்களுக்குக் கொண்டுசெல்கிறது” என்றாள். “ஏழு அடியிலிகள்... இங்கே நீங்கள் அடையும் மைந்தர்துயருக்கு நிகரான எதுவும் அங்கில்லை.” அதன் விளிம்பில் நான் நின்றேன். மிகத் தொலைவில் பிங்கலகேசினி காற்றில் முகில் என மிதந்துசெல்வதைக் கண்டேன். “தேவி” எனக் கைகூப்பினேன். என் உள்ளத்தின் அலைக்கழிப்புகள் முற்றாக நீங்கின. இனிமை எழுந்து அகம்நிறைத்து உடலில் பரவியது. என் முகம் மலர்ந்திருந்தது.

“ஒரு கணம்தான், நான் பாய்ந்திருப்பேன். அக்கணம் ஒரு சிறு நோக்குணர்வை அடைந்தேன். ஒரு சிறு அசைவு. விழித்துக்கொண்டபோது இலையிலிருந்து சிறுபாறையை நோக்கித் தாவிய தவளை ஒன்றைக் கண்டேன். பெருமூச்சுடன் நிலைமீண்டபோது உங்கள் நினைவெழுந்தது. நோயுற்றவன் நினைவுகூர்ந்த அருமருந்து என. உடனே இங்கு கிளம்பினேன்” என்றார் வியாசர்.

3

நைமிஷாரண்யத்தில் கிருஷ்ண துவைபாயன வியாசர் இளைய யாதவரிடம் சொன்னார். "யாதவரே, நான் வியாசவனத்தில் இருந்து கிளம்பும்போது தாளவொண்ணா ஆற்றாமையுடன் வந்தேன். வெறுமையும் கசப்பும் என்னில் நிறைந்திருந்தன. இங்கு வந்து உங்களைப் பார்த்த முதற்கணமே அவையிரண்டும் அகன்றன. ஏனென்றால் நீர் நான் புனைந்த கதைத்தலைவன். எத்தனை துயரடைந்தாலும், எவ்வளவு வெறுமையில் திளைத்தாலும் பிறர்போல் பொருளின்மையை நான் அடைவதில்லை. என் விழுப்பொருளாக நான் படைத்தவை நின்றிருக்கும்.

"உங்களை கால்தலை என நோக்க நோக்க நான் நான் என்று என் உள்ளம் விம்மியது. ஏனென்றால் கவிஞன் புனையும் அனைத்துக் கதைமாந்தரும் அவனே. கதைத்தலைவனிலோ அவன் பேருருக்கொண்டு எழுகிறான். நான் இப்புவியின் மாந்தரை விண்ணவன் எனக் குனிந்து பார்க்கிறேன். அவர்கள் மூவூழையும் அறிகிறேன். அவர்கள்மேல் கனிவுகொண்டிருக்கிறேன். அறிந்தவன் என்பதனால் அளி கொள்வதில்லை, மெல்லிய புன்னகையையே அணிந்துகொள்கிறேன்" என்றார் வியாசர்.

இளைய யாதவர் "ஆம், தத்துவத்தின் முழுமைநோக்கையே காவிய ஆசிரியனும் வந்தடைகிறான். தத்துவஞானி சென்றடையும் வெறுமை காவிய ஆசிரியனுக்கில்லை. எழுந்தும் அமைந்தும் ஒவ்வொன்றும் முற்றிலும் நிகர்செய்து இன்மையென்றாகும் வெளி தத்துவஞானிக்கு அமைகிறது. அங்கே கையிலொரு அழகிய மலருடன் அமர்ந்திருக்கும் நல்லூழ் காவிய ஆசிரியனுக்கு அருளப்பட்டுள்ளது" என்றார். வியாசர்

முகம் விரிய புன்னகைத்து “மெய், யாதவரே. என் தலைமேல் நான் சூடும் ஒளிமலர் நீர். என் ஆழிஏழில் இதழாயிரமலர்” என்றார். இளைய யாதவர் புன்னகைத்தார்.

“துயர் நீங்கியதென்றாலும் என் வினா அவ்வண்ணமே உள்ளது. துயர் நீங்கும்போது தத்துவக்கேள்விகள் மாசகன்று மேலும் கூர்கொள்கின்றன” என்றார் வியாசர். “கேளுங்கள், ஆசிரியரே” என்றார் இளைய யாதவர். “யாதவரே, நான் நீடூழிவாழ என காலத்தில் நிறுத்தப்பட்டுள்ளேன். அதன்பொருள் எனக்கு வீடுபேறில்லை என்பதே. நான் இவ்வுலகை நீத்து எழப்போவதில்லை. என் துயரும் அலைக்கழிப்பும் என்றென்றுமென நீடிக்கும். ஒருபோதும் எனக்கு முழுமை நிகழாது” என்றார் வியாசர். “ஆம்” என்றார் இளைய யாதவர். வியாசர் சீற்றத்துடன் “நான் எவ்வகையில் கீழோன்? வேதம் முற்றுணர்ந்தவன். வாழ்வே தவமெனக் கொண்டவன். மூன்று முதற்தெய்வங்களையும் சொல்லெடுத்து ஏவி என் முன் தோன்றச் செய்யும் ஆற்றல்கொண்டவன். என்னை முனிவரில் முதல்வன் என்கின்றன நூல்கள். வீடுபேறுக்கு மட்டும் நான் ஏன் தகுதிகொள்ளவில்லை?” என்றார்.

“ஏனென்றால் நீர் கவிஞர்” என்றார் இளைய யாதவர். “கவிஞனுக்கு வீடுபேறில்லை.” வியாசர் அந்த நேரடிக்கூற்றில் சொல்லிழந்து வெறுமனே நோக்கினார். அந்த கணப்பெருக்கில் அவர் உள்ளம் நூறுநூறு கவிஞர்களைத் தொட்டுத்தொட்டு மீண்டது. பெருமூச்சுடன் தோள்தளர்ந்த பின் “ஆம்” என்றார். பின்னர் இளைய யாதவரை நோக்கி “ஏன்?” என்றார். “ஏனென்றால் அவர்களின் கவிதை மண்ணுலகு சார்ந்தது. ஒருபோதும் இங்கிருந்து அது முற்றகல முடியாது. விண்ணனைத்தையும் மண்ணைக்கொண்டு விளக்கும் முயற்சியே கவிதை. ககனவடிவான பரையை பஸ்யந்தி என்னும் கனவுமொழியாக்குகிறீர்கள். பொருளேற்றி மத்யமை எனச் சமைக்கிறீர்கள். ஏட்டிலும் பாட்டிலும் அமைத்து வைகரி ஆக்குகிறீர்கள். கவிதை என்பது மழை. விண் குளிர்ந்து மண்ணில் வீழ்வது. உயிரும் அமுதும் ஆவது” என்றார் இளைய யாதவர்.

“தன் கவிதையிலிருந்து கவிஞனுக்கு விடுதலை இல்லை, ஆசிரியரே. அவ்வாறு விடுவிக்கப்படுவானென்றால் அதுவே அவன் அடையும் துயரப்பாழ். தாங்கள் மட்டுமல்ல, பெருங்கவிஞர்கள் அனைவருமே நீடுவாழிகளே. அவர்களின் நற்கொடையும் தீயூழும் கவிதையே” என்றார் இளைய யாதவர். “என் கவிதை உலகியலில் நின்று எவரையும் மீட்காதென்கிறீர்களா?” என்றார் வியாசர். “உலகப்பொருட்களை அள்ளி ஒன்றன்மீது ஒன்றெனக் குவித்து விண்நோக்கி சமைக்கப்பட்ட படிக்கட்டு உங்கள் காவியம். அது இங்குதான் இருக்கும். ஏறிக் கடப்பவர்கள் யுகந்தோறும் பிறந்து வந்தணைவார்கள்” என்றார் இளைய யாதவர்.

“ஆம்” என வியாசர் தலையசைத்தார். “அது மெய் என உள்ளம் சொல்கிறது. ஆனால் அதை ஏற்க அகம் தயங்குகிறது. யாதவரே, அனைத்துத் தவங்களும் வீடுபேறெனும் முழுமையை நோக்கியே செல்கின்றன. துயர்களும் தத்தளிப்புகளும் தனிமையும் எய்தப்படும் வீடுபேறால்தான் பொருள்படுகின்றன. அந்த இலக்கில்லையேல் என் வாழ்க்கையின் ஒவ்வொரு தருணமும் வீண் அல்லவா? என் சொற்கள் எனக்குப் பொருளற்றவை அல்லவா?”

இளைய யாதவர் “அதை நீங்கள் உங்கள் விருப்பத்தெய்வத்திடம் கோரலாம், ஆசிரியரே” என்றார். அருகிலிருந்த ஒரு சிறு கூழாங்கல்லை எடுத்து தன் முன் வைத்தார். “இக்கல்லை உயிர்ப்பதிட்டை செய்து நிறுவியிருக்கிறேன். இதை உபாசனை செய்க! உங்களுக்கு உகந்த வடிவை இதில் எழுப்புக!” என்றார். வியாசரின் முகம் மாறியது. ஊழ்கநிலை கொண்டு சரிந்த இமைகளுடன் அதை நோக்கிக்கொண்டிருந்தார். பின்னர் கைகூப்பியபடி “சொல்மகள்” என்றார். “என்னைக் கட்டிவைத்திருக்கும் பாசம். கணம்தோறும் கொத்திப்பிடுங்கும் அங்குசம்” என முணுமுணுத்தார். காற்றில் என வடச்சுருளும் கொக்கிப்படையும் கண்முன் தோன்றின.

“என் சொல்லென்றாகும் அம்புவில். அறிவிலியர் சொல்லை என் மீதிருந்து விலக்கும் கேடயம்” என்றார் வியாசர். அவை தோன்றி ஒளிகொண்டன. “என் சித்தத்தில் அதிர்ந்து வான்காட்டும் மின்படை. என் கனவுகளில் மலரும் தாமரை” என்றார் வியாசர். “தேவி, அஞ்சல் அருளல் என மலர்ந்த உன் கைகள்.” தன்முன் எழுந்த அவ்வடிவை நோக்கி இளங்காதலன் என முகம்மலர்ந்து “உன் கனிந்த விழிகள். சுடர்கொண்ட முகம்” என்றார். மதலை எனக் குழைந்து “உன் எழுமுலைகள். மென்மடி” என்றார். தலைவணங்கி அடிமையெனப் பணிந்து “வேதம் சிலம்பென்றமைந்த உன் கால்கள். தேவி, மெய்மை புன்னகைக்கும் உன் அணிநகங்கள்” என்றார்.

முழுமைகொண்டு எழுந்து நின்றிருந்த கலைதேவியிடம் வியாசர் கேட்டார். “தேவி, உன்னை ஒவ்வொரு சொல்லாலும் வாழ்த்துபவன் நான். எனக்கு நீ வீடுபேறு அருள இயலாதா? இப்புவியின் மாயங்களில் அலைக்கழிந்து முடிவிலி வரை வாழ்வதா என் ஊழ்?” கலைமகள் விழிகனிந்து புன்னகைத்து “நீ என் மைந்தரில் முதல்வன். உன் நாதொட்டு எஞ்சிய சொற்களே இனி பிற கவிஞர் நவில்வதனைத்தும். வேதப்பசுவின் பால்கறந்து நெய்யென்றாக்கும் இடையன் நீ. உன் சொல்லில் எழுந்த மெய்மையால் வானடைந்தோர் ஏராளம். இனிவரும் தலைமுறைகள் அனைத்துக்கும் நீ ஒரு விண்திறந்த பெருவாயில். மைந்தா, நீ விழைவது எதையும் என்னால் அருள முடியும்” என்றாள்.

“அவ்வண்ணமெனில் எனக்கு இக்கணமே வீடுபேறு அருள்க!” என்றார் வியாசர். “நன்று, நீ வீடுபேறென்றால் என்னவென்று அறிந்திருக்கிறாயா?” என்றாள் அன்னை. வியாசர் “ஆம், நான் எழுதியிருக்கிறேன்” என்றார். “எச்சமின்றி ஏகுவதே வீடுபேறு. பற்றிநிற்கும் அனைத்தையும் விடுவது. பற்றுகோடுகள் அனைத்திலிருந்தும் எழுவது. இல்லறத்தோர் உறவை, அரசர்கள் அறத்தை, தவத்தோர் தவத்தை முற்றாகக் கைவிட்டுவிட்டே முழுமைகொள்கிறார்கள். நீ கவிஞன், உன் சொற்களை ஒவ்வொன்றாகக் கைவிடுக. வைகரி அணைந்து மத்யமாவில் சுருங்கி பஸ்யந்தியில் துளியாகி பரையில் உலர்ந்து மறைக. வீடுபேறின் நுழைவாயிலில் அமைந்துள்ளது இன்மை.”

வியாசர் “ஆம்” என்றார். பின்னர் திடுக்கிட்டு “தேவி, அப்படியென்றால் என் காவியங்கள்?” என்றார். “ஒரு சொல்லும் இங்கு எஞ்சாது. எந்தப் பதிவிலும், எவர் நினைவிலும். விண்ணில் தடம் பதிக்காது சென்றுமறையும் பறவை என்றாவாய்.” வியாசர் “தேவி, அச்சொற்கள்மேல் நான் தவம் செய்திருக்கிறேன்” என்றார். “ஒவ்வொருநாளும் பல்லாயிரம் அருந்தவத்தோர் இங்கு முழுமைகொண்டு விண்செல்கின்றனர். அவர்கள் சொன்னவை எனப் பல்லாயிரம் சொற்கள், அவர்கள் எண்ணியவை எனப் பலகோடிச் சொற்கள் எழுந்து வளர்கின்றன. அவை ஒரு மாத்திரைகூட எஞ்சாமல் மறைகின்றன. அதுவே புடவிநெறி.”

சீற்றத்துடன் “என் சொல் இறந்தபின் நான் வீடுபேறடைந்து என்ன பயன்?” என்றார் வியாசர். “நீ விடுபடுவாய். உன் ஒவ்வொரு சொல்லுக்கான பயனையும் நீ அடைந்தவனாவாய்” என்றாள் கலைமகள். “வேண்டியதில்லை” என வியாசர் கூவினார். “பயனடையும்பொருட்டு ஒரு சொல்லையும் யாத்தவனல்ல நான். கொள்வதற்கல்ல கொடுப்பதற்கே தோன்றினேன். என் ஒவ்வொரு காவியமும் ஒரு வேள்விப் பெருங்கொடை. இப்புவியில் போர்க்களத்தில் அறத்தின் கோலுடன் எழவேண்டும் என் நூல். வயலில் மேழியாக, ஆயர்நிலைகளில் வேய்குழலாக, அங்காடிகளில் பொன்னாக அது நிறையவேண்டும். பயணிகளில் வழித்துணையாக, பாணரில் இசையாக, கூத்தரில் நாடகமாக விளங்கவேண்டும். தாலாட்டாக அன்னைநாவில் ஒலிக்கவேண்டும். இறுதி வாய்நீருடன் மைந்தர் நாவில் எழவேண்டும். அதுவே என் வாழ்வின் பொருள்.”

“ஆம், நீ அதையே சொல்வாய். மைந்தா, கவிஞனே புவிநிகழ்வோரில் முதன்மை வள்ளல் என்றறிக. ஈட்டியவற்றை அளிப்போர் பிறர். தன்னுள் எழுவதை அளிப்பவன் கவிஞன். விழிநீரையும் குருதியையும் மூச்சையும் சித்தத்தையும் ஈபவன். தன் மீட்பையும் முழுமையையும் கூட கொடையளிப்பவனே பெருங்கவிஞன். பொன்பெருகிய கருவூலங்களைக் கையளித்துவிட்டு அன்னமும் ஆடையும் இன்றி அமர்ந்திருப்பவன்.”

வியாசர் விழிகளில் நீர்ப்படலம் பரவ புன்னகையுடன் "ஆம், அதன் இனிமையை அறிந்தவன் நான்" என்றார். கைகூப்பி "தேவி, வீடுபேற்றை நான் வேண்டேன். என்னை அறிந்தே எனக்கு அளிக்கப்பட்டுள்ளது இந்த நல்லூழ்" என்று சொன்னார்.

"சொல் என் அருள். ஒரு சொல்லையேனும் ஒவ்வொருவருக்கும் அருளியிருக்கிறேன். சொல்லுக்கு நிகராக ஒன்றை எடுத்த பின்னரே அளிக்கிறேன். அனைத்தையும் எடுத்துக்கொண்ட பின்னர் சொல்லனைத்தையும் நான் அளிக்க சித்தம் நிறைந்தவரே பெருங்கவிஞர். அவர்களில் நான் மீள மீள நிகழ்கிறேன், அலையாடும் தாமரையில் நதி திகழ்வதுபோல" என்றாள் கலைமகள்.

இவ்வுலகு கலைஞனுக்கு அயலானது. இங்குள்ள ஒவ்வொன்றையும் சொல்லென்று மட்டுமே அறிந்தவன் அவன். இங்கிருக்கும் எதனாலும் அறியப்படாதவன். இதில் உழல்பவன் விடுதலை பெறக்கூடும். இதை உதறி முன்செல்பவனும் விடுதலை பெறக்கூடும். இதிலாடுகையில் இதை விட்டு விலகியிருப்பவன் இந்த நாடகத்தை முற்றறிந்தவன். அவனுக்கு விடுதலை இல்லை. கவிஞன் மண் அளைந்து ஆடும் மகவு. விண்ணில் தெய்வங்கள் அமைத்த ஒவ்வொன்றுக்கும் அவன் இவ்வுலகில் ஒன்றை எடுத்து நிகர்வைக்கிறான். மண்ணில் தெய்வங்கள் நிறுத்தியிருக்கும் ஒவ்வொன்றுக்கும் ஒரு சிற்றுருவை எடுத்து மாற்றென்று வைக்கிறான். விண்ணுக்கு ஒரு துணியை. மலைகளுக்கு ஒரு கூழாங்கல்லை. தெய்வத்திற்கு ஒரு மலரை. விண்ணையும் மண்ணையும் கொண்டு விளையாடுகிறான்.

அவன் கைகளில் எழுகின்றன மூன்று தெய்வங்களும். அம்மூன்று முகம் கொண்டு அமைந்த பிரம்மமும். அதன் ஆடலான ஊழும். அதில் மானுடர் ஆடும் நாடகமனைத்தும். மைந்தா, கவிஞன் இங்கேயே தன் சொல்லில் வீடுபேற்றுக்கு நிகரென ஒன்றை வைத்துவிட்டவன். நீ விளையாடிய களங்களை, அங்கு நீ பரப்பிய கருக்களைச் சென்று பார். அதிலமைந்திருக்கும் உன் வீடுபேறு, வேற்றுருக்கொண்டு. பெருமரத்தை விதைவிட்டெழும் முளை வடிவில் பார்ப்பதுபோல. கவிஞனுக்கு பிரம்மம் வீடளிக்க வேண்டியதில்லை, அவன் அடையும் அனைத்தும் அவனாலேயே சமைக்கப்படுகின்றன.

துயர்கொள்கிறான் கவிஞன். பெரும் வதைபட்டு உழல்கிறான். கைவிடப்படுகிறான், பழிக்கப்படுகிறான், தனிமை கொள்கிறான், வழிதவறுகிறான். பெரும்பழிகளைச் சுமக்காத கவிஞன் இல்லை. வஞ் சமில்லாமல் எரிபவன். வஞ்சினங்களைத் தான் சுமப்பவன். அறமீறல்களை, ஆறாப் பிழைகளை ஆற்றுபவன் அவன். ஆனால் அவை அனைத்தும்

ஓவியத்திலெழுந்த அனல்போல. அனலேயாயினும் எரிக்காதவை, சுடாதவை. நாடகமேடையின் அருங்கொலைக்காட்சிபோல அவை நிகழ்வனவாயினும் நிகழாதவை. கனவுபோல மெய்ப்பாடுகள் மட்டுமே கொண்டவை.

காலத்தால் வெல்லப்படாததென ஏதுமில்லை இப்புவியில். ஏனென்றால் ஒவ்வொன்றும் காலத்துடன் மோதிக்கொண்டிருக்கின்றன. காலத்தை அள்ளித் தன்னில் நிறைத்து தன்னிலொரு பகுதியே காலமென்றாகி நின்றிருக்கும் பெருங்காவியம் காலத்தை வென்றுசெல்லும். வீழ்ந்த பெருமரத்தில் பல்லாயிரம் முளைகளெழுவதுபோல் உன் உடலில் எழுக ஒரு காவியம்.

நீ அடைவன அனைத்தையும் சொல்லாக்கிவிட்டாய் என்றால் விடுதலை கொள்கிறாய். ஏனென்றால் சொல்பெறும்பொருட்டே அவை உனக்கு நிகழ்கின்றன. உன் முன் சொல்லிரந்து நிற்கின்றன உணர்வுகளுக்கும் நிகழ்வுகளுக்கும் அறங்களுக்கும் உரிய தெய்வங்கள். அளிக்கையில் நீ முழுமுதல் தெய்வமாகிறாய். ஒவ்வொரு சொல்லும் உனைவிட்டு நீங்கும்போது மலருதிர்ந்து மேலெழும் கிளை என விடுபடுகிறாய். சொல்லூறுகையில் கவிஞன் மானுடன். சொல் ஒழிகையில் அவன் தெய்வம். மண்ணை நோக்கி இமைக்கும் தவமுனிவர்களே விண்மீன்கள். கவிஞன் விண் நோக்கி இமைக்கும் மண்ணின் ஒளி.

“உன் சொல் இங்கு வாழும். காலந்தோறும் அது முளைக்கும். கோடிமுறை கண்டடையப்படும். விரும்பவும் வெறுக்கவும் படுவாய். வாழ்த்தும் வசையும் உன் செவிகளில் கணமொழியாது அலையடிக்கும். துயரிலும் உவகையிலும் ஊசலாடுவாய். இருளுக்கும் ஒளிக்குமென நிலையழிவாய். உன் சொல்லுக்கு அருகே நீயும் என்றுமென நின்றிருப்பாய். மண்ணில் வேரூன்றி கிளைகளில் விண்ணை ஏந்தி நின்றிருக்கும் பெருமரம் நீ. மைந்தா, நீடுவாழிகளால்தான் இப்புவி தாங்கப்படுகிறது.” தேவி மெல்ல ஒளியெனக் கரைந்தழிய வியாசர் விடுபட்டு மீண்டார். அவரை நோக்கிக்கொண்டிருந்த இளைய யாதவரை நோக்கி “ஆம்” என்றார். புன்னகையுடன் “ஆம்” எனத் தனக்குள் சொல்லிக்கொண்டார்.

வியாசர் மலர்ந்த முகத்துடன் “நான் கிளம்புகிறேன் யாதவரே, இனி ஏதும் நான் அறியவேண்டியதில்லை” என்றார். இளைய யாதவர் “நன்று, புவி உள்ளளவும் வாழும் பெருங்கவிஞரென்று உங்களை அறிந்துகொண்டீர்கள். மண்ணில் நிலைத்து விண்ணின் பொன்னொளி சூடி அனைத்தையும் நோக்கி அசைவிலா சான்றென நின்றிருக்கும் இமயம் மட்டுமே உங்களுக்கு நிகர். தேவதாத்மா என உங்கள் இருவரையும் மட்டுமே இனி நூலோர் சொல்வார்கள்” என்றார். “அது என் அன்னையின் அருள்” என்றார் வியாசர்.

வணங்கி திரும்பி நடந்தவர் இயல்பாகப் படிகளைப் பார்த்தார். "என்ன அது?" என்றார். இளைய யாதவர் கைவிளக்கைத் தாழ்த்தினார். குனிந்து நோக்கிய வியாசர் "குருதி, புதியது" என்றார். "சிம்மம் வந்திருக்கக்கூடுமோ?" என்றபடி முற்றத்தைப் பார்த்தார். இளைய யாதவர் "உங்கள் காலடி அது, ஆசிரியரே" என்றார். "ஆம்" என்று மூச்சொலியில் கூவிய வியாசர் மண்டியிட்டமர்ந்து நோக்கினார். குருதிவடுக்களாக அவருடைய காலடித்தடங்கள் முற்றத்திலிருந்து ஏறிவந்திருந்தன. அவர் தன் கால்களைப் பார்த்தார். அவை செந்நீரில் முக்கி எடுத்தவை போலிருந்தன.

"குருதி!" என்று அவர் கூவினார். பின்னடைந்து சுவரில் முட்டி கதவைப்பற்றியபடி நின்று "என் மைந்தரின் குருதி!" என்றார். அவர் காலடியில் ஒரு சிறுகுழந்தையின் செவியிதழ் கிடந்தது. அப்பால் ஒரு குழந்தையின் விழிக்குமிழி. வியாசர் உடல்நடுங்க "நான் விழுந்துவிடுவேன்... என் கால்கள் தளர்கின்றன" என்றார். "உள்ளே வருக... நீங்கள் இக்காட்டைக் கடந்து செல்லமுடியாது" என்றார் இளைய யாதவர். "இல்லை, நான் உங்கள் அறையை மாசுபடுத்திவிட்டேன்... நான் உள்ளே வரலாகாது" என்றார் வியாசர்.

கைகளைக் கூப்பி மார்பில் வைத்துக்கொண்டு அவர் மெல்ல தளர்ந்து நிலத்தில் அமர்ந்தார். "குருதி... குருதித்தடங்கள்" என்றார். இளைய யாதவர் "உங்கள் பணி அதுவே. குருதிக்களத்திலிருந்து எதிர்காலத்தின் முடிவிலி வரை செல்லும் ஒரு கால்தடம் நீங்கள்" என்றார். "இல்லை... இல்லை" என்றார் வியாசர். "நான் மீண்டு செல்ல விரும்புகிறேன். நான் கவிஞனல்ல, தந்தை. ஆம், நான் வெறும் தந்தை மட்டுமே. வேறெதையும் வேண்டேன். என் மைந்தர் மட்டும் வாழ்ந்தால்போதும். என் சொல் அழிக. என் தடங்களனைத்தும் மறைக. என் மைந்தரை இழந்து அடைவதொன்றுமில்லை."

"உள்ளே வருக, வியாசரே" என இளைய யாதவர் அழைத்தார். "உங்களுக்கு அருளும் பிறிதொரு தெய்வத்தை நீங்கள் அழைக்கலாம். கோரியதை அடையலாம்." "ஆம், அதுதான் நான் செய்யவேண்டியது..." என்றபடி சுவரைப்பற்றிக்கொண்டு வியாசர் எழுந்தார். அறைக்குள் சில அடிகள் வைத்ததுமே மீண்டும் கால்தளர்ந்து அமர்ந்தார். இளைய யாதவர் அந்தச் சிறுகூழாங்கல்லைக் கொண்டுவந்து அவர் முன் வைத்தார். "இதை உங்கள் அணுக்கத்தெய்வமொன்றென எண்ணுக. கல்லில் பூத்தெழுபவை தெய்வங்கள்" என்றார்.

வியாசர் அக்கல்லை நோக்கிச் சில கணங்கள் அமர்ந்திருந்தார். பின்னர் "திருமகள்!" என்றார். "இப்புவியிலுள்ள அனைத்தையும் அருளும் தேவி" என்றார். "உங்கள் கவியுள்ளம் கொண்ட வடிவில்" என்றார் இளைய

யாதவர். “எட்டு உருக்களில் எனக்குரியவள் சந்தானலட்சுமி” என்றார். விழிகளால் காற்றைத் துழாவியபடி “என் நெஞ்சில் நிறைந்த அமுதைக் கலத்தில் ஏந்தியவள். என் கனவுபூக்கும் தாமரை கொண்டவள். பொன்மழை தூவும் ஒரு கை. கதிர்க்குலை சூடிய மறுகை. அஞ்சல் அருளல் என அமைந்த மலர்க்கை கொண்டவள். நோக்குமிடம் பொலியும் விழிகள். தொட்ட இடம் செழிக்கும் கால்கள். அன்னை எழுக!” என்றார்.

அவர் முன் தோன்றிய திருமகளிடம் “அன்னையே, என் மைந்தர் நலம்பெறவேண்டும். மண்ணில் மானுடர் அடையும் அனைத்து உச்சங்களையும் அவர்கள் பெறவேண்டும்” என்றார். “அதன்பொருட்டு நீ உன் சொல்லைக் கைவிடலாகுமா? ஒன்றை இழக்காமல் பிறிதொன்றை எய்தவியலாது” என்றாள் திருச்செல்வி. வியாசர் “ஏன் நான் சொல்லை கைவிடவேண்டும்?” என்றார். “மைந்தர்நலம் நாடும் அனைத்துத் தந்தையரும் தங்கள் உள்ளத்திற்கு இயைந்தவற்றைக் கைவிட்டவர்களே. பெருந்தந்தை என்றாகின்றவர் பிறிதெதையும் அடையமுடியாது” என்று பேறுகளின் இறைவி சொன்னாள். “ஏனென்றால் தந்தை என்பவன் மண்ணில் இறங்கி வேரென விரிபவன். ஒளியும் காற்றும் அவனுக்கில்லை. முளைத்தலும் மலர்தலும் அவனில் நிகழ்வதில்லை.”

வியாசர் பெருமூச்சுடன் “ஆம், தந்தை என்பது முற்றிலும் உலகத்துநிலை. உலகியலில் இருந்து ஓரடியேனும் எடுத்துவைக்காதவர் உலகியலையும் முழுமையாக அடையமுடியாது” என்றார். பின்னர் “தேவி, நான் தந்தையென்றே அமைகிறேன். என் மைந்தர் வெல்க!” என்றார். “உன் மைந்தரில் எழுந்த மைந்தரும் அவர் குருதியினரும் என இன்றிருப்போர் பலர். அனைவருக்கும் முழுமையைக் கோருகிறாயா?” என்றாள். “ஆம், அவர்கள் விழைவதனைத்தும் கைகூடுக. பேறுகளில் முதன்மையானது, நிலைகளில் உச்சமானது அவர்களுக்கு அமைக” என்றார் வியாசர்.

“நன்று, அவ்வண்ணமே. உன் முதல் மைந்தனுக்கு நீ கோருவனவற்றை அளித்துள்ளேன். நீ அதில் நிறைவுற்ற பின் அடுத்தவனுக்கும் அவனுக்குரியதை அருள்வேன்” என்று சொல்லி திருமகள் மறைந்தாள். “தேவி!” என கைகூப்பி வியாசர் அமர்ந்திருந்தார். பின்னர் நிறைவுப்புன்னகையுடன் “இதுபோதும் யாதவரே, இப்போது நான் அடையும் நிறைவை பெருங்காவியமும் எனக்களிக்காது. என் மடியில் மைந்தர் நிறையட்டும். அவர்கள் நிலம்நிறைத்து பொலியட்டும்” என்றார்.

“உங்கள் முதல் மைந்தன் சுகனைச் சென்றுநோக்கிவிட்டு வந்து பிற மைந்தருக்கான கோரிக்கையை எழுப்புங்கள், ஆசிரியரே” என்றார்

இளைய யாதவர். வியாசர் "ஆம், நான் அவனைப் பார்க்க விழைகிறேன். அவனை எண்ணியதுமே அவன் அழகிய தோள்களை என் கண்களால் கண்டுவிட்டேன்" என்றார். இளைய யாதவர் புன்னகையுடன் "இந்த நிலத்தில் கைவைத்து அங்கிருக்க விழைக. இமைக்கணம் உங்களை இடம்கடக்கச் செய்யும்" என்றார். வியாசர் அவ்விடத்தில் கைவைத்து "என் மைந்தன் சுகன்" என்றார். மறுகணமே அங்கிருந்தார்.

4

விந்தியமலைகளைக் கடந்து வணிகர் செல்லும் பாதையை விட்டு விலகி சதாரவனத்தை அடைந்து அங்கிருந்து தன்னந்தனியாகச் சென்று சுகசாரி மலையை வியாசர் அடைந்தபோது தலைக்குமேல் பறந்துசென்ற கிளி ஒன்று வேதச்சொல் கூவிச்சென்றது. உட்கடந்து செல்லுந்தோறும் மேலும் மேலும் கிளிகள் வேதம்பாடி மரங்களில் எழுந்தும் அமர்ந்தும் காற்றில் சிறகசைத்துச் சுழன்றும் சூழ்ந்திருந்தன. அவற்றைக் கண்டதுமே அவர் உள்ளம் மலர்ந்து முகம் புன்னகை கொண்டது. அண்ணாந்து அவற்றை நோக்கியபடி நடந்தார்.

தன் மைந்தனைக் காண்பதற்குள்ளாகவே அவன் உள்ளத்தை காணக்கிடைத்தது என எண்ணினார். இங்கே இக்கிளிகள் தலைமுறைகளெனத் தொடுத்துக்கொண்டு என்றுமிருக்கும். வேதம் அனலெனப் பற்றிக்கொள்ளும் இயல்புடையது. தன் அகத்தைக் காடென்று நிறைத்துப் பரப்பியவன். என் காவியத்தை மானுடர் நவிலவேண்டும். இவன் சொல்லை கிளிகள் நிலைகொள்ளச் செய்யும். ஒவ்வொரு அடிவைப்பிலும் மைந்தனைக் காணும் விழைவு மூத்து அவர் நடக்கமுடியாமலானார். மூச்சிரைத்தும் கால்தடுமாறி நின்று மீண்டும் விரைவுகொண்டும் நடந்தார்.

வேதமுரைக்கும் கிளியின் குரலில் எந்நிலையிலும் மானுடர் ஓதுகையில் எழும் மாசு இல்லை என்பதை அவர் உணர்ந்தார். ஒன்றன்மேல் ஒன்றென விழைவின், வேட்டலின், பொருளுணர்தலின், புலனறிதலின், தன்னிலையின் ஐந்து மாசுக்கள் வேதியரில் அமைகின்றன. வேதம் உட்சுருங்கி ஓங்காரமென்றாகி அனலென்றாகி ஓதுவோன் உள்ளத்தை எரித்தழித்த பின்னரே அம்மாசு அகல்கிறது. ஆனால் வேதச்சொல் திகழ்ந்த

செவ்வலகு கொண்ட கிளி வேதச்சொல்லாகவே மாறிவிட்டிருந்தது. பச்சை இலைமுனையில் செந்தளிர் என எழுந்த அதன் நா. பொருள்திகழ் வேதச்சொல்லில் எழுந்த வேதமுதல் ஒலி.

சுகவனத்திற்குள் அவர் நுழைந்தபோது தன்னிலையை முற்றாக இழந்து "மைந்தா! மைந்தா!" என்று கூவிக்கொண்டிருந்தார். மைந்தன் மறுமொழி சொல்பவனல்ல என்று அவர் அறிந்திருந்தார். "கிள்ளைகளே, என் மைந்தன் எங்கே?" என்று கூவினார். "என் மைந்தனிடம் சொல்லுங்கள், அவன் தந்தை நூறாண்டுகள் காத்த விழிகளுடன் வந்துள்ளேன் என்று." மரநிழல்களில், மலையிடுக்குகளில், அருவிக்கரைகளில், குகைகளில் அவனை தேடித்தேடி அலைந்தார். எக்கணமும் அவனைக் கண்டுவிடுவோம் எனும் இனிய பரபரப்பாக இருந்தது அத்தேடல். அவன் இருக்க வாய்ப்புள்ள அனைத்திடங்களிலும் அவன் உருவெளி கண்டு உவகைகொண்டு தணிந்தது. அவன் இல்லாத இடங்கள் என அவை தங்களைக் காட்டத் தொடங்கியதும் எங்கே என்னும் பதைப்பாக ஆகியது. அங்கில்லையோ என்னும் அச்சமாக வடிவெடுத்தது. இறுதியில் அங்கில்லை என்னும் உள்ளுணர்வாக ஆகியது.

உடைந்து அமர்வதற்குரிய எல்லையை அடைந்ததும் பதறியபடி ஒரு மரத்தடியில் கால் இற்று வீழ்ந்தார். "தெய்வங்களே, என் மைந்தன் எங்கே?" என்று கூவினார். "விண்ணாளும் பறவைகளே, மண்ணில் நிறைந்த விலங்குகளே..." என்று அழைத்து கலுழ்ந்தார். பின்னர் சீற்றம் கொண்டு "சொல்லரசி, எழுக இங்கே! என் மைந்தன் எங்கே?" என்று சினந்தார். கண்ணீர் வழிய பற்கள் கிட்டிக்க கை அசைத்து "எழுக! எழுக!" என கூச்சலிட்டுக்கொண்டிருந்த அவர் முன் சிறுகிளி ஒன்று வந்தமர்ந்தது. மணிவிழிகளை சுழற்றியபடி "பீவரி! பீவரி" என அது மிழற்றியது. "யார்? எவரைப்பற்றி சொல்கிறாய்?" என்று வியாசர் கேட்டார். "பீவரி! பீவரி!" என்றது கிளி.

அது ஒரு பெண்ணின் பெயர் என உணர்ந்த வியாசர் "யார் அவள்?" என்றார். சிறகடித்தெழுந்து அகன்றபடி "பீவரி!" என்றது அக்கிளி. அங்கே அமர்ந்திருந்த நான்கு கிளிகள் "பீவரி! பீவரி!" என்றன. அவன் உள்ளத்தில் இருந்தே சொல்பெறுகிறீர்கள், இப்பெயர் அவனுள் எப்படி எழுந்தது, அவன் நாவில் ஏன் ஒலித்தது என்று வியாசர் வியந்தார். அவ்வினாவுடன் அங்கிருந்து கிளம்பி சுகவனத்தைக் கடந்து விந்தியமலையை அடைந்தார். அங்கே சந்தித்த முனிவர்களிடமும் சூதர்களிடமும் அப்பெயருள்ள எவரையேனும் அறிவார்களா என கேட்டார்.

இறுதியில் கூர்மவனத்தில் அவர் சந்தித்த ஒரு முதுசூதர் புலககுலத்தைச் சேர்ந்த சப்தம சகிஷ்ணு முனிவரின் மகளின் பெயர் பீவரி என்றும்

அவளைத் தான் இளமையில் கண்டிருப்பதாகவும் சொன்னார். புலகமுனிவரின் இருப்பிடத்தைக் கேட்டறிந்து மலைகளைக் கடந்து அளகநந்தையின் கரையில் அமைந்த புலகவனத்தைச் சென்றடைந்தார் வியாசர். தொல்புலகர் பிரம்மனின் மைந்தராகிய பிரஜாபதி. அவர் தட்சனின் மகள் க்ஷமையை மணந்து கர்தமர், கனகபீதர், உர்வரிவதர் என்னும் மைந்தர்களைப் பெற்றார். அவர்களின் இளையவள் பீவரி. மூதன்னை பீவரியிலிருந்து எழுந்த கொடிவழியில் நூற்றியெட்டாவது புலகரான சகிஷ்ணு என்னும் முனிவரின் மகளாகப் பிறந்தவள் இளையோளான பீவரி.

புலகர் தன் தென்றிசைப் பயணத்தில் விந்தியனைக் கடந்து சென்றபோது கிளி ஒன்று தூய வேதச்சொல் உரைத்து பறந்துசெல்வதைக் கண்டார். அவர் அதை பின்தொடர்ந்து சுகசாரி மலைகளைக் கடந்து சுகவனத்தை அடைந்தார். அங்கே உடலில் ஆடையில்லாதவனாக, இருத்தலும் இன்மையும் நிகரென வாழ்ந்த இளமைந்தனைக் கண்டார். அவன் சொல்முனிவர் வியாசரின் மைந்தன் என அவர் அறிந்திருந்தார். அவன் வடிவழகையும் கண்களில் நிறைந்திருந்த உலக மாசிலா ஒளியையும் கண்டு உவகை கொண்டார்.

வருவிருந்தை வரவேற்ற சுகன் பசித்திருந்த முனிவருக்கு கிளிகள் கொணர்ந்த கதிர்க்குலைகளையும் கனிகளையும் அளித்தான். பசியுடன் அவற்றைப் பெற்று உண்ண கைநீட்டிய புலகர் திடுக்கிட்டு எழுந்து நின்றார். சுகன் “எதை அஞ்சுகிறீர்கள், முனிவரே?” என்றான். “உங்கள் பின்பக்கம் பெருநிழல்” என அவர் சுட்டிக்காட்டினார். அவன் திரும்பி நோக்கியபோது தன் நிழலைத்தான் கண்டான். “உங்கள் நிழலென எழுந்து நின்றிருப்பது ஒரு கருநாகம்” என்றார் புலகர். சுகன் மீண்டும் திரும்பி நோக்க “திரும்பி நோக்கினால் காணமுடியாது அதை, எந்நிலையிலும் உங்களுக்குப் பின்னால்தான் நீண்டிருக்கும். ஈரமான பாறைவழுக்கின் முன் சென்று நின்று நோக்குக!” என்றார் புலகர்.

அருவியருகே சென்று நின்று கரிய மெழுக்கில் தன்னை நோக்கிய சுகன் தனக்குப் பின்னால் ஒளிரும் செவ்விழிகளுடன் கரிய படமெடுத்து நின்ற மாநாகத்தைக் கண்டான். கையில் ஒரு பிடி நீரெடுத்து “சொல்க, யார் நீ? இக்கணமே சொல்லவில்லை என்றால் தீச்சொல்லிடுவேன்” என்றான். “முனிவரே, என் பெயர் தீர்க்கன். நான் ஆழுலகங்களிலிருந்து எழும் இருளின் தூதன். உங்கள் உயிர் பிரிந்ததும் அழைத்துச்செல்ல வந்தவன். உங்கள் அன்னையின் நெடுமூச்சிலிருந்து உருவானவன்” என்றது நாகம்.

“என் அன்னை இருளுலகிலா இருக்கிறார்?” என்று சுகன் திகைப்புடன் கேட்டான். “ஆம், இளமைத்துறவுகொண்ட நீங்கள் அவளுக்கு அன்னமும்

நீரும் அளிக்கவில்லை. மைந்தர் இருக்க தந்தை அளித்த நீர் அங்குவரை எட்டவில்லை. அவள் தன் நல்வினையின் பயனால் மூச்சுலகுக்குச் சென்றாள். அங்கே இருந்த வினீதன் என்னும் கந்தர்வன் அவளிடம் அவள் மைந்தன் வேளாத் துறவியென ஆகிவிட்டான் எனவே அவளுக்கு எப்போதும் அன்னமும் நீரும் அளிக்கப்பட வாய்ப்பில்லை என்றான். அத்துயரால் எடைகொண்டு அவள் அழுந்தி நாகங்கள் வாழும் ஆழுலகுக்கு வந்துசேர்ந்தாள். விழிநீருடன் காத்திருக்கிறாள்" என்றான் தீர்க்கன்.

திகைத்துத் திரும்பி நோக்கிய சுகன் புலகரிடம் "முனிவரே, நான் செய்யவேண்டியதென்ன?" என்றான். "ஈன்றோர்க்கு செய்யவேண்டிய கடன் எஞ்சியிருக்க துறவுபூணுதல் எவருக்கும் நெறியல்ல. உங்கள் தந்தைக்கு மைந்தர் பிறருண்டு. அன்னைக்கு நீங்கள் மட்டுமே. துறவொழிக! முறைப்படி கன்னியை மணந்து மைந்தரைப் பெறுக! உங்கள் அன்னைக்கும் உங்களுக்கும் நீர்க்கடன் பொறுப்பை தலைமுறைகளுக்கும் கையளித்துவிட்டு மனைவியின் ஒப்புதல்கொண்டு துறவு கொள்க!" என்றார் புலகர். சுகன் "ஆம், அதைச் செய்கிறேன்" என்றான்.

"என் மகள் பீவரியை உங்களுக்கு அளிக்கிறேன். எவ்வகையிலும் உங்களுக்கு இணையானவள். உங்கள் வருகையையும் செல்கையையும் உணரும் ஆற்றல்கொண்டவள்" என்று புலகர் சொல்லளித்தார். சுகன் அவருடன் அளகநந்தையின் கரைக்குச் சென்று துறவறத்தைக் கைவிட்டு சுகக்குடியை தன்னதென்று ஏற்றான். அறுசுவை உணவுண்டு, மலர்சூடி, நறுமணம்பூசி உலகியலில் நுழைந்து புலகரின் மகள் பீவரியை மணந்தான். அங்கே காட்டில் அரக்கும் கனிகளும் தேடிச்சேர்த்து கொண்டுவந்து விற்று குடிபுரந்தான். அவனுக்கு பீவரியில் நான்கு மைந்தர்கள் பிறந்தார்கள்.

நெடும்பயணம் செய்து அளகநந்தையின் கரையிலமைந்த புலகவனத்திற்கு வியாசர் சென்றுசேர்ந்தார். அங்கே பீவரியின் பெயர்சொல்லிக் கேட்டு அறிந்து அவள் வாழ்ந்த குடிலுக்குச் சென்றார். அவர் அங்கு செல்வதற்கு முன்னரே சுகர் பீவரியிடம் ஒப்புதல் பெற்று மீண்டும் துறவுபூண்டு இமயமலையேறி சென்றுவிட்டிருந்தார். பீவரியில் சுகருக்கு கிருஷ்ணன், கௌரப்பிரபன், ஃபூரி, தேவஸ்ருதன் என்னும் மைந்தர்கள் பிறந்து தோள்விரிந்து நின்றிருந்தனர். கரிய உடலும் ஒளிகொண்ட விழிகளுமாக தன் இளமைவடிவென்று நின்ற கிருஷ்ணனை தோள்தழுவி கிருஷ்ண துவைபாயன வியாசர் விழிநீர் வடித்தார். அவர்களிடம் விடைபெற்று மைந்தனைத் தேடி மேலும் மலையேறிச் சென்றார்.

புலகர் இமயமலைமுடியாகிய கின்னர கைலையை சிவ வடிவமாக வழிபட்டவர். புலகரிடம் நுண்சொல் பெற்று கின்னர கைலையை

வழிபட்டு மலைமுடிமேல் முகிலென எழுந்த மூவிழியனின் அழைப்பை ஏற்று இமயமலைகளின்மேல் ஏறிச்சென்ற சுகர் நூற்றெட்டு முடிகளைக் கடந்து அத்ரிசிருங்கத்தின் மேலேறி நின்று கைலை முடியை நோக்கித் தவம் செய்தார். நூற்றெட்டாம் நாள் அத்ரிசிருங்கம் இரண்டாக வெடித்தது. சுகர் அனலுருவென எழுந்து ஆலமர வடிவில் வளர்ந்து விண்தொட்டு நின்றார். வானில் அவரை வரவேற்கும் பொருட்டு கொம்புகளும் சங்குகளும் முரசுகளும் முழங்கின.

பதினெட்டு நாட்கள் அவர் சுடர்கொண்டு நின்றிருந்தார். விண்ணில் இரு சூரியன்கள் எனப் பகலில் தெரிந்தது. இரவில் புதுக்கதிரோன் கிழக்கெழுவதுபோல் தோன்றியது. பின்னர் அவர் மேகத்தீற்றலாக மாறி வெளியில் கரைந்தபோது பொன்னிறத்தில் மழை பெய்து மலையடுக்குகள் நனைந்தன. பெருமழை என வலுத்து மலைக்குவடுகள் அனைத்திலும் குளிர்ந்த அருவிகள் பொழிந்தன. மழை ஓய்ந்த அமைதியில் அனைத்து இலைகளும் நாவென்றாகி ஓம் ஓம் ஓம் என சொட்டிக்கொண்டிருந்தன.

வியாசர் அத்ரிசிருங்கத்தைச் சென்றடைந்தபோது அக்கதையைச் சொன்னபடி முனிவர்கள் அவரை சூழ்ந்துகொண்டனர். “வியாசரே, மிகச் சிலரிலேயே சொல்கனிந்து ஓங்காரமென்றாகிறது. சுகமுனிவர் வேதம் தன் முழுமையைக் கண்டடைந்த பீடம். எங்கள் நல்லூழால் அவர் இங்கு வந்தார். எங்களுடன் தங்கினார். கைலைக்குச் செல்லும் வழியேதென்று கேட்டார். கைலையை வணங்குவதற்கு ஆயிரம் இடங்கள், செல்வதற்கு அத்ரிமலை ஒன்றே வழி. அங்கிருந்து விண்ணவர் அழைத்துச்செல்லவேண்டும் என்றோம். கைலையை நோக்கி நூற்றெட்டுநாள் இங்கே தவமிருந்தார். ஒருநாள் அத்ரிமலைக்குச் செல்வதாகச் சொல்லி விடைபெற்றுக் கிளம்பினார். அதை நோக்கிக் கிளம்பிய எவரும் சென்றடைந்ததில்லை என்றோம். செல்வதொன்றே என் கடன் என்றபின் வணங்கி விடைபெற்றார்” என்றார் கௌசிக காலகர்.

வசிட்ட உத்புதர் “அவர் சென்றடைந்தார் என்பதை எங்கள் ஆசிரியர் முதலில் உணர்ந்தார். அவர் அங்கே தன்னுள் சொல்லிக்கொண்டிருந்த ஊழ்கநுண்சொல் இரவுகளில் தொலைவிலெழும் இடிமுழக்கமென ஒலித்துக்கொண்டிருந்ததை அவரே முதலில் கேட்டார். பின்னர் மலைகள் அச்சொல்லை முழங்கத் தொடங்கின. அவருடைய தவம் பொலிந்தபோது அத்ரிசிருங்கம் வெண்குடை சூடியது. அதன்மேல் ஏழுவண்ண வில் ஒன்று எப்போதும் வளைந்து நின்றிருந்தது. அவருடைய தவம் மூப்பு கொள்ளும்தோறும் நிலம் அதிரலாயிற்று. நீரில் அலைவளையங்கள் எழுந்தபடியே இருந்தன. பெரும்பாறைகள் நிலைபெயர்ந்து மலைச்சரிவில்

உருண்டன. வளைகளின் ஆழத்தில் வாழும் சிற்றுயிர்கள் வெளியே வந்து திகைத்து நோக்கின" என்றார்.

காசியப சூக்தர் "நாங்கள் எங்கள் விழிகளால் கண்டோம், மலைகளுக்குமேல் செவ்வொளியாலான மலை என அவர் நின்றிருப்பதை. எட்டுத் திசைகளிலும் எழுந்த விண்ணின் முரசொலியை ஏற்று மலைமுகடுகளும் முரசுகளாயின. மின்னல்கள் வெட்டி மலைச்சரிவுகள் அதிர்ந்துகொண்டிருந்தன. பதினெட்டு நாட்கள் இங்குள்ள அனைவரும் மலைமுடியை நோக்கியபடி வேதச்சொல் உரைத்தபடி நோன்பிருந்தோம். மலைவிளிம்புகளில் வரையாடுகளும் வெண்சிறுத்தைகளும் விழிதிகைத்து நோக்கி அமைந்திருந்தன. பறவைகள் விண்ணிலெழவில்லை. நீர்ப்பறவைகள் சிறகுதாழ்த்தி தலைபூழ்த்தி அமர்ந்திருந்தன. மலைகளில் ஊழ்கம் நிறைந்திருந்தது" என்றார்.

புலஸ்திய சப்தமர் "பின்னர் மலைமுடிகளில் இருந்து வெண்பனிப்படுகை நாரை சிறகுசரிப்பதுபோல் இறங்கி வந்தது. இங்குள்ள அனைத்து ஆறுகளும் பெருக்கு கொண்டன. நீரில் அனல்மணம் இருந்தது. அந்நீரை எடுத்து லட்சம் சிவக்குறிகளையும் நீர்முழுக்காட்டினோம். முனிவரே, மண்ணில் ஒருவர் விண்ணவன் என்று ஆனாரென்றால் உயிர்க்குலமே அதன் பயனை அடைகிறது" என்றார். வியாசர் அச்சொற்களைக் கேட்டு நடுங்கிக்கொண்டிருந்தார். அவரால் நிற்கமுடியவில்லை. மெய்ப்புகொண்ட உடலுடன் கைகளைக் கூப்பியபடி கண்ணீர்விட்டார்.

முனிவர்கள் கைகூப்பியபடி, மெய்ப்பு கொண்ட உடலுடன், உவகையில் நெளியும் முகங்களுடன் அவரை சூழ்ந்துகொண்டனர். பார்க்கவ சிருங்கர் வியாசரின் முன் கைகூப்பியபடி குனிந்து "முனிவரே, இந்த மலையெங்கும் பல்லாயிரம் முனிவர்கள் தவம் செய்கிறோம். பல்லாயிரம் வைதிகர் அனலோம்புகிறோம். பல்லாயிரம் அறிஞர் சொல்லில் ஆழ்கிறோம். விண்வாயில் திறந்து ஏகும் முழுமை மிகச் சிலருக்கே வாய்க்கிறது. உங்கள் மைந்தர் மானுடருக்கு தெய்வங்கள் அளித்த வாய்ப்பை வென்று தெய்வமென்றாகியவர். தெய்வத்தின் தந்தையென்றானவர் நீங்கள். உங்கள் அடிபணிகிறோம்" என்றார். "ஆம், நீங்கள் பெருந்தந்தை. இவ்வுலகின் ஒவ்வொரு தந்தையாலும் வணங்கப்படவேண்டியவர்" என்று முனிவர்கள் கூவினர்.

வியாசர் அவர்களின் சொற்களை செவிகொள்ளவில்லை. விழிகள் அலைய நான்கு திசைகளையும் நோக்கிக்கொண்டிருந்தார். கைலை முடியை நோக்கியதும் வஞ்சத்துடன் பற்களைக் கடித்து கைவிரல்களை முறுக்கிப் பற்றிக்கொண்டார். உடைந்தெழும் ஓசையில் "மைந்தா..." என நெஞ்சிலறைந்து வீறிட்டார். "என் மைந்தா! என்று இனி உன்னைக்

காண்பேன்...? என் தெய்வமே...” என அழுதபடி கைகளை விரித்து வான்நோக்கி மண்ணில் விழுந்தார். “மைந்தா மைந்தா” என அலறியபடி புழுதியில் புரண்டார். “கைலைத்தலைவனே, நீ கொடியோன், கூற்றுவடிவோன், என் மைந்தனைக் கவர்ந்தாய்...” என அரற்றினார்.

முனிவர்கள் அவருடைய உணர்வுகளைக் கண்டு திகைத்தனர். “இது வியாசர்தானா? அன்றி வேறேதும் தெய்வம் இவ்வடிவில் வந்ததா?” என்று குழம்பினர். முதியவரான சுதமரின் துணைவி சுபை “அவர் வியாசரேதான். அணிந்த அனைத்தையும் துறந்தவராக துயரை எதிர்கொள்கிறார்” என்றாள். மயங்கிய அவரை அள்ளிக்கொண்டுசென்று படுக்கவைத்தனர். நினைவெழுந்ததும் மீண்டும் கதறியழுதார். முனிவர் சொன்ன ஆறுதல்சொற்கள் எதையும் அவர் செவிகொள்ளவில்லை. ஒவ்வொரு சொல்லும் அவரை அனல் புலியை என சீற்றம்கொள்ளச் செய்தன. “விலகிச்செல்க! உங்கள் பொருளற்ற சொற்களால்தான் என் மைந்தன் மண்நீங்கினான்” என்று சினந்து கூச்சலிட்டார்.

“அவர் முழுமையடைந்தார், முனிவரே. நீங்கள் அறியாதது அல்ல” என்ற சாண்டில்ய உக்ரரிடம் “விலகிச்செல்க! மைந்தனை இழந்த தந்தையின் துயரை நீ அறிவாயா? உன் மைந்தனை நீ அளிப்பாயா? மெய்மைக்கும் முழுமைக்கும் என்றாலும் மைந்தனை பலிகொடுக்கும் தந்தை எவருண்டு?” என்று கூவினார் வியாசர். “என் மைந்தனுக்கு எதுவும் தேவையில்லை. முழுமையும் விண்ணுலகும் அல்ல, அவன் உடலுடன், மகிழ்வுடன் என் கண்ணெதிரே வாழ்வதையே விழைந்தேன். வேறேதும் வேண்டேன்” என்று கதறினார்.

அவரால் அத்துயரிலிருந்து மீள இயலவில்லை. கணந்தோறும் விசைகொண்ட துயருடன் கலுழ்ந்த விழிகளுடன் அவர் மலைகள்தோறும் அலைந்தார். ஒவ்வொரு சிவக்குறியின் முன்பும் சென்று நின்று நெஞ்சிலறைந்து ஓலமிட்டார். துயரில் மெலிந்து சுள்ளிபோன்று மாறிய உடலுடன் குருஷேத்திரத்தின் கரையிலமைந்த வியாசஸ்தலி என்னும் ஆழ்பிலத்தை வந்தடைந்தார். “நுதல்விழியனே, நானறிந்த அனைத்துச் சொற்களாலும் உன்னை அழைத்துவிட்டேன். என் மகனை நீ உன் பாழ்வெளியெனும் வாயால் உண்டாய். அவனில்லா இவ்வுலகில் இனி நான் வாழ்வதில் பொருளில்லை” என்று கூவியபடி அதில் குதிக்கப்போனபோது விண்ணில் “நில்!” என உடலிலிக் குரலெழுந்தது.

அருகே நின்ற மரம் பற்றி எரிய அனலில் சிவச்சொல் ஒலித்தது. “வேண்டியது நீர். உம் விழைவுக்கேற்பவே மண்ணில் மானுடருக்கு அளிக்கப்படுவதில் உச்சமென்றான மெய்நிலை உன் மைந்தனுக்கு

வாய்த்தது. இனி விண்ணில் அவன் மீன் என துலங்குவான்.” துயரும் சினமும் ஓங்க நெஞ்சில் ஓங்கி அறைந்து வியாசர் கூவினார். “என் அறிவின்மை அது. நாப்பிறழ்ந்த கூற்று. நூல்கற்றோன் நல்ல தந்தை அல்ல. அறிவிலியே பெருந்தந்தை ஆக இயலும்... எவ்விலங்கும் கோருவதையே நான் கேட்டிருக்கவேண்டும். என் மைந்தர் உண்ணட்டும், புணரட்டும், போரிடட்டும், கொள்ளட்டும், கொடுக்கட்டும். அவர்கள் அடைவதனைத்தும் இங்கேயே அமையவேண்டும். அவர்களின் தகுதிக்குரியனவாக அவை இருந்தால் போதும். என் மைந்தர் முழு வடிவில் இவ்வுலகிலேயே வாழவேண்டும். அதுவன்றி பிறிதொன்றும் வேண்டாம்!”

சிமையவன் “இனி நீங்கள் அதைச் சொல்வதில் பொருளில்லை, வியாசரே. உங்கள் மைந்தன் இங்கே விண்ணில் திகழ்கிறான். அவன் இனி மண்ணுக்குரியவன் அல்ல. அவனுக்கு தந்தையோ மைந்தரோ இல்லை” என்றார். வியாசர் “நான் தீச்சொல்லிடுவேன். மூன்று முதன்மைத் தெய்வமே என்றாலும் சொல்லிட்டுப் பழிகொள்ளச் செய்வேன். என் மைந்தன் என்னுடன் இருக்கவேண்டும். விழைகையில் நான் அவனைக் காணவேண்டும்” என்றார்.

சிவன் “அதுவே உங்கள் விழைவென்றால் நான் ஒன்றைக் கொடையளிப்பேன். விண்ணேகுபவரின் நிழலுரு பிரம்மன் அவர்களுக்கு அளித்த வாழ்நாள் முடியும் வரை மண்ணிலேயே எஞ்சியிருக்கும். இங்கிருக்கும் உங்கள் மைந்தனின் நிழலை உங்கள் நிழலென அளிக்கிறேன். நீங்கள் விழைகையில் திரும்பிநோக்கி அதைக் காணலாம். நீங்கள் கவிஞரென்பதனால் நிழலில் இருந்து உங்கள் மைந்தனை நெஞ்சுக்குள் மீட்டெடுக்கலாம்” என்றார்.

“ஆம், இனி அது ஒன்றே வழி” என்றார் வியாசர். ஏங்கி விழிநீர் உகுத்து பின் மெல்ல தேறி மீண்டு “அவன் என்னுடன் இருப்பதாக!” என்று வணங்கினார். விழிநீரைத் துடைத்தபடி திரும்பியபோது கையில் பாற்குடம் ஏந்தி தலையில் நிறைகதிர்க் கற்றை சுமந்த இடைச்சி ஒருத்தி அருகே நின்றிருக்கக் கண்டார். “யார் நீ?” என்று கேட்டார். “முனிவரே, உங்கள் பிற மைந்தருக்கும் மானுடவாழ்வின் அனைத்து நிறைவையும் முழுமையையும் கோரவிருக்கிறீர். அதன்பொருட்டு வந்தேன். நான் திருமகள், என் கையிலுள்ளது அமுது” என்றாள்.

“இல்லை! இல்லை! நான் உன்னை அழைக்கவில்லை!” என்று வியாசர் கூவினார். “என் மைந்தர் இங்கே வாழட்டும். விலங்குகள்போல் பெருகட்டும். விலங்குகள்போலவே அழியட்டும்... பிறிதொன்றும் எனக்குத் தேவையில்லை.” கூச்சலிட்டபடி அவர் தன் நெஞ்சிலும்

வயிற்றிலும் அறைந்தார். "விலகிச்செல்க! விலகுக!" அவள் கையிலிருந்த அமுதகலத்தைப் பிடித்துத் தள்ளினார். அது கீழே விழுந்து உடைந்து வெண்ணுரையுடன் பரவியது. மண் அதை உறிஞ்சி உண்ண சிறுகுமிழிகளாக மறைந்தது. "விலகிச்செல்... விலகிச்செல்!" என அவர் கைநீட்டி கூச்சலிட்டார்.

"பிதாமகரே, பிதாமகரே" என அவர் தோளை மெல்லத் தொட்டு இளைய யாதவர் அழைத்தார். "ஆசிரியரே... பிதாமகரே..." வியாசர் விழித்துக்கொண்டு "இங்கா இருக்கிறேன்?" என்றார். பெருமூச்சுவிட்டு "ஆம்" என்றார். மீண்டு வந்து "நன்று" என்று சொல்லி விழிகளை மூடி இளைப்பாறலானார். "கணம் கோடி மானுடர் இங்கு நீட்டப்பட்ட அமுதைத் தட்டி வீழ்த்திக்கொண்டிருக்கிறார்கள், ஆசிரியரே" என்றார் இளைய யாதவர். வியாசர் மெல்ல உடல் விதிர்த்தார். "வீழ்ந்த அமுதனைத்தையும் உண்டு மண்மகள் இறவாமை கொள்கிறாள். அமுது அவளில் அன்னமென முளைத்தெழுந்து உயிர்களை ஊட்டுகிறது" என இளைய யாதவர் சொன்னார். வியாசர் பெருமூச்செறிந்தார்.

5

நைமிஷாரண்யத்தில் இளைய யாதவரிடம் வியாசர் கூறினார். "யாதவரே, என் வினாவை இப்போதுதான் சொல்தீட்டிக்கொண்டேன். என் இடர் என்ன என்று அவ்வினா திரண்டதுமே உணர்ந்தேன். காவிய ஆசிரியனின் கைக்குறை அது. இக்கணம் வரை என் வினாக்களை உணர்வுகளாகவும் கனவுகளாகவும் பெருநோக்குகளாகவும்தான் தொகுத்துக்கொண்டேன். அவை ஒவ்வொன்றும் சொல்லுக்கரியவை என்பதனால் சொல்பெருக்கினேன். சொற்கள் பெருகுகையில் அவற்றுக்கு ஒழுங்கு தேவையாகிறது. ஒழுங்கு அழகென்றாகிறது. காவிய ஆசிரியனின் தப்பவியலாத் தீயூழ் என்பது அவன் சொல்லணியாக மட்டுமே பார்க்கப்படுவது.

"அரசித்தேனீயை அதன் சுற்றம் என உணர்வுகளையும் கனவுகளையும் பெருநோக்குகளையும் சொற்கள் மொய்த்திருக்கின்றன. தேன்நிறை அறைகளில் தவம்கொள்கின்றன. சிறகுமுளைத்தெழுகின்றன. ரீங்கரிக்கின்றன. நச்சுக்கொடுக்குகளுடன் காவல் காக்கின்றன. சொல்தொடுத்து அல்ல சொல் விலக்கியே என் வினாவை எழுப்பமுடியும் என இப்போது கண்டுகொண்டேன். இதோ என் வினாவை பசிக்குரல்போல், வலியலறல்போல் நேரடியாகச் சொல்லாக்கிக்கொள்கிறேன்" என்றார் வியாசர்.

"இங்கு உயிர்க்குலங்கள் பிறக்கின்றன, போராடுகின்றன, பிறப்பித்துப் பெருக்கிய பின் மடிகின்றன. இதன் பொருள் என்ன?" தலையசைத்து முகத்தசைகள் இறுக "ஆம், இவ்வாறு எளிமையாகக் கேட்டாலொழிய இதற்கு விடை தேடமுடியாது. இதை கேட்கும் எவரும் ஆம், இதுவே என் வினா என்று சொல்லவேண்டும். இவ்வினாவின் முன் எந்த இலக்கியமும்

தத்துவமும் மெய்யுரையும் அணிகொண்டு நின்றிருக்க முடியாது. இதற்கான விடையும் இவ்வாறே எளிமையாக அமையவேண்டும், உணவுபோல, உழுபடைபோல, வாள்போல வெளிப்படையாக, பிறிதொன்றிலாததாக" என்றார்.

இளைய யாதவர் ஒன்றும் சொல்லாமல் அவரை மலர்ந்த விழிகளால் நோக்கிப் புன்னகைத்துக்கொண்டிருந்தார். வியாசர் மேலும் சொல்வார் என அவர் அறிந்திருந்தார். வியாசர் இளைய யாதவரின் விழிகளை நோக்கியதும் சீண்டப்பட்டு சினம்கொண்டார். "நீர் என்னிடம் மெய்யை மட்டுமே உரைக்கமுடியும். அரசன் என்றோ, கவிஞன் என்றோ, அறிஞன் என்றோ, மெய்யுசாவி என்றோ அல்ல தெய்வமென்று நின்று கூறுக! உயிர்க்குலங்கள் இங்கு பிறந்துவாழ்ந்து மீள்வதன் பொருள் என்ன? மானுட வாழ்வுக்கு என தனிப்பொருள் ஏதேனும் உண்டா? இங்கு அறிவு, பண்பாடு, தவம் என பெருகியிருக்கும் இவற்றுக்கெல்லாம் நோக்கம் என்பது யாது? யாதவரே, நான் வாழ்வதற்கு உடல்கொண்டு பிறந்தேன் என்பதல்லாமல், உயிர்விசைகளால் உந்தப்பட்டேன் என்பதல்லாமல் ஏதேனும் அடிப்படை உண்டா?"

"அனைத்து விடைகளையும் நீங்களே அறிந்திருப்பீர்கள், வியாசரே" என்றார் இளைய யாதவர். "ஆம், நான் அறிவேன். சொற்கடல்அலை நான். என்னில் இல்லாத எண்ணமே இல்லை. யாதவரே, அவற்றின் மெய்யான பெறுமதி என்னவென்றும் நான் அறிவேன். இறப்புக்கு மாற்றில்லை என்று அறிந்த பின்னர் நோய்க்கு மருந்து அளிக்கும் மருத்துவன் நான்" என்றார் வியாசர். "செவிகொள்வீர் என்றால் சொல்கிறேன். நான் கேட்ட வினாவுடன் ஒவ்வொருநாளும் என் நூலை அணுகுகிறார்கள் மானுடர். விடைகளை அவரவர் தேவைக்கும் தகுதிக்கும் ஒப்ப நான் அளிக்கிறேன். ஒவ்வொரு துயருக்கும் தவிப்புக்கும் தனிமைக்கும் அதற்குரிய வகையில் வகுக்கிறேன்.

"ஒன்றை மறுப்பவர் பிறிதொன்றைக் கொள்வார், ஒன்றை மறுப்பதனாலேயே பிறிதொன்றை ஏற்றாகவேண்டும் என அவர் உளப்பழக்கம் கொண்டிருப்பதனால். சிலவற்றை மறுத்தமையாலேயே சரியானதை ஏற்கும் நுண்மை தன்னிடம் உள்ளது என எண்ணிக்கொள்வார். தான் மறுத்தவற்றை ஏற்றுக்கொண்டவர்களைவிட தான் மேலென்றும் ஆகவே ஏற்றது தானறிந்த உண்மை என்றும் கருதிக்கொள்வார். அதன்பொருட்டுப் பிறருடன் சொல்லாடுவதன் வழியாக அனைத்து ஐயங்களுக்கும் விடைகண்டு அதைத் தனக்கென உறுதி செய்துகொள்வார். அறிவுக்கான விழைவை அறிகிறேன் என்னும் ஆணவம் ஓர் அடி முந்திச் செல்கிறது, விடையைத் தான் பற்றிக்கொள்கிறது.

“அனைத்துக்கும் மேலாக ஒன்றை ஏற்று தன் துயரிலிருந்து மீளவேண்டும் என முன்னரே முடிவுசெய்த பின்னரே என்னிடம் வருகிறார். எளிதில் கிடைப்பது தூண்டில் புழு என எண்ணும் மீன் இது. எளிதில் ஏற்கலாகாதென்னும் அவருடைய ஆணவத்தின்பொருட்டு அணிகளில் மறைத்து, ஆயிரம் முறை மறுத்து, ஊடுசுழற்பாதைகளுக்கு அப்பால் அதைச் சமைத்து வைத்திருக்கிறேன்.

“தேடிவந்து கொள்பவர் இவ்விடைகளினூடாகத் துயர் நீப்பார், இந்தப் புணை பற்றி நீந்தி உலகியலைக் கடப்பார். எவரையும்போல் இயற்றி ஓய்ந்து மடிவார். காலத் துயரும் கருத்துத் துயரும் கோடியில் சிலருக்கே உரியவை. அவர்கள் உள்ளிருக்கும் அறியாத் துளியை அறிந்து, நோற்று, பெருக்கி, சூழப்பரப்பி அதில் திளைப்பவர். தேடி, எழுந்து, கடந்து கண்டடைபவர். பிறர் வாழ்க்கை நிகழ்வதன் அலைகளால் அறியாமல் அவற்றின் நுனியைத் தொடநேர்ந்தவர். தெய்வத் துயரால் அறைபட்டு சித்தம் சிதறி பெருவினாக்களைச் சென்று முட்டியவர்கள்.

“அவர்களுக்குத் தேவை விடை அல்ல. அவ்வினாவிலிருந்து திசைதிருப்பி கொண்டுசெல்லும் சொற்கள். மீண்டும் அவர்களின் உலகியல் அலைகளுக்கே சென்றமையச் செய்யும் ஆற்றுப்படுத்தல். நான் அளிப்பது அதையே” என்று வியாசர் சொன்னார். “பல்லாயிரம் பூக்களில் சிலவே காய்க்கின்றன. அவற்றில் சிலவே கனிகின்றன. அவற்றில் சிலவே விதைமுளைக்கச் செய்கின்றன. மலர்கள் வண்ணமும் இனிமையும் நறுமணமும் கொண்டு இங்கே அழகு நிறைக்கின்றன, அனைத்தையும் இனிதெனக் காட்டுகின்றன. கவிதை என்பது மலர்.

“நன்கு மலர்ந்த நான்கு விடைகள் என்னிடம் உள்ளன” என்றார் வியாசர். “இது ஒரு தேர்வுக்களம் என்பது முதல் எளிய விடை. எங்கோ தந்தையே ஆசிரியரென அமைந்து நம்மை மதிப்பிடுகிறார். நன்று செய்க, நலம் கொள்க. தீதியற்றுக,துயர் பெறுக. இன்று பெறுவது நேற்று இழைத்தவற்றின் நிகரி. இன்று ஈட்டுவது நாளைக்கென உடன் வரும். பிறவிச்சுழலின் ஒரு களம் இவ்வாழ்க்கை. பிறந்து பிறந்து முதிர்ந்து சென்றடைவது முழுமை. இலக்கு அது. வீடுபேறென்பது பிறப்பொழிதல். முன்வினை நிகழ்வினை வருவினையின் முச்சுழற்சியால் ஆனது வாழ்க்கை. துயர் வருகையில் கடன் தீர்ந்ததென்று கொள்க. இன்பம் நிகழ்கையில் ஈட்டியதைப் பெற்றோம் என்று நிறைக. நன்றுசெய்து தீதுநீக்கி நல்வாழ்வு பெறுக. தீதும் நன்றும் பிறர் தர வாரா.

“இது ஒரு சுழல் என்பது இரண்டாவது விடை” என்று வியாசர் தொடர்ந்தார். “ஒவ்வொன்றும் எங்கோ நிகர் செய்யப்படுகின்றன. இன்பம் துன்பத்தை, துன்பம் இன்பத்தை, நன்மை தீமையை, தீமை நன்மையை

நிகர்செய்கிறது. துயர் வரின் இன்பம் ஒருங்கிக்கொண்டிருக்கிறது என மகிழ்க. இரவு சூரியனைக் கரந்திருப்பதுபோல பகலில் இரவு நிழலெனக் குடியிருப்பதுபோல. இன்பதுன்பங்களினூடாகச் சென்று நிறைவடையும் வாழ்க்கையின் ஒட்டுமொத்தமே அதன் பயன். துலாநிலைகொள்ளும் கணமே எடைகாட்டுவது.

"இப்பெரும் களத்தில் ஒவ்வொரு வாழ்க்கையும் ஒரு துளி. அது பிறிதொரு வாழ்க்கையால் நிகர்செய்யப்பட்டிருக்கும். அவ்வண்ணம் முடிவிலா கோடி நிகர்களால் ஆனது இவ்வாழிச் சுழல். அதன் இலக்கை, விசையின் நெறியை, மையத்தை நாம் முழுதறியவியலாது. ஆனால் அறியும் ஒவ்வொன்றிலும் அதை உணரமுடியும். அந்நெறியை ஏற்று அவ்விசைக்குத் தன்னை அளித்துக்கொள்க. அவ்வாறு முழுதளிக்கையில் அவ்விசையின் இலக்கும் பொருளுமே நம்முடையதுமென தெளிவோம். நாமென்று நாம் யாத்துள்ள எண்வகைப் பூண்களைக் களைந்து அவ்விசையே நாமென்று அறிந்து அமைவதே இறுதி. அதுவே முழுமை.

"இங்கு நிகழ்வன அனைத்தும் அறிதல்களே என்பது மூன்றாவது விடை" என்றார் வியாசர். "துயரும் மகிழ்வும், இழப்பும் பெறுகையும், கசப்பும் இனிப்பும் அறிதல்கள் மட்டுமே. அறிபவனுக்கு அறிபடுபொருள் அனைத்தும் நிகரே. அறிவை அளிப்பதனால் நிகழ்வன அனைத்தும் நன்று. அனைத்தும் அறிவாவதை உணர்ந்தவன் ஏற்றலும் விலக்கலும் என வாழ்வைப் பகுத்து இடருறுவதில்லை. கசக்கும் அருமருந்துகள் உண்டு. இனிக்கும் நஞ்சுகளும் உண்டு. இருமையகற்றியவன் இவ்வாழ்வை அவ்வண்ணமே ஏற்கும் நடுநிலை கொள்கிறான். அறிந்தறிந்து முதிர்வதே வாழ்க்கை. முற்றறிந்து நிறைவதே வீடுபேறு. முழுதறிந்த பின் நோக்குபவன் சிற்றறிவுகள் அனைத்தும் முழுதறிவின் படிநிலைகளே என்று உணர்வான்.

"நான்காவது விடை இவையனைத்தும் கனவே என்பது. கனவின் துயர்களும் அச்சங்களும் அலைக்கழிவுகளும் விழித்தெழுந்ததும் பொருளிழந்துவிடுகின்றன. கனவில் பெற்றவை அனைத்தும் இல்லையென்றாகின்றன. ஆனால் நனவிலிருந்தே கனவுகள் எழுகின்றன. நனவின் ஒலிகளே கனவில் பொருள்மாறு கொண்டு துயரும் மகிழ்வுமென நிகழ்கின்றன. கனவினூடாக நனவின் மெய்மையை அறிக. விழித்தெழுதலே விடுதலை" என்றார் வியாசர்.

"யாதவரே, உலகியலானுக்கு முதல் விடை. தேடுபவனுக்கு இரண்டாவது விடை. அறிஞனுக்கு மூன்றாவது விடை. மெய்யுசாவிக்கு நான்காம் விடை. இந்நான்குக்குமேல் சென்று எவரும் கேட்பதில்லை. இந்நான்கும் நால்வகை அறிவின் வழிகள். ஒருவன் முற்றிலும் பின்திரும்பி நின்று

அறிவின்மையால் என் வாழ்வுக்கென்ன பொருள் என்று கேட்பான் என்றால் அவனிடம் சொல்ல என்னிடம் விடை ஏதுமில்லை. நான் கேட்பது நான்கென சொல்திரளாதவனின் அக்கேள்வியையே. சொல்க, இங்கு வாழ்வு நிகழ்வது எதனால்?" என்று வியாசர் கேட்டார்.

இளைய யாதவர் "வியாசரே, துறவியிடமன்றி மெய்மை உரைக்கப் படலாகாது" என்றார். "யோகமே துறவெனப்படும். அனலோம்பாதவனும் சடங்குகளைச் செய்யாதவனும் துறவி அல்ல. தன் கொள்கைகளைத் துறத்தலே துறவை யோகமென்றாக்குகிறது. கற்பவன் தன்னைத்தானே உயர்த்திக்கொள்ளவேண்டும். நம்பிக்கைகளில் இருந்து, பழக்கங்களில் இருந்து, தேய்சொற்களிலிருந்து, முன்னறிவுகளில் இருந்து. தன்னை இழிவுறுத்திக்கொள்பவன் கவிழ்த்தப்பட்ட கலம் கொண்டவன். தன்னை தான் வெல்லாதவன். தன்னை தனக்கே பகைவனாக்கிக் கொண்டவன்" என்றார்.

இருவகை அறிதல்களினூடாக மானுட உள்ளம் பின்னிச் செல்கிறது. இவ்வுலகில் நலம்பெறும் முறையை அறிதல் சாங்கியம். இவ்வுலகு என்னவென்று அறிதல் விஞ்ஞானம். இவையனைத்தையும் முழுமையில் அறிதல் ஞானம். விஞ்ஞானமும் ஞானமும் ஒன்றுபிறிதை விலக்கா நிலையே யோகம். ஞானம் விஞ்ஞானத்திற்கு மறுமொழியென்றாகவேண்டும். விஞ் ஞானம் ஞானம்நோக்கிக் கொண்டுசெல்லவேண்டும்.

வாள்முனை நடையே யோகிக்குரியது. விழிப்போனும் துயில்வோனும் உண்மையைக் காண்பதில்லை. உண்போனும் நோற்போனும் மெய்யை சுவைப்பதில்லை. அகன்றோனும் உழல்வோனும் அதை உணர்வதில்லை.

அசைவிலாச் சுடரால் படித்தறிக. நிலைகொண்ட உள்ளத்தால் வாழ்ந்தறிக. இவையனைத்திலும் இறையுறைகிறது. எங்கும் அதைக் காண்கிறவன் அனைத்தையும் அதில் காண்கிறான். அவனுக்கு அது அழிவற்றது. அதற்கு அவன் அழிவற்றவன்.

முதலாசிரியரே, நீங்கள் முன்னர் கூறிய நால்வகை விளக்கங்களும் பொய்களல்ல, அவை நால்வகை உண்மைகள். நான்கு நிலைகளில் நிற்பவர்களுக்கு மெய்யமைவு அவ்வண்ணம் வெளிப்படுகிறது. யார் எவ்வடிவில் எண்ணுகிறார்களோ அவ்வகையில் அவர்களுக்குத் தோற்றமளிப்பது அது. தன் பேரளியால் அது திரிபுறவும் குறைவுறவும்கூடும். தன் ஆடலால் உருவுறவும் உறவாடவும்கூடும். மைந்தரின் சிறு கைகளுக்கு ஏற்ப சிறுதேர் செய்து அளிக்கிறான் பெருந்தச்சன்.

அதன் வடிவங்கள் முடிவிலாதவை. துன்பம்கொள்பவருக்கு அன்பென. ஒடுக்கப்பட்டோருக்கு அறம் என. தனியருக்குத் துணை

என. வெறுமையிலமர்ந்தோருக்கு விழுப்பொருள் என. எதுவும் அது அல்லாதது அல்ல. அறிவு மட்டுமல்ல அறியாமையும் அதுவே. தெளிவும் மயக்கமும் அதுவே.

உங்கள் வினாக்கள் விடைகளை வாங்கும் கலங்கள். அறிவோனால் வகுக்கப்படாத விடை அறியப்படுவதில்லை. முதல் முழுமையெனும் விடை இன்மையெனும் பெருங்கலத்திலேயே இறங்கியமைய இயலும்.

நான்கு விடைகளைச் சொன்னீர்கள். நன்மை நாடுவோர் முதல் விடையை அடைகிறார்கள். ஒழுங்கை நாடுவோர் இரண்டாம் விடையை அடைகிறார்கள். உண்மை நாடுவோர் மூன்றாம் விடையைக் கொள்கிறார்கள். குறைவின்மை நாடுவோர் நாலாவது விடையைச் சென்றடைகிறார்கள்.

மானுடர் கேட்பதில்லை, கோருகிறார்கள். கோரும் வடிவில் பெறுகிறார்கள். தன் அளியின்மையால் அது முழுமையை மறைத்துக்கொள்ளவில்லை. இங்கு வாழும் உயிர்களின் மீதான பேரளியாலேயே கரந்துறைகிறது. அறிந்தமையாலேயே அளந்து அளிக்கிறது. அருள்வதனால் அளித்தவற்றில் நிறைகிறது.

வியாசரே, நீங்கள் கவிஞர். ஒருபுறம் எளியோனாய் உலகாடி, மறுபுறம் ஞானியென மெய்நாடி, இரண்டுக்கும் நடுவே உழல்பவர். நலம்பயக்கும், மகிழ்வளிக்கும், காக்கும், புரக்கும் ஒன்றை மண்ணில் நின்று விழைகிறீர்கள். இரண்டற்ற ஒன்றை நோக்கி ஞானத்தால் எழுகிறீர்கள்.

இன்மையின் கலமேந்தி நின்றால் அறிவீர்கள். அது நலம்பயப்பதல்ல. அளிகொண்டதல்ல. அழகும் ஒழுங்கும் இசைவும் அதில் இல்லை. அது உண்மை அல்ல. உள்கடந்த ஒருமை அல்ல. அது மானுடர் எண்ணும் எவ்வியல்பையும் தான் கொண்டது அல்ல. இன்மையென விரியும் யோகியின் உள்ளத்தில் இன்மையென எழுவது. இன்மையின்மேல் மட்டுமே முடிவிலா இயல்புகளை ஏற்றமுடியும்.

பல்லாயிரம்கோடியினரில் ஒருவரே அதை அறிய முயல்கிறார்கள். பிறர் அதை விடையெனக் கொண்டு வாழ்ந்து கடக்க விழைபவர்கள் மட்டுமே. முயல்பவர்களில் மிகச் சிலரே அதை முழுதுணர்கிறார்கள்.

உயிர்க்குலங்களைப் படைத்தாளும் பெருநெறி என்று கொண்டால் தொழுவீர் எனில் அதை அறியமாட்டீர். உயிர்க்குலங்களைக் கொன்று களியாடும் கட்டின்மை என்று கொண்டால் அஞ்சுவீர் எனில் அதை அறியமாட்டீர். ஒளியென்று வணங்குவீரென்றால் இருளென்று விலக்குவீரென்றால் அதை அறியவேமாட்டீர். விழிநீருக்கு இரங்கும் என்றும் விளித்தால் அணுகும் என்றும் எண்ணுவீரென்றால் அதுவல்ல உங்களுக்குரியது.

விழிதிறந்துவிட்டீர் என்பதனால் காண்க. உங்கள் துயர்களை அறிவதை, உங்கள் நலன்களைப் புரப்பதை, உங்கள்மேல் கனிவதை அங்கே தேடவேண்டாம். உங்கள்மேல் வஞ்சம் கொண்டதை உங்களை அழிப்பதை, உங்கள்மேல் கனிவற்றதை அங்கே எதிர்பார்க்கவேண்டாம்.

உங்களை அது அறியாதென்றே கொள்க. உங்கள் இருப்பு அதற்கு ஒரு பொருட்டில்லை என்றே கொள்க. உங்களுக்கு இரங்குவதோ உங்களை அணுகுவதோ அல்ல என்றே கொள்க. உங்களால் அறியப்பட இயலாததென்றே கொள்க. அவ்வெறுமையை எதிர்நிலையெனக் கொள்ளாதிருக்க பழகுக. வெறுமை இயல்பென அமைதலே இன்மை. இன்மையே அறிவோன் ஏந்தவேண்டிய கலம்.

அங்குளது பிறிதொன்று. இங்குள எதனாலும் விளக்கப்படாதது. ஆகவே இங்குள எதற்கும் விடையல்லாதது. இங்குள அனைத்திலிருந்தும் அகன்றாலொழிய அணுகவொண்ணாதது. அதுவே இங்குள அனைத்துமென்றாகி சூழ்ந்துள்ளது. மறைவும் வெளிப்பாடும் கொண்டது அது என்பதே மெய்மயக்கம்.

பருவென, பொருளென இங்குள்ள அனைத்துமே நூலில் மணிகள் என அதன்மேல் கோக்கப்பட்டவை. அனைத்துக்கும் பொருளென்றமைவது ஒன்றே. அதை அறிந்தவர் அனைத்தையும் அறிந்தவராகிறார். இயல்பற்றது மூவியல்பால் இயக்கம்கொண்டு தன் முழுமையை மறைத்தாடுகிறது. அதன் மாயை கடத்தற்கரியது.

பிறந்திறந்து பெருகிச்செல்லும் இவ்வொழுக்கின் பொருளே புடவியென்றாகி சூழ்ந்துள்ளது. ஒவ்வொரு கணத்திலும் விளங்காத பொருள் என்று ஒன்று காலமுடிவிலியில் இல்லை. ஒவ்வொரு பருவிலும் திகழாத பொருள் என்று ஒன்று கடுவெளியில் இல்லை.

பிறப்பின் வாழ்வின் இறப்பின் பொருளை ஒவ்வொரு கணத்திலும் உணராத ஒருவர் எப்போதும் உணரப்போவதில்லை. தன் உடலில் கனத்தை உணராதவர் வானில் எதையும் காண்பதில்லை. முழைத்து முனைகொண்டு எவரும் அறிவதில்லை. இயல்தலும் இசைதலுமே அறிவின் நெறி.

வியாசர் இளைய யாதவரை நோக்கிக்கொண்டு அமர்ந்திருந்தார். பின்னர் "யாதவரே, நீர் சொல்லும் அழகிய சொற்களால் நிறைந்தேன். இக்கணம் நான் தேடியதற்கு விடைபெற்றேனா என்று கேட்டால் ஆமென்றே உரைப்பேன். ஆனால் நான் சொல்லிலாடும் புலவன். அதனாலேயே அது நாற்களத்தில் உருளும் நாலாயிரம் முகம்கொண்ட பகடை என்று

அறிந்தவன். இங்கிருந்து எழுந்து சென்றால் அடிக்கொரு சொல் என தடம் திரும்பி அமைய ஐயத்தால் நிறைந்தவனாவேன். நான் தேடுவது ஓர் உறுதிப்பாட்டை. என் கையால் சித்தத்தால் தொட்டறியும் மெய்யின் ஒரு தடத்தை" என்றார்.

"நீங்கள் எண்ணுவதென்ன என்று சொல்க"! என்றார் இளைய யாதவர். "நான் என் மைந்தனைப் பார்க்க விழைகிறேன். விண்ணில் மீன் என நின்றிருக்கும் சுகனிடம் நீ அங்கு நிறைவடைந்தாயா என்று கேட்கவேண்டும். அது இயலாததென்று அறிவேன். ஆனால் உம்மால் இயலாதது ஒன்றில்லை என்றும் அறிவேன்" என்றார் வியாசர். "ஆம், என்னால் இயலும்" என்றபடி இளைய யாதவர் எழுந்துகொண்டார். "வருக!" என்று நடந்தார். தன் மேலாடையை எடுத்திட்டுக்கொண்டு முதிய எலும்புகள் ஒலிக்க மெல்ல எழுந்து வியாசர் அவரைத் தொடர்ந்து சென்றார்.

அவர்கள் வெளியே முற்றத்தில் இறங்கி காட்டினூடாகச் சென்றனர். யாதவரின் காலடியோசையை இருள் ஒலித்து பெருக்கி சூழச் செய்தது. இளங்காற்றில் இருளுக்குள் நிழல்குவைகளென மரங்கள் அசைந்தன. ஒற்றையடிப்பாதை கரிய காட்டுக்குள் கம்பளியைத் தைத்த மரவுரிச் சரடென ஊடுருவிச் சென்றது. இலைகளுக்கு அப்பால் ஓர் இரும்புக் கேடயம் கிடப்பதை வியாசர் கண்டார். மேலும் அணுகியபோது அது ஒரு சிறு ஊற்று எனத் தெரிந்தது. அசைவற்றிருந்தது வானொளி பரவிய நீர்ப்பரப்பு.

அதனருகே சென்று நின்று இளைய யாதவர் திரும்பி நோக்கினார். "பிதாமகரே, இச்சுனைக்கு சூக்ஷ்மம் என்று பெயர். இது உண்மையில் சுனை அல்ல. விண்ணுக்குச் செல்லும் கரவுப்பாதைகளில் ஒன்று. இதில் தேங்கியிருப்பது இருள் துளித்த நீர். வருக!" என்றார். வியாசர் சென்று அவர் அருகே நின்றார். "நோக்குக!" என்றார் இளைய யாதவர். குனிந்து நோக்கிய வியாசர் நீரின் ஆழத்தில் மின்னிய ஒரு விண்மீனைக் கண்டார். அருமணி ஒன்று நகையிலிருந்து உதிர்ந்து அடித்தட்டில் கிடப்பதுபோலிருந்தது. "பிதாமகரே, அந்த விண்மீன் உங்கள் மைந்தர் சுகர்" என்றார் இளைய யாதவர்.

நெஞ்சதிரக் கூர்ந்து நோக்கிய வியாசரின் தலை நடுக்கு கொண்டது. கைகள் அறியாது நெஞ்சில் படிந்தன. மூச்சொலி மட்டும் எழ அவர் விழிகளில் உள்ளத்தை நிறுத்தியிருந்தார். "நீங்கள் விழைந்தால் அவரிடம் சென்று சேரலாம்" என்றார் இளைய யாதவர். "இச்சிறு சுனையினூடாகவா?" என்றார் வியாசர். "ஆம், இறங்குக!" என்றார் இளைய யாதவர். வியாசர் குனிந்து அந்நீரைத் தொட்டார். அனல்சுட்டதோ எனக் கை திடுக்கிட்டு

விலகிய பின்னரே அது குளிர் என்று உணர்ந்தார். ஒருகணம் தயங்கிவிட்டு தன் வலக்காலை எடுத்து நீரில் வைத்தார்.

குளிரில் நடுங்கிக்கொண்டிருந்த தோள்களை ஒடுக்கியபடி இடக்காலையும் தூக்கி நீருள் வைத்தார். மெல்ல உள்ளே சென்றபோது ஆழத்தில் இறங்கிக்கொண்டே இருப்பதை உணர்ந்தார். ஆழமல்ல, தன் உடல் அந்நீரில் கரைந்தழிவதுதான் அது என்று எண்ணினார். கழுத்தளவு இறங்கி தலைமூழ்கி நீருள் புகுந்தார். அடியிலா ஆழத்துக்குள் விழுந்து அந்த ஒற்றை விண்மீனை நோக்கிப் பறந்து சென்றுகொண்டிருந்தார்.

6

நைமிஷாரண்யத்தில் இளைய யாதவரின் சிறுகுடிலின் அறையில் தன்னை உணர்ந்து திடுக்கிட்டு எழுந்தமர்ந்த வியாசர் "என்ன நிகழ்ந்தது? துயின்றேனா? கனவா?" என்றார். "மீண்டீர்கள்" என்றார் இளைய யாதவர். வியாசர் "என்னைக் காட்டுக்குள் சூக்ஷ்மம் என்னும் சுனைவரை கொண்டுசென்றீர்கள். நான் அதில் இறங்கினேன்..." என்றபின் தன் ஆடைகளைத் தொட்டுநோக்கி "அதுவும் உளமயக்கா?" என்றார். "இப்போது இங்கு நீங்கள் சொல்லாடிக்கொண்டிருப்பது உளமயக்கென்றால் அதுவும்தான்" என்றார் இளைய யாதவர்.

"ஆம், ஒருகணம் நடுவே நான் என் காட்டுக்குள் சோலையில் தனித்திருப்பதாகவும் உணர்ந்தேன்" என்று வியாசர் சொன்னார். "பிதாமகரே, அதுவும் உளமயக்கே" என்றார் இளைய யாதவர். வியாசர் ஒருகணம் சொல்லுறைந்து பின் "அவ்வாறும் சொல்லலாம்" என்றார். பின்னர் நிகழ்ந்தவற்றை எண்ணி நீள்மூச்செறிந்து "கொடுங்கனவுபோல" என்றார். "என்ன நிகழ்ந்தது?" என்றார் இளைய யாதவர். "அதை நான் மொழியிலாக்குவது சிறுசிமிழால் கடலை அள்ளமுயல்வதுபோல. அது முற்றிலும் பிறிதொரு நிலை, முற்றிலும் பிறிதொரு வெளி" என்றார் வியாசர்.

அவர் சொல்வதற்காக இளைய யாதவர் காத்திருந்தார். "ஆனால் சொல்லென்று அடுக்கிக் கொள்ளாமல் என்னால் இங்கே இனி வாழவும் முடியாது" என்றார் வியாசர். தன்னுடன் என "சொல்லைப்போல் காக்கும் படையும் கோட்டையும் பிறிதில்லை" என்றார். இளைய யாதவரை நோக்கி "நான் அதை சொல்லில் வகுத்துரைத்தாகவேண்டும். ஒருமுறை உரைத்தால் அது உருக்கொள்ளாது சிதறிப்பரவும். மீளமீள சொல்லவேண்டும்.

பலரிடம் பல கோணங்களில். எழுதவேண்டும். பாடிக்கேட்கவேண்டும். அதன் நூறு பாடவேறுபாடுகளை உணரவேண்டும். அதன்பின்னரே என்னால் இதை நோக்கவும் அள்ளவும் கைக்கொள்ளவும் முடியும். நான் அடைந்த மெய்யறிதல்கள் அனைத்தையும் இவ்வண்ணமே என்னுடையதாக்கியிருக்கிறேன்" என்றார்.

இளைய யாதவர் சிரித்து "ஆம் ஆசிரியரே, மானுடர் அடையும் அனைத்து மெய்யுணர் தருணங்களையும் அவ்வாறே தன்வயமாக்கிக் கொள்கிறார்கள். ஓர் இறப்பை எத்தனை முறை சொல்லிச் சொல்லி இறப்பு மட்டுமே என்றாக்கிக்கொள்கிறார்கள்! எத்தனை விலகிச்சென்று இன்னதென்று அமைத்துக்கொள்கிறார்கள்! உவகையை, துயரை, சிறுமையை சொல்லாக்கிக் கொள்ளாதவர்கள் மூன்று தரப்பினரே. அதன்மேல் முட்டி சித்தம் சிதைந்தவர். அதை அவ்வடிவிலேயே புதைத்து ஆழ்த்தி அறியாதவரென மேலே அமர்ந்திருப்பவர். அதைத் தொட்டதும் விலகி பிறிதொரு திசையில் நெடுந்தொலைவு சென்றுவிடுபவர். மூவரும் அந்நிகழ்வறிவால் முழுமையாக வெல்லப்பட்டவர்கள். வெல்பவர்களின் படைக்கலம் சொல்லே" என்றார்.

வியாசர் "சொல்லாக்காமல் அதை அறிதலே முழுமை என்கிறீரா?" என்றார். "அது உளம்கொண்டு வாழும் மானுடர் எவருக்கும் இயல்வதல்ல. சொல்லி விரித்துச்செல்க! விரிவன அனைத்தும் ஓர் எல்லைக்கப்பால் இன்மையென்றாகின்றன. அதற்கு முன்னரே நின்று சுருக்கிக் கொணர்க! சுருங்குவன அனைத்தும் இன்மையென்றாகின்றன. அதற்கு முன்னரே நிறுத்திக்கொள்க! அவ்விரு நிலைகளிலும் எஞ்சுவதொன்றுண்டு. அதுவே அவ்வறிதலின் நுண்சொல்வடிவம். அதை உள்ளத்தில் ஊன்றுக! ஊழ்கமெனப் பற்றிக்கொள்க! அது அவ்வறிதலின் மெய்மை எனப்படும்."

வியாசர் "நான் ஊழ்கம் பயின்றதில்லை. என் தந்தை அது என் வழியல்ல என்றார்" என்று சொன்னார். "இளமையில் அன்னையிடமிருந்து விடைகொண்டு வெண்பனி சூடிய இமயமலைமுடிகள் சூழ்ந்த மாண்டவ வனத்தில், விபாசா நதியின் கரையில் மாணவர்களுடன் வாழ்ந்த என் தந்தையை நாடிச்சென்று அவருடைய மாணவராக அமைந்தேன். அவர் ஊழ்கம் பயில்கையில் உடனிருந்தேன். தன் மாணவர்களுக்கெல்லாம் அவர் ஊழ்கம் கற்பித்தார். எனக்கு சொல்லும் இலக்கணமும் அறமும் நெறியும் வரலாறும் பயிற்றினார். பின் அவ்வைந்தையும் ஒன்றெனக் கொண்ட காவியத்தைக் கற்பிக்கலானார்."

ஒருநாள் அவரிடம் "தந்தையே எனக்கு ஊழ்கம் கற்பியுங்கள்" என்றேன். அவர் அதை செவிகொள்ளவில்லை. மீண்டும் கேட்டபோதும் மறுமொழி

சொல்லவில்லை. ஏழாவது முறை கேட்டு அவர் விழிவிலக்கிக்கொண்ட தருணத்தில் நான் சினத்துடன் "இனி உங்களுக்கு நான் பணிவிடை செய்யப்போவதில்லை. இங்கிருந்து விலகிச் செல்லவிருக்கிறேன்" என்றேன். "ஊழ்கமில்லாச் சொல் வெறும் கேளிக்கை. நான் மேடையிலாடும் சூதனல்ல. விண்முட்டி மெய்மையின் வாயில்களை திறக்க விழைவும் மெய்யுசாவி. சொல்தேர்ந்தமையாலேயே நான் உலகியலான் என்றாவதில்லை" என்றேன்.

அவர் அதற்கும் மறுமொழி சொல்லவில்லை. உளம் கொதிக்க அருகே கிடந்த தர்ப்பைப்புல்லை எடுத்து அதன் கூர்முனையை என் கழுத்து நரம்பில் வைத்து "தகுதியற்றவனாக வாழ்வதைவிட இறப்பதே மேல்" என்றேன். அவரிலமைந்த ஆசிரியனை மீறி தந்தை எழுந்தார். "நில், மைந்தா!" என்று கூவினார். எழுந்து என் கைகளைப் பற்றிக்கொண்டு "ஊழ்கம் உனக்குரியதல்ல. சொல் சுருங்குவது ஊழ்கம். சொல் விரிவது காவியம். உன் மனம் நுரைத்தெழுகிறது. நீ கவிஞன்" என்றார். என் தோளை இரு கைகளாலும் பற்றிக்கொண்டு "அறிக, உணர்ச்சியின்றிக் கவிதையில்லை! உணர்ச்சியிருக்கும் வரை ஊழ்கமில்லை" என்று விழிகனிந்து கூறினார்.

நான் "வேதம் உரைக்க எழுந்தவன் நான் என்று என்னிடம் சொல்லியிருக்கிறீர்கள். வேதத்தை உணர்ந்த முனிவர் அறிந்த ஊழ்கத்தை நான் ஏன் அறியவியலாது?" என்றேன். "ஊழ்கத்தையும் நீ அறிவாய், உன் சொல்லினூடாக மட்டும். ஊழ்கத்திலமர்பவர் ஊழ்கத்தை மட்டுமே அறிவார், நீ அனைத்தையும் அறிவாய். வேதமென்பது சொல்லே" என்றார் தந்தை. "வேதம் உச்சியில் மெய்நூலென்றும் ஊழ்கநூலென்றும் குவியும். ஆனால் என்றும் கவிதையென்றே இங்கு நிலைகொள்ளும். நீ அதை வகுக்கும் பெருங்கவிஞன்."

நான் சினத்துடன் "நான் அறிந்தாகவேண்டும் ஊழ்கத்தில் அமைந்து நான் கொள்வதென்ன என்று. எனக்கு இன்றே கற்றுத்தாருங்கள்" என்றேன். அவர் சொல்லெடுப்பதற்குள் அவர் கையை உதறி உரத்த குரலில் "பிறிதொன்றும் எனக்குத் தேவையில்லை. நான் அறிந்தாகவேண்டும்" என்று கூவினேன். தந்தை புன்னகைத்து "சரி, நீ உன்னை அறிவதும் நன்றே" என்றார். என் ஆசிரியரின் மாணவர்களில் இளையவரான மைத்ரேயரை அருகழைத்து "இளையோனே, உனக்கு ஊழ்கநுண்சொல் அளிக்கும் தருணம் அமைந்துள்ளது. வருக!" என்றார். மைத்ரேயர் அதில் மகிழ்வுறவோ உளவிலக்கு கொள்ளவோ இல்லை. அன்றாடப் பணியொன்றுக்கு உடன் வருபவர்போல் இருந்தார்.

இருவரையும் மலைச்சரிவில் தேவதாருக் காட்டினூடாக அழைத்துச் சென்றார். அலையலையாக எழுந்த மலைகளில் ஏறிச்சென்று அங்கே

சூழ பனிக்குன்றுகள் அமைந்த நீள்வட்ட வாவி ஒன்றை அடைந்தோம். அது பராசரசரஸ் என்று அழைக்கப்படுகிறது. மாண்டவக்காட்டின் கனவு அது என்பார்கள் சூதர். முன்பு எந்தை அங்கே ஒரு நாவல் மரத்தடியில் அமர்ந்து தவம் செய்தார் என்று கதைகளினூடாக அறிந்திருந்தேன். அதனால் அதற்கு பராசரமானசம் என்று பெயர் அமைந்தது. குளிர்காலத்தில் உறைந்து வெண்பனியாலானதாக மாறிவிடுவதனால் சுஃப்ரம் என்றும் அது அழைக்கப்படுவதுண்டு.

எந்தை அங்கே ஊழ்கத்தில் அமர்வதற்கு முன்பு இளஞ்சேற்றுக் கதுப்பில் தன் குதிகாலால் ஊன்றி ஒரு குழி செய்தார். அதிலூறும் நீர்க்கசிவை நோக்கியபடி அமர்ந்து தன் உள்ளத்தை விரித்துக்குவிக்கலானார். அதில் நீரூறித் தேங்கிப் பெருகியது. ஏரியென்றாகியது. ஏழாண்டுகள் அவர் விழிதிறக்காமலிருந்தார். அவருடைய மாணவர்கள் ஒவ்வொருநாளும் வந்து அவருக்கு அன்னத்தை அள்ளி ஊட்டிவிட்டுச் சென்றனர். ஏழாண்டு நிறைவில் ஒரு சித்திரை முழுநிலவில் நீரலை வந்து அவர் கால்களைத் தொட்டது. அவர் விழித்துக்கொண்டு "சுப்ரஃபாவம் சுஃப்ரம்" எனத் தொடங்கும் புராணமாலிகையின் முதற்செய்யுளை யாத்தார். அவர் அங்கிருந்து புராணமாலிகையை யாத்து முடித்தபோது அந்த ஏரி வெண்பளிங்கு என மாறிவிட்டிருந்தது.

மலைகளின் முலையிடுக்கில் பதிந்த நீலப்பதக்கம் எனக் கிடந்த அந்த ஏரியின் கரையில் ஒரு பாறைமேல் அமர்ந்து எங்களை நீராடி வரச்சொன்னார். நாங்கள் நீராடிமீண்டு ஈர மரவுரியுடன் அணுகி பணிந்து நின்றோம். முதலில் என்னைத் தோள்சுற்றி அணைத்து மான்தோலால் முகம் மூடி செவியில் என் நுண்சொல்லை மும்முறை சொன்னார். 'வ்யா' என்னும் அச்சொல்லை நான் உளம்பதித்துக்கொண்டேன். அதன்பின் மைத்ரேயருக்கும் நுண்சொல் அளித்தார்.

"இருவரும் இக்காட்டில் உகந்த இடம்தேடி அமர்க! உளம் செலுத்தி இச்சொல்லைப் பயில்க! நான் அழைக்கும் ஒலி கேட்டதும் எதை அடைந்தீர்களோ அதைக் கொண்டுவருக!" சொல்லில் உளம்நிறுத்தி, பிறவற்றைத் தொகுத்து, சொல்லை இறுகப் பற்றாமல் நிகழவிட்டு, சொல்பெருக்காமல் குறையச் செய்து, சொல்லைக் கடந்து ஒலியென்றாக்கி, ஒலிகடந்து வெறுமையென்றாகி, தனித்து, தன்னிலையைக் கடந்து என எட்டு நிலைகளில் அமைந்து ஊழ்கம் இயற்றும் முறையை எனக்குக் கற்பித்தார். எண்நிலை யோகத்தின் முதற்சொல் "ஆம்" என்பது. அதை அவரிடம் உரைத்து திரும்பிநடந்தேன்.

பராசரவாவிக்கு அப்பால் குறுங்காட்டில் ஒரு சிறு சுனைக்கரையில் பொன்னிற நாணல்கள் காற்றிலாடும் வெளியில் அழகிய பாறை

ஒன்றைத் தேர்ந்தெடுத்தேன். அதன்மேல் தர்ப்பைப் புல்லைப் பரப்பி அமர்ந்தேன். தந்தை சொன்ன எட்டுநெறிகளைத் தலைக்கொண்டு ஊழ்கத்திலமர்ந்தேன். இளையோருக்குரிய முறையில் இப்போதே இக்கணமே அது அமையவேண்டுமென உன்னி உளவிசையை உச்சம்கொள்ளச் செய்தேன். பிலத்தில் இறங்கும் பெருநதி என என் சித்தம் அச்சொல்லில் படிந்தது.

வ்யா என்ற சொல் பொருளற்றதென்று தோன்றியது. அவ்வெண்ணத்தை நான் எவ்வளவு அகற்றினாலும் இணையாத வட்டத்தை இணைத்துக்கொள்ளும் விழி என என் உள்ளம் அதற்கே முயன்றது. வ்யா. வியர்த்தம், வியாமோகம் என்றது ஓர் எண்ணம். வீணென்றும் வெறுமை என்றும் சென்றமைய என்னால் இயலவில்லை. வ்யாதி, வ்யாகூலம்... சொற்களின் பெருக்கு. நோயென்றும் துயரமென்றும் ஏன் உளம் செல்கிறது? எண்ணி திசைதிருப்பிக்கொண்டேன். வியாகரணமா? மொழிகற்று இலக்கணம் தேர்ந்தேன் என்றாலும் என் கவியுள்ளம் என்றும் அதை வெறுத்தே வந்தது. வ்யாக்யானம், வ்யாஜம்... விளக்கமும் போலியும் ஒன்றேதானா? சொல் தொடுத்து பின்னி விரித்துக்கொண்டே சென்றேன்.

வ்யவஹாரம். அச்சொல் என்னை விடுவித்தது. அன்றாடச் செயல்களில் நான் எப்போதுமே சுணக்கம் கொண்டவன். ஆனால் அவையனைத்தையும் பலமடங்கு உள்ளத்தால் ஆற்றுபவன். கன்றோட்டினேன். வேளாண்மை செய்தேன். வணிகம் இயற்றினேன். வேட்டைக்குச் சென்றேன். காட்டில் அலைந்தேன். அச்சத்தை அச்சொல்லென உணர்ந்தேன். வியாஹ்ரம். அச்சொல் எழுந்ததுமே நான் புலியின் மணத்தை அடைந்தேன். என் புலன்கள் கூர்கொண்டன. புலி தலைகுலுக்கும் ஓசையைக் கேட்டேன். சருகின்மேல் பதியும் பஞ்சுப்பொதிக் கால்களின் ஓசை. மூச்சொலி. அதன் விழிகள் என்னில் பதிந்திருப்பதை உணர்ந்தேன்.

விழிதிறக்காமலேயே அதைக் கண்டேன். அது என் முன் அமர்ந்திருந்தது. நாவால் முகத்தை நக்கியபடி, சூழ்ந்துபறக்கும் சிற்றுயிர்களுக்குக் கண்சுருக்கிச் சிமிட்டியபடி, காதுகள் அடித்துக்கொள்ள தலையை உலைத்து, அவ்வப்போது வாய்திறந்து நாவளைய கோட்டுவாய் இட்டு, கை மலர்த்தி நக்கி, வால் சருகில் விழுந்து நெளிய. பின்பு முன்கால்நீட்டி பின்கால் மடித்து படுத்தது. வெண்ணிற அடிவயிறு தெரிய கால்களை மேலே தூக்கி விரித்து புரண்டது. எழுந்து மீண்டும் அமர்ந்தது.

எந்தை என்னை அழைக்கும் குரல் எழுந்ததும் கண்களைத் திறந்தேன். என் முன் புலி அமர்ந்திருந்ததைக் கண்டேன். முள்மயிர் சிலிர்த்த இமைகள் சுருங்கி அதிர சிப்பிவிழிகளால் என்னை நோக்கியது. அருகே

சென்று அதன் தலையைத் தொட்டேன். பின்கழுத்தை வருடியபோது விழிசொக்கியது. அடிக்கழுத்தின் தளர்தசையை அளைந்தேன். காதைப்பற்றி "வருக!" என்றேன். என்னுடன் அது நெடுக்குக் கால் வைத்து, வால்நீண்டு வளைந்திருக்க நடந்துவந்தது.

எந்தை குடில்முன் அமர்ந்திருந்தார். அவரை அணுகி வணங்கி "தந்தையே, என் ஊழ்க நுண்சொல் இந்தப் புலியென வடிவுகொண்டது" என்றேன். அவர் அதை நோக்கிப் புன்னகைத்தார். புலி என்னருகே அவரை நோக்கியபடி நின்றது. அவர் அதை அருகே அழைத்தார். சிறு குருளையென அவர் காலடியில் சென்று படுத்துக்கொண்டது. அவர் அதை அடிவயிற்றை வருடி கொஞ்சினார். விழிசொக்கி சிணுங்கியபடி முன்கைகளால் முகத்தை வருடிக்கொண்டது. எழுந்து வால்சுழற்றி தாவி அவரைப் பொய்க்கடி கடித்தது. உடலை அவர்மேல் உரசியபடி சுற்றிவந்தது. காதுகள் பின்னால் மடிய அவரைக் கூர்ந்தது. முதுகைத் தாழ்த்தி உடல்நீட்டியது.

மைத்ரேயர் வருவதற்காகக் காத்திருந்தோம். நெடும்பொழுது கடந்தும் அவர் வராதது கண்டு தந்தை எழுந்து "நாம் அவனைத் தேடிச்செல்வோம்" என்றார். நாங்கள் காட்டினூடாகச் சென்றோம். அங்கே ஓர் இருண்ட குகைக்குள் அவர் இருந்ததைத் தேடிக்கண்டடைந்தோம். குகைக்குள் நான் அவரை முதலில் காணவில்லை. நிழலுருவென அமைந்திருந்தவரை தந்தைதான் அறிந்தார். அவரைக் கண்ட பின்னும் அங்கு எவருமில்லை என்றே எனக்கு தோன்றியது.

தந்தை உள்ளே சென்று அவரைத் தொட்டு அழைத்தார். விழிதிறந்த மைத்ரேயர் தந்தையை அடையாளம் கண்டுகொள்ளவில்லை. தந்தை "இளையோனே, நீ மாண்டவ வனத்தில் இருக்கிறாய். பராசரனாகிய என் மாணவன் நீ. உன் பெயர் மைத்ரேயன்" என்றார். "ஆம்" என அவர் எழுந்துகொண்டார். தந்தையை வணங்கி "ஊழ்கத்தை எனக்களித்தீர்கள் ஆசிரியரே, செல்வதெங்கு என்பதில் இனி எனக்கு ஐயமேதுமில்லை" என்றார். "நீ எங்கு சென்றாய், எதை அடைந்தாய்?" என்றார் தந்தை.

"ஆசிரியரே, நீங்கள் எனக்கு வ்யா என்னும் ஊழ்கநுண்சொல்லை அளித்தீர்கள். அதை சித்தத்தால் தொட்டு மீட்டிக்கொண்டிருந்தேன். வீண் என்னும் பொருளில் திளைத்தேன். அது வ என்னும் சொல்லாகியது அல்லது அல்லது அல்லது என பொருள்கொண்டு அச்சொல் சென்றுகொண்டே இருந்தது. பின் வெற்றொலியாகியது. ஒலியின்மையாகியது. இன்மையாகியது. அதிலிருந்து உங்கள் சொல்வந்து தொட மீண்டேன்" என்றார் மைத்ரேயர்.

என்னை திரும்பி நோக்கிய தந்தை "நான் சொன்னதை நீயே உணர்ந்திருப்பாய்" என்றார். நான் திகைத்து நின்றேன். "திரும்பி நோக்குக, உன் புலியை!" என்றார் தந்தை. அங்கே அது என்னை தொடர்ந்து வந்து

நின்றிருந்தது. "எட்டடி வேங்கை. எரிநிறம், அடிக்கழுத்தின் ஏழு வரிகள், நெற்றியின் மூன்றுபட்டைகள், நெஞ்சுக்குக் கீழே இரு நிகர்ச்சுழிகள், இணையான முன்னங்கால்கள், தொடைபெருத்த பின்னங்கால்கள், ஒட்டிய அடிவயிறு என ஏழு அழகுகள் கூடிய அரிய வடிவம். ஆனால் அதைக் கண்டு ஆள்காட்டிக்குருவி ஏன் குரலெழுப்பவில்லை?" என்று தந்தை கேட்டார்.

நான் அதை நோக்கி மகிழ்ந்துகொண்டிருந்ததால் அதை அதுவரை எண்ணியிருக்கவில்லை. எந்தை "அதன் காலடித்தடங்கள் எங்கே?" என்றார். திடுக்கிட்டு குனிந்து நோக்கினேன். ஈரமண்ணில் நகத்தடம் இல்லை. அக்கணமே புலியும் மறைந்தது. அங்கு அது நின்றிருந்ததே என் விழிமயக்குதானா என உளம் வெளியை அளைந்து தவித்தது. என் உடல் நடுங்கிக்கொண்டிருந்தது. திரும்பி தந்தையை நோக்க என்னால் இயலவில்லை. "அது உன் சொல்லில் எழுந்த ஓர் அணி" என அவர் சொன்னார்.

உடைந்து அழுதபடி திரும்பி ஓடினேன். முட்களும் வாளிலை விளிம்புகளும் உடலைக் கீற காட்டுக்குள் ஊடுருவிச் சென்றேன். ஒரு சுனையருகே அமர்ந்தேன். எண்ணி எண்ணி அழுதுகொண்டிருந்தேன். அங்கேயே படுத்துத் துயின்று மீண்டும் விழித்து ஏங்கி விழிநீர் பெருக்கினேன். தந்தை என்னைத் தேடிவந்து அருகே அமர்ந்தார். புன்னகைத்தபடி என் தோளைத் தொட்டு "உன் சொல்லில் ஒரு வேங்கை எழுந்தது எளிய நிகழ்வல்ல, மைந்தா. அணியென்பது சொல்லின்மேல் அமையும் புறவுலகின் விந்தை. மானுடர் படைப்பவை அனைத்தும் அழியும், ஓர் அணி என்றும் நின்றிருக்கும். அது பிரம்மனின் படைப்புக்கு மொழிப்பரப்பில் விழுந்த பாவை" என்றார்.

"ஒலியில் கட்டுண்டது சொல். அந்தத் தளையை விடுவித்து அதிலிருந்து பொருளை எழுப்புபவன் கவிஞன். அப்பொருளை மெய்யென்று நிறுத்துபவன் பெருங்கவிஞன். உயிர்கொண்டு வரும் புலி மூப்பெய்தி அழியும். உன் சொல்லில் எழுந்த புலி என்றும் இங்கிருக்கும்" என்றார். நான் என் புலியையே நோக்கிக்கொண்டிருந்தேன். நான் கற்றறிந்த புலிகளனைத்தையும் அதில் கண்டேன். அதற்கு நிகரான ஒரு புலியை எங்கும் கண்டதில்லை என்று உணர்ந்தேன். புலி என்னும் சொல்லின் முழுமை அது.

"சொற்கள் சொற்களைப் பெருக்கி முடிவிலாதெழுபவை. உன்னால் இம்முழுவுலகையே சமைக்கவியலும். உன் நிலத்தை, வானை, மானுடரை, தெய்வங்களை. உனக்குரிய எதையும் எவரிடமும் நீ கோரவேண்டியதில்லை. சொல்லிப் பெருக்கும் உனக்கு ஊழ்கம் ஒருபோதும் அமையாது. சொல்லை முழுதெழவைக்கும் உனக்கு ஊழ்கம் தேவையுமில்லை"

என்றார். “சொல்தவம் உனக்குரியது. சொல்லென்றே அதில் பிரம்மம் எழும். வாக்பிரம்மம் என அதை நூலோர் சொன்னதுண்டு” என்றார்.

நான் திரும்பி என்னருகே அமர்ந்திருந்த புலியை நோக்கினேன். என் அணிச்சொல்லை ஓர் ஒப்புமையென்றாக்கினேன். அது ஒரு பூத்த வேங்கைமரமாக மாறியது. பொன்மலர்கள் செறிந்த காற்றிலாட அஞ்சிப் பதுங்கியது. காற்று விலக காலூன்றி செவிதீட்டி எழுந்தது. நான் புன்னகையுடன் எழுந்துகொண்டு “ஆம் தந்தையே, நான் கவிஞன்” என்றேன். மாண்டவக் காட்டில் பராசரவாவிக்கு அருகே அந்த வேங்கை இன்று விரிந்து நின்றுள்ளது. ஒருபோதும் பூவொழியாதது, காலம் கடந்தும் மூப்படையாதது என அதை சொல்கின்றனர் சூதர்.

“சொல்லூழ்கத்தால் அதைத் தொட்டறிய இயலுமென்றால் ஒரு நீள்கவியென இயற்றுகிறேன். அதையே நான் இயல்பாகச் செய்ய முடியும்” என்றார் வியாசர். “ஆம், ஆசிரியரே. இயல்பாகச் செய்யப்படுவதே திறன்முழுமை கொண்டது” என்றார் இளைய யாதவர்.

விண்ணில் சொட்டுவதென முழுத்து நின்றிருந்த வெள்ளிக்கனி நோக்கிச் சென்றவன் அதை முன்னரே அறிந்திருந்தான். நூறுமுறை கனவில் கண்டிருந்தான். அக்கனவிலும் அதை அவ்வண்ணமே கண்டான்.

விழுவதுபோலவும் எழுவதுபோலவும் அவன் அதை அணுகிச் சென்றான். உடல் இன்மையென்றும் உளம் இருப்பென்றும் ஆக விசைகொண்டான். விசைக்கு தடையளிக்கும் உடலின்மையால் விசையென்பது இன்மையில் ஓர் இன்மையின் விரிதலென்றிருந்தது.

அவ்விண்மீன் தனித்திருந்தது. மின்னி மின்னி தன்னில் மகிழ்ந்துகொண்டிருந்தது. அதை அணுகியவன் கைதொட்டு அதை அள்ளிவிடலாமென்று உணர்ந்தான். உவகை பெருக “மைந்தா!” என்றழைத்தான். “என் மைந்தன்!” என விம்மிதம் கொண்டான். “அவன் பெயர் சுகன்!” என்று உளம்கூவினான். அதிலிருந்து ஒரு முகத்தை விழிகளுடன், புன்னகையுடன் புனைந்தெடுத்தான்.

மேலும் அருகணைந்தபோது அவ்விண்மீனின் அருகிலென பிறிதொன்றைக் கண்டான். திகைத்து “அது யார்?” என்றான். “அதுவும் சுகனே, பிறிதொரு காலக்களத்தில்” என்றது அவனைச் சூழ்ந்திருந்த வெளி. அதற்கப்பால் பிறிதொன்றைப் பார்த்தான். “அவனும் சுகனே, அதுவுமொரு காலக்களம்” என்றது முடிவிலி.

மேலும் மேலுமென அவன் விண்மீன்களைக் கண்டான். “அனைத்தும் அவனே” என்ற குரலைக் கேட்டான். அச்சமும் திகைப்பும் கொண்டு “எத்தனை பேர்?” என்று கூவினான். “எண்ணிறந்தோர்” என்று மறுமொழி பெற்றான். “இருளே சொல்க, நான் எத்தனை பேர்?” என்றான். “இது முடிவிலி. இங்கு அனைத்தும் எண்ணிறந்ததே” என்றது அது.

எண்ணிறந்தமை என்றால் என்னவென்று ஒரு நோக்கில் கண்டான். எண்ணிப்பகுப்பதே காலம். காலமின்மையில் கோடிகோடி வியாசர்கள் கோடிகோடி சுகன்களைப் பெற்றனர். கோடிகோடி வியாசர்கள் கோடிகோடி சுகன்களை இழந்தனர். கோடிகோடி வியாசர்களை கோடிகோடி சுகன்கள் பெற்று இழந்தனர். சுகன்களைக் கொன்றனர் வியாசர்கள். வியாசர்களைக் கொன்றனர் சுகன்கள். வியாசர்களிலிருந்து சுகன்கள் முளைத்தெழுந்தனர். சுகன்களிலிருந்து வியாசர்கள் எழுந்தனர்.

ஒன்றுபிறிதே என்றானவர்கள். ஒன்று பிறிதிலாதவர்கள். கணம்கோடிப் பெருகி கணம்கோடி அழிந்து அழிவின்மையாகி நின்றவர்கள். நெஞ் சிலறைந்து அழுதனர் முடிவிலாக் கோடியர். உவகைகொண்டு நகைத்தனர் எண்ணிலாக் கோடியர். முடிவிலாது பெருகுகையில் அழிவும் ஆக்கமும் துயரும் உவகையும் ஒன்றே. அனைத்தும் இன்மையே. இன்மையும் இருப்பும் ஒன்றே.

பெருகிப்பெருகி விரிந்து விரிந்து சென்றான் வியாசன். அவன் கைகள் திசைகளின் முடிவிலி நோக்கி நீண்டன. கால்கள் ஆழத்தின் அடியிலி நோக்கிச் சென்றன. தலை விண்ணின் அலகிலி நோக்கி எழுந்தது. கணம்கோடி என பெருகும் தன் உடலின் ஒவ்வொரு அணுவும் ஒரு சுகன் என்று உணர்ந்தான். ஒவ்வொரு சுகனும் ஒரு முடிவிலாப் பேருருவன் என்று கண்டான். அவ்வுடலில் ஒவ்வொரு அணுவும் தானே என்று அறிந்தான்.

பித்தெழுந்து வெறிகொண்டு வியாசவனத்தின் காட்டில் நின்றிருந்த அரசமரத்தின் தடியில் தன் தலையை ஓங்கி ஓங்கி அறைந்தான். நெஞ் சில் அறைந்து விலங்கென வீறிட்டபடி விண்ணில் ஒளிர்ந்த அத்தனி விண்மீனை நோக்கினான். குருதி நெற்றியில் வழிந்து நோக்கை மறைக்க விம்மியழுதான்.

பின்னர் தன் விழிநீரை குருதியுடன் துடைத்தெறிந்துவிட்டு தளர்ந்த காலடிகளுடன் நடந்தான். நடக்க நடக்க சொல்லூறி உளம் விம்ம விசைகொண்டான். பின்னிரவின் குளிர்காற்றில் ஆடையும் குழலும் பறக்க ஓடி தன் சிறுகுடிலை அடைந்து கதவைத் திறந்து உள்ளே நுழைந்தான். சிற்றகலை ஏற்றி ஏட்டுச்சுவடியை எடுத்து மடிப்பலகைமேல் வைத்து மும்முறை நீவினான். எழுத்தாணி மெல்ல வருடிச் சுழன்று செல்ல எழுதலானான். காலதேவனாகிய யமன் செய்தொழில் மறந்து ஒதுங்க இறப்பழிந்த புவியில் உயிர்கள் படும் பெருந்துயரை. தியானிகன் என்னும் சிறுபுழுவை பிரபாவன் என்னும் சிட்டுக்குருவி சந்தித்த தருணத்தை.

7

நைமிஷாரண்யத்தில் இளைய யாதவர் கிருஷ்ண துவைபாயன வியாசரிடம் சொன்னார். "கவிமுனிவரே, பிரம்மத்திற்கு ஆயிரம் யுகம் ஒரு பகல், ஆயிரம் யுகம் ஓரிரவு. ஆயிரம்கோடி பகலிரவுகளாலான ஆயிரம்கோடி யுகங்கள் அரைக்கணம். நாம் கோருவதனைத்தும் காலத்தில், இடத்தில், கருத்தில் விளையும் விடைகளை. நம்மால் கோரப்படுவது காலமும் இடமும் கருத்தும் கடந்த ஒன்று. அது துளித்துச் சொட்டும் ஒரு துளி இப்புவியை ஆயிரம் துண்டுகளென சிதறடிக்க வல்லது."

ஆயிரம் மடங்கு எடைகொண்டுவிட்டதென தன் உடலை உணர்ந்தபடி அமர்ந்திருந்த வியாசரிடம் இளைய யாதவர் சொன்னார். "அறியவேண்டுமென்றல்ல, வாழவேண்டுமென்றே மானுடர் விழைகிறார்கள். வாழ்வுக்கு உதவுவது எனத் தன்னை அளிக்கும் இரக்கம் கொண்டிருப்பதனாலேயே அது மேலும் முழுமைகொள்கிறது."

வடிவங்களால் ஆனது இவ்வுலகு. அதன் உட்பொருட்களாலானது. அதன்மேல் எழுந்த ஒலியாலானது. யோகத்தை அறிய வேண்டுமென்ற விருப்பத்தாலேயே யோகிகள் ஒலியுலகத்தைக் கடந்து செல்கிறார்கள். அதை ஒலியென்று குறைக்கிறார்கள். பொருளென்று சமைக்கிறார்கள். வடிவென்று புனைகிறார்கள். முனிவரும் அறிஞரும் கவிஞரும் அமைத்த இவ்வனைத்தும் அதுவே.

அது அறியப்படாமை. அறியப்படுவன அனைத்தும் அதிலிருந்து எழுகின்றன. இரவிலிருந்து புலரியில் பொருட்கள் முளைத்தெழுவதுபோல. இரவில் அவை மூழ்கியணைவதுபோல. அறிவால் அறியப்படுவதும் அறிபுலன்கள் அனைத்தையும் கடந்தமைந்ததுமான அறிவே அது. மண்,

நீர், தீ, காற்று, வான், உளம், மதி, தன்னிலை என்னும் எட்டு வகையாகப் பிரிந்து இயற்கை என்றாகிறது.

அழிவுபடும் இயற்கையைக் குறித்தது பூத ஞானம். அழிவிலாத அறிவைப் பற்றியது தேவ ஞானம். உடலுக்குள் அதை அறிதல் யாக ஞானம். நீங்களே அது என்றுணர்க! நான் எனச் சொல்லி விரிக! உங்கள் வடிவுகொண்டவனை அறிக! கவிஞனை, பழையோனை, ஆள்வோனை, அணுவின் அணுவை, அண்டப்பேரண்டத்தை, அனைத்தையும் சூடுபவனை, அலகிலா வடிவுடையோனை, இருளுக்கப்பால் கதிர் என நிற்பவனை வாழ்த்துக! உங்களுடையது சொல்வேள்வி.

இங்கு என்றுமுளது ஒளிவழியும் இருள்வழியும். மீளாதது முதல் வழி. மீள்வது இன்னொன்று. உங்கள் வழி இங்கு மீள்வதே. அது அழகின், அளியின் வழி. அள்ளி அணைப்பது, ஆடி மகிழ்வது. இங்கு என்றுமிருக்கும் பூமரக் காடு உங்கள் சொற்கள். தன் வழியை அறிந்தவனே யோகி. வேதங்களிலும், தவங்களிலும், கொடைகளிலும் இயலும் தூய்மை வழியல்ல உங்களுடையது. சொல்லில் எழுவது. அது முதல்பெருநிலையே.

வாழ்வுக்குப் பொருள் தேடுபவன் கவிஞனல்ல. பொருள் அளிப்பவன் அவன். வினாக்களால் ஆனதல்ல காவியம், அழியா விடைகளாலானது. உசாவவேண்டாம், புனைந்தளியுங்கள். சுருக்கவேண்டாம், விளக்குங்கள். உளம்விரிந்து நீங்கள் புனைவதெல்லாம் மெய்யே. தன் சொல்லில் எழுந்த மெய்யை கவிஞன் தன் கனவால் ஒப்புகையில் அதுவே முதற்சான்றாகும். ஆம் ஆம் ஆம் என மும்முறை ஒப்பி பிரம்மம் மறுசான்றுரைக்கும்.

விண்ணுக்கெழும் ஆணையை அனலுக்கு அளித்ததே மண்ணில்வீழும் ஆணையை மழைக்கு அளித்தது. உங்கள் சொற்களாலேயே இங்கு மானுடம் வாழ்வைப் பொருள்கொள்ளும், கனவுகளை விரித்தெடுக்கும், கண்டடையும், கடந்துசெல்லும். ஆம், அவ்வாறே ஆகுக!

வியாசர் தாடியை நீவிவிட்டு தன்னுள் அச்சொற்களை சீராக அடுக்கியமைத்துவிட்டு எழுந்தார். "நான் கிளம்புகிறேன், யாதவரே. ஆயிரம் முறை ஊசலாடி மெல்ல அமைந்ததுபோல் உணர்கிறேன்" என்றார். "செல்வழி சிறக்கட்டும்" என்று இளைய யாதவர் வாழ்த்தினார். வியாசர் கைகூப்பி "நீங்கள் எண்ணுவது இயல்க! என் சொற்களில் அவை நிலைகொள்க!" என்றபின் படிகளில் இறங்கினார். முற்றத்தில் குளிர்காற்று சுழன்றடித்துக் கொண்டிருந்தது. மேலாடையை சீரமைத்துவிட்டு காட்டுப்பாதையில் நடந்தார். ஒரு வினாவும் எஞ்சவில்லை என்றாலும் உள்ளம் சிறு நிறைவின்மையை உணர்ந்துகொண்டிருந்தது. அது ஏன் என அவர் ஆழம் வியந்துகொண்டது.

வழிதவறிவிட்டோமா என அவர் எண்ணியபோது அது வியாசவனம் என்று உணர்ந்தார். நின்று தாடியை நீவியபடி சூழநோக்கினார். அங்குதான் அன்று மாலை வந்துசேர்ந்திருந்தார். எழவிருப்பதை எண்ணிக் கலங்கினார். விழிதிருப்பி குனிந்து நோக்கியபோது தன் எதிரே பாறைமுனையில் அமர்ந்திருந்த சிறுதவளையின் விழிகளை நோக்கினார். அது பாயத்தொடங்கும் கணத்தில் உறைந்திருந்தது.

அருகே நோக்குணர்வை அடைந்து திரும்பிப் பார்த்தார். வியப்புடன் “தந்தையே!” என்றார். பராசரர் புன்னகையுடன் அவரை அணுகி வந்து “நலம்சூழ்க, மைந்தா!” என்றார். “தந்தையே, இது உளமயக்கா, கனவா?” என்றார் வியாசர். “எதையறிகையிலும் அதற்குக் கால்தொடும் மண்ணில் என்ன மதிப்பு என்று எண்ணுவதிலிருந்து ஒழியவியலாதா உன்னால்?” என்றார் பராசரர். வியாசர் “இயலாது, ஏனென்றால் நான் கவிஞன்” என்றார். பராசரர் “ஒரு கனவு அதற்குள் அனைத்துக் கனவுகளையும் விரியச்செய்கிறது” என்றார்.

“தந்தையே, சிறு உளக்குலைவொன்று என்னிடம் எஞ்சியிருக்கிறது” என்றார் வியாசர். “ஆம், அதிலிருந்தே நான் எழுந்தேன்” என்றார் பராசரர். “விண்ணளாவிய விடை ஒன்றைக் கண்டடைந்தேன். அதற்கப்பால் வினாவொன்றில்லை என்றும் உணர்ந்தேன். ஆனால் ஏடெடுத்து எழுத்தாணி வைக்க மண்ணிலூன்றிய விடை ஒன்று எனக்கு தேவை. அதுவே முதற்சொல்லென்று அமையமுடியும்” என்றார் வியாசர். “சொல்லுங்கள், இவையனைத்தும் நிகழ்வது ஏன்?”

பராசரர் “நான் அறிந்தது ஒன்றே” என்றார். “பிரம்மனின் மைந்தராகிய வசிட்ட பிரஜாபதியின் மைந்தர் சக்தி. அவருடைய மைந்தன் நான். நீ என் குருதி.” வியாசர் “ஆம், என் மூதாதையாகிய வசிட்டரிடமிருந்தே சொல்தொடங்குகிறேன்” என்றார். “இக்ஷ்வாகு குலத்தில் பிறந்த மித்ரசகன் என்றொரு அரசன் முன்பு அயோத்தியை ஆண்டுவந்தான். அவனுக்கும் எனக்குமான பூசலில் இருந்து தொடங்குகிறது உன் துயர்” என்றார் பராசரர்.

“பிரம்மனுக்கு மரீசியில் பிறந்த கஸ்யப குடியில் வந்தவன். விவஸ்வான், வைவஸ்தமனு, இக்ஷ்வாகு, விகுக்ஷி, சசாதன், புரஞ்சயன், ககுத்ஸ்தன், அனேஸஸ், பிருதுலாஸ்வன், பிரசேனஜித், யுவனாஸ்வன், மாந்தாதா, புருகுத்ஸன், திரிசதஸ்யு, அனரண்யன், ஆரியஸ்வன், வசுமனஸ், சுதன்வா, திரய்யாருணன், சத்யவிரதன், ஹரிச்சந்திரன், லோகிதாஸ்வன், ஹரிதன், சுஞ்சு, சுதேவன், பருகன், பாகுகன், சகரன், அசமஞ்சஸ், அம்சுமான், பகீரதன், சுருதநாபன், சிந்துத்வீபன், அயுதாயுஸ், ரிதுபர்ணன், சர்வகாமன் எனும் கொடிவழியில் வந்த சுதாசனின் மைந்தனாகப் பிறந்தவன் மித்ரசகன்.”

ஒருமுறை ஆயர்குடிகள் மித்ரசகனிடம் வந்து அவர்களின் கன்றுகளையும் கன்றோட்டும் மைந்தரையும் காட்டுப் புலிகள் வேட்டையாடுவதாகச் சொல்லி வருந்தினர். அவர்களைக் காக்கும்பொருட்டு அவன் தன் படைகளுடன் ஆயர்நிலத்தை அடைந்து சூழ்ந்திருந்த காடுகளுக்குள் புகுந்து பல் உதிர்ந்த முதுபுலிகளைக் கொன்று இளம்புலிகளை உள்காடுகளுக்கு துரத்தினான். அருகிருந்த கன்மாஷி நதியின் கரையிலமைந்த கன்மாஷம் என்னும் காட்டில் தன் குழுவினருடன் வேட்டையாடிக்கொண்டிருக்கையில் புதர்களுக்குள் இரு புலிகள் விளையாடுவதைக் கண்டு அம்புதொடுத்து ஒரு புலியைக் கொன்றுவீழ்த்தினான்.

அவை புலிகளல்ல. அக்காட்டிலிருந்த கன்மாஷர் என்னும் அரக்கர்குடியைச் சேர்ந்த கிருதி என்னும் கன்னியும் அவள் காதலனும். அவர்கள் தங்களின் குடிவழக்கப்படி புலித்தோல் ஆடையணிந்து காட்டில் காமமாடிக் கொண்டிருந்தனர். அம்புபட்டு காதலன் அலறி விழ அவனருகே இருந்து அவன் குருதி வழிந்த உடலுடன் சீறி எழுந்த கன்மாஷகுலத்து அரசன் கிங்கரனின் மகளான கிருதி "விழியிலா அரசே, எந்த வேள்வியாலும் தீராத பழியைக் கொண்டாய்" என்று கூவினாள். "நான் புலியென்றே எண்ணினேன்" என்றான் அரசன். "புலியென்றாலும் காமம் கொண்டாடுகையில் கொல்பவன் அறத்தோன் அல்ல" என்று அவள் சொன்னாள்.

"இல்லை, நான் அதைக் காணவில்லை" என்று அவன் மீண்டும் சொன்னான். "அரசனே, உன் உள்ளம் காமத்தில் எப்போதும் திளைத்துக் கொண்டிருக்கிறது. ஆகவே காமத்தின் அசைவை உன் விழி ஒருபோதும் அறியாமலிருக்காது. அவ்வசைவு உன்னை அறியாமலே உன்னிலெழுப்பிய பொறாமையாலேயே நீ அம்பு தொடுத்தாய். இல்லை என்றால் உன் தந்தைமேல் ஆணையிட்டுரை" என்றாள் கிருதி. அரசன் சினத்துடன் "இழிகுலத்தோளான அரக்கி, உனக்கு நான் மறுமொழி சொல்லவேண்டியதில்லை. உன்னையும் கொன்று இச்செயலை இங்கேயே முடிக்கிறேன்" என்று இன்னொரு அம்பை எடுத்தான்.

"விழிநோக்க நீ என்னை வீழ்த்தமுடியுமென எண்ணுகிறாயா? இப்பழிக்கு உன் குடிமேல் வஞ்சம் தீர்ப்போம். இக்குருதிமேல் ஆணை!" என்றபடி அவள் ஒரு கணத்தில் இலைகளுக்குள் மறைந்தாள். அம்புடன் சினக்கூச்சலிட்டபடி அரசன் அவளைத் தேடினான். அவள் காட்டில் கலந்து அகன்றுவிட்டிருந்தாள். பகலெல்லாம் அவளைத் தேடிவிட்டு அரசன் திரும்பிச்சென்றான். அரக்கர் குலமகளின் தீச்சொல்லை எண்ணி அவன் அகம்படியர் அஞ்சினர். அவன் நகர் நுழைவதற்குள்ளாகவே குடிகளும் அரசியும் அதை அறிந்துவிட்டிருந்தனர்.

அயோத்தியின் அரசன் அதைப் பொருட்டெனக் கருதவில்லை. தன் அரண்மனையில் மகளிருடன் களிப்பதிலும் பாங்கருடன் சூதாடுவதிலும் தன்னை மறந்தான். அரக்கர்களின் பகை தன்னைத் தொடர்வதை ஒரு கணம் எண்ணியிருந்தால் அவன் அழிவைத் தவிர்த்திருக்கலாம். ஆனால் பெருமரங்களைப் பார்ப்பவர்கள் கால்தடுக்கும் சிறு வேரைக் காண்பதில்லை. அவன் அரசி மதயந்தி அவன் பொருட்டு அயோத்தியை ஆட்சிசெய்தாள். அவளுரைத்த அறிவுரையும் பொழித்த விழிநீரும் அவனைச் சென்றடையவில்லை.

அந்நாளில் அந்தண முனிவரான வசிட்டர் அயோத்திக்கு வருவதாகவும், அவன் அரண்மனையில் தங்கவிருப்பதாகவும் செய்தி வந்தது. அரசனின் காமநாட்டத்தால் அயோத்திக்கு இழிபெயர் வந்துவிட்டிருந்த காலம். ஈராண்டு மழையும் பொய்த்து குடிகள் அரசனைப் பழித்துரைக்கத் தொடங்கிவிட்டிருந்தனர். அந்தத் தீப்புகழை வேதிய முனிவரின் வருகை நீக்குமென அரசி மதயந்தி எண்ணினாள். அரசனும் அதை ஏற்றான். தன் இழிசெயல்களுக்கு அவர் வருகை ஒரு திரையென்றாகுமென்று அவன் கருதினான்.

வசிட்டரின் வருகையை அறிவித்ததுமே அயோத்தி விழாக்கோலம் கொண்டது. அவரை வரவேற்று தங்கவைக்க சோலைக்குடில் ஒருக்கப்பட்டது. அவர் நீராட சரயுவில் புதிய படித்துறை கட்டப் பட்டது. அவருடன் அவையமர வேதியரும் புலவரும் அவைக்கு வரவழைக்கப்பட்டனர். அவர் தலைமைகொண்டு அமர அஸ்வமேத வேள்வியை நிகழ்த்தவேண்டுமென்று மித்ரசகன் எண்ணினான். அதற்குரிய அனைத்தும் ஒருக்கப்பட்டன. வேள்விச்சாலை சரயுவின் கரையில் முறைப்படி அமைக்கப்பட்டது.

வசிட்டர் அங்கநாட்டிலிருந்து வந்துகொண்டிருந்தார். அயோத்தியில் மகாருத்ரவேள்வி ஒன்றை அவர் நிகழ்த்த எண்ணினார். மித்ரசகன் அதற்கு உதவவேண்டுமென்று அரசனைத் தனியாக சந்தித்து கோரும்பொருட்டு தன் மாணவனாகிய அர்க்கனை அனுப்ப உளம்கொண்டார். அவனுக்குச் சான்றாக ஓர் ஓலையை அவர் எழுதினார். வசிட்டரின் மஞ்சல்சுமப்பவனாக உடன் சேர்ந்துகொண்டிருந்த கன்மாஷன் ஒருவன் தன் குலத்தோருக்கு அச்செய்தியைச் சொல்ல, அன்றிரவு புதர்களினூடாக நிழலுருபோல் ஒளிந்து அணைந்த கன்மாஷன் ஒருவன் அவர் கையால் எழுதிய அந்த ஓலையைத் திருடிக்கொண்டான்.

அவ்வோலையுடன் அயோத்தியை அடைந்து அரசவைக்குச் சென்று வசிட்டரின் மாணவன் எனத் தன்னை அறிவித்துக்கொண்டான். ஓலை அவனுக்குச் சான்றாகியது. அரசனிடம் தனியாகப் பேசவேண்டும்

என்று அவன் சொன்னதனால் அமைச்சர் அவனை அகத்தளத்திற்கு அழைத்துச்சென்றார். மதுவுண்டு விழிசிவந்து சொல்தளர்ந்து அமர்ந்திருந்த மித்ரசகனிடம் அவன் மந்தணம் பேசினான். வசிட்டர் மகாருத்ரவேள்வியை இயற்றவிருப்பதாகவும் அதன்பொருட்டு ரௌத்ர நோன்பு கொண்டிருப்பதாகவும் சொன்னான். ஒவ்வொரு கருநிலவு நாளிலும் அவர் மானுட ஊனை நோன்புணவாகக் கொண்டு குருதிபலி அளித்து ருத்ரனை வணங்குவது வழக்கம் என்றும் அவர் வந்தணையும் நாளே கருநிலவென அமைவதாகவும் கூறினான்.

மானுட ஊனுணவை அவர் உண்பதை அணுக்கராகிய மாணவரும் அறியலாகாது. எனவே அதை எளிய கிழங்குணவுபோல சமைத்து எவருமறியாமல் அவருக்களிக்கவேண்டும் என்று கூறினான். அவரே அதை அறியாதவரென்று நடிப்பார். வைதிகர் எனும் எல்லையைக் கடக்காமல் அவர் ருத்ரத்தை அடையமுடியாது, கடந்தாலொழிய விஸ்வாமித்ரரை வெல்லமுடியாது என்பதனால் அவர் அந்நோன்பை கொள்கிறார் என விளக்கினான்.

கரவுள்ளம் கொண்டோர் பிறரெல்லாம் உளம் கரந்தவரே என நம்புபவர்கள். மித்ரசகன் அதை மறுவினாவின்றி நம்பினான். தன் அணுக்கனை அடுமனைக்கு அனுப்பி சிறைப்பட்டவன் ஒருவனைக் கொன்று அவ்வூனைக் கொண்டுசென்று கிழங்குகளிட்டு ஊன்கறி என்று அறியாதவாறு சமைக்கச்செய்தான். அயோத்திக்குள் புகுந்த வசிட்டரை தன் அரசி மதயந்தியுடன் கோட்டைவாயிலுக்கே சென்று தாள்பணிந்து வரவேற்று அழைத்துவந்து அவருக்கான தவக்குடிலில் தங்க வைத்தான். வசிட்டர் நகர்நுழைந்ததை அயோத்தி பெருந்திருவிழாவெனக் கொண்டாடியது.

அன்றிரவு வசிட்டருக்கான உணவு அரசனின் அணுக்கனால் நேரடியாகக் கொண்டுசென்று அளிக்கப்பட்டது. அதை அரசனே அவருக்குக் கொடுத்தனுப்பியதாக அவன் சொன்னான். நெடும்பயணத்தால் களைத்திருந்த வசிட்டர் அந்த ஊனுணவை உண்டார். அந்தியின் பூசெய்கைகள் முடித்து தர்ப்பைப்பாயில் அவர் உறங்கினார். கனவில் அவர் உண்ட ஊனுக்குரிய சிறையாளன் எழுந்து வந்தான். விழிநீர் வழிய கைகூப்பியபடி அவர் முன் நின்றான். அவன் நீட்டியிருந்த கையில் கரிய புழுக்கள் நெளிந்தன. "இவை என்ன?" என்று அவர் அவனிடம் கேட்டார். "நான் இயற்றிய பழிகள். இவை உங்களால் உண்ணப்பட்டுவிட்டன. உங்கள் குடலில் வளர்கின்றன" என்றான்.

அலறியபடி விழித்துக்கொண்ட வசிட்டர் உடனே தன் வயிற்றில் கைவைத்து ஊழ்கத்திலமர்ந்து நிகழ்ந்தவை அனைத்தையும் உணர்ந்தார்.

உடல் உலுக்க குமட்டிக் குமட்டி வாயுமிழ்ந்தார். குருதிவழியும்வரை குமட்டிக்கொண்டிருந்த பின் வலிப்பு வந்து நிலத்தில் விழுந்தார். அவர் உடல் கொதிக்கத் தொடங்கியது. அவருடைய மாணவர்கள் அவரை அயோத்தியிலிருந்து விலக்கி சரயுவின் கரையிலிருந்த சோலை ஒன்றுக்குக் கொண்டுசென்றனர். அங்கே பதினெட்டு நாட்கள் உடல்காய நோயுற்றுக் கிடந்த வசிட்டர் விழிதிறந்ததும் நிகழ்ந்ததை உணர்ந்து விழிநீர்விட்டார். மீண்டும் மீண்டும் உடல் உலுக்க குருதியுமிழ்ந்தார்.

நிகழ்ந்ததை அறிந்த அரசன் அஞ்சியபடி அக்குடிலருகிலேயே நின்றிருந்தான். அவர் விழித்தெழுந்ததை அறிந்ததும் ஓடிவந்து அடிபணிந்து பொறுத்தருளும்படி கோரினான். பொய்மையால், புலனின்பத்தால், ஆணவத்தால் நீடுதொலைவு நடந்த கால் என தடிப்புகொண்டிருந்த அவன் முகத்தைக் கண்டதுமே வசிட்டர் சினம் மிகுந்தவரானார். அருகிருந்த கெண்டியிலிருந்து சரயுவின் நீரைக் கையிலூற்றி அவன்மேல் வீசி தீச்சொல்லிட்டார்.

"என்னை இழிவுணவு உண்ணச்செய்தவன் நீ. இப்பழிக்கு இப்பிறவியிலேயே நீ நிகர்செய்தாகவேண்டும். நூறாண்டுகள் மானுடஊனுணவு உண்ணும் அரக்கனாக மாறி காடுகளில் அலைக! அப்பழியைச் சுமந்து ஏழுமுறை பிறந்து உழல்க! உன் குருதிவழி உன்னுடன் அழிக!" என்றார். அரசனின் அருகே நின்ற மதயந்தி அவர் கால்களில் விழுந்து "என் குடியை அழிக்காதீர், முனிவரே. என்பொருட்டு அருளுங்கள்" என்றாள். சினம் சற்றே தணிந்த வசிட்டர் "உன் குருதிவழியினரிலிருந்து அயோத்தி அரசர்களைப் பெறும். அவர்கள் நியோகமைந்தர்களென அமைந்து உன் அரசனுக்கு விண்பேறளிப்பார்கள்" என்றார்.

மித்ரசகன் அயோத்தி மக்களால் விலக்கப்பட்டான். நகர்நீங்கிக் கானேகிய அவன் உருவம் நாளுக்குநாள் மாறியது. பார்ப்போர் அஞ்சும் தோற்றம் கொண்டு, பெருஞ்சினமும் காழ்ப்பும் நிறைந்தவனாகக் காட்டுக்குள் தனித்து அலைந்தான். அவனைப் பற்றி அறிந்து வசிட்டரின் எதிரியாகிய விஸ்வாமித்திர முனிவர் மாற்றுருக்கொண்டு வந்து சந்தித்தார். "உன்னை தீச்சொல்லிட்டு இப்பெரும்பழிக்கு ஆளாக்கிய வசிட்டரை பழிவாங்கு. உனக்கு நான் ஆற்றல் அளிக்கிறேன்" என்றார். "பழிவாங்குதலே அறத்தின் முதல்படி என்று உணர்க! ஐந்து குலத்தோர்க்கும் அது உகந்ததே. அரசனுக்கு அதுவே முதல் அறம். காட்டாளனுக்கு அது ஒன்றே அறம். நீ காட்டாளர்களின் அரசன். உனக்கு எப்பழியும் சேராது" என்றார்.

மித்ரசகன் விஸ்வாமித்திரரிடமிருந்து பேருருக்கொள்ளும் கலை, விழியறியாது மறையும் கலை, பெரும்பசி என்னும் மூன்று சொற்கொடைகளைப் பெற்றான். ஆற்றல் மிக்கவனாகி அரக்கர் குலத்து

ஊர்களைத் தாக்கி அங்குள்ளோரை வென்று உணவும் உறைவிடமும் கொண்டான். அவனை அரக்கர்கள் அஞ்சினர். அச்செய்தியை கன்மாஷகுலத்துத் தலைவனாகிய கிங்கரன் அறிந்தான். தன் வீரர்களை அனுப்பி மித்ரசகனை சிறைப்பிடித்து இழுத்துவர ஆணையிட்டான். உணவும் மதுவும் அளவிலாது உண்டு மயங்கிக்கிடந்த மித்ரசகனை அவன் வீரர்கள் பிடித்துக்கட்டி கன்மாஷபுரிக்கு கொண்டுசென்றனர்.

கிங்கரன் அரசமுனிவராகிய விஸ்வாமித்திர முனிவரிடமிருந்து அருள்பெற்றவன். முன்பு அவர் கன்மாஷி நதிக்கரையில் குடில்கட்டித் தன் மாணவர்களுடன் தவம்செய்துகொண்டிருந்தபோது தொலைவிலிருந்து அவரை நோக்கினான். அவர் ஆற்றுநீரை அள்ளி அனலென்றாக்கி எரிகுளம் அமைப்பதைக் கண்டதும் அவர் ஆற்றல்மிக்கவர் என உணர்ந்து அவரை அணுகிப் பணிந்தான். அவருக்கு பணிவிடை செய்து அவர் அன்பைப் பெற்றான்.

தனக்கும் தன் மாணவர்களுக்கும் தேனும் கனியும் கிழங்கும் வேள்விக்குரிய மலைப்பொருட்களும் குன்றாது அளிக்கவேண்டும் என சொல்பெற்றுக்கொண்டு விஸ்வாமித்திரர் அளித்த ஊழ்கநுண்சொல்லால் கிங்கரன் ஆற்றல்கொண்டான். கன்மாஷகுலத்துத் தலைவன் கரபியை அறைகூவி போரிட்டுக் கொன்று அரசன் ஆனான். அவனை அரக்கர்குலத்தில் எவரும் வெல்ல இயலவில்லை என்பதனால் அரசனென்று அறியப்பட்டான். அரக்கர்குலத்துக்கே தலைவனான பின் அவன் விஸ்வாமித்திரரை மறந்தான். அவருடைய தவச்சாலைக்கு அளிக்கவேண்டிய கொடைகளை நிறுத்திக்கொண்டான்.

சிறைப்பட்டு அவைமுன் வந்த மித்ரசகன் கிங்கரனைத் தன்னுடன் தோள்போரிடும்படி அறைகூவினான். தன்னை எவரும் வெல்ல முடியாது என்று இறுமாந்திருந்த கிங்கரன் அதை ஏற்றுப் போருக்கிறங்கினான். மூன்றுசுற்று போரின் இறுதியில் கிங்கரனை மித்ரசகன் சுழற்றி மண்ணிலறைந்து கொன்று நெஞ்சு பிளந்து குருதி அள்ளி முகத்திலும் நெஞ்சிலும் பூசி வெற்றிமுழக்கமிட்டான். கன்மாஷர்களின் அரசனென்று தானே முடிசூட்டிக்கொண்டான். கிங்கரனின் மகள் கிருதியை மணம்புரிந்துகொண்டான். அவளுக்கிழைத்த தீங்குக்கு அவ்வாறு ஈடுசெய்தான். கன்மாஷபாதன் என்ற பெயர் அவனுக்கு அமைந்தது.

நாளுக்குநாள் சினமும் கீழ்மையும் பெருகிவந்த உள்ளத்துடன் கன்மாஷபாதன் ஆற்றல்களைத் திரட்டிக்கொண்டான். தன் ஒற்றர்களை அனுப்பி வசிட்டரின் மைந்தர்கள் எங்கெங்கு இருக்கிறார்கள் என்பதைக் கணித்தான். பின்னர் ஒவ்வொருவரையாக வேட்டையாடலானான். அவர்களை கன்மாஷர்கள் காலையில் நீராடச் செல்லும்போதும் இரவில்

குடிலில் தனித்துறங்குகையிலும் சிறுத்தைகளைப்போல ஓசையின்றிக் கவர்ந்து வந்தனர். கன்மாஷபாதன் அவர்களைக் கொன்று ஊனைச் சமைத்து உண்டான். அவன் குடியினர் அம்முனிவர்களின் ஊனைக் கள்ளுடன் உண்டு தாளமிட்டுக் களியாட்டமிட்டனர். வசிட்டரின் நூறு மைந்தரையும் கொன்று உணவாக்கிய பின்னரே அவன் வஞ்சம் அடங்கியது.

தன் மைந்தரை கன்மாஷபாதன் கொன்றதை வசிட்டர் அறியவில்லை. தன் மைந்தர்கள் ஒவ்வொருவராக மறைந்துவிடுவதை அறிந்து எண்ணி எண்ணி ஏங்கினார். துயருற்று மெலிந்து எரிந்த சுள்ளிபோலானார். நூறாவது மைந்தன் மறைந்த அன்று வஞ்சவெறியில் நெஞ்சிலறைந்து ஓலமிட்டார். அச்செய்தி வந்தபோது அவர் காலைப்பொழுதின் எரிசெயலில் இருந்தார். நெய்எடுத்து ஊற்ற எழுந்த மரக்கரண்டியுடன் உறைந்தவர் "தேவர்களே, என்பொருட்டு எதையும் கேட்கலாகாதெனும் நோன்பால் கட்டுண்டிருந்தேன். இனியில்லை அந்நோன்பு. இவ்வனலில் எழுந்தருள்க!" என்று கூவினார்.

அவியிட்டு அனலோம்பி வேதம் ஓதியபடி அதைக் கூவிக்கொண்டிருந்தார். அனலில் எழுந்த காற்றிறைவன் "உன் அழைப்புக்கு இணங்கி வந்தேன், மைந்தா. சொல், நீ விழைவதென்ன?" என்றார். "என் மைந்தர் எங்குள்ளனர்? எவ்வண்ணம் மறைந்தனர்?" என்று அவர் கேட்டார். கண்ணீர் வழிய நெஞ்சுலைய "சொல்லுங்கள், எங்கே என் மைந்தர்? என்ன ஆயிற்று அவர்களுக்கு?" என்றார். "அவர்கள் கொல்லப்பட்டுவிட்டனர். அரக்கர்கள் அவர்களை சமைத்து உண்டனர்" என்றார் காற்றிறை.

"யார் செய்தது அதை?" என்றார் வசிட்டர். கையில் கங்கைநீரை அள்ளியபடி "சொல்க? அதற்கு முதன்மைப்பழி கொள்வோன் யார்?" என்றார். "நீங்கள்" என்று வளியோன் சொன்னார். "உங்கள் சொல்லே தொடக்கம். உங்களால் உருவாக்கப்பட்டவன் கன்மாஷபாதன். நீங்கள் அவனை ஒறுத்தமையால் விஸ்வாமித்திரரிடமிருந்து பேராற்றலைப் பெற்றான். வேதமுனிவரே, செயல்களெல்லாம் தொடர்நிகழ்வுகளே."

செவிகேட்டதை உளம் ஏற்றுக்கொள்ள இயலாமல் வசிட்டர் நின்றார். பின்னர் வேள்விக்கரண்டியை வீசிவிட்டு சாலையிலிருந்து இறங்கி ஓடினார். செல்லும் வழியெல்லாம் கதறிக்கொண்டிருந்தார். கால்தளர நின்று விம்மி மீண்டும் எண்ணி நெஞ்சிலறைந்து கூவியழுதபடி ஓடினார். கங்கையை அடைந்து அதன் ஆழச் சுழியின்மேல் எழுந்து நின்ற மரத்தின்மேல் ஏறினார். பாய்வதற்கு முன் அவருடைய ஆடை கிளையில் மாட்டியிருப்பதை உணர்ந்து அதை இழுத்தெடுக்க முயன்றார்.

அவரெதிரே தோன்றிய வளி "முனிவரே, அது உங்கள் செயல்மிச்சம். அது இங்குதானிருக்கும். நீங்கள் நீரில் மூழ்கினாலும் அது அமிழாது. அதன்பொருட்டு மீண்டும் இப்புவிக்கே வருவீர்கள். இச்செயலால் உடல் மட்டுமே நீப்பீர்" என்றார். திரும்பி ஓடிய வசிட்டர் அங்கே காட்டெரி ஒன்றைக் கண்டு அதில் புகும்பொருட்டு சென்றார். அவரை மறித்த காலவர் "வேதமுனிவரே, அதில் உங்கள் கையிலணிந்துள்ள புல்லாழி மட்டும் எரியாது. அது உங்கள் செயல்மிச்சம்" என்றார்.

"முழுதழிய நான் செய்யவேண்டியதென்ன?" என்று வசிட்டர் கூவினார். "செய்வதற்கொன்றே உள்ளது. வாழ்க, அனைத்தையும் அளித்து பெற்று ஆற்றி நிறைவடைந்து மீள்க!" என்றார் காற்றிறை. "ஆம்" என மூச்சொலியுடன் விம்மியபடி மெல்ல நிலத்தில் அமர்ந்தார் வசிட்டர். "வாழ்வை விடலாம், வாழ்வு நம்மை விடுவதில்லை." அதன்பின் நீரில் இறங்கி தன் மைந்தருக்கு இறுதிக்கடன் செய்யலானார். விழிநீர் வழிய நீரளித்து அவர்களை விண்ணேற்றம் செய்தார்.

8

நான் வசிட்டரின் முதல் மைந்தர் சக்திக்கு அதிருஸ்யந்தி என்னும் மலைமகளில் மைந்தனாகப் பிறந்தவன். விழியறியாது காட்டில் உலவும் கலையறிந்த ஹரிதகர் என்னும் குலத்தில் பிறந்தவள் என் அன்னை. காட்டில் தவமியற்றச் சென்ற என் தந்தை அவளை அவள் நோக்காலேயே உணர்ந்து தன் எண்ணத்தால் கட்டி அருகணையச் செய்தார். அவள் நாணி முன்வந்து நிற்க “என்மேல் நீ கொண்ட காதலை நான் உணர்ந்தேன்” என்றார். சிரித்தபடி “விழியறியாது எதையும் மறைக்கலாம், காமத்தை தவிர” என்றார். அவளும் நகைத்தாள்.

எந்தை என் அன்னையை மணந்து ஹரிதகர் குடியிலேயே தங்கினார். என் அன்னை என்னைக் கருவுற்றாள். புளிக்கும் மாங்காய் வேண்டுமென்று அவள் கேட்டாள். அது மாங்காய் காய்க்கும் பருவமல்ல. அன்னையிடம் அதைக் கொண்டுவருவதாகச் சொன்ன பின்னரே தந்தை அதை உணர்ந்தார். சொல்பிழைக்கவேண்டாமென்று எண்ணி அவர் அப்பருவத்தில் காய்க்கும் மாமரம் எங்குள்ளது என்று கேட்டார். கன்மாஷி நதியின் கரையில் ஆண்டுமுழுக்க காய்கொண்டிருக்கும் மரம் ஒன்று உள்ளது என்று குலமுதியவர் சொன்னார். தந்தை கன்மாஷி நதிக்கரைக்கு கிளம்பிச் சென்றார்.

எந்தை காட்டில் சென்றுகொண்டிருக்கையில் எதிரே வந்த கன்மாஷபாதன் ஆணவக் குரலில் “அகல்க, மானுடா!” என ஆணையிட்டான். “நான் அந்தணன், அகலும் வழி கொள்வதில்லை” என்று எந்தை சொன்னார். பேருருக் கொண்ட கன்மாஷபாதன் “உன்னைக் கொன்று உண்பேன் என்றாலும்கூடவா?” என்றான். “அந்தணர் அனைவரும் அன்னையென மைந்தரால் உண்ணப்படுபவர்களே” என்றார் தந்தை. இடியோசை

எழுப்பி அவரைப் பற்றிக் கொண்டுசென்ற கன்மாஷபாதன் கொன்று சமைத்து மதுவுடன் உண்டான்.

என் அன்னையின் கருவில் நான் வளர்ந்தேன். தந்தை மறைந்த செய்தி கேட்டதும் அன்னை என் முதுதந்தை வசிட்டரின் குருநிலைக்குச் சென்று தங்கினாள். ஒருநாள் வசிட்டரின் கல்வியமர்வில் வேதமோத்து முடித்து அனைவரும் எழுந்த பின்னரும் வேதச்சொல் எழுந்தது. அவர் "எவர் குரல் அது?" என்றார். "மூதாதையே, அது உங்கள் மைந்தரின் மகன். என் வயிற்றில் அவன் எப்போதும் வேதமோதிக்கொண்டே இருக்கிறான்" என்றாள் அன்னை. வசிட்டர் "அவன் தன் இலக்கை வகுத்துக்கொண்டு மண்ணிலிறங்குகிறான்" என்றார்.

கருவிலேயே வேதம் கற்று நான் பிறந்தேன். சின்னாட்களிலேயே என் தந்தை எவ்வண்ணம் கொல்லப்பட்டார் என்று அறிந்தேன். என்னுள் வஞ்சம் நுழைந்தது. நான் கற்ற வேதச்சொல்லை ஏற்று அது வளர்ந்தது. வஞ்சினம் கொண்டவர்களை நாடி விசைகொண்ட தெய்வங்கள் வந்தணைகின்றன. மிக விரைவிலேயே வேதங்களையும் உபவேதங்களையும் வேதாங்கங்களையும் கற்றுத் தேர்ந்தேன். முதுதாதையிடம் விடைபெற்று பூர்ஜவனம் என்னும் காட்டுக்குச் சென்றேன்.

அங்கே கங்கையின் துணையாறான கோமதியின் கரையில் அமர்ந்து விக்ரமாக்னி என்னும் பெருவேள்வியை செய்யத் தொடங்கினேன். சொல்முழுத்து வேள்வி நிறைந்தபோது அருகிருந்த மலைமுடி என் குரலை ஏற்று எதிரொலித்தது. "எழுக அனலே, எந்தையரைக் கொன்ற குடியினரை முற்றழித்து மீள்க!" என நான் ஆணையிட்டேன். மலைபிளந்து விண் தொடும் பெருங்குமிழி என அனல் கிளம்பியது. கோமதி அனலொழுக்கு என்றாகியது. அது சென்ற வழியெங்கும் அனல் பரவியது. அரக்கர்களின் ஊர்கள் எரிந்தழிந்தன. அவர்களின் குடிகள் முற்றாகப் பொசுங்கி சாம்பலாயின. நிரைநிரையென அரக்கர்கள் கோமதியில் விழுந்து மறைந்துகொண்டே இருந்தனர்.

அரக்கர் குலம் முற்றழியும் தருணத்தில்தான் அந்நிகழ்வை என் முதுதாதை வசிட்டர் அறிந்தார். அன்று வேதவேள்விக்கு அனலோம்ப அமர்ந்தபோது எரி எழவில்லை. எட்டுமுறை அரணி கடைந்தும் அனலோன் தோன்றாமை கண்டு மெய்கணித்து நோக்கினார். அனலவன் உண்டு உண்டு உணவு மிகையாகி பசியவிந்து அமைந்திருப்பதை உணர்ந்ததும் நிகழ்ந்ததை அறிந்தார். அங்கிருந்தே கிளம்பி என் வேள்விநிலைக்கு வந்தார். "நிறுத்துக!" என்று கூவினார். என் நாவில் வேதச்சொல் உறைந்தது.

"என்ன செய்கிறாய், அறிவிலி? எக்குலத்தையும் முற்றழிக்க எவருக்கு உரிமை? விதையிலாது அழிவன விண்ணில் எஞ்சும் என அறியாதவனா

நீ? விண்ணிலிருந்து ஆயிரம் மடங்கு விசைகொண்டவையாக அவை மண்ணுக்கு வந்தால் உன் குலம் தாங்குமா?" என்று கூவினார். "எது நிகழினும் ஆகுக! எந்தையைக் கொன்று உண்டவனின் குலமழித்தால் மட்டுமே என் வஞ்சம் அடங்கும்" என நான் கூவினேன். "எவருடைய வஞ்சம் இது? நான் உனக்கு இதை அளித்தேனா? வஞ்சம் கொண்ட உள்ளத்தில் கவிதையும் மெய்மையும் குடியேறுமா? மூடா, நீ கற்ற வேதம் நச்சுக்கடலென ஆகிவிட்டிருப்பதை பார். அதை அமுதப்பெருக்கென ஆக்கி விண்சென்ற மாமுனிவர் குடிநிரையில் பிறந்தவனா நீ?" என்று வசிட்டர் என்னை நோக்கி அறைந்தார்.

குழப்பத்தால் என் சினம் அடங்கியது. "அரக்கக் குடியின் இளமைந்தர் செய்த பிழை என்ன? குலமாதர் ஏது பிழைத்தனர்? முதியோரும் இளையோரும் எதன்பொருட்டு மாய்ந்தனர்? வஞ்சம் பெருக்கி நீ அழித்தவர்களுக்கும் உனக்கும் என்ன பகை?" என்று வசிட்டர் கேட்டார். "என் தந்தைக்காக!" என்று நான் சொன்னேன். "எனில் அவனை அழைத்துக் கேள், அவன் இதை விரும்புகிறானா என்று?" என்றார் வசிட்டர். நான் நீரள்ளி நெருப்பில் வீசி வேதச்சொல் உரைத்து "எந்தையே, எழுக!" என்றேன். எந்தை சக்தி அனலுருவாக எழுந்தார்.

"சொல்லுங்கள், தந்தையே. உங்கள் வஞ்சத்தையே நான் கொண்டேன். உங்கள் பொருட்டே இதைச் செய்தேன்" என்றேன். "மைந்தா, நான் உன் குருதிவழியில் எழும் மைந்தர் இப்பழிக்கு ஈடாக தங்கள் உயிரளித்து களம்நிறைத்துக் கிடப்பதை நோக்கிக்கொண்டிருக்கிறேன்" என்றார் தந்தை. "குருக்ஷேத்திரமென்னும் குருதிநிலம். வெட்டுண்டு சிதறிய உடல்கள். துண்டான தலைகள். குருதிப்பெருக்கு... அவர்கள் உயிர்துறக்கும் அக்கணம் அப்படியே காலமென்று நீண்டு கிடக்கிறது. அதில் நான் வாழ்கிறேன்."

நான் திடுக்கிட்டு எழுந்துவிட்டேன். "செயல்கள் அழியாத் தொடர்கள்" என்றபின் தந்தை மறைந்தார். நான் விம்மியபடி நின்றேன். வசிட்டர் என்னிடம் "மீண்டெழுக, மைந்தா! இவ்வஞ்சத்தில் இருந்து எழாவிட்டால் உன் ஆத்மா மீளா இருளில் மூழ்கியழியும்" என்றார். நான் ஒரு கணத்திரும்பலில் நான் இயற்றிய அனைத்தையும் கண்டேன். உளம் உடைந்து அழுதேன். "மைந்தர்களே, என் மைந்தர்களே" என்று கூவினேன். கருகி எரிந்து நெளிந்துகொண்டிருந்த அரக்கர்குடி மைந்தர்களை நோக்கிக் கைநீட்டி "என் குடியே! என் மக்களே" என கதறியழுதேன்.

"உன்னில் முளைத்த இவ்வஞ்சத்தின் துளி என்னிடமிருந்தது என உணர்கிறேன். அதை நான் விட்டுவிடாவிடில் என் குடிக்கு மீட்பில்லை" என்றபின் வசிட்டர் குனிந்து மண்ணில் ஒரு பிடி எடுத்து நெஞ்சோடு

சேர்த்து "அனைத்தையும் பொறுப்பவளே, நீ சான்றாகுக! என் மைந்தரைக் கொன்ற கன்மாஷபாதன்மேல் எனக்கு ஒரு துளியும் வஞ்சமில்லை. அவன் தன் நிலைமீளட்டும். ஆம், அவ்வாறே ஆகுக!" என்றார். பின்னர் தெளிந்த முகத்துடன் "நான் விடுபட்டேன். என் குடியினரில் இனி வஞ்சம் எழாதொழிக!" என்றபின் வசிட்டர் திரும்பிச் சென்றார்.

வசிட்டரின் அருள்பெற்ற கன்மாஷபாதன் மீண்டும் அயோத்திக்குச் சென்றான். அவனுடன் வசிட்டரும் உடன்சென்றார். கோட்டை முகப்பை அடைந்ததும் திகைப்புடன் சூழ்ந்துகொண்ட மக்களை நோக்கி வசிட்டர் "இவ்வரசன் இனிமேல் அயோத்தியின் தலைவனாகுக! இவன்மேல் நான் இட்ட தீச்சொல்லை மீளப்பெறுகிறேன். இவன் எனக்கிழைத்த பிழைகளும் முழுமையாக மறைக!" என்றார். அவனை மக்கள் மீண்டும் மித்ரசகனாக ஏற்றுக்கொண்டார்கள்.

நாடாண்டுவந்த அரசி மதயந்தி விழிநீருடன் ஓடிவந்து அரசனைக் கால்தொட்டு வணங்கி அரண்மனைக்கு அழைத்துச்சென்றாள். அரசனுடன் வசிட்டரும் அரண்மனையிலேயே தங்கினார். ஏழாண்டுகளான பின்னரும் அரசனுக்கு மைந்தர் உருவாகவில்லை. வசிட்டரிட்ட தீச்சொல்லால்தான் அரசனுக்கு மைந்தர் பிறக்கவில்லை என நிமித்திகர் கணித்துரைத்தனர்.

அரசன் வசிட்டரிடம் "முனிவரே, என் அரசியின் கருவில் உங்கள் மைந்தன் பிறக்கவேண்டும். உங்கள் தீச்சொல்லை நீங்கள் நிகர்செய்ய அதுவே வழி. உங்கள் மைந்தரை நான் கொன்றழித்தமைக்கு அதுவே நிகர்" என்றான். வசிட்டர் நியோக முறைப்படி அரசியுடன் மூன்று வாரம் தங்கி மைந்தனை அளித்தார். கல்லென அமைந்து அக்குலம் காக்கவேண்டும் என விழைந்து அம்மைந்தனுக்கு அஸ்மாதன் எனப் பெயரிட்டனர். அஸ்மாதனிலிருந்து இக்ஷ்வாகு குலம் பெருகியது.

நான் என் தவநிலையிலிருந்து கிளம்பி காடுகளில் தனித்தலைந்தேன். தனியனாக, பித்தனாக. என் தலையில் சடைவளர்ந்து முழங்காலைத் தொட்டது. தாடி திரிகளாக மார்பில் கிடந்தது. சொற்கள் உள்நோக்கிச் சென்று ஒடுங்க விழிகள் வெளியே எவரையும் நோக்காதாயின. என் உடலில் அழுக்கு படிந்து பொருக்கென உதிர்ந்தது. நகங்கள் நாகக்குழவிகள் என சுருண்டிருந்தன. ஏழாண்டுகள் அவ்வண்ணம் எங்கெங்கோ அலைந்தேன். என்னை நூறு பெருநிழல்கள் தொடர்ந்துகொண்டிருந்தன. தனித்து என்னைக் கண்டவர்கள் அவற்றை நோக்கி அஞ்சி அலறி ஓடினர்.

ஒருநாள் காட்டுச்சுனை அருகே அமர்ந்திருந்தபோது இளமைந்தன் ஒருவனின் சிரிப்பைக் கேட்டேன். அவன் நான் அமர்ந்திருந்த பாறையை நோக்கிப் புதர்களினூடாக ஓடிவந்தான். அவன் துரத்திவந்த முயல்

தப்பியோடியது. என்னைக் கண்டு திகைத்து நின்றான். பின்னர் புன்னகைத்து தன் வலக்கையிலிருந்த கனி ஒன்றை எனக்கு நீட்டி "பசிக்கிறதா, தாதையே? இதோ இதை உண்க!" என்றான். மூன்று அகவை நிறைந்த அரக்கர்குலத்துச் சிறுவன். கரிய உருவம், உருண்ட முகம், ஒளிரும் பெரிய வெண்பற்கள்.

அவன் விழிகளை என் விழிகள் சந்தித்தன. என் உள்ளம் அதிர்ந்தது. ஏழாண்டுகளில் முதல்முறையாக நான் விழிதொட்டு முகமறிகிறேன் என உணர்ந்தேன். "நீ என்னை அஞ்சவில்லையா?" என்று அவனிடம் கேட்டேன். "இல்லையே, ஏன் அஞ்சவேண்டும்?" என்றான். "நான் மண்படிந்து மாசுத் தோற்றத்தில் இருக்கிறேன்" என்றேன். அவன் குழம்பி பின்னால் திரும்பி நோக்கினான். பின்னர் வலக்கையிலிருந்த கனியை நீட்டி "இது என் அன்னை" என்றான். இடக்கையிலிருந்த கரிய கிழங்கை நீட்டி "இது நீங்கள். இரண்டுமே இனியவை" என்றான்.

நான் சிரித்துவிட்டேன். "அருகே வா, மைந்தா" என்றேன். அவன் தயங்காமல் அருகே வந்ததும் கைநீட்டி அள்ளி எடுத்து நெஞ்சோடணைத்து அவனை முத்தமிட்டேன். "உன் பெயர் என்ன?" என்றேன். "கிங்கரன்" என்றான். "நீ உன் குலத்திற்குத் தலைமைகொள்வாய். உன் குடிபெருகும். உன் குலம் என்றும் அழியாது வாழும்" என அவன் தலைமேல் கைவைத்து வாழ்த்தினேன்.

பின்னால் புதர்களில் வேட்டையாடிய முயல்களுடன் வந்து நின்ற அவன் அன்னை "என் பெயர் கிருதி. இவன் என் மைந்தன்" என்றாள். "நீள்வாழ்வும் அழியாப் புகழும் கொள்வான் உன் மைந்தன்" என்றேன். அவள் என்னைக் கால்தொட்டு வணங்கினாள். இளமைந்தனின் செவியில் அனலுக்குரிய நுண்சொல்லைச் சொல்லி "இதைத் தவம் செய்க! நீ வெற்றியை மட்டுமே அடைவாய்" என்று சொல்லிவிட்டுக் கிளம்பினேன்.

காட்டுக்குள் சென்றுகொண்டிருந்தபோது என் முகம் மலர்ந்திருப்பதை, என் நடையில் துள்ளல் இருப்பதை உணர்ந்தேன். அனைத்திலிருந்தும் விடுபட்டுவிட்டேன் என்று உணர்ந்தேன். அங்கிருந்த சுனையில் இறங்கி நீராடினேன். அருகிலிருந்த அரக்கர்குடிச் சிற்றூர் ஒன்றுக்குள் நுழைந்து "நான் வசிட்டரின் பெயர்மைந்தன் பராசரன். உணவளித்து என்னை ஓம்புக, அன்னையே!" என்றேன். மரத் தாலத்தில் அன்னத்துடன், கனிந்த விழிகளுடன் அரக்கர் குலமகள் ஒருத்தி வெளியே வந்து எனக்கு அமுதீந்தாள்.

வயிறு நிறைந்ததும் அவள் திண்ணையிலேயே படுத்து விழிமயங்கினேன். அரைத்துயிலில் என் மார்பின்மேல் ஒரு மலர்போல் பெண்குழந்தை ஒன்று

அமர்ந்திருப்பதாக உணர்ந்தேன். அதன் மெல்லிய உடலைத் தொட்டேன். சிறுதோள்களை, குருத்துக்கைகளை வருடிக்கொண்டிருந்தேன். அது என்மேல் மார்பமைத்துப் படுத்து "தந்தையே, கதை சொல்க!" என்றது. "என்ன கதை?" என்றேன். "எல்லா கதையும்" என்று அது சொன்னது. "ஏன் உனக்குக் கதை பிடித்துள்ளது?" என்றேன். "ஏனென்றால் கதை மீண்டும் நிகழும்" என்றது.

என் உடல் அதிர்ந்து சில கணங்கள் விரல்கள் நடுங்கிக்கொண்டிருந்தன. அத்தனை தெளிவாக அறிந்தவிந்த கவிமுனிவரும் சொன்னதில்லை. இங்கு நிகழும் எதுவும் மீள நிகழாது. ஆகவேதான் கதைகள். மீளமீள நிகழ்த்திக்கொள்பவை, திரும்பத்திரும்ப வாழ உகந்தவை. "ஆம், சொல்கிறேன்" என்று அவள் புன்தலை மென்குழல் கற்றைகளை வருடியபடி சொல்லலானேன். "இவ்வுலகம் ஒரு பெரும் தொல்கதை."

அவ்வரியுடன் விழித்துக்கொண்டேன். கைகளை நெஞ்சோடு சேர்த்தபடி படுத்திருந்தபோது அச்சொற்கள் என்னுள் ஓடிக்கொண்டிருந்தன. எழுந்து அமர்ந்தபோது அவ்வரி பெருகியது. கதையாகி, கதைத்தொடராகியது. புராணசம்ஹிதையின் முதல் வரி எழுந்தது அவ்வாறுதான்.

"மைந்தா, கொடும்பழியிலிருந்து, ஆறா வஞ்சத்திலிருந்து, ஆற்றொணாத் துயரிலிருந்தே பெருங்காவியங்கள் எழுகின்றன என்றுணர்க! நீ இளைய யாதவரின் முற்றத்தில் மிதித்த குருதி குருக்ஷேத்திரக் களத்திலிருந்து வந்தது அல்ல. உன் தந்தையாகிய நான் இயற்றிய கொலைக்களத்திலிருந்து வந்தது. நீ அளித்தாகவேண்டிய கடன் அது" என்றார் பராசரர். வியாசவனத்தின் காட்டில் அரையிருளில் ஒரு மரநிழல் என அவர் தோன்றினார்.

வியாசர் "தந்தையே, நம் மூதாதையான வசிட்டர் வந்து அரக்கர்குடி முற்றழியாமல் காக்கும்படி ஊழ் அமைந்தது எதன்பொருட்டு?" என்றார். "அவர்கள் நம் குடிமேல் வஞ்சம் தீர்க்கவேண்டும். மண்ணில் தீர்க்கப்படாத பழிகள் விண்ணில் பெருகும்" என்றார் பராசரர். வியாசர் சில கணங்களுக்குப் பின் தலையசைத்து "ஆம், அக்கணக்கைக் கொடுத்து முடித்தாகவேண்டும்" என்றார்.

வியாசர் விழித்துக்கொண்டபோது தன் உடல் எரிந்து கருகி மழையில் நனைந்து நைந்த காட்டுச்சுள்ளியென ஆற்றலிழந்திருப்பதை உணர்ந்தார். அமர்ந்திருந்த தர்ப்பைப் பாய்மேல் சரிந்து துயில்கொண்டிருந்தார். மெல்ல கையூன்றி எழுந்து அமர்ந்தார். ஆயிரம் கதைகளாக சூதர்களின் பாடலில் வாழ்ந்த அவர் குருஷேத்திரத்தின் வடக்குமூலையில் பரீட்சித்தால் அமைக்கப்பட்ட வியாசவனம் என்னும் சிறுசோலையில் அக்கதைகளில் ஒன்றில் இருந்து என உளம் மீண்டார்.

அன்று காலை தன் பெருங்காவியத்தின் இறுதிச் சொற்களை எழுதி முடித்திருந்தார். அவர் வியாசவனத்தில் குடியேறிய அன்று தன்னுள் எழுந்த சொல்லலைகளுடன் அமர்ந்திருக்கையில் புதர்களை விலக்கி வந்த மதகளிறு ஒன்று தலைகுலுக்கி, காதுகளை விசிறி, துதிக்கை சுழற்றி, ஓங்காரமெனப் பிளிறி, அவர் இருந்த கல்லாலமரத்தை குத்தியது. திரும்பி தலையை எடுத்து மேலும் இருமுறை ஓங்காரமெழுப்பி அது பின்வாங்கியபோது அதன் தந்தங்களில் ஒன்று ஒடிந்து மரத்தில் பதிந்திருப்பதைக் கண்டார். அதை எடுத்து சிவந்த மென்மணல் விரிந்த கதுப்பில் ஓம் என எழுதினார். அதுவே அவருடைய காவியத்தின் முதல் சொல்லாக அமைந்தது.

ஒற்றைக்கொம்பனை தன்முன் நிறுவி அவர் எழுதிய காவியத்தின் கடைசி சொல்லாகவும் ஓங்காரமே அமைந்தது. அந்த ஒலி அவருள் மட்டுமே ஒலித்தது. முழுமையிலிருந்து முழுமைநோக்கி வழிந்த காவியத்தை எழுதி நிறுத்திய தாழை மடலை மதகளிற்றுமுகத்தானின் மண்சிலைக்கு முன்னால் வைத்துவிட்டு மெலிந்த கைகளைக் கூப்பியபடி கண்களிலிருந்து கண்ணீர் சொட்ட அமர்ந்திருந்தார். பின்னர் விழிகள் மூட வாய் துயிலில் மெல்ல திறக்க "தந்தையே" என்றார். அவர்முன் எழுந்த பராசரர் "கதைகளால் ஆனது பிரம்மம்" என்றார். "ஆம், மழை அனைத்துக் குருதியையும் சாம்பலையும் கழுவிச்செல்கிறது. அனைத்து மாசுகளையும் மண்ணுக்கு உரமாக்குகிறது" என்று அவர் சொன்னார்.

விடிந்துவிட்டதைச் சொல்ல அவரது மாணவர் பைலர் குடிலுக்குள் வந்தபோது குறுகிய உடலுடன் அவர் ஒடுங்கி அமர்ந்து மெல்ல நடுங்கிக்கொண்டிருப்பதைக் கண்டார். பைலர் மெல்ல வந்து தாழை மடலைக் கையிலெடுத்துப் படித்தார். "நாராயணம் நமஸ்கிருத்ய" என்றதுமே அவரது கண்களிலிருந்து கண்ணீர் சொட்ட ஆரம்பித்தது. வெளியே காத்திருந்த ஜைமினியும் உள்ளே வந்து பைலரின் உணர்ச்சியிலிருந்தே உய்த்துக்கொண்டு அவரும் கண்ணீர்விட ஆரம்பித்தார்.

அன்று வியாசவனத்தில் ஒரு திருவிழா கூடியது. சீடர்களும் அவர்களின் மாணவர்களும் சேர்ந்து வியாசவனத்தின் அத்தனை குடில்களையும் ஈச்சங்குருத்துக்களாலும் தளிரிலைகளாலும் மலர்களாலும் அலங்கரித்தனர். மையக் குடிலில் பட்டுமணல் விரித்து நடுவே முகக்கையனை நிறுவி அவர் காலடியில் வைத்த செம்பட்டுப்பீடத்தில் அடுக்கடுக்காக காவியச்சுவடிகளைக் குவித்துவைத்து அருகே அகல்விளக்கை ஏற்றிவைத்தனர்.

அது சித்திரை மாதம் முழுநிலவு நாள். இனி என்றென்றும் ஞானம் விளையும் தருணமாகவே அது எண்ணப்படும் என்றார் பைலர். இந்த

நாளில் பேராசிரியரின் பாதங்களைப் பணிந்து அவரளித்த ஞானத்திற்கு கைமாறாக தங்களை முழுதளிக்க வேண்டும் என்று அவர்கள் முடிவெடுத்தனர். “இச்சொல் இங்கு வாழவேண்டும். இது இந்நிலத்தின் விதைக்களஞ்சியம்” என்றார் ஜைமினி.

அப்போது அஸ்தினபுரியிலிருந்து நான்கு குதிரைகள் பூட்டப்பட்ட ரதத்தில் வைசம்பாயனரும் அமைச்சர் பத்மபாதரும் வந்து வியாசவனத்தில் இறங்கினர். பத்மபாதருக்கு வைசம்பாயனர் வியாசரின் வரலாற்றையும் அவரைப்பற்றிய சூதர்களின் கதைகளையும் சொல்லிக்கொண்டு வந்தார். பாரதத்தில் வாழும் ஏழு நீடுவாழிகளில் ஒருவர் வியாசர் என்றார் வைசம்பாயனர். மாபலி, அனுமன், விபீஷணன், பரசுராமன், கிருபர், அஸ்வத்தாமா, வியாசர் என அவர்களை சூதர்களின் பாடல்கள் பட்டியலிடுகின்றன. கொடையால், பணிவால், நம்பிக்கையால், சினத்தால், குரோதத்தால், பழியால் அழிவின்மை கொண்ட அவர்கள் நடுவே கற்பனையால் காலத்தை வென்றவர் கிருஷ்ண துவைபாயன மகாவியாசர்.

வியாசவனத்துக்குள் நுழைந்ததும் பைலரும் ஜைமினியும் அவரை நோக்கி ஓடிச்சென்று கண்ணீருடன் ஆரத்தழுவிக்கொண்டனர். காவியம் முடிவுற்ற செய்தியைக் கேட்டதும் “இது ஊழ்த்தருணம் போலும். அங்கே குருதேவரின் ஞானத்தை சோதிக்க ஒருவன் தென்திசையிலிருந்து வந்து நிற்கிறான்” என்றார் வைசம்பாயனர். “அவரை கொண்டுசெல்லவே வந்தோம்” என்றார் பத்மபாதர்.

அவர்கள் நிகழ்ந்ததை சொன்னதும் வியாசரை அவ்வளவு தொலைவுக்கு ரதத்தில் கொண்டு செல்லமுடியுமா என்று பைலரும் ஜைமினியும் ஐயம் தெரிவித்தனர். “வேறு வழியில்லை. இன்றைய நாளில் அவரது குரல் அங்கே ஒலித்தாகவேண்டும்” என்றார் வைசம்பாயனர். “தேரின் அசைவை அவர் உடல் அறியாதிருக்க தூளியில் அவரை கொண்டுசெல்லலாம். அன்னத்தூவிகள் செறிந்த மெத்தையும் உள்ளது.”

குடிலுக்கு வெளியே பின்திண்ணையில் வியாசர் அமர்ந்திருப்பதை வைசம்பாயனர் கண்டு சொல்லிலாது வணங்கி நின்றார். இறப்பை வென்றாலும் மூப்பை வெல்லமுடியாத உடல் தசை வற்றி மட்கி உதிரவிருக்கும் சருகு போலிருந்தது. ஒரு காலத்தில் தாடியாகவும் தலைமயிராகவும் விழுதுவிட்டிருந்த கனத்த சடைக்கற்றைகள் முழுமையாகவே உதிர்ந்துபோய், தேமல்கள் பரவிச் சுருங்கிய தோல்மூடிய மண்டைஓடு தெரிந்தது. ஒன்றுடன் ஒன்று ஏறிப்பின்னிய விரல்களில் நகங்கள் உள்நோக்கி சுருண்டிருக்க, கைகளிலும் கழுத்திலும் நரம்புகள் தளர்ந்த கொடிகள்போல் ஓடின. உள்ளடங்கிய வாயும் தொங்கிய நாசியும்,

சிப்பிகள்போன்று மூடிய கண்களுமாக அங்கே இருந்த அவருக்குள் அவர் நெடுந்தொலைவில் இருந்துகொண்டிருந்தார்.

வைசம்பாயனர் வியாசரின் பாதங்களை வணங்கியபோது அவரது கண்கள் அதிர்ந்து பின்பு திறந்தன. கரிய உதடுகள் மெல்ல அசைந்தன. வைசம்பாயனர் வியாசரிடம் அவரை ஜனமேஜயனின் அவைக்கு கொண்டுசெல்ல அழைப்பு வந்திருப்பதைச் சொன்னார். "ஜரத்காருவின் மைந்தன் ஆஸ்திகன் வந்திருக்கிறானா?" என்றார் வியாசர். அது வைசம்பாயனருக்கு வியப்பளிக்கவில்லை. "ஆமாம், குருநாதரே... தங்கள் சொல்லுக்காக அங்கே அவை காத்திருக்கிறது" என்றார். செல்வோம் என வியாசர் கையசைத்தார். தனக்குள் என "ஒரு துளி மிச்சமிருக்கவேண்டும்..." என்றார். அவர் சொல்வது அவர்களுக்குப் புரியவில்லை. "ஒரு சொல் எஞ்சியிருக்கவேண்டும்" என்று வியாசர் மீண்டும் சொன்னார்.

பகுதி 7

மறைமெய்

1

“அவன் பெயர் யுதிஷ்டிரன், குருவின் குடியில் விசித்திரவீரியனின் குருதிவழியில் பாண்டுவின் மைந்தனாகப் பிறந்தவன். இந்திரப்பிரஸ்தத்தின் முடிபெயர்ந்த அரசன். இப்போது உபப்பிலாவ்ய நகரியின் சிறிய அரண்மனையில் தன் பள்ளியறைக்குள் இருளை நோக்கியபடி தனித்து நின்றிருக்கிறான். சற்று முன்னர்தான் அவனை அவன் இளையோன் சகதேவன் சந்தித்து மீண்டான்” என்று உபகாலனாகிய சாகரன் சொன்னான். அவன் முன் மீசையை நீவியபடி நிலம்நோக்கி மாகாலன் அமர்ந்திருந்தார்.

“காலத்திற்கிறைவனே, அவன் அருகிருந்த பீடத்திலிருந்து உடைவாளை எடுத்து தன் கழுத்தை நோக்கிக் கொண்டுசெல்வதைக் கண்டேன். காற்றென வந்து சாளரத் திரைச்சீலையை அசைத்தேன். நிழல் கண்டு அவன் திரும்பி நோக்கியபின் கதவு திறந்திருப்பதைக் கண்டு அதை மூடிவிட்டு மீண்டும் வாளை எடுத்தான். அதற்குள் அவன் உள்ளம் மாறிவிட்டிருந்தது. வாளை மீண்டும் பீடத்தில் வைத்துவிட்டு சாளரத்தருகே வந்து இருளை நோக்கினான். அவன் முகம் துயரில் இறுகியிருந்தது” என்றான் சாகரன்.

“அவனால் அழமுடியாது. மிகைக்குளிரில் பனி உருகமுடியாதபடி இறுகிவிடுகிறது. அவன் இருள் என எண்ணினான். கருமை என நீட்டிக்கொண்டான். பின் கார் என்று சென்று கருநீலன் என்று வந்தடைந்தான். இதோ இக்கணம்.” யமன் அவனை நோக்கிவிட்டு “அவனா?” என்றார். பின்னர் கைகளை விரித்து “சொல்திகைந்த வியாசனுக்குப் பின் மேலும் நுண்ணிதின் செல்வபவனே வரக்கூடும் என்றல்லவா நினைத்தேன்” என்றார். சாகரன் “இக்கணம் அவன்

எண்ணுவதனாலேயே அவன் என்றே பொருளமைகிறது. இத்தருணத்தை யாத்த ஊழின் நெறி இது” என்றான்.

“இவ்வினாவுடன் அறிந்தவிந்த முனிவர் ஒருவரின் அகத்தமைந்து மீள்க!” என்றார் யமன். “ஆம்” என்று மீண்ட சாகரன் “ஜனமேஜயனின் வேள்வியவையில் வைசம்பாயனர் சொல்ல ஆஸ்திகர் கேட்க பாரதப் பெருங்கதையைக் கேட்டு அமர்ந்திருந்த கிருஷ்ண துவைபாயன மகாவியாசரின் உள்ளத்தமைந்து மீண்டேன். அரசே, அவர் யுதிஷ்டிரனின் பிறப்பை எண்ணிக்கொண்டிருந்தார். நான் அவருள் வினாவென நிகழ்ந்ததும் விண்ணில் முகிலென்றிருக்கும் நீர் முனிவர்களின் மெய்மை. மண்ணில் ஆறென்று ஓடி அமுதென்று விளைந்து உயிரென்று நிறைவது அரசர்களின் ஞானம் என அவர் எண்ணினார்” என்றான்.

“ஆம், அவனிடமே அவ்வினா எழமுடியும்” என யமன் எழுந்தார். ஒரு கணத்தில் யுதிஷ்டிரனின் உள்ளத்தமைந்து மீண்டார். எதையோ தன் அகம் தொட்டுவிட்டதென அறியா நடுக்கு கொண்ட யுதிஷ்டிரர் “யார்?” என்று திரும்பிக் கேட்டார். அவர் அறை ஒழிந்து கிடந்தது. “யார்?” என்று அவர் மீண்டும் கேட்டார். அந்த அறைக்கு வெளியே மாபெரும் சிலந்திவலை என இருள். அதன் மையத்திலமைந்தவை என விழியறியா நச்சுக் கொடுக்குகள். அவர் பெருமூச்சுடன் சாளரக் கதவை மூடி விளக்கை ஊதியணைத்து முற்றிருளில் தன் மஞ்சத்தை அடைந்து சேக்கையைத் தடவி அறிந்து அதன்மேல் படுத்துக்கொண்டார்.

யுதிஷ்டிரர் குடிலை அடைந்தபோது தொலைவிலேயே இளைய யாதவர் தன் குடில்வாயிலில் அமர்ந்திருப்பதைக் கண்டார். அவருடைய நடை தொய்வுற்றது. அருகணைந்து முற்றத்தின் தொடக்கத்தில் தயங்கி நின்றார். இளைய யாதவர் தன்னை பார்க்கவில்லையோ என்னும் ஐயம் ஏற்பட்டது. விழிசரிய நிலம்நோக்கி அசைவிலாதவராக அமர்ந்திருந்தார். அவருடைய கரிய உடல் ஒரு நிழல் என்று தோன்றியது. உரு இல்லாமல் இங்கிருக்கும் நிழலா? அவர் அங்கில்லையா? அந்தப் பொருளிலா எண்ணம் எழுப்பிய அச்சத்தால் அவர் உடல் நடுங்கியது.

காற்றில் அவர் சூடிய பீலி மெல்ல அசைந்தது. அதன் மெல்லிய மினுத்தலைக் கண்டு யுதிஷ்டிரர் முகம் மலர்ந்தார். நீ எங்கிருந்தாலும் அது இங்குள்ளது. எத்தனை உயரப் பறந்தாலும் அந்தப் பிரேமை உன்னை இங்கே கட்டிவைத்திருக்கிறது. அவர் அருகே சென்று “யாதவனே” என்றார். இளைய யாதவர் நிமிர்ந்து நோக்கிப் புன்னகைத்தார். ஆனால் விழிகள் கனவுகண்டெழுந்த குழந்தை என எங்கோ இருந்தன. “உங்கள் வரவை நோக்கியிருந்தேன், யுதிஷ்டிரரே” என்றார் இளைய யாதவர். “ஆம், அவ்வண்ணம் எனக்கும் தோன்றியது” என்றார் யுதிஷ்டிரர்.

“அமர்க!” என்றார் இளைய யாதவர். யுதிஷ்டிரர் அவர் காலடியில் முற்றத்து மண்ணில் கால்மடித்து அமர்ந்தார்.

“நான் பெருந்துயருடன் இங்கு வந்துள்ளேன், யாதவனே” என்றார் யுதிஷ்டிரர். “என் உடல் திறந்து உயிர் வெளியேறிவிடும் என தோன்றுமளவுக்கு துயர். இதுவரை நான் அறியாத் துயரென ஏதுமிருந்ததில்லை என்றே எண்ணியிருந்தேன். இன்று அறிந்தேன் துயர் நம் உடலின் ஒவ்வொரு அணுவையும் கசக்கச் செய்யும் என. பற்றி எரிந்துகொண்டே இருக்கச்செய்யும் என. தன்னைத்தான் முற்றழித்தாலும் இங்கே அது நீடிக்குமென உளமயக்கெழும் என. இதை என்னால் தாளமுடியாது. இப்புவியில் இனி நான் விழைவதொன்றுமில்லை.”

இளைய யாதவர் வெறுமனே நோக்கியிருந்தார். “நான் உயிர்துறக்க விழைகிறேன். இனி ஒரு கணமும் இங்கே வாழவேண்டுமென்பதில்லை. இனி இங்கே எதையடைந்தாலும் நான் மகிழப்போவதில்லை” என்றார் யுதிஷ்டிரர். “வாளை எடுத்தீர்கள்” என்றார் இளைய யாதவர். “ஆம்” என்று வியப்புடன் சொன்ன பின் “ஆம், நீ அறியாததொன்றில்லை. யாதவனே, இறந்திருப்பேன். ஓர் எண்ணமே என்னை விலக்கியது. என்னை மாய்த்துக்கொண்டால் என்னைப்பற்றிய அனைத்துப் பழிகளுக்கும் நான் ஒப்புதல் அளித்ததாகவே பொருள் அமையும். என் இருளுரு ஒன்றை இங்கே விட்டுச்சென்றேன் என்றால் வேறுலகங்களிலும் எனக்கு நிறைவில்லை” என்றார்.

“எதையும் மிச்சமில்லாமல் விட்டுச்செல்வதற்கு பெயர் தவம். அது முனிவராலேயே இயலும்” என்றார் இளைய யாதவர். “பிறர் தங்கள் விழைவுகளையும் கனவுகளையும் விட்டுச்செல்கிறார்கள். ஏக்கங்களையும் வஞ்சங்களையும் நிலைநாட்டிச் செல்கிறார்கள்.” யுதிஷ்டிரர் “நான் எதிலிருந்தும் விடுபட்டவனல்ல. என் துயரெல்லாம் என் பற்றுகளால் உருவாவதே. பற்றறுக்க என்னிடம் சொல்லவேண்டியதில்லை. என் குடிகளை, நிலத்தை, இளையோரை, அரசியரை, மைந்தரை உளம்துறந்துவிட்டு நான் அடைவதொன்றுமில்லை” என்றார். “எங்கு பற்றிருக்கிறதோ அங்கே துயருள்ளது. எதில் பற்று மிகுகிறதோ அதிலேயே மிகுதுயரும் எழுகிறது. துயரென்பது பற்றின் மறுவடிவம் மட்டுமே” என்றார் இளைய யாதவர்.

“ஆம்” என்றார் யுதிஷ்டிரர். “இப்புவியிலுள்ளோரில் எனக்கு மிக அணுக்கமானவன் எவன் என்றால் சகதேவனே. எவன்பொருட்டு மறுஎண்ணமில்லாமல் என் பொருள் உயிர் நல்வினை மூன்றையும் அளிப்பேன் என்று கேட்டால் அவனைத்தான் சொல்வேன். எனக்கு இத்துயரை அளித்தவன் அவனே.” இளைய யாதவர் “அவனை

சந்தித்தீர்களா?" என்றார். "ஆம், இன்று மாலை உபப்பிலாவ்யத்தில் என் அவையில் இருந்து அறைமீளும்போது அவனும் உடன் வந்தான். நாங்கள் இயல்பாகப் பேசிக்கொண்டு சென்றோம்."

அன்று காலை துருபதரால் வழிநடத்தப்பட்டு ஒரு அக்ஷௌகிணி அளவு பாஞ்சாலநாட்டுப் படைகள் பன்னிரு அணிகளாக குருஷேத்திரம் நோக்கி செல்வதாக செய்தி வந்தது. அவருடைய மைந்தர்களான பிரியதர்சன், விரிகன், உத்தமௌஜன், யுதாமன்யு ஆகியோர் அவருடன் சென்றனர். ஒரு அக்ஷௌகிணி படை என்ற சொல் காதில் விழுந்ததுமே பீமன் தொடைகளில் அறைந்தபடி எழுந்து "பாஞ்சாலம் மட்டுமே அத்தனை பெரிய படைகளை அளிக்கிறது. விராடம் என்ன செய்யப்போகிறது?" என்றான்.

அவையிலிருந்த விராட இளவரசன் உத்தரன் "நாங்களும் அதற்கிணையான படையை அளிக்கிறோம். இதோ நானே கிளம்புகிறேன்" என்றான். நான் "இளவரசே, பாஞ்சாலம் பன்னிரு துணைநாடுகள் கொண்டது. செழிப்பான உபகங்கைகளால் ஊட்டப்படும் நிலமாகையால் மக்கள் மிகுந்தது. விராடம் பெரும்பாலும் காடு. மக்கள் எளிய மலைக்குடிகள். ஒரு அக்ஷௌகிணி என்றால் பெரிய எண்" என்றேன். "ஆம், ஆனால் இது அறப்போர். இதில் இனி எண்ணித் தயங்க ஏதுமில்லை. நான் சென்று அறைகூவல் விடுக்கிறேன். மீசை முளைத்த ஆண்களனைவரும் படைமுகம்கொள்ளவேண்டும் என்று. குலமும் குடியும் விலக்கல்ல என்று. படைக்கலங்கள் எங்களிடம் உள்ளன" என்றான்.

நான் பதறி "என்ன சொல்கிறீர்கள்? எளிய குடிகளையா? படைக்கலப்பயிற்சி இல்லாதவர்களை போர்முகத்தில் நிறுத்துவது பெரும்பிழை... ஆயரும் உழவரும் களத்தில் இறந்தால் அந்நாட்டு வெளிகளும் வயல்களும் பாழ்படும். சிற்பிகளும் கணியரும் எந்நிலையிலும் போருக்குச் செல்லலாகாதென்று நூல்நெறி உள்ளது" என்றேன். அதற்குள் நகுலன் "மூத்தவரே, நம்மை ஆதரிக்கும் அனைத்துக் குலங்களில் இருந்தும் ஆடவர் அனைவரையும் படைக்கு எழும்படி அறிவிக்கலாமென நான் நினைத்திருக்கிறேன். இது இறுதிப்போர், நாம் வென்றாகவேண்டும்" என்றான்.

"எல்லா போர்களும் வெல்வதற்கே" என நான் சினத்துடன் சொன்னேன். "நான் ஒப்புக்கொள்ளமாட்டேன். போர்க்குடிகள் அன்றி பிறர் படைகளில் வரவேண்டியதில்லை. அதுவே நூல்கள் குறிக்கும் நெறி" என்றேன். பீமன் எழுந்து "அறம் பேசி நெறி பேசி நாம் அழிந்தது போதும். இனி சிறுமை என்பதில்லை. இனி வெற்றி மட்டுமே. இனி முழு வெற்றிக்கு ஒரு மணி குறைவாகக்கூட எதையும் ஏற்கச் சித்தமாக இல்லை நாங்கள்" என்றான்.

“இளையோனே...” என நான் பேசத்தொடங்க “போதும். பேசுவது அறம் இடைபேணுவது விழைவு” என்று பீமன் கூவினான்.

அவையில் அவன் அப்படிக் கூவியதைக் கேட்டு நான் திகைத்துவிட்டேன். ஆனால் அவை அச்சொல்லுடன் நின்றுள்ளது என அவர்களின் முகங்கள் காட்டியது என்னை மேலும் பதைக்கச் செய்தது. அவர்களை மாறிமாறி நோக்கினேன். மறுகணம் என் ஆணவம் சினமென சீறியெழுந்தது. “ஆம், நான் அறத்தோன்தான். என் அறத்தை நம்பியே இங்கு இத்தனை பெரும்படை திரண்டுள்ளது. அதைத் தவிர்க்கத் தொடங்கினால் நானும் காட்டாளனாக ஆகிவிடுவேன்” என்றேன்.

அச்சொல்லில் பீமனுக்கான நஞ்சை செலுத்தியிருந்தேன். அவன் அதை உடனே பெற்றுக்கொண்டான். சினம்கொண்டு பூசலிடுகையில் உளம்கூர்ந்து எதிரியை நோக்குகிறோம். எனவே ஒரு சொல் வீணாவதில்லை. அவன் தொடையை அறைந்து எழுந்து கைகளை நீட்டி “ஆம், காட்டாளனேதான். உங்களையெல்லாம் தோளில் தூக்கிச்சுமக்கும் காட்டாளன். எங்கே சொல்லுங்கள், இக்காட்டாளனின் தோள்வல்லமை உங்களுக்குத் தேவையில்லை என்று! ஆண்மையிருந்தால் சொல்லுங்கள் பார்ப்போம். இக்கணமே காட்டுக்குச் செல்கிறேன். திரும்பமாட்டேன்” என்றான்.

நான் சொல்லவிந்தேன். என்னால் அதைச் சொல்லமுடியாது என அனைவரும் அறிவர். என் நாட்டின் வெற்றியும் குடிகளின் நலனும் அவனையே சார்ந்துள்ளன. அவனே அஸ்தினபுரியின் அனைத்துக் குடிகளுக்கும் மெய்யான அரசன். போரை தவிர்க்கமுடியாதெனும் நிலையில் அவனைத் தவிர்ப்பதென்பது என் குடிகளை எரிகுளத்தில் கொண்டு இறக்குவதுதான். “என்ன, சொல்கிறீர்களா? அறமறியா காட்டாளன் களம்வென்றால் அவ்வெற்றியை சூடமாட்டேன் என்று சொல்லக்கூடுமா உங்கள் நா?” என்றான் பீமன்.

நான் மூச்சுத்திணறினேன். அவன் பற்கள் தெரிய கைகளைப் பிசைத்தபடி அவையை சுழன்று நோக்கினான். “சொல்லமாட்டீர்கள். நாளை கொலைக்களத்தில் நான் அக்குடியின் நூற்றுவரை தலையுடைத்துக் கொல்வேன். அக்கயவன் நெஞ்சுபிளந்து குருதி உண்பேன். அவன் மூத்தவனின் தொடைபிளந்து கொண்டாடுவேன். அவ்வெற்றிமேல் அமர்ந்து நீங்கள் அரசுகொள்வீர்கள். அப்பழியை மட்டும் என்மேல் சுமத்துவீர்கள். அதிலெனக்கு சொல்மாற்றில்லை. ஏனென்றால் நான் காட்டாளன். குரங்குக் குடியினன். மானுடரின் நெறியெதனாலும் ஆளப்படாதவன்.”

அவையெங்கும் முழங்க “என் குடி அழிக்கப்படுகையில், என் குலமகள் பழிக்கப்படுகையில் குருதிகொதிக்க எழுவதை நெறியென்று அன்னைக்

குரங்கின் முலைப்பால் வழியாக கற்றுக்கொண்டவன். உங்கள் சொற்கள் எனக்கு உதிர்சருகுகள்" என்றான்.

நான் சொல்தளர தலைகுனிந்து அமர்ந்திருந்தேன். நடுங்கும் கைகளைக் கோத்தேன். நகுலன் உத்தரனிடம் "உத்தரரே, உங்கள் அக்ஷௌகிணி ஒருங்கட்டும். நமக்கு பெரும்படை தேவையாக உள்ளது. நம் எதிரிப்படைகள் நம்மைவிட இப்போதே ஏழுமடங்கு பெரியவை" என்றான். உத்தரன் "ஆணை" என்றான். "இல்லை, நான் ஆணையிடவில்லை அதற்கு" என நான் கூவினேன். "மூத்தவரே, நமது வெற்றிக்கு முதல் தடை நீங்களே" என்றான் நகுலன். "உங்கள் கோழைத்தனத்தால் உலகோர் முன் சிறுமைகொண்டோம். இனியேனும் நாம் அதிலிருந்து மீளவேண்டும்."

"இளையோனே, எண்ணிப்பார். நான் கோழையென்றே கொள்க! கோழையென்றே சொல்லப்பட்டதென்றாலும் இதில் நெறியென்று ஒன்று உண்டு என்பதை எண்ணுக! படைக்கலப் பயிற்சி இல்லாத பெருந்திரளால் களத்தில் என்ன செய்ய முடியும்?" என்றேன். பீமன் "களத்தை நிறைக்கமுடியும்" என்றான். "போர்தொடங்கும்போது நம்மைவிட பத்துமடங்கு பெரிய படைகளை எதிரில் கண்டால் நம் படைகளின் உளம் தளரும். அவர்களின் படைகளின் ஊக்கம் பெருகியெழும். முதல்நாள் முதல் பொருதுகையிலேயே போர் முடிந்துவிடும். நம் படையும் இணையாகப் பெருகிநின்றால் வெல்லக்கூடுமென்ற நம்பிக்கை நம் வீரர்களுக்கு வரும்."

"ஆம், வெல்வோம் என்ற நம்பிக்கை இருக்கும் வரைதான் வீரர் போரிடுவார்கள். படைவீரன் தனியன், அஞ்சுபவன். பெரும்படையின் உறுப்பென ஆகும்போது தன்னை விராடவடிவென்று எண்ணுகிறான். அப்படை பெருகுந்தோறும் அவனும் பேருருக்கொள்கிறான்" என்றான் நகுலன். நான் சினத்துடன் எழுந்து "நான் ஒப்பமாட்டேன். எளிய மக்கள் செத்துக் குவிவார்கள். பீஷ்மரும் துரோணரும் எழுப்பும் அம்புமழைக்கு முன் அவர்கள் நின்றிருக்க முடியாது" என்றேன். பீமன் "ஆம், நின்றிருக்க முடியாது. விழுந்து மடிவார்கள். ஆனால் அந்த அம்புமழையிலிருந்து நம்மை குடையென்றமைந்து காப்பார்கள்" என்றான்.

அந்த இரக்கமின்மையால் நான் சினம் மீதூற உடல் அதிர்ந்தேன். "நீ ஷத்ரியன். இரக்கமற்ற வீணன்போல் பேசுகிறாய்" என்றேன். "இல்லை, களம் கண்ட வீரனாகப் பேசுகிறேன்" என்றான் பீமன். "கைதளர்ந்த கோழைபோல் பேசுவது போர்க்களத்தில் மொத்தப் படையையும் பலிகொடுப்பதுதான்." என்னால் மேலும் சினம் கொள்ள முடியவில்லை. ஆற்றலனைத்தையும் இழந்தவன்போல் உணர்ந்தேன். திரும்பி நகுலனிடம் "இளையோனே, நீயேனும் எண்ணிப்பார்" என்றேன். "அவர்கள்

படையென வந்து பயனே இல்லை. செத்துக்குவிந்தால் நம் படை கண்ணெதிரே அழிவதையே நாம் காண்போம். அது ஊக்கமளிக்குமா என்ன?"

நகுலன் "மூத்தவரே, படைகள் பின் திரும்பி ஓடினால்தான் பிற படைவீரர் நம்பிக்கையிழப்பர். செத்துவிழுவதைக் கண்டால் வெறிகொண்டு எழுவர். இது களத்திலெழுந்தோர் கண்ட உண்மை" என்றான். பீமன் "அவர்களை நாம் நடுவே நிறுத்துவோம். அஞ்சி பின்னடைய அவர்களால் இயலாது" என்றான். நான் கைவிடப்பட்டவனாக உணர்ந்தேன். கண்ணீர் மல்க கைகளை விரித்து "பெருந்திரளாக மக்களைக் கொன்றுகுவிப்பதைப்பற்றிப் பேசிக்கொண்டிருக்கிறோம்" என்றேன். "ஆம், அதைத்தான் போர் என்று சொல்கிறார்கள். பெருஞ்சாவே போர்" என்றான் பீமன். நான் உளம் தளர்ந்து விழிமூடினேன். அக்கணமே குருதிப்பெருக்கைக் கண்டு திகைத்தெழுந்தேன். "இல்லை, நான் ஒப்ப மாட்டேன்" என்றேன்.

"ஒப்புதல் இல்லை என்றால் அவையிலறிவியுங்கள். போரை நிறுத்திவிடுவோம். நான் தோற்றுவாழ விரும்பாதவன், வாளெடுத்து சங்கில் நாட்டுவேன். பிறர் அவர்கள் விழைவதை செய்யட்டும்" என்றான் பீமன். "போர் நாம் அறிவித்தது. நம் மக்களின் நலனின் பொருட்டு" என்றேன். "அதில் பின்வாங்க முடியாது. இது நாம் கொண்ட அறம்."

பீமன் கசப்புடன் சிரித்து "என்ன சொல்லவருகிறீர்கள் மூத்தவரே, போர் வேண்டுமா வேண்டாமா?" என்றான். "நான் அறப்போர் குறித்துப் பேசுகிறேன். நம் குடிகளுக்கு நலம் திகழவேண்டுமென்று பேசுகிறேன்" என்றேன். "போருக்கு முன் எண்ணவேண்டியது நாம் அறத்திலமைகிறோமா என்று. அறமே எனில் பின்னர் எண்ணவேண்டியது வெற்றியைக்குறித்து மட்டுமே" என்று பீமன் சொன்னான்.

"நம் மக்கள் தங்களுக்காகவே போரிடுகிறார்கள். அடைவதும் தங்களுக்காகவே. அவர்களை ஆயிரமாண்டுகளாக அடிமைப்படுத்தியிருந்த நெறிகளுக்கு எதிராக எழுந்துள்ளார்கள். ஷத்ரியர் என்னும் இரும்புத்தளையை உடைக்கவிருக்கிறார்கள். அவர்களில் எவருடைய மைந்தனும் வில்லேந்தி வென்றால் முடிசூடி அமரலாமெனும் முறைமையை வென்றெடுக்கப் போகிறார்கள். பொருள் அதன் விலையாலேயே மதிப்பிடப்படுகிறது. அளிக்கும் குருதியால் வெற்றி அளக்கப்படுகிறது. ஆயிரம் தலைமுறைக்காலம் அவர்கள் கொண்டாடும் அருநிகழ்வென அமையட்டும் இவ்வெற்றி. அதற்கான குருதி இங்கே வீழட்டும்" என்றான் பீமன். நகுலன் "மூத்தவரே, போரை எங்களிடம் விட்டுவிடுங்கள். உங்கள் சொற்களால் எங்களை மீண்டும் எதிரிகள்முன் கால்களைக் கட்டி நிறுத்தாதீர்கள்" என்றான்.

நான் சில கணங்கள் கண்களை மூடி அமர்ந்திருந்தேன். விழிதிறந்து அவையை நோக்கினேன். அனைவரும் என்னை நோக்கிக்கொண்டிருந்தனர். வஞ்சத்துடன் ஏளனத்துடன் வெறுப்புடன். பீமன் "சொல்லுங்கள் அவையினரே, இப்போரில் நாம் முழுதிறங்கப்போகிறோமா?" என்றான். அவை "ஆம்! ஆம்! வெற்றி மட்டுமே. வேறேதும் வேண்டாம், வெற்றி மட்டுமே" என்று கூவியது. சாத்யகி "தெய்வங்களோ மூதாதையரோ எதிரே வந்தால்கூட போரே எமது வழி" என்றான்.

நான் அதற்குள் மெல்ல எண்ணங்களை சொற்களாக கோத்துவிட்டிருந்தேன். "நான் சொல்வதை அவை உணர்க! நெறிநூல்களின்படி அன்றி நான் எதையும் செய்யவியலாது. இந்தப் போரில் நாம் எதன்பொருட்டு அணிசேர்ந்திருக்கிறோம்? நாம் நெறிநிற்பவர் அவர்கள் நெறிபிறழ்ந்தவர் என்ற அடிப்படையில் அல்லவா? நெறிபிறழ்ந்தோமென்றால் நாமும் அவர்களும் நிகரென்றே ஆகும். அவர்கள் அதையே சொல்லிப் பரப்புவர். இன்று முனிவர்களில் பெரும்பாலானவர்கள் அவர்களை ஆதரிக்கவில்லை. நாம் நெறிபிறழ்ந்தால் அவர்களும் நம்மிடமிருந்து அகல்வார்கள். நாம் நம்மையே அழிப்பதுதான் அது..."

அதை எதிர்பாராத பீமன் குழம்பி நகுலனை நோக்கினான். அவையினர் திகைப்பதைக் கண்டு ஊக்கம் கொண்டேன். "சொல்லுங்கள், படைக்கலமேந்தத் தெரியாத குடிகளை அரசன் போர்முகம் நிறுத்தலாமா? அதற்கு ஒப்புதலளிக்கும் தொல்நெறிநூல் ஏதேனும் உண்டா?" நகுலன் சகதேவனை நோக்குவதைக் கண்டதும் நான் சேர்த்துக்கொண்டேன். "எதையும் ஒப்பும் நெறிநூல்களுண்டு என நான் அறிவேன். நாம் காட்டும் நெறிநூலை முன்னரும் நாம் ஏற்றுக்கொண்டிருக்கவேண்டும்."

நகுலன் "இளையோனே, சொல்க! நெறிநூல் எங்கேனும் அதை ஒப்புகிறதா?" என்றான். சகதேவனை நோக்கி அவையின் விழிகளனைத்தும் குவிந்தன. என் நெஞ்சு பேரோசை எழுப்பியது. அவன் சொல்லப்போவதென்ன என்று மெய்யாகவே நான் அறிய விழைந்தேன். சகதேவன் அசைவில்லாமல் அமர்ந்திருந்தான். "சொல் இளையோனே, நெறிநூல் ஒப்புதல் முற்றிலும் இல்லையா என்ன?" என்று பீமன் உரத்த குரலில் கேட்டான்.

அப்போது அவையில் அர்ஜுனன் இருந்திருக்கவேண்டுமென விழைந்தேன். எவ்வகையிலோ அவன் என் உணர்வுகளை பகிர்ந்துகொள்பவன் எனத் தோன்றியது. ஆனால் அவன் படைப்புறப்பாட்டு நடவடிக்கைகளில் இருந்து முற்றாக விலகி நகருக்கு வெளியே குறுங்காடுகளில் தனியாக வேட்டையாடி அலைந்துகொண்டிருந்தான். நான் சகதேவனிடம் "சொல் இளையோனே, எந்த நெறிநூலில் அதற்கு ஒப்புதல் உள்ளது?" என்றேன்.

“நீங்கள் முதன்மையாக முன்வைப்பது பராசர ஸ்மிருதி. அதிலேயே அதற்கு ஒப்புதல் உள்ளது.”

நான் தளர்ந்து அரியணையில் சாய்ந்துவிட்டேன். என் இடக்கால் மட்டும் துடித்துக்கொண்டிருந்தது. “சொல்க, இளையோனே” என்றான் பீமன். எழுந்து அவையை ஒருமுறை நோக்கிவிட்டு தெளிந்த குரலில் “தங்கள் நிலம்விட்டு துரத்தப்படுகையில் அனைத்து மக்களும் படைக்கலமேந்தவேண்டும். தங்கள் தெய்வங்கள் அழிக்கப்படுகையில், தங்கள் மகளிர் சிறுமைசெய்யப்படுகையில் படைக்கலமேந்தாமலிருப்பதே ஆடவர்க்கு இழிவு என்கிறார் பராசரர்” என்றான் சகதேவன்.

பீமன் “பிறிதொரு நூல் வேண்டுமா, மூத்தவரே? இங்கே இருக்கும் நம் குடிகள் அனைவரும் நிலமிழந்தவர்களே. நம் குலக்கொடி சிறுமைசெய்யப்பட்டிருக்கிறாள். நாம் நிறுவிய இந்திரன் நம் நகரில் கைவிடப்பட்டிருக்கிறான்” என்றான். அவை உரக்க ஓசையெழுப்பியது. திருஷ்டத்யும்னன் “இதைவிடத் தெளிவாக மூத்தோரின் ஆணை எழுந்துவிட முடியாது. ஒவ்வொரு குடிமகனும் களம்காணவேண்டும். குருதியில் கைநனைக்காதவன் ஆண்மகனே அல்ல” என்று கூவினான். “ஆம்! ஆம்! ஆம்!” என்றது அவை.

நான் ஒன்றும் சொல்லாமல் எதிரே அணிப்பட்டம் ஏந்தி நின்ற தூணை நோக்கிக்கொண்டிருந்தேன். நகுலன் “அரசாணை எழுவதில் மாற்று உண்டா, அரசே?” என்றான். நான் இல்லை எனத் தலையசைத்தேன். உத்தரன் “விராடபுரியிலிருந்தும் ஓர் அக்‌ஷௌகிணி படைகள் எழும்... பிறர் தங்கள் ஆற்றலை சொல்லட்டும்” என்றான். பீமன் “அதற்கு முன் ஒன்று சொல்ல விழைகிறேன். படை எண்ணிக்கையின் அடிப்படையிலேயே வெற்றி பகிர்ந்துகொள்ளப்படும்” என்றான். கேகய மன்னன் எழுந்து “என் படைகள் ஏழு சிற்றணிகள். ஆனால் என்னிடம் யானைகள் மிகுதி...” என்றான். ஒவ்வொருவராக தங்கள் படையளிப்பை சொல்லத் தொடங்கினர்.

நான் மிக விரைவில் அனைத்திலிருந்தும் விலகிவிட்டேன். விழித்த கண்களுடன் செவிகளின்றி அமர்ந்திருந்தேன். அவைநிறைவுக்கான கொம்போசையே என்னை எழுப்பியது. எழுந்து அவைநீங்கும்போது அருகே வந்த சுரேசரிடம் சகதேவனை வரச்சொல்லி ஆணையிட்டேன். சகதேவன் என்னை அணுகி வணங்கினான். அப்பால் பீமனைச் சூழ்ந்து திருஷ்டத்யும்னனும் சாத்யகியும் உத்தரனும் நகுலனும் நின்று சிரித்துப்பேசிக்கொண்டிருந்தனர். அரசர்கள் அவர்களைச் சூழ்ந்தனர். அவர்கள் ஒவ்வொரு உடலசைவாலும் என் மீதான தங்கள் வெற்றியைக் கொண்டாடிக் கொண்டிருந்தனர்.

அவர்களை நோக்கியபின் நான் நடக்க சகதேவன் என் பின்னால் வந்தான். நான் நின்று பெருமூச்சுடன் அவனை நோக்கி "சொல் இளையோனே, நெறிநூலில் பராசரர் சொன்னதை அவ்வண்ணம் சொல்லாக்க நீ ஏன் முடிவெடுத்தாய்?" என்றேன். "மூத்தவரே, நிமித்தநூல் மூன்று வகை குறியுரைகளைச் சொல்கிறது. உண்மை சொல்லுதல், நலம் உரைத்தல், விழைவு கூறுதல். பெரும்பாலான தருணங்களில் நலத்தையும் விழைவையுமே நிமித்திகன் தேர்ந்தெடுக்கவேண்டும். உண்மை அரிதாகவே தேவையாகிறது" என்றான்.

"எவர் நலம்?" என்று நான் உரக்க கேட்டேன். "எவருடைய விழைவு?" என்று மூச்சிரைத்தேன். "பாண்டவர்களின் நலம், மூத்தவரே" என்று சகதேவன் சொன்னான். "நம் அனைவருடைய நலம்" என்றான். "நிமித்திகன் உலகநலன், குடிநலன், கேட்பவர்நலன், தன்நலன் என நான்கு நலங்களை நாடலாம். கேட்பவர் நலனுக்கு முரணாக இருந்தால் முதலிரு நலன்களைக் குறைத்துச் சொல்லலாம். தன் நலனுக்கு மாறு என்றால் முதல்மூன்றையும் தவிர்க்கலாம்." அவன் நகையாடுகிறான் என்று எனக்குத் தோன்றியது. சினத்தை அடக்கியபடி "நீ பீமனும் நகுலனும் அவையும் விழைந்ததைச் சொன்னாய்" என்றேன்.

"ஆம், ஆனால் பொய்யல்ல. பராசர நூல் அதைச் சொல்கிறது." நான் "என்னிடம் சொல்லாடாதே. பராசரநூலில் அது இறுதிவழி என்றே சொல்லப்பட்டுள்ளது. அதை எடுத்துரைத்ததன் வழியாக நீ அதன் பொருளை மாற்றினாய்" என்றேன். "நான் ஒரு சொல்லையும் மாற்றவில்லை" என்றான். "ஆம், ஆனால் சற்றே கோணம் மாற்றினால் சொல்லின் பொருளை மாற்றிவிடமுடியும்" என்றேன். "ஆம்" என்றான். "நீ சொன்னது உண்மையில் அவர்களின் விழைவை அல்ல. உன் விழைவை" என்றேன். "ஆம்" என்று என் விழிகளை நோக்கி அவன் சொன்னான்.

அவனை மேலும் புண்படுத்த உன்னி "நீ வெற்றியை விழைகிறாய். போரை எதிர்நோக்குகிறாய். உன் வஞ்சமே அவையில் எழுந்தது" என்றேன். "ஆம்" என்று அவன் சொன்னான். "இது உண்மை, இதைச் சொல்" எனத் திரும்பினேன். "எஞ்சிய உண்மையும் உண்டு, மூத்தவரே" என்று சகதேவன் எனக்குப் பின்னால் சொன்னான். நான் திரும்பினேன். என் விழிகளை நோக்கியபடி "நான் சொன்னது நீங்கள் விழைந்த உண்மையையும்தான்" என்றான்.

2

என் அறைக்குச் செல்வது வரை நான் தன்னிலையிலேயே இல்லை. சகதேவன் என் விழிகளை நோக்கி அப்படிச் சொன்னதும் விதிர்த்து விழிவிலக்கினேன். கால்கள் நடுங்கத்தொடங்கின. சூழ நின்றவர்கள் என் உணர்வுகளை அறிந்துவிடக்கூடாதென்பதனால் அப்படியே திரும்பிக்கொண்டு உறுதியான சீரான அடிகளை எடுத்துவைத்து எதுவும் பேசாமல் நடந்தேன். இடைநாழியில் எப்படி அவனிடம் அச்சொற்களைப் பேசினேன் என வியந்துகொண்டேன். அவன் என்னை சிறுமைசெய்யும் எதையும் சொல்லமாட்டான் என அத்தனை நம்பியிருக்கிறேன்.

அறைக்குச் சென்று மஞ்சத்தில் அமர்ந்தேன். சேடி வந்து பணிந்து "இன்நீர் கொண்டுவரவா, அரசே?" என்றாள். என் தொண்டை விடாய்கொண்டு தவித்துக்கொண்டிருப்பதை அப்போதுதான் உணர்ந்தேன். "ஆம்" என்றேன். குளிர்நீர் அருந்தியதும் மெல்ல மெல்லத் தளர்ந்தேன். வியர்வை குளிர மீண்டு வந்தேன். அவன் ஏன் அப்படி சொன்னான் என்றே என் சித்தம் ஓடியது. அதை உண்மை என்றல்ல உணர்வு என்றே புரிந்துகொண்டேன். மீண்டும் மீண்டும் ஏன் ஏன் என்றே என் உள்ளம் எழுந்தது.

அருகே நின்று சாமரம் வீசிக்கொண்டிருந்த ஏவலனிடம் "அவன் வெளியே நின்றுள்ளானா?" என்றேன். "ஆம், அரசே" என்றான். "வரச்சொல்" என்றேன். அவன் வெளியே சென்று சொல்ல சகதேவன் உள்ளே வந்தான். அவன் விழிகள் நேராக என்னை நோக்கின. அந்நோக்கில் ஓர் அறைகூவலை உணர்ந்தேன். அவனை வெல்வது அமைதியாலேயே இயலுமென்று உணர்ந்து என்னை சொல் சொல்லாக அடுக்கி அடக்கிக்கொண்டேன். "இளையோனே, என்னை வருந்தச்செய்து நீ அடைவது என்ன?" என்றேன்.

“நான் உங்களை வருந்தச்செய்யவில்லை, மூத்தவரே. உண்மையென்ன என்று நீங்கள் கோரியதனால் மட்டுமே சொன்னேன்” என்றான். என் குரலில் மேலும் அமைதியை வரவழைத்தபடி “நீ சொன்னதற்கு என்ன பொருள் தெரியுமா?” என்று கேட்டேன். அறியாமல் என் குரல் எழுந்தது. “நான் பொய்யன் என்கிறாய்.” என் குரலைக் கேட்டதுமே என்னுள் சினம் ஓங்கியது. “என்னை அறச்செல்வன் என்கிறார்கள். என் இளையோனாகிய நீ என்னை உள்ளம் கரந்தவன் என்கிறாய்.” சகதேவன் “அறத்தான் அல்ல என்று நான் சொல்லவரவில்லை, மூத்தவரே. இப்புவியில் அறத்தில் நின்ற அனைவருமே அடையும் அனைத்து இயல்புகளும் கொண்டவர் நீங்கள்” என்றான்.

நான் ஏளனத்துடன் “உள்ளத்தை மறைத்துப் பொய்யுரைப்பது குழப்பமா என்ன?” என்றேன். “நீங்கள் உள்ளத்தை அறிந்து மறைக்கவில்லை. உங்களை அறியாமல் அது உள்ளே கரந்திருந்தது” என்றான். நான் “என்ன சொல்கிறாய்?” என்றேன். என் குரல் எப்படித் தணிந்தது என்று எண்ணி வியந்தேன். “நீங்கள் என்னிடம் கேட்டதென்ன, மூத்தவரே? எந்த நெறிநூலில் அதற்கு ஒப்புதல் உள்ளது என்றீர்கள். ஏதேனும் நெறிநூல் அப்படிச் சொல்கிறதா என்று கேட்கவில்லை. அவ்வினாவில் ஆழ்ந்திருந்தது நூலை நான் சொல்லவேண்டுமென்னும் விழைவுதான்.”

நான் “மூடா!” என சீறி எழுந்தேன். ஆனால் அச்சொற்கள் என்னுள் ஒலிக்க உடனே தளர்ந்தேன். தழைந்த குரலில் “ஆனால் நான் எண்ணியது...” என்று தொடங்க அவன் இடைமறித்து “சொற்கள் நாம் அறியாதெழுகையில் மேலும் நம்முடையவை” என்றான். மீண்டும் சினத்தை என்னுள் மூட்டிக்கொண்டேன். பற்களைக் கடித்தபடி “நான் பராசர ஸ்மிருதியை நினைத்து உன்னிடம் கேட்டேன் என்கிறாயா?” என்றேன். “இல்லை, நான் சொல்லக்கேட்டதும் நீங்கள் அதிர்ச்சி அடைந்தீர்கள். ஆனால் உங்கள் ஆழம் அந்நூலின் அவ்வரியை அறிந்திருந்தது. அதை விழிகளில் கண்டேன்.”

“நன்று! சிறுமைசெய்வதென்றே முடிவெடுத்துவிட்டாய்” என்றேன். அவன் “மூத்தவரே, அறத்தானின் போர் என்பது தன் ஆழத்திற்கும் தனக்குமானதுதான். ஆழுளமும் கனவும் விழைவுகளால், ஆணவத்தால் ஆனவை. நனவோ கற்றறிந்த சொற்களால் ஆனது” என்றான். நான் உளம் உடைந்து மெல்ல விம்மிவிட்டேன். “அறத்தான் தன்னாலேயே மீளமீளத் தோற்கடிக்கப்படுவான். தன் மிகமிக நுண்ணிய நரம்புமுடிச்சுகளைக்கூட எதிரிக்குத் திறந்து வைப்பவன். தன் குருதிச்சுவையை தான் உணர்ந்து அதில் திளைப்பவன்” என்று அவன் சொன்னான்.

“நான் என்னை இழிந்தோன் என உணர்கிறேன், இளையவனே. எப்போதும் இரக்கமின்றி என்னிடம் உசாவிக்கொண்டிருக்கிறேன்” என்று நான் சொன்னேன். “என்னிடம் ஒவ்வொருநாளுமென நான் கேட்டுக்கொள்கிறேன். நான் மண்விழைகிறேனா? வெற்றியையும் புகழையும் எண்ணிக்கொண்டிருக்கிறேனா? வஞ்சம் வளர்க்கிறேனா? இல்லை இல்லை இல்லை என நூறுமுறை என்னுள் சொல்லிக்கொள்ள என்னால் இயலும். ஆயினும் நான் என்னை அவ்வாறு உணரும் தருணங்கள் நிகழ்ந்துகொண்டே இருக்கின்றன.” என் விழிநீர் வழிந்து மடியில் சொட்டியது.

“மிகமிக ஆழத்திலிருந்து என் கீழ்மைகள் எழுந்து வருகின்றன, ஏழாமுலகத்து நாகங்கள் என. நான் தீயோன் என உணர்ந்து உளம் கரைந்தழிந்த நாட்கள் எவ்வளவோ. உயிர்விடுவதொன்றே வழி என்று துணிந்த தருணங்களும் பல. நீ சொல், நான் என்ன செய்யவேண்டும்? என் இயல்பு என்ன? ஆழத்தில் காமத்தையும் வஞ்சத்தையும் விழைவையும் வைத்துக்கொண்டு அதை மறைக்க அறமென்றும் நெறியென்றும் அள்ளிப்போர்த்திக்கொள்ளும் பொய்யனா நான்?” என்றேன். மேலே பேசமுடியாமல் உதடுகளை மடித்து அழுத்திக்கொண்டேன்.

சகதேவன் என் விழிநீரால் முகம் கனியவில்லை. எவருக்கோ குறிச்சொல் உரைப்பவன்போல சொன்னான். “இல்லை மூத்தவரே, இன்று இப்புவியில் வாழ்பவர்களில் நீங்களே அறத்தோன். அதில் எனக்கு ஐயமே இல்லை.” அச்சொற்களை அவன்தான் சொல்கிறானா என்பதுபோல் அவன் விழிகளை நோக்கியிருந்தேன். “மூத்தவரே, அறத்தோர் என்போர் இம்மண்ணில், குடியில், உறவுகளில், அரசியலில் பிணைந்து வாழும் உலகியலோர். இரண்டின்மையில் அமர்ந்த யோகியருக்கு அறமில்லை” என்று அவன் சொன்னான்.

“உலகியலில் வாழ்பவர் என்பதனாலேயே அறத்தோர் பற்று கொண்டிருக்கிறார்கள். உண்மையானவர் என்பதனாலேயே அப்பற்று நிலை கொண்டதாகிறது. உணர்வுமிக்கவர் என்பதனாலேயே அது ஆற்றல்மிக்கதாகிறது. நமர் பிறர் என்னும் பிரிவினை இன்றிப் பற்றில்லை. நலம் நாடுதலும் அல்லவை ஒழித்தலும் என பற்று செயல்வடிவாகிறது. அறத்தோர் அனைவருமே ஓயாது செயல்படுவோர். செயல் உணர்வலைகளை உருவாக்குகிறது. செயல்விசை மிகுந்தோறும் துயர் பெருகுகிறது. பெருந்துயரே பேரறத்தானின் இயல்பு.

“சார்புநிலைகொண்டு மிகையுணர்ச்சியுடன் பெருவிசையுடன் செயல்படுபவரைப் பிறர் அஞ்சாமலும் வெறுக்காமலும் இருக்கமுடியாது. அவர்கள் இரட்டைநிலை கொண்டவர்கள் என்றும்

நயவஞ்சகர்கள் என்றும் தன்னைத்தானே ஏமாற்றிக்கொள்பவர்கள் என்றும் வசைபாடப்படுவார்கள். அவர்களை அணுகியிருப்போர் விலகுவர். அகன்றிருப்போர் தங்கள் எண்ணப்படி வகுத்துக்கொள்வர். அறம்பிழைப்போர் அனைவருமே அவர்களை தங்கள் எதிரிகளென எண்ணுவர். அவரை அறமிலி என நிறுவுவதனூடாகத் தங்களை நன்னிலையில் காட்டமுடியுமென நம்புவர்.

"மூத்தவரே, அறத்தில் நிற்பவர்கள் விரும்பப்படுவதேயில்லை. அவர்கள் இளையோருக்கு காமத்தின் நடுவே கேட்கும் ஆலய மணியோசைபோல எரிச்சலூட்டுகிறார்கள். உலகியலோருக்கு மேயும் பசுவைக் கொட்டும் ஈயென சினமளிக்கிறார்கள். நோக்கு விலக்கா மூதாதையிடம் என சிறுவர் அவர்கள்மேல் கசப்பு கொள்கிறார்கள். வரவிருக்கும் கூற்றை என முதியோர் அஞ்சுகிறார்கள்" என்று சகதேவன் தொடர்ந்தான். "ஆயினும் அறத்தோர் இங்கு தேவைப்படுகிறார்கள். அவர்களே இச்சுழற்சியின் மைய ஆணி. விலகிச்செல்லும் விசைகொண்டவர்கூட ஒரு கையால் பற்றிக்கொள்ளும் தூண்.

"ஆகவே அறத்தோர் வாழ்கையில் வெறுக்கப்படுவார்கள். மறைந்தபின் திருவுருவாக ஆக்கப்பட்டு வணங்கப்படுவார்கள். அவர்களிலிருந்து மேலும் அறத்தோர் எழுவார்கள். அறம் ஒருபோதும் ஐயமின்றி, தயக்கமின்றி, திரிபின்றி, மறுப்பின்றி மானுடரால் கடைக்கொள்ளப்படாதென்பதனால் அறத்தோரும் அவ்வண்ணமே அறியப்படுவார்கள்" என்று சகதேவன் சொன்னான். அவன் சொற்கள் என்னை ஆறுதல்படுத்தின. பெருமூச்சுகளினூடாக நான் தணிந்தேன். தலைகுனிந்து நிலம்நோக்கி முணுமுணுத்தேன். "நான் அறத்தோனா என்றே ஐயம்கொள்கிறேன்."

"மூத்தவரே, பற்றிலிருந்து எழுவன காமமும் விழைவும். அவ்விரண்டும் விளைவிப்பது வஞ்சம். அறத்தோன் அந்த மூன்று மாசுகளையும் அஞ்சுபவன். அவற்றை விலக்கி விலக்கி உள்ளமுத்தி ஆழத்தில் புதைக்கிறான். அணுவென்றாகி அது அவனுள் இருக்கிறது. ஆனால் ஒவ்வொரு செயலிலும் நுண்ணிதின் நுண்மையாக அது வெளிப்படவும் செய்கிறது. எளியோரிடம் பெருந்தீமைகளேகூட மறைகையில் அறத்தோரிடம் ஆழத்து நுண்மாசுகூட பேருரு எனத் தெரிகிறது. ஏனென்றால் எளியோரிடம் நாம் நன்மையை எதிர்பார்க்கிறோம். அறத்தோரிடம் தீமையை எதிர்பார்க்கிறோம்.

"அறத்தோரை ஆயிரம் விழிகொண்டு கண்காணிக்கிறோம். அவர்களில் மும்மாசில் ஒருதுளியைக் கண்டடைந்ததுமே நிறைவடைகிறோம். அறத்தோர் நமக்கெதிரான ஓர் இறையாணை. நம்மை ஆளும் ஒரு செங்கோல். நம்மை கண்காணிக்கும் அறியா விழி. அதில் பழுது என்பது

நாம் அடையும் ஒரு விடுதலை. மூத்தவரே, அறத்தோரிடம் நீர் அறத்தோர் அல்ல என்று சூழல் சொல்லிக்கொண்டே இருக்கிறது. எரிபுகுந்து காட்டு, முள்பீடத்தில் அமர், நெஞ்சு பிழுது எடுத்து அவைநடுவே வை, நிறைதுலாவில் நின்று நிலைநிறுவு என்று ஆணையிடுகிறது. அதை ஏற்று தங்களை மீளமீள உசாவுகிறார்கள் அறத்தோர். குருதியால், விழிநீரால் தங்களை நிறுவமுயல்கிறார்கள். உள் திறந்திட்டு நம் முன் நின்றிருக்கிறார்கள்.

"நான் மாசுடையோன் என்று சொல்லாத அறத்தான் இல்லை. தன்னைச் சுருக்கி அணுவென்றாக்குவதே அவர்களின் இயல்பு. ஆனால் அறத்தான் எனும் ஆணவமே அவர்களை ஆள்கிறது. நீ அறத்தானா என்று கேட்கும் குரல்களுக்கு முன் உனக்கென்ன என்று கேட்கும் அறத்தான் எவருமில்லை. இவ்வுலகுக்கே மறுமொழி சொல்ல கடன்பட்டவன் என்றும் இவ்வுலகத்தின் முன் எழுந்து நிற்கிறேன் என்றும் எண்ணிக்கொள்வதே அறத்தானின் தீயூழ்" என்று சகதேவன் சொன்னான். "மூத்தவரே, நீங்கள் பேரறத்தான் என்பதனால் ஒவ்வொன்றும் நூறுமடங்கு."

நான் அவனை நோக்கியபடி அமர்ந்திருந்தேன். பின்னர் "நீ சொன்ன அனைத்தையும் நான் ஒற்றைச் சொல்லாகச் சுருக்கிக் கொள்கிறேன். நான் ஆழத்தில் மூன்று மாசுகளை கரந்தவன், என் நல்லியல்பால் அவற்றுடன் ஓயாது போரிடுகிறேன் என்பதனால் மட்டுமே நான் அறத்தோன்" என்றேன். சகதேவன் "ஆம் மூத்தவரே, எளியோர் தங்கள் அகத்தே அறத்தைக் கொண்டவர்களல்ல. மும்மாசுகளில் ஆடுவதே ஆழத்து விளையாட்டு. காமமும் ஆணவமும் வஞ்சமுமே அங்கே களியாடலென உருமாறியிருக்கின்றன. ஒவ்வொரு கணமும் அதை அசைபோட்டு சுவைத்துக்கொண்டிருக்கிறார்கள்" என்றான்.

"எளியோருக்கு அறமென்பது பிறருடனான ஒப்பந்தம் மட்டுமே. செயலின் தருணங்களில் மட்டுமே அவர்கள் அதை எண்ணுகிறார்கள். எதிர்விளைவை எண்ணி மட்டுமே அதற்குக் கட்டுப்படுகிறார்கள். அறத்தோன் தன் அகத்திலும் அறத்தை எண்ணுபவன். தன்னுடன் கொள்ளும் சமரசங்களிலும் அறத்தை முன்வைப்பவன். எதிர்விளைவுகளை எண்ணாமல் அறத்திலமைய முற்படுபவன்" என்று அவன் சொன்னான்.

சற்றுநேரம் எங்களிடையே சொல் ஏதும் எழவில்லை. பின்னர் நான் அவனிடம் "உண்மையில் நான் யார்? அதை கண்டுசொல்ல உன் நிமித்த நூலில் இடமுண்டா?" என்றேன். "நிமித்த நூலின்படி மானுடர் அறுபடா தொடர்ச்சிகள். இங்கிருப்போர் வேறெங்கோ இருப்பவர்களின் மறுவடிவங்கள். அதை அறிய சில கணக்குகள் உள்ளன. ஆனால் அதை அறிந்து பயனில்லை" என்றான்.

நான் "ஏன்?" என்றேன். "அதை அறிவதனால் நாம் எதையும் மாற்றிக் கொள்ளப் போவதில்லை." நான் சீற்றத்துடன் "நான் மாற்றிக்கொள்கிறேன்" என்றேன். அவன் மறுமொழி சொல்லவில்லை. "ஏன்?" என்று சற்று தணிந்து கேட்டேன். "நாம் பழக்கத்தாலேயே வாழ்கிறோம். உளப்பழக்கம் உடற்பழக்கம். அறிவால் அல்ல." நான் "இல்லை, என்னால் என் அறிதலை அன்றாடமென்றாக்கிக்கொள்ள முடியும்" என்றேன். "அவ்வண்ணமென்றால் ஆகுக!" என்றான். நான் "சொல்க!" என்றேன்.

அவன் சில கணங்கள் தலைகுனிந்து நின்றுவிட்டு அருகிருந்த ஏட்டுப்பலகையை எடுத்து என் முன் வைத்தான். தன் கச்சையிலிருந்து எடுத்த சுண்ணக்கட்டியால் பன்னிரு களம் வரைந்தான். அதன்மேல் சோழிகளைப் பரப்பி கைகளைக் கட்டிக்கொண்டு நோக்கினான், அங்கே எதையோ படிப்பவன்போல. அவன் புருவங்கள் அசைந்துகொண்டே இருந்தன. முகம் கனவிலாழ்ந்தது. கைகள் நீண்டு அவனை அறியாமல் நிகழ்வதுபோல காய்களை நீக்கி வைத்துக் களம் மாற்றின. பலமுறை களம் உருமாறி இறுதியாக அமைந்ததும் பெருமூச்சுடன் என்னை நோக்கினான்.

"மூத்தவரே, விழைவுகொண்டு வேள்வி செய்யும் மானுடன் எழுந்து மேல்சென்று அடையும் பெருநிலை என்பது இந்திரனே. ஞானவேள்வி செய்வோர் வான்திகழ் மீன்களாகின்றனர். கர்மவேள்வி செய்வோர் தேவர்களாகின்றனர். பெருவேள்வி நிறைவுசெய்வோர் இந்திரர்களாகி அமர்கின்றனர்" என்று சகதேவன் சொன்னான். "யுகம் மாறுகையில் இந்திரர்கள் மாறுகிறார்கள். இதுவரை பன்னிரண்டாயிரம்கோடி இந்திரர்கள் உருவாகியிருக்கிறார்கள் என்பது நிமித்தக் கணக்கு. அவ்விந்திரர்களாலான இந்த காலத்துளி பன்னிரண்டாயிரம் கோடிமுறை சொட்டி நிறைகையில் விஷ்ணுவின் ஒருகணம் முழுமைகொள்கிறது.

"ஆனால் விழைவதனைத்தையும் அடைந்து அமைந்திருக்கையிலும் இந்திரனின் உள்ளத்துள் சென்ற பிறப்பின் நினைவென, கனவின் ஆழமென, ஒருதுளி இனிமை என மானுடவாழ்வு எஞ்சியிருக்கும். ஏனென்றால் இன்பம் சற்று இழப்புணர்வின்றி, ஒருதுளி ஏக்கமின்றி நிறைவடையாது. ஒருதுளி சிந்திய கலத்தையே நாம் இறுகப் பற்றுகிறோம். ஆயிரம் யுகங்களுக்கு ஒருமுறை இந்திரன் தன் வாழ்க்கையை முழுமைசெய்யும்போது அவனுள் எஞ்சிய விழைவினால் மானுடனாக பிறக்கிறான்.

"மூத்தவரே, சென்ற காலங்களில் விஸ்வஃபுக், பூததாமன், சிபி, சாந்தி, தேஜஸ்வி என்னும் ஐந்து இந்திரர்கள் இருந்தனர். அவர்களே நாம்" என்றான் சகதேவன். நான் "ஒருவர் பின் ஒருவராகவா?"

என்று கேட்டேன். அவன் புன்னகைத்து "இங்கிருக்கும் காலமல்ல அவர்களுடையது" என்றான். நான் அச்சொல்லையே ஓசையின்றி சொல்லிக்கொண்டிருந்தேன். விஸ்வஃபுக். புடவியுண்பவன். பின்னர் "அந்த இந்திரனின் இயல்பென்ன?" என்றேன்.

மூத்தவரே, யுகங்களுக்கு முன்பு புவியில் ஒரு சதுப்பில் யுதன் என்னும் கழுதைப்புலி வாழ்ந்தது. ஒவ்வொரு கணமும் வயிற்றிலெரியும் அனலால் அது அலைந்து திரிந்தது. அழுகியதும் மட்கியதும் புழுக்கொண்டதுமான ஊனைக்கூட உண்டது. வளைகளைத் தோண்டியும் சதுப்புகளைக் கிண்டியும் ஊன் தேடி அலைந்தது. ஒருமுறை ஊனுக்காகக் கழுகுகளுடன் போரிடுகையில் அதன் கண்களை அவை கொத்திக் குருடாக்கின. விழியிழந்த அதை அதன் குடி விலக்கியது. தனித்துப் பசித்து அலைந்த யுதன் மூக்கின் கூர்மையை நோக்கென்றாக்கி காட்டில் உணவு தேடியது. பிற விலங்குகள் உண்டு சிந்திய ஊன்துளியை நக்கி உண்டது. ஒவ்வொரு நாளும் பசி மிகவே ஊளையிட்டு அழுதபடி விண்ணை நோக்கியது.

காட்டில் அது சென்றுகொண்டிருக்கையில் செத்து அழுகிக்கிடந்த யானையின் உடலொன்றைக் கண்டது. அதை உண்ணும்பொருட்டு அதை நோக்கிச் சென்றது. ஊன்மணம் அதன் வாயிலிருந்து நீர் பொழியச் செய்தது. ஆனால் அந்த யானை ஒரு சேற்றுக்குழிக்குள் பாதிமூழ்கியதென உப்பிக்கிடந்தது. யுதன் அதை அணுகமுடியவில்லை. சுற்றிச்சுற்றி வந்து ஊளையிட்டபின் தன் உள்ளுறைந்த எச்சரிக்கையை முற்றாகக் கைவிட்டு அது சேற்றிலிறங்கியது. கால்கள் சேற்றில் புதைய உணவை கண்முன் நோக்கியபடி எச்சில் வழிய மூழ்கி இறந்தது.

அந்தப் பெருவிழைவால் அது மறுபிறவியில் அரக்கர்குலத்தில் பெரும்பசி கொண்ட யுதானன் என்னும் குழவியாகப் பிறந்தது. பிறந்ததுமே பசிவெறி கொண்டு அன்னை முலையை உறிஞ்சிக் குடித்தான். பால் நின்றதும் பிறப்பிலேயே இருந்த பற்களால் முலைக்கண்ணைக் கடித்து குருதியை உறிஞ்சலானான். அன்னை அவனைத் தூக்கி அப்பால் வீசினாள். செவிலி அருகணைந்து முயல் ஒன்றைக் கொன்று அக்குருதியை அவனுக்கு ஊட்டினாள்.

உணவு உணவென்று யுதானன் அலைந்தான். அவனைப் பசி என்னும் பேய் பற்றியிருப்பதாக எண்ணிய அவன் குடியினர் முற்றாக விலகிக்கொண்டனர். வேட்டையாடுவதும் உண்பதுமே வாழ்வென்றிருந்த யுதானன் ஒருநாள் காட்டெரியில் சிக்கி உயிரிழந்தான். அவன் பிடித்த மானைச் சுடும்பொருட்டு அவனே மூட்டிய தீ அது. அவனை அனலவன் உண்டபோது அவன் "ஃபுக்" என்று சொல்லிக்கொண்டிருந்தான். உண்பேன் எனச் சொல்லி மாண்டதனால் அவன்மேல் அளிகொண்ட

அக்னி மறுபிறவியில் அவனை சர்வஃபுக் என்னும் அரசனாக காசிநாட்டில் பிறக்கச் செய்தான்.

பெருவிழைவு கொண்ட அரசனாக இருந்தான் சர்வஃபுக். காணுமனைத்தையும் தனக்கெனக் கொள்பவன். பிறர்கொண்ட எதன்மீதும் வெறிமிக்க விழைவு எழுபவன். அப்பெருவிழைவே அவனை ஒருகணமும் சோர்வுறாதவனாக ஒரு சொல்லுக்குக் கூட உளம்தளராதவனாக ஆக்கியது. அவன் தன் வாழ்நாளெல்லாம் துயிலாமலிருந்தான். நூறு பிறவியில் செய்யவேண்டிய பயிற்சியை ஒரே பிறவியில் முடித்த வில்வீரன். நூறு பிறவிக் கல்வியை ஒரு பிறவியில் அடைந்த அரசுமதியாளன். அவன் அகத்தளத்தில் ஆயிரம் அரசியரும் துணைவியருமிருந்தனர். படைகொண்டுசென்று சூழ இருந்த அரசர்கள் அனைவரையும் வென்றான். அவர்களின் கருவூலங்களை உரிமைகொண்டான். மகளிரை சிறைப்பற்றினான்.

அரசர் வளரவளர மேலும் வளர்பவர் ஆகிறார்கள். சர்வஃபுக்கை வெல்ல எவராலும் முடியவில்லை. பாரதவர்ஷத்தை முழுதாண்டான். மேலும் ஆளும்பொருட்டு அஸ்வமேதமும் ராஜசூயமும் இயற்றினான். நூறு அஸ்வமேதமும் ராஜசூயமும் இயற்றி நூறாண்டு ஆண்டான். அகவை முதிர்ந்து விழியும் செவியும் மங்கிய பின்னரும் அரியணையொழியவில்லை. ஒருநாளும் அவையமர்வதைத் தவிர்க்கவில்லை. நூறாண்டிலும் மணம்கொண்டு காமமாடினான். படைகொண்டு தொலைநிலத்து எதிரிகளை வென்று பொருள்கொண்டான்.

இறுதிநாளில் படைகொண்டு செல்லவேண்டிய பன்னிரு நாட்களின் அட்டவணையை அமைச்சரும் படைத்தலைவரும் சூழ அமர்ந்து முடிவுசெய்துவிட்டு, இளநங்கை ஒருத்தியுடன் கொடிமண்டபம் சென்றான். அவளுடன் காமத்திலிருக்கையில் நெஞ்சு நிலைக்க இறந்து அவள் மேலேயே விழுந்தான். அவன் உடலில் காமம் விரைத்து நின்றது. அவனை எரியூட்ட கொண்டுசெல்கையிலும் அவ்விரைப்பு குத்திட்டு நின்றது. அது அவ்வாறே இருக்கட்டும், விழைவே அரசருக்கு மாண்பு என்றனர் அமைச்சர். எரியேறிய சர்வஃபுக் தானியற்றிய வேள்விகளின் பயனாக இந்திரநிலை அடைந்தான். அங்கே விஸ்வஃபுக் என்று பெயர்பெற்றான்.

புடவிப்பெருவெளியையே உண்டாலும் தீரா விழைவுகொண்டவனாக அவன் இருந்தான். எரியெழுந்த வேள்விக்களங்கள் அனைத்திலும் அவன் எழுந்து நாநீட்டி துளி சிதறாமல் அவிகொண்டான். அழகு முழுமைகொண்ட அனைத்துப் பெண்டிரையும் வண்டாகவும்

மீனாகவும் சூழ்ந்து பறந்தான். அவர்களின் காதலர் உடல்களை சூடிச் சென்று காமம் நுகர்ந்தான். பொன்னை, மணியை, மலர்களை, அரும்பொருட்களனைத்தையும் தான் தான் எனத் தழுவிக்கொண்டான். உலகனைத்தும் உண்டாலும் தணியா வேட்கையே விஸ்வஃபுக்.

"யுகம் முழுமையடைந்து அவன் மறைந்ததும் அவனுள் எஞ்சியிருந்த விழைவென்ன என்று நோக்கினர் கடுவெளியை ஆளும் ஊழின் தெய்வங்கள். அறத்தோன் என எதையும் வேட்காமல் அமைந்து வாழும் பெருநிலையை அவன் தன் ஆழ்கனவுகளில் கண்டு இன்புற்றிருந்தான் என உணர்ந்தனர். ஆகவே அவனை மண்ணில் ஓர் அரசன் என்று பிறக்கச் செய்தனர். அவன் அஸ்தினபுரியில் விசித்திரவீரியனின் குருதிவழியில் பாண்டுவின் முதல் மைந்தனாகப் பிறந்தான்."

நான் "உன் கதையின் உட்பொருளை மெல்ல மெல்ல சென்றடைகிறேன்" என்றேன். "என்னுள் உலகை உண்டாலும் தீராத இந்திரன் ஒருவன் வாழ்கிறான். அவனுடன் நான் போரிட்டுக்கொண்டிருக்கிறேன், இல்லையா?" சகதேவன் ஒன்றும் சொல்லவில்லை. "நான் பட்டினி கிடக்கும் பெருந்தீனிக்காரன், இல்லையா?" என மேலும் உரக்கக் கேட்டேன். சகதேவன் "நான் விடைகொள்கிறேன், மூத்தவரே" என்றான். "என்னால் துறந்துசெல்ல முடியாது, இல்லையா? நீ சொல்ல வருவது அதைத்தானே?" என்றேன். சகதேவன் தலைவணங்கினான்.

"நில், சொல்லிவிட்டுச் செல். நான் துறந்துசென்றால் இப்பேரழிவு நின்றுவிடும் என எண்ணுகிறாய் இல்லையா?" என் மூச்சிரைத்தது. கைகள் அடிபட்ட நாகங்கள் எனப் பதைத்து நெளிந்தன. சகதேவன் என் விழிகளை நோக்கி "ஆம்" என்றான். நான் நெஞ்சிலறைந்து "என்னால் துறக்கவே முடியாதென நினைக்கிறாய் அல்லவா?" என்று கூவினேன். அவன் விழிவிலக்காமல் "ஆம்" என்றான். "துறக்கிறேன்... இப்போதே துறந்துசெல்கிறேன். எனக்கு ஏதும் தேவையில்லை... நீ கூட தேவையில்லை. இதோ என் கணையாழியைக் கழற்றி வீசுகிறேன். மரவுரி அணிந்து சதசிருங்கத்திற்குக் கிளம்புகிறேன்" என்று உடைந்த குரலில் சொன்னேன்.

"அப்போதுகூட சதசிருங்கத்தையே சொல்கிறீர்கள், மூத்தவரே. பற்றறுக்க உங்களால் இயலாது" என்றபின் மீண்டும் வணங்கி சகதேவன் வெளியேறினான். அவன் பின்னால் நான்கடி வைத்து நின்றேன். கதவைப் பிடித்தபடி நின்றமையால் விழாமலிருந்தேன். துறப்பது மிகமிக எளிது. அக்கணையாழியைக் கழற்றினால் போதும். ஆனால் அதன்பின் என்னை

எப்படி நினைவுகூர்வார்கள்? போரை அஞ்சி தப்பியோடிய கோழை என்று. அதைவிட என்னைத் துறக்கச்செய்து முடியை வென்றார்கள் என்னும் பழிக்கு என் இளையோர் ஆளாவார்கள். அனைத்துக்கும் மேலாக குலமகள் கொண்ட சிறுமையை நிகர்செய்யாமல் கானேகிய வீணன் என்பார்கள். துறவால் அச்சொற்கள் அனைத்தையும் நான் ஒப்புதல்கொடுத்து வரலாறென்று ஆக்குவேன். செய்வதறியாமல் நின்று அந்தி இருண்டு வருவதை நோக்கினேன்.

3

நைமிஷாரண்யத்தில் இளைய யாதவரிடம் யுதிஷ்டிரர் கேட்டார். "யாதவனே, நான் உன்னைக் காணவேண்டுமென எண்ணிய தருணத்தைச் சொல்கிறேன். விழியிலாதாயிற்றெனச் செறிந்த இருளை நோக்கி நின்றபோது என்னை எண்ணி வியந்தும் மருகியும் இகழ்ந்தும் அலைபாய்ந்தேன். ஒரு தருணத்தில் தோன்றியது நான் இந்திரன் அல்லவா என்று. அக்கணத்தில் ஏற்பட்ட நடுக்கில் நான் அவனென்றே ஆனேன். அவனென நின்று அனைத்தையும் நோக்கி மீண்டேன்.

"விஸ்வஃபுக் ஏன் மேலும் விழைவுகொண்டான்? பிரம்மத்தின் பேருருவைக் கண்ட தேவர்க்கிறைவன். முடிவிலிகளாலான முடிவிலி என்று நூல்கள் சொல்வதை, அறிதல்களுக்கு அப்பாற்பட்ட அறிதல் என்று முனிவர் நவில்வதை அறிந்தவன். அவனுக்கு ஏன் விழைவெழுந்தது? ஏன் அவன் கணமொழியாமல் ஆட்டுவிக்கப்பட்டான்?" என்றார் யுதிஷ்டிரர்.

"அவன் அரசன் என்பதனால்" என்று இளைய யாதவர் மறுமொழி சொன்னார். "அரசன் பெருவிழைவால் ஆற்றல் கொள்பவன். இந்திரன் அரசர்களுக்கு முன்வடிவான அரசன். கணம் என தோன்றி விண் முழுதளக்கும் மின்படை கொண்டவன். அரசன் கற்பதும் முழுமைகொள்வதும் விழைவின் பாதையிலேயே. அவர்களுக்கான வழியை அரசமெய்மை என்றனர் நூலோர்."

யுதிஷ்டிரர் தன்னுள் எழுந்த வினாக்களால் மேலும் மேலுமென சீற்றம் கொண்டபடியே சென்றார். "எளிய விடைகளுக்காக நான் இங்கே வரவில்லை, யாதவனே. நான் யுதிஷ்டிரனல்ல, நான் பெரும்பசி கொண்ட விஸ்வஃபுக். இந்திரனென்றமைந்து நான் கேட்பதற்கு மறுமொழி சொல்க!" என்றார்.

மூன்று முதற்தெய்வங்களும் எண்ணியறிய முடியாத அதன் எல்லையின்மையை நான் அறிவேன். ஒரு முழு பால்வழியே துகளென நொறுங்கியழிந்தாலும் அதற்கு கணத்திலும் கணத்திலும் கணமென்றமையும் துளியினும் துளியினும் துளியான நிகழ்வல்ல அது. அதன் விரிவில் நிகழ்வது நிகழாமைக்கு சற்றும் மாறுபட்டதே அல்ல.

அது இரக்கமற்றது. தன் அலகிலா பேருருப் பெருக்கினாலேயே நோக்கும் விழியற்றது. கேட்கும் செவியற்றது. அறியும் உளமற்றது. ஆனால் சிற்றெறும்புக் கூட்டுக்குள்ளே ஆற்றலின் நெறி ஒன்று இலங்குகிறது. பெருங்கரி மந்தையையும் அன்னையே ஆள்கிறது. நெறியிலாத ஒரு துளி இடத்தையும் எங்கும் காணமுடிவதில்லை. நீரில் கலப்பதில்லை எண்ணெய். அனலில் எரிவதில்லை கல். முறை வகுக்கப்படாத எதுவுமில்லை இங்கே.

அவை எவருடைய ஆணை? எவருடைய விழைவை சூடியிருக்கின்றன இங்கெனத் திரண்டிருக்கும் இவையனைத்தும்? வினாக்களென நம்முள் எழுவன அனைத்தும் இங்கிருக்கும் நெறிமேல் நம் சித்தம் சென்றுமுட்டுவதனால் எழுவன. விடையென அமையவேண்டிய அது அப்பாலென பேருருக்கொண்டு நின்று அஞ்ச வைக்கிறது. சித்தம் பேதலிக்கச் செய்து விலகிச் செல்கிறது.

இதோ போர்ச்சூழல் இறுகி விம்முகிறது. பல லட்சம் மக்கள் செத்துக் குவியவிருக்கிறார்கள். அவ்விருளில் நின்றபோது என் நெஞ்சு அச்சம்கொண்டு உறைய ஒருகணத்தில் அனைத்தையும் உணர்ந்தேன். தலைமுறை தலைமுறையெனப் பிறந்து பிறந்து பெருகிப்பெருகி இப்போர் நோக்கி வந்துகொண்டிருக்கின்றது பாரதவர்ஷத்தின் மக்கள்திரள். போர்வெறியும் போரின்மீதான அச்சமும் அங்கே செல்வதற்கான விசையே. வஞ்சமும் அமைதிக்கான விழைவும் அதை நோக்கிய நகர்வே.

அங்கு நிகழவிருப்பதென்ன? வில்வல்லமையும் எண்ணிக்கைவல்லமையும் உளவல்லமையும் ஊழ்வல்லமையும் நின்று மோதிக்கொள்ளும். வெல்வர், தோற்பர். அதற்கேற்ப பாரதவர்ஷத்தின் எதிர்காலம் மாறும். இன்னமும் கருபுகாத கோடிமக்களின் ஊழை இங்கு முடிவுசெய்யவிருக்கிறோம். யாதவனே, இவ்விசையின் ஊற்று எது? இங்கு இதை ஆற்றுவது அது என்றால் அந்த அலகிலி சொல்லவேண்டும் இவனையனைத்துக்கும் என்ன பொருள் என்று. இவற்றுக்கெல்லாம் அந்த அறியமுடியாமை வரை செல்லும் ஒரு நெறி இருக்கவேண்டும்.

நாளை அக்களத்தில் இளமைந்தர் நெஞ்சுபிளந்து செத்துக்கிடப்பார்கள். இறப்பை அஞ்சி, வலியில் துடித்து வான்நோக்கி கைவிரித்து ஓலமிடுவார்கள்

சிலர். அன்னையரும் மனைவியரும் குழல் விரித்திட்டு ஓடிவந்து களம்பட்டோர் மீது விழுந்து அலறியழுவார்கள். தலையை நிலத்தில் அறைந்து கூவி கதறி மயங்கி விழுந்து மண்ணில் புரள்வார்கள்.

இல்லங்களெங்கும் இருள்பரவும். கைம்பெண்கள் மூலைகளில் ஒடுங்குவர். இளமைந்தர் தந்தையைத் தேடி அழுதுதிரிவர். பெருந்துயர் நிறைந்த நகரில் நகையெழ ஆண்டுகளாகும். குருதிமண்மீது மீள மீள மழைபொழிந்து பசுமையெழவேண்டும்.

அத்தனைபேரும் விண்ணை நோக்கியே கூவுவர். இரக்கம் கோரி. விளக்கம்கோரி. அப்பெருவெளிநோக்கி இதுவே உன் நெறியா, அளியே உனக்கில்லையா என்ற குரலெழாத ஒருகணமேனும் இம்மண்ணில் உண்டா?

இரக்கமற்ற பெருவிரிவு. இங்கிருக்கும் எவற்றுக்கும் பொருள் அலாத அலகிலாமை. எச்சொல்லும் எவ்வெண்ணமும் எவ்வுணர்வும் எவ்வூழ்கமும் சென்றடைய முடியாத ஆழிப்பேராழி. ஆனால் அங்கிருந்து வருகின்றன இங்கிருக்கும் ஒவ்வொரு கணத்தையும் ஆளும் நெறிகள். என்றால் அது பொறுப்பேற்கட்டும் அறத்திற்கு. அதுவே அறமழிவுக்கும் பொறுப்பேற்கட்டும். இருளுக்கும் ஒளிக்கும் ஆக்கத்திற்கும் அழிவுக்கும் அடிப்படையென வந்து நிற்கட்டும்.

அதன் முன் எளியோர் நாம் ஏன் நம் செயல்களுக்கு பொறுப்பேற்கவேண்டும்? நாம் ஏன் குற்றவுணர்வு கொண்டு கலுழவேண்டும்? நன்றென்றும் தீதென்றும் அறமென்றும் அலவென்றும் ஏன் உசாவவேண்டும்? ஏன் அளிகொள்ளவேண்டும்? எதன்பொருட்டு நாம் கட்டுண்டிருக்கவேண்டும்?

என் ஆணவமே அறமென்று என்னைச் சூழ்ந்தது என்று இன்று அறிகிறேன். நான் அரியவன் என்று பிறர்முன் காட்ட விழைந்தேன். பிறர் வகுத்த களத்தில் ஆடி முதன்மை பெற்று அவர்களின் பாராட்டைப் பெற விழைந்தேன். அறமென்பது பொய்யென்று அறிந்திருந்தமையால் என்னுள் நிறைவிழந்திருந்தேன். பொய்யென அறிந்த ஒன்றுக்காக என் இன்பங்களை கையளிக்கிறேனா என எண்ணி துயர்கொண்டிருந்தேன்.

அதுவே அடிப்படை. அது அறமிலாதது எனில் இங்கு எதுவும் அறமிலாததே. அது அளியிலாதது எனில் இங்கு அளி என்பதே தேவையில்லை. அது அறியமுடியாதது எனில் இங்கு எதையும் அறியமுடியாது. யாதவனே, அது பொருளில்லாதது என்றால் இங்கே பொருள்தேடி பேசுவதெல்லாம் பசப்பே.

“நான் கேட்பது ஒன்றே. மிக எளிய சொற்களில் இதுவே. யாதவனே, இங்குள்ள அறங்கள் அனைத்தும் தெய்வங்கள் பெயரைச் சொல்லி

நிறுத்தப்படுவன. அவை தெய்வங்களால் அளிக்கப்படுவனவா? இருமையற்றது அது என்றால் எதுவும் அதன் உச்சத்தில் இருமையற்றதே. அவ்வாறென்றால் இங்கே நன்றும் தீதும், அறமும் மறமும் இல்லையென்றே ஆகுமல்லவா?"

இளைய யாதவர் புன்னகையுடன் அமர்ந்திருப்பதைக் கண்டு யுதிஷ்டிரர் சினம்கொண்டு குரலுயர்த்தினார். "சொல்க, அறமென்பதும் அளியென்பதும் வெறும் உளமயக்குகளன்றி வேறென்ன? அவற்றை உதறிவிட்டு வாழ்ந்தால் வென்றாலும் இழந்தாலும் குற்றவுணர்விலாது, உளக்குழப்பமில்லாது இங்கு வாழமுடியும் அல்லவா?"

"ஆம்" என்று இளைய யாதவர் சொன்னார். "அவ்வாறு இயலுமென்றால் அது நல்லதுதான்." யுதிஷ்டிரர் கையை வீசி "ஏன் இயலாது? விலங்குகள் வாழ்கின்றன. பூச்சிகள், செடிகள் அவ்வாறே வாழ்கின்றன" என்றார். "காமமும் குரோதமும் மோகமும் மட்டுமே அவற்றை இயக்குகின்றன. வேறெந்த நெறியுமில்லை."

இளைய யாதவர் அதே புன்னகையுடன் "இல்லை. அவ்வாறென்றால் ஒரு தலைமுறையுடன் உயிர்கள் அழியும். வேட்டைக்கு எளியதும் உண்பதற்கு இனியதும் இளங்குழவிதான்" என்றார்.

யுதிஷ்டிரர் திகைக்க "ஆனால் இங்கு குழவிகளே அரசர்களுக்கு நிகராக பேணப்படுகின்றன. அன்னையரின் குருதியை உண்கின்றன. தந்தையர் மீதேறி மறுசொல்லெழா ஆணைகளை இடுகின்றன. குழவிகளின் பொருட்டே அனைத்துக் குலநெறிகளும் அமைந்துள்ளன. குழவிகளின்பொருட்டு அனைத்துயிரும் தங்கள் உயிரை அளிக்கவும் சித்தமாகின்றன" என்றார் இளைய யாதவர்.

எப்போதும் எங்கும் நெறியே ஆள்கிறது, யுதிஷ்டிரரே. அரிதாக சில உயிர்த்தொகைகளில் நெறிகள் அழிகின்றன. அனைத்தும் நிலைகுலைந்து சரிய அந்த அழிவினூடாக கற்றுக்கொண்டு அறத்தை மீட்டுக்கொள்கின்றது அந்த உயிர்த்தொகை.

அறத்தை ஐயப்படாத மானுடனே இல்லை, ஏனென்றால் அதன் வழிகள் மறைவானவை. அறத்தை நம்பாத மானுடனும் இல்லை. ஏனென்றால் அது இன்றி அவன் வாழவியலாது. அறத்தை ஐயம்கொள்பவனே அதை உள்ளூர சார்ந்திருக்கிறான். அறத்தை மறுப்பவன் அதை அஞ்சுகிறான். அறத்தைக் கூவுபவன் அதன்மேல் ஐயம்கொண்டிருக்கிறான்.

உயிர் ஒவ்வொன்றுக்கும் அவற்றுக்கான அறம் உள்ளது. மானுடருக்குரிய அறம் மானுடரால் உருவாக்கப்பட்டது. குடிகள், குலங்கள், நாடுகள் போல. இல்லங்கள், நகரங்கள் போல. ஆடை போல, அணி போல.

அது இனிதென்றும் நன்றென்றும் கண்டமையால் பேணப்பட்டது. அது பல்லென்றும் நகமென்றும் ஆகுமென்பதனால் பூணப்பட்டது.

அறங்கள் மண்ணில் கண்டடைந்து பெருக்கப்பட்டவை. முன்பொருநாள் ஒரு துளிச் செம்பு மண்ணில் மானுடனால் கண்டெடுக்கப்பட்டது. அது நன்றென்று உணரப்பட்டது. மீண்டும் மீண்டுமென செம்பைத் தேடி சேர்த்தனர் மானுடர். அது படைக்கலமும் மனைக்கலமும் அணிகலமும் ஆகியது. அவர்களைக் காத்தது, ஊட்டியது, அவர்கள் உள்ளத்தின் அழகு ஆகியது.

மண்ணிலிருந்தும் அது பிரித்தெடுக்கப்படுகிறது. ஆழங்களில் இருந்து அகழ்ந்தெடுக்கப்படுகிறது. எடுக்கப்பட்டது ஒருபோதும் மீள மண்ணுக்கு செல்வதில்லை. அது தொழில் மாறக்கூடும். அதற்கேற்ப உரு மாறக்கூடும். ஒன்றோடொன்று கலந்து ஒளிமாறக்கூடும். ஆனால் ஒருபோதும் கைவிடப்படாமல் என்றும் இங்கிருக்கும்.

செம்பு மென்மையானது. இரும்பு வன்மையானது. வெள்ளி ஒளி கொண்டது. பொன் அரிதானது. செம்பை இரும்பு வெல்லும். வெள்ளியைப் பொன் மிஞ்சும். மென்மையான பொன் வன்மையான இரும்பை ஆளும். செம்பு பொன்னுடன் கலந்து விலைமிகும். உலோகங்கள் போரிடுகின்றன. உலோகங்கள் வென்றும் தோற்றும் உலகு சமைக்கின்றன.

உலோகங்கள் ஒன்றே. இரும்பு வேர். செம்பு தண்டு. வெள்ளி இலை. யுதிஷ்டிரரே, தங்கம் மலர். ரசக்கலை அறிந்த யோகி ஒருவன் இரும்பைப் பொன்னாக்கினான். பின்னர் பொன்னை இரும்பாக்கிக்கொண்டான். இரண்டையும் சாம்பலாக்கி காற்றில் கரைத்துவிட்டு அமர்ந்திருந்தான்.

மானுடனின் அனைத்து தெய்வங்களும் மானுடனால் உருவாக்கப் பட்டவை என்பதே வேதச்சொல். நற்செயல்கள் நெறியென ஆற்றப்படுகையில் வேள்விகளாகின்றன. வேள்வியால் தேவர்கள் உருவாகிறார்கள். அவிகொண்டு ஆற்றல் பெறுகிறார்கள். தேவர்களால் தெய்வங்கள் விண்ணில் நிறுத்தப்படுகின்றன. மண்ணில் வேள்வி அழியும்போது தெய்வங்கள் நீர்பெறாத செடிகள் என வாடிக் கருகி அழிகின்றன.

ஆகவேதான் நீங்கள் தெய்வங்களைக் கைவிடாதிருங்கள், உங்களை தெய்வங்கள் கைவிடாதிருக்கட்டும் என்கின்றன வேதங்கள். தெய்வங்களைக் கைவிடும் குடிகள் தங்களை அழித்துக்கொள்கின்றன. தெய்வங்கள் மானுடனால் ஆற்றல்பெற்று மானுடனை ஆள்கின்றன. அரசன் வரிகொண்டு குடிகளை ஆள்வதுபோல.

கடுவெளியும் காலமும், பொருளும் ஆற்றலும், இன்மையும் இருப்பும் முடிவிலியும் இரண்டிலியும் ஆன அது எதற்கும் விடையல்ல. அது எதையும் ஆற்றுவதில்லை. அது எதற்கும் பொறுப்பல்ல. மானுடவினாக்களுக்கு மானுட தெய்வங்களே விடைகள். மானுடரை மானுட தெய்வங்களே ஆக்கி புரந்து அழிக்கின்றன. அவையே மானுடனுக்குப் பொறுப்பேற்கின்றன.

நோக்கிலாததன் நோக்கே தெய்வங்கள். அளியற்றதன் அளி. அலகிலாததன் அறிவடிவு. முடிவிலாததன் கருத்துரு. தெய்வங்களால் ஆளப்படுகின்றது புடவி. எறும்பும் ஈயும் புழுவும் பறவையும் தங்கள் வேள்விகளால் தங்களுக்குரிய தெய்வங்களை சமைக்கின்றன. தங்கள் தெய்வங்களால் படைத்துக் காத்து அழிக்கப்படுகின்றன.

நேர்கொண்ட பார்வையில் தொகுத்து முன்சென்று இதை அறியவியலாது. ஊசலென ஆடி, முரண்கொண்டு திரும்பி அறியவேண்டியது இது. சொல்லடுக்கைக் கற்பனையால், அறிவை ஊழ்கத்தால், தெளிவைப் பித்தால் நிரப்பிக்கொண்டு சென்றடையவேண்டியது. கருத்தென அல்ல புதிரென அறியப்படவேண்டியது. அறிந்தவற்றை அறியாமையால், கூர்மையைப் பேதைமையால் எழுப்பாதவன் இதை உணரமுடியாது.

இந்த முரணே ராஜவித்யை எனப்படுகிறது. அறிதற்கரிதென்பதனால் ராஜகுஹ்யம் எனப்படுகிறது. இது தூய்மையளிப்பதில் மாண்புடையது. கண்முன் என காண்பதற்குரியது. அறத்துக்கு இயைந்தது. இயற்றுதற் கெளியது. அழிவற்றது.

அறியா நுண்மையாய் அது இவ்வுலகைத் தாங்கியிருக்கிறது. அதிலமைகின்றன ஐம்பெரும் பருக்களும். ஆனால் முற்றிலும் கடந்துறைகிறது அது. பருவெளியை ஆக்கி பருப்பொருட்களின் நெறிகளுக்கே அவற்றை அளித்து தான் அப்பாலிருக்கிறது.

முதலியற்கையின் மூவியல்புகளின் முடிவிலா நிகராடலுக்கு விடப்பட்டுள்ளன அனைத்தும். நிகர்கொண்டு, நிகரழிந்து, புணர்ந்து, பிரிந்து, திரிந்து, திரண்டு, எழுந்து, அமைந்து, குவிந்து, பரந்து இங்கு பருப்பொருள் நிகழ்ந்துகொண்டிருக்கிறது. நீரலைகள் மேல், துளிகள் மேல், துமிகள் மேல் விண்கதிரோன் என அது பருப்பொருளில் தன்னை நிகழ்த்தி விளையாடுகிறது.

இப்பருவெளியை ஆள்வது பருப்பொருள் தன்னுள் கொண்ட நெறியே. பருப்பொருள் என்பது அந்நெறியின் பொருள்விளக்கம். அந்நெறி அப்பொருளின் கருத்துறைவு. உலகியலின் நெறிகள் உலகை ஆள்கின்றன. உலகியல் நெறிகளை அந்நெறிகளுக்குரிய தெய்வங்கள் ஆள்கின்றன.

நெறிபுரப்போரால் அவை அவியிட்டு வளர்க்கப்படுகின்றன.

அனைத்துக்கும் அப்பாலிருக்கும் அதுவே அனைத்துக்கும் முதல் விசை. அதுவே முதல் விதை. அதுவே வயல். அதுவே விளை. அதுவே களை. அதுவே பசி. அதுவே உடல். அதுவே உயிர். ஆயினும் முற்றிலும் அகன்றது. வேள்வி அது. எரிகொடை அது. எரியும் அது. நுண்சொல்லும் அதுவே. உடல் அது. நோய் அது. மருந்து அது. நெய்யும் அனலும் அதுவே. அதுவே ஒளி. ஒளியிருள் என்றிலாததும் அதுவே.

யோகத்திலமைந்தவர் அதை ஒன்றென உணர்கிறார்கள். ஞானத்தில் செல்பவர்கள் அதைப் பலவென அறிகிறார்கள். செயலில் இருப்பவர் அதை செயல்தருணங்களில் காண்கிறார்கள்.

கவிதையெனும் சோம மது உண்டவர்கள், அரசமைந்து பழிகள் அகன்றோர், வேதமறிந்தோர் எனும் மூன்று தரப்பினர் தங்களுக்குரிய வேள்விகளால் அதை வேட்டு விண்ணுலகு கொள்கிறார்கள். இந்திரநிலை அடைந்து அமைகிறார்கள். விண்ணின்பம் நிறைந்தவுடன் அழிவுடைய மண்ணுலகுக்கே மீள்கிறார்கள். விழைவுகொண்டவர் விழைவிலேயே உழல்வதே நெறி. அவர்களின் தெய்வங்கள் அவர்களைக் காக்கின்றன, வழிநடத்துகின்றன.

தேவரை வேட்போர் தேவரை எய்துவர். மூதாதையரை நோற்பவர் தென்புலத்தை வெல்வர். பருவுலகை தொழுவோர் செல்வங்களை அடைவார்கள். அதை மட்டுமே நாடுவோர் அதை அடைவார்கள். மங்கலம் மங்கலமின்மை கொண்ட இருபால் பயன்களைத் தருவனவாகிய செயற்சுழலிலிருந்து அவர்களே விடுபடுகிறார்கள்.

இளைய யாதவரின் சொல்கேட்டு திகைத்து அமர்ந்திருந்த யுதிஷ்டிரர் மீண்டும் தன்னைத் திரட்டிக்கொண்டு கேட்டார் “யாதவனே, சொல்க! வரவிருக்கும் இப்பேரழிவால் நீ துயருறவில்லையா?” இளைய யாதவர் புன்னகையுடன் “இல்லை, நானே கொல்கிறேன்” என்றார். “அவர்கள் மேல் அளிகொள்ளவில்லையா நீ?” என்று யுதிஷ்டிரர் கேட்டார். “எவர்மீது எவர் அளிகொள்வது?” என்றார் இளைய யாதவர். “இறப்பதும் நானே.”

“எளிய மானுடர் அவர்கள். வாழப்பிறந்தவர்” என யுதிஷ்டிரர் குரல் அடைக்க சொன்னார். நெஞ்சு நெகிழ விழிநீர் வடித்தபடி “மைந்தர், தந்தையர், உடன்பிறந்தார்...” என்றார். “என் நெஞ்சு தாளவில்லை. எதன்பொருட்டு என்ன பொருள் என என் உள்ளம் ஏங்கித் தவிக்கிறது.” “பொருளறிந்தால் துயர் மீள்வீரா, யுதிஷ்டிரரே?” என்றார் இளைய யாதவர். “ஆம்” என்றார் யுதிஷ்டிரர்.

“மெய்மை நான்கு வகை துயர்களுக்கு மாற்று என்கின்றன நூல்கள். தெய்வம், பொருள், மானுடர் என்னும் மூன்று வகையில் எழும் உலகத்துயர் அனைவருக்கும் உரியது. இருத்தலை எண்ணும் எளியோன் நிலையாமை கண்டு துயர்கொள்கிறான். அறிஞன் அறியமுடியாமையின் துயரை அடைகிறான். இருமையின் துயர் அடைகிறான் ஞானி.

“நீங்கள் கொண்டிருப்பது எளியோரின் துயர். அதை நீக்கினால் அறிஞனுக்குரிய துயரையே சென்றடைவீர்கள். யுதிஷ்டிரரே, இங்கிருக்கையில் துயரிலிருந்து துயருக்கே சென்றடைய முடியும். முற்றிலும் துயரற்றவன் இருமை கடந்தவன் மட்டுமே.”

“நான் கோருவது என் துயரை நீக்குவதற்காக அல்ல. இங்கு நிகழும் இப்பேரழிவு என்னும் துயரை நீக்கும்பொருட்டே” என்றார் யுதிஷ்டிரர். “அதன் பொறுப்பை என்னிடமிருந்து அகற்றும் மெய்மை எது என்று மட்டுமே.”

“இவ்வொரு பயணத்தில் வழிநடந்தபோது நீங்கள் பன்னீராயிரம் சிற்றுயிர்களை மிதித்துக் கொன்றீர், யுதிஷ்டிரரே” என்றார் இளைய யாதவர். சினம் கொண்ட யுதிஷ்டிரர் “என்னிடம் அணிச்சொல்லெடுக்க வேண்டாம். நான் மானுடரைப் பற்றி மட்டுமே பேசுகிறேன்” என்றார். “உயிர்களில் வேறுபாடு நோக்கும் ஒரு தெய்வத்திடம் எதை கோருகிறீர், தர்மரே?” என்றார் இளைய யாதவர்.

மறுமொழி சொல்லாமல் தலையை அசைத்த யுதிஷ்டிரர் “என் நாவை அடக்குதல் எளிது. கண்ணெதிரே அழிவு நிகழ்கையில் அறிவுக்கு மட்டுமே உகக்கும் கொள்கை பேசி அமர்ந்திருத்தல் அதனினும் எளிது” என்றார். “அரசன் என, தந்தை என நான் உனது விழிநோக்கி கேட்பது இதுவே, அறமென கனியாத மெய்மையால் என்ன பயன்?”

“இமயத்தால் என்ன பயன்?” என்று இளைய யாதவர் கேட்டார். “அம்மியென சமைந்தால் அடுமனைக்காகும். தூணென்று நின்றால் கூரையைத் தாங்கும். சிலையென ஆனால் தெய்வமேயாகும். வடதிசை எழுந்து தேவதாத்மா என்று முனிவரால் வணங்கப்படுவதோ வெறுமனே வான்தொட்டு நின்றிருப்பதனால்.”

யுதிஷ்டிரர் திகைத்து நோக்க இளைய யாதவர் தொடர்ந்தார். “அறிக, ஆயிரம் பல்லாயிரம் கோடி அம்மிகளும் தூண்களும் தெய்வச்சிலைகளுமாக உருமாறிக்கொண்டே இருக்கையிலும் முகில்சூடி நின்றிருக்கும் இமயமே அனைத்துக் கற்களுக்கும் பொருள் அளிக்கிறது. அனைத்துக் கல்லும் இமயமே என்று உணர்ந்தவனே கல்லை அறிகிறான்.

“விழிதூக்கி நோக்கி இமயத்தைப் பார்க்கையில் புலன்தொட்டறியும் பிரம்மம் என்று உளமெழாதவர் பாரதவர்ஷத்தில் எவர்?” என்றார் இளைய யாதவர். “கல் தேவையென்றால் கல்லை எடுங்கள். மலை தேவையென்றால் மலை கொள்க! கல்லும் மலையே என்று உணர்வதே யோகம்.”

யுதிஷ்டிரர் “அளியின்மை... அதை ஆயிரம்கோடி சொற்களைக் கொண்டும் எவரும் மறைத்துவிட முடியாது” என்றார். பின்னர் எழுந்துகொண்டு “போதும், இந்தத் தத்துவங்களன்றி எதையும் நீ என்னிடம் சொல்லிவிடமுடியாதென்று உணர்கிறேன். நான் கிளம்புகிறேன்” என்றார். “நான் எவரையும் அருகழைப்பதில்லை” என்று இளைய யாதவர் சொன்னார். உடனே “ஆனால் தூண்டிலிட்டு அமர்ந்திருக்கிறேன்” என உரக்க நகைத்தார்.

புரிந்துகொள்ளா விழிகளுடன் நோக்கிய யுதிஷ்டிரர் “நான் விடைகொள்கிறேன், யாதவனே” என தன் மேலாடையை சீரமைத்தார். இளைய யாதவர் எழுந்து நின்று “நன்று யுதிஷ்டிரரே, நற்சொற்களை உரைக்கும் வாய்ப்பு அளித்தீர்கள்” என்றார்.

யுதிஷ்டிரர் தலையசைத்துவிட்டு திரும்பும்போது இளைய யாதவர் “என்னை சந்திக்க விழைவதற்கு முன்னரே பிறிதொருவரை சந்திக்க எண்ணியிருந்தீர்கள், யுதிஷ்டிரரே. அவரை சந்தித்துவிட்டு இங்கு வந்திருக்கலாம்” என்றார். யுதிஷ்டிரர் திடுக்கிட்டவர்போல திரும்பி “யாரை?” என்றார். இளைய யாதவரின் விழிகளைப் பார்த்தபின் “ஆம், ஆனால் அதனால் இனி பயனில்லை” என்றார். “அறிந்துகொள்ளுதல் பயனுள்ளதுதானே?” என்றார் இளைய யாதவர்.

“ஆம், நான் என்னுள் ஏந்திக்கொண்டிருந்த எண்ணம் சகுனியை நேருக்குநேர் சென்று சந்திப்பதுதான். தனிமையில். உளம் நெகிழ்ந்திருக்கும் ஒரு விடியற்காலையில்” என்றார் யுதிஷ்டிரர். “அதை என் கீழ்மையின் வெளிப்பாடாகவே இன்று பார்க்கிறேன். நான் அறத்தோன் என்றும் அளிகொண்டவன் என்றும் எண்ணினேன். அவரை நேரில் கண்டு என் உள்ளத்தைத் திறந்து வைத்தால், கைகளைப் பற்றிக்கொண்டு கண்களை நோக்கிப் பேசினால் அனைத்தும் சீரடைந்துவிடுமென நம்பினேன்.

“அந்த நம்பிக்கையைப் பகற்கனவெனக் கொண்டலைந்தேன். அதை நான் ஏன் செயல்படுத்தவில்லை என இன்று தெளிவாக அறிகிறேன். அது செயற்தளத்தில் உண்மையைக் காட்டிவிடக்கூடும் என அஞ்சியது என் ஆழம். ஆகவே அதை ஓர் இனிய கனவென்று கொண்டலைந்தேன்.

ஒவ்வொருநாளும் இளங்காதலன் என அவ்வெண்ணத்தை எனக்குள் வைத்து வருடி மகிழ்ந்தேன். நரம்பு தெறிக்க அடித்து என் நம்பிக்கைகளைச் சிதறடித்தது நடைமுறை உண்மை. இப்போது அது எனக்கு கூச்சமளிக்கும் ஒரு பழைய நினைவு மட்டுமே."

"அவ்வளவுதானா?" என்றார் இளைய யாதவர். "பிறகென்ன?" என்று யுதிஷ்டிரர் கேட்டார். "வெறும் அறக்கற்பனையா? அதற்கப்பால் ஏதுமில்லையா?" யுதிஷ்டிரர் அவர் விழிகளை நோக்கி "சொல்" என்றார். "அந்த அறக்கற்பனையின் ஆழத்தில் வஞ்சம் இல்லையா?" என்றார் இளைய யாதவர். "ஆம், இருந்தது. இப்போதும் வஞ்சமில்லை என்று சொல்லமாட்டேன். என் எதிரி அவர்."

இளைய யாதவர் "ஆம், ஆனால் முதன்மை வஞ்சம் அதுவல்ல" என்றார். "என் குலமகளை அவைச்சிறுமை செய்தவன் அவனே" என்றார் யுதிஷ்டிரர். இளைய யாதவர் புன்னகைத்து "ஆம், அதையும்விட ஆழ்ந்த உண்மை ஒன்றுண்டு. நீங்கள் முதல்முறையாக உயிரை அஞ்சியது வாரணவதத்தின் எரிமாளிகையில். உங்கள் இறப்பை கண்முன் எனக் கண்டது அப்போதுதான். அன்று சகுனிமேல் கொண்ட வஞ்சமே நீங்கள் முதலில் அறிந்த பேருணர்வு. யுதிஷ்டிரரே, அதிலிருந்து நீங்கள் இன்றுவரை மீளவில்லை" என்றார்.

யுதிஷ்டிரர் சில கணங்கள் நோக்கி நின்றபின் மெல்ல தளர்ந்து மூச்செறிந்து "ஆமென்றே கொள்வோம். அதிலென்ன பிழை?" என்றார். "அவ்வாறென்றால் போரின் வேர் எங்குள்ளது?" என்றார் இளைய யாதவர். "என்னில், ஆம் என்னில்... நான் மறுக்கவில்லை" என்றார் யுதிஷ்டிரர். "நான் கேட்பது அதைத்தான். அவரில் விழைவை நிறைத்து என்னில் வஞ்சம் விதைத்து மானுடத்தைக் கொன்றழித்து விளையாடும் அந்தப் பெருநெறியின் இரக்கமின்மை பற்றித்தான்."

இளைய யாதவர் "அதை அறிய நீங்கள் சகுனியை சந்திக்கலாமே?" என்றார். "அதனால் பயனில்லை" என்று யுதிஷ்டிரர் தலையசைத்தார். "யுதிஷ்டிரரே, உங்கள் வஞ்சத்தைக் கைவிடுவதற்கான ஒரு வாய்ப்பு. அவர் தன் விழைவையும் கைவிடக்கூடும்" என்றார். "அது நிகழாது... நீ சொன்னதுபோல் பருவுலகு தன் இயல்புவிசைகளின் நெறிப்படியே செயல்படுகிறது. இருவரும் ஆழங்களில் எங்கள் ஊழைப் பொறித்து வைத்துள்ளோம்."

இளைய யாதவர் "ஏன் அதைத் தவிர்க்கிறீர்கள்?" என்றார். யுதிஷ்டிரர் "நீ சொல், நான் அவரை சந்தித்தால் இப்பேரழிவு இல்லாமலாகுமா?" என்றார். இளைய யாதவர் புன்னகைத்து "இது முன்னரே நிகழ்ந்துவிட்டது" என்றார். யுதிஷ்டிரர் திகைக்க "நைமிஷாரண்யத்தின் காலம் வேறு,

யுதிஷ்டிரரே” என்றார் இளைய யாதவர். “நீங்கள் அவரை சந்தித்தால் இருவர் சொற்களும் மாறிமாறி பொருள் அளிக்கக் கூடும்.”

“ஆனால் நான் அஸ்தினபுரிக்குச் செல்லமுடியாது” என்றார் யுதிஷ்டிரர். “வருக, அவரை சந்திக்க நான் ஆவன செய்கிறேன்” என்றார் இளைய யாதவர். மீண்டும் கற்படியில் அமர்ந்துகொண்டு “அமர்க!” என்றார். யுதிஷ்டிரர் அமர்ந்ததும் முற்றத்து மணலில் ஒரு சிறு அரைவட்டத்தை வரைந்தார். “இதை முழுமைசெய்க!” என்றார். யுதிஷ்டிரர் அவரை ஐயத்துடன் நோக்கிவிட்டு அதை முழுமைசெய்தார். மறுகணம் அவர் அஸ்தினபுரியில் சகுனியின் மாளிகையில் இருந்தார்.

4

யுதிஷ்டிரர் சகுனியின் அறைவாயிலை அடைந்தபோது காலடியோசை கேட்டுத் துயில் விழித்த வாயிற்காவலன் திடுக்கிட்டு வாய்பிளந்தான். உடலில் கூடிய பதற்றமான அசைவுகளுடன் உள்ளே செல்ல திரும்பி உடனே அவரை நோக்கித் திரும்பி வணங்கி மீண்டும் உள்ளே செல்ல முயல அவன் தோள்தொட்டு தடுத்த யுதிஷ்டிரர் "நான் எவருமறியாமல் தனிப்பட்டமுறையில் காந்தாரரை சந்திக்க வந்தேன். அவரிடம் சொல்" என்றார். அவன் தலைவணங்கி உள்ளே சென்றான்.

அவன் திரும்பிவந்து தலைவணங்கி உள்ளே செல்லும்படி கைகாட்டியதும் "என் மைந்தன் சர்வதன் எனக்குத் துணையாக வந்துள்ளான். அவனை ஓய்வெடுக்கச் சொல்க!" என்றபின் யுதிஷ்டிரர் உள்ளே சென்றார். அறைக்குள் சகுனி இல்லை. மஞ்சமும் அருகே இரு பீடங்களும் ஒழிந்துகிடந்தன. சூதுப்பலகை காய்கள் பரப்பிய நிலையில் விரிந்திருக்க அப்பால் சாளரத்திலிருந்து காற்று வந்து திரைச்சீலைகளை நெளியச்செய்தது.

யுதிஷ்டிரர் உப்பரிகையில் சகுனி நிற்பதைக் கண்டார். அவருக்குப் பின்னால் சென்று நின்று "வணங்குகிறேன், காந்தாரரே" என்றார். சகுனி திரும்பாமல் மறுமொழி சொல்லாமல் அசைவிலாது நின்றார். "உங்களை சந்திக்க வந்தேன், காந்தாரரே" என்றார் யுதிஷ்டிரர் மீண்டும். சகுனி மெல்ல முனகினார். "நாம் ஒருமுறைகூட நேருக்குநேர் என சந்தித்ததில்லை. எண்ணிநோக்குகையில் அது பெரிய விந்தையெனப்படுகிறது. எண்ணிநோக்கினால் நாம் இருவர் கொண்ட முரணே இவையனைத்தும். நாம் இருவர் சூதாடியுமிருக்கிறோம். ஆனால் உரையாடியதில்லை."

“சூது ஓர் உரையாடலே” என்றார் சகுனி. யுதிஷ்டிரர் சற்று தடுமாறி “ஆம்” என்றபின் “நாம் ஏன் பேசிக்கொள்ளக்கூடாது? நான் அதையே ஆண்டுக்கணக்கில் கனவுகண்டுவந்திருக்கிறேன். இப்போதில்லை எனில் இனியில்லை என்று தோன்றியது. ஒரு கனவு. அதில் இளைய யாதவர் என்னிடம் ஒரு வளையத்தை நிறைவாக்கச் சொன்னார். நான் அதை நிரப்புகிறேன். விழித்துக்கொண்டதுமே இங்கே வந்தாகவேண்டுமென முடிவு செய்தேன். மைந்தனை அழைத்துக்கொண்டு வணிகனாக நகர்புகுந்தேன். காவலர் என்னை அறிவார்கள். ஆகவே நான் மட்டுமே அறிந்த கரவுப்பாதை வழியாக வந்தேன்” என்றார்.

“நாகங்களின் பாதை அது” என்றார் சகுனி. யுதிஷ்டிரர் “நாம் பேசிக்கொள்ளலாம், காந்தாரரே. நாம் இடக்கு பேசவேண்டியதில்லை. சொல்திறன் காட்டவேண்டியதில்லை. போரிடும்பொருட்டு நான் வரவில்லை. நெஞ்சோடு நெஞ்செனத் தழுவிக்கொள்ளவே வந்தேன்” என்றார். சகுனி “நம்மிடையே அது இயல்வதா என்ன?” என்றபடி திரும்பினார். “இது நீங்கள் இறுதிவரை முயன்றீர்கள் என்று நாளை உங்களை நிறைவுபடுத்திக்கொள்வதற்கான முயற்சி அல்லவா?” யுதிஷ்டிரர் “இருக்கலாம், ஆனாலும் நான் வந்திருக்கிறேன். இது ஒரு வாய்ப்பு. நாம் பேசிக்கொள்வோம்” என்றார்.

சகுனி சில கணங்கள் இமைக்காமல் நோக்கியபின் “ஆம், அது ஒரு வாய்ப்பே” என்றார். “பேசுவோம்” என்றபடி தன் கால்களை நீக்கி நீக்கி வைத்து உள்ளே வந்தார். யுதிஷ்டிரரை அவர் கடந்துசெல்லும்போது மெல்லிய புண்வாடை எழுந்தது. பீடத்தில் வலிமுனகலுடன் அமர்ந்து சிறுபீடத்தின் மெத்தைமேல் காலைத் தூக்கி வைத்தார். அமர்க என யுதிஷ்டிரருக்குக் கைகாட்டினார். யுதிஷ்டிரர் அமர்ந்ததும் கைகளை மார்பின்மேல் கட்டியபடி காத்திருந்தார். அவருடைய சிறிய விழிகள் உணர்வற்றவை போலிருந்தன. ஓநாயின் விழிகள். இரு சோழிகள் போல. ஒளியற்ற கூர்மை கொண்டவை.

யுதிஷ்டிரர் “நான் சொல்வதற்கு தத்துவமோ அரசுசூழ்கையோ ஏதுமில்லை, காந்தாரரே. நான் வெறும் தந்தையாக, அரசனாக இங்கே வந்திருக்கிறேன். இந்தப் போர் பேரழிவிலேயே முடியும் என என்னைப்போல் நீங்களும் அறிந்திருப்பீர்கள். இதனால் நாம் அடைவது எதுவாக இருந்தாலும் இருமடங்கு விலைகொடுத்திருப்போம். எளிய மக்கள் இறப்பார்கள். நம் மைந்தர் மடிவார்கள். நினைவில் பெருவடுவென இதை மானுடம் நெடுங்காலம் கொண்டுசெல்லும். இதைச் செலுத்திய அனைவரும் தலைமுறைதோறும் பழிகொள்வார்கள்” என்றார். சகுனி இதழ்கோட புன்னகைத்து “ஆம்” என்றார். “ஆனால் நான் பழியஞ்சவில்லை. நீர் அஞ்சுகிறீர்.”

“ஆம், நான் அஞ்சுகிறேன்” என்றார் யுதிஷ்டிரர். “நான் மன்றாடவே வந்தேன். நாம் இதை நிறுத்திக்கொள்வோம். உங்களுக்கு என்னிடம் சொல்ல என்ன உள்ளதென்று கூறுக! நான் செய்யவேண்டுவதென்ன என்று கூறுக!” அவர் கைகள் இரப்பவை எனக் குவிந்து நீண்டன. “எந்த எல்லைவரை தாழவும் நான் சித்தமாக உள்ளேன். கோழையென்றும் கீழ்மகன் என்றும் இழிவுகொள்ளவோ, அனைத்தையும் இழந்து வெறுமைகொள்ளவோ. நான் செய்யவேண்டுவதென்ன என்று சொல்லுங்கள்.”

சகுனி “தெளிவாகப் பலமுறை சொல்லிவிட்டேன். எனக்கு இந்நிலம் வேண்டும்” என்றார். யுதிஷ்டிரர் “எடுத்துக்கொள்ளுங்கள்... நான் விட்டுவிடுகிறேன். எனக்கு இங்குள்ள எதுவும் வேண்டியதில்லை. அஸ்தினபுரியை நான் துறக்கிறேன்” என்றார். “அஸ்தினபுரி மட்டுமல்ல உடைமையென்றிருப்பது. பாண்டுவின் பெயரே உங்களுக்கு உடைமைதான்.” யுதிஷ்டிரர் தன்வதை வெறியுடன் “அதையும் அளித்துவிடுகிறேன்... பெயரிலியாகக் கிளம்புகிறேன்” என்றார். சகுனி “நிலம் என நான் சொன்னது அஸ்தினபுரியை அல்ல. பாரதவர்ஷத்தை” என்றார். “ஆற்றல்கொண்ட இளையோருடன் நீங்கள் எங்கு சென்றாலும் எங்களுக்கு எதிரியே.”

“பாரதவர்ஷத்திலிருந்தே கிளம்புகிறோம். பீதர்நாடு செல்கிறோம், இல்லையேல் யவனநாட்டுக்கு... நாங்கள் உங்கள் பாதையில் குறுக்கே வரப்போவதே இல்லை” என்றார் யுதிஷ்டிரர். “உங்கள் புகழ் குறுக்கே வரும். ஒவ்வொருநாளும் சூதரும் கவிஞரும் குடிகளும் அர்ஜுனன் வில்லையும் பீமனின் தோளையும் புகழ்ந்து பேசுவர்” என சகுனி புன்னகை செய்தார். “அவர்கள் முற்றழிக்கப்படாமல் அவர்களின் புகழ் அழியாது. அப்புகழ் இருப்பதுவரை நாங்கள் எந்நிலத்தையும் முழுதாள இயலாது.”

“நாங்கள் பணிகிறோம். வில்வைத்து அடிபணிந்து விடைகொள்கிறோம்” என்றார் யுதிஷ்டிரர். “ஆம், அப்போது நாங்கள் கொண்டதெல்லாம் உங்கள் கொடையென்றே ஆகும். வீரத்துடன் கொடையும் சேர மேலும் புகழ்பெறுவீர்கள். மேலும் எங்களை வெல்வீர்கள். ஒருபோதும் அதை நாங்கள் ஒப்பவியலாது.” யுதிஷ்டிரர் சொல்லிழந்து வெறுமனே நோக்கி அமர்ந்திருந்தார். அந்த முட்டுப்பெருஞ்சுவரை அவர் அப்படி நோக்கியதே இல்லை என்று உணர்ந்தார்.

சகுனி “என்ன செய்வது? சொல்க, பாண்டவரே!” என்றார். “நான் என்ன செய்யவேண்டும்?” என்றார் யுதிஷ்டிரர் தளர்ந்த குரலில். “முழுவிசையுடன், முழுப்படைவல்லமையுடன் எங்களை எதிர்த்து

நிற்கவேண்டும். நீங்கள் எங்களுக்குச் செய்யவேண்டுவது அது ஒன்றே. படைக்களத்தில் எங்கள் முன் ஒருகணமும் விட்டுக்கொடுக்காமல் பொருதி தோற்று முற்றழியவேண்டும். உங்கள் குருதியை நாங்கள் நெஞ்சில் பூசிக்கொள்ளவேண்டும். உங்கள் குடிகளின் குருதிமேல் வெற்றிக்கூத்திடவேண்டும். அதை மட்டுமே நீங்கள் செய்யமுடியும்." முகம் கோணலாகி "ஆனால் அதைத் தவிர்க்கவே இங்கு வந்துளீர், பாண்டவரே" என்றார் சகுனி.

யுதிஷ்டிரர் நெஞ்சின் எடை தாளாமல் உடலை அசைத்தார். நீள்மூச்சுவிட்டு தன்னை எளிதாக்கிக்கொள்ள முயன்றார். பின்னர் தொண்டையைக் கனைத்து குரல்தீட்டியபடி "காந்தாரரே, மானுடத்தின்பொருட்டு உங்கள் மைந்தரின்பொருட்டு ஓர் அணுவேனும் இதில் விட்டுக்கொடுக்க இயலாதா தங்களால்?" என்றார். சகுனி "விட்டுக்கொடுக்கிறேன். ஆனால் எந்த அணுவை என நீங்கள் சொல்லவேண்டும்" என்றார்.

சிலகணங்கள் எண்ணியபின் யுதிஷ்டிரர் "நாங்கள் இப்புவியில் எங்கேனும் வாழ்கிறோம்" என்றார். "எங்கு வாழ்ந்தாலும் உங்கள் புகழ் தேடிவரும். எங்களைச் சூழ்ந்து அது ஒலித்துக்கொண்டிருக்கும். இறந்தபின் மானுடனின் புகழ் ஏன் பெருகுகிறது? வாழும் மானுடனின் எதிரியல்புகள் அவன் புகழுக்கு மறுதரப்பை அமைத்துக்கொண்டே இருக்கின்றன. இறந்தவனின் செய்கைகள் மறக்கப்படுகின்றன. புகழ் மட்டும் சொல்லி பெருக்கப்படுகிறது. பாண்டவரே, மறைந்தவர் இறந்தவரைவிட ஆற்றல்மிக்கவர். இறந்தவருக்கு இல்லாத பூடகம் மறைந்தவருக்கு உண்டு. அவர்கள் மீண்டு வர வாய்ப்புகள் உண்டு. அவர்களின் புகழ் பெருகிக்கொண்டே இருக்கும்."

யுதிஷ்டிரர் தத்தளித்தபின் "இங்கேயே இளையோர் என அமைகிறோம். நிலமோ அரசமுறைமையோ தேவையில்லை. என் தம்பியரும் நானும் துரியோதனனுக்கு முற்றடிமையாகிறோம். அதை அறிவிக்கிறோம்" என்றார். "பீமன் ஏதேனும் மக்கள்மன்றில் அரசனை போருக்கழைப்பான் எனில் அரசன் போர்புரிந்தாகவேண்டும் அல்லவா?" என்றார் சகுனி. "அழைக்கமாட்டான். அவன் ஆணையிடுவான்" என்றார் யுதிஷ்டிரர். "அழைக்காவிட்டால் அது வெல்வான் என்பதனால் என்றே கொள்ளப்படும். அரசனின் மணிமுடி பீமனால் அளிக்கப்பட்டதாகவே கொள்ளப்படும்." சலிப்புடன் தலையசைத்து பின் எண்ணி உளமிரங்க "வேறென்னதான் செய்வது, காந்தாரரே?" என்றார் யுதிஷ்டிரர்.

"நான் முன்பு சொன்னதை! முழுவிசையும்கொண்டு களம்நில்லுங்கள். போரிட்டு தலைவீழ்த்துங்கள். உங்கள் நெஞ்சுகள்மேல் மிதித்து நாங்கள் நின்றிருக்கையில் இது முடியும். பாண்டவரே, குருதிக்குரியது

குருதியாலன்றி தீராது." யுதிஷ்டிரர் "உங்கள் மைந்தரும் களம்புகுவார்கள். உங்கள் குடிகள் போரிலழிவார்கள்" என்றார். "அவர்களும் நானும் வேறா என்ன?" என்றார் சகுனி. அச்சொல் யுதிஷ்டிரரை திடுக்கிடச் செய்தது. அவர் சகுனியின் மங்கலான விழிகளை நோக்கினார். எரிச்சலுடன் விழிகளைத் திருப்பிக்கொண்டு "நீங்கள் போரில் வெல்லப்போவதில்லை. இதை அறியாவிட்டால் உங்களைப்போன்ற மூடர் இப்புவியில் இல்லை" என்றார். "வெற்றியை விழைந்து வெற்றியென நம்பி போரிடுவதே வீரர் வழக்கம்" என்றார் சகுனி.

"வெற்றி இல்லை என்று அறிந்தும் தன்னையும் தன்னை நம்பியவர்களையும் பேரழிவுக்குக் கொண்டுசெல்லுதல் வீணரின் இயல்பு" என்றார் யுதிஷ்டிரர். சகுனி புன்னகைத்து "வெற்றி உறுதியென்றால் ஏன் அஞ்சுகிறீர்கள், பாண்டவரே?" என்றார். "நான் பழியை அஞ்சுகிறேன். அறத்தை எண்ணுகிறேன்" என்றார் யுதிஷ்டிரர். "வெற்றி கிடைக்குமென்று உறுதி இருந்தால் இழப்பை அஞ்சுபவர் யார்? இழப்பில்லை என்று அறிந்தால் அறத்தை எண்ணுபவர் யார்?" என்றார் சகுனி.

"நான் உங்கள் விழிநோக்கிக் கேட்கிறேன் காந்தாரரே, இது அறமா என ஒருபோதும் நீங்கள் என்னிடம் கேட்கப்போவதில்லையா?" என்றார் யுதிஷ்டிரர். "இல்லை, தெய்வங்களிடமும் கேட்கப்போவதில்லை. ஏனென்றால் அறமென்பது வென்றவனின் பசப்பு, தோற்பவனின் மன்றாட்டு, பிறிதொன்றுமல்ல என்று நான் அறிவேன்" என்றார் சகுனி. "அறமிலாது புவி இல்லை" என்றார் யுதிஷ்டிரர். "புவிக்குள் புதைந்துகிடக்கும் மாபலி எந்த அறத்தால் அங்கு சென்றார்? கொடையெனும் அறத்தாலா?" என்று சகுனி ஏளனத்துடன் கேட்டார். "அவர் கொண்ட அறத்தைவிடப் பேரறம் ஒன்றால்" என்றார் யுதிஷ்டிரர். "சிற்றறத்தை பேரறம் விழுங்குகிறது என்றால் அதற்கென்று அறமேதுமில்லையா?" என்று சகுனி நகைத்தார்.

யுதிஷ்டிரர் அவரை நீர்மைகொண்ட கண்களுடன் நோக்கிக் கொண்டிருந்தார். "நீங்கள் அறிவுடையோர் என்றால் கானேகலிலேயே மறைந்துபோயிருக்கவேண்டும். மீண்டு வந்திருக்கலாகாது. மீண்டுவரச் செய்தது உங்கள் துணைவியின்பொருட்டு எடுத்த வஞ்சினம். பாண்டவரே, அவ்வஞ்சினம் உரைக்கப்பட்டபோதே போர் முற்றாக முடிவெடுக்கப்பட்டுவிட்டதல்லவா?" என்றார் சகுனி. யுதிஷ்டிரர் அவர் என்ன சொல்லவருகிறார் என்று புரியாமல் வெறித்துப்பார்த்தார்.

"ஒருவழி உள்ளது, பாண்டவரே. மீதியின்றி அனைத்தையும் அது முடித்துவைக்கும். பாண்டவர்கள் எங்களுக்கு எவ்வகையிலும் பகையோ நிகரோ அல்ல என்று நாங்கள் நம்பச்செய்யும். நீங்கள் எவ்வகையிலும்

ஒரு பொருட்டல்ல என்று இன்றிருப்போரும் நாளை எழுவோரும் முற்றாக ஏற்கச் செய்யும். உண்மையில் அதன்பின் பாதிநாட்டை, பாண்டுவின் பெயரை உங்களுக்கு அளிப்பதிலும் அஸ்தினபுரியின் அரசனுக்கு தடையேதுமிருக்காது." புன்னகை ஒரு தசைவளைவென தங்கியிருந்த முகத்துடன் "குலப்பழி என நீங்கள் எண்ணுவது முற்றாக நீங்கும். குடிக்குள் அனைத்தும் முடியும்" என்றார் சகுனி. யுதிஷ்டிரர் "என்ன அது?" என்றார். அக்குரல் வெளியே ஒலித்ததா என்றே ஐயமாக இருந்தது.

"அஸ்தினபுரியின் அரசனின் ஆழமறிந்து நான் சொல்வது இது. ஈரைந்து தலைகொண்ட அரக்கர்கோன் நெஞ்சில் வாழ்ந்த விழைவுக்கு நிகர் அது. ஒளிக்கும்தோறும் ஆற்றல்கொண்டு தெய்வமென்றே எழுந்து அனைத்தையும் ஆள்வது அதுதான்..." யுதிஷ்டிரர் நெஞ்சிடிப்புடன் நோக்கிக்கொண்டிருந்தார். "அத்தனை பூசல்களையும் முற்றாக முடிப்பது அது. ஏனென்றால் அனைத்துக்கும் முதல் விதை அது" என்றார் சகுனி. அவர் முகத்தில் அதுவரை இருந்த மென்புன்னகை மறைந்தது. விழிகளில் மேலும் இடுங்கலும் ஒளியணைதலும் நிகழ்ந்தன.

சிலகணங்கள் அவர் ஏதும் சொல்லவில்லை. யுதிஷ்டிரர் வெறுமனே நோக்கிக்கொண்டிருந்தார். சகுனி "திரௌபதி அஸ்தினபுரியின் அரசர் துரியோதனரை மணம்புரிந்துகொள்ளட்டும். அஸ்தினபுரியின் அரியணையில் அவருக்கு அரசியென அமரட்டும்" என்றார். யுதிஷ்டிரர் அச்சொற்கள் செவிப்படியாமல் வெற்றுநோக்குடன் அமர்ந்திருந்தார். "உளம்கொள்வது கடினமென்று நானும் அறிவேன். ஆனால் பாஞ்சாலத்துக் குலஒழுக்கத்திற்கு இது மாறல்ல. ஐவருக்குத் துணைவி ஆறாவதொருவரை ஏற்பது பிழையும் அல்ல." யுதிஷ்டிரர் குளிர்நீரில் நனைந்தவர்போல வியர்வையுடன் நடுங்கிக்கொண்டிருந்தார். நெஞ்சில் ஒரு சொல்லும் எழவில்லை.

"இருவர் இங்கே சத்ராபதி என்று அமைய முடியாதென்பதே மெய்யான சிக்கல், பாண்டவரே. இருவரும் அமைந்தாகவேண்டும் என்பது ஊழ். இருமுனையையும் சேர்த்து முடிச்சிட்டாலொழிய தீர்வமையாது இதற்கு" என்றார் சகுனி. "என்னடா சொன்னாய், இழிமகனே?" என்று கூவியபடி யுதிஷ்டிரர் பாய்ந்தெழுந்தார். ஓங்கி சகுனியை உதைக்க பீடம் சரிந்து சகுனி நிலத்தில் விழுந்தார். மீண்டும் உதைக்க காலெடுத்த யுதிஷ்டிரர் சகுனியின் புண்பட்ட காலை நோக்கிவிட்டு மூச்சிரைக்க நின்றார். "இழிமகனே, இழிமகனே, இழிமகனே" என்று கூச்சலிட்டார்.

"அவளிடம் சென்று கேளுங்கள், பாண்டவரே. பாரதவர்ஷத்தின் மும்முடி சூடி அமர்வதற்கு அதுவே எளிய வழி என்றால் அவள் ஒப்புவாளா

என்று." யுதிஷ்டிரர் தன் காலை ஓங்கியபடி மீண்டும் முன்னகர்ந்தார். "வாயைமூடு... வாயைமூடு! கீழ்பிறப்பே!" என்று மூச்சொலிக் குரலில் சொன்னார். "நீங்கள் கேட்கமாட்டீர்கள்..." என்று சகுனி சிரித்தார். மெல்ல புரண்டு வலியுடன் முனகியபடி "மிகமிக எளிதானது. ஆனால் செய்யமாட்டீர்கள்" என்றார். "ஆம், ஏனென்றால் நான் ஆண்மகன். கற்புள்ள பெண்ணின் கருவில் பிறந்தவன்."

சகுனி "நெஞ்சுக்குள் கற்புள்ள பெண் என எவளுமில்லை" என்றார். "நீ நஞ்சு... முற்றழிக்கவேண்டிய தீங்கு" என்றபடி யுதிஷ்டிரர் கால்தளர்ந்து பின்னால் சென்றமைந்தார். "இதோ நீங்களும் போர் அறிவித்துவிட்டீர்கள், பாண்டவரே" என்றார் சகுனி. "ஆம், போர்தான். உன் குடியை மிச்சமின்றி அழிக்காமல், நீ நடந்த மண்ணை குருதியால் கழுவாமல் என் வஞ்சம் அணையாது. இப்புவியில் எனக்கிழைக்கப்பட்ட சிறுமையின் உச்சம் இப்போது நீ சொன்னதுதான்" என்றார் யுதிஷ்டிரர்.

"பாண்டவரே, ஒரு பேச்சுக்கு சொல்கிறேன். இப்படி நான் சொன்னேன் என அவளிடம் சொல்லுங்கள். அவள் சீறி மறுப்பாள். உங்கள் சங்கறுக்க எழுவாள். ஏழு நாட்கள் எண்ணியபின் முடிவெடுக்கும்படி அவளிடம் கோருங்கள். ஏழு நாட்களுக்குப் பின் அவள் அதே சினத்துடன் மேலும் விசையுடன் மறுப்பாள். அவளிடம் ஒருகணமேனும் அவள் அவ்வழியே சென்றாளா என்று கேளுங்கள். அனல்தொட்டு ஓர் ஆணையிடும்படி கோருங்கள். ஆணையிடுவாளென நினைக்கிறீர்களா?" யுதிஷ்டிரர் திகைத்து அமர்ந்திருந்தார்.

சகுனி மேலும் மேலும் குரல்தெளிந்தார். "மானுட உள்ளத்தின் வழிகள் முடிவிலாதவை. விண்ணில் முப்பத்துமுக்கோடி தேவர்களாகவும் ஆழங்களில் மூவாயிரத்துமுந்நூற்று முப்பத்துமுக்கோடி நாகங்களாகவும் நிறைந்திருப்பவை அவையே." சகுனி காலை அசைக்க முயன்று வலியுடன் முனகி கண்களை மூடி தலையைப் பின்னுக்கு சரித்துக்கொண்டார். தளர்ந்த குரலில் "பிறகென்ன அறம்? எங்குளது ஒழுக்கம்? எவர் கற்புள்ளவர்? அறத்தோர் என்பவர் யார்?" என்றார்.

விட்டில் என தலை நடுங்கிக்கொண்டிருக்க யுதிஷ்டிரர் அவரை சிவந்து கலங்கிய விழிகளால் நோக்கிக்கொண்டிருந்தார். "அந்த எல்லை வரை எந்த அறத்தானும் தன்னையும் பிறரையும் இழுப்பதில்லை, பாண்டவரே" என்று சகுனி நகைத்தார். யுதிஷ்டிரர் எழுந்தார். "என்னை தூக்கிவிட்டுவிட்டுச் செல்க, பாண்டவரே!" என்றார் சகுனி. யுதிஷ்டிரர் வெறுப்பால் சுழித்த முகத்துடன் நின்றார். "எனக்காக சொல்லவில்லை, பாண்டவரே. நீங்கள் வெளியே செல்கையில் நான் இப்படிக் கிடந்தால்

நீங்கள் இங்கேயே சிறைப்படுவீர்கள். கொல்லவும் படலாம்” என்றார் சகுனி.

பற்கள் தெரிய சிரித்து “ஆம், அறத்தின்பொருட்டே. இல்லையென்றால் நீங்கள் எப்படி அஸ்தினபுரிக்குள் நின்று என்னைப் பழிக்கமுடியும்?” என்றார். யுதிஷ்டிரர் அருகே வந்து கைகளை நீட்டி சகுனியின் கைகளைப் பற்றிக்கொண்டார். தூக்கி அமரச்செய்தபோது வலியுடன் முனகி பற்களைக் கடித்த சகுனி “தெய்வங்களே... மூதாதையரே” என்று கூவினார். பீடத்தில் மீண்டும் அமர்ந்ததும் “நீங்கள் சினத்துடன் மீள்கிறீர்கள், பாண்டவரே. சினம் வேண்டியதில்லை. உங்கள் சினம் சரியே. ஆனால் என் கூற்று பிறிதொரு சரி. எண்ணிப்பாருங்கள்” என்றார்.

“நான் சொன்னதைப்போல் பாரதவர்ஷத்திற்கு நலம் பயக்கும் பிறிதொன்று உண்டா? போர் இல்லாமலாகும். குலம் ஒன்றாகும். மக்கள் நலம்நாடும் இரு ஆட்சியாளர்கள் பாரதவர்ஷத்திற்கு அமைவார்கள். அவர்களை எதிர்க்க இங்கு எவருமில்லை. போர்களும் பூசல்களும் இன்றி ஒருகுடைக்கீழ் பாரதம் ஆளப்படும். போரொழிந்த நாட்டில் திருமகளும் கலைமகளும் குடியேறுவார்கள். வேள்வி செழிக்கும். நெறிகள் நிலைகொள்ளும். ஞானமும் தவமும் பெருகும். கலைகள் வளரும்” என்றார்.

தலையை அசைத்து “வேண்டாம்” என்றார் யுதிஷ்டிரர். “கேட்கக் கசக்கும்தான். ஆனால் எண்ணிப்பாருங்கள், நம் தலைமுறைகளுக்கு ஒளிமிக்க பாரதப் பெருநிலம் கைக்கு வரும். அதைவிட மூதாதையருக்கும் தெய்வங்களுக்கும் உகந்தது எது?” “நான் கிளம்புகிறேன். சொல்லொடுக்குக!” என்றார் யுதிஷ்டிரர். “ஏன் கசக்கிறது என் சொல்? அதை எண்ணிப்பாருங்கள். அரசியின் ஆணவம் புண்படும் இல்லையா?” யுதிஷ்டிரர் நாவெடுப்பதற்குள் “தன்மதிப்பு எனத் தனக்குத் தோன்றுவது பிறருக்கு ஆணவம்” என்றார் சகுனி.

“நான் நெறியுடையவள் என்னும் நிறைவு. நான் வளையாதவள் என்னும் பெருமிதம். பிறர்முன் நிமிர்வு. பாண்டவரே, படைகொண்டுவந்த அரசன் முன் முடி அடிபட வணங்கி கப்பம் அளித்து நாடுகொள்ளும் அரசர் உண்டு. அவனுக்கு மகளை மணம்செய்து கொடுப்பதுண்டு. மகனை அவனிடம் அடிமையென அனுப்புவதுண்டு. அரசியை அவனுக்கு அளிக்கும் வழக்கமும் உண்டு. மக்கள் நலன் பொருட்டு, நாடுகாக்கும் பொருட்டு அனைத்தும் அவர்களுக்கு ஒப்பப்பட்டுள்ளது. அரசாள்வோர் தங்கள் தனிமதிப்பை, தன்னலனை, குடியை, மூதாதையரைக்கூட முதன்மைப்படுத்தாலாகாதென்பதே பராசர நெறிநூல். பயின்றிருப்பீர்கள், பாண்டவரே.”

யுதிஷ்டிரர் அறியாத கணத்தில் உளமுடைந்து விசும்பியழத் தொடங்கினார். உதடுகளை அழுத்தியபடி விழிகளை இறுக்கி தன்னை அடக்கி அடைத்த தொண்டையை மீட்டதும் பற்களைக் கடித்தபடி, கழுத்துத்தசைகள் இழுபட்டு அதிர "இந்த ஒவ்வொரு சொல்லுக்காகவும் உன் குலத்தை அழிப்பேன். உன் மைந்தர் களத்தில் சிதைந்து கிடப்பதைக் காண நானே செல்வேன். உன் குருதியை மிதித்துச்சென்று என் தேவியிடம் நான் பழிநீக்கினேன் என்பேன்" என்றார்.

சகுனியின் புன்னகையைக் கண்டு உடல் எரிய பற்றிய சினத்துடன் "இனி ஒரு சொல் இல்லை. தெய்வங்களே வந்தாலும் தணிதல் இல்லை. காந்தாரக் குடியின் முற்றழிவு அன்றி எதிலும் அமைவதில்லை. என் குடியே அழிந்தாலும் சரி. என் மைந்தர் இறந்தாலும் சரி. என் குருதியில் ஒரு துளி இப்புவியில் எஞ்சுவதுவரை காந்தாரத்தை அழிக்கவே அது நின்றிருக்கும். மாற்றில்லை, இதுவே என் வஞ்சம். அறிக தெய்வங்கள்!" என்றார்.

சகுனியின் விழிகள் அளிகொண்டவை எனக் கனிந்தன. முகம் நெகிழ "இவ்வளவுதான், பாண்டவரே. என் நிலையை அறிய வந்தீர்கள் அல்லவா? நீங்கள் உங்கள் தேவிமேல் கொண்டுள்ள அதே பற்றை நான் நிலத்தின்மேல் கொண்டிருக்கிறேன். என் வஞ்சினமே என் அறம். அதை நெகிழ்த்துவது எனக்கு சாவுக்கு நிகர்" என்றார். யுதிஷ்டிரர் அவரை சிலகணங்கள் நோக்கிவிட்டு "ஆம், புரிந்துகொண்டேன்" என்றார். "குருதி" என்றார் சகுனி. "ஆம், குருதிமட்டும்" என்றபின் யுதிஷ்டிரர் தன் மேலாடையை அணிந்துகொண்டு வெளியே சென்றார்.

காவலன் அவரை நோக்கி வணங்கினான். பல ஆண்டுகள் முதுமை கொண்டவரைப்போல நடந்து படிகளில் இறங்கி முகப்புக்கூடத்தை அடைந்தார். சர்வதன் அவரைக் கண்டு எழுந்து நின்றான். அவனை தன்னைத் தொடரும்படி சொல்லிவிட்டு வெளியே சென்று தேரிலேறி அமர்ந்தார். அவன் ஏறும்போது தேர் சற்று உலைய உடல் அசைந்தபோது அது ஒரு கனவோ என்னும் எண்ணத்தை அடைந்தார்.

5

நைமிஷாரண்யத்தில் இளைய யாதவரின் குடில்முற்றத்திற்கு மீண்டு வந்ததுமே யுதிஷ்டிரர் உரத்த குரலில் "எனக்கு ஐயமென ஏதுமில்லை, இத்தெளிவை நான் எப்போதும் அடைந்ததில்லை. யாதவனே, இந்தக் கசப்பு நிறைந்த கனவின்பொருட்டு நான் உனக்கு நன்றியுடையவன்" என்றார். "இங்கு அறமென்றும் நெறியென்றும் மாறாத ஏதுமில்லை. அவையனைத்தும் மானுட உருவாக்கங்களே. அவரவர் இலக்குக்கும் இயல்புக்கும் ஏற்ப கண்டடைவன. அந்தந்த சூழலுக்கேற்ப விளைவன. ஆற்றலுக்கேற்ப நிலைகொள்வன" என்றார்.

"கணமொரு அறம். தருணத்திற்கு ஒன்று. உள்ளத்திற்கு ஏற்ப. இங்கு ஒவ்வொரு கணமும் நிகழ்ந்துகொண்டிருப்பது அறங்களின் மோதல். நாம் கொண்டுள்ள அறம் எதுவோ அதன்பொருட்டு நிற்பதும் களமாடுவதும் வெல்வதும் மடிவதுமே நமக்கு அளிக்கப்பட்டுள்ளது. என் வழியின்மேல் ஐயம்கொண்டேன், என் எதிரிமேல் கனிவென்று வெளிப்பட்டது அதுவே. ஐயமில்லாது ஆற்றப்படும் அறமே வெல்கிறது. வெல்லும் அறமே அறமென்று நிலைகொள்கிறது. இப்புவியில் வெல்லும் அறம் தோற்கும் அறம் என இரண்டே உள்ளன.

"அரசன் என்று நான் என் குடியை, என் நாட்டை, என் கொடிவழியினரை காக்கும் பொறுப்பு மட்டும் கொண்டவன். உலகுக்குப் பொறுப்பென என்னை எண்ணிக்கொண்டதே என் பிழை. இவ்வுலகின் கோடானுகோடி அறங்களை எத்தனை தவம் செய்தாலும் நம்மால் எண்ண முடியாது. ஒரு தருணத்தின் அறங்களை எண்ணி வகுக்கக்கூட எவராலும் இயலாது" என்று யுதிஷ்டிரர் சொன்னார்.

“மாறாத பொதுஅறம் ஒன்றைச் சார்ந்துள்ளது இப்புவிச்செயல் என நம்பியதே என் பிழை. அறிந்தோ அறியாமலோ ஒவ்வொருவரும் அதிலேயே அமைந்துள்ளனர் என்று எண்ணினேன். என்னுள் அமைந்த அவ்வறத்தைக்கொண்டு பிறருள் அமைந்த அவ்வறத்தை நோக்கி பேசமுடியும் என கனவுகண்டேன். அது வெற்றாணவம் என்று அறிந்தேன். யாதவனே, ஓர் அறம் பிறிதொன்றை எவ்வகையிலும் விழிநோக்கி அறிவதில்லை.

“கல்லுடன் கல் மோதுவதுபோல அறங்கள் மோதிக்கொள்கின்றன” என்றார் யுதிஷ்டிரர். “அங்கே நெகிழ்வுக்கே இடமில்லை. அனைத்துச் சொல்லமர்வுகளும் உளம்பகிர்தல்களும் அறங்களை மூடியிருக்கும் அந்தந்தத் தருணத்து உணர்வுகளை அகற்றி உள்ளிருக்கும் மெய்யான அறத்தை மட்டும் வெளியே எடுப்பதற்காகவே. அனைத்தும் விலகிக்கொண்டபின் இரு அறங்கள் மட்டுமே எதிரெதிர் நின்றிருக்கின்றன. ஒன்று வெல்லும். இன்னொன்று முற்றழியும். வெல்வது வரும்காலத்தில் தானே அறமென்று ஓங்கி நிலைகொள்ளும்.

“நான் நம்புவதே மெய்யறம் என்று நம்பியதே என் பிழை” என்று யுதிஷ்டிரர் தொடர்ந்தார். “ஆகவே பிற அறங்கள் பிழையென்று கருதினேன். என் அறத்துக்கு தெய்வங்கள் துணைநிற்குமென்றும் பிறவற்றை அவை கைவிடுமென்றும் கற்பனை செய்தேன். என் நிலை அறமென்பதனால் அது இரும்புச் செடிகளை எனப் பிறவற்றை அரிந்து செல்லும் என்று தருக்கினேன். என் உள்ளத்தால் எதிரறங்களை எல்லாம் சிறுமைசெய்தேன். பழித்தேன். ஆகவேதான் அவற்றைத் திருத்த முயன்றேன். நான் பேச்சென்றும் உளம்பகிர்தலென்றும் சொன்னதெல்லாம் பிற அறங்களை சிறுமைசெய்தல் மட்டுமே.

“இன்று தெளிந்தேன். முதலியற்கை மூவியல்புகளின் நிகரழிய நிலைகுலைந்து நிலைமீண்டு தன்னை நிகழ்த்திச் செல்லும் இப்பயணத்தின் ஒவ்வொரு தருணமும் பலநூறு அறங்களின் முடிச்சுப்புள்ளி என்று. எனக்கு ஆணையிடப்பட்டதை ஆற்றுவதற்கு அப்பால் நான் நோக்கவேண்டியது பிறிதில்லை” என்று சொல்லி யுதிஷ்டிரர் நீள்மூச்செறிந்தார். “நன்று யாதவனே, நான் நிறைவடைந்தேன்” என்றார்.

“பாண்டவரே, ஒவ்வொரு உயிரும் தன் தனியறத்தின்பொருட்டுப் போராடுகையில் அனைத்துக்கும் உரிய பொது அறத்தைப் பேணுபவர் எவர்?” என்றார் இளைய யாதவர். “குடித்தலைவர் ஒவ்வொருவரும் தங்கள் குடியறங்களை ஓம்புகையில் அவர்களின் பொது அறத்தைப் பேணிநிற்கின்றது அரசனின் கோல். இங்கு வாழும் அனைத்துயிர்கள் மீதும், இப்புடவியின் அனைத்துப் பொருட்கள்மீதும் நிலைகொள்வது

எந்தச் செங்கோல்? எது கடுவெளிப்பெருக்கின் அறங்களின் முடிவிலியை ஆள்கிறது?”

யுதிஷ்டிரர் திகைத்தவர்போல் கை எழுந்து அசைவிழந்து காற்றில் நிலைக்க சொல்லிலாது நின்றார். “அவ்வண்ணம் ஒன்று இருக்குமென்றால் அது இங்கிருக்கும் ஒவ்வொரு துளியிலும் வெளிப்பட்டாகவேண்டும் அல்லவா? அதற்கும் உங்கள் தனியறத்துக்கும் என்ன உறவு? நீங்கள் உங்கள் கடமையால், விழைவால் கொள்ளும் அறம் அந்த அறத்துடன் போரிடுமென்றால் என்ன செய்வீர்கள்? ஒவ்வொரு கணத்திலும் ஒன்றுடன் ஒன்று மோதும் அறங்களில் எது அப்பேரறத்தின் முகம்?”

யுதிஷ்டிரரின் கை கீழே சரிந்தது. அவர் இருளைத் திரும்பிபார்த்தார். “பேரறம் என்று ஒன்று இல்லையேல் எந்த அறத்திற்கும் பொருளில்லை. இவையனைத்தும் முட்டிமோதித் திரண்டெழும் ஒரு மையமில்லையேல் இங்கு நிகழ்வது அழிவென்றே பொருள்” என்றார் இளைய யாதவர். “இப்புடவி இங்கிருப்பதே இது அழிவை நோக்கிச் செல்லவில்லை என்பதற்கான சான்று. இது வாழ்வதே இது ஆளப்படுகிறது என்பதைக் காட்டுகிறது.”

ஆள்வது ஒன்று உண்டு. அனைத்தும் அதிலிருந்து எழுகின்றன. மதியும், ஞானமும், மயக்கமின்மையும், பொறுத்தலும், வாய்மையும், அடக்கமும், அமைதியும், இன்பமும், துன்பமும், உண்மையும், இன்மையும், அச்சமும், அஞ்சாமையும், துன்புறுத்தாமையும், நடுமையும், மகிழ்ச்சியும், ஈகையும், தவமும், இகழும், புகழும் இங்ஙனம் பலமிடும் இயல்புகளெல்லாம் அதனிடமிருந்தே உயிர்கள் அடைகின்றன.

வஞ்சகரின் சூது, ஒளியுடையோரின் ஒளி, ஆள்வோரிடத்தே கோல், வெற்றியை விரும்புவோரிடத்தே நீதி, மறைமெய்களில் அது அமைதி. ஞானமுடையோரிடத்தே ஞானம். உயிர்களனைத்தின் உள்ளே நிற்கும் ஆத்மா அது. அவ்வுயிர்களின் முதல் அது. இடையும் அவற்றின் இறுதியும் அதுவே.

அதன் வழிகள் அறியமுடியாதவை. அறியமுடிவது ஒன்றே, அது இங்கே இதை நிகழ்த்துகிறது. இது நிகழவேண்டுமென விழைகிறது. இதில் திகழ எண்ணுகிறது. ஒவ்வொரு துளியிலும் தன் முழுமை திரளும்படி செய்கிறது. விரியும் மலரிலும் வாடும் மலரிலும் அழிவிலாத வண்ணமென நிறைகிறது.

பாண்டவரே, படைப்பழிவினூடாக, நன்மைதீமைகளினூடாக, இருளொளியினூடாக அதன் விழைவெனத் திரண்டு வருவது பொலிக என்னும் செய்தியே. விளங்குக, வாழ்க, வெல்க என்பதே அதன் சொல்.

இப்புவி ஒவ்வொருநாளும் கதிரெழுகையில் பொலிந்து விரிகிறதென்பதே அதற்குச் சான்று. இங்கு விதைகள் முளைப்பதே அதற்கு உறுதி.

ஒவ்வொரு அணுவிலும் திகழும் அச்செய்திக்கு எதிரான எதுவும் தீமையே. அதனுடன் ஒவ்வாத அனைத்தும் மாசே. எதன்பொருட்டென்றாலும் அழிவை நோக்கும் அனைத்தும் பிழையே. மண்கட்டிகளைப் பெருநதி என அதன் ஆணை அவற்றை அழித்துப் பெருகிச்செல்கிறது.

தான் என எழுபவரே அம்முழுமையின் செய்திக்கு எதிர்நிற்கிறார்கள். எழுபவர் வீழ்வர். கொள்ள எழுவோர் விட்டு விலகுவர். வெல்வது தானென்போர் வீழ்ச்சியில் தன்னை அறிவர். பாண்டவரே, முரண்படுபவர் முற்றழிவார்கள்.

தானென்பதை விட்டவர் அதில் அமைகிறார். இவையென்றும் இவ்வாறென்றும் நிற்பதில் தன்னையும் உணர்பவர் அந்த முழுமையை அறிகிறார். அவர் நெஞ்சில் வாழ்க என்ற எண்ணமே வாழும். அவர் வாயில் நா எரிகுளத்தில் வேள்வித்தீ எனத் தழல்கொண்டிருக்கும்.

உயிர்க்குலத்தை வாழ்த்துக! புவிப்பெருக்கை வாழ்த்துக! நீரை காற்றை ஒளியை வானை வாழ்த்துக! வாழ்த்தப்படும் அனைத்தும் அதுவே. வணங்கப்படும் அதுவும் அதுவே. வாழ்த்துபவன் வாழ்த்தப்படுகிறான். நலம் நாடுபவன் நிறைவடைகிறான்.

பொலிக பொலிக என உளமெழாத எந்த எண்ணமும் பழிசேர்ப்பதே. பொலிக எனக் கொள்ளுங்கள். பொலிக என அளியுங்கள். பொலிக என வெல்லுங்கள். பொலிக என அடிபணியுங்கள். பொலிக என வாழுங்கள். பொலிக என்றே மடியுங்கள்.

முழுமையில் நின்று நோக்குபவரிடம் அது சொல்கிறது இணைந்த நலன் என்னால் பேணப்படுகிறது என. அதை அறிந்த யோகிகள் எங்கிருந்தாலும் நிறைநிலை கொள்கிறார்கள். எதுவரினும் மகிழ்கிறார்கள்.

யுதிஷ்டிரர் அக்குரலைக் கேட்டுக்கொண்டிருந்தார். அவர் அருகே அமர்ந்திருந்த சந்திரபீடன் "மூத்தவரே, வேள்வி நின்றுவிட்டது. இனி இங்கு அமர்ந்துகொண்டிருப்பதில் பொருளில்லை" என்றான். அவர் திடுக்கிட்டு அவனைப் பார்த்தார். பின்னர் மூச்செறிந்து "நான் வேறெங்கோ இருந்தேன், இளையோனே" என்றார். "என்னை மூதாதையான யுதிஷ்டிரர் என உணர்ந்தேன். நைமிஷாரண்யக் காட்டிலமர்ந்து இச்சொற்களை இளைய யாதவர் வாயிலிருந்தே கேட்பதாக மயங்கினேன்."

திராவிடச்சேர நாட்டிலிருந்து வந்திருந்த, பிருகுவின் மைந்தரான சியவன முனிவரின் குருகுலத்தைச் சேர்ந்த சண்டபார்க்கவர் வேள்வியின்

நிலைச்சடங்குகளைச் செய்ய சற்று சோர்ந்தவர்போல அருகே வைசம்பாயனர் அமர்ந்திருந்தார். களைத்து துயில்கொண்டுவிட்டிருந்த மகாவியாசரை மஞ்சலில் வைத்துத் தூக்கிக்கொண்டு சென்று அரண்மனையில் படுக்க வைத்திருந்தனர். ஜனமேஜயன் கைகளில் தலையைத் தாங்கி அமர்ந்திருக்க அருகே பட்டத்தரசி வபுஷ்டை அரைத்துயிலில் என அமர்ந்திருந்தாள்.

சந்திரபீடன் "இனி வேள்விமுடிவுக்கான சடங்குகள். அவற்றை அந்தணரே செய்வர். நாம் இங்கிருக்கவேண்டிய தேவையில்லை" என்றான். "அன்னை சென்றுவிட்டார். தந்தை வேள்விக்காவலராதலால் அவிமுடிந்து அனலணைந்து கம்பத்தின் காப்பு அவிழ்க்கப்பட்ட பின்னரே எழமுடியும்." சூரியபீடன் "பொறு" என்றான். சந்திரபீடன் "எனக்குப் பசிக்கிறது" என்றான். சூரியபீடன் புன்னகையுடன் "சரி, எழுக!" என்றான். சந்திரபீடன் எழுந்து தன் பெருங்கைகளை விரித்துச் சோம்பல் முறித்தான். சூரியபீடன் "நான் யுதிஷ்டிரர் என்றால் நீ பீமசேனர். நம் குடியில் இப்பேருடலும் பெரும்பசியும் எப்போதும் தொடர்கின்றன" என்றான்.

அவர்கள் வேள்விச்சாலையைவிட்டு வெளியே சென்றனர். சூரியபீடன் திரும்பி அவைமுகப்பில் அனல் ஒளிவிட்ட முகத்துடன் அமர்ந்திருந்த ஆஸ்திகனை நோக்கினான். "அவர் யார்? அனலொளியில் அனலென்றே சுடர்கொண்டிருக்கிறார்" என்றான். "நாகங்களின் குலத்தைச் சேர்ந்தவன்" என்றான் சந்திரபீடன். "நான் யுதிஷ்டிரர் என்றால் இவர் யார் என்று கேட்டேன்" என்றான் சூரியபீடன். "நாகங்களுக்காக வந்திருப்பதனால் கர்ணன்" என்றான் சந்திரபீடன் சிரித்தபடி. "ஆம், அல்லது ஷத்ரியருக்கு எதிராக எழுந்த பரசுராமன், ஒருபோதும் நஞ்சு முடிவுறுவதில்லை."

"ஏன்?" என்று கோட்டுவாய் இட்டபடி சந்திரபீடன் கேட்டான். "நஞ்சிலிருந்து எழுவதே வாழ்க்கை. இளையவனே, விந்து என்பது ஒரு துளி நஞ்சு." சந்திரபீடன் வேண்டுமென்றே மீண்டும் ஓசையுடன் கோட்டுவாயிட்டு "நீங்கள் தத்துவத்திற்குள் நுழைவதற்கு முன் நாம் உணவுண்பது நன்று என நினைக்கிறேன்" என்றான். "அதற்கு முன் நாம் அன்னையைப் பார்த்துவிடுவோம்" என்றான் சூரியபீடன். "அன்னை ஏதேனும் உண்ணத் தரக்கூடும்" என்றபடி சந்திரபீடன் நடந்தான். அவனுடைய பெரிய உடலின் நிழல் நீண்டு ஈரம்நிறைந்த மண்ணில் விழுந்தது.

கிளம்பிச்சென்ற தேர்களில் அரசர்களையும் முதுவைதிகர்களையும் ஏற்றி வழியனுப்பிக்கொண்டிருந்த இளைய தந்தையரான சுதசேனரும் உக்ரசேனரும் பீமசேனரும் களைத்திருப்பதை சூரியபீடன் கண்டான்.

பேருடலரான பீமசேனர் களைத்து அவன் பார்த்ததே இல்லை. அது உளம் கொண்ட களைப்பு என அவனுக்குத் தோன்றியது. நான்காண்டுகளாக அந்த வேள்விக்கென்றே அவர்கள் வாழ்ந்தனர். நாள் நெருங்க நெருங்க ஒவ்வொருநாளும் நூறுமடங்கு பொழுதுகொண்டதென நீண்டது. அதில் துயில்வதற்கு மட்டும் அவர்களுக்கு நேரமிருக்கவில்லை.

அவர்கள் வேள்விச்சாலையை ஒட்டியிருந்த அரசிக்கான சிறுமண்டபத்தை அடைந்தனர். வாயிற்காவல் நின்றிருந்த சேடி தலைவணங்கி உள்ளே சென்றுமீண்டு அவர்களை உள்ளே செல்லும்படி பணித்தாள். அவர்கள் சிறிய அறைக்குள் நுழைந்தபோது அரசி கஸ்யை மஞ்சத்தில் அமர்ந்திருக்க அவள்முன் முதுநிமித்திகர் ஒருவர் அமர்ந்து கவிடி பரப்பி சோழிகளை நீக்கி வைத்துக்கொண்டிருந்தார். கஸ்யை அவனிடம் "என்ன பயன் என்று அறியவேண்டும் என விழைந்தேன். நிமித்திகர்தலைவர் சௌம்யர் வேள்விக்கு வந்திருப்பதாகச் சொன்னார்கள்" என்றாள்.

"என்ன பார்க்கவேண்டியிருக்கிறது?" என்றபடி சூரியபீடன் அமர்ந்தான். "ஆம், நீ அரசாளுவாயா என்றுதான்" என்று கஸ்யை சொன்னாள். "என் முதற்கவலை எப்போதும் அதுவே." சந்திரபீடன் "இனிமேல் பட்டத்தரசிக்கு மைந்தர் பிறக்க வாய்ப்பில்லை, அன்னையே" என்றான். "வாயை மூடு!" என்று கஸ்யை சொன்னாள். "இன்னமும் இவன் பட்டம் சூட்டப்படவில்லை. மைந்தன் என்று எவர் வேண்டுமென்றாலும் எழுந்து வரக்கூடும்."

"இப்போது ஏன் இதெல்லாம்?" என்று சூரியபீடன் கேட்டான். "உனக்கென்ன அறிவே இல்லையா? அடிபட்ட நாகம் என்று கேட்டிருப்பாய். இங்கு எரிபட்ட நாகங்கள் விடப்பட்டிருக்கின்றன. அரசரின் தந்தை நாகத்தால் கொல்லப்பட்டார். நம் குடிமேல் எப்போதும் நாகப்பழி உள்ளது." சந்திரபீடன் ஏதோ சொல்ல வாயெடுக்க சூரியபீடன் அவனை கைகாட்டி நிறுத்தினான். கஸ்யை "சொல்லுங்கள், நிமித்திகரே" என்றாள்.

நிமித்திகர் தன் முதிய விழிகளால் மூவரையும் நோக்கிவிட்டு "பட்டத்தரசிக்குத்தான் நாகப்பழி முதன்மையாக உள்ளது. ஒரு கண்டம் அணுகி வருகிறது" என்றார். "உங்களுக்கு கோள்கள் நன்று சொல்கின்றன. பட்டம்சூடும் வாய்ப்புண்டு." கஸ்யையின் முகம் மலர்ந்தது. "சொல்க!" என்றாள். இளைய அரசர்கள் மூவருக்குமே நாகப்பழி மிக அணுக்கமாக உள்ளது. ஒருவேளை மூவருமேகூட..." என்று நிமித்திகர் சொல்லி "ஆனால் இறையருளிருந்தால் எதையும் எதிர்கொள்ளலாம். நலமே நிகழும்" என்றார்.

“இறையருளா? இங்கு ஒவ்வொருவருக்கும் அவரவர் ஊழே முந்துறுகிறது என்றுதான் அனைத்தும் காட்டுகின்றன... நான் இவையனைத்தையும் நடத்தும் முழுமுதற்தெய்வமென்று ஏதும் உண்டென்று எண்ணவில்லை. இங்கு நிகழ்வது தெய்வங்களின் போர். எனது தெய்வம் வெல்லுமா என்று மட்டுமே நான் அறிய விழைகிறேன்” என்றாள் கஸ்யை.

சூரியபீடன் “இதை பார்ப்பதில் எப்பொருளும் இல்லை, அன்னையே. வெறும் எதிர்பார்ப்புகள், அச்சங்கள் மட்டுமே மிஞ்சும். நம் உள்ளம் கலங்கிவிடும். நிமித்தம் நோக்கி வாழ்வை அமைத்துக்கொண்டவர் எவருமில்லை. அழித்துக்கொண்டவர் ஏராளம்” என்றான். “நான் உன்னிடம் சொல் கேட்கவில்லை... நிமித்திகரே, கூறுக!” என்றாள் கஸ்யை.

“இளவரசர் பட்டம்சூடுவார். ஐயமில்லை. கோள்கள் நன்னோக்குடன் சூழ்ந்துள்ளன. ஆனால் நாகப்பழி குடியை சூழ்ந்திருக்கும்... இளையவர்...” என்றபின் சந்திரபீடனை நோக்கினார். “நாகத்தால் நான் கொல்லப்படுவேன் அல்லவா? நன்று. மேலே சொல்லுங்கள்” என்றான் சந்திரபீடன். “இல்லை அவ்வாறல்ல. எவர் எங்கு எவ்வண்ணம் மடிவார் என்பதை மாகாலனே அறிவான். மானுடர் சொல்லமுடியாது” என்றார் நிமித்திகர். “நீர் காலனுக்கான வாய்ப்புகளை சொல்கிறீர். அதைக் காலனுக்கே சொல்லலாம்” என்றான் சந்திரபீடன்.

“மந்தா, வாயைமூடு...” என்றான் சூரியபீடன். சந்திரபீடன் “நான் உணவுண்ணப் போகவேண்டும். உண்பதற்கு முன்னரே நாகம் என்னை கடித்தால் எனக்கு விண்ணுலகும் அமையாது. மலைமலையாக உணவை வைத்து நீங்கள் எனக்கு மாய்ந்தோரூட்டு செய்யவேண்டியிருக்கும்” என்றான் சந்திரபீடன். “பேசாமலிரு” என்று சூரியபீடன் முகம்சுளித்தான். கஸ்யை “சொல்க, நிமித்திகரே!” என்றாள். “அவர் சொல்வதே சரி. ஏன் இதை இப்போது சொல்லவேண்டும்?” என்றார். “சொல்க!” என இறுகிய குரலில் கஸ்யை சொன்னாள்.

“அப்படியே” என வணங்கிய நிமித்திகர் “அரசரின் கொடிவழிதோறும் நாகப்பழி தொடரும்” என்றார். கஸ்யை “மக்கட்பேறு எவ்வாறு?” என்றாள். “நூறுமைந்தர் இருவருக்கும்...” என்றார் நிமித்திகர். ஆனால் கஸ்யையின் முகம் மலரவில்லை. “அவர்கள் வாழ்வார்களா?” என்றாள். “அவர்களில் மூத்தவர் முடிசூடுவார்” என்றார் நிமித்திகர். சிலகணங்கள் நோக்கியமர்ந்திருந்த பின்னர் கஸ்யை “பிறர்?” என்றாள். அவர் மறுமொழி சொல்லவில்லை. “சொல்க!” என்றாள் கஸ்யை. “பிறர் பூசலிட்டு இறப்பார்கள்” என்றார் நிமித்திகர்.

“இந்த வீண்பேச்சுக்காக என் உணவை ஆறவிட முடியாது” என்றபின் “மூத்தவரே, என்னை அடுமனையில் வந்து பாருங்கள்” என்று சொல்லி சந்திரபீடன் கிளம்பிச்சென்றான். கஸ்யை “முன்பு ஒரு நிமித்திகர் சொன்னதுதான். மீண்டும் கேட்கிறேன். என் மைந்தரின் இறுதி எப்படி நிகழும்?” என்றாள். “அவர்கள் ஒருவரை ஒருவர் கொன்றழிப்பார்கள், நாகநஞ்சால்” என்றார் நிமித்திகர். சூரியபீடன் உடல்கூசி விழிநீர் வரும்வரை மெய்ப்புகொண்டான். மெல்ல பின்னகர்ந்து சுவரில் சாய்ந்து நின்றான். உள்ளங்கால் வியர்வைகொண்டு நிலைவழுக்குவதுபோல் உணர்ந்தான்.

“அவர்கள் தொல்மூதாதையான யுதிஷ்டிரரும் பீமசேனரும் என்கிறார்கள்” என்று தளர்ந்த குரலில் கஸ்யை கேட்டாள். “ஆம். அவர்கள் நடுவே அன்று ஊறிய நஞ்சாக இருக்கலாம் இது. பலமுறை ஓங்கப்பட்ட வாள் ஒருமுறை வீழ்ந்தே தீரும்.” கஸ்யை “ஆம், குருக்ஷேத்திரக் களத்தில் யுதிஷ்டிரரை இளையோன் வெட்டமுயன்றதாகக் காவியம் சொல்கிறது” என்றாள். பின்னர் நீண்ட அமைதி நிலவியது.

நிமித்திகர் “மேலே ஏதும் அறியவேண்டுமா, அரசியாரே?” என்றார். “போதும், இனி அறிந்து என்ன? உடனடியாக நன்மையே நிகழவிருக்கிறது. அதன்பொருட்டு மகிழவேண்டியதுதான்” என்றாள் கஸ்யை. சூரியபீடன் “அன்னையே, நான் கிளம்புகிறேன்” என்றான். “எங்கே?” என்றாள் கஸ்யை. “அரண்மனைக்கு. களைப்பாக இருக்கிறது” என்றபின் வணங்கிவிட்டு அவன் வெளியே வந்தான்.

சூழ்ந்திருந்த இருள் அவனுக்கு அச்சமூட்டியது. தொலைவில் வேள்விச்சாலையின் செவ்வொளி பந்தலின் கூரையிடுக்குகளினூடாக சட்டங்களாக வானில் எழுந்திருந்தது. அங்கு நடமாடுபவர்களின் நிழல்கள் எழுந்தாடிக்கொண்டிருந்தன. விழிதிருப்பிய கணத்தில் அவன் நாகங்களைப் பார்த்தான். வேள்விச்சாலையிலிருந்து அவை ஊர்ந்து விலகிக்கொண்டிருந்தன. எஞ்சியது ஒரு நாகம். ஆனால் தன் விழைவால் அது நிழல்களெனப் பெருகிக்கொண்டிருக்கிறது.

அவன் அப்போது கிருஷ்ண துவைபாயன மகாவியாசரைச் சென்று காண விழைந்தான். தன் குடிக்கு அவர் ஏன் ஒரு துளி நஞ்சை எஞ்சவிட்டார்? மூதாதையே, அந்நஞ்சு பெருகி நாங்கள் முற்றழிந்தால் நீங்கள் இங்கிருந்து அதைப் பார்ப்பீர்களல்லவா? அழிவற்றவரே, அன்று துயர்கொள்வீரா? தெய்வங்களை நோக்கிக் கூவுவீரா? பேரழிவை மீளமீளக் கண்டபடி இங்கே ஏன் வாழ்கிறீர்?

ஆனால் அவன் குதிரைகள் நிற்குமிடம் நோக்கிச் சென்றுகொண்டிருந்தான். ஏவலன் அவனைக் கண்டதும் தலைவணங்கினான். அவன் ஒன்றும்

சொல்லாமல் புரவிமேல் ஏறிக்கொண்டான். அதன் விலாவை உதைத்து விரைவுகொள்ளச் செய்தான். அது பெருநடையில் கிளம்பி மெல்ல விரைவு கொண்டது. மேலும் மேலுமென அதை ஊக்கி ஓட வைத்தான். குறுங்காட்டைக் கடந்து கங்கைப் படித்துறையை அடைந்தபோது விடிந்துவிட்டிருந்தது.

கங்கையில் இறங்கி நீர் அருந்தி குதிரையை இளைப்பாற்றிவிட்டு கங்கைக்கரையின் சாலை வழியாகச் சென்றுகொண்டிருந்தான். எண்ணங்களைக் குதிரைக்குளம்பின் தாளம் இணைத்தது. ஒன்றுடன் ஒன்று தொடர்பிலாதவை. ஒரு பொருளும் அளிக்காதவை. நிகழ்ந்தவை, கற்றறிந்தவை, கற்பனையில் எழுந்தவை, கனவில் வந்தவை. நால்வகை உலகிலும் ஒரே தருணத்தில் வாழ்கிறார்கள் மானுடர். ஒன்றிலிருந்து ஒன்றென முளைத்தவை, ஒன்றைப் பிறிதொன்று நிரப்புபவை.

கனவுகளில் அவன் வேறுவேறு வடிவங்களில் நிகழ்ந்தான். ஒருநாள் புலரியில் கண்ட கனவில் அவன் குருதிச்சுனை ஒன்றில் மூழ்கி குருதி சொட்டும் குழல்கற்றைகளுடன் எழுந்தான். கொப்பளித்த குருதிச்சுனையிலிருந்து காகங்கள் தோன்றி குருதி சொட்ட சிறகடித்து எழுந்தன. எலிகளும் கருநாகங்களும் எழுந்து வந்தன. நரிகளின் ஓலம். விழித்தெழுந்து அவன் நடுங்கிக்கொண்டிருந்தான். அன்று மாலை சந்திரபீடனை அழைத்துக்கொண்டு நிமித்திகனாகிய அஸ்வனைச் சென்று பார்த்தான். களம்வரைந்து கருபரப்பி கோள்கணித்து நிமித்திகன் சொன்னான் “இளவரசே, அது நீங்களே. முன்பு அவ்வண்ணம் நிகழ்ந்தீர். மீண்டும் அவ்வாறே நிகழவிருக்கிறீர். அது உங்கள் மைந்தன். அவனை சத்யகர்ணன் என அழைப்பார்கள்.”

உச்சிப்பொழுதில் ஒரு மரத்தடியில் ஓய்வெடுத்த பின் மீண்டும் புரவியில் ஏறி அதே வழியில் சென்றான். வேளாண்சிற்றூர்களும் அதன்பின் ஆயர் சிற்றூர்களும் வந்தன. சிறிய படித்துறைகளில் தோணிகள் அலைகளிலாடி நின்றன. பொதியிறக்கிய படகுகளிலிருந்து சுமைகளை மாட்டுவண்டிகளுக்கு ஏற்றிக்கொண்டிருந்த வணிகர்கள் அவனைக் கண்டதும் தலைவணங்கினர். சிற்றில்களில் அடுமனைப்புகை எழுந்தது. கன்றுகளின் கழுத்துமணிகளும் நாய்க்குரைப்புகளும் சிறார்கூச்சல்களும் ஊர்களிலிருந்து எழுந்துகொண்டிருந்தன. வலப்பக்கம் கங்கை விழிநிறைக்கும் ஒளியென வழிந்து சென்றுகொண்டிருந்தது.

முந்தையநாள் அந்திக்குப் பின் எதையுமே உண்டிருக்கவில்லை என்றாலும் பசியை உணரமுடியவில்லை. இருட்டியதை விழி மங்கியதாகவே உணர்ந்தான். சோலைகள் நிழல்களாயின. ஓசைகள் அடர்வுகொண்டன. கங்கை கல்லொளி கொண்டது. குறுங்காட்டினூடாக நடுவே

வந்த புல்நிலத்தினூடாகச் சென்றுகொண்டிருந்தான். பசுக்களின் கழுத்துமணியோசை கேட்டது. கூடவே ஒரு புற்குழலின் இசை. அவன் விழிதீட்டி நோக்கிச்சென்றான்.

பெருந்திரளான பசுக்களின் நடுவே ஒரு சிறு பாறைமேல் ஏறிநின்று குழலிசைத்த ஏழு வயது ஆயர் சிறுவனைக் கண்டான். அழகிய கருநிறம். மஞ்சள்நிற ஆடை. தலையில் விழிகொண்ட பீலி. அவ்விசை கேட்டு பசுக்கள் வந்து சேர்ந்துகொண்டிருந்தன. அவற்றின் அஞ்சிய குரலைக் கேட்ட பின்னரே அப்பால் ஓநாய்களின் உறுமலைக் கேட்டான். "ஓநாய்களா?" என்று அவன் கேட்டான். ஆனால் ஆயர் சிறுவன் வேறேதோ காலவெளியில் இருந்தான். அவன் தன்னைப் பார்த்தானா என்றே அவனுக்கு ஐயம் எழுந்தது. "அனைத்துப் பசுக்களும் வந்துவிட்டனவா?" என்று மீண்டும் கேட்டான். சிறுவன் ஏதோ சொன்னான். அவன் குழலிசையுடன் செல்ல பசுக்கள் தொடர்ந்துசென்றன.

சூரியபீடன் அதை ஒரு கனவென உணர்ந்தான். அதை நோக்கி நின்றிருந்தபோது வேறெங்கோ இருந்துகொண்டிருந்தான். சிறுவன் திரும்பியபோது முகம் ஒளிகொண்டிருந்தது. நீலமணி என மின்னிய விழிகளுடன் அவன் சொன்னான் "இணைந்த நலனை நான் பேணுகிறேன்." சூரியபீடன் "என்ன?" என்றான். கங்கையிலிருந்து காற்று பெருகிவந்து அவன் குழலை அள்ளி முகத்தில் சரித்தது.

குழலை அள்ளி பின்னுக்கு இட்டபின் யுதிஷ்டிரர் திரும்பி இளைய யாதவரை நோக்கினார். "யோகக்ஷேமம் வஹாம்யகம்" என்று எவரோ சொல்லக் கேட்டு திரும்பினார். உள்ளிருந்து கேட்ட குரலோ அது என எண்ணி "கனவு" என்றார். "ஆம்" என்றார் இளைய யாதவர்.

பகுதி 4

சுடர்வு

1

யமன் நைமிஷாரண்யக் காட்டின் எல்லையைக் கடந்து சோர்ந்த அடிகளுடன் சென்று தன் ஆலயத்தின் முன் அமர, அங்கு அவரைக் காத்து நின்றிருந்த காலகையான துர்கமை அருகே வந்து வணங்கினாள். யமன் விழிதூக்க “தங்கள் அடிபணிந்து ஒரு செய்தியை அறிவிக்க விழைந்தேன்” என்றாள். சொல் என யமன் கைகாட்டினார்.

“உபப்பிலாவ்யப் பெருநகரியில் அரண்மனைத் தனியறையில் நான் பாண்டவர்களின் அரசி திரௌபதியை கண்டேன். அவள் ஒரு வைரத்தை உண்டு உயிர்மாய்க்கும் தருணத்தில் அங்கே சென்றேன். அதை அவள் விழிமுன் தூக்கி நோக்கிய கணம் சுடரைக் காற்றென அசைத்தேன். அருமணிக்குள் ஒளியசைவு ஒரு நோக்கு என்று தெரிய அவள் அதைக் கீழே வைத்துவிட்டு பெருமூச்சுவிட்டாள். அப்போது அவள் இளைய யாதவரை எண்ணினாள்” என்றாள்.

“ஆனால்...” என்றார் யமன். “ஆம், அவள் பெண். ஆனால் நீங்கள் ஆணும்பெண்ணுமானவர். தேவர்களுக்கு அவ்விரட்டை நிலை இல்லை” என்று காலகை சொன்னாள். யமன் நிமிர்ந்து நோக்கிவிட்டு “ஆம், ஆனால் இவ்வடிவிலேயே நான் இருக்கிறேன்” என்றார். “அது உங்களை பார்ப்பவர் உங்கள்மேல் ஏற்றுவதல்லவா? புருஷ மாயையால் நீங்கள் பிரம்மத்திலிருந்து தனித்துத் தெரிகிறீர்கள். ஜீவ மாயையால் எண்ணுவோர் உங்களுக்கு வடிவமளிக்கிறார்கள்” என்று காலகை சொன்னாள்.

சில கணங்களுக்குப் பின் யமன் “மெய்” என்றார். மறுகணமே யமி என்னும் பெண்ணாக மாறி உபப்பிலாவ்ய நகரிக்குள் நுழைந்து அரண்மனையில் காற்றெனக் கடந்து திரௌபதியின் அறைக்குள் நுழைந்தார். அவள்

அருகே நின்றிருந்த சுடரில் ஆடினார். அவள் திரும்பி நோக்கிய கணம் அவளுள் புகுந்து மீண்டார். திரௌபதி தன்னுள் தனிமையை உணர்ந்த ஒரு தருணம் அது. எவரோ அனைத்தையும் அறிந்துவிட்ட உணர்வை அடைந்து அவள் திடுக்கிட்டாள். திரும்பி அறையை நோக்கினாள். அறைக்கதவு மூடப்பட்டிருந்தது. சுடர் மீண்டும் நிலைகொண்டு எரியத்தொடங்கியது.

சற்றுநேரத்திற்கு முன்னர்தான் நாகவிறலியாகிய சதோதரி அறையைவிட்டுச் சென்றிருந்தாள். அவளுடைய இமையா விழிகளை அவள் அறையிலேயே விட்டுச்சென்றதைப்போல எண்ணம் எழுந்து திரௌபதியின் உடல் மெய்ப்புகொண்டபடியே இருந்தது. நெஞ்சு படபடக்க அறைக்குள் சுற்றிவந்தாள். மஞ்சத்தில் அமர்ந்தும் எழுந்தும் மீண்டும் அமர்ந்தும் நிலைகொள்ளாமல் தவித்தாள். பின்னர் மஞ்சத்தில் படுத்து மேலாடையைக் கண்களுக்குமேல் போட்டுக்கொண்டாள்.

சதோதரியை அவள் அன்று மாலை கொற்றவை ஆலயத்தின் பூசனைக்குச் செல்லும்போதுதான் சந்தித்தாள். உபப்பிலாவ்ய நகரமே படைகளால் நிறைந்திருந்தது. படைப்பிரிவுகள் செல்லும் முரசொலியும் கொம்பொலியும் எங்கும் மாறி மாறி ஒலித்தன. படைப்பிரிவுகளின் சீரான அசைவுகளால் மரக்கிளைகள் காற்றிலாடும் அசைவு பிழையென விழிக்கு தெரிந்தது. படைக்கலங்களின் கூரொளி இல்லாது எந்தத் திசையையும் நோக்கமுடியவில்லை. முள்காடு ஒன்றுக்குள் குடிவந்துவிட்ட உணர்வை திரௌபதி அடைந்தாள். விழிமூடினாலும் படைக்கலங்களின் ஒளியே தெரிந்தது. அடுமனைக் கலன்களில், தேர் குவடுகளில், சகடப் பட்டைகளில், கதவுக் குமிழ்களில் எங்கும் படைக்கலங்களின் விழிப்பு.

அந்தியில் தென்மேற்கில் அடர்காட்டுக்குள் இருந்த கொற்றவை ஆலயத்திற்குச் செல்வதொன்றே மாற்றென்றிருந்தது. அங்கே போருக்காக மூதாதையருக்கும் பலிதேவர்களுக்கும் போர்த்தெய்வங்களுக்கும் கொடைகள் அளிக்கப்பட்டதனால் அத்திசையில் மட்டும் படைப்புழக்கம் தடைசெய்யப்பட்டிருந்தது. கோட்டைவாயிலைக் கடந்து காட்டுக்குள் நுழைந்தால் ஒலிகள் மெல்ல அடங்கி காடு செவிகளையும் கண்களையும் சூழ்ந்துகொள்ளும். அப்போதுதான் அதுவரை உள்ளம் எத்தனை பதற்றம் கொண்டிருந்தது என்று தெரியும். மெல்ல மெல்ல அகம் அடங்கியபின் காலம் விசையிழக்கும். அவள் கோவையாக எதையாவது எண்ணுவதே அப்போதுதான்.

அரண்மனையில் அனைவரும் துண்டுதுண்டாக, முன்பின் இணைவில்லாது எண்ணிக்கொண்டிருந்தனர். அவர்களின் பேச்சுக்கள் அனைத்துமே விசைகொண்டவையாக இருந்தன. “அத்தனைபேரும் ஓடிக்கொண்டே

பேசுகிறார்கள், அரசி” என்று அவளுடைய அணுக்கியான சலஃபை சொன்னாள். “எவரும் முழுமையாக ஏதும் சொல்வதில்லை. நோக்கு, செல், உடனே என ஒற்றைச்சொற்களே மிகுதி. ஆனால் அனைவருக்கும் அனைத்தும் புரிகிறது. சொல்லி முடிப்பதற்குள் வணங்கி செயலுக்குச் செல்கிறார்கள்.” திரௌபதி புன்னகையுடன் “ஏன்?” என்றாள்.

சலஃபை ஊக்கம் பெற்று உரத்த குரலில் “அனைவரும் ஒற்றையுள்ளம் கொண்டவர்களாக ஆகிவிட்டிருக்கிறார்கள். இந்நகரில் இன்று பிறிதொன்றை எண்ணுபவர்கள் அரிது. போர்ச்செயல்கள்... உண்பதும் உறங்குவதும்கூட போர்ச்செயலாகவே” என்றாள். “மிகச் சிலர் வெளியே இருக்கிறார்கள். அவர்களுக்கு ஒன்றும் புரிவதில்லை. ஆகவே அவர்களைப் பிறர் கைவிட்டுவிடுகிறார்கள். அவர்கள் உயிரற்ற பொருட்களைப்போலாகி இவர்கள் நடுவே இருக்கிறார்கள். பயனற்றவர்கள் ஆகிவிட்டால் விழியிலிருந்தே மறைந்துவிடுகிறார்கள். அரசி, இன்று இந்த அரண்மனையில் நான் எவராலும் பார்க்கப்படாமல் முழு நாளும் திரிந்துகொண்டிருக்கலாம்” என்றாள்.

அப்போதுதான் பல்லக்குக்கு குறுக்காகச் சென்ற நாகவிறலியை திரௌபதி கண்டாள். “அவள் யார்? எப்படி இங்கே வந்தாள்?” என்றாள். “நாகப்பெண் என நினைக்கிறேன். அவர்களின் வழிகளை நாம் அறியவே இயலாது” என்றபின் பல்லக்கை நிறுத்தும்படி பட்டுச்சரடை இழுத்தாள். போகிகள் அதை கீழே வைத்ததும் இறங்கி வெளியே சென்று விறலியிடம் பேசிவிட்டுத் திரும்பிவந்தாள். “அரசி, அவள் அநிமீல்யர் என்னும் நாகர்குலத்தை சேர்ந்தவள். பெயர் சதோதரி என்கிறாள்.” திரௌபதி நகைத்துவிட்டாள். “அவளை அழை” என்றாள்.

அவள் அருகணையும்போது திரௌபதி சிரித்துக்கொண்டிருந்தாள். “நூறு வயிறுள்ளவளே, வருக!” என்றாள். இமையா விழி கொண்டிருந்த அவள் புன்னகைத்து “அது என் மூதன்னையின் பெயர், அரசி. நூறு மைந்தரைப் பெற்றவள் அவள்” என்றாள். “அவள் இடைக்குக் கீழே நாகஉடல் கொண்டிருந்தாள். மைந்தரை அவள் குழவியெனப் பெறவில்லை, குகை ஒன்றுக்குள் சென்று முட்டையிட்டாள்.” திரௌபதி அவள் இடையிலிருந்த கரிய குழந்தையை நோக்கி “இவனை நீ பெற்றாய் என நினைக்கிறேன்” என்றாள். அவள் சிரித்து “என்னைப் பிளந்து வெளிவந்தான்” என்றாள். “இவன் பெயர் கவிஜாதன்.”

“நீ என்ன செய்கிறாய்? குறி நோக்குவாயா?” அவள் “இல்லை, நான் பாடுவேன்” என்றாள். “என்ன பாடல்?” என்றாள் திரௌபதி. “அதை நான் முடிவு செய்யமுடியாது. என் உடலுக்குள் இருந்து நாகமெழ வேண்டும். அவள் சொல்வதே என் நாவிலெழும்.” திரௌபதி அவளைக் கூர்ந்து

நோக்கி “அச்சொற்களின் பொருட்டு நீ கொல்லப்படுவாயென்றால்?” என்றாள். “அது அவள் பொறுப்பு” என்றாள் சதோதரி. “நன்று, என் அரண்மனைக்கு வா... என்னிடம் பாடிக் காட்டு” என்றாள் திரௌபதி. “ஆணை” என அவள் தலைவணங்கினாள்.

தென்மேற்கிலமைந்த கன்னிக்கொற்றவை ஆலயம் மிகச் சிறியது. ஒவ்வொருநாளும் அவள் செல்வதனாலேயே அங்கே பூசகர் சென்று காத்திருந்தார். வெட்டிய தலையை இடக்கையில் ஏந்தி வலக்கையில் சூலத்துடன் மூவிழியும் சடைமுடியும் பிறையும் அணிந்து அருகமைய நின்றிருந்த பாய்கலைப்பாவை கருங்கல்லில் செதுக்கப்பட்ட சிறிய சிலை. பூசெய்கை முடிந்து குங்குமமும் செம்மலரும் கொண்டு அவள் திரும்பியபோது சதோதரியும் உடன் வந்தாள்.

சலஃபை “அவளை நாம் அழைத்துச்செல்ல வேண்டாமென்று நினைக்கிறேன், அரசி. அவள் ஒருவேளை ஒற்றர்பணிபுரிபவளாக இருக்கலாம்” என்றாள். “நாகர்களை பிறர் நடிக்கமுடியாது” என்றாள் திரௌபதி. “ஆம், ஆனால் நாகர்கள் நம்மை வேவு பார்க்கலாமே?” என்று சலஃபை கேட்டாள். “நமக்கு அவர்களுடன் போரில்லை” என்றாள் திரௌபதி. சலஃபை நிலைகொள்ளாமலிருந்தாள். “அவள் வந்தது தற்செயலல்ல என எண்ணுகிறேன், அரசி. அவர்களின் உள்ளங்கள் நாம் ஒருபோதும் அறியமுடியாதவை.” திரௌபதி “ஆம், ஆகவேதான் பிறர் உள்ளங்களை அவர்கள் அறிகிறார்கள்” என்றாள்.

அரண்மனைக்கு வந்ததும் திரௌபதி “அவளை என் அறைக்கு வரச்சொல்” என்றாள். “அவள் பாடுவாள் என்றாள். கூத்தரங்குக்கு...” எனப் பேசத்தொடங்கிய சலஃபை அவள் விழிகளை நோக்கியதும் “ஆணை” என்றாள். அவள் ஆடைமாற்றி வந்தபோது அறைக்குள் சதோதரி அமர்ந்திருந்தாள். குழந்தை மடியில் துயின்றுகொண்டிருந்தது. திரௌபதி பீடத்தில் அமர்ந்த பின் அவளிடம் “நீ அக்காட்டுக்கு ஏன் வந்தாய்?” என்றாள். “உங்களை சந்திக்கத்தான்” என்றாள் சதோதரி. திரௌபதி ஒருகணம் வியந்தபின் புன்னகைத்து “என்னை வியக்கச் செய்யும் மறுமொழி” என்றாள்.

“உண்மையானது. நீங்கள் வியக்கப்போவது நான் ஏன் வந்தேன் என்று சொல்லும்போதுதான்” என்று சதோதரி சொன்னாள். “சொல்” என்றாள் திரௌபதி. “அரியன அனைத்தையும் விரும்புபவர் நீங்கள். விரும்பியவற்றில் முதன்மையானதைக் கைவிட்டே பிறவற்றை அடையமுடியும் என்று எண்ணிய கணத்தை நேற்று மீண்டும் எண்ணிக்கொண்டீர்கள்” என்றாள் சதோதரி. திரௌபதி பீடத்தின் கைப்பிடியை இறுகப்பற்றினாள். ஆனால்

முகத்தில் அதே ஏளனத்துடன் "எவரும் சொல்லும் பொதுச்சொல் இது" என்றாள்.

"அரசி, நேற்று நீங்கள் பின்னிரவில் ஒரு கனவு கண்டீர்கள். உங்கள் உளம்நிறைந்த ஆடவருடன் இருந்தீர்கள்." திரௌபதி "இதையும் எந்தப் பெண்ணிடமும் எவரும் சொல்லிவிட முடியும்... நூறிலொருமுறை சரியாகவும் அமையும்" என்றாள். "அவர் உங்கள் கணவர்களில் ஒருவர் அல்ல" என்றாள் சதோதரி. "திகைப்பேன் என நினைக்கிறாயா?" என்றாள் திரௌபதி. "எந்தப் பெண்ணும் திகைக்கமாட்டாள்." சதோதரி "அவர் சூரியனின் மைந்தர்" என்றாள். திரௌபதி சினத்துடன் விழிகள் சுருங்க "என்னைக் குறித்த சூதர்கதைகளிலிருந்தே அதைச் சொல்லிவிட முடியும்" என்றாள். "ஆனால் அதை என் முன் சொல்லிவிட்டு உயிருடன் மீளமுடியாதென்று அறிவுடையோர் அறிவர்."

"அரசி, அக்கனவில் நீங்கள் அவரை ஒரு கத்தியால் நெஞ்சில் குத்தினீர்கள். அவருடைய சூடான குருதி உங்கள் உடலில் பெருகி மஞ்சத்தை நனைத்தது. அக்குருதிக்கு விந்துவின் மணமிருந்தது. குருதி அறையை நிறைத்தது. நீங்கள் எழுந்து நின்றபோது உங்கள் உடலே செங்குருதி மூடிவழிய கருவறையிலிருந்து வந்தது போலிருந்தது. மஞ்சத்தில் அவர் குருதி வழிந்து இறந்துகிடக்க அறையில் பெருகிய குருதியில் கால் வழுக்கி சுவரைப்பற்றியபடி நீங்கள் நடந்துசென்று கதவைத் திறந்தபோது எழுகதிரின் செவ்வொளிப் பெருக்கைக் கண்டீர்கள்."

திரௌபதி பெருமூச்சுவிட்டாள். கைகள் தளர நெகிழ்ந்து அமர்ந்து "சொல்" என்றாள். "நான் உங்களைத் தேடிவந்தது அக்கனவால்தான்" என்றாள் நாகவிறலி. "ஏன்?" என்றாள் திரௌபதி. "அரசி, நீங்கள் எண்ணுவதுபோல எய்தப்படாமையின் அருமை கொண்டவர் அல்ல அவர். மெய்யாகவே உங்கள் உளம்கொண்டவர் அவரே." திரௌபதி "அதை நீ சொல்லவேண்டியதில்லை" என்றாள். "உங்கள் உளத்தமைவது அழகே என அறியாதவரா நீங்கள்?" என்றாள் விறலி. திரௌபதியின் விழிகள் கூர்ந்தன. "என்ன சொல்கிறாய்?" என்றாள். "அரசி, நீங்கள் விழைவது வெல்வதை அல்ல, ஆள்வதை அல்ல, அழகை. அதை அடைவதாக எண்ணிக்கொண்டீர்கள்."

சலிப்புடன் கைவீசியபடி எழுந்துகொண்டு "சரி, இதைப் பேசி விரிவாக்க விழையவில்லை. இதைப்போல பல உளம்பயில்வோரை கண்டுவிட்டேன்" என்றாள் திரௌபதி. சதோதரி "அரசி, என் நாகபந்தனக் களத்தை ஒருமுறை பாருங்கள்..." என்றாள். "நான் சலிப்புற்றுவிட்டேன். இதை இனிமேல் பார்த்து என்ன பயன்? போர் அணுகிக்கொண்டிருக்கிறது. பேரழிவு. அதன்பின் எய்துவது எதுவானாலும் பயனற்றது" என்றாள்

திரௌபதி. "அல்ல, அனைத்திலிருந்தும் மீளும் வழி ஒன்றுண்டு. அதன் செய்தியுடன் நான் வந்தேன்" என்றாள். "எப்போதும் மீளும் வழி மிக எளிது. தடையென்றாவது நாமே."

திரௌபதி மீண்டும் அமர்ந்துகொண்டு சொல் எனக் கையசைத்தாள். விறலி தன் சிறிய தோல்பையிலிருந்து கரிக்கட்டியையும் சுண்ணக்கட்டியையும் எடுத்து அறையின் மரத்தரையில் வரையத்தொடங்கினாள். இரு கோடுகளும் இணைந்து உருவான நாகத்தின் உடல் ஒன்றுடன் ஒன்று பிணைந்து பிணைந்து உருவான கோலம் உயிருடன் நெளிவதாகத் தோன்றியது. "அரசி, உங்கள் சுட்டுவிரலை இந்த நாகப்பின்னலில் ஒரு முடிச்சில் வைக்கவேண்டும்" என்றாள் சதோதரி.

அதை நோக்கியபின் தன் சுட்டுவிரலை ஒரு முடிச்சு நோக்கிக் கொண்டுசென்றாள் திரௌபதி. அரவுச்சுருள் அசைவதென விழிமயக்கு ஏற்பட தயங்கினாள். பின் விரைவாக அந்தப் புள்ளியில் கையை வைத்தாள். ஆனால் அதற்குள் அச்சுருள் நிலைமாறிச் சுழன்று பிறிதொரு புள்ளியில் அவள் விரல் பதிந்தது. "இல்லை" என அவள் சொல்வதற்குள் அவள் உடலில் மெல்லிய விதிர்ப்பு உருவானது. அவள் வேறெங்கோ இருந்தாள்.

ஒரு குறுங்காட்டில் அவள் நின்றுகொண்டிருந்தாள். சூழ்ந்திருந்த பசுஞ் சோலை நடுவே ஒரு சுனை அசைவிலாத நீருடன் இருந்தது. அவள் அதில் தன் முகத்தை நோக்கிக்கொண்டிருந்தாள். இமைக்காத விழிகளுடன். அது அவளை நோக்கிக்கொண்டிருந்தது. எவர் நோக்குகிறார்கள் என்று அறியாதது போல. விழிகள் ஒன்றுடன் ஒன்று தொட்டுக்கொண்டு ஒன்றை ஒன்று முழுதறிந்து நின்றன.

இளங்காற்றில் நீரில் மெல்லிய அசைவொன்று எழ அவள் உருக் கலைந்தாள். அலைந்தலைந்து உரு மீண்டபோது அங்கே சகதேவனின் உருவைக் கண்டாள். அவன் முகத்தை, தோள்களை, நெஞ்சை மாறிமாறி நோக்கினாள். பின் அறிந்து கனிந்த அவன் விழிகளைத் தொட்டாள். அவ்விழிகள் மட்டும் எஞ்ச உருக் கலைந்தது நீர்நிழல். அவள் அந்த விழிகளை மட்டும் நோக்கிக்கொண்டிருந்தாள். உடலில்லாமல் ஆனபோது அழகு மட்டும் பொருளில் இருந்து தனித்தெழுந்து நிற்பதெனத் தோற்றமளித்தன அவ்விழிகள்.

அவள் சுட்டுவிரலால் தொட்டு நீரில் அலையெழுப்பினாள். மீண்டும் சுனைப்பரப்பு அலைபாய்ந்து அமைந்தபோது நகுலன் தெரிந்தான். பழுதின்றிச் செதுக்கப்பட்ட கரிய சிலைபோன்ற அவன் முகத்தை நோக்கிக் கொண்டிருந்தாள். எங்கும் பிழையிலா அழகு. அதன் உச்சமென கூர்மூக்கு. சிறிய மேலுதட்டை பொருள்கொண்டதாக்கியது.

இரு விழிகளையும் நிகரென்றாக்கியது. முகத்திற்கு மையம் அளித்தது. அதை நுனிவிரலால் தொட்டாள். அது மட்டும் பிரிந்து நீரில் நின்றது. அக்கணம் மலர்ந்த ஓர் அருமலர் என.

புன்னகையுடன் மீண்டும் தொட்டபோது அர்ஜுனன் தோன்றினான். அவனை நோக்கிக்கொண்டிருந்த பின் அவன் தோள்களைத் தொட்டாள். பேருருவுடன் பீமன் எழுந்தபோது விரிந்த நெஞ்சை. தருமன் தோன்றியபோது செவிகளை. அவ்வுறுப்புகள் நீரில் ஐந்து வண்ணமீன்கள் என நீந்திச் சுழன்றன. குறுநகையுடன் அவள் அதை நோக்கிக்கொண்டே இருந்தாள். அவ்வுறுப்புகள் ஒன்றை ஒன்று துரத்தி கவ்வி இணைந்து உருவமென்றாயின.

நெஞ்சு துடிக்க விழியசைக்காமல் காத்திருந்தாள். கர்ணனின் முழுத்தோற்றம் எழுந்தது. அவள் விழிகளை அவன் விழிகள் நோக்க அவள் நோக்கு விலக்கிக்கொண்டாள். உடல் மெய்ப்புகொண்டபடியே இருந்தது. திரும்பி அவனை நோக்க அவள் அஞ்சினாள். அழித்துக் கலைத்துவிடலாமென எண்ணி கைநீட்டினாள். ஆனால் நீரைத் தொடத் துணியவில்லை.

பன்னிருமுறை நீட்டி விலக்கிய பின் ஒரு கணத்தில் கழிவிரக்கமும் சினமும் கொண்டு நீரைத் தொட்டுக் கலைத்தாள். ஓரவிழியால் நீரின் அலைவை நோக்கிக்கொண்டிருந்தாள். அவ்வுரு கலைந்தழிந்தது. திரும்பி நோக்கியபோது ஐந்து முகங்களையும் கண்டாள். அவற்றை நோக்கிக்கொண்டிருக்கையில் ஏக்கமும் சினமும் எழ மீண்டும் கைநீட்டி நீரைக் கலைத்தாள். உருவங்கள் கலந்தமைந்து மீண்டும் உருக்கொள்வதைக் கண்டு அஞ்சி நீரைக் கையால் அளைந்துகொண்டே இருந்தாள். பின்னர் என்ன செய்கிறோம் என்று உணர்ந்து எழுந்துகொண்டாள். அது அஸ்தினபுரியின் அணிக்காடு. அப்பால் சேடியர் குரல்கள் கேட்டுக்கொண்டிருந்தன. மிக அருகே ஒரு நாகத்தின் அசைவை உணர்ந்து திடுக்கிட்டுத் திரும்பிப் பார்த்தாள்.

ஒரு கணத்தின் ஒரு பகுதியில் கண் தொட்டு விலகுகையில் அறியும் அழகின் முழுமை நோக்கிநோக்கி விரிக்கையில் எழுவதில்லை. ஒருகணத் தெறிப்பிலேயே அழகை உணர்கிறோம் என்றால் அழகிருப்பது எங்கே? அது முன்னரே வரையறை செய்யப்பட்டிருக்கிறது. உள்ளம் முன்னரே அதை அறிந்திருக்கிறது. தொலைந்ததை, தேடித்தேடி அலைந்ததை மட்டுமே விழி அத்தனை எளிதில் கண்டுகொள்கிறது. அழகென்பது சீர்மை. ஒவ்வொன்றும் எதிர்பார்த்தபடி அங்கிருப்பதன் உவகை.

பொருளில் அது சீர்மை. அசைவில் அது இயல்பு. உள்ளம் கொள்ளும் பொருளில் என்ன? நன்மையா? இனிமையா? அழகென்பது முற்றிலும்

இங்குளதா? அங்கிருப்பது இங்கு வெளிப்படும் தருணங்களா? அழகிய நஞ்சு உண்டு. அழகிய முள் உண்டு. அச்சமூட்டுகிறது பேரழகு. பேதலிக்கச் செய்கிறது முழுதழகு. அழகென்று எழுந்தவை எவை? எங்குமிருப்பதன் உச்சங்களா? கண்டடையும் தருணங்கள் மட்டும்தானா? அழகென்பது உள்ளிருந்து வெளியே சென்றமைகிறதா? வெளியே இருந்து உட்புகுந்துகொள்கிறதா?

ஒவ்வொன்றும் முழுமைகொண்டதென மானுட உடல் அமைவதில்லை. ஓர் உறுப்பின் குறைபாட்டை பிறிதொரு உறுப்பு நிகர்செய்கிறது. ஒவ்வொரு உறுப்பும் உள்ளத்தால் வெவ்வேறு வகையில் இழுத்துக் கட்டப்பட்டிருக்கிறது. தாங்கி நிறுத்தப்பட்டிருக்கிறது. நிகரமைக்கப்பட்டிருக்கிறது. மானுட உடலென்பது ஒரு பொருளல்ல, நிகழ்வு. அசைவில் உருமாறிப் பிறிதொன்றாகிறது. ஒவ்வொரு அசைவுக்கும் தன்னை நுண்ணிதின் உருமாற்றிக்கொண்டிருக்கிறது. அதன் பொருள் ஒவ்வொரு நோக்கிலும் மாறுபடுகிறது. வல்லமை என. நெகிழ்வு என. இசைவு என. ஆணில் பெண் எழுந்து முழுமை கூடுகிறது. பெண்ணில் ஆண். மைந்தரில் முதுமை. முதுமையில் குழவி.

மானுட உடலென்பது உடலென்றானது தன்னை வெளிப்படுத்தும் ஒரு முறை. மானுடம் உடல்களினூடாக ஒன்றோடொன்று உரையாடிக் கொண்டிருக்கிறது. உடல்கள் இங்கே ஓயாது பேசிக்கொண்டிருக்கும் நாவுகள். உடல்கள் உடல்களை அறிகின்றன. உடல்களினூடாக மானுட உள்ளங்கள் அறியாத ஒன்று இங்கே நிகழ்ந்துகொண்டிருக்கிறது. மானுட உடலென்றான தெய்வத்திருவுருக்கள் மானுட உடலினூடாக எழுந்த மானுடனை ஆளும் விசைகள். பேருரு. பெருங்கைகள், பெருந்தோள்கள், விரிமார்பு, சிற்றிடை, திரள்தொடைகள், இதழ்களின் மலர்ச்செம்மை, விரிந்த விழிகளின் அனல்செம்மை. விண்ணளந்தோன். கரியோன். கரிய முகத்தில் எழும் புன்னகை...

கட்டற்று ஓடிய சொற்பெருக்கை அவளே உணர்ந்ததும் இடம் மீண்டாள். எதிரே அமர்ந்திருந்த நாகவிறலியிடம் "என்ன மாயம் இது? இந்த உளமயக்குகளுக்காக நான் உன்னை அழைக்கவில்லை" என்றாள். சதோதரி "நாகச்சுருள் மெய்மையைத் தன்னுள் வைத்திருக்கிறது. மெய்யன்றிப் பிறிதொன்றைத் தொடமுடியாது" என்றாள். "ஆம், நான் அறிவேன். அது மெய்யே" என்றாள் திரௌபதி. "அழகு, நான் பிறிதொன்றையும் எண்ணியதில்லை." சதோதரி "மானுடரின் தீயூழ் அது. ஓர் அழகை கைவிடாமல் பிறிதொன்றைப் பெறவியலாது" என்றாள்.

"அந்த மணத்தன்னேற்பு அவை, அதில் நான் பல்லாயிரம் முறை பல்லாயிரம் வகையில் வாழ்ந்துவிட்டேன். ஒருகணம், ஒரு கணத்திலும்

குறைவான பொழுதில் அம்முடிவை எடுத்தேன். அந்த முடிவால் என் முழு வாழ்க்கையையும் அமைத்துக்கொண்டேன்” என திரௌபதி சொன்னாள். “அனைத்து முடிவுகளும் ஒற்றைக் கணத்தில் எடுக்கப்படுவனவே” என்றாள் சதோதரி. “வாழ்க்கையின் முடிவுகளை எடுக்கும் பொறுப்பை ஏற்றுக்கொள்பவர்கள் தீயூழ் கொண்டவர்கள்”என்றாள் திரௌபதி.

பின் சினமும் சலிப்புமாக “அந்தக் கணத்தை அமைக்கும் தெய்வங்கள் எவை? அந்தக் கணம் அப்போது ஒரு முழு வாழ்வளவுக்கே என்னுள் விரிந்தது. என் இறந்தகாலம் அனைத்தையும் கண்டேன். எதிர்காலம் குறித்து கணம்கணமெனக் கணித்தேன். நூற்றுக்கணக்கான நாற்களங்களில் காய்நகர்த்தி வென்று அம்முடிவை சென்றடைந்தேன்” என்றாள் திரௌபதி. “ஆனால் விழியிலாதவன் கையிலகப்பட்டதை எடுப்பதைப்போலவே அக்கணத்தில் உணர்ந்தேன். இழந்த மறுகணமே இழந்ததென்ன என்று உணர்ந்தேன். பின்பு அது இல்லாமல் ஒரு கணமும் இருந்ததில்லை.”

“அழகின் இயல்பு அது” என சதோதரி சொன்னாள். “அது மானுட உள்ளத்தை முழுமையாக நிறைத்துப் பிறிதொன்றிலாமல் ஆக்கிவிடுகிறது. ஒவ்வொன்றும் தங்கள் தூய்மையில் முழுமையில் வெளிப்படுகையில் அழகென்றே அமைகின்றன. மெய்யென்று வேர். ஒழுங்கென்று மரம். அழகே மலர். இப்புவியில் பிரம்மம் அழகென்று மட்டுமே தோன்றமுடியும். அழகில் மட்டுமே மானுடன் தன்னை முற்றிழந்து அதுவாக சில கணங்களேனும் இருக்கமுடியும்.” திரௌபதி தலையசைத்தாள். “அரசி, பொருட்களனைத்திலும் அழகென வெளிப்படுவது மானுட உடலின் அழகே. பல்லாயிரம் பொருட்களின் அழகை அள்ளி வைத்தாலும் அவ்வழகை முழுமையாகக் காட்டிவிடவும் முடியாது.”

திரௌபதி “ஆனால் அந்நகரை நான் முன்னரே உள்ளத்தில் கட்டிவிட்டிருந்தேன்” என்றாள். “ஆம், அது சூரியபுரியாக இருந்தது. இந்திரனின் நகராக அல்ல” என்றாள் சதோதரி. திரௌபதி அவளைக் கூர்ந்து நோக்கிக்கொண்டு அமர்ந்திருந்தாள். பின்னர் சினத்துடன் எழுந்து “விளையாடுகிறாயா? என்னை சிறுமைசெய்து மகிழ எண்ணுகிறாயா?” என்றாள்.

சதோதரி “நீங்கள்தான் அப்புள்ளியைத் தொட்டீர்கள், அரசி” என்றாள். “இல்லை, நான் தொடவிரும்பியது அதையல்ல” என்றாள் திரௌபதி. “நீங்கள் மீண்டும் தொடலாமே” என்று சதோதரி சொன்னாள். திரௌபதி அவள் விழிகளை நோக்கினாள். இரு ஒளிகொண்ட கூழாங்கற்கள். இமைக்காத விழிகள் வேறு உலகை நோக்குவனவாக ஆகிவிடுகின்றன. அவள் எங்கிருந்து வந்தாள் என அவள் உள்ளம்

வியந்தது. "தொடுங்கள், அரசி. நீங்கள் நெடுங்காலமாக அகத்தே வினவுவதைத் தெளிவுபடுத்திக்கொள்ளுங்கள்."

அவள் மீண்டும் அந்த நாகச்சுருளின் ஒரு முடிச்சை நோக்கி சுட்டுவிரலைக் கொண்டுசென்றாள். அது நெளிகிறதா என மிக நுட்பமாக நோக்கினாள். அது அசைவற்றிருந்தது. எண்ணி முடிவெடுத்த கணமே சுட்டுவிரலை வைத்தாள். ஆனால் அதற்கு முந்தைய நொடியில் அது திரும்பி பிறிதொரு புள்ளியில் அவள் விரலைத் தொடச்செய்தது. அவள் சினத்துடன் கையை எடுத்துக்கொள்வதற்குள் மீண்டும் எங்கோ சென்றுவிட்டிருந்தாள்.

2

தென்னகத்து விறலியின் கரிய கன்னங்களில் அருகிருந்த விளக்குகளின் ஒளி மின்னியது. அவள் உடல் எண்ணெய் பூசப்பட்ட கருங்கல் சிலை என மின்னியது. வெண்விழிகளும் வெண்பற்களும் பெரிய வட்ட முகத்தில் மின்னித்தெரிந்தன. சிறிய மூக்கில் அணிந்திருந்த ஏழு வெண்கற்கள் பதிக்கப்பட்ட மூக்குத்தி அம்மின்னொளிகளுடன் இணைந்துகொண்டது. வண்டு முரலுதல்போல கீழ்சுதி நிலையில் நின்றாள். குறுமுழவென எழுந்த குரல் உச்சங்களில் சிறகசைக்காமல் நீந்தும் பருந்தெனச் சுழன்றது. இறகெனத் தழைந்தது.

அவள் உடலில் இருந்து விழிகளை விலக்க இயலவில்லை. அவள் குரல் செவிகளில் ஓயவில்லை. பாட்டை நிறுத்திவிட்டு அவள் நீர் அருந்தியபோதும், ஏட்டுக்கட்டுகளைப் பிரித்து அடுத்த பாடலுக்கான வரிகளை நோக்கியபோதும், பின்னால் அமர்ந்திருந்த அவள் கணவன் குடயாழின் சுதி அமைக்க பொழுது எடுத்துக்கொள்ள அவள் காத்திருந்தபோதும்கூட அவள் குரல் திரௌபதிக்குள் ஒலித்தபடியே இருந்தது. அவளருகே அன்னை அமர்ந்திருந்தாள். பகல் முழுக்க அவைச்செயல்களில் உழன்று களைத்திருந்தமையால் அவள் பெரிய இமைகள் எடைமிகுந்து மெல்ல சரிந்துகொண்டிருந்தன. சேடியரும் அரைத்துயிலில் இருந்தனர். இசைக்கூடத்திற்குள் விறலியும் அவளும் மட்டுமே இருந்தனர் எனத் தோன்றியது.

"மனுவின் மைந்தர் பிரியவிரதர். அவருக்கு அக்னீத்ரன் என்னும் மைந்தர் பிறந்தார். அக்னீத்ரன் பூர்வசித்தியை மணந்து நாபி, கிம்புருஷன், ஹரி, இளாவிரதன், ரம்யகன், ஹிரண்மயன், குரு, பத்ராஸ்வன், கேதுமாலன் எனும் ஒன்பது மைந்தரைப் பெற்றார். அக்னீத்ரன்

வாழ்நாளெல்லாம் வேள்விகளைச் செய்துகொண்டிருந்தார். நூல்கள் நவிலும் ஒன்பது கொடைவேள்விகளை அவர் நூறுமுறை இயற்றினார். வேள்விகளைப் பெரிதாக நிகழ்த்துவது ஆணவம். பழுதற நிகழ்த்துவது அர்ப்பணிப்பு. தன்னை முழுதீந்து நிகழ்த்தியமையால், பெற்றது எதையும் கொள்ளாமையால் அக்னீத்ரன் முழுமையான பயன்களை அடைந்தார்.

தவவாழ்வு நிறைவுற்று அவர் விண்ணேகியபோது தன் ஒன்பது மைந்தரையும் அழைத்து அவர்களுக்கு தன் தவச்செல்வத்தை அளிப்பதாகவும், அவர்கள் உகந்த முறையில் அதை மாற்றிக்கொள்ளலாம் என்றும் சொன்னார். அவர்கள் ஒவ்வொருவருக்கும் அவர் நெற்றிப்பொட்டில் கைவைத்து தன் தவத்தை அளித்தார். நாபி அச்செல்வத்தை நீண்ட வாழ்நாளாகப் பெற்றுக்கொண்டார். கிம்புருஷன் அதை அறிவுத்தொகையாக, ஹரி அதைப் பெருஞ்செல்வமாக, இளாவிரதன் அதைக் காமமாக, ரம்யகன் அதை மக்கட்பேறாக, ஹிரண்மயன் அரசாக, குரு வெற்றியாக, பத்ராஸ்வன் புகழாக அதைப் பெற்றுக்கொண்டனர். இறுதி மைந்தனாகிய கேதுமாலன் "எந்தையே, நான் அதை அழகெனப் பெற்றுக்கொள்கிறேன்" என்றான்.

இளமையிலேயே அழகின்மேல் பித்துகொண்டவனாக காடுமலை என அலைந்த அவனைப்பற்றி மூத்தவர்கள் ஏளனம் கொண்டிருந்தனர். கலைகளில், இயற்கையில் அவன் தேடுவதென்ன, மகிழ்வது எதனால் என அவர்கள் அறிந்திருக்கவில்லை. அவர்கள் ஒருவரை ஒருவர் நோக்கிப் புன்னகைத்தனர். அவன் தந்தையே அவனை நோக்கி "மைந்தா, நீ கேட்பது என்னவென்று புரிந்திருக்கிறாயா?" என்றார். "ஆம் தந்தையே, எனக்கு அழகன்றி வேறேதும் பெரிதென்று தோன்றவில்லை" என்றான் கேதுமாலன்.

"அழகென ஏதும் இப்புவியில் இல்லை. அது நம் உளம்கொள்ளும் ஒரு நிலைதான். கூழாங்கற்களும் அழகெனத் தோன்றும் தருணங்களும் உண்டு" என்று தந்தை சொன்னார். "அவ்வுளநிலை அமைந்தால் அனைத்தும் அழகே. மைந்தா, அழகென்பது ஒரு செல்வமல்ல. அது காற்றுபோல், நீர்போல், ஒளிபோல் மானுடருக்கு தெய்வங்கள் அளவிலாது வழங்கியது. கணக்கிட முடியாதது. கணக்கிடுதலும் கூடாது. அழகை எவரும் உரிமைகொள்ளக்கூடாது. காற்றை நீரை ஒளியை உரிமைகொள்ளலாகாதென்பதுபோல்.

"செல்வமென்பது உரிமையாவது, நம்மால் ஆளப்படுவது. செல்வம் அளிக்கும் பேரின்பம் என்பது அதை நாம் உரிமைகொண்டிருகிறோம் என்னும் பெருமிதமே. அழகு தேவர்களுக்கும் தெய்வங்களுக்கும்

உரிமையானது. மானுடர் உடைமைகொள்ளும் செல்வத்தைக் கேள்” என்று தந்தை அவனிடம் சொன்னார். “செல்வத்தை அடைபவன் அதில் மகிழவேண்டும், திளைக்கலாகாது. பெருமிதம் கொள்ளலாம், ஆணவம் கொள்ளலாகாது. ஒருபோதும் ஒரு செல்வத்தையும் முழுதடைய எண்ணலாகாது. மானுடன் கனவுகாணும் எல்லைகளிலெல்லாம் தெய்வங்கள் நின்றுள்ளன.”

கேதுமாலன் “எனக்கு அழகன்றி அனைத்தும் வீணென்றே தோன்றுகிறது, தந்தையே. அழகிலா வாழ்நாள் வெற்றுக் காலம். அழகிலா செல்வம் வெறும் குப்பை. அழகிலாத அறிவு வெறும் சொற்குவை. அழகிலா காமம் வெறும் உடற்திளைப்பு. அழகிலாத வெற்றி ஆணவமன்றி வேறல்ல. அழகிலா அரசு சிறையே. அழகிலாதபோது மைந்தர் வெற்று உறவுகள் மட்டுமே. அழகிலாதோன் பெறும் புகழ் இளிவரலாகவே எஞ்சும்” என்றான். தந்தை பெருமூச்சுடன் “ஆம், உன் விழைவு அத்தனை வலியதென்றால் நான் செய்வதற்கொன்றுமில்லை” என்றார். தந்தையிடமிருந்து அழகைப்பெற்ற கேதுமாலன் உடன்பிறந்தாரிடம் விடைபெற்றுச் சென்றான்.

ஒவ்வொரு அடிக்கும் அவன் பேரழகுகொண்டவனானான். பொன் மின்னிய உடலுடன், வைரங்கள் என மின்னிய விழிகளுடன், இளங்காலை முகிலென ஒழுகும் அசைவுடன் அவன் ஜம்புதீவென்று அன்று அழைக்கப்பட்ட பாரதப் பெருநிலத்தின் எட்டு நிலங்களைக் கடந்து சென்றான். அவனைக் கண்டதும் தங்களை மறந்து பெண்கள் அவனுடன் சென்றனர். இளமைந்தர் அவனைப் பித்தர்களெனத் தொடர்ந்தனர். அழகிலாதோர் அவனைக் கண்டதுமே கூசி அஞ்சி ஒளிந்துகொண்டனர். விழிகளை மூடி உடல்சுருட்டி பதுங்கினர். ஆகவே அவன் அழகை மட்டுமே கண்டான். அழகோர் மட்டுமே அவனைக் கண்டனர். அழகோர் மட்டும் இயலும் ஓர் உலகில் அவன் சென்றுகொண்டிருந்தான்.

அவர்கள் தங்கள் அழகிய பொருட்களை எல்லாம் உடன் எடுத்துக் கொண்டனர். பட்டும், பூண்களும், மலர்களும், கலைப் பொருட்களும் கொண்டு சென்றனர். அழகிய பொருட்களெல்லாம் மானுடர்மேல் ஏறிக்கொண்டு அவனைத் தொடர்ந்தன என்றனர் கவிஞர். அவர்கள் எட்டு நிலங்களைத் துறந்து மேதமலையின் மேற்கே ஆளில்லா விரிவென காடு நிறைந்துகிடந்த ஒன்பதாம் நிலத்தை அடைந்தனர். அவர்கள் அங்கே சென்றதும் அது மலர்பெருகிப் பொலிந்தது. பறவைகளின் இன்னிசையும், மலையிழியும் அருவிகளின் ஒளியும், இளமழையின் குளிரும் என அழகு மட்டுமே கொண்ட நிலமென்றாயிற்று. விண்ணில் எப்போதும் பொன்முகில்கள் சூழ வானவில் நின்றது.

கேதுமாலன் அங்கே அமைத்த அரசு கேதுமாலம் என அழைக்கப்பட்டது. அங்கே கேதுமாலபுரி என்னும் பெருநகர் உருவாகியது. கேதுமாலத்தின் புகழ் பரவவே பாரதவர்ஷத்தின் அனைத்துச் சிற்பிகளும், கலைஞர்களும் அங்கே சென்று சேர்ந்தனர். அவர்கள் கூடி அமைத்த மிகச் சிறந்த நகர் என்பதனால் மண்ணில் மானுடர் அமைத்தவற்றிலேயே பேரழகு கொண்டதாக அது உருக்கொண்டது. கவிஞர்களும் இசைஞர்களும் ஆட்டர்களும் அங்கே சென்றமைந்தனர். அழகு சூழ்ந்திருந்தமையால் சொற்களெல்லாம் அழகுகொண்டு கவிதையாயின. அழகிய சொற்களிலிருந்து அழகிய பொருட்கள் உருவாயின. விண்ணிலிருந்து அழகு ஊறிஎழும் சுனை அது என்றனர் கவிஞர்.

அருமணிகள், அழகிய பூண்கள், பொன்னூல் பின்னிய பட்டுகள், சிமிழ்கள், செதுக்கு கலங்கள் என எங்கு எவை அழகென எண்ணப்பட்டனவோ அவையெல்லாம் காலப்போக்கில் அங்கே வந்து சேர்ந்தன. புவியிலுள்ள அழகிய பொருளனைத்தும் கேதுமாலத்திற்கு செல்ல விழைகிறது. தன்னைத் தொடும் கைகளில் ஏறிக்கொண்டு கேதுமாலம் நோக்கிய பயணத்தை தொடங்குகிறது என்று சூதர் பாடினர். அழகுப்பொருட்கள் தங்கள் பல்லாயிரம் வடிவங்களை அங்கே அடைந்தன. கேதுமாலம் அழகு முளைத்துப்பெருகும் நிலமாகியது.

அழகே அங்கே அனைத்துமென்றாகியது. கேதுமாலத்தின் அழகுப்பொருட்களுக்காக பாரதவர்ஷத்தின் அரசர்கள் கருவூலங்களை அள்ளி நிகர்வைத்தனர். அழகுப்பொருள் கொள்ள நாளும் வணிகர்கள் வந்தனர். கேதுமாலத்தில் செல்வம் பெருகியது. செல்வம் அங்கிருந்தோருக்கு நோயிலா வாழ்க்கையை அளித்து நீள்வாழ்வு கொண்டவர்களாக்கியது. அவர்கள் எண்ணியதையெல்லாம் வெற்றியாக்கியது. எட்டு திசையும் புகழ் பரவச்செய்தது. காமம் அங்கே காதலென பெருகியது. மைந்தர்ச் செல்வமாகியது. அறிவு காவியமென்று விரிந்தது. எட்டு செல்வங்களும் அழகென்பதன் மாற்றுருக்களே என கேதுமாலம் காட்டியது.

அழகு தன்னைப் புகழும் சொற்களை நாடுகிறது. அச்சொற்களை அது உருவாக்குகிறது. புகழ்மொழிகள் மெல்ல ஆணவமென்றாகின்றன. கேதுமாலன் தன் நாட்டின் அழகைக் குறித்த பெருமிதம் கொண்டிருந்தான். அதை சூதரும் புலவரும் ஆணவமாக்கினர். ஆணவம் பிறிதைத் தாங்கிக்கொள்வதில்லை. பிறிதொன்றிலாமையே அழகின் உச்சம் என கேதுமாலன் எண்ணலானான். நுண்மாறுபாடுகளால் பிறிதுபிறிதெனப் பெருகுவதே அழகின் இயல்பு என்பதை அவன் உணரவில்லை. தன் நாட்டை புவியில் பிறிதொரு நாடு இலாதபடி அழகு முழுமைகொண்டதாக ஆக்கவேண்டும் என்று எண்ணினான். எங்கெல்லாம் அழகென்று எஞ்

சியிருக்கிறதோ அதுவெல்லாம் அங்கே வந்தமைய வேண்டுமென விழைந்தான்.

அவன் விழைவை அங்கிருந்தோர் அனைவரும் தலைக்கொண்டனர். ஒவ்வொரு நாளும் கணமும் என கேதுமாலம் அழகுகொண்டபடியே சென்றது. மைந்தர் அழகும் மகளிர் அழகும் மலரழகும் மாளிகை அழகும் நுணுகி நுணுகி உச்சம் சென்றன. பழுதற்ற மணிகளும் மங்காத பொன்னும் இணைந்த அணிகள் மலர்களின் வடிவங்களை மிஞ்சின. முழுமைக்கு ஒரு படி முன்பாக கேதுமாலம் சென்றடைந்தபோது அதை விண்ணவனின் அமராவதி என தேவர்கள் மயங்கினர். அங்கு செல்லவிழைந்த கின்னரரும் கிம்புருடரும் கந்தர்வர்களும் கேதுமாலத்தில் வந்திறங்கினர். அமராவதியின் மீது மட்டுமே கவிந்திருக்கும் வெண்குடை முகில் கேதுமாலத்தின்மேல் எழுந்தது.

சினம்கொண்ட இந்திரன் நாரதரை அழைத்து கேதுமாலனிடம் மானுடருக்குரிய எல்லைகளைக் குறித்துச் சொல்லும்படி கோரினான். அறிந்திருந்தாலும் ஐயம்கொண்டவர்போல் “முழுமைகொண்டமைதல்தானே மானுடனுக்கு பிரம்மத்தின் ஆணை!” என்று நாரதர் கேட்டார். “அடைதலும் இழத்தலும் கற்றலும் கடத்தலும் என நிகர்கொண்டு இன்மையின் முழுமையை அடைவதே மெய்மையின் வழி. கொண்டு அடைந்து மானுடர் முழுமையை அடையமுடியாது. அவனிடம் சொல்க!” என்றான் இந்திரன்.

நாரதர் ஒரு பொன்வண்டாக மாறி கேதுமாலனின் அறையை அடைந்தார். அங்கிருந்த பொன்வண்டுப் பதுமைகளின் நடுவே அவர் பொருந்தா குறையழகு கொண்டிருந்தார். அவரை நோக்கி முகம்சுளித்த கேதுமாலன் அணுகி நோக்கியபோது தன்னுரு கொண்டு நின்றார். அவனிடம் “அரசே, முழுமைநோக்கிச் செல்லும் வழி இதுவல்ல. போதுமென்று நிறைவுறுக!” என்றார். “என் வழி அழகு. அதை முற்றாக அடைவதொன்றே வாழ்வின் இலக்கு” என்றான் கேதுமாலன்.

“அதை தேவரும் தெய்வங்களும் விரும்புவதில்லை. அவர்களுக்கு விடப்படும் அறைகூவலென்றே கொள்வார்கள்” என்றார் நாரதர். “என் பாதையில் அழிவதும் எனக்கு வீடுபேறே” என்றான் கேதுமாலன். “அரசே, நீ செய்த முதற்பிழை அழகை செல்வமென்று எண்ணியது. அழகு எவருக்கும் உடைமையல்ல. எனவே செல்வமும் அல்ல” என்று நாரதர் சொன்னார். “அழகு பிரம்மத்தின் ஆனந்த வடிவம். பிரம்மம் முழுமை கொண்டதென்பதனால் அதன் ஒவ்வொரு துளியும் முழுமையே. அம்முழுமையில் தன்னை அளித்து ஆழ்வதொன்றே மானுடர் செய்யக்கூடுவது.”

கேதுமாலன் “அழகைக் கண்டபின் எவரும் அப்பாலென்று நிற்பதில்லை. அதை அணுகுவதற்கும் அகலாதிருப்பதற்கும் உரிய வழி அதை அடைதலே. அழகிலாடுவோன் அதைத் தானென்று கொள்கிறான்” என்றான். “என்மேல் தெய்வங்கள் சினம்கொண்டாலும் அஞ்சமாட்டேன். அழகை அடைந்து, அழகிலாழ்ந்து இருப்பதொன்றே என் வழி.” நாரதர் நெடுநேரம் அவனிடம் சொல்லாடிவிட்டு சலித்து திரும்பிச்சென்றார். இந்திரனிடம் “தேவர்க்கரசே, கேதுமாலன் அழகின் முழுமையை அன்றி எதையும் வேண்டவில்லை” என்றார்.

இந்திரன் பேரழகுகொண்ட வெண்குதிரையாக மாறி கேதுமாலக் காட்டில் நின்றிருந்தான். காட்டில் மலர்நோக்கி உலவிக்கொண்டிருந்த கேதுமாலன் அந்தக் குதிரையைக் கண்டான். “அதுவே நான் தேடிய குதிரை. பிழையற்றது, முழுமையை அழகெனக் கொண்டது… அதைப் பிடித்து கொண்டுசெல்வோம்” என்று கூவியபடி அதைத் துரத்தினான். வெண்புரவியின் விரைவு நிகரற்றதாக இருந்தது. நூறு கால்களால் ஓடுவதென அது காற்றில் கடுகியது. துரத்திச்சென்ற ஒவ்வொருவராக அமைய கேதுமாலன் மட்டும் சலிக்காமல் அதைத் தொடர்ந்து சென்றான்.

ஒரு சுனையின் கரையில் பரி களைத்துப்போய் மூக்கிலிருந்து ஆவியும், வாயிலிருந்து நுரையும் எழ நின்று உடல்சிலிர்த்தது. அதை அணுகிய கேதுமாலன் தன் கையிலிருந்த வடத்தைச் சுழற்றி எறிந்து அதைப் பிடிக்க முயன்றபோது “நில்!” என்றது. “நான் மண்ணுலகின் புரவி அல்ல, தேவர்களுக்குரியவன். என்னை மானுடர் பேண முடியாது” என்றது. “தேவர்க்குரியதானாலும் அழகு திகைந்த எதுவும் எனக்குரியதே” என்றான் கேதுமாலன்.

“உன் கொட்டிலில் ஆயிரம் அழகுக் குதிரைகள் உள்ளன. இன்னுமொன்று சேர்ந்தால் என்ன பெறப்போகிறாய்?” என்று குதிரை கேட்டது. “அக்குதிரைகளில் குறைவதென்ன என்று உன்னைக் கண்டதும் உணர்ந்தேன். அக்குறையை நிகர்செய்யவே உன்னை வெல்ல வந்தேன்” என்றான் கேதுமாலன். “ஒவ்வொன்றிலும் ஒவ்வொரு துளி குறையும். குறைவிலாதது பிரம்மம் ஒன்றே” என்றது குதிரை. “அவ்வண்ணமென்றால் பிரம்மத்தை அடைவதே என் இலக்கு” என்றான் கேதுமாலன்.

“அரசே, என்னில் நீ கண்டு நிறைந்த அக்குறை என்ன என உன் உள்ளத்தில் தொகுத்துக்கொள்” என்று குதிரை சொன்னது. “அது என்னிலுள்ளது என்றால் நான் உன்னுடன் வருகிறேன்.” கேதுமாலன் தன் உள்ளத்தைக் குவித்து அக்குறைவிழுமியத்தை தன்னுள் திரட்டிக்கொண்டான். “அதை இங்கிருக்கும் மலர்களில் ஒன்றென ஆக்கி என்னிடம் தருக!” என்றான்

இந்திரன். அருகே நின்றிருந்த நீலச்சங்கு மலர் ஒன்றைத் தொட்டு “இது” என்றான் கேதுமாலன். அது ஒரு வண்ணத்துப்பூச்சியாகி சிறகடித்தது. அதைக் கையிலெடுத்துக் கொண்டு இந்திரன் சிறு புள் என ஆகிப் பறந்து வானிலகன்றான்.

அந்த வண்ணத்துப்பூச்சியைக் கொண்டுசெல்லும்போது வானில் நின்று அதன் நிழலை மண்ணில் வீழ்த்தி ஒரு கரிய பட்டாம்பூச்சியாக ஆக்கினான். பின்னர் அமராவதி சென்று தன் தோட்டத்தில் முடிவிலாது மலர்ந்துகொண்டிருக்கும் பாரிஜாதத்தில் விட்டான். அதைச் சுற்றி காவலர்களாக கந்தர்வர்களை அமர்த்தினான். நிழல்பட்டாம்பூச்சி பறந்து கேதுமாலனின் அரண்மனையை அடைந்தது. அவனைச் சூழ்ந்து அது பறக்கலாயிற்று. அது பறந்து செல்லும் இடமெல்லாம் விழுந்த அதன் நிழல் அங்கேயே கறையெனப் படிந்தது.

கேதுமாலனின் மாளிகை எங்கும் கரிய கறை படிந்தது. அவன் திரைச்சீலைகளில், அணிகளில், ஆடைகளில் அந்தக் கரி படிந்தது. அவன் சினத்துடன் தன் வீரர்களிடம் அதைப் பிடித்துத் தரும்படி சொன்னான். “அரசே, அது வெறும் நிழல்” என்றார்கள். ஆனால் எங்கும் அது நிறைந்திருந்தது. சில நாட்களிலேயே கேதுமாலனின் அரண்மனை முழுமையாகவே கருமையாகியது. கேதுமாலபுரி கருவண்ணம் படிந்தது. கேதுமாலமே அக்கரியால் எரிபரந்தெடுத்தல் முடிந்த நிலமென்றாகியது. உளம் சோர்ந்து தனித்த கேதுமாலன் நோயுற்றான். அதுவரை அவனிடமிருந்த அழகு மறைந்தது. முதுமைகொண்டு மெலிந்து சருகுபோல் ஆனான். ஒவ்வொரு நாளும் அவன் இறந்துகொண்டிருக்க அவன் நாடும் நகரமும் அதைப்போலவே இறந்துகொண்டிருந்தன.

கேதுமாலபுரிக்கு நாரதர் மீண்டும் வந்தார். கருகி அழிந்துகொண்டிருந்த நகரின் மீது அந்தக் கரிய பட்டாம்பூச்சி சிறகடித்துச் சுற்றிவந்தது. ஒவ்வொரு பொருளையும் அதன் நிழல்படாமல் காப்பதன்பொருட்டு மக்கள் அவற்றைப் பதுக்கியும் புதைத்தும் வைத்திருந்தமையால் அழகுள்ள எதுவும் அவர் விழிகளுக்குப் படவில்லை. அரசனின் அரண்மனைக்கு வந்த அவரை அவனுடைய நோய்ப்படுக்கைக்கு அழைத்துச் சென்றனர். பேசவும் இயலாது கிடந்த கேதுமாலனின் அருகே அமர்ந்த நாரதர் அவன் கைகளைப் பற்றிக்கொண்டார்.

“நான் முன்னரே சொன்னேன், அரசே” என்றார் நாரதர். “அந்தக் கரிய பட்டாம்பூச்சி... அதை வெல்லவேண்டும்... அதை வெல்லாது இந்நகர் வாழமுடியாது” என்றான் கேதுமாலன். “அதை வெல்ல ஒரே வழி அதன் நிழல்படிந்த அனைத்தையும் துறப்பதுதான். வருந்தாமல் உளம்நிறைந்து அவற்றைக் கொடையளியுங்கள். கொடையினூடாக அவை கறைநீங்கக்

காண்பீர்கள்" என்றார் நாரதர். "இந்நகரில் அரும்பொருளென எதுவுமே எஞ்சாதல்லவா?" என்றான் கேதுமாலன். "எஞ்சும், அவையே கறைபடியாதவை, கொடுக்கவும் முடியாதவை" என்றார் நாரதர்.

கேதுமாலன் அனைத்தையும் இரவலருக்கும் பாணருக்கும் கவிஞருக்கும் வேதியருக்கும் முனிவருக்கும் கொடுக்கத் தொடங்கினான். பெற்றுக்கொண்டவர்கள் அந்தக் கறையை காணவே இல்லை. அவர்களின் வாழ்த்துக்களால் நகரம் நிறையும்தோறும் அங்கே படர்ந்திருந்த நிழல் அகன்றது. நோய்கொண்டிருந்தவர்கள் நலம்பெற்று அழகுகொண்டனர். அனைத்துப் பொருட்களையும் அவன் கொடையளித்தான். அரண்மனையின் சுவர்களன்றி எதுவும் எஞ்சவில்லை. மானுடர் உரிமைகொள்ளும் எப்பொருளும், மானுடர் சமைத்த எப்பொருளும் அங்கே எஞ்சியிருக்கவில்லை. இறுதி அரும்பொருளும் நகர்நீங்கியபோது அந்த நிழல்பட்டாம்பூச்சியும் உடன் சென்றது. கேதுமாலன் மீண்டும் பேரழகனாக ஆனான். அந்நகரமும் நாடும் ஒளிகொண்டு துலங்கின.

கேதுமாலத்தில் அதன்பின் அழகென எஞ்சியவை மலர்கள், தளிரிலைகள், செடிகள். நிலமெங்கும் பரவியிருந்த கூழாங்கற்கள். வண்ணச்சிறகுகள் கொண்ட பல்லாயிரம் பறவைகள், ஒளியேயான பூச்சிகள். விழிகள் மின்னும் மான்கள், முகில்வடிவ யானைகள், பட்டொளிர் பசுக்கள், அனல்வண்ணப் புலிகள். ஒவ்வொருநாளும் அந்நிலத்தின் அழகு புதிதாகப் பிறந்தது. ஒவ்வொருகணமும் அது வளர்ந்தது. அதை வெல்ல தேவர்களாலும் இயலவில்லை.

கேதுமாலன் ஒருநாள் தன் அரண்மனைக்கு வெளியே குறுங்காட்டில் நின்றிருந்தபோது தன்னைச் சூழ்ந்திருக்கும் பேரழகைக் கண்டான். அவன் விழிகள் நிறைந்து வழிந்தன. கைகளைக் கூப்பியபடி நின்றான். பின்னர் வலக்கையால் தன் தலைமுடியைப் பிடித்திழுத்துப் பறித்து மழிதலையனானான். இடக்கையால் தன் ஆடையை விலக்கினான். தெருவிலிறங்கி நடந்து காட்டுக்குள் நுழைந்தான். அவன் செல்லும் வழியெங்கும் மக்கள் கைகூப்பி நின்றனர்.

கேதுமாலத்தின் எல்லையில் இருந்த கேதுகிரி என்னும் மலைமீது ஏறி நின்றான். விண்ணிலிருந்து அழகிய பட்டாம்பூச்சி ஒன்று சிறகடித்து வந்து அவன் தோளில் அமர்ந்தது. ஆனால் அவன் அதைக் காணவில்லை. அனைத்து அழகுகளையும் துறந்தவர் மட்டுமே காணும் அழகை அவன் கண்டான். அவன் காலடியில் தேவர்கள் வந்து வணங்கினர். அவன் தலைக்குமேல் விண்ணின் வெள்ளை யானை வந்து நின்றது. அதில் வந்த இந்திரன் அவனை அழைத்து தன்னுடன் கொண்டுசென்றான். அந்த மலைமேல் ஏழு நாட்கள் விண்வில் ஒளியுடன் நின்றிருந்தது.

அவன் அமர்ந்து உடலுதிர்த்த மலைமேல் அவனுடைய இரு கால்களையும் வரைந்தனர். ஒவ்வொரு ஆண்டும் அந்த நாளில் அவனை வணங்கும்பொருட்டு கேதுமாலத்தின் அனைத்து மக்களும் மலையேறிச் சென்றனர். அங்கே மலரிட்டு வணங்கி மீண்டனர். பின்னர் சூழ்ந்திருந்த நாடுகளனைத்திலிருந்தும் மக்கள் வரலாயினர். அழகர் என்றே அவரை நூல்கள் குறிப்பிட்டன.

விறலி "அழகோன் பாதங்களை வணங்குவோம். அவன் விழிகள் விண்ணில் துலங்குக! அவை இங்குள்ள அனைத்தையும் அழகுறச் செய்க!" என்று சொல்லிக் கைகூப்பினாள். யாழ் முரலொலி எழுப்பி ஓய்ந்தது. விறலி எழுந்தபோதுதான் திரௌபதி தன்னுள் இருந்து மீண்டெழுந்தாள். சூழ நோக்கியபோது அன்னையும் சேடியரும் செவிலியரும் துயில்கொண்டிருப்பதைக் கண்டாள். எழுந்து சிற்றாடையைப் பற்றிக்கொண்டு விறலியை அணுகி தன் கழுத்திலிருந்த அருமணி மாலையைக் கழற்றி அவளுக்கு அணிவித்தாள். அதை எதிர்பாராத பாணர்குழுவின் முகங்கள் மலர்ந்தன.

விறலி "பேறுபெற்றேன், இளவரசி" என்றாள். திரௌபதி "கேதுமாலபுரி இன்றுள்ளதா?" என்றாள். "ஆம் அரசி, இது அந்நகரின் தொல்கதை." திரௌபதி "அது எப்படிப்பட்ட நகர்?" என்றாள். "அதுவும் பிற நகர்களை போலத்தான். ஆனால் வட்டவடிவமான கோட்டை ஒன்று நகருக்குள் உள்ளது. அதுவே பழைய நகரம். பிற்காலத்தில் தெருக்கள் கோட்டைக்கு வெளியிலும் விரிந்து பரந்துவிட்டன" என்று விறலி சொன்னாள். "அந்நகர் இக்கதைகளில் வருவதுபோல் அழகு கொண்டதா?" என்று திரௌபதி கேட்டாள்.

பாணன் சிரித்து "இளவரசி, இது கதையல்லவா? என்றேனும் அவ்வண்ணம் ஒரு பெருநகர் மண்ணில் இருந்திருக்கிறதா என்று கேட்டால் எங்கள் முதுசூதர் சிரிப்பார்கள். நூற்றுக்கணக்கான பெருநகர்களின் கதைகள் இங்குள்ளன. மானுடர், நாகர், அரக்கர், அசுரர் ஒவ்வொருவரும் தங்கள் தொல்மூதாதையர் அமைத்த பெருநகரிகளைப் பற்றிய கற்பனைகளை விரித்துக்கொண்டிருக்கிறார்கள். அது என்றுமிருக்கும் ஒரு கனவு. அக்கனவை எண்ணியே மண்ணில் அனைத்து நகரங்களும் அமைக்கப்படுகின்றன" என்றான்.

"அவ்வண்ணம் ஒரு நகரம் இன்று புவியில் இல்லையா?" என்று அவள் கேட்டாள். "இளவரசி, தொல்நகர் தென்மதுரை, காஞ்சி, விஜயபுரி, ராஜமகேந்திரபுரி, மாகிஷ்மதி, ராஜகிரி, அஸ்தினபுரி என இந்நாட்டின் அனைத்துப் பெருநகர்களுக்கும் நான் சென்றிருக்கிறேன். அவை அனைத்தும் மாண்பும் அழகும் கொண்டவையே. ஆனால் கதைகள்

சொல்லும் சீர்மை எவற்றுக்கும் இல்லை" என்றான் பாணன். "ஏன்?" என்றாள் திரௌபதி. "ஏனென்றால் சீர்மை முழுமைபெற தேவர்கள் ஒப்புவதில்லை. மானுடரின் விழைவில் புகுந்துகொண்டு சீர்மையைக் குலைத்துக்கொண்டே இருக்கிறார்கள். அனைத்து நகர்களும் காடுகளைப்போல தங்கள் எல்லைகளைக் கட்டற்று விரித்து வடிவிலாது பெருகியவையே."

"கேதுமாலனின் இடத்தில் நான் இருந்திருந்தால் அந்நகரியை இந்திரனுக்கே அளித்திருப்பேன். தன் நகரம் முழுமையழிவதை அவன் ஒப்பமாட்டான்" என்று திரௌபதி சொன்னாள். விறலி சிரித்தாள். "அந்நகரின் மையத்தில் இந்திரனுக்குப் பேராலயம் ஒன்று எழவேண்டும். ஒவ்வொருநாளும் இந்திரன் வணங்கி வாழ்த்தப்படவேண்டும். இந்திரனே அந்நகருக்குக் காப்பாக நிலைநிறுத்தப்படவேண்டும். அதை தேவர்கள் வெல்ல முடியாது" என்றாள் திரௌபதி. விறலி "அவ்வண்ணமொரு நகர் தங்கள் ஆணைப்படி எழுக, அரசி!" என்றாள். திரௌபதி புன்னகைத்தாள்.

அன்னை எழுந்து "என்ன ஆயிற்று? பாடல் முடிந்துவிட்டதா?" என்றாள். சேடியர் விழித்து எழுந்து "ஆம், சற்றுமுன் முடிந்துவிட்டது, அரசி" என்றார்கள். "பரிசில்கள் எங்கே?" என்றாள் அரசி. திரௌபதி "நானே அளித்துவிட்டேன்" என்றாள். "ஆம் பேரரசி, மதிப்புமிக்க பரிசு. இனி பிறிதொரு பெரும்பரிசு நாங்கள் பாரதவர்ஷத்தில் பெறுவதற்கில்லை. பிறிதொரு பேரரசியைப் பார்ப்பதற்கும் வாய்ப்பில்லை" என்றான் பாணன்.

3

மீண்டு வந்தபோது திரௌபதி மூச்சிரைத்துக்கொண்டிருந்தாள். சதோதரி "அரசி, தாங்கள் அஞ்சிவிட்டீர்கள்" என்றாள். "இல்லை, அது மெய்யாகவே நிகழ்ந்தது" என்றாள் திரௌபதி. "ஆனால், அன்று பேசியவை இவைதானா என ஐயம் எழுகிறது." சதோதரி "மீண்டுமொருமுறை அங்கு செல்லமுடியும்" என்றாள். "ஆனால் சொற்கள் மாறியிருக்கும். மனிதர்கள்கூட மாறியிருக்க வாய்ப்புண்டு."

சினத்துடன் திரௌபதி "அங்கே மெய்யாகவே நிகழ்ந்தது என் சித்தத்தில் இருக்கும்" என்றாள். "எவருடைய சித்தத்தில்? அன்று அங்கே இருந்த சேடியொருத்தியின் சித்தத்தில் முற்றாகப் பிறிதொன்று இருக்கும். மண்ணில் நிகழ்ந்த எதுவும் எஞ்சுவதில்லை. மானுட நினைவென்பது முற்றிலும் இணையான பிறிதொரு ஒழுக்கு" என்றாள் சதோதரி. திரௌபதி சலிப்புடன் தலையை அசைத்து "நான் இதையெல்லாம் ஏன் கிளறிக்கொண்டிருக்கிறேன்?" என்றாள்.

"மானுடர் மீளமீள நிகழ்கிறார்கள் என்பார்கள்" என்றாள் சதோதரி. "நீங்கள் இங்கு ஆற்றுவதனைத்தும் மீள நிகழ்கின்றன, அரசி." திரௌபதி "சூதர்கதைகள்... எவரும் காலப் பலகணி கடந்து நோக்கவியலாது" என்றாள். "அடுமனைக் கலத்தை முகர்ந்து அதில் நடந்த முந்தைய சமையல் என்னவென்று சொல்லிவிடமுடியும். ஆயிரம் முறை கழுவினாலும் மணம் எஞ்சும் என்பதை அறிந்திருப்பீர்கள்." திரௌபதி அவளை நோக்கிக்கொண்டிருந்தாள். "இங்கே தொடுங்கள், அரசி" என்றாள் சதோதரி. "இது சுழல்கிறது. நான் எண்ணுமிடத்தில் விரல் பதிவதில்லை."

"அரசி, சுழல்வது உங்கள் உள்ளமல்லவா? அதைத்தான் களம் காட்டுகிறது. உள்ளத்தைக் கூர்நிலைப்படுத்தித் தொடுங்கள்" என்றாள் சதோதரி. திரௌபதி அந்தக் களத்தை நோக்கினாள். ஒன்றுக்குள் ஒன்றெனப் பன்னிரு சுழல்கள். அவை வெட்டிக்கொள்ளும் புள்ளிகள் நூற்றுநாற்பத்துநாலு வெட்டுபுள்ளிகள். அல்ல, இருநூற்று எண்பத்தெட்டு, அல்ல... அவள் விழி மயங்குவதுபோலிருந்தது. ஒரு புள்ளியை முன்னரே முடிவு செய்தாள். அதை நோக்கி கையை மிக மெல்ல கொண்டுசென்றாள். அதைத் தொட்ட பின்னரே அறிந்தாள் களம் தடம் மாறிவிட்டிருந்தது. விரல் பட்ட புள்ளி அவள் எண்ணியதல்ல.

ஐங்குழல் கொற்றவையின் ஆலயத்திலிருந்து வடக்காக அமைந்திருந்த சிறிய குடிலுக்கு அவளும் அன்னையும் சென்றனர். அப்பால் அவர்களின் பல்லக்கு நின்றிருந்தது. காவலர்கள் அதனருகே காத்து நிற்க தாலங்களுடன் இரண்டு சேடியர் அவர்களைத் தொடர்ந்துவந்தனர். கோயில் பூசகர் குடில்வாயிலில் சென்று திறந்த வாயிலினூடாக நோக்கி திரும்பி வருக எனத் தலையசைத்தார். அவர்கள் சென்று முற்றத்தில் தயங்கினர். பூசகர் உள்ளே நோக்கி "அன்னையே, அன்னையே, இருவர். குழல்பகுக்க வந்துள்ளனர்... இருவர்" என்றாள்.

அன்னை "அரசி என்று சொன்னாலென்ன?" என்று மெல்ல முணுமுணுத்தாள். உள்ளிருந்து எவரோ முனகும் ஓசை கேட்டது. பூசகர் திரும்பி "உள்ளே செல்லுங்கள்" என்றார். "காணிக்கைப் பொருட்களை அன்னை காலடியில் வையுங்கள். நெற்றி நிலம்படிய வணங்குங்கள். வாழ்த்தும் முகமனும் சொல்லவேண்டியதில்லை." அரசி தலையசைத்தாள். அவர்கள் சிறுகுடிலுக்குள் தலைகுனிந்து நுழைந்தனர். உள்ளே மட்கும் தலைமுடியின் கெடுமணம் நிறைந்திருந்தது. அறைமூலையில் ஈச்சையோலைத் தடுக்கில் துர்வாச குலத்தின் முதுபூசகி அமர்ந்திருந்தாள்.

அன்னை நிலம்தொட வணங்கினாள். அவளும் வணங்கி வளைந்து நின்றாள். முதுமகள் அமரும்படி கைகாட்டினாள். பின்னால் வந்த சேடியர் காணிக்கைப் பொருட்களை அங்கே வைத்தனர். பூசகி அவற்றைத் திரும்பிக்கூட நோக்கவில்லை. அவள் மெல்ல முனகியதும் சேடியர் வணங்கி வெளியே சென்றனர். அரசி "இவள் என் மகள். இந்நாட்டின் இளவரசி. சென்ற மாதம் பருவமடைந்தாள். உரிய மணமகனைத் தேடி மணம்செய்வதற்கு முன் இவள் வாழ்வமையும் நெறி என்னவென்று அறிய விரும்பினோம்" என்றாள்.

முதுமகள் தன் சிறிய விழிகளால் திரௌபதியைப் பார்த்தாள். திரும்பு என கைகாட்டினாள். அவள் திரும்பியதும் நீண்டு இரு மடிப்புகளாகக்

கட்டப்பட்டிருந்த குழலை நோக்கியபின் "மிகைக் குழல்" என்றாள். அரசி "ஆம், அது பெருந்துயர் என நிமித்திகர் சொல்வதுண்டு. நான் அஞ்சியது அதைத்தான். அன்னை நீங்கள், உங்கள் கைகளால் அள்ளிக்கட்டினால் அனைத்தையும் சொல்லிவிடுவீர்கள் என்றார்கள். ஆகவேதான்..." என்றபின் சொல் என திரௌபதியிடம் கைகாட்டினாள்.

"என் எதிர்காலம் எப்படி அமையும்?" என்று திரௌபதி கேட்டாள். அந்த நேரடிக் கேள்வியால் அன்னை திடுக்கிட்டு "என்னடி?" என்று மெல்லக் கடிந்தாள். முதுமகள் அவளை சிலகணங்கள் நோக்கிய பின் "அருகே வா" என்றாள். அவள் அருகே சென்று அமர்ந்ததும் "திரும்பு" என்றாள். அவள் திரும்பி அமர்ந்தாள். பூசகி அவளுடைய குழல்கட்டை அவிழ்த்து புரிநீட்டி கைகளால் நீவத் தொடங்கினாள். நெடுநேரம் அவள் கைகள் தன் குழலில் நீண்டு உழிந்துகொண்டிருப்பதை உணர்ந்து திரௌபதி அன்னையை நோக்க அன்னை பேசாமலிரு என விழிகாட்டினாள்.

"பெரும்புரவி, ஐந்து இந்திரர்களின் அரசி" என்றாள் முதுமகள். "பழுதற்ற புரவி. கடிவாளமறியாத புரவி" நுண்சொல் என அவ்வொலி எழுந்தபடியே இருந்தது. பின்னர் "அவள் பெயர் இந்திரசேனை. சமதன் என்னும் அந்தணனுக்கு மகளாகப் பிறந்தாள். பிறந்த அன்று அவள் பிறவிநூல் கணித்த நிமித்திகன் அவள் ஐந்துமுகம் கொண்ட இந்திரனுக்குத் துணைவியாவாள் என்று கூறினான். ஆகவே இந்திரசேனை என்று பெயரிட்டார் சமதன். இந்திரசேனை இளநங்கையானாள்." முதுமகளின் சொல் எவருக்கோ ஒப்பிப்பதுபோல ஒலித்தது.

"தன்னை மணக்கும் இந்திரனை எண்ணிக் காமக்கனவு கண்டு அமைவது அவள் இயல்பாக இருந்தது. அப்போது வெளியே என்ன நிகழ்கிறதென்றே அவள் அறிவதில்லை. ஒருமுறை அவள் இல்லத்திற்கு தவத்தோரான முனிவர் ஒருவர் வந்தார். அவர் மும்முறை சிவோகம் என்று கூறிய பின்னரும் அவள் திரும்பி நோக்கவில்லை. சினம்கொண்ட அவர் "நீ முற்பிறப்பில் அடங்காத பெண்புரவியாக இருந்தாய். இப்பிறப்பிலும் இனிமேலும் அடங்காமை உன்னைத் தொடரும். உன்னால் உன் குடி அழியும்" என்று தீச்சொல்லிட்டுத் திரும்பிச் சென்றார்.

அதைக் கேட்டபடி ஓடிவந்த சமதன் பின்னால் ஓடி அவர் காலடியில் விழுந்து வணங்கி "தீச்சொல்லை மீட்டெடுங்கள்... என்மேல் அளிகூருங்கள். மைந்தரில்லாமல் நான் மாய்ந்தால் இருளுலகு செல்வேன்" என்று மன்றாடினார். முனிவர் தணிந்து "சென்ற பிறவியில் அவள் ஒரு வெண்புரவி. இப்பிறவியில் அவள் நளாயினி என அழைக்கப்படுவாள். தொடரும் ஊழை எவரும் மாற்றவியலாது. இன்று மாலைக்குள் அவளைக் கையளித்துவிட்டு இங்கிருந்து திரும்பிப்பாராமல் செல்க.

உன் குடி வாழும். என் சொல் அவளை அடுத்த பிறவியில் தொடரும்" என்றார். சமதன் அழுதபடி திரும்ப வந்தார். மகளிடம் முகம் கொடுத்துப் பேச அவரால் இயலவில்லை.

பொழுது அணைந்துகொண்டிருந்தது. சமதன் நிலையழிந்தவராக தன் இல்லத்தருகே சுற்றிவந்தார். என்ன நிகழ்கிறதென இந்திரசேனைக்குப் புரியவில்லை. அவள் அவரை நோக்கியபடி அமர்ந்திருந்தாள். மெல்ல மீண்டும் அக்கனவுகளுக்குள் சென்றாள். அவ்வுலகு மெய்யாகி இவ்வுலகிலிருந்து அவளை முழுமையாக மீட்டது. அரியணை அமர்ந்திருக்கும் இந்திரன். பெருந்தோளனாகிய இந்திரன். மின்படையேந்திய இந்திரன். வெண்களிறு ஊரும் இந்திரன். பொற்றாமரைமலர் சூடிய இந்திரன். இந்திரர்கள் அலையலையென எழுந்து அவளை ஏந்தித் தத்தளிக்கச் செய்தனர்.

அந்தி நிழல்கள் நீண்டுகொண்டிருக்கையில் அவர்கள் இல்லம் நோக்கி மௌத்கல்யர் என்னும் முதிய முனிவர் நடந்துவந்தார். தொழுநோயால் அவர் உடலெல்லாம் கருமைகொண்டு உதிர்ந்துகொண்டிருந்தது. விரல்கள் உதிர்ந்த கால்களால் நடந்தமையால் அவரால் அன்று பகல் முழுக்க உணவை இரந்துபெற இயலவில்லை. அந்திக்குப் பின் இரக்கலாகாதென்பதனால் அவர் விந்தி விந்தி விரைந்து வந்தார். அவர் வருவதற்கு முன்னரே நிழல் வந்து அவர்களின் இல்லத்து முற்றத்தில் விழுந்தது.

இல்லத்தின் முன் வந்து நின்று "இரப்போன், முனிவன், உணவிடுக" என்று மௌத்கல்யர் கூவினார். அப்போது அந்தியாகிவிட்டதே என்று உளம்சோர்ந்து இல்லத்திற்குள் சென்றுவிட்டிருந்த சமதன் சற்றும் எண்ணாமல் "என் மகளை அளிக்கிறேன், கொள்க!" என்றார். அருகிருந்த கெண்டியிலிருந்து நீர்தொட்டு வீழ்த்தி "கொள்க! கொள்க! கொள்க!" என கொடை நிகழ்த்திய பின் வெளியே வந்து நோக்கினார். முதிய முனிவரைக் கண்டு திகைத்து வாய்நிலைக்க விழிதுறித்து நின்றார்.

முனிவர் புன்னகைத்து "நன்று, எனக்கு மைந்தர்க்கடன் செய்ய மனைவியில்லை எனத் துயர்கொண்டிருந்தேன். கீழ்த்திசைக்குச் சென்றால் மனைவி அமைவாள் என்று நிமித்திகர் சொல்லியிருந்தனர். நான் அதை நம்பவில்லை. அந்த நிமித்திகனை சென்றுகண்டு அவனுக்கு வாழ்த்துரைக்க வேண்டும்" என்றார். இந்திரசேனையைக் கண்டு "அழகி. இவளை நான் கொள்வதென்பது முற்பிறவி நெறிபோலும்" என்று மகிழ்ந்தார். விழிநீருடன் சமதன் திரும்பி தன் மகளிடம் "உன்னை இவருக்கு மகள்கொடை அளித்திருக்கிறேன்" என்றார்.

அவள் ஒரு சொல்லும் உரைக்காமல், எதையும் எடுத்துக்கொள்ளாமல் எழுந்து அப்படியே அவருடன் சென்றாள். அவள் திரும்பி நோக்கி ஒருசொல் வசை உரைத்திருந்தால்கூட நிறைவடைந்திருப்பேனே என எண்ணியபடி சமதன் நோக்கிநின்றார். அவள் சென்றுமறையும் முன் ஒருமுறையேனும் திரும்பி நோக்குவாள் என்று எண்ணினார். அவள் திரும்பாமல் சென்று மறைந்தபோது அவள் அவ்வண்ணமே செய்வாள் எனத் தான் உணர்ந்திருப்பதாகப் புரிந்துகொண்டு பெருமூச்செறிந்தார்.

மௌத்கல்ய முனிவருடன் சென்ற இந்திரசேனை அவருக்கு உளம் அமைந்த துணைவியாக இருந்தாள். ஒரு சொல்லும் மாற்றுரைக்கவில்லை. ஒருமுறையேனும் முகம் சுளிக்கவில்லை. அவளை ஐயுற்ற முதியவர் ஒவ்வொருநாளும் விடுத்த சுடுசொற்களைச் செவிகொள்ளவுமில்லை. ஏனென்றால் அவள் தன்னைப் புறவுலகிலிருந்து முழுமையாக விலக்கிக் கொண்டுவிட்டிருந்தாள். அவளுடைய ஆழுலகில் இந்திரன் உருவாக்கியவையே நிறைந்திருந்தன. விழைவுகளே உலகாக உருக்கொண்ட அங்கே அழகும் முழுமையும் கொண்டவை மட்டுமே நிறைந்திருந்தன. காமம் உடலின் எல்லை இல்லாமையால் சோர்வற்றதாக இருந்தது.

மெல்ல அவர் அவளால் நிறைவுற்றார். அவர் உடலின் ஆற்றல் மிகுந்து வந்தது. அவள் உதவியுடன் பெருவேள்வி ஒன்றைச் செய்ய உளம்கொண்டார். அவள் ஊர்கள்தோறும் சென்று உணவு இரந்து கொண்டுவர அவர் குடிலில் அமைந்து வேள்வி செய்யலானார். அவிபொழிந்து வேதமோதி பிறிதொன்றிலாமல் உளம்குவித்து இந்திரனை வேட்டார். அவள் அவர் கேட்டுவாங்கவோ விழிதூக்கி நோக்கவோ தேவையெழாமல் அனைத்தையும் செய்தாள்.

வேள்வி நிறைவை அணுகும்போது அவளுடைய முழுமையான தற்கொடையால் நிறைவுற்று உளம்கனிந்திருந்த முனிவர் அவள் தன்னிடம் விரும்பும் நற்கொடை என்ன என்று கேட்டார். “நான் இன்றுவரை எவரிடமும் எதையும் கேட்டதில்லை. கேட்பேனென்றால் அதை அடைந்தாகவேண்டும்” என்று அவள் சொன்னாள். “என்னால் இயன்றது எதுவானாலும் அளிப்பேன்” என அவர் சொன்னார்.

முற்றிலும் புதிய விழிகளுடன் அவர் விழிகளை நோக்கி “இந்திரனுக்குரிய ஐந்து உடல்கள் கொண்டு என்னுடன் நீங்கள் காமமாட வேண்டும்” என்று அவள் சொன்னாள். திகைத்து “என்ன சொல்கிறாய்? நீ யார்?” என்றார் மௌத்கல்யர். “இப்பிறவியில் நான் இந்திரசேனை. அவனுக்குரியவளாக வாழ்ந்தவள். முற்பிறப்பில் நளாயினி என்னும் புரவி. இத்தனை நாள் நான் என்னுள் அழுத்திச் செறியவைத்த அனைத்தும் முளைத்தெழவேண்டும்”

என்றாள் இந்திரசேனை. மௌத்கல்யர் தலையசைத்து "இதைச் சொல்லளித்தமையால் நான் ஒன்றும் செய்வதற்கில்லை. விழைவைத் தொடர்பவர்கள் மகிழ்வுறுவதில்லை" என்றார்.

மௌத்கல்யர் தன் வேள்வியில் மின்படையுடன் எழுந்த இந்திரனிடம் தன் மனைவியின் விழைவைக் கோரினார். கொடையளிக்க வந்த விண்முதல்வன் திகைத்து "வேள்விநிறைவில் எழும் தேவனிடம் இத்தகைய உலகியலின்பத்தைக் கேட்பவர் அரிது, முனிவரே" என்றான். சினத்துடன் "இந்திரனே, என்னில் உன் ஆற்றல் ஐந்தெனக் கூடவேண்டும். அதுவே என் கோரிக்கை" என்றார் மௌத்கல்யர். "அவ்வாறே" என்று சொல்லி அவன் எரிந்தெழுந்து விண்ணில் மறைந்தான். மௌத்கல்யர் தன் உடலில் விண்மின்னலின் ஆற்றல் நிறைவதை உணர்ந்தார். தன் வலக்கை விரல்களைத் தூக்கி ஐந்து நிலைகளாக அவ்விசையை அறிந்தார்.

பன்னிரண்டு ஆண்டுகள் மௌத்கல்யர் நளாயினியுடன் காட்டில் காமத்திலாடினார். இரு கலைமான்களாக அவர்கள் காட்டில் களித்தனர். மதம்கொண்ட யானையென அவர் ஆக அவள் பிடியானாள். சிம்மமாக அவர் ஆனார், அதன் துணையாக அவள் வந்தாள். இரட்டை வெண்புரவிகளாக அவர் ஆக இருவருடனும் அவள் காமத்தில் திளைத்தாள். காமநிறைவை அடையும்தோறும் மேலும் காமம்கொள்ளும் உடல்கொண்டிருந்தாள். பிறிதொரு உலகிலாமல் அவரைத் தன் உடலின் சுழலுக்குள் வைத்திருந்தாள்.

பன்னீராண்டு நிறைவில் மௌத்கல்யர் "நீ விழைந்தபடி நான் உன்னை மகிழ்வித்தேன். இனி என் விண்புகுதலுக்காக வேள்விசெய்ய எண்ணுகிறேன்" என்றார். அவள் சீற்றத்துடன் "இன்னும் எனக்கு முதுமை வரவில்லை. நான் தீராக் காமத்துடனேயே இருக்கிறேன்" என்றாள். "காமம் நுகர்ந்து தீர்வதல்ல, எரிந்து தீர்வது. என் உடலும் உள்ளமும் அணைவதற்கு முன் எனக்குரிய வேள்விகளை நான் முடித்தாகவேண்டும்" என்று அவர் சொன்னார். "நான் ஒப்பமாட்டேன். எனக்கு அளித்த சொல்லை நிறைவேற்றுங்கள்" என்று அவள் கூவினாள். "ஒரு வியாழவட்டம் என்பது முழுவாழ்நாளே. உனக்கு நான் அளித்த சொல் முடிந்துவிட்டது. இனி உன்னிடம் நான் சொல்வதற்கொன்றுமில்லை" என்றார் மௌத்கல்யர்.

மௌத்கல்யர் அடர்காட்டுக்குள் சென்று வேள்விச்சாலை அமைத்து அங்கே யமனை நண்ணி வேள்வியொன்றைத் தொடங்கினார். அவள் அவரைத் தொடர்ந்து வந்தாள். "முனிவரே, என் காமம் அணையவில்லை. கணவர் என உங்கள் கடன் மறக்கிறீர்கள்" என்றாள். மௌத்கல்யர் அருகிருந்த நீரில் ஒரு பிடி அள்ளி மண்ணில் தெளித்து "விட்டேன்"

என மும்முறை சொல்லி "இனி நீ என் மனைவியல்ல. நான் உனக்கு அயலவன். விலகுக" என்றார். அவள் சினந்து மூச்செறிந்த பின் வெளியே சென்றாள்.

ஆனால் அகன்று சென்றதுமே அவள் உள்ளம் மீண்டும் காமம் கொண்டது. ஆற்றில் நீராடி ஈரமான ஆடை விலகியும் ஒட்டியும் வடிவு காட்ட மீண்டும் அவருடைய வேள்விச்சாலைக்கு வந்தாள். உள்ளே நுழைந்து மதநீரின் மணம் பரப்பி நின்றாள். அவளுடைய வருகையை செவியாலறிந்தார் மௌத்கல்யர். அவள் நிழலைக் கண்டே உருவென்ன என்று உணர்ந்தார். திரும்பாமல் நீரள்ளி வீசி "வேள்வி கலைப்பதற்காக வந்த நீ ஐந்து மடங்கு காமம் கொண்டவளாவாய். உலகத்தைக் காமத்தால் அறிவாய். ஐந்து கணவரைப் பெறுவாய். காமத்தின்பொருட்டே உன் குலத்தை அழியச் செய்வாய். விலகிச் செல்க!" என்று தீச்சொல்லிட்டார்.

வெண்புரவியென மாறிய நளாயினி கனைத்தபடி காற்றில் ஓடினாள். மூச்சிரைக்க உடலில் ஆவிபறக்க நுரை தெறிக்க ஓடிக்கொண்டே இருந்தாள். பின்னர் அவளிடம் எழுந்த விசையை உடல் தாளவில்லை. அவளால் எங்கும் நிற்கமுடியவில்லை. எதிரில் காட்டெரி சிவந்தெழுந்து சூழ்வதைக் கண்டபோதும் கூட அவளால் நிலைகொள்ள முடியவில்லை. அதற்குள் புகுந்து மறைந்தாள்.

கதை முடிந்ததும் முதுமகள் குழலை ஐந்து புரிகளாக கட்டிச் சுழற்றி முடிந்திருந்தாள். அன்னை கைகூப்பியபடி அமர்ந்திருந்தாள். திரௌபதி தன் கைகளில் தலையைத் தாங்கி அமர்ந்திருந்தாள். அன்னை விழிகளால் செல்லலாம் என்று அவளிடம் சொன்னாள். மிகத் தொலைவிலிருந்து அந்த விழியசைவு அவளை வந்தடைந்தது. அவள் எவரென்றே உள்ளம் வாங்கிக்கொள்ளவில்லை. முதுமகளின் கைகள் அப்போதும் தன் குழல்மேல் அலைந்துகொண்டிருப்பதை அவள் உணர்ந்தாள். அன்னை மீண்டும் எழுக என விழியசைத்தபோது அவள் எழப்போனாள். ஆனால் அந்த அசைவு உள்ளத்தில்தான் நிகழ்ந்தது. உடலில் எழுவதற்குள்ளாகவே முதுமகள் மீண்டும் பேசத் தொடங்கினாள்.

"பிரம்மனிலிருந்து மரீசியும், மரீசிக்கு கஸ்யபரும் பிறந்தனர். விவஸ்வானுக்கு வைவஸ்வதமனுவும் அவருக்கு இக்ஷ்வாகுவும் பிறந்தனர். இன்சொலரின் குடியில் சூரியகுலத்து அரசர்கள் எழுந்தனர். அக்குலத்தில் ரகுவின் குருதிவழியில் தசரதனுக்கு மைந்தனாகப் பிறந்தவன் ராமன். அவன் மிதிலையின் ஜனகரின் மகள் சீதையை மணந்தான். தந்தை சொல்லேற்று உடன்பிறந்தான் துணைவர மனைவியுடன் கானேகினான்" என்று முதுமகளின் குரல் ஒலித்தது. அவள் பின்னிமுடைந்த குழலை அவிழ்க்கத் தொடங்கியிருந்தாள்.

அவர்கள் சித்ரகூடத்தின் மலர்க்காட்டில் வாழ்கையில் வேட்டையாடச் சென்ற ராமனின் முன்பு ஒரு காய்ந்த மரத்தில் சிறுஎரி தோன்றியது. அவன் நின்று அதன் குரலைக் கேட்டான். எரியிலெழுந்த தேவன் “ரகுகுலத்தவனே, என்னைத் தொடுக. வருவதறிவாய்” என்றான். ராமன் சுட்டுவிரல் நீட்டி அந்தத் தீயைத் தொட்டான். வலியுடன் கையை இழுத்துக்கொண்ட அக்கணத்தில் நிகழ்வன அனைத்தையும் கண்டான்.

“அரக்கர் கோனை கொல்லும்பொருட்டு மண்நிகழ்ந்தவன் நீ. அவன் உன் துணைவியைக் கவர்வான். அயலான் கைபட்ட அவளை நீ ஏற்றுக்கொண்டால் உன் குடி பழிகொள்ளும்” என்று அனலோன் சொன்னான். “நான் செய்வதென்ன?” என்று ராமன் கேட்டான். “அவளை என்னிடம் கொடு... நான் உனக்கு என்னிலிருந்து ஒரு சீதையை அளிக்கிறேன். அவன் அவளைக் கொண்டு செல்லட்டும். அவள்மேல் அவன் கையை வைத்தால் அவள் எரிவடிவாகி அவனை எரிப்பாள்” என்றான் எரியிறை.

“அவ்வாறே” என்று ராமன் சொன்னான். திரும்பி தன் குடிலுக்குச் சென்று சீதையை அங்கே அழைத்துவந்தான். “தேவி, இந்த எரிக்குள் நுழைக” என ஆணையிட்டான். சீதை அவனை ஒருமுறை கூர்ந்து நோக்கிய பின் மறுசொல் இலாது கைகூப்பியபடி சீரடி வைத்து நடந்து எரிதழல் இதழ்களுக்குள் நுழைந்தாள். அவள் உடல்பற்றி எரிந்தது. ஊன் உருகி வழிந்து எலும்புருவாகி விழுந்து மெல்ல நெளிந்து கரிவடிவாகி அடங்கினாள். அவள் எரிவதைக் கண்டு உடல்விதிர்த்து நின்ற ராமன் விழிநீர் பெருக்கலானான்.

எரியிலிருந்து ஒரு குரல் “இவளைக் கொள்க” என்று ஒலித்தது. அனலுக்குள் இருந்து மேலும் ஒளிகொண்ட உடலுடன் சீதை ஒருத்தி வெளியே வந்தாள். அவன் உளம் மகிழ்ந்து அவளை நோக்கிச் சென்றான். ஆனால் அவள் விழிகள் அவனை அறியவில்லை. “தேவி, நான் உன் கணவன்” என்று அவன் சொன்னான். “ஆம், ஆனால் நான் அனலுருவானவள்” என்று அவள் சொன்னாள். “என்னை நீங்களும் தொடமுடியாது.” நீட்டிய கை நிலைக்க அவன் திகைத்து நின்றான்.

இலைக்குடிலில் அவனுடன் தங்கியவள் அனல்சீதை என பிறர் அறிந்திருக்கவில்லை. அவள் உடல்பட்ட இடமெங்கும் பசுமை கருகுவதை, அவள் நீராடிய நீர் கொதித்துக் குமிழியிடுவதை ராமன் கண்டான். தனிமையிலமர்ந்திருக்கையில் அவள் அனல்வடிவாவதை பலமுறை கண்டான். அணுக முடியாத வெம்மையே அவளுக்குக் காப்பென்றாகியது. அவள் துயில்வதேயில்லை. இரவுகளில் துயில்

கொள்ளாமல் அவன் எழுந்துவந்து நோக்கும்போது அவள் காட்டுக்குள் தனியாக கொழுந்துவிட்டுக்கொண்டிருப்பதைக் கண்டான்.

அவளைப் பறக்கும் பல்லக்கில் இலங்கையரசன் ராவணன் தூக்கிச் சென்றான். கிஷ்கிந்தையின் குரக்கர் படையுடன் சென்று அவளை மீட்டு மீண்டும் அயோத்திக்கு வந்தணைந்தனர் ராமனும் தம்பியும். அவளைப் பட்டத்தரசியாக முடிசூட்டுவதற்கு முந்தையநாள் நகருலாச் சென்ற ராமன் துணி வெளுப்போன் ஒருவன் அவளைப்பற்றி சிறுசொல் உரைப்பதைக் கேட்டான். குடிகள் கண்முன் அவள் அனல்புகவேண்டுமென ஆணையிட்டான்.

சரயுவின் நடுவே உருவாக்கப்பட்ட எரிகுளத்தில் விறகு அடுக்கி, நெய்யும் அரக்கும் ஊற்றி சிதை ஒருக்கப்பட்டது. நகர்க்குடிகள் காலை முதலே அங்கு கூடியிருந்தனர். அவர்கள் விழிநீர் வடித்தபடியும் ராமனைப் பழித்துச் சொல்லுதிர்த்தபடியும் இருந்தனர். ஆனால் அங்கு ஒரு அரிது நிகழுமென்றால் அதற்கு விழிச்சான்றாக இருக்கவேண்டும் என்னும் அறியா விழைவையும் ஆழத்தில் கொண்டிருந்தனர். அரண்மனையிலிருந்து சீதை தேரில் வந்திறங்கினாள். அவள் உடல் எரியென ஒளிகொண்டிருப்பதைக் கண்டு அவர்கள் கைகூப்பினர்.

எவரையும் நோக்காமல் தேரிறங்கி சிதையை அணுகிக் கைகூப்பியபடி மும்முறை சுற்றிவந்தாள். தயங்காத அடிகளுடன் தழலுக்குள் புகுந்து மறைந்தாள். எரி எழுந்து கூத்தாடியது. கைகூப்பி நின்றிருந்தவர்கள் “பத்தினி விண்புகுந்தாள். விண்ணவள் எழுக!” எனக் கூவினர். அனலில் இருந்து கூப்பிய கையுடன், பல்லாண்டுகளுக்கு முன் எரிபுகுந்த அதே வடிவில் சீதை வெளியே வந்தாள். “எரிபுகுந்து எழுந்தாள் எங்கள் அரசி! அனல்சான்று பெற்ற கற்பரசி! ஏழுலகுக்கும் அன்னை!” எனக் கூடிநின்றோர் குரலெழுப்பினர்.

சீதை தேரிலேறி மீண்டும் அயோத்தியின் அரண்மனைக்குச் சென்றாள். குடி மூத்த பெண்டிரும் அணிப்பரத்தையரும் அவளைக் கைகூப்பி வணங்கி வரவேற்றுக் கொண்டுசென்று அவையமரச் செய்தனர். குடியினரும் இளையோரும் அவள் கால்களைப் பணிந்து வாழ்த்து கொண்டனர். “திருமகள் குடியேறிய மலர் இந்த நகர்” என்றார் அவைப்புலவர் வசிட்ட பாவகர்.

அன்று மாலை மகிழ்ச்சியுடன் அவளைத் தேடிவந்த ராமன் “தேவி, உன் தன்மதிப்புக்காகவே எரிபுகச் சொன்னேன். உனது நன்மதிப்பைப் பேணவே அவளை எரிபுகச் சொல்லி உன்னை மீட்டேன்” என்றான். “ஆம், ஆனால் நான் பதினான்காண்டுகள் எரியில் வாழ்ந்தேன்” என்று அவள் சொன்னாள். அவன் அவளைத் தொடப்போனான். அனல்

சுட கையை விலக்கிக்கொண்டான். "எரி எளிதில் அணைவதில்லை, அரசே" என்று அவள் சொன்னாள். அவள் விழிநீர் எரியுண்ட நெய் என எரியாகவே சொட்டியது. "எரிதலென்பது கணமோயாத தவிப்பு" என்றாள். அவன் தலைகுனிந்து தன் மஞ்சத்தறைக்கே மீண்டான்.

அனல்புகுந்த மாயச்சீதை அன்று இரவு ராமனின் அறைவிளக்கின் சுடரில் தோன்றினாள். "நான் செய்யவேண்டியதென்ன? என் பணி முடிந்தாலும் என் வடிவம் அழியவில்லை. பெண்ணென்று எழுந்தேன். காதலையோ காமத்தையோ நான் அறியவில்லை. கன்னியென விண்புகுந்தால் நிறைவிலாது உழல்வேன்" என்றாள். ராமன் திகைத்து எழுந்து அறைக்கு வெளியே சென்றான். தூணிலிருந்த பந்தத்தில் எழுந்த அவள் "நான் கணம்தோறும் தழல்கிறேன். எனக்கு மீள்வழி சொல்க" என்றாள்.

ராமன் வேள்வி ஒன்றைச் செய்து அவியிட்டு அனலவனை எரிகுளத்தில் எழுப்பினான். அவனிடம் "நான் செய்யவேண்டியதென்ன?" என்று கேட்டான். "இப்பிறப்பில் இரு மாதரை சிந்தையாலும் தொடா நெறிகொண்டவன் நான்." அனலவன் அருகே தீயில் எழுந்த அவள் "என் விழைவு நாள்தோறும் மிகுகிறது. எனக்கு மீட்பு ஏது?" என்று உலைந்தாடினாள். அனலவன் "நீ என் மகள். உன் மீட்பை நானே உரைக்கிறேன். இமயமலைச் சாரலில் புஷ்கரம் என்னும் வாவி உள்ளது. அதன் கரையில் சென்றமர்ந்து ஊழ்கம் செய்க. உன் ஊழ்கம் முழுமையடைகையில் அனல்விழியனாகிய சிவன் தோன்றுவார். அவரிடம் உன் விழைவைச் சொல்க" என்றான்.

புஷ்கரத்தின் கரையில் மாயச்சீதை சென்று நின்றாள். அவ்வழிச் சென்ற முனிவர்கள் வாவியின் கரையில் எரி ஒன்று விறகிலாது தழல்வதைக் கண்டு அஞ்சி விலகினர். ஆயிரமாண்டுகள் அவள் வாவியின் குளிர்நீரில் தன் நிழலை வீழ்த்தி தவம் செய்தாள். நிழல் குளிரும்தோறும் அவளும் அணைந்தணைந்து கருநிறம் கொண்டாள். தவம்நிறைந்து கரிய நிழலுருவாக எழுந்து நின்ற அவளருகே வெண்காளை வடிவில் சிவன் தோன்றினார். "அனல்மகளே, நீ விழைவதென்ன?" என்றார்.

உடலின் அனல் அணைய உள்ளம் அனல்கொண்டு தழைந்தாட நின்றிருந்த மாயச்சீதை உளம்கொந்தளிக்க நாபதற "கொழுநரை அருள்க!" என ஐந்துமுறை கேட்டாள். "ஐந்தும் அருளினேன்" என்று சொல்லி அனல்வண்ணன் மறைந்தார். அவள் நீருள் புகுந்து காலத்திற்குள் சென்றாள். பிறிதொரு நாட்டில் பிறிதொரு எரியில் எழுந்து கரியோள் எனப் பெயர் பெற்றாள்.

முதுமகள் தன் குழலை முழுமையாக அவிழ்த்துவிட்டிருப்பதை திரௌபதி உணர்ந்தாள். மெல்லிய குரலில் அவள் "செல்க" என்றாள். அன்னை "அன்னையே, குழல்சுருட்டிக் கட்டுவதே வழக்கம்" என்றாள். முதுமகள் "இது அவிழ்குழல்..." என்றாள். "அனலென எழும் புரவி. அணையாதது" என்று முணுமுணுத்தாள். "என்ன சொல்கிறீர்கள், அன்னையே?" என்றாள் அரசி. "அழிவிலாச் சுழல். ஐந்து இந்திரர்களின் புரவி" என்றாள் முதுமகள்.

"அன்னையே, இது முறையல்ல, மங்கலமல்ல" என்றாள் அரசி. "செல்க" என்றபின் முதுமகள் தன் கையை நெஞ்சில் வைத்து கண்களை மூடிக்கொண்டாள். அன்னை ஓசையின்றி "மூதன்னையே!" என்றாள். முதுமகள் இறந்துவிட்டவள்போல் அசைவற்றிருந்தாள். "செல்வோம்" என ஓசையின்றி சொல்லி திரௌபதி எழுந்துகொண்டாள்.

4

திரௌபதி வியர்வையில் நனைந்தவளாக மீண்டு வந்தாள். சதோதரி அவளை நோக்கிக்கொண்டு அமர்ந்திருந்தாள். இடமுணர்ந்ததும் அவள் திகைத்தவள்போல எழுந்தாள். பின்பு மீண்டும் அமர்ந்தாள். தலையை அசைத்தபடி "இது வெறும் உளமயக்கு. என்னைப்பற்றிய சூதர்கதைகளை என் உள்ளத்திலேற்றுகிறாய்" என்றாள். "இவை உங்களுக்கு முன்பு நிகழ்ந்தவை அல்லவா?" என்றாள் சதோதரி. "ஆம், ஆனால் இவ்வகையில் அல்ல" என்றாள் திரௌபதி. அழுத்தமான குரலில் "இவ்வகையிலும்தான்" என்றாள் சதோதரி.

அதனால் எரிச்சல்கொண்டு "சரி, இப்போது என்ன? நான் காமம் கொண்டவள். பிறவிகளின் பெருங்காமத்தை சுமந்தலைகிறேன், அல்லவா? அதன்பொருட்டு என் குலத்தை முற்றழிக்கவிருக்கிறேன், வெறுமையைச் சென்றடைவேன். அவ்வெறுமையிலிருந்து மீண்டும் இந்த ஊழை அடைவேன்... அதைச் சொல்லவா வந்தாய்?" என்றாள். "நான் என்ன செய்யவேண்டும்? காமத்தை முழுதும் துறக்கவேண்டுமா? என் உள்ளத்தை எரித்தழித்து பாலையாக்க வேண்டுமா? அதைச் செய்தால் என் குலம் வாழுமா? இவையனைத்தும் சீரடையுமா?"

அவள் குரல் மேலெழுந்தது. "ஆயிரமாண்டுகளாக இவர்களின் நெறி ஒன்றே. பெண்காமத்தைப் பழித்தல். இவர்கள் அடைந்த வீடுபேறெல்லாம் பெண்ணை வென்று கடந்து எய்துவது. ஒவ்வொரு வீடுபேறுக்குப் பின்னாலும் ஒரு பெண் தீச்சொல் கொண்டு நின்றிருக்கிறாள்." மூச்சிரைக்க "அவர்களின் வீடுபேறு எனக்கொரு பொருட்டே அல்ல என்று சொல்வேன். என்னிலெழும் பெருங்காமம் இல்லையேல் இப்புவி எனக்கென்ன பொருட்டு? அவர்கள் சென்றடையும் அவ்வீட்டின்பொருட்டு நான் ஏன் இதை கைவிடவேண்டும்?" என்றாள்.

சதோதரி "ஆம், பெண்கள் காமத்தை கைவிட இயலாது" என்றாள். "பெண்காமம் உடல்முழுமைக்கும். காமத்தின் பொருட்டு திரண்டது பெண் உடல். காமம் உணர்வென்றாகி அவள் உள்ளமென விரிவது. காமத்தை அழித்தவர் உலகம் மீதான பற்றை அழிக்கிறார். அன்பற்றவராகி உலர்கிறார். அது அன்னையரின் வழி அல்ல. பேரன்னையர் பெருகிவிரியும் அன்புகொண்டவர். முலைநிறைந்தவர். மடிவிரிந்தவர். அன்னையரை ஆக்குவது காமமே" என்றாள் சதோதரி. திரௌபதி "நான் காமம் கொண்டிருக்கிறேன் என அறிவேன். ஆனால் அதன்பொருட்டு ஒரு கணமும் குன்றியதில்லை" என்றாள். "மண் என அனைத்தையும் அள்ளி என்னுள் அடக்கும் விழைவு அது என்றே உணர்ந்திருக்கிறேன்."

"ஆம், மண்ணில் புதைந்த கருக்களெல்லாம் உயிர்கொண்டெழுகின்றன" என்றாள் சதோதரி. "குழவியரைப் பெற்று உணவூட்டி வளர்த்தெடுக்கும் பெண்கள் ஒவ்வொரு கணமும் நாற்றிசையும் வளர்பவர்கள். மூவியல்பு கொண்டு பின்னி விரிந்துகொண்டிருக்கும் முதலியற்கை. மாயையைத் துணைகொண்டு புடவிசமைக்கும் சக்தி. நிலம், கடல், நதி, காடு, நாடு, நகர்கள். குலமகள் இல்லம் அமைத்துக் காப்பதுபோல் ஆற்றுவோள் ககனத்தை அமைத்துக் காக்கிறாள். முதல்முழுமை அவளுக்குள் இன்மையெனத் திகழமுடியாது. எழுக எனும் ஆணைகொண்ட கருவென்றே அமையமுடியும்."

தன் குருதியில் ஒரு குமிழி பிறிதொரு உயிரெனப் பிறந்து புதிய புடவியென்று எழுமென அறிந்த பெண் தன்னைத் தனிமையில் உணரமுடியாது. ஒடுக்கிக் குவிய இயலாது. அரசி, பெண்ணுக்குள் பிறக்கவிருக்கும் குழந்தை அழியாது வாழ்கிறது. பெருகிச் சூழ்ந்திருக்கும் புறவுலகு அவளுக்கு அக்குழவியின் களிப்பாவைத் திரள் மட்டுமே. தன் உடல் அவளுக்கு அக்குழவிக்கு ஊர்தியாகும் பாவைத்தேர். அணிகொள்ளல், மங்கலம்பொலிதல், இனிமையாதல் என்றே அவள் உள்ளம் விரியலாகும். சுவையிலாமல், அழகில்லாமல் பெண் இல்லை.

ஆனால் உங்கள் வேதங்கள் முதல்முழுமையின் இன்மையின்மை யின்மையெனப் பெருகும் இன்மைப்பெருக்கின் மேல் சொல்லெழுந்து அமைந்தவை. அவை இங்குள அனைத்தும் மெய்மயக்கு என்று சொல்கின்றன. காமத்தைத் தொடர்ந்தால் அழிவு. அழகைத் தொடர்ந்தால் துயர். வளர்தல் அழிவு. விரிதல் ஆணவம். வேதமெய்மை பெண்ணுக்குரியதல்ல. அதில் எந்நிலையிலும் பெண் பழிக்கப்பட்டவளே. கருப்பை கொண்டிருப்பதனால், முலையூறுவதனால், விழிமலர்ந்திருப்பதனால். எல்லா தீச்சொற்களையும் பிறவியிலேயே பெற்று எழுபவள் அவள்.

நீ பெண் என்று கைசுட்டிச் சொல்லாத நூல்கள் உள்ளனவா உங்களுக்கு? பெண்ணெனும் விழைவு. பெண்ணெனும் பொறி. பெண்ணிலூடாக உலகை அடைந்து பெண்ணை விலக்கி உலகைக் கடந்து அடைவதே வேதநெறியின் வீடு. எனில் பெண்ணுக்கு எது வீடுபேறு? பெண்ணென்று கொண்டுள்ள எவ்வியல்பும் சிறையே என்கின்றன உங்கள் நெறிகள். பெண்மையை உதறிய பின்னரே பெண் முழுமைகொள்ள இயலுமென்றால் அது பெண் கொள்ளும் முழுமை அல்ல. முழுமுதல் இன்மையிலிருந்து எழும் இவையனைத்தும் பொய்யென்றால் பொய்யிலாடுவதையே தன்னியல்பெனக் கொண்டவள் பெண். அவளுக்குரியதல்ல இப்புடவிநெறி என்கின்றது வேதமுடிபு.

மனைதுறந்து செல்பவருக்குரிய மெய்மை மனைமகளிருக்கு எதை அளிக்கவியலும்? மனையமர்ந்து உண்டு புணர்ந்து மைந்தரை ஈன்று இவ்வுலகக் கடன் நிறைத்து துறந்து சென்று முழுமையடைவர் முனிவர். அவர்களுக்கு மனைபடைத்து சமைத்தளித்து காதல்கொடுத்து குடிபெருக்கிய பின் அடுமனையிருளில் சுருங்கி மறையவேண்டும் இல்லாள். எழு விசை ஆண். அமையும் பீடம் பெண். அது எழுபவர்களுக்கு மட்டுமே உரிய நெறி என்றால் மானுடரில் பாதிக்கு அதன் மறுமொழி என்ன? பிறவிநோற்று ஆணெனப் பிறவிபெற்று அடையவேண்டுமா வீட்டை?

நான் உடலல்ல என்று எந்தப் பெண் சொல்லமுடியும்? தன் மைந்தர் தானல்ல என்று சொல்லும் அன்னை எவள்? நானென்பது இல்லை என்று உணர்ந்த பெண்ணின் உடலில் முதலில் வற்றுவது முலை. அதன்பின் அவள் ஊற்றிலாத பாறைமலை. வறண்டுசென்று அடையும் மெய்மை வளம்கொண்டு பெருகும் பெண்ணுக்குரியதல்ல.

அரசி, முனிவரொருவர் இல்லத் திண்ணையில் வேள்வி இயற்றினார். வேதமுடிபு உசாவி நூல்தவமிருந்தார். பின் நுண்சொல் பெற்று ஊழ்கத்திலமர்ந்தார். வெறுமையில் ஏறி இன்மையிலமர்ந்து அதுவானார். அவர் இல்லத்து அகத்தளத்தில் அவரை நோக்கிக்கொண்டிருந்தாள் மனைவி. கோடி மலர்களில் ஒரு மலரை மட்டும் அறிந்த தேனீயின் முனகலென அவள் வேதத்தைக் கேட்டாள். தேனைக் கசப்பென உணர்ந்தமையின் சலிப்பென ஊழ்கத்தை வகுத்தாள். அவர்மேல் இரங்கி மேலும் அன்னம் சமைத்து அருகிருந்து ஊட்டினாள். துயிலச்செய்து விழித்திருந்தாள்.

அடுமனைகளில் எழும் ஆயிரம் சுவைகளை அவள் அறிவாள். மலர்களில், அணிகளில், ஆடைகளில் விரியும் பல்லாயிரம் வண்ணங்களை அவள் அறிவாள். இசையில், மணத்தில் அவள் புவிகொள்ளும்

நுண்பருவங்களை உணர்ந்தாள். நேற்று வந்த கீரை இன்று வந்த கீரையில் எங்ஙனம் மாறுபடுகிறதென அறிந்தவளுக்கு பிரம்மம் ஒருமையல்ல. ஓர் இலைபோல் இல்லை பிறிதொன்று என நோக்குபவளுக்கு புடவி சுருங்கி ஒற்றைப்புள்ளியாவதில்லை.

மைந்தர் பேசும் மழலையில் மொழிகொள்ளும் அழகுகளின் முடிவிலியை அறிந்தவளுக்கு வேதச்சொல் வெறும் பேதைமொழியே. நஞ்சென்றும் அமுதென்றுமான ஒன்று, நன்றென்றும் தீதென்றும் ஒருங்கமையும் ஒன்று, இன்மையென்றும் இருப்பென்றும் சமையும் ஒன்று அவள் சித்தத்திற்கு சிக்குவதில்லை. தன் குழவிக்கு உணவென்றும், மருந்தென்றும், அணியென்றும், பாவையென்றும் கைநீட்டுபவள் அமுதை, நன்றை, இருப்பை மட்டுமே நாடுவாள். அவளுக்குரிய மெய்மை எங்கே உங்கள் வேதப்பெருநெறியில்?

விண்நோக்கி விரிந்தவை உங்கள் வேதங்கள். மண்நோக்கி இறங்குபவை நாகவேதங்கள். அழகென்றும் வளமென்றும் முழுமையை உணர்பவை. கைவிடும் முடிவிலிப்பெருக்கல்ல, தாங்கிக்கொள்ளும் நிலமே எங்கள் தெய்வங்களின் இடம். எங்கள் முழுமுதல் தெய்வங்கள் பெண்களே. இப்புவியில் புழுவும் விலங்கும் இயல்பாகக் கண்டடைந்த தெய்வம் அன்னையே. அன்னையைத் துறந்து சென்று ஆண்கள் கண்டடைந்த வெறுமையே வேதமுடிபு.

"அரசி, இவன் என் மைந்தன். இவனைத் தொடுக!" என்று சதோதரி சொன்னாள். திரௌபதி குனிந்து குழந்தையை நோக்கினாள். நாக விழிகளுடன் அவளை நோக்கி கையையும் கால்களையும் அசைத்து எம்பியது. கரிய முகம் காராமணிப் பயறு என மிளிர்ந்தது. மேல்வாய் ஈறில் இரு வெண்பல் துளிகள். திறந்த வாயில் ஊறிச் சொட்டியது வாய்நீர். "இவன் பெயர் கவிஜாதன். ஓயாது அசைந்துகொண்டிருந்தமையால் குரங்குவால் என இவனுக்கு நான் பெயரிட்டேன். வளர்ந்த பின் மரங்களிலாடுவான்" என்றாள் சதோதரி.

திரௌபதி தன் கையை நீட்டினாள். கவிஜாதன் தன் பின்குவைகளை தரையிலிருந்து எழுப்பி கால்களை உதைத்து எம்பினான். அவள் குனிந்து அவனை எடுத்துத் தன் மடியில் வைத்தாள். அவன் விழிகளை அருகே நோக்கியபோது நெஞ்சில் ஓர் அதிர்வெழுந்தது. சதோதரி மெல்லிய குரலில் "உங்கள் நூல்கள் கண்டது நீங்கள் விரும்புவதை. அரசி, அது விரும்பும் வண்ணம் தன்னைக் காட்டும் முடிவிலா மாயம் கொண்டது. நான் கண்டதுண்டு. கடலில் ஒரு சிறுகுமிழி என. இருண்டவெளியில் நின்று உடைந்தழிவதற்கு முந்தைய கணத்தில்..."

“கருமைப்பெருக்கில் கோடிகோடி சிறு மின்பொறிகள். விண்மீன்கள் என. விண்மீன்களின் இடைவெளியின் இருளிலும் விண்மீன்கள். அவற்றினூடாக மேலும் விண்மீன்கள். விண்மீன்கள் செறிந்த பெருந்திரை. பின்னர் உணர்ந்தேன், அவை ஒரு செதில்பரப்பின் மினுப்புகள். அது அசைந்துகொண்டிருந்தது. கடல் நதியென்றாகிப் பெருகியோடுவதுபோல. பின் அது சுழல்கிறதென்று தோன்றியது. ஒரு கணத்தில் மின் என உளம் அமைய அறிந்தேன் ஒரு நாகம் என.”

கவிஜாதன் அவள் கழுத்தைக் கைகளால் சுற்றிக்கொண்டான். நாகத்தின் உடலென வழுக்கி அவளை வளைத்துக்கொண்டன அவை. அவன் அவள் கழுத்தில் முகம் பதித்தான். “முடிவிலாச் சுழி, சுழிப்பெருக்கு ஒருகணத்தில் புரண்டது. வெண்ணிறப் பெருநாகம். மீண்டும் புரண்டு கருமைச்சுழல். வெண்சுழலெழுந்தது மறுகணத்தில்.” கால்களை உதைத்துத் துள்ளிய மைந்தனைப் பிடிக்க திரௌபதி முற்பட்டபோது அவன் அவள் கழுத்தை மெல்ல கவ்வினான். முள் குத்தியதுபோல் அவன் பல்பட்ட உணர்வை அடைந்தாள். அவனை விலக்கி கழுத்தைத் தொட்டாள். சிறு காயம் ஒன்று இருந்ததுபோல் தோன்றியது.

“அந்நாகங்களைப் பற்றிக் கதைகளில் அறிந்துள்ளேன்” என்றாள். “ஆம், கத்ருவும் வினதையும். அவர்கள் முடிவிலாது ஒருவரை ஒருவர் நிரப்புவதன் சுழிப்பே ககனம். அன்னையரான கத்ருவும் வினதையும் கணம் கோடி முட்டைகள் இட்டு கணம் கோடி கத்ருக்களாகிக்கொண்டிருக்கிறார்கள். கணம் கோடிகோடியெனப் பெருகும் அன்னையரின் ஒரு கணத்தையே நான் கண்டேன். அவர்கள் முடிவிலாதவர்கள்.” திரௌபதி தனக்குள் அவன் பல்நச்சு ஊறிவிட்டிருப்பதாக உணர்ந்தாள். விழிகள் சொக்கிக்கொண்டிருந்தன. சொற்கள் எங்கோ செல்ல வேறெங்கிருந்தோ நோக்கிக்கொண்டிருந்தாள்.

“இப்புவியில் இரு வேதங்களிருந்தன, அரசி. அன்னையின் வேதமே நாகவேதமெனப்படுகிறது. தந்தையருக்குரியது அசுரவேதம். விண்ணிலிருந்து இறங்கிய மூன்றாம் வேதமே உங்களுடையது. பெண்ணென நின்று வீடுபேறடைய வழிகோலுவது நாகவேதமே. அதை உங்களிடம் சொல்லவே நான் வந்தேன்.” அவள் “நான் என்ன செய்யவேண்டும்?” என்றாள். “நாகவேதம் காக்க பொறுப்பேற்றுக்கொண்டிருப்பவர் அங்கநாட்டரசர் வசுஷேணர். அவர் வில்லே இனி எங்கள் படைக்கலம்.”

திரௌபதி ஏனென்றறியாமல் மெய்ப்பு கொண்டாள். அவள் மடியில் அக்குழவி நாகமென சுருண்டு நழுவி கீழிறங்கியது. கால்களைச் சுற்றிப் பிணைத்தது. “ஆம், அதை அறிந்துள்ளேன்” என்றபோது தன் நா சற்று குழறியிருப்பதை அவள் கேட்டாள். “அரசி, உங்கள் முன் ஒரு

வாய்ப்பு உள்ளது. உங்களுக்கு உகந்ததைத் தெரிவு செய்க!" என்றாள் சதோதரி. "நாகவேதத்தை ஏற்றுக்கொள்ளுங்கள். உங்கள் மணிமுடியும் கணையாழியும் மங்கலநாணும் தளைகள் என்று அறிக! அவற்றைக் கடந்து வாருங்கள். ஒரு காலடி, ஒரு கணம். நீங்கள் உங்கள் ஆயிரம் தலைமுறைப் பெண்கள் அஞ்சி அகன்ற எல்லையைக் கடந்துவிடுவீர்கள்.

"அது உங்களுக்கு மட்டுமல்ல உங்கள் குடிக்கும், உங்களை உளம்தொடரும் இப்பெருநிலத்துப் பெண்டிர் அனைவருக்கும் வழிதிறப்பு. நீர் ததும்பும் ஏரியில் விழும் முதல் விரிசல். அவ்வண்ணம் நிகழாமல்போனால்கூட ஒருவர் தன் எல்லையைக் கடந்தார் என்பதே பெரிதுதான். தெய்வங்கள் அதை அறியட்டும், மானுடர் மறந்தாலும் தெய்வங்கள் மறப்பதில்லை" என்றாள் சதோதரி. "நாகர்குலப் பெண்ணுக்கு உங்கள் குடியின் ஒழுக்கநெறிகள் இல்லை. உங்கள் நூல்கள் சொல்லும் மரபுகளின் பொறுப்பு ஏதுமில்லை. அவள் விழைவுநிறைந்த கலமென தன் கருப்பையைக் கொண்டிருப்பவள். பெருநாகங்களைப்போல ஈன்றுபெருக்கிப் பேரன்னையாகி அமைபவள். இப்புவியின் அனைத்து அழகுகளும் அவளுக்குரியவை. எதற்கும் அஞ்சவேண்டியதில்லை, எதன்பொருட்டும் நாணவேண்டியதில்லை."

"ஆம், நான் தளையுண்டிருக்கிறேன். என் தளைகளை நானே எண்ணி எண்ணிப் பூட்டிக்கொள்கிறேன்" என்றாள் திரௌபதி. "அறுத்தெறிந்து மீள்க! அரசி, நீங்கள் மீள்வீர்களென்றால் இப்போர் இன்றே நின்றுவிடும். பாரதவர்ஷம் ஒரு குடைக்கீழ் உங்களால் ஆளப்படும். உங்களருகே வில்லேந்தி அங்கர் நின்றிருப்பார்" என்று சதோதரி சொன்னாள். "அவருக்கு எதிர்நிற்க இன்று புவியில் எவருமில்லை. அவரில் குறைவது அவருக்கு இடத்துஇணை என அமையவேண்டிய நீங்கள் மட்டுமே.

"பாஞ்சாலத்தின் படைகள் உங்களுடன் வந்தால், அரக்கரும் அசுரரும் நிஷாதரும் கிராதரும் இணைந்துகொண்டால், பாரதவர்ஷத்தில் புதிய யுகம் பிறக்கும். மண்ணுக்குள் நீர்காத்துக் கிடக்கும் கோடிகோடி விதைகள் முளைக்கும். மண்மறைந்துபோன காடுகள் எழும்" என்றாள் சதோதரி. "அரசி, பிறிதொரு வகையிலும் உங்கள் காமம் நிறையாது. மண்ணென விரிந்து வளம்கொண்டு பெருகி முழுமைகொள்ளமாட்டீர்கள். இவையனைத்தும் இங்குள்ளன, கைநீட்டி எடுங்கள். இவற்றைத் துறந்தால் நீங்கள் அடைவன எதுவும் மண்ணில் இல்லை. விண்ணிலுள்ளன என்னும் பொய், சொல்லில் உள்ளன என்னும் மாயை. இத்தருணம் கடந்தால் மீண்டும் ஒரு வாய்ப்பில்லை. ஒவ்வொரு கணமும் என ஊழின் தருணங்கள் அணுகிவருகின்றன."

"ஆனால் என் கொழுநர்? என் மைந்தர்?" என்றாள் திரௌபதி. என்ன கேட்டுக்கொண்டிருக்கிறோம் என அவள் அகம் வியந்தது. "அவர்கள்

அங்கரை ஏற்பார்கள். அது ஏன் என அனைவருக்கும் தெரியும். நீங்கள் முடிவெடுத்தால் பேரரசி குந்தி முடிவெடுக்க முடியும். அவருடைய சொல்லே இளையோர் அனைவரையும் அங்கர் காலடியில் நிறுத்தும்" என்று சதோதரி சொன்னாள். "அறுவரென்றாலும் அறுநூற்றுவர் என்றாலும் நாகர்குலத்துப் பெண்ணுக்கு ஒன்றே. அவள் தன் குழவிப்பெருக்கால் பொலிவுறுபவள்."

திரௌபதி "நான் செய்யவேண்டியது என்ன?" என்றாள். "ஆம் எனும் சொல். அதை ஒப்பும்படி உங்கள் அரசக் கணையாழி" என்றாள் சதோதரி. திரௌபதி தன்னுள் பிறிதொருத்தி வந்து அமர்ந்திருப்பதை உணர்ந்தாள். புதிய அனல்களும் அறிந்திராத ஊற்றுகளுமாக. "எண்ணும்பொழுதல்ல இது, அரசி. நான் இன்றிரவுக்குள் அங்கநாட்டை அடைவேன்" என்றாள் சதோதரி. "ஆம்" என்றாள் திரௌபதி. ஆனால் மேலும் சொல்லெழாமல் உள்ளம் நிலைக்க அமர்ந்திருந்தாள். "சொல்லளியுங்கள், அரசி" என்றாள் சதோதரி. "என் சொல்" என்று திரௌபதி சொன்னாள். பின்னர் தன் கணையாழியைக் கழற்றி அவளிடம் அளித்தாள்.

"உங்கள் செய்தியை அங்கருக்கு அறிவிக்கிறேன், அரசி. பாரதவர்ஷத்தின் காற்று திசைமாறட்டும்" என்றபடி அவள் அந்தக் கணையாழியை வாங்கிக்கொண்டாள். குழந்தையை திரௌபதியின் காலிலிருந்து தூக்கிக்கொண்டு தலைவணங்கி வெளியே சென்றாள். அவள் செல்லும் காட்சி நீர்ப்பாவை என அலைகொண்டது. தொலைவிலெங்கோ காற்றிலாடும் மரக்கிளையின் ஊசலோசை கேட்டுக்கொண்டிருந்தது. அவளுக்கு பின்னந்தலையில் எடைமிக்க வலியொன்று எழத்தொடங்கியது.

"யாதவரே, அவள் சென்ற சற்றுநேரத்திலேயே நான் மீண்டேன். முதற்கணம் என் காலில் அரவுச்சுற்றலை உணர்ந்து விதிர்த்து கீழே நோக்கினேன். பின்னர் பெருமூச்சுவிட்டபடி எழுந்தேன். இயல்பாக என என் கையை நோக்கி அங்கே கணையாழி இல்லை என்று கண்டேன். திகைப்புடன் தரையிலெங்கேனும் விழுந்திருக்கிறதா என்று தேடியபோது என் கழுத்தில் மெல்லிய வலி எழுந்தது. அங்கு ஏதோ கடித்திருக்கிறது என உணர்ந்த கணம் அனைத்தும் கனவுமீள்வதென நினைவிலெழுந்தன" என்று திரௌபதி சொன்னாள்.

இளைய யாதவர் புன்னகையுடன் "அது கனவென்றே கொள்க!" என்றார். "யாதவரே, சென்ற பல மாதங்களாகவே நான் இங்கிருக்கும் மெய்மையில் இல்லை. ஒன்றிலிருந்து ஒன்றெனக் கனவுகளுக்குள் சென்றுகொண்டிருக்கிறேன். இடையூடும் பாதையென

நிகழ்வுகளிருப்பதனால் அவையும் கனவுகளின் பகுதியாகிவிட்டன" என்றாள் திரௌபதி. "கனவுகளுக்கும் நனவுகளுக்கும் வேறுபாடு ஒன்றே. நனவுகள் ஒன்றுடன் ஒன்று புறத்தே தொடுத்துக்கொண்டிருக்கின்றன. கனவுகள் தொடுத்துக்கொண்டிருப்பதை நாம் பிறிதொரு கனவில் மட்டுமே அறியமுடிகிறது.

"தொடர்ச்சியால்தான் நாம் நிகழ்வுகளை வாழ்வென உணர்கிறோம். தொடர்பிலா நிகழ்வுகள் ஒவ்வொன்றும் ஒரு சிறுவாழ்வே. நான் நூறாயிரம் வாழ்க்கைகளினூடாக தன்னுணர்வு மட்டுமே எனக் கடந்துசெல்கிறேன். நிகழ்ந்த ஒவ்வொன்றும் நுரை என இத்தனை கனவுகளை பெருக்கி வைத்திருக்குமென இதுவரை எண்ணியதே இல்லை. நூறுநூறு காம்பில்யங்கள். விண்ணிலும் மண்ணிலும் ஆழத்திலும் இந்திரப்பிரஸ்தங்கள். ஒன்றிலிருந்து ஒன்றென எழுந்துகொண்டே இருக்கும் மனிதர்கள். சொற்களின் அலை. சித்தமென்று ஒன்றில்லை. அது சொற்களைக் கட்டி எழுப்பும் கோட்டை. என் உள்ளே அலை மட்டுமே.

"எங்கோ நான் சென்றுகொண்டிருக்கிறேன். பேரொழுக்கில் ஒழுகி. திசைகள் கரைந்து மயங்கும் விசை. விசை அனைத்தையும் அழித்துவிடும் ஆற்றல் கொண்டது. நாம் கொண்டுள்ள ஒவ்வொன்றையும் அது பின்னால் பிடுங்கி வீசுகிறது. ஒவ்வொன்றும் இறந்தகாலமாகிறது. கணங்கள் அக்கணமே இறந்தகாலமாகும் விசையில் காலமில்லாமலாகிறது. சென்றடைய இடமில்லாத விசை அசைவற்ற ஓர் உச்சம் மட்டுமே. அல்லது வெறுமொரு பித்துநிலை. தசைகளுருகி அழிய உடல் நீராக மாறி விரிந்து அலைகொள்ள இருத்தலென்பது விரிதலென்றாவது."

அவள் மேலும் சொல்ல முயன்று பின் கையை அசைத்தாள். "எத்தனை சொல்லெடுத்தாலும் நான் அதைச் சொல்லிவிட முடியாது" என்றாள். "அது பெண்கள் மட்டுமே செல்லும் ஒரு நிலையாக இருக்கலாம். முதல் குழந்தைப்பேற்றின் பின் அந்தக் களைப்பில் அவ்வண்ணம் ஒரு நிலையில் சற்றுநேரம் இருந்திருக்கிறேன். அரிதாக இசையில். அதனினும் அரிதாக காமத்தில். அப்போதிருக்கும் நான் இந்த உடலின் வடிவாலும் எடையாலும் வகுக்கப்பட்டவள் அல்ல. என் அகம் மரபால், சொல்லால் ஆனதுமல்ல."

"உணர்கிறேன்" என்று இளைய யாதவர் சுருக்கமாகச் சொன்னார். "ஆம், நீங்கள் உணரவியலும்" என்று திரௌபதி சொன்னாள். அமைதியில் வெளியே பனித்துளிகள் சொட்டிக்கொண்டிருக்கும் ஒலி கேட்டது. "உடன் எவர் வந்திருக்கிறார்கள்?" என்று இளைய யாதவர் கேட்டார்.

"என் அணுக்கச்சேடி" என்றாள் திரௌபதி. "அவள் பெயர் சலஃபை அல்லவா?" என்றார் இளைய யாதவர். திரௌபதி சிரித்துவிட்டாள். பின் செல்லச்சினத்துடன் "சேடியர் குலமுறையையும் விடுவதில்லை" என்றாள். இளைய யாதவர் சிரித்து "இனியவள், அழகி" என்றார். திரௌபதி சினம்காட்ட "ஏனென்றால் அவள் உங்கள் சேடி" என்றார்.

திரௌபதி கையசைத்து "எந்நிலையிலும் உங்களிடம் மாறாமலிருப்பது ஒன்றே" என்றாள். பின்னர் "அரண்மனையிலிருந்து எவருமறியாமல் கரவுப்பாதை வழியாகக் கோட்டையைக் கடந்தேன்" என்றாள். "உபப்பிலாவ்யத்தில் இன்று கௌரவப்படையே நுழைந்தாலும் எவரும் அறியப்போவதில்லை. நாழிகைக்கு ஒருமுறை நகரம் கலங்கிக்கொண்டிருக்கிறது" என்றார் இளைய யாதவர். அந்த உரையாடல் வழியாக அவள் இயல்படைந்தாள். பெருமூச்சுடன் தன் குழலைச் சீரமைத்தாள்.

"இங்கு வர ஏன் முடிவெடுத்தீர்கள், அரசி?" என்றார் இளைய யாதவர். "என் செய்தியும் கணையாழியும் சென்றுவிட்டன. அளித்த சொல்லை நான் மீறமுடியாது. யாதவரே, அனைத்தும் பிறிதொரு திசையில் உடைப்பெடுத்து பெருகவிருக்கின்றன. எண்ணுகையில் ஓர் ஆழ்நிறைவை அடைகிறேன். இனியேதும் செய்வதற்கில்லை என்றுணரும் ஓய்வுநிலையில் இருக்கிறது என் அகம். விடிவதற்குள் அங்கர் அச்செய்தியைப் பெறுவார்." இளைய யாதவர் அவள் மேலும் சொல்வதற்காகக் காத்திருந்தார். அவள் தன் சுட்டுவிரலைக் கட்டைவிரலால் நெளித்தபடி விழிதாழ்த்தி அமர்ந்திருந்தாள்.

"அரசி, அந்நிலையை உங்கள் உள்ளம் ஏற்கிறதா?" என்றார் இளைய யாதவர். "ஆம், அவள் சொன்ன ஒவ்வொரு சொல்லும் என்னுடையதே. மெய் சொல்வதென்றால் அவற்றை அவள் சொன்னாளா, நான் எண்ணினேனா அன்றி இங்கே நானே தொகுத்துக்கொள்கிறேனா என்றே எனக்கு ஐயமாக உள்ளது" என்றாள் திரௌபதி. "வேதத்தைத் துறக்கவிருக்கிறீர்கள். வேதமுடிபு பிறிதென்று விலக்குகிறீர்கள், அல்லவா?" என்றார் இளைய யாதவர். "அல்ல. அன்னையென நின்று அடையும் விடுதலையை நாடுகிறேன். அழகுருவாக எழும் ஒரு வெளியில் நின்று எனக்குரிய தவத்தை செய்யவிருக்கிறேன். என்னைத் தளைக்கும் அனைத்திலிருந்தும் கிளம்பப்போகிறேன்" என்றாள் திரௌபதி.

"பிறகென்ன? பொழுதுவிடியக் காத்திருப்பதுதானே?" என்றார் இளைய யாதவர். "யாதவரே, நான் சொல்லாமலே அறிந்திருப்பீர்கள், நான் துறக்கவியலாதவர் நீங்களே" என்று திரௌபதி சொன்னாள். "அதை

எண்ணிய கணமே என்னால் அங்கே இருக்க இயலாதென்றாயிற்று. ஒவ்வொரு கணமும் ஒரு சவுக்கடி என விழுந்தது. தாளாமல் கிளம்பி இங்கு வந்தேன்." இளைய யாதவர் புன்னகைத்தார். நெகிழ்ந்த குரலில் "கிருஷ்ணா, நான் உன்னைத் துறந்தால் என் உள்ளம் இதுவரை போற்றிய அனைத்து அழகுகளையும் துறந்தவளாவேன். அதை என்னால் எப்படிச் செய்யவியலும்?" என்றாள் திரௌபதி.

5

நைமிஷாரண்யத்தில் திரௌபதி இளைய யாதவரிடம் கேட்டாள். "வற்றி ஒடுங்கி மறைவதன் விடுதலை நதிகளுக்குரியதல்ல. பெருகிப் பரவி கடலென்றாவதே அவற்றின் முழுமை. ஒருமையில், இன்மையில் குவிந்து அமையும் முழுமை பெண்களுக்குரியதல்ல. பன்மையும் பெருக்கமுமே அவர்களுக்குரியது. நான் பெண்ணென்றன்றி எப்போதும் உணர்ந்ததில்லை. முக்திபெற்று விண்மீன் என வானில் நின்றாலும் பெண்ணென்றே ஆவேன். எனக்குரிய மீட்பென உன் நெறி கூறுவது என்ன?"

கடந்துபோகும் வெண்பனிப்புகை ஒவ்வொரு மலரிலும் என இவ்வுலகின் அழகுகள் இனிமைகள் அனைத்திலும் என்னைப் படிய வைத்துப் பரவிச்செல்கிறேன். எதையும் மறுத்துக் கடந்து செல்வதல்ல என் பாதை. கணம்தோறும் பிறப்புகளின், கோடிகோடி இருத்தல்களின் மாலை நான்.

அமைக்கவும் விரிக்கவும் விதைக்கவும் வளர்க்கவும் மட்டுமே என்னால் இயலும். ஏனென்றால் கருக்கொள்ளவும் உருவளிக்கவும் உகந்தவகையில் எழுந்தவள் நான். அறமிலாத வாழ்வை ஏற்றாலும் அன்பிலாததை ஏற்கவியலாது. நன்றிலாத உலகை ஏற்றாலும் அழகிலாத ஒன்றில் வாழமாட்டேன்.

அழகுருவாக அன்றி உன்னை நான் அறிந்ததே இல்லை. நீ சொல்லும் மெய்யுரைகள், அவையில் நீ உரைக்கும் அளவைச் சொற்கள், நீ அடையும் களவெற்றிகள், உன் நகர், கொடி எதுவும் எனக்கு பொருட்டல்ல. யாதவனே, எனக்கு நீ விழிநிறைக்கும் அழகும் உளம் நிறையும் இனிமையும் மட்டுமே. பீலியும் குழலும் அன்றி வேறல்ல.

திரௌபதி சொன்னாள். எப்போது உன்னுருவம் என்னை வந்தடைந்தது என்று எண்ணிக்கொள்கிறேன். என்னால் சென்றடைய இயலவில்லை. நான் பிறந்து விழிதிருந்தி கைகால்கள் ஒருங்கிணைந்து குப்புறக் கவிழ்ந்தபோதே அன்னையென்றே இருந்தேன் என்பார்கள். எழுந்தமர்ந்தபோதே குழந்தையை மடியிலேந்தி கொஞ்சி விளையாடத் தொடங்கினேன். அப்போதே என்னிடம் உன் குழவிப்பாவை ஒன்று இருந்தது.

எங்கள் அரண்மனைக்குக் கையுறையாக கொண்டுவரப்பட்ட பலநூறு களிப்பாவைகளில் ஒன்று. மென்மரத்தில் செதுக்கி நீலவண்ணம் பூசப்பட்டது. நான் தவழ்ந்துசென்று அதை எடுத்து மடியில் வைத்துக்கொண்டேன். பின்னர் அதைப் பிரிய ஒப்பவேயில்லை. இன்றும் அது எங்கள் அரண்மனையில் பிறர் நுழைய ஒப்புதலில்லாத என் மஞ்சத்தறையில் இருக்கிறது.

இடக்காலைத் தூக்கி வாயில் வைத்து சப்பியபடி விழிநோக்கி நகைத்து மல்லாந்து படுத்திருக்கும் யாதவக் குழவி. விறலியரும் சேடியரும் அதன் புகழைப் பாடக்கேட்டு நான் வளர்ந்தேன். பின்னர் அவனை என் களித்தோழனாக ஆக்கிக்கொண்டேன். வேறு எவர் விழிகளுக்கும் தெரியாதவன். என்னிடம் மட்டுமே விளையாடுபவன். என் கண்ணெதிரே எப்போதும் நின்றிருப்பவன். நான் துயில்கையில் என் அறைக்குள் நான் கண்விழிப்பதற்காகக் காத்திருப்பவன்.

என்னை அவன் எப்போதும் சீண்டிக்கொண்டிருந்தான். ஒருகணமும் ஓரிடத்திலும் அமையவிடாதிருந்தான். அவன் செய்வன எதையும் நானும் செய்தாகவேண்டும் என எண்ணினேன். ஒரு நொடி பிந்தினாலும் அவன் உதடுகளில் எழும் கேலிப்புன்னகை என்னைப் பற்றி எரியச்செய்யும். அவன் என் எல்லைகளை ஓர் அடி, ஒரு கணம் எப்போதும் கடந்துகொண்டிருந்தான். பெருநூல்களை ஓரிரு நாளில் என்னைப் படிக்கச் செய்தான். வில்லும் கதையும் பயிலச் செய்தான். யானையும் புரவியும் தேறச் செய்தான். பிறர் என்னை வியந்து அஞ்சி நோக்கினர். நான் அவர்கள் எவரையும் அறியவில்லை.

எப்போதும் ஆலயங்களில் அவனுக்கும் சேர்த்தே வேண்டிக்கொண்டேன். அவனுடைய மலரையும் நானே பெற்றேன். ஒருமுறை கொற்றவை ஆலயத்தில் ஆணுக்குரிய மலரையும் நான் பெற்றுக்கொண்டேன். அன்னை என்னிடம் "அது ஆணுக்குரியது, உனக்கெதற்கு?" என்றாள். "என்னுடன் அவனும் இருக்கிறான்" என்றேன். அன்னை அதை எவ்வண்ணம் புரிந்துகொண்டாள் என்று தெரியவில்லை. அதன்பின் என்னுள் ஓர் ஆண்தெய்வமும் குடிகொள்வதாக அரண்மனைச் சேடியரும்

விறலியரும் சொல்லத் தொடங்கினர். பெண்டிர் கதை பயில்வதில்லை, தேரோட்டுவதுமில்லை. அவற்றில் நான் தேர்ச்சிகொண்டபோது என் குடிகளும் அவ்வாறே சொல்லலாயினர்.

அது மெய்யென்று பின்னர் அறிந்தேன். நான் என்னுள் எப்போதும் உன்னைக் கொண்டிருக்கிறேன். கிருஷ்ணன் என உன்னை அழைக்கையில் கிருஷ்ணை என என்னையே சொல்லிக்கொள்கிறேன். கிருஷ்ணை என எவர் என்னை அழைத்தாலும் என்னுளிருந்து கிருஷ்ணனாக நீ விளி கொள்கிறாய். கிருஷ்ணா, நான் உன்னைப் பிறன் என உணர்ந்ததேயில்லை.

என்னுடன் இருந்து நீ வளர்ந்தாய். நீ என் உடன்பிறந்தான் அல்ல. என் காதலனும் அல்ல. என் தோழன். உடன்பிறந்தானைவிட காதலனைவிட அணுக்கமானவன். ஒவ்வொருநாளுமென உன் செய்திகள் என்னை வந்தடைந்தன. உன்னுடன் இணைந்து அவையனைத்தையும் நானும் நிகழ்த்தினேன்.

அந்நாளில்தான் நீ என் அரண்மனைக்கு வந்தாய். உன்னை நேரில் கண்டதுமே நீ இரண்டானாய். மண்ணில் உருக்கொண்டிருப்பவன் ஒருவன். என்னுள் நான் கொண்டிருப்பவன் பிறிதொருவன். முதலில் என்னுள் இருந்து உன்னை அள்ளி உன்மேல் பூசி உன்னை வனைந்து கொண்டிருந்தேன். ஒவ்வொருமுறையும் நீ என்னை மீறிமீறிச் சென்றாய். உன்மேல் சினம் கொண்டதுண்டு. உன்னை வெல்ல எண்ணியதுண்டு. உன்னிடமிருந்து அகலவும் முயன்றதுண்டு. உன் அலகிலா ஆற்றலைக் கண்டு அஞ்சியிருக்கிறேன். உன்னிலெழும் பெருவஞ்சத்தைக் கண்டு அருவருத்திருக்கிறேன். உன்னில் பேருருக்கொள்ளும் அழிவைக் கண்டு சொல்லவிந்திருக்கிறேன்.

பின்னர் அறிந்தேன், நீ எனக்கு இனியன், அழகன் மட்டுமே என. இந்தப் பெருநதியில் நான் அள்ளிய கையளவுத் தெளிநீர். நீ எவரேனும் ஆகுக! உன்னை அறிய நான் முயலப்போவதில்லை. உன்னை எனக்கு உகந்தவகையில் அணைகட்ட, திசைதிருப்ப எனக்கு ஆற்றலில்லை. ஆனால் என் கையளவு நீரில் வான்நோக்கி மகிழ என்னால் இயல்கிறது.

எல்லா அழகுகளையும் உன்னில் கண்டிருக்கிறேன். யாதவனே, குழவி என, சிறுவன் என, இளைஞன் என, முதிர்ந்தோன் என, கனிந்தோன் என. அழகிலாதோனாக ஒருகணமும் எண்ண என் உள்ளம் கூடவில்லை. உன்னை என்னிடமிருந்து இக்கணம் வரை பிரித்துக்கொண்டதில்லை. அதைச் செய்யாமல் என்னால் ஏக முடியாது என்று உணர்ந்த கணம் வாளெடுத்து என்னை இரண்டெனப் பிளந்து இறந்துவிழவேண்டுமென்றே என் அகமெழுந்தது.

ஆகவேதான் உன்னையே நாடிவந்தேன். நீ சொல்! இங்குள்ள அனைத்து மங்கலங்களும் அழகுகளும் நான் என் உளமயக்கால் அதிலிருந்து அள்ளிக்கொள்பவை மட்டும்தானா? அவை என் விழியும் செவியும் நாவும் மூக்கும் தோலும் உள்ளமும் அறிவும் கனவும் கொள்ளும் மயக்கங்கள் அன்றிப் பிறிதல்லவா? இவற்றினூடாகச் சென்று நான் அதன் முழுமையை அறியவியலாதா? அழகை அது என எண்ணும்போது நான் அறிவது குறைவுண்ட மெய்மையையா? இனிமையைத் தொடர்கையில் பிளவின் பாதையில் செல்கிறேனா?

“சொல்க யாதவனே, அழகென்பது அது அல்லவா? தன்னை அழகென வெளிப்படுத்தி நம்முடன் ஒளிந்தாடுகிறதா அது? அழகென்பது அதற்கு ஓர் அணித்திரை மட்டும்தானா?” என்று திரௌபதி கேட்டாள். “மீளமீள ஒன்றையே கேட்கிறேன். பலநூறு வழிகளினூடாக ஒரே இடத்தைச் சென்றடைவதுபோல. ஏனென்றால் இப்பாதைகளில் நான் நெடுந்தொலைவு சுழன்றுவிட்டேன். சொல்க யாதவனே, உன்னை அழகனென மட்டுமே காணும் நான் உன்னை அறிந்ததே இல்லையா?”

இளைய யாதவர் புன்னகையுடன் சொன்னார். “ஐந்து ஆறுகளின் அரசி, இமையப்பெருமலைத் திரளில் கோணம் திகைந்து வடிவு அமைந்த பாறைகள் எவை? வெண்முகில் திரள்களில் எப்போது ஒழுங்கு உருவம் கொள்கிறது? அரசி, இமையமும் முகிலும் அழகற்றவை என எவர் கொள்வார்?”

இப்புவியில் கோடிகோடி கற்கள் சதுரமென்றும் வட்டமென்றும் அமைகின்றன. கோட்டையென்றும் இல்லமென்றும் ஆகின்றன. படிகளாகவும் தூண்களாகவும் சமைகின்றன. மலர்களாகி மென்மை கொள்கின்றன சில கற்கள். சிலைகளாகி விழிகொள்கின்றன சில. எனில் கல்லின் முழுதழகு இமையமே.

ஒவ்வொரு இலையும் அழகிய வடிவு கொண்டிருக்கிறது. தண்டுக்கும் தளிர்ச்சுருளுக்கும் வடிவம் அமைந்துள்ளது. கனிகள் சிவந்து உருண்டிருக்கின்றன. அரசமரமோ வடிவற்ற விரிதலும் கவிதலும் பசுமையும் என நின்றுள்ளது. இலையழகும் தண்டழகும் தளிரழகும் கனியழகும் அரசமரமே.

பொருள்சூடியவை சொற்கள். உணர்த்துபவை. கூறுபவை. விரிப்பவை அவை. முதற்சொல்லான ஓங்காரமோ பொருளற்றது என்பர் முனிவர். எனவே எப்பொருளையும் சூடும் விரிவுகொண்டிருக்கிறது அது.

அரசி, அது மலைகளில் இமையம். மரங்களில் அரசம். சொற்களில் ஓங்காரம். அனைத்து அழகுகளும் அதுவே. படைக்கலங்களில் மின்.

பசுக்களில் காமதேனு. காதலர்களில் மலரம்பன். நாகங்களில் வாசுகி. ஆறுகளில் கங்கை. அனைத்து மேன்மைகளும் அதுவே.

அழகுகளை அதுவென்று காண்பவன் அழகுருவாக அது முழுதெழுவதையே அறிகிறான். மேன்மையே அதுவென்று காண்பவனுக்கு அது மேன்மையின் முழுமை.

அனைத்து வேதச்சொல்லும் முழுமையைச் சுட்டுவனவே. ரிக் தவம். யஜுர் வேள்வி. அதர்வமோ படைக்களம். அரசி, இசைவடிவான சாமமோ அதன் இனிமை. நாடுவோனுக்கு அது வேதங்களில் சாமம்.

காலடி மண்முதல் கருங்குழல் குவை வரை அன்னையே என்றாலும் குழவிக்கு அவள் கனிந்து கனிந்தூறும் இனிய முலைப்பால் மட்டுமே. முகத்தின் உச்சமென்பது புன்னகையே. வேரும் கிளையும் இலைகளும் மரமே என்றாலும் கனியென அதை அறிவதே இனிது.

குழவியில் நாவுக்கும் அன்னையின் உளக்கனிவுக்கும் இடையே நிகழ்கிறது முலைப்பாலின் இனிமை. மரத்தின் அருளுக்கும் உண்பவனின் பசிக்கும் நடுவே அமைகிறது கனிச்சுவை. அறிதல்கள் அனைத்தும் அதன் திரள்தலுக்கும் அறிபவனின் குவிதலுக்கும் நிகழும் தொடுகைகள். அங்கிருந்து கனிவதும் இங்கிருந்து சுவைப்பதும் ஒன்றே. குறைவறியா கலம் நிறைவறியா கலத்திற்கு ஒழுகிக்கொண்டிருக்கிறது.

மெய்மைநோக்கிச் செல்லும் பாதைகள் பல. அம்பின் பாதை இலக்கன்றி எதையும் அறியாது. எதிர்ப்படும் அனைத்தையும் கிழித்துச் செல்கிறது. எரியின் பாதை உண்டு அழித்துச் செல்கிறது. எய்தும் கணம் அணைகிறது. பறவையின் பாதை வழிதொறும் கிளை தேடுகிறது. கிளைவிரித்து நின்றிருக்கின்றன தெய்வங்கள்.

நதியின் பாதை பிரிந்து பிரிந்து உணவூட்டிச் செல்கிறது. அணைகளை நிறைந்து கடக்கிறது. அனைத்து ஊற்றுகளையும் தன்னுடன் சேர்த்துக்கொள்கிறது. முகில்களின் பாதை பாதைகளற்றது. பிரிதலுக்கும் இணைதலுக்கும் அப்பாற்பட்டது.

அனைத்துப் பாதைகளும் சென்றடைகின்றன. அனைத்திலும் நிறைவடைந்தவர்களின் அருள் பரவியிருக்கிறது. எந்தப் பாதையையும் ஞானியர் இறுதியெனச் சொல்லமாட்டார்கள். அனைவருக்கும் உரியதென ஒரு பாதையைச் சொல்பவர் அப்பாதையையே அறியவில்லை.

எந்தப் பாதை ஒவ்வொரு அடியிலும் இது சரியே எனச் சொல்கிறதோ அதுவே சரியான பாதை. எதில் ஒவ்வொரு கணமும் கைவிடுகிறோமோ எதில் கைவிட்ட ஒவ்வொன்றுக்கும் நிகராகப் பெறுகிறோமோ அதுவே

உரிய பாதை. அறிக, பாதையின் இறுதியில் அது இல்லை! பாதையென்பதும் அதுவே. எத்தனை இன்சுவைகளின் வழியாக அன்னையை அறிகிறது குழந்தை!

ஒரு துளி இனிமையைக்கூட கைவிடவேண்டியதில்லை. ஒரு கணத்து அழகைக்கூட மறுதலிக்கவேண்டியதில்லை. இங்கே சூழ்ந்திருக்கும் அனைத்து அணிகளையும் சூடுக! அனைத்து மங்கலங்களையும் கொள்க. அனைத்தையும் விழைக! ஒவ்வொருவர் மீதும் அன்பு கொள்க!

அன்பு பற்றென்றாகும்போது சிறை. அன்பு வேள்வியென்றாகும்போது சிறகு. வேள்வியென்பது பெருங்கொடை. தெய்வங்கள் வேள்விகளில் பிறந்தெழுந்து உண்டு வளர்கின்றன. வேள்விகளில் பெருகிய தெய்வங்கள் உங்கள் விண்ணை நிறைக்கட்டும்.

தன் மைந்தரை விரும்புபவள் அன்னை. மைந்தரனைவரையும் விரும்புபவள் பேரன்னை. அனைத்துயிரையும் விரும்புபவள் அன்னைத்தெய்வம். தெய்வமாகி நின்றாலொழிய அதை அறியவியலாது. தெய்வங்கள் மானுடரைத் தெய்வமாக்குபவை.

அழகு விழைவென்றாகும்போது தளை. வேள்வியென்றாகும் அழகு விண்ணெழுகை. கண்பெய்து அனைத்தையும் அழகென்றாக்குக! செவிபெய்து இசையென்றாக்குக! மூக்குவிரித்து நறுமணமென்றாக்குக! நாக்கு கூர்ந்து சுவையென்றாக்குக! சொல்பெருக்கி இசைவென்றாக்குக! வழிபடப்படும் அனைத்தும் தெய்வங்களே.

புவியில் உணவல்லாத உடல் ஏதுமில்லை. ஏனென்றால் உணவின் ஒரு தோற்றமே உடல். உடலை உணவாக்குதலும் உணவை உடலாக்குதலும் வேள்வியே.

தேவி, இல்லம் துறந்து கானேகி தவம்செய்யும் முனிவர் கனிந்து முழுத்து மண்நீத்து விண்செல்கையில் அவர்களின் துணைவியர் அங்கு வந்து அன்புடன் அவர்களுக்காகக் காத்திருக்கிறார்கள்.

எழுவதே ஆண். எனவே எழுந்து எய்துவதை அவர்கள் தெரிவுசெய்கிறார்கள். பரவுவதே பெண். எனவே பரவி நிறைகிறார்கள் அவர்கள். இரண்டையும் நிகழ்த்துவது ஒரே விழைவு. அவ்விழைவின் இலக்கென அமைந்ததே இரண்டுமாகி இங்கே காட்சியளிக்கிறது.

எண்ணம் எழுகிறது, உணர்வு பரவுகிறது. வேதம் பெருகுகிறது, கலை அலைகொள்கிறது. தவம் கூர்கொள்கிறது, அன்பு கனிவுகொள்கிறது. பாதைகளால் மெய்மை சென்றடையப்படுவதில்லை. பாதைகளாகித் தன்னை அளிக்கிறது அது.

ஐங்குழல் அன்னை, இங்கு அழகென நின்றிருப்பது எது? இனிமையென அறியப்படுவது எது? நலமென்று கொள்ளப்படுவது எது? புலன்களால் அழகு. உள்ளத்தால் இனிமை. எண்ணத்தால் நலம். மூன்று கோணங்களில் அதுவே தன்னை வெளிப்படுத்துகிறது.

அது அறியவியலா இருப்பு. அறிநிலையென்றாகி தன்னை அறிவதனால் அது இருப்பு. தானே தன்னை உணரமுடியும் என்பதனால் இன்மையுமானது. அறிநிலையென்றாகி நிற்கையில் சித்தம். அறிதலெனும் பேரின்பமே அது. இருப்பதும் அறிவதும் மகிழ்வதுமாகி நின்றிருக்கும் ஒன்று அது.

அது மெய்மை. மெய்மையின் இசைவே அதன் வெளிப்பாடு. ஒழுங்கின் விரிதலே அழகு. ஒன்றென்பது ஒவ்வொரு நிலையிலும் மெய், இசைவு, அழகு எனும் மூன்றென்று தோன்றும் மாயமே இப்புடவி. மெய்யிசைவழகின் முழுமையை உணர்பவர் பிறிதொன்று கருதுவதில்லை.

நைமிஷாரண்யத்தில் இளைய யாதவர் முன் அமர்ந்திருந்த திரௌபதி கைகூப்பி அவர் சொற்களைக் கேட்டிருந்தாள். அவள் உள்ளத்தைப் பிறிதிலாது நிறைத்திருந்த அழகிய புன்னகையுடன் அருகே வருக என இளைய யாதவர் கைகாட்டினார். அவள் சற்றே முன்னகர்ந்து அவர் முன் குனிந்தாள். அவள் செவியில் தன் உதடுகள் தொட குனிந்து இரு கைகளையும் சுடர்காப்பதுபோலக் கோட்டி அவர் அவளுக்கு அணுக்கநுண்சொல்லை உரைத்தார்.

“மும்முறை ஒலியின்றி சொல்க! அச்சொற்கள் என்றும் உளத்தமைக!” என்றார் இளைய யாதவர். திரௌபதி மெல்லிய குரலில் அணுக்கநுண்சொல்லைச் சொன்னாள். “ஆம், ஆம், ஆம்” என்று அவர் சொன்னார். “உள்ளுவதற்குரியது இது. உணர்வதற்குரியது இச்சொல்” என அடுத்த நுண்சொல்லைச் சொன்னார். அவள் விழிமூடி அச்சொற்களை மும்முறை சொன்னாள்.

அவள் தன் முன் எழுந்த பேரொளிவெளியில் அனல்வண்ணச் சேவடிகளைக் கண்டாள். அனலிதழ்கள் விரிந்துகொண்டே இருந்த தாமரைமேல் நின்றிருந்தன. விழிமேலெழ அவள் நோக்கியபோது விண்ணிலிருந்து விண்மேவ எழுந்து நின்றிருந்த அன்னைப்பேருருவைக் கண்டாள்.

அணிசெறிந்த தொடைகள், இறுகிச்சிறுத்த சிற்றிடை. மலையெழுந்த முலைக்குவைகள். திரண்ட பெருந்தோள்கள். நீண்ட கொடிக்கைகள். இதழ்களென விரல்கள். கனிந்த விழிகள். அறிந்த சிரிப்பு. ஒளிமிக்க நிலவுமுகம். கதிரவன் என எழுந்த உடலொளி.

அழகிய மாலைகளும் ஒளிரும் ஆடைகளும் புனைந்தது. நறுமண மாலைகள் சூடியது. அனைத்து வியப்புகளுக்கும் உறைவிடமானது. எல்லையற்றது. எங்கும் தன் முகமே எனப் பெருகிய தெய்வப்பேருரு.

வானில் ஆயிரம் கதிரவன்கள் சேர்ந்தெழுமென்றால் அதன் ஒளிக்கு நிகர். பலநூறு பகுதிகளாக பலகோடி உறுப்புகளாக பலகோடிகோடி தோற்றப்பெருக்காக உலகென அறிந்தவை அனைத்தும் அன்னை உடலென ஒருங்குற்று நிற்பதை அவள் கண்டாள்.

ருத்ரர், ஆதித்யர், வசுக்கள், சாத்யர், விசுவதேவர், அசுவினி தேவர், மருத்துக்கள், ஊஷ்மபர், கந்தர்வர், யக்ஷர், அசுரர், சித்தர் எனும் பன்னிரு தூயர்களும் அவளுடலே என்று அறிந்தாள். விண்சுடர்கள் விழிகள். விண்மீன் பெருக்கே அவள் அணிகள். ஒளியும் இருளும் அவள் புனைந்த ஆடைகள்.

முடிவிலாதெழுந்த கைகளில் வடம், கொக்கி, மழு, உழலைத்தடி, வில், அம்பு, வாள், கேடயம், கதை, மும்முனைவேல், மின்படை, படையாழி, இடிபடை, வேல் எனப் படைக்கலங்கள் கொண்டிருந்தாள். சங்கும் தாமரையும் நிறைகதிரும் அமுதகலமும் ஏந்தியிருந்தாள். நோக்க நோக்க பெருகி ஒன்றுபலவாகி அனைத்துக்கும் அப்பாலென மீண்டும் எழுந்துகொண்டிருந்தாள்.

மேலும் மேலுமெனத் தான் பெருகிக்கொண்டிருப்பதை அவள் உணர்ந்தாள். பெருகப்பெருக இல்லாமலாகிக்கொண்டிருந்தாள். இறுதித்துளி ஒன்று நின்று நடுங்கி இருள்நோக்கி சொட்டுவதற்கு முந்தைய கணத்தில் கைநீட்டி அவரைப் பற்றிக்கொண்டாள். "கிருஷ்ணா!" என்றாள். "அருகுளேன்" என்று இளைய யாதவரின் குரலைக் கேட்டாள்.

அவள் விழித்துக்கொண்டபோது அந்தச் சிறுகுடிலில் அவர் முன் அமர்ந்திருந்தாள். மடித்து அமர்ந்திருந்த அவர் இடக்கால் கட்டைவிரலைத் தன் நடுங்கும் கையால் பற்றியிருந்தாள். தன்னிலை உணர்ந்து கையை எடுத்துக்கொண்டு "எங்கிருந்தேன்?" என்றாள். இளைய யாதவர் சிரித்து "ஒரு சிறு உளமழிவு" என்றார். "ஆம்" என்றாள். "இதுவே கனவென என் உள்ளம் மயங்குகிறது."

பின்னர் ஒவ்வொன்றாக நினைவுகூர்ந்தாள். பெருமூச்சுவிட்டு "பேருரு" என்றாள். "எண்ணற்கரியது. வானங்களும் அவற்று நடுவேயுள்ள அனைத்து வெளிகளும் திசைகளும் அதனால் நிரப்பப்பட்டிருந்தன. அச்சமும் வியப்பும் ஊட்டும் அந்த வடிவைக் கண்டு மூன்று காலங்களும் நிலைத்துவிட்டிருந்தன."

பின்னர் இளைய யாதவரை நோக்கி "இந்த நுண்சொற்களை நான் ஓதவேண்டுமா? இன்று முதலா?" என்றாள். "நான் முன்பு காம்பில்யத்திற்கு

வந்தபோது உங்களுக்கு ஒரு மயிற்பீலியை அளித்தேன், அரசி" என்றார் இளைய யாதவர். "ஆம், அது இன்றும் அடுக்கு குலையாமல் என்னிடம் உள்ளது" என்று திரௌபதி சொன்னாள். "அதனருகே இதை வைத்துக்கொள்க! இது துணையென்று தோன்றும்போது எடுத்துக்கொண்டால் போதும்" என்றார் இளைய யாதவர்.

அவள் முகம் மீண்டு "நான் கிளம்புகிறேன். இங்கிருந்து நெடுந்தொலைவு சென்று சுழன்று வந்து மீண்டும் உன்னை அடைய முடியுமெனத் தோன்றுகிறது" என்றாள். அவள் எழுந்ததும் அவரும் எழுந்துகொண்டார். "நான் எப்போதும் மிக அண்மையில் இருந்துகொண்டிருக்கிறேன், அரசி" என்றார். "ஆம், அதை நான் அனைத்து இக்கட்டுகளிலும் உணர்ந்திருக்கிறேன்" என்றாள் திரௌபதி.

"முன்பு ஒருமுறை கோதவனம் என்னும் காட்டில் என்னைக் கண்டீர்கள். உங்கள் கையால் அமுதுண்ண வந்தேன்" என்றார் இளைய யாதவர். திரௌபதி திடுக்கிட்டு நின்று "ஆனால் அது ஒரு கனவு" என்றாள். "ஆம்" என இளைய யாதவர் சிரித்தார். "அன்று நான் நெடுந்தொலைவு நடந்து களைத்து வந்திருந்தேன். உங்களுடன் பீமன் இல்லை. இன்மங்கல மலர்கொள்ளச் சென்றிருந்தார். அர்ஜுனன் காட்டில் உலவச் சென்றிருந்தார். அன்று உங்களிடம் உணவென இருந்தது அடகுக்கீரை மட்டுமே. அதையும் சமைத்துப் பகிர்ந்து உண்டு கலம் கவிழ்த்துவிட்டிருந்தீர்கள்."

திரௌபதி "ஆம், ஒருபோதும் நாங்கள் அக்காட்டில் உணவில்லாமல் இருந்ததில்லை. ஆனால் பலமுறை வழிகளில் பசியையும் விடாயையும் உச்சத்தில் உணர்ந்திருக்கிறோம். அந்த அச்சத்திலிருந்து உள்ளம் விடுபட்டதேயில்லை. அனைத்துக் கனவுகளிலும் ஒழிந்த கலங்களையே காண்பேன்" என்றாள். இளைய யாதவர் "அன்று உங்கள் அடுகலத்தை எடுத்து நோக்கி ஏங்கினீர்கள். இல்லத்தில் உணவென்று ஒன்றுமில்லை. குடில்முகப்பில் என்னுடன் சொல்லாடிக்கொண்டிருந்த யுதிஷ்டிரர் உணவு பரிமாறுக என்று சொன்னார். பின்னர் உரத்த குரலில் ஏன் பிந்துகிறாய் தேவி என்றார்" என்றார்.

திரௌபதி அந்தக் கணத்தின் பதற்றத்தை மீண்டும் அடைந்து "ஆம்" என்றாள். "வெளியே சென்று நோக்கினீர்கள். நகுலனும் சகதேவனும் அங்கே இல்லை. திரும்பி வந்து அடுகலத்தை எடுத்தீர்கள். அதன் விளிம்பில் கீரைத்துணுக்கு ஒன்று ஒட்டியிருந்தது. சுட்டுவிரலால் அதைச் சுரண்டியெடுத்து அருகே விரிந்திருந்த வாழையிலையில் வைத்தீர்கள். ஒருகணம் விழிதிருப்பி நோக்கியபோது அது பெருகியிருப்பதைக் கண்டீர்கள். ஐயத்துடன் மீண்டும் விழிதிருப்பி நோக்கியபோது அது

மேலும் பெருகியிருந்தது. இன்னொரு இலையை எடுத்தபோது அது நல்லுணவாக ஆகிவிட்டிருந்தது."

திரௌபதி விழிசுரக்குமளவுக்கு மெய்ப்பு கொண்டாள். "அக்கனவில் நான் உடல் விதிர்த்து அதிர்ந்துகொண்டிருந்தேன். விழித்துக்கொண்டபோது கைகள் கூப்பியிருக்க, காதுகளில் விழிநீர் வழிய, குளிரில் என நடுங்கிக்கொண்டிருந்தேன்" என்றாள்.

"அந்த உணவை உள்கூடத்தில் பரிமாறிவிட்டு வெளியே வந்து யாதவரே அமுதுகொள்ள வருக என அழைத்தீர்கள். சுரைக்குடுவையில் இருந்த நீரைச் சரித்து கைகளைக் கழுவிவிட்டு நான் உள்ளே வந்தபோது சாணிமெழுகிய தரையில் மணையிடப்பட்டிருந்தது. தலைவாழை இலையில் சூடான அன்னமும், பன்னிரு காய்களாலான தொடுகறிகளும் பரிமாறப்பட்டிருந்தன. பருப்பிட்டுச் செய்த கிழங்குக்கறியும் தயிரிட்டுப் பிசைந்த புளிகறியும் சிறுசட்டிகளில் காத்திருந்தன."

நான் மணையில் அமர யுதிஷ்டிரர் உரக்க நகைத்தபடி "நாங்கள் உண்டது வெறும் அடகுக்கீரை. யாதவனே, இதை நான் நன்கறிவேன். உனக்கென்று சொன்னால் அமுது ஊறிப் பெருகும்" என்றார். நீங்கள் "அமர்க நீலரே, இச்சிறுகுடில் அன்னம் உங்களுக்கு இனிதாகுக!" என்றீர்கள். நான் அமர்ந்து அவ்வுணவை உண்டபோது அருகே அமர்ந்து விழிகனிய புன்னகையுடன் "உண்க! உண்க!" எனப் பரிமாறி என்னை ஊட்டினீர்கள்.

என் இலையைப் பார்த்த யுதிஷ்டிரர் நகைத்து "அக்கார அடிசிலும்கூடவா? யாதவனே, விருந்தென அன்றி எப்போதேனும் உணவுண்டிருக்கிறாயா?" என்றார். நான் "அனைத்து உணவும் விருந்தே" என்றேன். "அவரே சமைத்து அவரே பரிமாறி அவரே உண்கிறார்" என்றீர்கள். "என்ன சொல்கிறாய்?" என்றார் யுதிஷ்டிரர். நாம் கண்கள் தொட்டுக்கொண்டு புன்னகைத்தோம்.

நான் வயிறுபுடைக்க உண்டு எழுந்தபோது "கண்ணா, இன்னும் கொஞ்சம்" என்றீர்கள். "எனக்காக, இதைமட்டும்" என அள்ளினீர்கள். "நான் முழுதுண்பதில்லை, அன்னையே" என்றேன். "எப்போதும் எஞ்சுவதன் மேல் பசியை விட்டுவைக்கிறேன். உண்டபின் அதை வளர்க்கத் தொடங்குகிறேன்" என்றபடி எழுந்து கைகழுவினேன். யுதிஷ்டிரர் "ஆம், பீமனின் வயிற்றிலேயே புவியில் பெரும்பசி வாழ்கிறது என்று நான் எண்ணுவதுண்டு. அவன் வயிற்றில் எரிவது காட்டெரி என்றால் உனது வயிற்றில் அணையாதிருப்பது வடவை" என்றார். "காண்பதனைத்தும் அமுதென்று ஆக்குகிறது அது."

“நான் கிளம்பும்போது உங்களிடம் சொன்னேன், அரசி பெரும்பசி கொண்ட குழவியருக்குச் சமைப்பது அன்னைக்கு மிக எளிது என்று. ஆம் எனப் புன்னகை செய்தீர்கள்” என்றார் இளைய யாதவர். திரௌபதி கன்னங்களில் குழிகள் எழ இதழ்நீள விழிகள் ஒளிர புன்னகைத்து “ஆம்” என்றாள். “உங்கள் அடுகலம் ஒழிவதில்லை. ஒருதுளியென எஞ்சியிருப்பதே நான்” என்றார் இளைய யாதவர். அவள் தலையசைத்து “மீண்டுமொருமுறை காட்டில் உனக்குச் சமைத்து உணவூட்டுவேன் என நினைக்கிறேன், யாதவனே” என்றாள்.

அவள் வெளியே சென்றபோது உடன் அவரும் வந்தார். சலஃபை அவளைக் கண்டதும் எழுந்து நின்றாள். அவள் மீண்டும் “சென்றுவருகிறேன்” என்றாள். சலஃபையிடமிருந்து சால்வையை வாங்கிப் போர்த்திக்கொண்டு அவளிடம் வருக எனக் கையசைத்தபின் நடந்தாள். அவள் முன் அமர்ந்திருந்த பாணன் முழவை மீட்டி “பற்றிய கால்விரல் சிறுகறை கொண்டிருந்தது. அதனூடாகவே அவன் மானுடனானான். அறிக தோழரே, அவன் அழகனைத்தும் அக்குறையால் முழுமையடைந்தது” என்றான். அவள் விழித்துக்கொண்டவள் போல அசைந்து பின் பெருமூச்சுடன் அவனை நோக்கிக்கொண்டிருந்தாள்.

பகுதி 9

சொல்

1

இளைய யாதவரின் குடில்வாயிலை வந்தடைந்த தௌம்யரும் கர்க்கரும் அதர்வ வேதியரான சண்டகௌசிகரும் அவர்களுடன் வந்த வேதியர்களும் ஒருகணம் தயங்கி நின்றனர். கர்க்கர் "அவர் உள்ளே இருக்கிறார்" என்றார். தௌம்யர் "ஆம், அதை உணர்கிறேன்" என்றபின் படியில் ஏறி கதவை தட்டினார். மூன்றாம் முறை தட்டுவதற்குள் கதவுப்படல் திறந்தது. இருளுருவாக இளைய யாதவர் அங்கே நின்றிருந்தார். அவருக்குப் பின்னால் குடிலில் தண்டிலிருந்த அகல்விளக்கின் ஒளி காற்றில் மிகக் குறுகி எரிந்தது. அவர் தலையிலணிந்த மயிற்பீலி மட்டும் துலங்கித் தெரிந்தது.

கர்க்கர் "யாதவரே, உம்மைப் பார்க்க வந்துள்ளோம்" என்றார். இளைய யாதவர் தௌம்யரையும் பிறரையும் நோக்கியபின் "திரண்டு வந்திருக்கிறீர்கள்" என்றார். தௌம்யர் "இன்று மாலை சற்றுமுன்னர்தான் வேதமுனிவரான கர்க்கர் என்னைப் பார்க்க வந்தார். உங்களைப் பார்க்கவேண்டுமென முடிவெடுத்தோம். உடனே கிளம்பிவிட்டோம்" என்றார். "வருக அந்தணர்களே, இச்சிறுகுடில் உங்களால் மங்கலம் கொள்க!" என்றார் இளைய யாதவர். கைகூப்பி "இது கானகக் குடிலாதலால் முறைமைகள் எதையும் செய்ய இயல்வதில்லை. ஆனால் தர்ப்பையில் அனலோன் என உங்கள் நாவிலுறையும் வேதம் இங்கு வந்தமையால் இக்குடில் வேள்விச்சாலையென்றாகிறது" என்றார்.

கர்க்கர் "எங்கள் நல்லூழால் இங்கு இத்தருணத்தில் உங்களைச் சந்திக்கும் பேறுகொண்டோம்" என்றார். ஆனால் அவர்கள் அனைவருமே குழம்பிப்போயிருந்தனர். விழிகளால் ஒருவரை ஒருவர் நோக்கிக்கொண்டார்கள். கர்க்கர் உள்ளே செல்வோம்

என கைகாட்ட தௌம்யர் ஆம் எனத் தலையசைத்தார். அந்தணர் விழியிமைக்காமல் கீழிருந்து மேல் மேலிருந்து கீழ் என இளைய யாதவரை நோக்கிக்கொண்டிருந்தார்கள். "வருக!" என இளைய யாதவர் மீண்டும் கைகூப்பி அவர்களை அழைத்தார்.

உள்ளே சென்று குடிலின் சிற்றறையை முழுமையாக நிறைத்து அவர்கள் அமைந்தனர். கர்க்கரும் தௌம்யரும் முன்னால் அமர மாணவர்கள் பின்னால் நின்றனர். இடம் கிடைக்காதவர்கள் கீற்றுச்சுவரில் சாய்ந்து நின்றனர். இளைய யாதவர் சுடரை சற்று தூண்டி ஒரு சிறிய பலகையால் காற்று படாமல் ஆக்கியதும் சுடர் நிலைகொண்டது. அவர் இருளில் இருந்து எழுவதுபோல் முழுவுருக்கொண்டார். கர்க்கர் திகைப்புடன், பதற்றத்துடன் அவரை நோக்கிக்கொண்டிருந்தார். தௌம்யர் அவர் கால்களில் விழிநட்டிருந்தார். அவர்கள் அனைவருமே பேரச்சத்தில் என நடுக்கு கொண்டிருந்தனர்.

அத்தருணத்தை இயல்பாக்கும்பொருட்டு "கூறுக அந்தணரே, இப்பொழுதில் இங்கே நீங்கள் வந்துசேர்வதற்கு நான் என்ன முற்பேறு கொண்டேன்?" என இளைய யாதவர் முறைமைச்சொல் கொண்டு கேட்டார். அவர்கள் அதைக் கேட்டதாகத் தோன்றவில்லை. "அந்தணர்களும் வேதியரும் என்னைத் தேடி வந்தமை எனக்கு மகிழ்வளிக்கிறது" என்றார் இளைய யாதவர். திகைப்பு கலைந்து மீண்டுவந்த கர்க்கர் "நீங்கள் இங்குதான் இருக்கிறீர்களா?" என்றார். "ஆம், சில நாட்களாகவே இங்கே தனிமையில் இருக்கிறேன். நீராடுவதற்கன்றி இக்குடிலறைவிட்டுச் செல்வதில்லை" என்றார் இளைய யாதவர்.

"ஆம், அவ்வாறுதான் சொன்னார்கள்" என்றார் கர்க்கர். தௌம்யர் "ஆனால்..." என்றபின் "இங்கே தாங்கள் என்ன செய்கிறீர்கள்?" என்றார். "நூல்நவில்தல். எண்ணமோட்டுதல். அதைவிட கனவிலாழ்தல்" என்றார் இளைய யாதவர். "என்ன கனவுகள்?" என்று கர்க்கர் கேட்டார். "கனவுகளைச் சொல்லிநிறைக்க முடியுமா? இந்தக் ககனமெல்லாம் என் கனவே" என்றார் இளைய யாதவர். கர்க்கர் மெய்ப்புகொண்டார். நெஞ்சில் கைவைத்து "அக்கனவில் நீங்கள் யார்?" என்று கேட்டார்.

"யாதவன், கோகுலத்துச் சிறுவன், தேவகிக்கும் யசோதைக்கும் குழவி. வசுதேவனுக்கும் நந்தனுக்கும் மைந்தன். சாந்தீபனியின் மாணவன். துவாரகையின் அரசன். தனியன். யோகி" என்றார் இளைய யாதவர். "அங்கே கணமொரு வடிவெடுக்கலாகும். வடிவங்களின் எல்லைகளைக் கடத்தலும் இயலும்." தௌம்யர் "ஆம், இவற்றுக்கு அப்பால். யாதவரே, இவற்றுக்கு அப்பால் நீங்கள் உங்கள் கனவில் யார்?" என்றார். "அதை எப்படிச் சொல்வேன்? நானே அனைவரும். பாண்டவரும் கௌரவரும்

நானே. பீஷ்மரும் சிகண்டியும் நானே. திரௌபதியும் குந்தியும் அனைத்துப் பெண்களும் நானே. என் தோற்றங்களுக்கு முடிவேயில்லை" என்றார் இளைய யாதவர்.

"யாதவரே, நாங்கள் எதைக் கேட்டுக்கொண்டிருக்கிறோம் என்பதில் எங்களுக்கே தெளிவில்லை. எங்கள் உள்ளம் நிலையழிந்திருக்கிறது" என்று தௌம்யர் சொன்னார். கைகளைத் தூக்கி சொல் சொல்லெனத் திரண்டு "யாதவரே, உங்கள் முழுமை என்ன?" என்றார். இளைய யாதவர் சிரித்து "எவருடைய முழுமையும் ஒன்றே, அது நான்!" என்றார். "அருகமைவுநூல்களில் இருந்து எழுந்த நுண்சொல் அது, தௌம்யரே. நானே பிரம்மம்." கர்க்கர் பெருமூச்சுடன் "எங்களிடம் விளையாடுகிறீர்களா?" என்றார். "ஆம்" என்றார் இளைய யாதவர் அவர் விழிகளை நோக்கி. அவர் பதறி விலகிக்கொண்டு "நான் என்ன கேட்கிறேன் என்று தெரியவில்லை. யாதவரே, நீங்கள் எதன் மானுட வடிவம்?" என்றார். "பிரம்மத்தின்" என்றார் இளைய யாதவர்.

இமைக்காத அந்நோக்கை கண்டு உளம் அதிர தோள்களைக் குறுக்கிக்கொண்ட தௌம்யர் "இது ஒரு கனவா? இது எங்கே நிகழ்ந்துகொண்டிருக்கிறது?" என்றார். பின்னர் "சித்தமயக்கம்... வேறெதைக்கொண்டும் இதைச் சொல்லிவிட முடியாது. கர்க்க முனிவரே, என்னால் இங்கே இனி இருக்க இயலாது" என்றார்.

கர்க்கர் சொற்களைத் திரட்டிக்கொண்டு "நாங்கள் நேரடியாகவே நிகழ்ந்ததைச் சொல்லிவிடுகிறோம், யாதவரே" என்றார். "நாங்கள் எதிர்பார்த்து வந்தது நீங்கள் இங்கே இப்படி இருப்பதைத்தான். ஆனால் அதைக் கண்டதும் உள்ளத்தில் அனைத்தும் கலைந்து பறக்கத் தொடங்கிவிட்டன. ஏனென்றால் நாங்கள் உங்களைப் பிறிதொரு வடிவில் கண்டோம்."

இளைய யாதவர் "எங்கே?" என்றார். தௌம்யர் "இப்போது உபப்பிலாவ்யத்தில் பாண்டவர்களின் தரப்பில் போர்வெற்றியின்பொருட்டு ரிஷபமேதப் பெருவேள்வி நிகழ்ந்துகொண்டிருக்கிறது என அறிந்திருப்பீர்கள். அதை நிகழ்த்தும் கலிங்கத்து அதர்வ வேதியரான சண்டகௌசிகர் இவர்" என்றார். சண்டகௌசிகர் கைகூப்பி வணங்கி "நான் வரும்போது தாங்கள் கானேகிவிட்டதாகச் சொன்னார்கள். காணும் நல்லூழ் இப்போதே வாய்த்தது" என்றார். "என் நல்லூழ்" என இளைய யாதவர் கைகூப்பினார்.

"சுக்ல யஜுர்வேதியனான நான் அந்த வேள்வியில் நேரடியாகக் கலந்துகொள்ளவில்லை. ஆனால் அதற்குரிய அனைத்தையும் ஒருக்கி உதவினேன். பூதசத்ரவேள்வி முடிந்ததும் என் தலைமையில் அனைத்து

மங்கலங்களும் பொலிவதற்காக பத்மவேள்வி ஒன்றைச் செய்வதாகத் திட்டம். அதற்கான ஒருக்கங்களையும் பார்த்துவந்தேன். இன்று மாலை வேதமுனிவரான கர்க்கர் வந்திருப்பதை அமைச்சர் சுரேசர் வந்து சொன்னதும் ஓடிச்சென்றேன். அரண்மனை முற்றத்தில் முனிவரை சந்தித்து அடிபணிந்து வரவேற்றேன். முன்னறிவிப்பின்றி முனிவர் வந்ததனால் வியந்திருந்தேன். அவர் எவருமறியாமல் நகர்நுழைந்தது ஏன் என்று குழப்பம் கொண்டிருந்தேன்" என்று தௌம்யர் சொன்னார்.

"அரசர் தன் தம்பியருடன் வேள்விச்சாலையில் இருப்பதைச் சொன்னேன். சௌனகர் அரண்மனைப் பொறுப்பிலிருந்தார். திருஷ்டத்யும்னர் படைப்பொறுப்பை ஏற்றிருந்தார். முனிவரை உள்ளே அழைத்துச்சென்று அமரச்செய்வதற்குள் இருவருக்கும் செய்தியறிவித்தேன். அவர்கள் விரைந்து வந்து வணங்கி முனிவரை அவைக்குக் கொண்டுசென்றனர். அங்கே முறைமைகள் நிகழ்ந்தபோது முனிவர் நிலையழிந்தவராக இருப்பதைக் கண்டேன். அனைத்துச் சடங்குகளும் முடிந்ததும் நான் அவருடன் தனித்திருக்கையில் அவர் வேள்விக்காக வந்தாரா என உசாவினேன். அவ்வாறென்றால் வேள்விச்சாலைக்கு அவரை அழைத்துச்செல்வதாகச் சொன்னேன். ஆனால் அவர் மறுத்துவிட்டார்.

"அவர் பதற்றம் கொண்டிருப்பதைக் கண்டேன். முனிவரே, தாங்கள் வந்ததற்கு ஏதேனும் குறிப்பான நோக்கமுண்டா என்றேன். இளைய யாதவர் எங்கிருக்கிறார் என்றார். நீங்கள் கானேகியிருப்பதைச் சொன்னேன். அவர் இப்போரை நிறுத்தும்படி ஆணையிடவில்லையா, இவ்வேள்விகளுக்கு அவர் என்ன சொல்கிறார் என்று முனிவர் கேட்டார். என்னால் அவர் சொல்வதற்கு மறுமொழி சொல்ல இயலவில்லை. நான் அவரைப் பார்க்கவே வந்தேன் என்றார் முனிவர்."

"ஆம், உங்களைப் பார்ப்பதற்காக மட்டுமே" என்று கர்க்கர் சொன்னார். இளைய யாதவர் "சொல்க, முனிவரே!" என்றார். "யாதவரே, நான் நேற்றுமுன்னாள் விந்தையானதோர் காட்சியைக் கண்டேன். அஸ்வினிதேவர்களை முதன்மைத்தெய்வமாகக் கொண்டு வேள்வி இயற்றுபவன் நான் என அறிந்திருப்பீர்கள். அன்று வேள்வியிறுதியில் அனலில் அனைத்து தேவர்களுக்குமென வேதமோதி அவியிட்டபோது அனலில் ஒரு கை தோன்றி அவியைப் பெற்றுக்கொண்டது. அந்தக் கையை முன்னரே கண்டிருக்கிறேன் என உள்ளம் சொன்னது. எங்கு எங்கு என எண்ணிக் குழம்பினேன். நிலையழிந்து இரவெல்லாம் அமர்ந்திருந்தேன்."

என் மாணவனாகிய கர்க்க த்விதீயன் வந்து "ஆசிரியரே, தங்கள் துயர் என்ன? நாங்கள் ஏதேனும் பிழை இயற்றினோமா?" என உசாவினான்.

அவனிடம் என்ன சொல்வதென்று தெரியாமல் அமர்ந்திருந்தேன். அவனருகே நின்றிருந்த கர்க்க சாந்தன் தயங்கி ஏதோ சொல்ல நாவெடுப்பதையும் த்விதீயன் விழிகளால் அவனை விலக்குவதையும் கண்டேன். "என்ன?" என்றேன். அவன் தயங்கி விழிதாழ்த்தினான். "சொல்!" என கேட்டேன். அவன் அப்போதும் மறுமொழி சொல்லவில்லை. கையை ஓங்கியபடி உரக்க "சொல், மூடா!" எனக் கூவிக்கொண்டு எழுந்தேன். அவன் பதறிப்போய் அழத்தொடங்கினான்.

த்விதீயன் பதறி என்னை தாழ்ந்து வணங்கி "ஆசிரியரே, அவன் அஞ்சுகிறான் என்றான். நீங்கள் வேதச்சொல் பிழைத்ததை அவன் கேட்டேன் என்கிறான். ஆசிரியர் நாவில் வேதம் பிழைக்காது என்று நான் சொன்னேன். அவன் இல்லை, என் செவிகளால் கேட்டேன் என்றான். சிறுவன், தன்முனைப்பு கொண்டவன். சினம்கொண்டு அவனைத் தண்டிக்கவேண்டாம்" என்றான். நான் திகைத்து அமர்ந்திருந்தேன். பின்னர் சாந்தனிடம் "சொல், நான் நாப்பிழைத்த அச்சொல் எது?" என்றேன்.

சாந்தன் "நீங்கள் சொன்னது கிருஷ்ண என்னும் சொல்லை. சொல்லவேண்டியிருந்தது அதுவல்ல" என்றான். அக்கணமே அனைத்தையும் உணர்ந்துகொண்டு நான் திடுக்கிட்டு எழுந்து நின்றேன். உடல் நிலையழிய விழப்போனேன். சுவர்பற்றி நின்று "என்ன? என்ன?" என்றேன். அவர்கள் அஞ்சி கைகூப்பி நின்றனர். கையூன்றி நிலத்தில் அமர்ந்தேன். பின்னர் "குடிக்க நீர் கொண்டுவருக!" என்றேன். இளையோன் நீர் கொண்டுவர ஓடினான். "ஆசிரியரே, இளையோன் பிழை செய்திருந்தால்..." என த்விதீயன் தொடங்க "இல்லை, என் நா பிழைத்தது உண்மை" என்றேன். அவன் வெறுமனே கைகூப்பினான்.

"ஆனால் என் சொல்லுக்குரிய தேவன் அனலில் எழுந்தான். அவனை நான் கண்டேன்" என்றேன். அவன் வியப்புடன் "அறியாத் தெய்வம் போலும் அது" என்றான். "அறிந்தவன், தெய்வமென்று துலங்காதவன்" என்றேன்.

யாதவனே, அது உன் கை. ஐயமே இல்லை. பன்னிரு முறை உன்னை நான் சொல்லவைகளில் கண்டிருக்கிறேன். நீ பேசும் சொற்களுடன் இணைந்தவை என அசையும் உன் கை. தனித்து நோக்கினால் பிறிதொன்றைச் சுட்டி உரைத்துக்கொண்டிருக்கிறது அது என சாந்தீபனி குருநிலையில் ஒரு சொல்லவையில் ஒருமுறை தோன்றியது. பின்னர் ஏழுமுறை அதை நானே நோக்கி நோக்கி உறுதிசெய்துகொண்டேன்.

உன் சொற்களை செவிகொள்ளாமல், உன் விழிகளை நோக்காமல் கைகளை மட்டும் பார்த்தால் நீ வேறொன்றை சொல்லிக்கொண்டிருக்கிறாய்.

சொல்லப்படாததும் முழுக்க அறியப்படாததுமான ஒன்றை. அது என்ன என நான் ஒவ்வொரு கைமுத்திரையையும் என் உளவிழிகளுக்குள் திரட்டி எண்ணிக்கொண்டு நாட்களைச் செலவிட்டிருக்கிறேன். வேதச்சொல்லை விளக்கின சில. வேதச்சொல்லை விலக்கின சில. வேதச்சொல்லை கடந்தன சில. நான் நன்கறிந்த கைகள் அவை. அவற்றையே எண்ணிக்கொண்டிருந்தமையால்தான் என் நாவில் வேதம் புரண்டது. உளமிருத்தி அவியளித்தமையால் நீ தோன்றினாய். ஐயமேயில்லை. அவிகொள்ள வந்தது உன் கைகளே.

அங்கிருந்து நேரடியாக உபப்பிலாவ்யம் வந்தேன். உன்னைப் பார்க்க விழைந்தேன். நீ மானுடனாக இங்கிருக்கிறாய் என்பது என் உளமயக்கு என நம்ப விழைந்தேன். நீ கானகத்தில் இருக்கிறாய் என்று அறிந்ததும் உளம்சோர்ந்தேன். இவர்கள் எனக்களித்த குடிலில் சென்று படுத்துக்கொண்டேன். துயிலில்லாமல் எழுந்தும் மீண்டும் படுத்தும் இரவைக் கடந்தேன். எழுந்துசென்று முற்றத்தில் நின்று தொலைவில் தெரிந்த வேள்விச்சாலையின் நெருப்பின் செவ்வொளியை நோக்கிக்கொண்டிருந்தேன். ஓர் எண்ணம் எழ நேராக தௌம்யரை சென்று கண்டேன். என்னுடன் வருக என அழைத்துக்கொண்டு வேள்விச்சாலைக்குச் சென்றேன்.

அங்கே ரிஷபமேதம் நிகழ்ந்துகொண்டிருந்தது. அரசனும் இளையோரும் துயில்கொள்ளச் சென்றிருந்தனர். வேள்விக்காவலனாக பிரதிவிந்தியன் அமர்ந்திருந்தான். சண்டகௌசிகர் அருகிலிருந்த அறையில் துயில்கொண்டிருக்க அவருடைய மாணவர் உக்ரசண்டர் வேள்வியை நடத்திக்கொண்டிருந்தார். நான் அறைக்குள் சென்று சண்டகௌசிகரை எழுப்பினேன். அதர்வ வேள்வியில் "வேண்டிய தேவனை எழுப்பும் வேதச்சொற்கள் உண்டு அல்லவா?" என்றேன். "ஆம், எந்தத் தெய்வமும் மறுக்கவியலா அழைப்புகள் உண்டு" என்றார். "வருக, நான் ஒரு தெய்வத்தை எழுப்பவேண்டும்!" என்றேன்.

"தெய்வங்களை எழுப்புவது நன்றல்ல" என்று சண்டகௌசிகர் சொன்னார். "தெய்வங்கள் எழுவது விண்ணிலிருந்து கங்கை மண்ணில் பெய்வதுபோல. சடைவிரித்த மாமுனிவர்களே அதைத் தாளமுடியும். நாம் வேண்டும் சொல்லுக்கு அப்பால் அத்தெய்வம் ஒரு அணுவும் எஞ்சக்கூடாது" என்றார். "ஆம், அறிவேன். ஆனால் எனக்கு வேறுவழியில்லை" என்றேன். அவர் எழுந்து என்னுடன் வந்தார். வேள்விச்சாலையில் இங்கிருக்கும் அத்தனை வேதியர்களும் இருந்தனர். நாங்கள் சூழ அமர்ந்து அதர்வவேதம் ஓதி அவியளிக்கலானோம்.

யாதவனே, நான் உன்னை அழைக்க விழைந்தேன். மீண்டும் என் நாவிலெழுந்த சொல்லை தேடியபோது ஓர் ஐயமெழுந்தது. கிருஷ்ண

என்பது இம்முறை உன்னை சொல்வதாக எப்படி ஆகும்? அது இருளை குறித்தால்? இன்மை எழுந்து வந்தால்? மேலும் நான் கண்டது என் உளமயக்கென்றிருந்தால்? என்னுடன் நிற்கும் அனைவரும் காண எழவேண்டும். ஆகவே நான் சண்டகௌசிகரிடம் கேட்டேன் "சண்டரே, பருவுடல்கொண்டு நம் விழிக்குத் துலங்க தெய்வமெழுவதற்கான வழி என்ன?" என்று. "அத்தெய்வம் சூடிய மலரையோ அணியையோ அவியிலிட்டு வேள்வி நிகழ்த்த வேண்டும். அதர்வம் அத்தெய்வத்தை ஆணையிட்டு அழைத்துவந்து நிறுத்தும்" என்றார்.

ஒரு வேதியனை அனுப்பி உன் அறையிலிருந்து உனக்குரிய பொருள் எதையேனும் எடுத்துவரும்படி சொன்னேன். அவன் சாத்யகியிடம் சென்று வேள்விக்குத் தேவையெனச் சொல்லி உன் கையிலணிந்திருந்த கணையாழி ஒன்றைக் கொண்டுவந்தான். வேதமோதி அதை எரியிலிட்டோம். அந்தக் கணையாழிக்குரிய தெய்வம் எழுக என்று கோரினோம். அந்த அதர்வவேதச் சொல் "முழுதுருக் கொள்க! முழுமையும் காட்டுக!" என ஆணையிடுவது.

யாதவனே, எரி பொங்கி மேலெழக் கண்டோம். வேள்விப்பந்தல் எரிந்தது. வானோக்கி பெருகியது பெருந்தழல். நாங்கள் அங்கே கண்டது உன்னை. ஆனால் அது உன் இத்தோற்றம் அல்ல. உன் உடலில் எல்லா தேவர்களையும் கண்டோம். இங்கு ஒன்று பிறிதென வேறுபாடு கொண்டு சூழ்ந்திருக்கும் அனைத்துப் பருப்பொருட்களையும் கண்டோம். தாமரைமலரில் அமர்ந்த பிரம்மனையும் அவன் மைந்தர்களான அனைத்துப் பிரஜாபதிகளையும் அவர்களிலிருந்து எழுந்து உலகாளும் பேரரவுகள் அனைத்தையும் கண்டோம்.

பற்பல தோள்கள். பற்பல வாய்கள். நோக்கப்பெருகும் விழிகள். விரிந்து விரிந்து எல்லைகடந்தமைந்த உடல். முடியும் நடுவும் முடிவுமில்லா வியனுரு. மகுடமும், தண்டும், வலயமும் சூடி, ஒளித்திரளாகி எங்கும் நிறைந்திருந்தாய். வான்தழல்போல், ஞாயிறுபோல் அளவிடற்கரியதாக நின்றிருந்தாய். முதல் முடிவிலி. வரம்பிலா திறல். கணக்கிறந்த தோள்கள். ஞாயிறும் திங்களும் உன் விழிகள். எரிகனல் முகம். ஒளியால் முழுதுலகங்களையும் சுடரச்செய்பவன். நாங்கள் கண்ட அவ்வுரு நீ.

பெருந்தோளனே, பல வாய்களும், பற்பல விழிகளும், எண்ணிலாக் கைகளும், முடிவிலாக் கால்களும், வயிறுகளும், நொறுக்கும் பற்களுமுடைய உன் வெளியுரு கண்டு விண்ணகங்கள் நடுங்குவதைக் கண்டோம். வானங்கள் அனைத்தையும் மேவுவது, திசைதோறும் தழல்வது, பல வண்ணங்களுடையது, திறந்த வாய்களும் கனல்கின்ற விழிகளுமுடையது. இளையவனே, உன் வடிவத்தைக் கண்டு நாங்கள் அஞ்சி அலறினோம்.

இங்குள்ள அனைத்தும் உன் வாயிலிருந்தும் விழிகளிலிருந்தும் தோன்றின. இங்குள அனைத்தும் உன்னில் சென்றடைந்தன. நீ முடிவிலாப் பசியுடன் உண்பதைக் கண்டோம். பேரன்னையெனக் கனிந்து பெற்றுப் பெருகுவதையும் கண்டோம். குருதியாடி நின்றிருந்த உன் சிம்மத் தோற்றமே முலைசுரந்த காமதேனுவென்று மாறியதெப்படி என்று அறிந்திலோம்.

அன்னையை மைந்தர் அணைவதுபோல, நதிகள் கடல் நாடுவதுபோல, விட்டில்கள் தழலை நோக்கிச் செல்வதுபோல நீ அனைத்தையும் கவர்ந்தாய். நதிகளை நாற்புறமும் விரிக்கும் இமையம்போல நீ நின்றிருப்பதையும் கண்டோம். அனைத்தையும் உன்னிலிருந்து விசிறியடிக்கும் விசைமையமென்று துலங்கக் கண்டோம். விண்ணிலங்கும் கதிரவனே உலகமெங்கும் சுடர்கொள்வதுபோல் நீயே இவையனைத்தும் ஆவதையும் கண்டோம்.

விழித்தெழுந்தபோது நாங்கள் எட்டுத் திசைகளிலாக விழுந்துகிடந்தோம். எரிந்தணைந்த வேள்விச்சாலை கரிக்குவியலாகக் கிடந்தது. எழுந்து அமர்ந்து என்ன நிகழ்ந்தது என்று உளம் குவித்தபோது அலறியபடி ஓடி ஒளிந்துகொண்டு உடல்நடுங்கினோம். சிலர் மீண்டும் மயங்கிவிழுந்தனர். சிலர் தங்கள் உடல்களிலும் நிலத்திலும் அடித்துக்கொண்டு கூவியழுதனர். சிலர் நகைத்தனர். சிலர் பித்தெடுத்து நடனமிட்டனர். சிலர் உயிர்மாய்க்க விழைபவர் என எரிநோக்கி ஓட பிறர் அவர்களைப் பிடித்துத் தடுத்தனர்.

மீண்டும் மீண்டும் நிலைமீண்டு உடனே நிலைகலைந்து பித்துகொண்டு பகலெல்லாம் அங்கிருந்தோம். நான் என்னை நதிநீரில் மூழ்கடித்துக்கொண்டேன். அலைகளே நானென்று ஆனேன். அதன் திசையே எனதென்று கொண்டேன். மெல்ல அடங்கி நிகழ்ந்தது என்னவென்று உணர்ந்தேன். தௌம்யர் தன்னை மண்ணில் புதைத்துக்கொண்டார். அசைவழிந்து முளைத்தெழுந்தவையெல்லாம் தானென்றாகி நிலைகொண்டார். எங்கள் சொற்களால் இவர்களை மீட்டெடுத்தோம். அதன் பின்னரே உன்னைப் பார்க்க இங்கே வந்தோம்.

“யாதவரே, சொல்க! நீங்கள் யார்? இங்கே நிகழ்வதென்ன?” என்று தௌம்யர் கேட்டார். “எவருடைய கைகளின் விளையாட்டுப் பாவைகளாக இருக்கிறோம்? இப்போரில் படைக்கலங்களாகி நாங்கள் எவரை அழிக்கிறோம்? எதை நிலைநாட்டுகிறோம்?” அவரை முந்தியபடி கர்க்கர் கேட்டார் “வேதங்கள் சொல்லும் அருவின் உரு அது எனத் தெளிந்தோம். எங்குமுளதை இங்கென உணரும் அறிவிலிகளா நாங்கள்?

விண்ணுக்கு உணவூட்டுகிறோம் என எண்ணி மயங்கும் பேதைகளா? சொல்க! நாங்கள் செய்யும் வேள்விக்கு என்ன பொருள்?"

அங்கிருக்கும் வேதியர் அனைவருமே ஒற்றைமுகம் கொண்டு நிற்பதுபோல் தோன்றினர். குரலெழுந்ததுமே கூர்மைகொண்ட கர்க்கர் "உன் உருவென்று இங்கே வந்திருப்பது எது? நீ யார்?" என ஓங்கிக் கூவினார். எழுந்து இளைய யாதவரை அணுகியபடி விழிநோக்கி கைசுட்டி "நீ விண்ணளந்தோனின் வடிவமென்றால் ஏன் இப்பேரழிவை இங்கு நிகழ்த்துகிறாய்? இச்சிறுமானுடத்திரளை ஆள உன்னால் இயலாதா? இவர்களுக்கு நலம் பயக்க நீ எண்ணவில்லையா? மானுடர்மேல் உனக்கு இரக்கம் இல்லையா? சொல்க! யார் நீ?" என்றார்.

"அது நானே" என்றார் இளைய யாதவர். "கர்க்கரே, அதுவெனத் தன்னை உணரும் அனைவரும் அப்பேருருவைக் கொள்ளலாகும் என உணர்க!" தௌம்யர் "தத்துவத்தைக் கேட்க நாங்கள் இங்கு வரவில்லை. சிரித்து மழுப்பி எங்களை அனுப்பிவைக்கவும் எண்ணவேண்டாம். சொல்க, நீ யார்? நீயே பரம்பொருளா? அது மானுட உருவெடுத்து மண்ணிலிறங்கி வாழ்விலாடுமென்றால் அந்த வியனுருவுக்கு என்ன பொருள்? அதனால் ஆடப்படும் வாழ்வுக்குதான் என்ன பொருள்?" என்றார்.

மிகச் சரியாக சொல்லமைந்துவிட்டமையால் அவர்கள் அனைவருமே திகைப்பு கொண்டனர். சற்றுநேரம் ஆழ்ந்த அமைதி நிலவியது. பின்னர் கர்க்கர் மெல்ல மீண்டார். "ஆம், நாங்கள் திகைத்து நிலையழிந்ததும் எண்ணி எண்ணி வருந்துவதும் உன் வியனுருவைக் கண்டு அல்ல. அவ்வுண்மை எங்கள் சிறிய வாழ்க்கையை முற்றாக பொருளிழக்கச் செய்வதைக்கண்டு மட்டுமே" என்றார்.

பின்னால் நின்றிருந்த ஓர் இளைய வேதியன் "இளைய யாதவரே, உங்கள் பேருரு என் விழிபெற்ற பேறு. என் உளம் கொண்ட நல்லருள். எனினும் என் மனம் அச்சத்தால் சோர்கிறது. இறையுருவே, எனக்கு உன் முன்னை வடிவத்தை காட்டுக! தேவர்களின் இறைவா, புடவிகளின் உறைவிடமே, எனக்கு அருள் புரிக!" என்றான். தௌம்யர் "ஆம், எளிய வடிவில் எங்களுக்கு உன்னைக் காட்டி அருள்க! இவ்வியனுரு எங்கள் சொல்லில், சித்தத்தில் அடங்குவதல்ல. வானவிரிவு இன்மழையென மட்டுமே மண்ணை அடையவேண்டும்" என்றார். கர்க்கர் "விடையாகி வருக, எங்கள் உளம்கொள்ளும் விடையாக" என்றார்.

இளைய யாதவர் தன் தலையிலிருந்த பீலியை எடுத்து அவர்கள் முன் வைத்தார். "இதை மட்டுமே நோக்குபவன் என் இனிய வடிவை மட்டுமே காண்கிறான். இதில் விழி நிறுத்துக!" என்றார். அவர்கள் அதை நோக்கினர். அகல்விளக்கின் ஒளியில் அது தழல்போலிருந்தது.

மென்மையான குளிர்ந்த தழல். அவர்கள் விழிதூக்கியபோது அனைத்தும் மீண்டுவிட்டிருந்தன. அவர்கள் முன் அமர்ந்திருந்த இளைய யாதவர் “சொல்க அந்தணர்களே, என்னைத் தேடிவந்தது எதன்பொருட்டு?” என்றார்.

அவர்கள் மீண்டுவிட்டிருந்தனர். கர்க்கர் தங்கள் குழுவை ஒருமுறை நோக்கிவிட்டு “யாதவனே, முன்னாள் ஒரு சுவடியில் பிரம்மத்தின் பேருருத் தோற்றத்தைப்பற்றிய பராசரரின் விரித்துரைப்பை நேற்று பயின்றேன். அது கனவில் எழுந்து அச்சுறுத்தும் பேருரு என நின்றது. விழிக்கையில் அக்கனவு முற்றாக நினைவிலிருந்து மறைந்த பின்னரும் அதன் மலைப்பு மட்டும் எஞ்சியிருந்தது. நாங்கள் கற்றறிந்த அனைத்தையும் முற்றாக அது அழித்துவிட்டது. எங்கள் நெறிகள், நோன்புகள், வேள்விச்சடங்குகள், வழிபாடுகள் அனைத்தும் வீணெனக் காட்டியது. அதைக் குறித்து உன்னிடம் கேட்கவே வந்தோம்” என்றார். “ஆம், அதையே உம்மிடம் உசாவ விழைந்தோம்” என்றார் தௌம்யர். “ஆம்” என்றார் சண்டகௌசிகர்.

2

நைமிஷாரண்யத்தில் கர்க்கர் இளைய யாதவரிடம் கேட்டார். "யாதவனே, வேதம்நாடும் முதற்பொருள் முடிவிலாதது எனில் வேதம் எனத் திரள்வது என்ன? எங்கள் எரிகுளத்தில் எழுந்து அவிகொள்ளும் தெய்வங்கள் எவை?" தௌம்யர் அவருடன் இணைந்துகொண்டார். "ஒவ்வொரு நாளும் இந்தப் பெருங்களத்தில் மானுடர் போரிடுகிறார்கள். வெல்கிறார்கள், தோற்கிறார்கள். வெற்றியுடனும் தோல்வியுடனும் வேதம் இணைந்திருக்கிறது. அவர்கள் பொருட்டு அவிசொரிந்து வேட்கும் அந்தணர்களாகிய நாங்கள் இங்கு இயற்றும் செயலின் பயன்தான் என்ன?"

சண்டகௌசிகர் சொன்னார். "நேற்று முன்னாள் நெடுந்தொலைவிலுள்ள சிற்றூரில் இருந்து ஓர் எளிய வேட்டுவர் எங்கள் வேள்விச்சாலைக்கு வந்தார். தன் கையிலிருந்த சுரைக்குடுவையில் ஊன்கொழுப்பு நெய் கொண்டுவந்திருந்தார். அதை வேள்வியில் அவியென சொரியவேண்டும் என்றும் தன் குடியும் கொடிவழியும் செழிக்க வேதச்சொல் எழவேண்டும் என்றும் கோரினார். அவருடைய குடிப்பெயர் சொல்லி அதை நான் அனலில் சொரிந்தேன். யாதவரே, அந்த அவியை ஏற்றுக்கொள்ளும் தெய்வம் அவரை அறியுமா?"

"ஆம், நான் வினவ விழைவதும் அதுவே" என்றார் முதிய அந்தணரான ஜீமுதர். "முன்பொருமுறை வழிநடையில் ஒரு சிற்றாலயத்தின் முன் இரு கைகளையும் கூப்பி அமர்ந்திருந்த முதுமகள் ஒருத்தியைக் கண்டேன். அவள் முன் சிறுகல் வடிவில் செவ்வரளி மலர்சூடி அமர்ந்திருந்தது ஏதோ தெய்வம். அவள் விழிநீர் வடிய உதடுகள் நடுங்க அத்தெய்வத்துடன் பேசிக்கொண்டிருந்தாள். நான் கடந்துசெல்கையில், நேற்றும் உன்னிடம்

சொன்னேன், அப்படி எத்தனைமுறை சொன்னேன் என அவள் சொன்னதைக் கேட்டேன்."

அரசமுனிவரே, அக்கணம் என் உள்ளம் உருகியது. தெய்வமெழுக என்று நான் என் முழுச் சித்தத்தாலும் கூவினேன். ஆனால் அது அனலில் எழுந்து அவிகொள்ளுமா, விண்ணிலிருந்து மண்புரக்குமா, வெறும் சொல்லுருவகம் மட்டும்தானா, அஞ்சினோரும் தனியரும் கொண்ட உளமயக்கன்றி வேறில்லையா என்று உள்ளம் கலைந்தேன். அவ்வினாக்கள் என் இளமையில் என்னை வந்தடைந்தன. இன்றுவரை பலநூறு வேள்விகளில் அமர்ந்து அவிசொரிந்து வேதமோதி வேட்டிருக்கிறேன். சொல்லெண்ணி ஒலிபொருத்தி வேதம் முற்றோதியுள்ளேன். ஆயினும் அந்த ஐயம் என்னுள் இருந்துகொண்டே இருக்கிறது.

என் பொருட்டு வேண்டிக்கொள்கையில் எல்லாம் இந்தப் பெருங்கதவத்திற்கு அப்பால் எவரேனும் உள்ளனரா என்றே என் அகம் திகைக்கும். ஆனால் அன்று இல்லையென்றாலும் இருக்கிறதெனும் சொல்லேனும் இங்கு வாழட்டுமே என்று எண்ணினேன். இல்லையேல் எளியோருக்கும் தனியருக்கும் எவர்தான் இங்கு துணை? யாதவரே, மெய்யாகவே பிறர் சொல்கேட்கும் மானுடச்செவி என ஒன்று உண்டா?

இப்புவியில் ஒருகணத்தில் எத்தனை கோடி வேண்டுதல்கள் செய்யப்படுகின்றன! எத்துணை விழிநீர் சிந்தப்படுகிறது! என்னென்ன வகையான வழிபாட்டுச் சடங்குகளால் ஆனது மானுட வாழ்க்கை! அவையனைத்தையும் பெற்றுக்கொள்ள அப்பால் கைகளும் செவிகளும் இல்லையாயின் மானுடரைப்போல இரக்கத்திற்குரிய உயிர் எது?

யாதவரே, இந்தப் பெருவேள்விகளை நோக்கி நிற்கையில் எல்லாம் என்னுள் ஐயமெழுவதுண்டு. எங்கு செல்கின்றன இந்த அன்னமும் நெய்யும்? வெறும்புகையென விண்ணில் கரைந்தழிகின்றனவா? எனில் எதன்பொருட்டு இதைத் தொடங்கினர் முந்தையர்? ஒருபொழுதில் அந்த ஐயம் எழுந்து என்னை முழுமையாக மூடியது. கைசோர செயலற்று அமர்ந்திருந்தேன். என் எதிரிலிருந்த வேதியர் அவிசொரியும்படி என்னிடம் விழிகாட்டினார். அப்படியே எழுந்து வெளியே சென்றேன். வேள்விச்சாலையிலிருந்து விலகி ஓடினேன்.

நாற்பத்தேழு நாட்கள் அன்னசாலைகளில் உண்டு, மரநிழல்களில் துயின்று, எவரிடமும் ஒரு சொல்லும் உரைக்காமல் சென்றுகொண்டிருந்தேன். கொந்தளித்துக்கொண்டிருந்த உள்ளத்தில் அலையோசை என ஒரு வினாவே எழுந்துகொண்டிருந்தது. அப்போது மாளவத்திலிருந்தேன். தண்டகாரண்யத்தை நோக்கிச் சென்றேன். சித்திரை வெயிலில்

காய்ந்து கிடந்தது காடு. விளைநிலங்கள் பாலைவிரிவெனத் தெரிந்தன. சோர்ந்திருந்தன கால்நடைகள். பறவைகள்கூட சிறகோய்ந்து கிளைகளில் அமர்ந்திருந்தன.

நான் சென்றமைந்தது ஒரு சிறுகுடிலில். அங்கே முதிய அந்தணர் ஒருவர் கானேகலுக்கு வந்து தங்கியிருந்தார். அவர் என்னிடம் எதுவும் கேட்கவில்லை. நானும் ஒன்றும் சொல்லவில்லை. நான் சென்ற மறுநாளே அவர் கிளம்பி தெற்கே சென்றார். குடிலில் வறுத்த அன்னப்பொடி இருந்தது. கலத்தில் நீர். நான் கூரைக்கு அடியில் அரையிருளில் பாயிலிருந்து எழாமலேயே கிடந்தேன். வானம் பெருமுழக்கமிடுவதைக் கேட்டேன். மின்னல்கள் குடிலறைக்குள் ஒளியதிரச் செய்தன. பெருமழை கொட்டலாயிற்று.

வான்போல் இருண்டிருந்தது என் உள்ளம். மழையை நான் அறியவில்லை. பன்னிரு நாட்கள் அங்கிருந்தேன். பின்னர் உணவு தீர்ந்ததை அறிந்த பின்னரே வெளியே வந்தேன். களைத்த உடலை மெல்ல மெல்ல நகர்த்திக் கொண்டுசென்று காட்டை நோக்கினேன். அங்கே நான் கண்டது பிறிதொரு காடு. நிலம் மலர்ந்திருந்தது. பசுமையன்றி ஏதுமில்லை எங்கும். அனைத்துச் செடிகளிலும் தளிர். அள்ள அள்ள அன்னம். கனிகளை உண்டு, பெருகிச்சென்ற ஓடைகளில் நீர் குடித்து உடல் தெளிந்தேன்.

ஒரு மலைவிளிம்பில் நின்று விரிந்த நிலத்தை நோக்கினேன். பசுமை விழிநிறைத்தது. தென்மேற்கில் முகிற்குவைகள் பெருகிக்கொண்டிருந்தன. குளிர்க்காற்று நீர்த்துளிகளுடன் உடல்தொட்டுச் சென்றது. ஒரு கணத்தில் மெய்ப்புகொண்டேன். அதன் பின்னரே அந்த எண்ணத்தை அடைந்தேன். வேறெப்படி நாம் திருப்பியளிக்க முடியும்? தனக்கு அளிக்கப்பட்ட உணவில் ஒரு கைப்பிடி அள்ளி அன்னைக்குத் திருப்பி ஊட்டமுயலும் மைந்தர் அல்லவா நாம்? அதைவிட இனிய உணவுண்டா அன்னைக்கு?

முந்தையோரே, எத்தனை நெகிழ்ந்திருந்தால் இதோ என அள்ளி அதற்கே அளித்திருப்பீர், இன்னும் இன்னும் என அவி பெய்து நிறைந்திருப்பீர் என எண்ணி விழிநீர் மல்கினேன். இரு கைகளையும் விரித்து "தேவர்களே, தெய்வங்களே, நீங்கள் எவரேனும் ஆகுக! நீங்கள் அறியவியலாதோராயினும் இல்லாதவரேயாயினும் எங்கள் உளப்புனைவேயாயினும் எங்களுக்கு அளிக்கிறீர்கள். நாங்கள் திருப்பியளித்தாகவேண்டும். அப்போதுதான் எங்கள் உளம்நிறையும். அந்த நிறைவின்பொருட்டே எழுக வேள்விகள் என இதோ அறிகிறேன்" என்று கூவினேன்.

யாதவரே, வேள்விகளைப் பயனற்றவை எனச் சொல்லும் அறிஞர் இன்று நிறைந்துள்ளனர். மறுப்பாளர், ஐயத்தார், இருமையாளர்,

உலகியலார். அவர்கள் அனைவரிடமும் எளிய வேதியனாகிய எனக்குச் சொல்வதற்கொன்றே உள்ளது. அறிந்து தெளிந்து இதை ஆற்றவில்லை நாங்கள். அவைநின்று இதை நிறுவவும் எங்களால் இயலாது. இது அறிவெழும் முன்னரே எங்கள் மூதாதையர் இயற்றிய சடங்கு. இதை ஆற்றுகையில் அறிவிலாதிருப்பதன் மாபெரும் விடுதலையை நான் அடைகிறேன்.

“வேதமுடிபின் ஆசிரியர் நீங்கள். உங்கள் புன்னகையின் பொருளென்ன என்று நான் அறியேன். ஆனால் நான் தெளிந்த ஒன்றுண்டு. அறிவினூடாகச் சென்றடையும் மெய்மைகள் பல இருக்கலாம். அறிவின்மையினூடாகச் சென்றடையும் மெய்மைகளும் சில உண்டு. நெய்யள்ளி அவியிட்டு வேதச்சொல்லுரைத்து அமரும் நான் வெறும் நிலம். மழையென வந்ததை இலைப்பசுமையென்றும் மலர்வண்ணமென்றும் திருப்பியளிப்பவன். என் இயல்பால் அதை எனையறியாமல் இயற்றுகிறேன்” என்றார் ஜீமுதர்.

”ஆம், இப்புவியெங்கும் ஏதேனும் ஒரு வடிவில் வேள்வி நிகழ்ந்துகொண்டே இருக்கிறது. இறைவனுக்கு உணவளிக்காத மானுடர் எங்கும் இல்லை” என்றார் கர்க்கர். “இல்லத்தில் கைப்பிடி மாவை தெய்வமென உருட்டிவைத்து சிறுகரண்டியால் அன்னம் பரிமாறி வணங்கும் முதிய குலமகளின் எளிமைக்கு நிகரான தவமுண்டா என நான் உளம் பொங்கியதுண்டு. எத்தனை வடிவங்களில் ஏதேதோ முறைகளில் வழிபடப்படுகிறது அது. முழுமைத் தோற்றம் கொண்டு அவர் முன் அது எழாமலிருப்பதே அவர்கள்மேல் கொண்ட பேரளியால்தான் போலும்.”

அவர்கள் சொல்லிமுடித்ததும் மீண்டும் அமைதி நிலவியது. இளைய யாதவர் தணிந்த இன்குரலில் சொன்னார். “அந்தணர்களே, வேள்விக்கொடை என ஒன்று மானுடர் உள்ளத்தில் எழுந்ததே அது வேள்வியை விழைவதனால்தான். அன்னத்திலும் நீரிலும் தொடங்குகிறது கொடை. சொற்கொடை, பொருள்கொடை என விரிந்து தற்கொடையில் நிறைவெய்துகிறது. இப்புவியில் கொடை ஒருபோதும் நிலைக்காது. வேள்வியிலாத நிலை புவியில் எப்போதும் அமையாது. அறிக, முழுமையாகத் தன்னை அளிப்பவரே வேள்விநிறைந்தவர்.”

ஆனால் வேதங்களாலும், தவத்தாலும், கொடையாலும், வேள்வியாலும் அம்முழுமையை எளிதில் காண இயலாது. பிறிதிடஞ் செல்லாத வணக்கத்தால் மட்டுமே அதை அறிதலும், மெய்யுணர்தலும் அதுவென்றாகி அதில் புகுதலும் இயலும். வேள்வி அதன் தொழில். அதைச் செய்வதைத் தலைக்கொண்டோர் அதற்கே அடியாரென்றாகி அல்லதன்மேல் பற்றிலாதாராகி அமைபவர். எவ்வுயிரிடத்தும் பகைமை

கொள்ளாதவர் அதற்கு இனியவர். அவர் அதை அடைவார்.

குழவியின் வயிறும் பசியும் அறிந்து அன்னை அமுதை அளந்தூட்டுகிறாள். அதன் மறைவுப்பெருந்தோற்றத்தில் அகம் ஈடுபட்டோருக்கு அல்லல் மிகுதி. அருவான அதை உருவெடுத்தமைந்தோர் சென்றெய்துதல் அரிதினும் அரிது. அகத்தை அதில் நிறுத்துக. மதியை அதில் புகுத்துக. அதில் உறைவீர்கள். அதில் சித்தத்தைச் செலுத்துவதே வேதம். உளம்நிலைகொள்ளவில்லை என்றால் தொழிலியற்றுக. அதுவும் வேள்வியே. செயல்பயனைத் துறந்து அளிக்கப்படும் அனைத்தும் அவிகொடையே.

உங்கள் வேள்விகளில் வாய்கொண்டு கைகொண்டு எழுவது பல்லாயிரம்கோடி வாய்களால் புடவிகளை உண்கிறது. பல்லாயிரம்கோடி கைகளால் புடவிகளைப் படைக்கிறது. பல்லாயிரம் கோடி விழிகளால் அவற்றை ஆட்டுவிக்கிறது. பல்லாயிரம்கோடி நாவுகளால் ஆணையிடுகிறது. கோடானுகோடி புடவிகள் அதன் உடற்துகள்கள். கோடானுகோடி வானங்கள் அதன் உடற்துளிகள்.

அந்தணர்களே, வேள்விச்சாலை அளந்து வகுத்து நேர்கொண்ட கணக்குகளால் அமைக்கப்படுகிறது. அதற்குள் எரிகுளங்களும் பீடங்களும் அமைகின்றன. அங்கே அமர்ந்திருக்கையில் அங்கு மட்டுமே திகழ்க. வானிலிருந்து தெய்வங்கள் அங்கே அவிகொள்ள வரட்டும். மண்ணிலுள்ள அனைத்தும் அவியாகும்பொருட்டு அங்கே அணையட்டும்.

இங்கிருக்கும் பெருங்களத்தின் ஆடல்களை உங்கள் எளிமையால் கடந்துசெல்க. சொல் தெறிக்கும் அவைக்களத்தில் தன் தந்தையின் குரலை மட்டுமே கேட்டு மகிழும் இளங்குழவி என்று இங்கே இருங்கள்.

கொடையெனும் கடமையை மட்டும் தலைக்கொள்க. திருவிழாவின் வண்ணங்களில், ஓசைகளில், வனப்புகளில் உளம்செலாது தன் குழவிக்கு உணவூட்டுவதை மட்டுமே செய்யும் அன்னை என்று அமைக.

அதுவென்றும் இதுவென்றும் பிரித்தல் அந்தணர்க்கு உரியதல்ல. அவரென்றும் இவரென்றும் நோக்குதல் அவர்களின் வழி அல்ல. அனைவர்பொருட்டும் வேள்விகூட்டுதல் அவர்களின் தொழில். அவ்வேள்விகளின் பயன்கள் அவர்களை அடைவதில்லை. வேள்வி செய்ய எழுந்தமையின் பயனாலேயே அவர்கள் வீடுகொள்கிறார்கள்.

உலகத்தோரை வெறுக்காதவர், உலகத்தாரால் வெறுக்கப்படாதவர், களியாலும் அச்சத்தாலும் சினத்தாலும் விளையும் அலைக்கழிப்புகளிலிருந்து விடுபட்டவர் அதற்கு அணுக்கமானவர்.

அதன் அலகிலா ஆடலை அறிவதல்ல வேட்பவனின் இலக்கு. அதன் முழுதுருவை நாடுவதல்ல அவனுக்குரிய இயல்பு. ஒவ்வொன்றிலும் உறைவதை ஒவ்வொரு கணத்திலும் உணர்வதன்றி அவன் அறியவேண்டுவதொன்றில்லை. அந்தணரே, அறிவைத் துறக்காதவரை அடிபணிதல் இயல்வதில்லை.

எல்லா நிலைகளிலும் நிலைபொருள் அது. எது நிலை, எது அதன் நிலைக்கோள் என்று உணர்வதே வேதமெய்மை. ஐம்பருக்களுக்கும் உள்ளும் புறமுமாவது, அசைவதும் நிலைபெறுவதுமாவது. உயிர்களில் பிரிவுபட்டு நில்லாமல் பிரிவுபட்டதுபோல் நிற்பது. அதுவே பூதங்களைத் தாங்குவது என்றறிக. அவற்றை உண்பதும், பிறப்பிப்பதும் அதுவே. நுண்மையால் அறிவதற்கரியதாகியது, அகன்றது, அருகிலிருப்பது அது. அதுவே அனைத்துமாவது.

அந்தணரே, உளம்கனிந்து சொல்லும் அனைத்துச் சொற்களுக்குமுரியது. உளமெழுந்து கூவும் அனைத்து வாழ்த்துக்களையும் கொள்வது. அளிக்கப்படும் அனைத்துக் கொடைகளையும் அதுவே பெற்றுக்கொள்கிறது. அனைத்துப் பெயர்களும் அதையே சுட்டுகின்றன.

எங்கும் தொழில்கள் இயற்கையாலேயே செய்யப்படுகின்றன. ஆதலால் தான் செயலியற்றுவோன் அல்ல என்று காண்பானே காட்சியுடையான். வேள்விகளில் அவிகொள்வதும் அவியும் அவியளிப்பதும் அதுவே என்று அறிந்தவருக்கு ஐயமில்லை. ஐயமின்றிக் கொடைபுரியுங்கள். எச்சமின்றி அளியுங்கள்.

எச்சமின்றி அளிக்கப்படும் ஒரு பரு மாமலைகளாகி நின்றிருக்கும் வானம் ஒன்றுண்டு. முழுதுற உளம்கனிந்து அளிக்கப்படும் துளி கடலென்றாகும் ஒரு வெளி உண்டு.

பெற்றுக்கொண்டவர்கள் கொடுப்பதனால் நிறைவுறுகிறார்கள். தன்பொருட்டு கொடுப்பவர்கள் விடுதலை பெறுகிறார்கள். பிறர்பொருட்டும் கொடுப்பவர்கள் ஓங்கி நிறைகிறார்கள். இப்புடவி வேள்விகளால் நிலைநிறுத்தப்படுகிறது.

எளிமைகொள்ளுந்தோறும் கொடை பெருகுகிறது. எண்ணப்படா திருக்கையில் வளர்கிறது. கனிகையில் ஒளிகொள்கிறது. கொடைகளால் இப்புவி வாழ்கிறது. ஆம், அவ்வாறே ஆகுக!

அந்தணர் இளைய யாதவரிடம் சொல்பெற்று உளம் நிறைந்து நைமிஷாரண்யத்திலிருந்து செல்கையில் கர்க்கர் தன்னருகே தனித்து தலைகுனிந்து நடந்துவந்த முதிய அந்தணரிடம் "உம்மை முன்பு நான் கண்டதில்லை, அந்தணரே" என்றார். மெலிந்த கூனுடலும் நெஞ்சில்

பரவிய பிசிறுத் தாடியும் சிற்றடி வைத்த நடையும் கொண்ட அந்த முதியவர் "என் பெயர் சுதாமன். என்னைக் குசேலன் என்பார்கள்" என்று சொன்னார். "நான் இளைய யாதவருடன் சாந்தீபனியில் ஒருசாலை மாணாக்கனாகப் பயின்றேன்."

அந்தணர் அனைவரும் அவரைச் சுற்றிக்கூடினர். "ஆம், இவர் எங்கள் எவருக்கும் தெரியாதவர். நான் முன்னரே நோக்கினேன்" என்றார் இளையவராகிய சுந்தரர். அவருடைய தோழராகிய முத்ரர் "இக்காட்டுக்குள் நாம் நுழைகையில் இவர் ஒரு நிழலென உடன் வந்து இணைந்துகொண்டார்" என்றார். "நான் இவர் தெய்வமோ அணங்கோ என ஐயம்கொண்டேன்" என்றார் இன்னொருவர்.

குசேலர் "நான் இங்கு வரவேண்டுமென எண்ணவில்லை. இவ்வழிச் செல்கையில் உபப்பிலாவ்யத்தை அடைந்தேன். இங்கே அவர் குடியிருப்பதாகச் சொன்னார்கள். வெறுமனே நோக்கி மீளலாம் என எண்ணியபோது உங்கள் நிரை என்னைக் கடந்துசென்றது. நான் உடன் இணைந்துகொண்டேன்" என்றார். "நீங்கள் அவரிடம் பேசியபோது பின்நிரையில் இருளில் சுவர்சாய்ந்து நின்று அவரை விழிமட்டுமேயாகி நோக்கிக்கொண்டிருந்தேன். நான் வந்தது அதன்பொருட்டே."

"உமக்கு அவரிடம் கேட்பதற்கொன்றும் இல்லையா?" என்றார் கர்க்கர். "இல்லை, ஒருபோதும் இருந்ததில்லை" என்றார் குசேலர். "நான் ஏழை. எந்தை என்னை உணவுக்காகவே சாந்தீபனிக் குருநிலையில் கொண்டுசென்று சேர்த்தார். அவரும் அங்கேயே அடுமனையாளனாக வாழ்ந்து மறைந்தார். நான் வேதச்சொல்லை நினைவுகூரும் திறன்கொண்டிருந்ததனால் மட்டுமே அங்கு மாணாக்கனானேன். அங்கு பேசப்பட்ட எதுவும் ஒரு சொல்லும் எனக்குப் புரிந்ததில்லை. அனைத்து வினாக்களுக்கும் வெற்றுவிழிகளையே விடையென அளித்தேன்."

சாந்தீபனியில் அனைவருக்கும் நான் ஏளனப்பொருளென்றிருந்தேன். அடுமனையாளரும் விறகுகொண்டுவரும் நிஷாதரும்கூட என்னை நகையாடினர். மாணாக்கர் எவரும் என்னை அருகணைய ஒப்பியதில்லை. ஒவ்வொன்றாலும் நான் எளியவனாக்கப்பட்டேன். பிறர் விழிகளுக்குத் தெரியாதவனாக அமைந்திருப்பதில், பிறருக்குக் குரல் கேட்காமல் சொல்கொள்ளுவதில் பழகினேன். எப்போதும் பிறர் அணிந்து இற்றுப்போன ஆடைகளையே எனக்கு அளித்தனர். என் உடல் அந்த ஆடைபோலவே மெலிந்து நைந்திருந்தது. புன்மையணிந்தோன் என என்னை அவர்கள் அழைத்தனர். சுதாமன் என்ற பெயர் மறைந்து குசேலன் என்பதே நிலைத்தது.

என்னைத் தன்னவன் என அமைத்துக்கொண்டவர் இளைய யாதவர். குருநிலைக்கு வந்த முதல் நாளே அவர் என்னிடம் "சுதாமரே, இது என்ன?" என்று கேட்டார். அவர் சுட்டியது அங்கு மட்டுமே பறக்கும் ஒரு சிறு பூச்சியை. நான் அதை அறிந்திருந்தேன். அறிந்த ஒன்று கேட்கப்பட்டமையால் முகம்மலர்ந்து மீண்டும் மீண்டும் அதன் பெயரைச் சொன்னேன். "ரத்னபிந்து" என கூவினேன். "இது சிறகிருந்தாலும் பறக்காதது. வண்ணங்களற்றது. பறவைகளால் எளிதில் கொத்தி உண்ணப்படுவது. ஆயினும் இதை அருமணித்துளி என்றனர் முன்னோர். ஏனென்றால் இது நிலவொளியில் அருமணிபோல் ஒளிரும்."

புன்னகையுடன் "நீர் இதை அறிந்திருக்கிறீர், சுதாமரே" என்றார் இளையவர். அடுமனையில் சாம்பலிட்டுக் கலம் கழுவுவதனால் வெந்து புண்ணாகியிருந்த என் கைகளைப் பற்றிக்கொண்டு "என்னை உள்காட்டுக்கு அழைத்துச்செல்க" என்றார். அன்று தொடங்கிய நட்பு எங்களுடையது. என் தோளில் கையிட்டு தோள் ஒட்டி நின்றே பேசுவார். என்னை எப்போதும் களியாடிக்கொண்டே இருப்பார். "புல்லணிந்தோர் என்று பெயர் கொண்டிருக்கிறீர். புல்லணிந்து எழுந்து நிற்பது மலை அல்லவா? நீர் இங்கே எந்த மலை, சொல்க" என்பார். அவர் என்னை நகையாடும்போதெல்லாம் நாணி வாய்பொத்திச் சிரிப்பேன்.

அவருக்கு நான் இணையல்ல என நன்கறிந்திருந்தேன். கற்பதற்கு முன்னரே அனைத்தையும் அறிந்தவர்போலிருந்தார். ஆசிரியர்களுக்குக் கற்பித்தார். அவர்களால் அஞ்சப்பட்டார். அனைத்தையும் அறிந்தவர், அனைத்தையும் செய்பவர், அனைவருக்கும் அணுக்கமானவர். அவர் ஒருவரல்ல ஓர் உடலில் கணம் ஒருவரென திகழும் முப்பத்துமுக்கோடி தேவர்களின் பெருந்தொகை என ஒருமுறை அடுமனையாளர் ஒருவர் சொன்னார். நான் அதை மெய்யென்றே நம்பினேன். அவர் ஒரு பெருவாயில். வந்துகொண்டே இருக்கிறார்கள். பொழிந்துகொண்டிருக்கும் ஓர் அருவி. முடிவிலா அலைகளால் ஆன கடல். அடுமனையாளர் சொல்லச்சொல்ல நான் பெருக்கிக்கொண்டேன்.

நான் அவரிடமிருந்து எதையும் பெற்றுக்கொண்டதில்லை. ஒரு துளி அறிவை, ஒரு சொல்லை. எப்போதும் அவருக்கு அளித்துக்கொண்டே இருந்தேன். ஒவ்வொருநாளும் புலரிக்கு முன்னரே எழுந்து காட்டுக்குச் சென்று காட்டுக் கனிகளைப் பறித்துக்கொண்டு வந்து கழுவி அவர் அருகே வைப்பேன். அவர் வழிபடும் மலர்களைக் கொண்டுவருவேன். தேன், கிழங்கு, அருங்கற்கள் என என் விழிகளுக்குச் சிக்குவன அனைத்தையும் கொண்டுசென்று அளிப்பேன். என் உள்ளம் ஒவ்வொரு கணமும் தேடிக்கொண்டேதான் இருக்கும்.

குருநிலையில் எளிய உணவு பரிமாறப்படுகையில் அவர் பசித்த நாய்க்குட்டி என விரைந்து உண்பார். அவர் உண்டுமுடிப்பது வரை காத்திருந்து என் கலத்தை அளிப்பேன். அதில் பாதியை உண்டு முடித்து எஞ்சியதை எனக்களிப்பார். நான் அங்கிருந்த நாள்முழுக்க அவர் வைத்த மிச்சிலையே அருந்தினேன். என்றாவது மிகுபசி இருந்தால் வெறுங்கலமே எனக்குக் கிடைக்கும். அன்று உளம்நிறைந்து முகம்மலர்வேன். அந்தக் கலத்தின் வெறுமையைக் கைகளால் வருடி வருடி மகிழ்வேன்.

நான் அவருடைய தோழனென்றே அறியப்பட்டேன். என்னிடம் ஆசிரியர்கள் மதிப்பு காட்டினர். தோழர்கள் அணுக்கம்கொள்ள வந்தனர். அவருடைய ஒரு நோக்கு கிடைக்க, ஒரு சொல் பெற அங்குளோர் ஏங்கினர். எளியோனாகிய என்னிடம் அவர் கண்டதென்ன என்று அறியாமல் திகைத்தனர். நான் எளியோன் என்பதனாலேயே அவர் எனக்கு அணுக்கமானவர் என்று நான் சொல்வேன். நான் அவருக்கு அளிப்பவற்றைவிட சிறந்தவற்றை அவர்கள் அவருக்கு அளிக்க முற்பட்டனர். அவர் விழைந்தால் கொள்ளற்கரிய எதுவுமில்லை புவியில் என அறிந்திருந்த எனக்கு அது வேடிக்கையாகவே தெரிந்தது. நான் அளித்தது அவருக்காக அல்ல. எனக்காகத்தான்.

சாந்தீபனியிலிருந்து அவர் சென்ற குருநிலைகளுக்கெல்லாம் நானும் உடன் சென்றேன். பின்னர் அவர் மறைந்தார். நான் குருநிலை விட்டு அகன்றேன். மாளவத்தில் ஒரு சிற்றூரில் இல்லம்கொண்டேன். மனைவியை அடைந்தேன். மைந்தரைப் பெற்றேன். இல்லம் நிறைந்து கலம் ஒழிய வறுமையெய்தினேன். வேதமறிந்திருந்தாலும் காணிக்கை கேட்டுப்பெற என்னால் இயலவில்லை. எங்கும் எதையும் கேட்கும் நா எனக்கு அமையவேயில்லை.

அந்நாளில்தான் ஒரு சூதன் இளைய யாதவர் துவாரகை எனும் நகர் அமைத்து முடிசூடி ஆள்வதைச் சொன்னான். அது என் சாலைத்தோழர்தானா என ஐயம்கொண்டேன். என் இல்லாள் அங்குமிங்கும் உசாவி அவரே என்று தெளிந்தாள். “சென்று கேளுங்கள், உங்கள் வறுமைக்கு அவர் உதவியாகவேண்டும்” என்றாள். “இப்புவியில் எவரிடமேனும் நீங்கள் கேட்பதென்றால் அவரிடமே கேட்கவேண்டும். உங்களுக்கு எவரேனும் அளித்தாகவேண்டும் என்றால் அது அவரே” என்றாள்.

நான் தயங்கித் தயங்கி நாள் கடத்தினேன். அந்நாளில் இளையவர் என் ஊர் அருகே மாளவத்து அரசரின் அரண்மனையில் அரசவிருந்தினராக வந்து தங்கியிருப்பதாகச் சொன்னார்கள். “எங்கும் எதையும் கேட்காதவர் நீங்கள். உங்கள் மைந்தர் உணவின்றி வாடுவதைக் கண்டும் நாவெழாதவர்.

ஆனால் உங்கள் உளத்தமைந்த அவரிடமும் கேட்கவில்லை என்றால் அது உங்களுக்கே இழைக்கும் தீங்கு. அவர் அறியாத ஒன்று உங்களுக்கு ஏது? செல்க" என என் மனைவி என்னைத் தூண்டிக்கொண்டிருந்தாள்.

பின்னர் அவளே ஒரு வழி கண்டடைந்தாள். சிறிது நெல் சேர்த்து இடித்து அவலாக்கினாள். "மணமுள்ள புதிய அவல் இது. இதை உங்கள் தோழருக்கெனச் செய்தேன். கொண்டுசென்று கொடுத்து மீள்க" என்றாள். அவலை அள்ளி முகர்ந்தேன். அவலின் நறுமணம் அவரையே எனக்கு நினைவூட்டும். சாந்தீபனிக் குருநிலையில் எங்களுக்கு பெரும்பாலும் அவல்தான் உணவு. அவலை உண்ணும்போதெல்லாம் அவரை அருகுணர்வேன். ஒரு பிடி அள்ளி நுண்வடிவென உடனிருக்கும் அவருக்கு அளிக்காமல் நான் உண்டதேயில்லை.

அவலைக் கொடுக்கவே நான் மாளவனின் விருந்தினர் அரண்மனைக்குச் சென்றேன். வாயிற்காவலன் என்னை உள்ளே அனுப்ப மறுத்தான். "அரசப்பெருங்கொடை நான்கு நாட்கள் நிகழும். அப்போது வருக இரவலரே, அரசர் கைநிறைய அள்ளிக்கொடுப்பார். செல்க!" என்றான். "நான் எதையும் கேட்டுவரவில்லை. இந்த அவலை அவரிடம் கொடுக்கவே வந்தேன்" என்றேன். அவன் என்னைத் திகைப்புடன் நோக்கினான். பணிந்து "என் பெயர் மட்டும் சொல்லும், காவலரே" என்றேன்.

அவன் சென்று மீளவில்லை. இரு கைகளையும் விரித்தபடி இளைய யாதவரே என்னை நோக்கி ஓடிவந்தார். என்னை ஆரத்தழுவி நெஞ்சோடு சேர்த்துக்கொண்டார். கண்ணீர் மல்க "எங்கு சென்றீர், சுதாமரே? இந்நிலமெங்கும் உங்களையே தேடிக்கொண்டிருந்தேன்" என்றார். "என் மாளிகைக்கு வருக... என் மனையாட்டியர் உடனிருக்கிறார்கள்" என்றார். என்னை தோள்வளைத்து அழைத்துச்சென்றார்.

அரசி சத்யபாமையிடம் "இவர் என் முதல் தோழர். இவரளித்த சுவைகளை இன்றும் நான் கனவில் உணர்வதுண்டு" என்றார். அரசி புன்னகைத்து "சொல்லாத நாளில்லை உங்களைப்பற்றி" என்றார். இளைய அரசி ருக்மிணி "முதற்காதல் உங்கள்மேல்தான் என ஒருமுறை சொன்னார். அன்றே உங்கள்மேல் ஊடல் கொண்டுவிட்டேன், சுதாமரே" என்றார்.

"சுவையென என்ன கொண்டுவந்தீர், சுதாமரே?" என்றார். "என் மனைவி செய்த அவல் இது" என என் பொதியை நீட்டினேன். "கொடும்" என என்னிடமிருந்து பிடுங்கிக்கொண்டார். "கேட்டுப்பாருங்கள் சுதாமரே, நான்கு நாட்களாக குருநிலையின் அவல் உணவைப்பற்றியே பேசிக்கொண்டிருக்கிறேன்" என்றார். அரசி சிரித்து "ஆம், நானும் இது என்ன புதிதாகப் பேச்சு என வியந்தேன்" என்றார். "குருநிலைகளில் விகால உணவென்பது அவல்தான்" என்றேன்.

ஊஞ்சலில் அமர்ந்து அள்ளி அள்ளி உண்டார். முலையருந்தும் மைந்தனின் மலர்வும் தளர்வும் கொண்டு சுவையிலாழ்ந்தார். அருகணைந்து "ஒரு வாய் எனக்கும் அளிக்கலாகாதா?" என்றார் அரசி. அவரைக் கையால் தள்ளிவிட்டு "இதன் இறுதித்துளி வரை எனக்கு மட்டுமே" என்றார். அவர் உண்பதை உளம்நெகிழ நோக்கி நின்றேன். என் விழிகள் நீர்மின் கொண்டன. அரசி என்னிடம் "அனைத்தும் சுவையே என உண்பவர். சுவையென ஒன்றில் முழுதாழ்வதை இப்போதுதான் காண்கிறேன்" என்றார்.

பன்னிரு நாட்கள் அவருடன் அங்கிருந்தேன். அவர் அருகிருக்கையில் நான் இருப்பதை அவர் மறந்துவிடுவார். நாய் எனத் தொடர்ந்து செல்வேன், நோக்கிக்கொண்டே இருப்பேன். நான் என்றும் அவ்வாறே உடனிருப்பதாக எண்ணி அவர் பேசுவார், பல தருணங்களில் விழிநோக்காதமைவார். எதையும் அவரிடம் கேட்கவில்லை. எப்போதும் எதையும் கேட்கவியலாதென்று உணர்ந்தேன். விடைகொண்டு என் இல்லத்திற்கு மீண்டேன். என் மைந்தரும் மனைவியும் விழைந்த அனைத்தையும் பெற்று மகிழ்ந்திருப்பதைக் கண்டேன். மாளிகை, செல்வம், ஏவலர் என அனைத்தையும் பெற்றேன்.

அந்தணரே, பெறுவதனைத்தும் கொடுப்பதற்கே என்று நான் எண்ணினேன். பிறிதொன்றை நான் உளம் பழகியிருக்கவில்லை. அந்தணருக்கும் சூதருக்கும் இரவலருக்கும் அள்ளிக் கொடுத்துக்கொண்டே இருந்தேன். கொடுக்கக் கொடுக்கப் பெருகியது என் செல்வம். மனைநிறைந்து என் இல்லாள் மறைந்தாள். மைந்தர் முதுமை எய்தினர். மைந்தரும் பெயர்மைந்தரும் அவர் மைந்தரும் எனப் பெருக நுரைததும்பி விளிம்பு கவியும் கலம் போலாயிற்று என் வீடு. ஒருநாள் அனைத்தையும் விட்டுவிட்டுக் கானேகினேன். வேதம் ஒலித்த என் வாய்க்கு அன்னமிட்டது நாடு. அந்த அன்னத்தையும் கொடையளித்தேன்.

நாளுக்கு நாள் நிறைவுகொண்டேன். எஞ்சியிருந்தது ஓர் எண்ணம். அது என்னவென்று நானே எண்ணியதில்லை. உபப்பிலாவ்யத்தை அணுகியபோது அவர் பெயரை ஒருவர் சொல்லக் கேட்டேன். அப்போது அறிந்தேன், அவரைப் பார்க்கவே என் உயிர் எஞ்சியிருக்கிறது என்று. பயணத்தில் உண்ணும்பொருட்டு நான் வைத்திருந்த அவல்பொதியுடன் அந்நகருக்குள் நுழைந்தேன். அங்கு அவரில்லை என்று அறிந்து இங்கு வந்தேன்.

நீங்கள் பேசியதென்ன, அவர் உரைத்ததென்ன என்று நான் செவிகொள்ளவில்லை. அவர் என்னை நோக்கவேண்டுமென்றும் எண்ணவில்லை. எப்போதும்போல் விழிதொடாமல் நின்று அந்த

பீலித்தலையை மட்டும் நோக்கிக் கொண்டிருந்தேன். திரும்பும்போது என் கையிலிருந்த அவல்பொதியை அவர் அருகே வைத்துவிட்டு வந்தேன். என் இறுதிக்கொடை. என் பயணம் நிறைவுற்றது. இந்தக் காட்டுக்கு அப்பால் எங்கோ எனக்கான காடு காத்துள்ளது.

கர்க்கர் "அவரிடம் அதை நீங்கள் கொண்டுவந்ததையாவது சொல்லியிருக்கலாம்" என்றார். தௌம்யர் "ஆம், அது உங்கள் அவல்" என்றார். சுதாமர் "நான் அந்த அவலை அவருக்கென எடுத்து தாமரையிலையில் பொதிந்து வாழைநாரால் கட்டுகையிலேயே எனக்குரிய நிறைவனைத்தையும் அடைந்துவிட்டேன்" என்றார். அவர்கள் அவரை வியப்புடன் நோக்கினர். அவர் முகம்மலர்ந்து இருளை நோக்கி "அன்றென்றே இருக்கிறது அந்த மயிற்பீலி" என்றார். "அதே விழிகள், அதே குரல். என்றுமென்றும் அவ்வண்ணமே இருக்கும்போலும்."

நைமிஷாரண்யத்தை விட்டு நீங்கி ஒரு சிறுசுனையை அவர்கள் அடைந்தபோது அவர் அமர்ந்து "நீங்கள் செல்லலாம். எனக்கு தளர்வெழுகிறது" என்றார். கர்க்கர் "இல்லை, நீங்கள் வெளுத்திருக்கிறீர்கள். உடல் நடுக்குகொள்கிறது" என்றார். சண்ட கௌசிகர் அவர் கையைப் பற்றி நாடியை நோக்கினார். தலையை அசைத்து "கரும்புரவிக் குளம்போசை" என்றார். "ஆம்" என்றார் குசேலர். "அதற்கான தருணம் இது."

வேதியர்கள் இருவர் சுனைநீரை அள்ளிக் கொண்டுவந்தனர். அதை அவர் வாய் திறந்து பெற்றுக்கொண்டார். நா சுழற்றி சுவைத்து உண்டபின் நீண்ட பெருமூச்சுவிட்டார். "கிருஷ்ணா" என முனகினார். விழிகள் நிலைத்ததைக் கண்டு கர்க்கர் "முழுக்கொடை" என்றார். "ஓம்! ஓம்! ஓம்!" என்றனர் வைதிகர்.

பகுதி 10

பொருள்

1

நைமிஷாரண்யத்திற்கு வெளியே காலதேவனின் ஆலயத்திற்கு வந்து அமர்ந்த யமனுக்கு அருகே அகோரன் என்னும் காலன் வந்து வணங்கினான். அவர் விழிதூக்கி நோக்க "குசேலரின் இறுதிக்கணத்தில் உடனிருந்தேன். அவர் உயிரை கீழுலகுக்குக் கொண்டுசேர்த்துவிட்டு வருகிறேன், அரசே" என்றான். யமன் தலையசைத்தார். "எளியவர், அவர் கணக்கு முற்றிலும் ஒழிந்திருக்கிறது என்றார் சித்திரபுத்திரன்" என்றான் அகோரன். யமன் பெருமூச்சுவிட்டார்.

"எஞ்சுவதென்ன, அரசே?" என்று அகோரன் கேட்டான். "இன்னும் எவர்?" என்று யமன் திருப்பிக் கேட்டார். "காசியிலிருந்து பன்னிரு முனிவர்கள் நைமிஷாரண்யம் நோக்கி வந்துகொண்டிருக்கிறார்கள். உதங்கர் அவர்களுக்குத் தலைமைகொண்டு வருகிறார்" என்றான் அகோரன். யமன் அவன் மேலே சொல்வதற்காகக் காத்திருந்தார். "நேற்று காலை காசியில் நடந்த வேதமுடிபு ஆய்வமைவுக்கு உதங்கர் வந்திருந்தார். அவர் அங்கே ஏழு வினாக்களைக் கேட்டார். அவற்றுக்கு அவர்களால் மறுமொழி சொல்ல இயலவில்லை. சொல்லவை தேங்கி ஒலியிழந்தது. உதங்கர் அவ்வாறெனில் நாம் அவரிடமே கேட்போம் என்றார்."

"அவர்தான்" என்றார் யமன். அவராகி மீண்டு சென்று இளைய யாதவரின் குடில் வாயிலை முட்டினார். அவரைச் சூழ்ந்து நின்றிருந்த முனிவர்கள் கைகூப்பினர். கதவு திறக்க நிழலென எழுந்து தெரிந்த இளைய யாதவர் "வருக, முனிவர்களே!" என்றார். "நாங்கள் உம்மைப் பார்க்கும்பொருட்டு வந்தோம், இளைய யாதவரே. இங்கு வர இத்தனை பிந்துமென எண்ணவில்லை" என்றார் உதங்கர். "நன்று, வேதமுடிபுச் சொல்லை உலகடங்கிய பின், நம் கைவிளக்கொளி நாம் விழைவதன்மேல்

மட்டும் விழும் நோக்கில் அணுகுவதே நன்று” என்று இளைய யாதவர் புன்னகைத்தார்.

அவர்கள் உள்ளே சென்று அமர்ந்தனர். உதங்கர் “காசியில் ஓர் சொல்லவையிலிருந்து அப்படியே எழுந்து கிளம்பியவர்கள் நாங்கள். உசிநாரத்தில் பேராலமரத்தின் அடியில் தவம் செய்துகொண்டிருந்த என்மேல் ஏழு இலைகள் ஒன்றன்மேல் ஒன்றென உதிர்ந்தன. எழுந்தபோது அவை ஏழு வினாக்களாக என் அருகே கிடந்தன. மேலும் அமைய இயலாமல் எழுந்து நடந்தபோது ஏழு நாகங்களாக என்னைத் தொடர்ந்தன” என்றார். அவர் கைகாட்ட இருளுக்குள் ஏழு விழிமின் புள்ளிகள் தெரிந்தன. “கேளுங்கள்” என்றார் இளைய யாதவர்.

உதங்கர் “யாதவரே, மெய்மை என்பது அனைத்திலும் நிலைகொள்ள வேண்டும். புலனறிவு, உய்த்துணர்வு, முன்னறிவு மூன்றும் சந்திக்கும் புள்ளியிலன்றி வேதமுடிபின் மெய்மை நிலைகொள்ள முடியுமா? அது வெள்ளிடை மலை தெரிவதுபோல் வெளிப்படும் என்றே நூல்கள் சொல்கின்றன. உள்ளங்கை நெல்லி என எப்போதேனும் தோன்றுமா?” என்றார்.

இருளிலிருந்து மெல்லிய வழிதலாக நாகம் ஒன்று தோன்றி அருகணைந்தது. அஸ்வஸ்தை என்னும் அந்த நாகம் இருளோ என அசைந்தது. இல்லையோ என விழிமயக்கு காட்டியது. “புலனறிவின் இடைவெளியை உய்த்தறிவால் நிரப்பியும் உய்த்தறிய முன்னறிவைத் துணைக்கொண்டும் மட்டுமே அது அறியப்படுகிறது. பிறிதிரண்டும் உள்ளமென்றும் அறிவென்றும் அகத்தே நின்றிருப்பவை. எந்த அவையிலும் வேதமுடிபின் சொல்திரண்டு எதிர்ச்சொல் எழுந்ததுமே சொல்லாடல் அகத்தே நுழைந்துவிடுகிறது. பின்னர் காற்றைக் காற்றால் அளக்கும் செயலே நிகழ்கிறது” என உதங்கர் தொடர்ந்தார்.

அகமென்பது புறமென வெளிப்பட இயலாதது. புறத்தமைந்த பொருளொன்றை அதற்கு நிகர்வைத்து மேலே சொல்லெடுக்கிறார்கள் வேதமுடிபினர். அதை ஒப்புமை அறிதளம் என்று சொல்லி அவைமுன் நிறுத்துகிறார்கள். அதை மறுத்துச் சொல்லெழுகையில் பொருளெழுகை அறிதளம் என்றும் இன்மையுணர்வு அறிதளம் என்றும் மேலும் மேலுமென அகமே விரிகிறது.

நாம் சொல்லிச்சொல்லிச் செல்லும் அனைத்து விடைகளுக்கும் அடிப்படையாக அகத்தே அறிதல் என்பதே எஞ்சி நிற்கிறது. வேதமுடிபு என்பது அகத்தே எழுந்து தன் நிழலை மட்டும் வெளியே காட்டும் ஓர் அறிதல் மட்டும்தானா? யாதவரே, வேதமுடிபின் மெய்மை வெற்று உளமயக்கே என்று சொல்லும் இருநிலையர், அனைத்து மறுப்பாளர்,

அறியமுடியாமைக் கொள்கையர், உலகியலாளர் போன்றவர்களை என்றேனும் மறுசொல்லின்றி நாம் வென்றிருக்கிறோமா?

ஆகாம்க்ஷை என்னும் இரண்டாவது நாகத்தின் சீறல் ஒலித்தது. உதங்கர் மேலும் கேட்டார். நாம் வென்ற அவைகள் அனைத்தையும் எண்ணிக்கொள்கிறோம். அந்த அவைக்குள், அச்சொற்களனுக்குள், அங்கிருக்கும் சொல்லடுக்குகளுக்குள், அங்கே பேசப்படும் நூல்களுக்குள் என எல்லை வகுத்துக்கொள்கிறோம். அதற்குள் நம்மை சீராக அடுக்கிக்கொண்டிருக்கிறோம். அதை எதிர்ப்பவர்களை சொற்களால் சூழ்ந்து வெல்கிறோம்.

நாகம் வந்து நின்று படமெடுத்தாடியது. உதங்கர் சொன்னார். யாதவரே, ஒவ்வொரு முறையும் நம் களனுக்குள் பிறரை இழுப்பதனூடாகவே நம்மை நிறுவுகிறோம். புலனறிவே மெய் எனும் தரப்பினரை நம் அகமறியும் தளங்களுக்குள் கொண்டுவருகிறோம். பருவுலகை முன்வைத்துப் பேசுபவர்களால் உய்த்தறிதலை விளக்க முடியாது. ஒப்புமைகளை எதிர்கொள்ள முடியாது. பொருளெழுகையையும் இன்மையறிதலையும் விளக்க இயலாது. நமது களத்தில் அவர்கள் கால் வழுக்குகிறார்கள். எப்போதும் உச்சத்தில் அறிவுகடந்த ஒன்றை வைத்தே நாம் அமைகிறோம்.

மூன்றாவது நாகமான ஜிக்ஞாஸை ஒழுகி வந்தது. உதங்கர் கேட்டார். அது அறியவியலாதது என்று ஒவ்வொருமுறையும் சென்று நிற்கிறோம். அறியமுடியாததைப் பற்றிய அறிவு என ஒன்று இருக்கலாகுமா? அறிவென்பது வரையறை. வரையறை என்பது எல்லைகளால் ஆனது. எல்லைகளை அழித்து ஒன்றுடன் ஒன்றென்றாக்கி முழுதொன்றை உருவாக்கி நிறுத்தும் நமது பார்வை அறிதலுக்கே எதிரானது.

சொல்லவைகளில் அமர்ந்ததுமே நாம் வரையறைகளை உடைக்கத் தொடங்குகிறோம். நாம் என்றும், இது என்றும், இதனால் என்றும், இவ்வாறு என்றும், எனவே என்றும் கொள்ளப்படும் எல்லா புள்ளிகளையும் மோதி நிலையழியச் செய்கிறோம். அவை கொள்ளும் மயக்கங்கள் வழியாகக் கடந்துசெல்கிறோம். வரையறுக்கவொண்ணாதது எனச் சொல்லி நிறுத்துகிறோம். நாம் அவைகளில் சொல்லாடுவதில்லை. சொல்லாடலை மறுக்கிறோம்.

விஃப்ரமை எனும் நான்காவது நாகம் வந்து உடல்சுழித்துக்கொண்டிருக்க உதங்கர் சொன்னார். இங்குள அனைத்தும் ஒன்றே என்றால் ஒவ்வொன்றும் தனிநெறி கொண்டிருக்கவேண்டியதில்லை. அனைத்து அறிதல்களும் ஒன்றையே அடைகின்றன என்றால் நோக்குகள் முரண்கொள்ள வேண்டியதில்லை. ஒன்றென்று சொல்லும் நாம் ஏன் நெறிகளுடன்

முரண்படுகிறோம்? ஏன் மறுத்தெழுகிறோம்? யாதவரே, எதன்பொருட்டு திரண்டு இருபாற்பட்டு நின்றிருக்கின்றன படைகள்?

இயல்பில் இவை ஒன்றென்றால் பலவென்று நின்றிருப்பது பொய். பலவென்று நின்றிருப்பது விழிக்கூடு என்பதனால் விழிக்கூடே மறுப்பென்றாகவேண்டும். ஐம்புலன்களால் அறிவனவற்றை அகத்தால் மறுக்கிறோம். பசியென்று, தனிமையென்று, நோயென்று, இறப்பென்று கொம்புதலை குலுக்கிவருகிறது மதயானை. அங்கு யானையே இல்லை என்று கொண்டால் அது தாக்காது என்கிறோம். மூன்று வழிகளில் நாம் அதை மறுக்கிறோம்.

யானையும் கருமை இருளும் கருமை, எனவே யானையென்பது இருளே என்கிறோம். யானை என்பது முகில்போன்றது, முகில் பொருளென உருக்காட்டுவது என ஒப்புமை சொல்கிறோம். யானையெனப் பிரிக்காமல் காடெனப் பார்க்கவேண்டும், காடெனப் பிரிக்காமல் புவியென நோக்கவேண்டும், புவியென நோக்காது புடவியெனக் காணவேண்டும் என்கிறோம். புடவியென்பது முடிவிலி என்பதனால் யானை முடிவிலியில் விழிமயக்கெனப் பிரிந்து தோன்றுவதே என்கிறோம். யாதவரே, யானை முற்றிலும் மறைவதே விடுதலை என்கிறோம்.

யாதவரே, வீடுபேறென்பது என்ன, அறிந்தமைந்தோர் என்பவர் யார் என்று உதங்கர் கேட்டதும் ஐந்தாவது நாகமான விபரீதை வந்து எழுந்தது. இவையனைத்தும் இரண்டென்றும் பின்பு பலவென்றும் பிரிந்துபெருகி வகைகொண்டு சூழ்ந்திருக்கின்றன. பிரிந்தமைந்தவற்றின் எல்லைகளும் வேறுபாடுகளும் மறைந்து ஒன்றென்றாவதே வீடுபேறு. தானழிந்து ஒன்றிலமர்ந்தவர் அறிந்தமைந்தோர் என்கிறோம். எல்லைகளும் வேறுபாடுகளும் கலந்தழிந்தோர் பித்தரென அலைகிறார். பித்தருக்கும் பிறவி கடந்தோருக்கும் என்ன வேறுபாடு?

அவ்வேறுபாட்டை பிறவிகடந்தோர் மட்டுமே அறிவார் எனில் கடத்தலென்பது கடந்தோர் மட்டுமே கொள்ளும் தன்னுணர்வு மட்டும்தானா? உருக்கொண்டோர் உருவிலிப்பெருக்கை அறிவது அரிதிலும் அரிதென்று உரைத்தீர்கள். அறிந்தமைந்த அவ்வரியோர் இங்கிருக்கும் கோடிகளில் ஒருவர் என்று அறிவோம். கோடியிலொருவர் கொள்ளும் விடுதலைக்காகக் கோடிக்கணக்கானோர் பிறந்தழியும் இப்பெருஞ்சுருளுக்கு என்ன பொருள்? கோடியிலொருவரை மேலேற்றிவிடும் இந்த ஏணி ஒரு மாயவிளையாட்டு மட்டும்தானா?

விவர்த்தை எனும் ஆறாவது நாகம் வந்து படமெடுத்தது. உதங்கர் கேட்டார். எதனால் அது இதுவென்றாகியது? இவையெனப் பெருகியது?

அந்நோக்கம் இங்கிருக்கும் ஒவ்வொன்றிலும் உறைந்திருக்கவேண்டும். அந்நோக்கத்தாலேயே இவையனைத்தும் நிகழவேண்டும். அது நோக்கமற்ற விளையாடலென்றால் இங்கு நிகழும் அனைத்தும் விளையாட்டே. யாதவரே, அவ்விளையாட்டையா சொல்லெண்ணி வகுத்து, மெய்யறிவென்று தொகுத்து, அவைதோறும் முன்வைக்கிறோம்? அதையறியவா ஊழ்கமும் நோன்புமென தவமியற்றுகிறோம்?

ஏழாவது நாகமான விமதை படமுயர்த்தியபோது உதங்கர் சலிப்புகொண்ட முகத்துடன் சொல்லிழந்து அசையாதிருந்தார். அவரருகே நின்றிருந்த முனிவர்கள் அவரையும் இளைய யாதவரையும் வெறுமனே நோக்கிக்கொண்டிருந்தனர். "யாதவரே, இங்கு வாழவும் வெல்லவும் வழிசொல்வதை சிற்றுண்மை என்று விலக்கிவிட்டு இவற்றைத் துறந்து அகன்று அமைந்து பேருண்மை தேடுவதை முன்வைக்கும் வேதமுடிபு மானுடத்திற்கு அளிப்பது என்ன? இது மலரும் காயும் இல்லாத அழகிய மரம் மட்டும்தானா?" என்றார் உதங்கர்.

உதங்கர் கேட்டு முடித்ததும் முனிவர்கள் அனைவரும் மெல்ல உடல் தளர்ந்தனர். சிலர் நீள்மூச்சுவிட்டனர். அவ்வினாக்களைச் சொல்வடிவில் தொகுத்துக்கொள்வதையே அவர்கள் அப்போதுதான் செய்கிறார்கள் என்பதுபோல. எதிர்கொள்ள அஞ்சி தவிர்த்திருந்தனவற்றை நேர்கண்டுவிட்ட நிறைவை அடைபவர்களைப்போல. சிலர் உள்ளத்தால் திரும்பிச் செல்லவும் தொடங்கிவிட்டனர் எனக் காட்டின உடலசைவுகள்.

இளைய யாதவர் "நாகங்கள் பெருவயிறு கொண்டவை, உதங்கரே" என்றார். "அவை ஒன்று ஆயிரமென குழவியீன்று பெருக்குபவை." அவர் கைகாட்டிய இருளை நோக்கிய உதங்கர் "ஆ! ஆ!" என மூச்சொலி எழுப்பினார். பிறர் நோக்கியபோது அவ்வறையின் விளிம்பெல்லாம் பல்லாயிரம் நாகங்களே இருளென நெளிவதைக் கண்டார்கள். "இன்னும் விரியாத கோடி முட்டைகளுக்குள் நாகக்குழவிகள் சுருளவிழ்ந்து விழிகொண்டு தங்களை உணர்கின்றன. படம்விரித்து ஆணவம் கொள்கின்றன" என்று இளைய யாதவர் சொன்னார்.

"நாகங்களை அறிந்தவர் கூறுவதுண்டு, அவற்றை முற்றழிக்க எவராலும் இயலாது என. ஒரு நாகம் எப்போதும் எஞ்சியிருக்கும். ஆழத்து வளைகளுக்குள். அன்னை வயிற்றுக்குள். பெருகாமையால் அமுதம் உண்பவர்கள் விண்ணவர். கட்டின்றிப் பெருகுவதனால் அழிவின்மையை அடைந்தவை ஆழுலகத்து நாகங்கள். அவை வாழ்க!" என்று இளைய யாதவர் சொன்னார்.

"நாகங்கள் அனைத்தும் கத்ருவும் வினதையும் ஈன்றவை" என அவர் தொடர்ந்தார். "ஒன்று பெருகி முடிவிலியானவை அவை. நாகங்களின் இயல்புகளில் முதன்மையானது அவை ஒன்றுபிறிதை உண்ணும் என்பது. அன்னை குழவியை விழுங்கும். உதங்கரே, தோன்றிய இடத்திற்கே திரும்பிச்செல்லும் வாய்ப்பு கொண்டவை அவை." தரையில் கையால் தட்டி "இங்கு எழுந்தாடும் இந்த ஏழு நாகங்களும் ஓரன்னை பெற்றவை" என்றார்.

ஏழாவது நாகமான விமதை திரும்பி தன்னருகே நின்றிருந்த விவர்த்தையை நோக்கிச் சீறியது. அவை ஒன்றையொன்று கொத்திக்கொண்டு உடல்பிணைத்து உருண்டு பூசலிட்டன. விவர்த்தை வாய் திறந்து விமதையை விழுங்கியது. அன்புடன் அணைக்கும் கைகள்போன்றிருந்தன அதன் தாடைகள். விமதையின் தலை உள்ளே புகுந்தது. விவர்த்தையின் உடல் நெளிந்துகொண்டே இருந்தது. விமதை ஒரு சிறுபொந்துக்குள் தானாகவே உடல்நெளித்து உள்நுழைவதுபோல் தோன்றியது.

விழுங்கி முடித்து அமைதிகொண்டு கிடந்த விவர்த்தையின் அருகே ஊர்ந்து வந்து தலைதாழ்த்தியது விபரீதை. அதன் தலையருகே தன் முகத்தை வைத்து வெறித்து நோக்கியது. வாய்திறந்து அதன் தலையை தன்னுள் எடுத்தது. விவர்த்தை வால்சுழல துள்ளித்துள்ளி துவண்டது. ஆனால் நீரோடை நண்டுவளைக்குள் செல்வதுபோல விபரீதைக்குள் நுழைந்து மறைந்தது. விழுங்கியபின் வளைந்து இருமுறை தலைதூக்கி தளர்ந்து மண்ணிலறைந்து விழுந்த விபரீதையை நோக்கி மெல்ல ஊர்ந்து வந்தது விஃப்ரமை.

விபரீதையை விஃப்ரமை விழுங்குவதை முனிவர்கள் விழிதுறிக்க நோக்கி நின்றனர். விஃப்ரமை விழுங்கி முடித்ததும் அசைவிழந்து இறந்ததுபோல் கிடக்க அதை ஜிக்ஞாஸை கணுக்கணுவாக விழுங்கியது. நாழி நாழியை முகப்பதுபோல அதை ஆகாம்க்ஷை என்னும் நாகம் விழுங்கியது. "அதற்குப் பிற அனைத்தையும் திரும்ப விழுங்குமளவுக்கு பசி உள்ளது" என்றார் இளைய யாதவர். அஸ்வஸ்தை ஆகாம்க்ஷையை விழுங்குவது இரு நிழல்கள் இணைவதுபோலவே தோன்றியது.

ஒற்றைநாகம் மட்டும் எஞ்சியதும் முனிவர்கள் நிலைமீண்டனர். "ஆம்" என்று பெருமூச்சுடன் உதங்கர் சொன்னார். இளைய யாதவர் "இந்நாகத்தை நான் நன்கறிவேன், முனிவர்களே" என்றார். "முன்பு நான் சப்தஃபலத்தில் பதினான்கு ஆண்டுகள் இருள்தவம் இயற்றியதை அறிந்திருப்பீர்கள். அங்கே நான் அவ்வாறு அமர்ந்தது இந்த நாகத்தின் நஞ்சால்தான்." உதங்கர் "இதை நான் அறிந்திருக்கவில்லை" என்றார்.

“இவள் பெயர் அஸ்வஸ்தை. மண்ணிலுள்ள மானுடர் அனைவரிலும் சிறு அணுவாகக் குடியிருப்பவள். நிழல் எனத் தொடர்வாள். இருளில் உடனிருப்பாள். தனிமையில் பெருகுவாள்.”

இவள் நஞ்சு வெறுமையைப் போக்கும் அமுது என சிலரால் கொள்ளப்படுவதுண்டு. இவ்வுலகைத் துயரால் நிறைத்து இருளாக்கிக் காட்டும் அது. வஞ்சமும் கழிவிரக்கமும் பெருக அதுவரை அறிந்த ஒவ்வொன்றையும் பிறிதொன்றென நோக்கும் விழிகள் எழும் நமக்கு. சித்தமும் கனவும் துரியமும் அலைக்கொந்தளிப்பு கொள்ளும். புயல்பட்ட கலத்திலென ஒரு கணமும் நிலைகொள்ளாது காலவெறுமையைக் கடந்துசெல்லலாம்.

கற்றறிந்தோரும் இவள் நஞ்சை விரும்பி ஏற்பதுண்டு. கல்விச் சுமையை உணர்ந்து சலிப்பவர்கள். கல்விகொண்டமையால் தனிமையாகி விலகிநின்று மானுடத் திரளை நோக்கி ஏங்குபவர்கள். இவள் நஞ்சின் ஒரு துளி போதும், அவர்கள் தாங்கள் கற்றதனைத்தும் பொய்யோ என ஐயுறுவார்கள். கணம்நூறென்று பெருகி இவள் அவர்கள் கொண்ட சொற்களனைத்தையும் விழுங்கிவிடுவாள். அடர் இருளில் அமையச்செய்வாள். பின்னர் அதிலிருந்து எழுவது எளிதல்ல. நூறுமுறை உள்ளத்தால் உந்தினாலொழிய ஒரு சொல் அசையாது. நூறாயிரம் சொற்கள் எழுந்தாலொழிய ஒரு தசையை அசைக்கவியலாது.

தாங்கள் இருக்குமிடத்திலிருந்து விலகிச்செல்ல விழையாத மானுடர் இல்லை. தன்னைத் தானே மறுத்துக்கொள்ளாமல் மானுடர் ஒரு காலகட்டத்தை கடக்க முடியாது. தாங்கள் தங்களைவிட மேலானவர் என எண்ணும் ஆணவம். தாங்கள் அடைந்தனவற்றைவிட பெரிதை நழுவவிட்டுவிட்டோமோ என்னும் விழைவு. ஓருடலில் பலரெனப் பெருக முந்துபவர்கள். ஒரே தருணத்தில் பல இடங்களில் இருக்க எண்ணுபவர்கள். இவள் அவர்களருகே அணுக்கக்குழவியென அமைந்திருப்பவள்.

சப்தஃபலத்திற்குச் செல்கையில் நான் களைத்திருந்தேன். என் உடன்பிறந்தவரால், உற்றாரால் கைவிடப்பட்டிருந்தேன். குடிகள் என்னை ஐயப்பட்டனர். என் இலக்கு அகன்று அகன்று சென்றுகொண்டிருந்தது. நகருக்குள் நுழைந்து என் அறைக்குச் சென்று தனித்து அமைந்திருந்தேன். அன்று என் கனவில் ஒரு நூலை படித்தேன். அதில் குருக்ஷேத்திரப் பெரும்போரை கிருஷ்ண துவைபாயன வியாசர் விவரித்திருந்தார். ஒவ்வொன்றையும் அருகெனக் கண்டேன்.

துயிலில்லாமல் இரவில் தோட்டத்தில் அலைந்துகொண்டிருக்கையில் என்னருகே இதை சிறு புழுவெனக் கண்டேன். வால்துள்ள உடல்சுருண்டு எழ தலைதூக்கி என்னை நோக்கியது. இதை நன்கறிந்திருந்தேன். குனிந்து இதன் விழிகளை நோக்கினேன். என்னைத் தூக்கிக்கொள் என்று சொல்லும் குழவி போலிருந்தது. அதை நோக்கிக்கொண்டிருக்கையில் ஓர் எண்ணம் எழுந்தது. மாற்றுவழியே இல்லை என்று உணர்ந்திருப்பது என் முன்முடிவின் உளமயக்கா? மாற்று ஒன்று எங்கேனும் இருக்கலாகுமா? இதன் நஞ்சு என்னை முற்றிலும் கலைத்தால் நான் பிறிதொருவன் என நோக்கக்கூடுமா?

கைநீட்டி இதன் வாயைத் தொட்டேன். என் விரல்நுனியில் தாழைமுள் போல மெல்ல கொத்தியது. மிகச் சிறிய குருதித்துளி. என் குருதியில் ஒரு சிறுநீலக் குமிழி. மீண்டு என் அறைக்கு வந்தபோது எனக்குப் பின்னால் நீண்டு சுருள்சுருளென வந்துகொண்டிருந்தது இந்த நாகம். ஏழென்று ஆகி எழுநூறென்று பெருகியது. அவ்விரவிலேயே கிளம்பிக் கானேகினேன். அங்கு செல்வதற்குள் நாகங்கள் என்னை நிழல்காடாகச் சூழ்ந்திருந்தன.

நான் அமர்வதற்காக மரம் ஒன்றைத் தேடினேன். கரிய அடிமரத்துடன் வேர்ப்புடைப்புகள் எழ ஓங்கி நின்றிருந்த ஆலமரத்தைக் கண்டு அதன் அடியில் அமர்ந்தேன். விழிதூக்கி மேலே பார்த்தபோது அறிந்தேன், அது இந்நாகமே என. விண்மூடி எழுந்திருந்தது. விழிகள் சூரியனும் சந்திரனுமென தெரிந்தன. நா அனலெனப் பறந்தது. காலைமுதல் மாலைவரை கதிரவன் ஒளி என்னருகே வராமல் படம்திருப்பித் திரையிட்டது. நான் முடிவிலா இருளில் அங்கு அமர்ந்திருந்தேன்.

பதினான்காண்டுகள். இரவுபகலில்லாத, நினைவுகளில்லாத, காலமில்லாத இருப்பு. ஒவ்வொன்றும் உடைந்து சரிந்தன. கல்மேல் கல்நிற்காத வெளியென விரிந்திருந்தது உலகம். ஒரு விழியைப் பிறிதொன்று அறியாத திரள் என உயிர்க்குலம். ஒலியோடு சொல்லும், சொல்லோடு பொருளும், பொருளோடு கனவும் பொருந்தா பெருக்கென உள்ளம். மீண்டுவந்த கணத்தை மட்டும் சொல்கிறேன். சென்று சென்று அடித்தட்டில் விழுந்து விழுந்து இறுதியில் அன்னை கத்ருவை கண்டேன்.

இருளின் பெருஞ்சுழல். முடிவிலா பேருடல். "அன்னையே சொல்க, நீ இன்மையா? உன் பொருள் வெறுமையா?" என்றேன். அன்னையின் மூச்சொலி கோடிகோடி இடிகள் என, புயல்கள் என ஒலித்ததைக் கேட்டேன். "ஒவ்வொன்றையும் பொருளழியச் செய்யும் இந்நாகங்கள் உன் குழவிகள் என்றால் நீ பொய்யேதானா?" என்றேன். திசைகளெங்கும் முழங்க "சர்வகல்விதமேவாஹம் நான்யாஸ்திசனாதனம்" என்னும்

குரலைக் கேட்டேன். அன்னை நாகம் படமுயர்த்தி எழுந்தது. என் முன் நின்ற ஒவ்வொரு நாகத்தையும் பிறிதொன்று விழுங்கியது. முதலன்னை அனைத்து நாகங்களையும் விழுங்கித் தானென்றே எஞ்சியது. மெல்லப் புரண்டு வெண்ணிற ஒளிகொண்ட வினதையாகியது.

“நான் எழுந்து நோக்கியபோது என் வானில் கதிரெழுந்திருந்தது. பசுமைபொலிய உயிர்க்குலங்கள் செறிந்து சூழ்ந்திருந்த காடு ஆம் ஆம் ஆம் என்றது” என்றார் இளைய யாதவர். “அங்கிருந்து நகர்மீண்டேன். அந்தப் பதினான்காண்டுகளில் அனைத்தையும் வேறெங்கிருந்தோ நோக்கினேன், மலைமீதிருந்து நகரை நோக்குவதுபோல. ஒருநோக்கில் அனைத்தையும் கண்டு தெளிவடைந்தேன்.”

2

நைமிஷாரண்யத்தில் இளைய யாதவர் உதங்கர் முதலான முனிவர்களிடம் சொன்னார். "வேதமுடிபின்மீது கேட்கப்படும் அனைத்து வினாக்களுக்கும் அடிப்படை ஒன்றே. இங்கு இவ்வுலகின் இப்பொருட்களைக்கொண்டு அதை எப்படி அடைவது? அதை எவ்வகையில் நிறுவுவது?" அவர் கையை அசைக்க அவ்வசைவுக்கேற்ப நாகம் மெல்ல தலைதூக்கியது. அதன் படம் விரிந்து செதில்கள் அசைந்தன. "எல்லா அவைகளிலும் வேதமுடிபு பருவடிவான வினாக்களையே எதிர்கொள்ளும். ஏனென்றால் அது நுண்வடிவானது. இனிவரும் காலங்களிலும் அவ்வாறே. முனிவரே, என்றும் வேதமுடிபுநிலையின் எதிர் என அதுவே நின்றிருக்கும்."

அவருடைய கையசைவுக்கேற்ப அஸ்வஸ்தை படம் திருப்பி நா துப்பியது. அதன் உடற்சுருட்கள் சுழன்றன. அதற்குள் ஒன்றுள் ஒன்றென அமைந்த ஆறு நாகங்களும் ஒன்றுக்கொன்று எதிர்திசையில் சுழன்றுகொண்டிருந்தன. இளைய யாதவர் சொன்னார். "பருவடிவ வினாக்களும் அவற்றுக்கான பருவடிவ விடைகளும் இப்புவியில் மானுடன் வாழத்தொடங்கிய காலம் முதல் எழுந்துகொண்டிருக்கின்றன. ஒன்று திறக்க நூறு தொடங்கும். அவை என்றும் இங்கே இருந்துகொண்டிருக்கும். அவை உணவூட்டும். காக்கும். வெல்லச்செய்யும். அமைப்புகளும் விசைகளுமாகும். வேதமுடிபு நுண்வடிவ வினா ஒன்றுக்கான விடை. நுண்வடிவில் மட்டுமே அது எழமுடியும்."

புலன் தொட்டறிந்து புழங்கும் இவையனைத்திலும் அறியா நுண்மை யொன்று இலங்குவதைக் கண்ட திகைப்பிலிருந்து எழுந்தது அவ்வினா. என்றும் இவையனைத்திலிருந்தும் அவ்வினா எழுந்துகொண்டே இருக்கும். இருமையென்றே இதை அறியமுடியும். இருப்பென்றும்

இன்மையென்றும், உருவென்றும் அருவென்றும், கணமென்றும் காலமென்றும், வெளியென்றும் துளியென்றும். ஆனால் இருமையற்ற நிலையிலிருந்தே அவை தொடங்குகின்றன என்று உணர்கின்றனர் அறிவர். இருமையைக் கடக்காமல் இவையனைத்திற்கும் முதலிறுதியைச் சென்றடையவியலாது.

அந்த முரணிலிருந்தே இவ்வினாக்கள் எழுகின்றன. அனலென்றும் நீரென்றுமானது எது? ஒளியென்றும் இருளென்றும் இலங்குவது எது? முழு முதன்மையின் மையத்தில் உள்ளது ஒருபோதும் அழியாத பெரும்புதிர். வேதமுடிபு அப்புதிருக்கான விடை அல்ல. அப்புதிரைக் கண்டடைவது மட்டுமே.

ஒவ்வொரு அறிதலின் நிலையிலும் அந்த அறியமுடியாப் பேரிருப்பைச் சுட்டுவதே வேதமுடிபின் வழி. ஒவ்வொரு விடையுடனும் அந்தப் புதிரையும் இணைத்துவிடுவதே அதன் பணி. வேதமுடிபு உலகியலுக்கான விளக்கம் அல்ல. உலகியல் அனைத்துக்கும் நிகரெடையாக மறுமுனையில் நின்றிருக்கும் ஓர் உள எழுச்சி மட்டுமே.

அதை அடைந்தனர் முந்தையர். பிரம்மம் என்பது வெறுமொரு வியப்பொலி. அவ்வியப்பை அழிக்காமல் ஒரு கைப்பிடி அன்னத்தை உண்ணவியலாது. ஒரு கை நீரள்ளி அருந்தவியலாது. புணர, பெற்றெடுக்க, வளர்த்துவிட முடியாது. போரிட, வெல்ல, கொள்ள உளமிராது. எனவே அப்பெருவியப்பை ஒவ்வொரு அறிதலாலும் அழித்துக்கொண்டிருக்கிறோம். ஒவ்வொரு சொல்லாலும் சிறிதாக்கிக் கொண்டிருக்கிறோம். முனிவர்களே, வேதமுடிபு அந்த வியப்பை நினைவுறுத்துவது. அதைத் தக்கவைப்பது.

முதற்கணம் கடல் சித்தமழியச் செய்கிறது. அகத்திருந்து அறிவது அங்கிருந்து ஒழிந்து தான் கடலென்றாகிறது. மறுகணம் அதற்குப் பெயரிடுகிறோம். அதுபோல் இது என்கிறோம். ஆம் அதுவே இது என்று அடையாளம் கொள்கிறோம். நன்று தீதென்றும் அழகென்றும் அல்லதென்றும் பகுக்கிறோம். கடலில் இருந்து கடலறிவோனாக பிரிகிறது அகம்.

கலையென்பது கடலெனும் கருத்திலிருந்து கடலை மீட்டெடுப்பது. கடல்கண்டு கண்ணாகி கருத்தழியும் கணத்தை நிறுத்திவைப்பது. கடலென்றாகிக் கடலை அறிவது. வேதமுடிபென்பது கலைகளில் முதற்கலை.

இங்குள்ள அனைத்தும் அது உறையும் நிலைகள். அது சொல்லும் பொருளுமென நின்றுள்ளது. சிலர் ஆத்மாவில், ஆத்மாவால் ஆத்மாவை

அறிகிறார்கள். பிறர் உலகியல் யோகத்தால் அதை அறிகிறார்கள். பிறர் செயல்யோகத்தால் அறிகிறார்கள். நிலையாயினும் நடப்பதாயினும் ஓருயிர் பிறக்குமாயின் அது கலமும் கொள்பொருளும் சேர்ந்தமையால் பிறந்தது என்று அறிக!

வேதமுடிபு வெறும்வியப்பைச் சொல்லென்றும் கருத்தென்றும் அவைநிலை என்றும் ஆக்கும் அறிவுச்செயல். பகுத்தறிந்து வரையறுத்து அறிவன அனைத்துக்கும் எதிர்நிலை. நிலைமயக்கி புறமழித்து இருமைவிலக்கி இன்மைவரை சென்று நின்று தன்னை நிறுவுவது. அவைகள் அனைத்திலும் அறிக, அறிதலைத் துறந்து மேலும் தெளிக என்றே அது அறைகூவும்.

யானையைப் பெரிதென்றும் கரியதென்றும் கொம்பென்றும் துதிக்கை என்றும் இறப்பென்றும் காண்பவர் அதை அச்சமென்றே அறிவர். யானையை விலங்கென்று காண்பவனே அதை ஆள்கிறான். காடென்று காண்பவன் அதற்கு நோய்நீக்குகிறான். பாறையென்றும் முகிலென்றும் அதை காண்பவ்ன் அதைச் சொல்லில் நிறுத்தும் கவிஞனாகிறான். துதிக்கை வண்டும் யானையும் ஒன்றென்று உணர்ந்தவனே முற்றிலும் அச்சம் ஒழித்து யானையை அறிபவன்.

மண், வான், வயிறு என அனைத்துக் கருக்களிலும் பிறக்கும் வடிவங்களனைத்திற்கும் அந்த முழுமுதன்மையே அடிநிலை. அது விதை. அது தந்தை. முளைத்துப்பெருகிய அனைத்தும் அதுவே. ஒன்றென்று அறிந்தவன் பலவென்றானவற்றின் நிலைகளை அறிந்தவன்.

இங்குள அனைத்தும் தங்கள் இயல்புகளின் பருவெளிப்பாடுகள். இயல்புகளன்றி இயற்றுவதென வேறில்லை. மூன்றெனப் பிரிந்து ஒன்று பிறிதை இயக்கி இங்கே இலங்குகின்றன பொருட்கள். இயல்பென நின்றதை அறியாமல் பொருட்களை அறிவது இயலாது. இயல்புகள் பொருளென்றாகும் விந்தையிலிருந்து எழுவதே வேதமுடிபு நோக்கி செல்லும் வினா.

விளங்கும் அனைத்துக்கும் விளங்கா நிலையென்று நிற்பதை அறிந்தமைந்தோன் வீடுபெற்றவன். மேழிபிடிக்கும் ஆயிரவருக்கு கோள்சூழ்ந்து குறிசொல்ல ஒருவன் போதும். நோய்கொண்டோர் ஆயிரவருக்கு நோய்முதல்நாடுவோன் ஒருவன் போதும். இருமையிலுழலும் பல்லாயிரம் மானுடர்பொருட்டு ஒருவன் ஒருமையிலமர்ந்தால் போதும். விடுதலைபெற்றோன் என்புதசைக் கூடென்று எழுந்த இறைச்சிலை.

பித்தனுக்கும் மெய்யனுக்கும் பேசுநிலை ஒன்று. விழிகள் வேறுவேறு. மெய்யிலமைந்தோன் துயரற்றவன். காண்கையிலும் காணாதமைந்தவன்.

அறிந்திருந்தாலும் கனிந்தவன். முனிவரே, அனைத்தையும் பொறுத்தருள்வாள் அன்னை. மானுடக் குலமனைத்தையும் பொறுத்தருள மானுடர் சிலர் என்றுமிருந்தாகவேண்டும்.

அனைத்தையும் புறக்கணித்தான் போலே இருப்பான். இயல்நிலைகளால் சலிப்படையான். இயல்புகளின் மாறாச் சுழல் இது என்றெண்ணி தன்னுள் அசைவற்று நிற்பான். துன்பத்தையும் இன்பத்தையும் நிகராகக் கொண்டோன் தன்னிலையில் அமைவான். ஓட்டையும், கல்லையும், பொன்னையும் நிகராகக் காண்பான். இனியவரிடத்தும், இன்னாதாரிடத்தும் நிகராக நடப்பான். இகழ்ச்சியையும் புகழ்ச்சியையும் ஒன்றெனக் கணிப்பான். மதிப்பையும் சிறுமையையும் இணையெனக் கருதுவான். நண்பரிடத்தும் பகைவனிடத்தும் நடுநிலைமை பூணுவான். விளைவுதரும் எல்லா செயல்களையும் துறப்பான். அவனே இயல்புகளைக் கடந்தவனென்று சொல்லப்படுகிறான். அவன் மானுடரிடத்தில் எழுந்து பிரம்மத்தின் முழுமையைச் சென்றடைந்தவன்.

ஆயிரம் முறை எம்பி ஒருமுறையே தொடுகிறது மானுடம். மாவீரர், பேரறிஞர், மாகவிஞர், அருங்கலைஞர் பல்லாயிரம் மானுடரின் விழைவின் நிறைவேற்றங்கள். அவர்கள் முடிவிலாதெழுக!

அறிபடுபொருட்களனைத்தும் எல்லைக்குட்பட்டவை. அறிபவன் தன் எல்லைக்குள் நிற்பவன். ஆகவே எல்லைக்குட்பட்ட அறிவையே இங்கு மானுடர் அறியமுடியும். எல்லைக்குட்பட்ட அனைத்தும் எல்லையின்மையில் அமைந்துள்ளன. எல்லையின்மையால் வேலியிடப்பட்டவையே வடிவங்களனைத்தும். எல்லைகடந்துசென்று எல்லையின்மையை அறிந்தமைதலே வேதமுடிபு.

அறிவென அதைக் கொண்டவர் அதன் எல்லையின்மை கண்டு அஞ்சி எல்லைக்குள் வந்து ஒடுங்கிக்கொள்கிறார். வாழ்வென அதைக் கொண்டவர் ஒவ்வொரு கணத்திலும் அதன் முடிவிலா திகழ்தலை உணர்ந்து ஆமென்று அமர்ந்திருக்கிறார்.

சிற்றுண்மை எனக் கொள்பவை அனைத்தும் எத்தனை சிறியோருக்கும் ஏதோ ஒருகணத்திலேனும் பேருருக் காட்டிப் பதறச்செய்யும் என்று அறிக! முடிவிலி திறந்துகொள்ளாத தருணமேதும் இங்கில்லை. அதில் முட்டிப் பதைக்காமல் எவரும் வாழ்ந்தமைவதில்லை. முடிவிலி எழுந்த கணமே சிற்றுண்மைகள் பேருண்மைகள் என்றாகிவிடுகின்றன.

அது வானில் வேர்களும் மண்ணில் கிளைகளும் கொண்ட மரம். இலைகளும் தளிர்களும் மலர்களும் கனிகளும் என இங்கு தழைக்கிறது. அதன் விதைகள் வானில் விதைக்கப்படுகின்றன. அதன் சாறென ஓடுவது

வானின் ஊற்று. இங்கு ஒவ்வொரு இலையிலும் மலரிலும் சருகிலும் வானம் உள்ளது.

இளைய யாதவரின் கையசைவுக்கு ஏற்ப படமசைத்துக் கொண்டிருந்த நாகம் மெல்ல தலையை தரையில் வைத்தது. அதன் தலை நீண்டுசென்று துடிக்கும் வாலை நோக்கியது. வாய்திறந்து அது தன்னை தான் விழுங்கத் தொடங்கியது. முனிவர்கள் அதை நோக்கி நின்றிருந்தனர். இறுகிச் சுழியென்றாகி அதிர்ந்துகொண்டிருந்த நாகத்தை நோக்கித் திகைத்து அமர்ந்திருந்த உதங்கரிடம் இளைய யாதவர் புன்னகையுடன் சொன்னார். "இங்கு வெறுமனே பிறந்து உண்டு உறங்கி ஈன்று வளர்த்து வென்று கொண்டு கொடுத்து வாழ்வதற்கும் பேருண்மைகள் தேவையாகின்றன, உதங்கரே."

உதங்கர் அவரை வெறுமை நிறைந்த விழிகளால் நோக்கினார். "முன்பொருமுறை நாம் சந்தித்தோம், அன்று நீங்கள் சர்மாவதியின் கரையில் தூமவனம் என்னும் காட்டில் தவச்சாலை அமைத்திருந்தீர்கள். நான் அவந்தியிலிருந்து அவ்வழியே துவாரகைக்குச் சென்றபோது என்னைக் கண்டு குடிலில் இருந்து கைகளை விரித்தபடி ஓடிவந்தீர்கள். யாதவரே, இவ்வழி வருவீர்கள் என எண்ணவுமில்லை, என் பெரும்பேறு என்று கூவினீர்கள்" என்றார் இளைய யாதவர். "ஆம்" என்றார் உதங்கர். "நினைவுகூர்கிறேன். அன்று நீங்கள் களைத்திருந்தீர்கள். உடன் எவருமிலாது தனித்திருந்தீர்கள்."

இளைய யாதவர் சொன்னார். என்னை உங்கள் குடிலுக்கு அழைத்துச் சென்றீர்கள். தேனும் கனியும் தந்து புரந்தீர்கள். பின்னர் என்னருகே அமர்ந்து "சொல்க யாதவரே, அஸ்தினபுரியும் இந்திரப்பிரஸ்தமும் எப்படி உள்ளன? துரியோதனனும் யுதிஷ்டிரனும் நலமா? உங்கள் தோழர் அர்ஜுனன் ஏன் உடன்வரவில்லை? துவாரகையில் உங்கள் மைந்தர்கள் மகிழ்ந்திருக்கிறார்களா?" என்று கேட்டீர்கள். "நான் இருபதாண்டுகளாக இக்காட்டில் தவம்செய்கிறேன். அங்கே நிகழ்வதென்ன என்று சொல்லும் எவரும் இங்கு வருவதுமில்லை" என்றீர்கள். என்னுடன் வந்த சூதனாகிய கிருதகேதுவிடம் நிகழ்ந்ததைச் சொல்லும்படி நான் சொன்னேன்.

கிருதகேது கிருஷ்ண துவைபாயன வியாசர் இயற்றிய காவியத்தை விரித்துரைத்தான். குருக்ஷேத்திரத்தில் நிகழ்ந்த பெரும்போரையும் அங்கே கௌரவப்படையினர் இறந்து குவிந்ததையும் அவர்களால் பாண்டவப்படையும் முற்றழிந்ததையும் அவன் சொன்னான். தொடைபிளந்து துரியோதனன் இறக்க நெஞ்சுடைந்து துச்சாதனன் மாய கர்ணனும் ஜயத்ரதனும் சல்யரும் மாண்ட செய்தியைக் கூறினான்.

பீஷ்மரும் துரோணரும் மடிந்ததைச் சொல்லிக் கேட்டதுமே நீங்கள் சினந்து எழுந்தீர்கள். அருகிருந்த குடுவையிலிருந்து நீரை எடுத்து என்னை நோக்கி ஓங்கி "இரக்கமில்லாதவனே, என்னவென்று நினைத்தாய் மானுடரை? பல்லாயிரங்களின் குருதியின்மேல், தந்தையரும் ஆசிரியரும் விழுந்த களத்தின்மேல்தான் நிலைநாட்டப்படவேண்டுமா உனது சொல்? எண்ணியிருந்தால் நீ தடுத்திருக்கக்கூடிய அழிவல்லவா இது?" என்று கூச்சலிட்டபடி என்னை நோக்கி வந்தீர்கள். கண்களில் நீர்வழிய "இதோ உன்மேல் தீச்சொல்லிடுகிறேன்" என்று வீசமுற்பட்டீர்கள்.

நான் "அந்த நீரில் குருதியில்லையேல் என்னை முனியுங்கள், உதங்கரே" என்றேன். கையைத் தூக்கி நோக்கி திகைத்து "இது என்ன?" என்று நீங்கள் கூவினீர்கள். கையை உதறியபடி பின்னால் சென்று "இது உன் மாயம். என் விழிமயக்கு" என்று கூச்சலிட்டீர்கள். "முனிவரே, அறமென்று ஒன்றை நீங்கள் எப்போதேனும் உங்களுக்காகவேனும் வகுத்துக்கொண்டீர்கள் என்றால் அக்குருதியைத் தொட்டுவிட்டீர்கள்" என்றேன். "இல்லை இல்லை" என்று கூவியபடி திரும்பி ஓடினீர்கள்.

அன்று முழுக்க உங்கள் குடிலில் நான் அமர்ந்திருந்தேன். மறுநாள் காலையில் குடில்முற்றத்தில் நடுங்கும் உடலும் விழிநீர் வழியும் கண்களுமாக வந்து நின்றிருந்தீர்கள். நான் இறங்கி வெளியே வந்தபோது கைகளைக் கூப்பியபடி "நான் தொட்ட அனைத்தும் குருதிவடிக்கின்றன. நதிப்பெருக்கே குருதியென ஓடுகிறது" என்றீர்கள். அருகணைந்து "முனிவரே, அறம் போலவே மறமும் மாற்றிலாதது. அறத்தையும் மறத்தையும் அந்தந்தத் தருணங்களில் நிறுத்தி நோக்குவதன் பிழையே உங்கள் உணர்ச்சிகள். ஒவ்வொன்றையும் தாங்கி நின்றிருக்கும் முடிவிலியை உணர்ந்தவருக்கு அறமும் மறமும் ஒரு நிகழ்வின் இரு முகங்களே" என்றேன்.

"ஆம், இதை நீங்கள் எனக்கு முன்பொருமுறை நைமிஷாரண்யத்தின் குடிலில் வைத்துச் சொல்லியிருந்தீர்கள் என்றீர்கள். நான் வருக என உங்கள் தோளைத் தொட்டேன்" என்றார் இளைய யாதவர். உதங்கர் "ஆம், நினைவுறுகிறேன். அந்தக் கணம் நான் கண்டதென்ன?" என்று கூவியபடி எழுந்தார். "பிறிதொன்று. பேருரு, அலகிலி. யாதவரே, அது என்ன?" இளைய யாதவர் புன்னகையுடன் "அறியப்படுவது" என்றார். "அனைத்துச் சொற்களுமானது. சொல் கடந்தது" என்றார் உதங்கர்.

"பின்னர் அதை எண்ணி எண்ணித் தொகுத்துக்கொண்டேன். கோடிகோடி பாடல்கள் கொண்ட பெருங்காவியம். அதில் இனித்து இனித்துக் கடந்துசென்றேன். கோடிகோடிகோடி சொற்களால் ஆன வேதம். அதன் இசையில் ஆழ்ந்தேன். ஒரு தருணத்தில் அஞ்சி ஆசிரியரே, ஆசிரியரே

என்று கூச்சலிட்டேன். அனைத்து அணிகளிலும் சொற்களிலும் என்னை அறைந்துகொண்டு அலறினேன். ஒரு சொல்லிடைவெளி வழியாக வெளியே வந்துவிழுந்தேன். அது சாந்தீபனியின் குருநிலை. அலறியபடி குடிலுக்குள் ஓடிச்சென்றேன். அங்கே ஆசிரியருக்கான பீடத்தில் அமர்ந்து நீங்கள் மாணாக்கர்களுக்குப் பாடம் சொல்லிக்கொண்டிருந்தீர்கள்."

"ஆம், நீங்கள்... நீங்கள் கற்பித்துக்கொண்டிருந்தது வேதம். உங்கள் முகம் வேதவியாசருடையதெனத் தோன்றியது. நான் உங்கள் காலடிகளில் விழுந்து என்னைக் காத்தருள்க ஆசிரியரே, நான் அழிந்து மறையவிருக்கிறேன், என்னை அணைத்து அருகமையச் செய்க என்றேன். அஞ்சற்க என உங்கள் கை என் தலையைத் தொட்டது" என்றார் உதங்கர். பின்னர் "ஆனால் அது கனவு. நான் உங்கள் முன் நின்றிருந்தேன். நீங்கள் புன்னகைத்தீர்கள். யாதவரே, என் சித்தம் மயங்குகிறது. என்னுடன் இருங்கள் என்றேன். ஆம் என்றீர்கள். அனைத்துப் பாலையிலும் நீரென வருக ஆசிரியரே என உங்கள் கைகளைப் பற்றிக்கொண்டேன். ஆம் என்று என்னை அணைத்துக்கொண்டீர்கள்" என்றார்.

இளைய யாதவர் "பிறகொருமுறை நான் உங்களுக்கு நீருடன் வந்தேன். துவாரகையின் பாதையில் பெரும்பாலை நிலத்தில் நீங்கள் தனித்து வழிதவறியபோது" என்றார். உதங்கர் திகைப்புடன் நோக்கிக்கொண்டு அமர்ந்திருந்தார். அவர் இளைய யாதவரிடம் உரையாடவில்லை, அவ்விழிகளினூடாக எண்ணங்கள் தன்னுள் புகுகின்றன என மயங்கினார். "கணிக்கும்தோறும் திசைகள் மயங்க, செல்லும்தோறும் பாதைகள் பின்னி விரிய, கூவிய குரல் முடிவிலா விரிவில் ஓசையின்மை என்றாக சென்றுகொண்டிருந்தீர்கள். எங்கும் ஒரு இலைநிழல்கூட இல்லை. வெய்யோன் விரிந்த மணல்வெளியில் அனலெழுந்தது. விடாய்கொண்டு நாநீட்டி முதுகு வளைய விழுந்தும் எழுந்தும் சென்றீர்கள்."

"நீர் நீர்!" என உங்கள் உள்ளம் ஓலமிட்டது. உதடுகள் உலர்ந்து ஒட்டியிருந்தன. "வானமே அளிகொள்க. மண்ணே கனிவுகூர்க. நான் இறந்துகொண்டிருக்கிறேன்" என்று அரற்றினீர்கள். கால்தளர்ந்து விழுந்து எழ முடியாமலானபோது என் சொற்கொடையை நினைவுகூர்ந்தீர்கள். "யாதவரே, நீரென்று வருக!" என்று கூவினீர்கள். அப்போது கானல் அலைந்த பாலைவிரிவின் தொலைவான் கோட்டில் ஒரு நெளிநிழலசைவைக் கண்டீர்கள். அணுகிவந்தவன் ஒரு பாலை வேடன். அவனைச் சூழ்ந்து வந்தன எட்டு வேட்டைநாய்கள்.

அவன் உங்களை அணுகி குனிந்து நோக்கினான். அவன் வியர்வைச் சொட்டுகள் உங்கள் நெற்றிமேல் விழுந்தன. இமைகள் அதிர, விழிநீர் கசிய மேலே நோக்கினீர்கள். உங்கள் நாவை நோக்கியபின் அவன் தன்

மாட்டுத்தோல் நீர்ப்பையை எடுத்தான். வேட்டைக்குருதியும் சேறும் கலந்த நீர் அதற்குள் இருந்தது. அதை உங்கள் நாவுக்கு அவன் சரித்தான். ஒரு கையை ஊன்றி ஒருக்களித்து எழுந்து "விலகு, காட்டாளனே! உன் இழிநீருண்டு உயிர்வாழ விழையவில்லை நான்" என்றீர்கள். அக்கணமே மயங்கி விட்டீர்கள்.

அவன் சற்றுநேரம் நோக்கி நின்றிருந்தான். பின்னர் தன் நாய்களிடம் சீழ்க்கையால் ஆணையிட்டான். அவை எட்டுத் திசைகளுக்கும் பாய்ந்தன. மிக அப்பால் துணைவருடன் சென்றுகொண்டிருந்த வணிகனொருவனைச் சென்று கவ்விக் குரைத்தது ஒரு நாய். அவன் அந்நாயின் அழைப்பை ஏற்று உங்களை அணுகிவந்தான். வேடன் உங்களை வணிகர்குழுவிடம் ஒப்படைத்துவிட்டு அகன்றான். அவனிடமிருந்த நீரை அருந்தி நீங்கள் உயிர்பிழைத்தீர்கள்.

அந்த நீர் தேனைவிட இனிமை கொண்டிருந்தது. ஒவ்வொரு துளியிலும் முழுதுடலும் தித்தித்தது. கண்விழித்ததும் அவ்வணிகனின் கைகளைப் பற்றிக்கொண்டு விழிநீர் வடித்தீர்கள். அக்குடுவையை வாங்கி அதிலிருந்த தெளிந்த நீரைத் துளித்துளியென அருந்தினீர்கள். ஒரு சொட்டு மணலில் உதிர்ந்தபோது உளம்பதறினீர்கள். தீர்ந்துவிடக்கூடாதென்று உடனே மூடிவிட்டீர்கள். அக்குடுவையை அசைத்து அசைத்து அவ்வொலியை இசையெனக் கேட்டு மகிழ்ந்தீர்கள். நீரின் ஆயிரம் பெயர்களைச் சொல்லிச் சொல்லி தெய்வமென வழுத்தினீர்கள். நீரை வழுத்தும் செய்யுட்களை நினைவுகூர்ந்து அரற்றிக்கொண்டீர்கள். பிறர் கொள்ளலாகாதென்று மார்புடன் தழுவிக்கொண்டு உறங்கினீர்கள். துயிலில் நீலநீர் பெருகிய ஏரியொன்றில் விழுந்து மூழ்கி எழுந்து திளைத்தீர்கள்.

பின்னர் அவ்வணிகக் குழுவுடன் இணைந்து துவாரகைக்கு என்னைக் காண வந்தீர்கள். என்னைக் கண்டதுமே பாய்ந்துவந்து கைநீட்டி "யாதவரே, நீர் சொன்ன சொல்லைக் காக்கவில்லை. என் பாலையில் நீருடன் வரவில்லை" என்றீர்கள். "உதங்கரே, இருமுறையும் நானே நீரை அனுப்பினேன். முதல்முறை எட்டு வசுக்களுடன் இந்திரன் வந்தான். அவன் கலத்தில் இருந்தது விண்ணின் அமுது. நீங்கள் அதை மறுதலித்தீர்கள். எனவே மறுமுறை சோமன் மதுவுடன் வந்தான். அதை அருந்தியே உயிர் கொண்டீர்கள்" என்றேன்.

"ஆம், அது சோம மதுவின் இனிமை" என்றீர்கள். பின்னர் சினத்துடன் விழிதூக்கி "குருதியும் சேறுமாகத்தான் அமுது எனக்கு அளிக்கப்படவேண்டுமா?" என்று கேட்டீர்கள். "அது விண்ணிலிருந்து வருவது. என்றும் அவ்வாறே இருந்துள்ளது. மண்ணில் ஊறுவது சோமமே" என்றேன். என்னை நோக்கிக்கொண்டு நின்றபோது உங்கள் விழிகள்

ஒளிகொள்ள உதடுகள் நடுங்குவதைக் கண்டேன். "அது பூமியுள் புகுந்து உயிர்களைத் தன் ஆற்றலால் தாங்குகிறது. சாறென்றாகி சோமமென ஊறி அனைத்துப் பசுமைகளையும் வளர்க்கிறது" என்றேன். "ஆம்" என்று தலையசைத்தீர்கள்.

உதங்கர் விழித்துக்கொண்டு சுற்றி நின்றவர்களைப் பார்த்தார். அவர்கள் ஒவ்வொருவரும் விழித்துக்கொள்வதைக் கண்டபின் திடுக்கிட்டு நாகத்தை நோக்கினார். ஒரு சிறு நிழல்புள்ளியாக அது மண்ணில் பதிந்திருந்தது. நோக்க நோக்கச் சிறிதாகி மறைந்தது. "குருதியையும் சேற்றையும் அருந்தும் பெருவிடாயை அடைவதே கற்றல் என்று உணர்ந்தேன், யாதவரே. விடைகொடுங்கள்" என்று கைகூப்பியபடி எழுந்துகொண்டார். "நன்று, தொடர்க!" என இளைய யாதவர் வாழ்த்தினார். முனிவர்கள் கைகூப்பி வணங்கி இளைய யாதவரிடம் விடைபெற்றனர்.

பகுதி 11

முழுமை

1

நைமிஷாரண்யத்திற்கு வெளியே வந்த யமன் ஒவ்வொரு அடிக்கும் நின்று மூச்சிரைத்து மரங்களைப் பற்றிக்கொண்டு நடந்தார். தென்மேற்கு ஆலயமுகப்பை அடைந்ததும் நிலத்தில் அமர்ந்து கைகளை ஊன்றிக்கொண்டார். அவரை அணுகிய காலனாகிய ஓங்காரன் "அரசே, இனி ஆணை என்ன?" என்றான். சலிப்புடன் கையை வீசி யமன் "என் சொற்களனைத்தும் முடிந்துவிட்டன என்னும் நிலையை அறிகிறேன். இனி நான் அறியவோ, உணரவோ ஏதுமில்லை" என்றார்.

"அவ்வண்ணமென்றால் நாம் கிளம்பலாமே?" என்றான் ஓங்காரன். சீற்றத்துடன் தலைதூக்கி நோக்கி "அல்ல. சொல்லவிந்து என் அகம் ஒழிந்திருந்தால் என் உடல் ஏன் இத்தனை எடைகொண்டிருக்கிறது? ஏன் நான் களைத்துச் சரிகிறேன்?" என்றார் யமன். ஓங்காரன் "ஆம், அதையே நானும் எண்ணினேன். வினா ஒழிந்தவர்கள் விடுதலை பெறுகிறார்கள். விடையென்பது தளையறுத்தலே" என்றான்.

"நான் அறிந்தாகவேண்டிய ஒன்று எஞ்சியிருக்கிறது. இதுவரை அறிந்த அனைத்தையும் தன்னுள் அடக்கியது. அதை அறிந்தால் இவையெதையும் அறியவேண்டியதில்லை. இவையனைத்தையும் அறிந்தால் மட்டுமே அதைச் சென்றடைய முடியும்" என்றார் யமன். "அதை என்னிடமிருந்து மறைப்பது யார்? இளைய யாதவனா? அவனை நாடிவருபவர்களா? அல்லது நானேதானா?" ஓங்காரன் "அரசே, இதுவரை கலம்நோக்கியே இடப்பட்டது" என்றான்.

யமன் "ஆம், காலர்கள் அனைவரும் என்னருகே வருக!" என்றார். ஒன்றிலிருந்து ஒருகோடி நூறாயிரம்கோடி எனப் பெருகும் காலவடிவர்கள் அவரைச் சூழ்ந்து நிழல்களெனப் பரவினர். "செல்க, இப்புவியில் வாழும்

அனைத்து மானுடரையும் அகம்புகுந்து நோக்குக! இத்தருணத்தில் இளைய யாதவனை சந்தித்தேயாகவேண்டும் என்று வெம்பிக்கொண்டிருப்பவர் யார் என்று நோக்குக! சந்திக்கவில்லை என்றால் உயிர்துறக்கும் உச்சத்தில், பிறிதொன்று இப்புவியில் இல்லை என்னும் குவிதலுடன் இருப்பவர்கள். அவர்களாகி நான் செல்வேன். விரைக!"

"ஆனால் இதுவரை இங்கு வந்தவர்கள் கேட்காத வினாவை அவர்கள் கொண்டிருக்கவேண்டும். இதுவரை வந்தவர்கள் கேட்டவற்றுக்குமேல் அவர்கள் வினா கொண்டிருக்கவேண்டும்" என்று யமன் சொன்னார். விமுனை என்னும் காலகை "அதை காலத்தூதர் எவ்வண்ணம் அறியலாகும், அரசே?" என்றாள். "உள்ளத்திலுள்ளதை உடல் காட்டும். உச்சம்கொண்ட வினா என்பது நாண் வில்லை என அவ்வுடலை வளைத்திருக்கும்" என்றார் யமன். "இங்கு வந்த அனைவரும் அவர்கள் அடைந்த வலியாலேயே அடையாளம் காணப்பட்டனர். வலியைத் தேடிச் செல்க!"

அவர்கள் சென்று மீண்டனர். ஓசையின்றி வணங்கி நின்றனர். "என்ன?" என்று யமன் கேட்டார். "பொறுத்தருள்க அரசே, நீங்கள் குறிப்பிட்டவண்ணம் இப்புவியில் இக்கணத்தில் எவருமில்லை" என்றான் தலைமைக் காலனாகிய திரிகாலன். "இன்று பாரதவர்ஷத்தில் பல இலக்கம் மானுடர் அவனையே எண்ணிக்கொண்டிருக்கிறார்கள். பல்லாயிரம் விழிகள் துயிலாமல் அவன் நினைவில் நிலைகொண்டிருக்கின்றன. விழிநீர் வடிக்கின்றன சில. நெஞ்சுலைய மூச்செறிகின்றன சில. ஆனால் அவை வினவுவன அனைத்தும் சொல்லப்பட்டுவிட்டவற்றுள் அடங்கும். அப்பாலெழும் வினாவுடன் எவருமில்லை."

"மீண்டும் செல்க... எளியோர், நோயுற்றோர், பித்தர், பேயர் என ஒருவர் எஞ்சாமல் அவனை எண்ணுவோர் அனைவரையும் தொட்டுவருக" என்று யமன் கூவினார். மீண்டு வந்த காலர்கள் தலைவணங்கி நிற்க திரிகாலன் "மீண்டும் அதுவே எங்கள் சொல், அரசே. அவ்வண்ணம் எவருமில்லை" என்றான். "செல்க, இளமைந்தர், முலைச்சுவை மாறாக் குழவியர் என அனைத்து மானுடரையும் தொட்டு மீள்க!" என்றார். அவர்கள் திரும்பி வந்து அதையே சொல்ல மலைத்து சிறிது நேரம் நோக்கியபின் அவர்களை செல்லும்படி கையசைத்துவிட்டு தசைகளனைத்தும் சோர்வுற்று தளர அங்கேயே படுத்தார்.

அகலே நின்று நோக்கிய திரிகாலன் அணைந்து வணங்கி "நாம் மீள்வதன்றி வேறுவழியில்லை, அரசே" என்றான். "நான் வந்த பணி முடிவடையாது மீள்வதில்லை. காலத்தின் உரிமையாளன் நான். ஆனால் கேள்விகளால் சுமைகொண்ட காலம் எனக்கு நஞ்சு. இல்லை, நான்

இங்கிருந்து எழப்போவதில்லை...” என்று யமன் சொன்னார். அவர்கள் வணங்கி அப்பால் விலகினர். அங்கே நின்றபடி ஐயமும் துயரமும் கொண்டு நோக்கினர்.

திரிகாலன் சென்று சொல்ல சற்றுநேரத்தில் யமனின் உடன்பிறந்தாள் யமி அங்கே தோன்றினாள். யமனின் அருகே அமர்ந்து “மூத்தவரே, இங்கு இவ்வண்ணம் காத்திருப்பதில் பொருளில்லை. அங்கு போர் சூழ்ந்துகொண்டிருக்கிறது. அவன் நெடுநாட்கள் அங்கிருக்கமாட்டான்” என்றாள். “என் காலத்தை என்னால் விரும்பியபடி மாற்றிக்கொள்ளமுடியும் என நீ அறிவாய்” என்றார் யமன். “ஆமாம், ஆனால் முடிவிலியை இங்கே கணமெனச் சுருக்கி அமைந்திருப்பது அறிவுடைமை அல்ல” என்றாள்.

சினத்துடன் எழுந்த யமன் “செல்க, உன் சொற்களைக் கேட்க நான் சித்தமாக இல்லை!” என்று கூவினார். அவரை சினம்கொள்ளச் செய்யவே அதை அவள் கேட்டிருந்தாள். சினம் அசைவை உருவாக்குகிறது. அமைந்த பொருளைவிட அசையும் பொருளை நகர்த்துவதே எளிது. யமி புன்னகையுடன் “நீங்கள் செல்லும் இந்த வழி முற்றாக மூடிவிட்டிருக்கிறது என்றால் பிறிதொரு வழியை நாடுவதல்லவா நன்று?” என்றாள்.

யமன் விழிசுருக்கி நோக்க அவள் நயக்கும் புன்னகையுடன் மென்குரலில் “இது முடிவுற்றதென்றால் நேர் எதிரான வழிகளை நாடுக! இத்தருணத்தில் எவர் இளைய யாதவனை முற்றாக வெறுக்கிறாரோ, எவர் சினமும் கசப்பும் உச்சம்கொள்ள எரிந்துகொண்டிருக்கிறாரோ அவராகிச் சென்று வினவுக!” என்றாள் யமி. யமன் கசப்புடன் புன்னகைத்து “நீ எதையும் புரிந்துகொள்ளவில்லை. இங்கு இதுவரை வந்தவர்களில் ஒருவர் தவிர பிற அனைவருமே விருப்பும் வெறுப்பும் இரு பக்கமும் இணைநிலையில் இருக்க அந்த முனையில் நின்றபடி அவனிடம் வினவியவர்கள்தான்” என்றார்.

யமி “ஆம், அவ்வாறுதான் இருக்கவியலும்” என்றாள். பின்னர் “இன்னொரு நேர்எதிர் கோணமும் உள்ளது” என்றாள். “சொல்” என்பதுபோல யமன் கையசைத்தார். “அவனைச் சந்திக்க விழைபவர்களை இதுவரை தேடினீர்கள். அவன் சந்திக்க விழைபவர்களை தேடலாமே?” என்றாள். யமன் எரிச்சலுடன் “என்ன சொல்கிறாய்? அவனிடம் வினவ விரும்புபவர்களையே தேடுகிறேன். அவை என் வினாக்களாக அமையவேண்டும் என்பதனால்” என்றார்.

“ஆனால் நீங்கள் பெறுவது அவனுடைய மறுமொழிகளை” என்றாள் யமி. “இன்னும் அவனிடம் மறுமொழிகள் எஞ்சியிருக்கலாம். அவற்றைச் சொல்ல அவன் ஒருவரைத் தேடிக்கொண்டிருக்கலாம் அல்லவா?” யமன் குழப்பத்துடன் நோக்க “கேட்கப்படாத வினாவுக்கான

விடை என ஒன்று எஞ்சியிருக்கலாம்" என்று அவள் தொடர்ந்தாள். "அவற்றுக்கான கேள்விகளுடன் எவருமில்லை என்றாலும் அந்த விடைகள் அவனிடமிருக்கும்."

யமன் "ஆம்" என்று தலையசைத்தார். பின்னர் திரும்பி திரிகாலனை அழைக்க கைதூக்கினார். யமி "அவர்கள் அவனை அணுகவியலாது" என்று தடுத்தாள். "அவனை அணுகுவது எனக்கே எளிது, மூத்தவரே" என்றாள். யமன் புருவம் சுருக்கி நோக்க அவள் புன்னகையுடன் "இடக்கால் நகத்தில் அம்புபட்டு உயிர் நெற்றிப்பொட்டில் குவிந்திருக்கையில் அணுகி அத்துளியைத் தொட்டு உதிரச்செய்பவள் நான். அவனை விண்ணுக்குக் கொண்டுசெல்லப் பணிக்கப்பட்டவள்" என்றாள். யமன் சிரித்து "ஆம், பெண்குரல் கேட்டாலொழிய அவன் உடன்வரமாட்டான்" என்றார். "செல்க!" என அவள் தோளில் தட்டினார்.

யமி அக்கணமே மறைந்து மீண்டும் தோன்றினாள். "சொல்க!" என்று யமன் சொன்னார். "அவன் நிலையழிந்தவனாக குடில்முற்றத்தில் உலவிக்கொண்டிருந்தான். விண் நிறைத்திருந்த மீன்களை நோக்கியபடி சற்றுநேரம் நின்றான். பின்னர் கைகளை வீசி தனக்கே என சில சொல்லிக்கொண்டான். மீண்டும் விரைவழிந்த காலடிகளுடன் நடந்தான். சினமோ உளக்கொந்தளிப்போ என உடல் அசைவுகள் காட்டின" என்றாள் யமி. "அவன் தன் குடிலுக்குள் நுழைந்தபோது சுடர்விளக்கின் ஒளியில் அவனுடைய நிழலென நான் அவனுக்குப் பின்னால் தோன்றினேன்.

"அவன் திரும்பியபோது என்னைக் கண்டான். அந்நிழலின் அழகைக் கண்டு அவன் வியந்து நின்றபோது நான் பெண்ணுருக்கொண்டேன். அவன் விழைவுகொண்டு புன்னகைத்தபோது அவன் விழிகளினூடாக உள்ளே நுழைந்தேன்" என்றாள் யமி. "தாமரை இதழ்களுக்குள் வண்டு என. அதன் மகரந்த மையத்தை அடைந்தேன். அம்மலரென அங்கிருந்தேன். கோடிக்கோடி ஊழிக்காலம் அங்கே இருந்தேன். பின்னர் இங்கே வரவேண்டுமென்று உணர்ந்து விழித்துக்கொண்டு என் சிறகைவிரித்து மீண்டேன்."

யமன் "ஆம், அவன் வியக்கும் பெண்ணழகெல்லாம் அவனுடைய தோற்றங்களே" என்றார். "அரசே, அவன் எண்ணிக்கொண்டிருந்த மனிதரை அறிந்தேன். அவர் பெயர் சுகர். தொன்மையான சுககுலத்தவளான ஹ்ருதாசிக்கும் கிருஷ்ண துவைபாயன வியாசருக்கும் மைந்தராகப் பிறந்தவர். பிறப்பிலேயே விழைவறுத்து தன்னிலை நிறைந்த யோகியாக இருந்தார். கற்காமலேயே வேதம் அறிந்து வேதமுடிபு தெளிந்து

மெய்மையில் கனிந்தமைந்தவர். பிள்ளைமுனிவர் என அனைவராலும் பாடப்பட்டவர்.”

“ஆம், அவரை அறிவேன்” என்று யமன் சொன்னார். யமி தொடர்ந்தாள் “விழைவே ஆடையாகிறது. மிகுவிழைவு அரிய, அழகிய, பெருமைக்குரிய ஆடை. விழைவு சுருங்குகையில் ஆடை சுருங்குகிறது. விழைவற்ற நிலையில் ஆடைகள் சுமை. ஆடைதுறந்து ஆகமெல்லாம் புழுதிபடிய, சடைத்திரிகள் தோளில் விரிய சுகசாரி மலையில் அமைந்த சுகவனத்தில் வாழ்ந்தார் பிள்ளைமுனிவர். அங்கிருந்து வடக்கே சென்று புலகமுனிவரின் மகள் பீவரியை மணந்தார். அளகநந்தையின் கரையில் குடிலமைத்து வாழ்ந்தார். அவருக்கு கிருஷ்ணன், கௌரப்பிரபன், ஃபூரி, தேவஸ்ருதன் என்னும் நான்கு மைந்தர்கள் பிறந்தனர்.”

“இக்கணத்தில் அவர் என்ன செய்கிறார்?” என்று யமன் கேட்டார். “மூத்தவரே, அவர் இப்போது அத்ரிமலையின்மேல் ஏறிக்கொண்டிருக்கிறார். அவர் மைந்தரையும் மனைவியையும் விட்டு குடிநீங்கி நில எல்லைகள் ஏழினைக் கடந்து அத்ரிமலைமேல் ஏறத்தொடங்கி ஏழாண்டுகளாகின்றன. நூற்றெட்டு மலைமுடிகளை அவர் கடந்துசென்றார். ஒவ்வொரு மலையிலும் அவரை புவிவாழும் நூற்றெட்டு மாயைகள் எதிர்கொண்டன. ஒவ்வொன்றையும் தன் நிலைகுலையா உள்ளத்தால் எதிர்கொண்டு கடந்துசென்றார்.

“இப்போது அவர் அத்ரிமலை உச்சியில், கவிழ்ந்த தாமரைப்பீடம்போல் அமைந்த அத்ரிசிருங்கத்தை விழிகளால் நோக்கிவிட்டார். இன்னும் நூறு அடி எடுத்துவைத்தால் அவரை விண்நோக்கி ஏந்தும் பீடம் என அமைந்த அம்மலைமுடியை அடைந்துவிடுவார். அங்கு அவரை நோக்கி முழுமை விண்ணிலிருந்து ஒரு பொன்முகிலென இறங்கி வந்துகொண்டிருக்கிறது. அவர் விண்புகும் தருணத்தை எதிர்நோக்கி அந்த மலைமேல் அமைந்த அனைத்துப் பாறைகளும் புரவியுடல்போல அதிர்வு கொண்டிருக்கின்றன. பாறைச்சரிவுகளில் படிந்திருந்த மென்புழுதி நடுங்கி அலையலையென மெல்லச் சரிகிறது. குழியானைக் குழிகளில் பூழி அதிர்ந்து உள்ளே சுழல்கிறது. காற்றில் எரிமணம் எழுந்துகொண்டிருக்கிறது.

“விண்ணின் நூற்றெட்டு தேவர்கள் மாயையின் வடிவாக வந்து அவரை தடுத்தனர். விழைவின் தெய்வமாகிய காமன் முதலில் வந்தான். பின் விழைவன அனைத்துக்கும் தெய்வமாகிய இந்திரன். எட்டு வசுக்களும் தொடர்ந்து வந்தனர். எவரையும் அவர் விழிதவிர்க்கவில்லை. ஆனால் எவரையும் அவர் அறிந்திருக்கவுமில்லை. தந்தை வியாசரின் வடிவில் வந்த புகழை, அன்னை ஹ்ருதாசியின் வடிவில் வந்த அன்பை, மனையாட்டி பீவரியின் வடிவில் வந்த காதலை, மைந்தர் கிருஷ்ணன்,

கௌரப்பிரபன், ஃப்ரூரி, தேவஸ்ருதன் என வந்த பற்றை. எவரையும் அவர் முன்பு கண்டிருப்பதான சாயலே வெளிப்படவில்லை. ஆகவே அவரால் தங்களை அவரிடம் காட்டமுடியவில்லை" என்று யமி சொன்னாள்.

"இனி அவரை எவரும் தடுக்கவியலாது என்று அறிந்ததும் இந்திரன் கையசைக்க விண்ணிலிருந்து தேவர்கள் இழுக்க உம்பருலகத் தேர் வந்து நின்றது. முக்கண்ணன் எனப் பரம்பொருள் அப்போது தோன்றுமென அறிந்தமையால் தேவர்கள் கோடிகோடி ஒளித்துளிகளென வானில் நிறைய இரவும் பகலுமில்லாமல் வானம் சுடர்கொண்டிருந்தது. மண்ணுக்குள் எரிகடல் கொந்தளித்தது. அதன் அலைகள் வந்து அறைந்தமையால் ஆழ்ந்திறங்கிய பாறைகளின் வேர்கள் வெம்மைகொண்டு செங்கனல் எனப் பழுத்தன. அரசே, இது தாங்கள் அங்கு தோன்றவேண்டிய தருணம்."

யமன் கரிய உருக்கொண்டெழுந்து இருளெருமை மேல் ஏறி அத்ரிசிருங்கத்தில் சுகர் முன் தோன்றினார். "மாமுனிவரே, உங்களை அழைத்துச்செல்ல வந்தவன் நான். கீழுலகுகளை ஆளும் தென்திசைத்தேவனாகிய யமன் நான்" என்றார். சுகர் அவரை நோக்கினாலும் நோக்கிக்கொள்ளவில்லை. இயல்பான அடி வைப்புடன் கடந்துசென்றார். ஒவ்வொரு அடியும் ஓர் ஊழ்கமென.

"நீங்கள் இக்கணம் முதல் என் வடத்தால் கட்டப்பட்டிருக்கிறீர்கள். உங்கள் காலத்தை முதலில் கட்டுகிறேன். உங்கள் விழிப்பறிவை கனவால் கட்டுவேன். கனவை ஆழ்நிலையால். ஆழ்நிலையை துரியத்தால். துரியத்தைச் சுருட்டி ஒரு துளியென்றாக்கி என் சுட்டுவிரலில் ஏந்திக்கொள்வேன். இருப்பு என் கையில் ஒரு திவலையென நின்று ஒளிநடுங்கும். அது உதிராமல் தென்னுலகு வரை வந்தாகவேண்டும்…" என்று யமன் சொன்னார். அவர் யமனைக் காணாமல் நோக்கிக்கொண்டிருந்தார். தான் அங்கு இல்லையோ என்னும் திகைப்பை யமன் அடைந்தார்.

சினம் கொண்டு எழுந்து கருமுகிலென வானளாவிச் சூழ்ந்து இடியோசை எழுப்பினார். "நான் இறப்பு. நான் காலம். நான் உயிர்களைக் கொல்பவன். பொருட்களை தேய்வுறச் செய்பவன். மானுடனின் விழைவிலும் அன்பிலும் அச்சத்திலும் திகழ்பவன்." நிலத்தை ஓங்கி அறைந்தபோது கற்கள் உருண்டு இடியொலித்தொடர் எழுந்தது. "அணுவெனத் திரள்கையிலேயே உயிர் என்னை அறிந்துகொள்கிறது. கருவறைக்குள்ளேயே மானுடன் என்னைப் பார்த்துவிடுகிறான். நீ என்னை அறிவாய்!"

யமனை நோக்காது சென்ற அவரைச் சூழ்ந்து பல்லாயிரம் கைகள் சுழன்று அலையடிக்க யமன் ஆர்ப்பரித்தார். "நீ என்னை அறிவாய். நீ

என்னை ஏமாற்ற முடியாது. என்னை அறியாமலிருக்க முடியாது. நோக்குக என்னை! நோக்குக! நோக்குக! நோக்குக!" புழுதிப்புயலாக சுழித்து மெல்ல அடங்கினார். அவர் எதையும் அறியாமல் நடந்துகொண்டிருக்க மெல்லிய காற்றென ஆகி அவர் காதில் சொன்னார். "நான் பூசைகளுக்குள் காலவுணர்வாக நுழைகிறேன். வேள்வியினூடாக பசிவிடாய் என ஊடுருவுகிறேன். தவத்தினுள் தன்னுணர்வென வந்து நிற்பவன் நானே. என்னை அறியாதவர் எவருமில்லை."

அவர் யமனை அறியவில்லை. செயலற்று கை தாழ நின்றார் யமன். பின்னர் மெல்லிய சருகசைவாக மாறினார். மீண்டு அருகே நின்றிருந்த யமியிடம் "அவர் என்னை அறியவில்லை. ஒரு கணமேனும் என்னை அறியாமல் அவர் உள்ளத்திற்குள் நான் நுழைய முடியாது" என்றார். "என் விழிகளை அவர் நோக்கவேண்டும். அன்றி ஒரு கணமேனும் என்னை எண்ணவேண்டும். எண்ணமற்ற சிலிர்ப்பாக நான் அவருள் நிகழ்ந்தால்கூடப் போதும்" என்றார். அவள் "நீங்கள் அவனாகச் சென்று நிற்கலாம்" என்றாள். "அவனாகவா?" என்றார் யமன். "ஆம், அவ்வுருவில்" என்றாள்.

யமன் "வேறெந்த உருவுக்கும் அவர் விழி அளிக்கவில்லை எனும்போது..." எனத் தயங்க யமி "இக்கணம் அவன் அவரை எண்ணுகிறான். அதுவே அவனை அவர் எண்ணவேண்டும் என்பதற்கான அடிப்படை" என்றாள். "ஆம்" எனத் தலையசைத்த யமன் சுகர் நடந்துசென்ற பாதையில் ஒரு மயிற்பீலியாகக் கிடந்தார். அவர் அதை அணுகியபோது காற்றில் பீலியுலைந்தார். சுகரின் விழிகள் அதை நோக்காமல், கால்கள் தயங்காமல் கடந்துசென்றன. ஆனால் அவர் மெல்லிய இனிமை ஒன்றைத் தன்னுள் அடைந்தார். அக்கணம் யமன் அவருள் குடியேறி மீண்டார்.

திகைத்து அமர்ந்திருந்த யமனிடம் யமி "மூத்தவரே, சென்று மீண்டீர்களா?" என்றாள். அவர் அவள் குரலை அறியவில்லை. "மூத்தவரே..." என அவள் உலுக்கியபோது விழித்துக்கொண்டு "ஆம்" என்றார். "நீங்கள் அவர் உருவில் இளைய யாதவனை அணுகலாம்" என்றாள் யமி. "ஆனால் நான் எதையும் அடையவில்லை. செல்வதற்கு முன்பிருந்ததுபோலவே அப்படியே எஞ்சுகிறேன். அங்கே ஒன்றுமே இல்லை" என்றார் யமன். "ஒன்றுமே இல்லை. முற்றொழிந்த கலம். விந்தைதான். மானுட அகம் அவ்வண்ணம் ஆகக்கூடுமா என்ன?"

யமி "நீங்கள் முற்றவிந்த முனிவரொருவரின் இறுதிக்கணத்தை சென்றுதொட்டு வந்திருக்கிறீர், மூத்தவரே" என்றாள். "ஆம். ஆனால் மானுட உள்ளம் தெய்வங்களும் அஞ்சித் திகைக்கும் சுழல்வழிப் பாதை. நுழைவன அனைத்தும் அங்குள்ள அனைத்துடனும் இணைந்துகொள்கின்றன.

ஒவ்வொன்றும் பிறிதை முடிவிலாது வளர்க்கின்றன. ஒன்றைப் பிறிதால் மட்டுமே நோக்கமுடியும். நோக்குவதும் நோக்கப்படுவதும் நோக்கால் உருமாறிவிடுகின்றன. மாறுவது மாறுவதற்கு முந்தைய நிலை அனைத்தையும் அவ்வண்ணமே எஞ்சவிடுகிறது. மறைந்தது இருந்த தடம் மறைந்ததென்றே நின்றிருக்கிறது.

“விழைவு அன்பென்று, அன்பு வஞ்சமென்று, வஞ்சம் நிமிர்வென்று, நிமிர்வு தனிமை என்று, தனிமை துயரென்று, துயர் சினமென்று, சினம் காழ்ப்பென்று, காழ்ப்பு களிப்பென்று, களிப்பு அழகென்று, அழகு இனிமை என்று, இனிமை அன்பென்று முடிவிலாது மாறும் அப்பெருவெளியில் எதற்கும் எப்பொருளும் இல்லை. அதன் அக்கணம் மட்டுமே அது” என்று யமன் சொன்னார். “அதற்குள் ஒன்றுமில்லை என்றால் இக்கடுவெளியே ஒழிந்துவிட்டதென்று பொருள். கோள்களும் மீன்களும் பால்வழிகளும் புடவிகளும் அழிந்துவிட்டன என்று பொருள்.

“ஒரு மானுட உள்ளத்துள் அது இயல்வதே என்றால் இங்கே எண்திசைக் காவலர் எதற்கு? பாதாள நாகங்களும் விண்ணகத் தேவர்களும் பெருகியிருப்பது எதற்கு? மூன்று தெய்வங்களுக்கும் மூன்று அன்னையருக்கும் முழுமுதலுக்கும் என்ன பொருள்?” என்று யமன் கேட்டார். யமி “அதைத்தான் நீங்கள் அறியவேண்டுமோ இனி?” என்றாள். யமன் அவளை விழித்து நோக்க “மூத்தவரே, அவரெனச் சென்று நில்லுங்கள். அவராகும்போது நீங்கள் இதுவரை அறியாத ஒருவராவீர்கள்” என்றாள்.

“நான் அஞ்சுகிறேன், இளையவளே” என்று யமன் சொன்னார். “வெறுமையின் பெருவெளி. நான் அங்கிருந்து மீளமுடியாமலாகலாம்.” யமி “இல்லை மூத்தவரே, உங்களுக்காக அவருடைய சொல் கூறப்படும். அச்சொல் உங்களிடம் எஞ்சியிருக்கும். அதைப் பற்றிக்கொண்டு நீங்கள் வெளிவந்துவிடமுடியும்” என்றாள். யமன் ‘ஆம்” என்று பெருமூச்சுவிட்டார். “மூத்தவரே, அவர் சொல்லவிருக்கும் அச்சொல் அமைய ஒழிந்த கடுவெளியென அத்தனை பெரிய கலம் தேவைபோலும்” என்றாள்.

2

இளைய யாதவர் உள்ளுணர்வால் அழைக்கப்பட்டு கதவைத் திறந்து வெளியே வந்தபோது அங்கே சுகர் நின்றுகொண்டிருப்பதைக் கண்டார். ஆடையற்ற மண்படிந்த மெலிந்த சிற்றுடல் புதிதாக அகழ்ந்தெடுக்கப்பட்ட கிழங்குபோல் நறுமணம் கொண்டிருந்தது. சடைத்திரிகள் தோளில் பரவியிருந்தன. இரு கைகளும் தொடைதொட்டுத் தொங்கின. இளங்குழவிகளுக்குரிய தெளிந்த கண்களுடன் அவர் நின்றார். சில கணங்கள் அவரை நோக்கியபடி நின்ற இளைய யாதவர் கைகூப்பியபடி இறங்கிச் சென்று அவர் கால்களில் தலைவைத்து வணங்கினார்.

அவர் வணங்குவதை சுகர் அறியவில்லை எனத் தோன்றியது. வாழ்த்தோ தலைதொடுகையோ நிகழவில்லை. ஆனால் பாற்பல்குழவி என அழகிய புன்னகை ஒன்று அவர் முகத்தில் விரிந்தது. "தங்கள் வருகையால் நிறைவுற்றேன், முனிவரே" என்றார் இளைய யாதவர். "சற்று முன்னர்தான் தங்களை எண்ணிக்கொண்டிருந்தேன். தங்களிடமன்றி பிறரிடம் சொல்லமுடியாத சொற்கள் கொண்டிருக்கிறேன். என் விழைவே தங்களை இங்கே வரச்செய்தது என்று உணர்கிறேன்."

என்றுமுள மானுட விழைவென்பது இறுதிநிலை எய்துவது. அந்நிலைக்குப் பின் வினாக்கள் இல்லை. விடைகளில் முதன்மையானது ஆழிச்சுழல் என வினாக்களை முற்றாக விழுங்குவதே. அதைச் சென்றடையாமல் எச்சொல்லுசாவலும் நிறைவடைவதில்லை. சொல்லிச் சொல்லிச் சென்றடைந்த முனையில் இறுதிச் சொல்லின்மையுடன் நின்றுள்ளேன். அதை நீங்களே கேட்கமுடியும்.

அறிந்தறிந்து செல்லும் அறிவின் எல்லை எது? அறிவு ஆதலென்றாகி நிறையும் இடம் எது? அது ஒவ்வொரு அறிவிலும் ஒரு துளியேனும்

இருக்கும். அது விடுதலை என்றால் ஒவ்வொரு அறிவும் விடுதலை. அது இன்மை என்றால் ஒவ்வொரு அறிவும் இன்மை. அது பிறிதொன்றிலாமை என்றால் ஒவ்வொரு அறிவும் அதுவே.

அறிவாடல் ஒவ்வொன்றும் அங்கு சென்றுசேரும் பயணத்தின் நிலைகளே. அறிவிப்போர் அறிந்துகொண்டிருப்போர் அறிந்தமைவோர் அனைவரும் அம்முழுமையை அடைந்தவரின் பிறிதுருக்களே. அத்தகையோர் யார்? எவ்வண்ணமிருப்பர்? முனிவரே, அத்தனை அறிதல்களும் அவரால்தான் பொருள்கொள்கின்றன. அறிவென்று இங்கே நிகழ்வன அனைத்துக்கும் அவரே அடிப்படையென அமைகிறார்.

அத்தகைய ஒருவர் முன் என் சொற்களுடன் நின்றிருக்க விழைந்தேன். என் ஒவ்வொரு சொல்லும் இறுதியில் எப்படி எஞ்சுமென்று அறிய. சொல்லுதிர்ந்து நான் எப்படி எஞ்சுவேன் என்று உணர. முனிவரே, நான் கொண்டவை மெய்யா என நானே காண. என் சொற்களனைத்துக்கும் விழிக்கூடென ஒரு சான்று.

சுகர் மறுமொழி சொல்லாமல் நின்றார். “அமர்க, முனிவரே!” என்றார் இளைய யாதவர். எவரிடமென்றில்லாமல் “ஓர் அடி எஞ்சியிருக்கிறது” என்றார் சுகர். “ஆம், ஒரே அடி தொலைவு. ஓர் இமைக்கணம். அந்தத் துளியில் மட்டுமே சொல்லப்படவேண்டியவை இவை. இன்று புவியில் நீங்கள் மட்டுமே அங்கே நின்றிருக்கிறீர்கள்” என்று இளைய யாதவர் சொன்னார். சுகர் அச்சொற்களைக் கேட்கவில்லை. இனிய கனவு நீர்த்துளியில் வெயிலலை என ஒளிவிடும் விழிகளுடன் நின்றார்.

இளைய யாதவர் அவரை நோக்கி சிற்றசைவின் துளியொன்றைக் காட்டினார். அக்கணத்தில் வெளி சுழன்று திரும்ப விண்மேவிய பேருருக்கொண்டு நின்றார். அவர் தலையைச் சூழ்ந்து கோள்கள் பறந்தன. விரிந்த கருங்குழல் பெருக்குகளில் கோடிகோடி விண்மீன்கள் சுடரிமைத்தன. ஒளிபெற்ற முகில்களென அவர் ஆடைகள் விரிந்திருந்தன. அவர் அணிகலன்கள் மின் என்றும் மலர் என்றும் ஒளிவிட்டன.

அத்ரிமலைமுடி நோக்கிய பாதையில் சென்றுகொண்டிருந்த சுகரின் முன்னால் எழுந்த விண்ணுரு நூறாயிரம்கோடி இடிகளென எழுந்த பெருங்குரலில் சொன்னது. “நானே நீ!” திசைகள் அச்சொற்களை கோடிகோடிகோடி என எதிரொலி செய்தன. குன்றாது சென்ற அந்த ஓசை முன்பு கோடிகோடிகோடி முறை அவ்வாறு எழுந்து குறையாது பெருகாது திசைகளின் எல்லையின்மையில் சென்றுகொண்டிருந்த ஓசைகளைத் தொடர்ந்தது. அவ்வொலியலைகளாக விரிந்தது முடிவிலா மாமலர்.

"நானே மாபெரும் அரசமரம். வானில் வேர்விரித்து மண்ணில் கிளையும் விழுதும் இலையும் தளிரும் மலரும் மகரந்தமும் பரப்பி நின்றிருக்கிறேன்" என்று வியனொலி முழங்கியது. "அழகிய மரம், அழிவிலாப் பெருமரம். இங்கு நான் தழைத்ததன் பேரருளுக்கு கணம் கோடி வேள்விகளால் உயிர்க்குலங்கள் நன்றி கூறுகின்றன. ஆனால் இதை வேருடன் வெட்டி வீழ்த்தாதவன் மறுகாலடி வைப்பதில்லை. அறிக, இறுதி நிழலையும் இழந்தவன் மீதே வான் எழுகிறது!"

விந்தையால் விரிந்த குழந்தைவிழிகளுடன் சுகர் முன்னால் நடந்தார். அச்சுறுத்தும் படைக்கலங்கள் ஏந்திய பலகோடி கைகள் விரிந்து தடுக்க விண்ணளந்த பேருரு கூறியது, "இவ்வெல்லையை மானுடரென அமைந்து எவரும் கடக்கவியலாது. கருவிலேயே மெய்மை அறிந்தீர். காமமும் வஞ்சமும் விழைவும் உருவாகாமலேயே கனியலானீர். ஆயினும் நீங்கள் மானுடரே. அடைதலும் இன்மையென்றாகும் நிலையொன்றை அடைதலை எண்ணுக! அடிவைப்பதற்கு முன் மாற்று எண்ணுக!" இடிகளும் மின்னல்களும் அதிர்ந்தன. விண்டலங்கள் வெடிபட்டுச் சிதறின. வெறுவெளிகள் நடுங்கி அதிர்ந்தன.

ஆனால் சுகர் ஒரு கணமும் நடை தளரவில்லை. உள்ளத்தின் சித்தம் தொடாத ஆழத்தால்கூட அச்சமும் ஐயமும் தயக்கமும் கொள்ளவில்லை. மகிழ்வுகொண்ட முகத்துடன் களிப்பாவையை நாடும் சிறுகுழவி என அத்ரிமுடி நோக்கி அடிவைத்து முன்சென்றார்.

இளைய யாதவர் மின்கொடிகள் சுற்றிய மணிமுடியும், இரு விண்சுடர்கள் என ஒளிர்ந்த விழிகளும், ஆழியும் சங்கும் மின்படையும் மலரும் கதையும் மழுவும் ஏந்தி அஞ்சலும் அருளலும் காட்டிய எட்டு கைகளும், மஞ் சள் ஆடையும், மார்பின் திருமணியும் கொண்டு விண்ணளந்தோனாகத் தோன்றினார். கடல்களை தழலாக்கும் காலை ஒளி எனப் புன்னகைபுரிந்து சொன்னார்.

முனிவரே, நீர் வந்துகொண்டிருப்பது என்னை நோக்கி. செருக்கும் மயக்கமும் அற்றோர், சார்புக் குற்றங்களை எல்லாம் வென்றோர், ஆத்ம மெய்மையில் நிற்போர், விருப்பங்களினின்றும் நீங்கியோர், இன்பதுன்பக் குறிப்புக்களையுடைய இரட்டைகளினின்றும் விடுபட்டோர், மடமையற்றோர் மட்டுமே அந்த அழிவிலா நிலையை எய்துகின்றனர். எதை எய்தினோர் மீள்வதில்லையோ அதுவே மெய்ப்பெருநிலை.

அது ஒவ்வொரு மானுடருக்குள்ளும் பறவைக்குள் வானமென பொறிக்கப்பட்டுள்ளது. முனிவரே, ஒவ்வொரு பறவையையும் காடு நூறாயிரம்கோடி கைகளால் பற்றியிருக்கிறது. எழுவதெல்லாம் மீள்வதற்கே என்னும் இச்சுழலில் எந்தப் பறவையும் மெய்யாகவே பறப்பதில்லை.

மீண்டும் உடலணையும் எச்சிறகும் வானத்தை முழுதறிவதில்லை. மண்மீளா பறவை ஒன்று உண்டு. வானாகி வானை அறிவது. அப்பறவை அறியும் வானமே பறவையென வந்தது.

அலகிலாதது, அதை சூரியனும், சந்திரனும், தீயும் சுடரச் செய்வதில்லை. அழிவிலா அனல் கதிரவனாகி இங்கே வாழ்வை சமைக்கிறது. சந்திரனாகி கனவை ஆக்குகிறது. தீயென்றாகி வேள்வி பெருக்குகிறது. மண்ணுக்குள் பெருகி கரியை வைரமாக்குகிறது. வேர்களில் விழைவாக மாறுகிறது. கிளைகளில் பெருகி விரிகிறது. உடல்களுக்குள் வைஸ்வாநரன் என்னும் பசிப்பேருருவனாகிறது. பிராணன், அபானன் என மூச்சுக்களாக மாறி உணவை ஆற்றலாக மாற்றுகிறது. நாவில் சொல்லாகிறது. நினைவும், ஞானமும், அவற்றைத் துறந்தெழும் தவமும் அதுவே. வேதங்களில் அது வேதமுடிபு என உறைகிறது.

இங்கு இரண்டு வகை இருப்போர் உளர். உயிர்க்குலமெனப் பெருகி உடல்கள் கொண்டு நீந்தியும் ஊர்ந்தும் நடந்தும் பறந்தும் சூழ்ந்திருக்கும் அசைவோன். அனைத்துமாகி அனைத்துக்குள்ளும் உறையும், அசைவிலன். இருவருமன்றி இருவருமாகி இருப்பவன் முழுதுருவன். மூவுலகுக்குள் உறைவோன், மூவுலகே ஆனவன், மூவுலகை ஆள்வோன், மூவுலகும் கடந்தோன், அழிவற்றோன். அவனே நான் என அறிக!

“என்னை வணங்குக! என்னிடம் நீர் விழைவதை கோருக! மேல்கீழென அமைந்த ஏழு உலகங்களிலும் நான் விழிநொடித்தால் நிகழாதது ஏதுமில்லை. நான் அளிக்கமுடியாததென்றும் எதுவுமில்லை.” திருவாழியின் அச்சொற்களை நடைபிசகாது சென்றுகொண்டிருந்த சுகர் அறியவில்லை.

ஒரு கணத்திரும்பலில் நீண்ட வெண்தாடியும் கனிந்த விழிகளுமாக அரசமுனிவர் ஜனகரின் தோற்றத்தில் இளைய யாதவர் அங்கு நின்றார். கைநீட்டி அவர் சுகரிடம் சொன்னார்.

மைந்தா, நீ செல்லும் பாதையை எண்ணுக! இங்கு மானுடர் இரண்டுவகையினர் உள்ளனர். வானை ஈட்டுவோர். மண்ணை ஈட்டுவோர். அஞ்சாமை, உள்ளத் தூய்மை, ஞான யோகத்தில் உறுதி, ஈகை, தன்னடக்கம், வேள்வி, கற்றல், தவம், நேர்மை, கொல்லாமை, வாய்மை, சினவாமை, துறவு, ஆறுதல், வண்மை, இரக்கம், அவாவின்மை, மென்மை, நாணுடைமை, சலியாமை, ஒளி, பொறை, உறுதி, தூய்மை, வஞ் சமின்மை ஆகிய இவை வானை ஈட்டியவரிடம் காணப்படுகின்றன.

மண்ணை ஈட்டியோர் விடுபடுதலை அறியார். அவர்கள் இவ்வுலகம் உண்மையற்றதென்றும் நிலையற்றதென்றும் இங்கே இறை உறையவில்லை

என்றும் சொல்கிறார்கள். இது தொடர்பின்றிப் பிறந்ததென்றும், வெறுமனே காமத்தை மூலமாக உடையது என்றும் சொல்கிறார்கள். இன்று இதை அடைந்தேன், இனி இவ்விழைவை அடைவேன், இதை கொண்டிருக்கிறேன், இதை வெல்வேன், இப்பகைவரை வென்றேன், இனி இவர்களை வெல்வேன், நான் ஆள்வோன், நான் நுகர்வோன், நான் சித்தன், நான் வலியன், இன்பன், நான் செல்வன், குடிமுதல்வன், எனக்கு நிகர் யாவருளர், வேட்கிறேன், கொடுப்பேன், களிப்பேன் என்று அறியாமையில் மகிழ்கிறார்கள்.

மூவியல்புகள் கொண்டவர்களால் இங்கே ஒவ்வொன்றும் ஆளப்படுகின்றன. நிறையியல்பு, வெல்லுமியல்பு, நில்லுமியல்பு என அவை அசைவன அசையாதன, வாழ்வன நிலைகொள்வன அனைத்திலும் உறைகின்றன. வேள்வி, தவம், கொடை இவற்றில் உறுதியே நிறை எனப்படுகிறது. பிரம்மத்தின் பொருட்டாகச் செய்யும் எச்செயலும் நிறைகொண்டதேயாகும்.

இங்குள்ள அனைத்தையும் துறந்துசெல்பவர்கள் எய்துவது முழுமை. ஆனால் வேள்வி, கொடை, தவம் என்ற செயல்களை எவரும் விடக்கூடாது. பற்றிலாமல் இயற்றும் வேள்வியும் கொடையும் தவமும் அறிவுடையோரைத் தூய்மைப்படுத்துகின்றன. செய்தற்கு உரியது என்று உணர்ந்து இயற்றி அதில் ஒட்டுதலையும் பயன் வேண்டலையும் ஒருவன் விட்டுவிடுவானாயின் அவனுடைய துறவே நிறைநிலை எனப்படும்.

நிறைநிலை கொண்ட, ஐயங்களை அறுத்த துறவி இன்பமற்ற செய்கையை பகைப்பதில்லை, இன்பமுடைய செய்கையில் நசையுறுவதுமில்லை. அவன் இவ்வுலகத்தாரை எல்லாம் கொன்ற போதிலும் கொலையாளி ஆகான், கொலையின் விளைவுகளுக்கும் கட்டுப்பட மாட்டான். ஒருதுளியும் எஞ்சாது உன்னை ஆற்றினாய் என்றால் முன் செல்க!

ஏதுமறியாது சென்ற சுகரின் முன் இளைய யாதவர் வேய்குழல் இடைசெருகி குழல்முடிச்சில் பீலி உலைய கருமணி மேனியும் விழியொளியும் மென்நகையொளியுமாக நின்றார். நட்புடன் நகைத்தபடி சொன்னார்.

அறிவு, அறியப்படுபொருள், அறிவோன் என இம்மூன்றும் இணைந்து இங்கு புடவியென்றாகின்றது. கருவி, செய்கை, செய்பவன் என செயலின் அமைப்பு மூன்று பகுதிப்பட்டது. பற்றுதலுடையோனாய் பயன்களை விரும்பி அறம்பொருளின்பங்களைப் பேணுவதில் செலுத்தும் உறுதியே வெல்லும் இயல்பு எனப்படுகிறது.

அது தொடக்கத்தில் இனிக்கிறது. கனியும்தோறும் கசப்பு கொள்கிறது. எது தொடக்கத்தில் நஞ்சை ஒத்ததாய், விளைவில் அமிர்தமொப்ப மாறுவதோ, அந்த இன்பமே நிறைநிலை கொண்டது. ஆணவம், வலிமை, செருக்கு, காமம், சினம், இரத்தல் இவற்றை விட்டு தன்னிலையை முற்றழித்து அமைதி கொண்டவன் தானே பிரம்மம் எனத் தக்கவன்.

பிரம்ம நிலை பெற்றோன், பேருவகை உடையோன், துயரற்றோன், விருப்பற்றோன், எல்லா உயிர்களையும் நிகராக நினைப்போன் உயர்ந்ததாகிய பற்றுறுதியை அடைகிறான். இளம்படிவரே, உங்களை அறிந்துகொள்க! ஒரு துளியேனும் துளியினும் துளியேனும் ஐயமோ விலக்கமோ கொண்டிருந்தால் இங்கு நீங்கள் நின்றுவிடலாம்.

சுகர் மேலும் முன்னகர அவர் முன் புழுதிமண்ணில் சிறுகுழவி என வலக்கால் கட்டைவிரலை வாயில் வைத்துச் சுவைத்தபடி புன்னகையில் வாய்நீர் வழிய கைகால்கள் அலைததும்ப கரியோன் கிடந்தார். அக்குழவியும் சுகர் விழிகளில் படவில்லை. அப்பால் அடி எடுத்து வைத்தபோது அப்பூழியில் ஒரு நீலச் சிறுமணிப்பரல் என விண்வடிவோன் கிடந்தார். நடந்த சுகரின் கால்களில் ஒட்டிக்கொண்டார்.

அத்ரிகிரியின் தாமரைப்பீடத்தில் ஏறுவதற்கு முன் சுகர் இயல்பாக ஒருகாலில் மறுகாலைத் தட்டி பாதப்பொடியை முற்றுதறியபோது பெருமாள் உதிர்ந்து விழுந்தார். சுகர் மலைமுடி மேல் ஏறிநின்று கைகளைக் கூப்பியபோது படைத்தோன் காப்போன் அழிப்போன் என மும்முகம் கொண்டெழுந்தது உரு. அக்கணமே அழிந்து வெளியென நின்றது அரு. “எல்லா அறங்களையும் விட்டு விட்டு என்னையே அடைக்கலம் கொள்க!” என விண்பெருக்குகள் முழங்கின.

இளைய யாதவர் முன் தன் மெய்யுருவில் எழுந்த யமன் “யாதவரே, நான் தென்றிசைத்தேவன். என் ஐயமொன்றைத் தீர்க்கும்பொருட்டு இவ்வண்ணம் வடிவுகள் கொண்டு இங்கு அணைந்தேன்” என்றார். இளைய யாதவர் “ஆம், நான் அறிவேன்” என்றார். யமன் “எப்போது அறிந்தீர்கள்? நான் முதலில் அங்கநாட்டரசனாக வந்தபோதிருந்தா?” என்றார். “இல்லை, சற்றுமுன் நிகழ்ந்த கனவில் நான் என் இவ்வெல்லைகளைக் கடந்து அதுவென்றிருந்தபோது” என்றார் இளைய யாதவர்.

“என் ஐயம் திரேதாயுகத்தில் ராகவராமன் விண்புகுந்தபோது எழுந்தது” என்று யமன் சொன்னார். “அவர் சரயுவில் மூழ்கி மறைந்த கதையை அறிந்திருப்பீர்கள்...” இளைய யாதவர் “ஆம்” என்றார். யமன் சொல்லிமுடித்து “நான் கேட்கவிருந்த வினா மிக எளிது. அதை ஏன் இக்கணம் வரை கேட்கவில்லை என என் உள்ளம் வியப்புகொள்கிறது” என்றார். “அதற்கான விடையும் மிக எளிதே. ஆனால் அவ்விடையைத்

தாங்கும் தெளிவு இல்லாவிடில் அதனால் பயனில்லை. ஆகவேதான் இதுவரை சொல்லுசாவினீர்" என்று இளைய யாதவர் சொன்னார்.

யமன் "யாதவரே, மாயைத் தெய்வங்களும் கடத்தற்கரியதா?" என்றார். இளைய யாதவர் "ஆம், ஏனென்றால் அதுவும் தெய்வமே" என்றார். யமன் வியப்புடன் நோக்க "காலவடிவரே, மாயையால்தான் பிரம்மம் தன்னை நோக்கிக்கொள்ள முடியும். மாயை எனத் தன்னைப் பகுத்து, மாயையைக் கொண்டு தன்னை அளவிட்டு, மாயையால் தனக்கு இயல்புகள் சமைத்து, அதுவே தானென்று ஆகி மாயையை அழித்து தான் மறைந்து, தானென்று உணர்ந்து மீண்டும் பிறந்தெழுந்து முடிவிலாது விளையாடுகிறது பிரம்மம். ஆடிப்பாவை கண்டு மகிழ்ந்தாடும் அறியாச் சிறுகுழவி அது" என்று இளைய யாதவர் சொன்னார்.

"மழையென்று பொழிகையில், நதியென்று பெருகுகையில், கடலென்று தன்னை அறிவதில்லை நீர். கடல்நாடும் விசையே தன் வழியனைத்தையும் வகுத்தது என்று கடலென்றான பின்னரே உணர்கிறது" என்று இளைய யாதவர் சொன்னார். "கடல்களெல்லாம் பெருங்கடலுள் சிறுதுளியே என உணர்கையிலேயே அலைகளை அறியத் தொடங்குகிறோம்."

யமன் தன்னுள் எழுந்த இறுதி வினாவை சொல்லாக்குவதற்குள் இளைய யாதவர் அதை அறிந்தார். அவர் விழிகளிலிருந்து அவ்விடையை யமன் அறிந்தார். யமன் வெடித்துச் சிரிக்கத் தொடங்க இளைய யாதவரும் அச்சிரிப்பில் கலந்துகொண்டார். இருவரும் மேலும் மேலுமென சிரிப்பு பொங்கியெழ எண்ணி எண்ணி நகைத்தனர். நெஞ்சும் வயிறும் வலிக்க ஓய்ந்து மீண்டும் நகைக்கத் தொடங்கினர்.

மூச்சுவாங்க, விழிநீர் வழிய "போதும், யாதவரே" என்று யமன் கைகாட்டினார். "இனி என்னால் முடியாது. என் உள்ளம் முற்றாக சிதறிப்போய்விடக்கூடும். மீளவே முடியாமலாகிவிடும்." இளைய யாதவர் புன்னகையாகத் தணிந்து "சென்றுவருக, மாகாலரே!" என்றார். யமன் கைகூப்பி எழுந்து விடைகொண்டார்.

நைமிஷாரண்யத்தில் இருந்து கரிய ஒளியசைவென யமன் மீண்டு வந்தார். அவர் முகம் புன்னகையால் பொலிவுற்றிருந்தது. அவரைக் காத்து நின்றிருந்த யமி ஓடி அருகணைந்து "மூத்தவரே, நீங்கள் மூன்று முதன்மைத்தெய்வங்களுக்கு நிகராக ஒளிகொண்டிருக்கிறீர்கள்" என்றாள். "ஆம், அவர்கள் மட்டுமே அறிந்ததை நான் அறிந்தேன்" என்றார் யமன். அவரைச் சூழ்ந்துகொண்ட காலர்கள் ஆர்ப்பரித்து வாழ்த்தொலி எழுப்பினர்.

கீழ்விண்ணின் ஆழங்களிலிருந்து ஆழங்களுக்கெனச் சென்று தன் நகரை அடைந்த யமன் அதன் மையமென அமைந்த அரண்மனையை

அடைந்தபோது அங்கே அவர் அரசியர் தூமோர்ணை, அப்பிராப்தி, சியாமளை, இரி ஆகியோர், மைந்தர்கள் கஜன், கவாக்ஷன், கவாயன், சரபன், கந்தமாதனன் ஆகியோர் சூழக் காத்து நின்றிருந்தனர். அமைச்சர் காகபுசுண்டர் தலைமையில் நின்றிருந்த யமபுரியினர் வாழ்த்துரை எழுப்பினர். மைந்தர்கள் கால்தொட்டு வணங்கி வாழ்த்து கொண்டனர். துணைவியர் அருகணைய அவர்களை அணைத்து இன்சொல்லுரைத்தார்.

அன்று துணைவியரும் மைந்தரும் அமைச்சரும் சூழ அவையமர்ந்திருந்த போது காகபுசுண்டர் "அரசே, தாங்கள் தேடிய வினாவுக்கு விடைகிடைத்ததா?" என்றார். "ஆம்" என்று மீசையை நீவியபடி புன்னகைத்த யமன் மஞ்சத்தில் சாய்ந்துகொண்டு எண்ணி நெஞ்சு உலைய சிரிக்கலானார். "என்ன நிகழ்ந்தது?" என்று தூமோர்ணை கேட்டாள். "அதை முழுமையாக உனக்குச் சொல்லவியலாது" என்றார் யமன். காகபுசுண்டர் "இறுதியாக நீங்கள் கேட்டது எதைப் பற்றி? அதைமட்டும் சொல்க!" என்றார். யமன் சிரிப்பை நிறுத்தி மூச்சிழுத்தார். பின் "அவருடைய இறுதியைப் பற்றி" என்றார்.

பகுதி 12

இறைப்பாடல்

1

முதற்கதிர்ப்பொழுதில் இளைய பாண்டவனாகிய அர்ஜுனன் நைமிஷாரண்யத்திற்குள் நுழைந்து இளைய யாதவர் தங்கியிருந்த சிறுகுடிலை நோக்கிச் சென்றான். வானம் ஒளிகொண்டிருந்தாலும் நிழல்கள் கூர்கொள்ளத் தொடங்கவில்லை. இலைப்பரப்புகள் அனைத்தும் தளிர்மென்மை காட்டின. சுனைச்சுழிகளும் ஓடைவழிவுகளும் இருண்டே இருந்தன. தலைக்குமேல் பெருநகரங்கள்போல் பறவையோசை நிறைந்திருந்தது. அவன் பாதைக்குக் குறுக்காக நாகம் ஒன்று எடைமிக்க வயிற்றை மெல்ல இழுத்தபடி வால்நெளிய கடந்துசென்றது. புதருக்குள் இருந்து மறுபக்கம் செல்ல எழுந்த ஒரு வெளிமான் அவனைக் கண்டு அஞ்சி உடல்குறுக்கிப் பதுங்கியது.

உபப்பிலாவ்யத்திலிருந்து அவன் நள்ளிரவில் கிளம்பியிருந்தான். நைமிஷாரண்யத்தின் எல்லைவரை புரவியில் வந்தான். அக்காட்டுக்குள் விலங்கிலோ ஊர்தியிலோ செல்லலாகாதென்பதனால் இறங்கி நடக்கத் தொடங்கினான். எதையும் நோக்காதவனாக, தனக்குள் ஆழ்ந்து, முகவாய் மார்பில் படிய தலைதாழ்த்தி அதுவரை அமர்ந்திருந்தவன் நடக்கத் தொடங்கியதும் காலையொளியில் இலைவிரியும் வாகை என ஒவ்வொரு புலனாக விழித்தெழப்பெற்றான்.

காட்டுச்சேவல் ஒன்றின் கூவலோசை அவனை உடல்விதிர்த்து நிற்கச்செய்தது. பதற்றம் கொண்டிருந்த அவன் நரம்புகள் அவ்வோசையை ஓர் ஒளியதிர்வென விழிக்குள் காட்டின. பற்கள் கிட்டித்துக்கொள்ள கைகளைச் சுருட்டி இறுக்கி விழிமல்கி நின்றான். மீண்டும் நடந்தபோது உடற்தசைகள் வெவ்வேறு திசைகளில் இழுபட்டு நிற்க கால்கள் தள்ளாடின. நெடுநாள் துயில்நீப்பின் விளைவான வாய்க்கசப்பும்

உடலோய்ச்சலும் விழியெரிச்சலும் இருந்தன. தலைசுழன்று அவ்வப்போது நின்றும் மீண்டும் உடலை உந்தி நடந்தும் அவன் சென்றான்.

இளைய யாதவரின் குடிலை அடைந்தபோது அது சற்றே திறந்திருப்பதைக் கண்டான். முற்றத்தில் நின்றபடி "யாதவரே! யாதவரே!" என்று அழைத்தான். அவர் காலைநெறிகளுக்காகச் சென்றிருக்கக் கூடுமென்று எண்ணி திரும்பி நோக்கினான். அவர் உள்ளேதான் இருக்கிறார் என்னும் உள்ளுணர்வு அவனிடமிருந்தது. அதை வியந்தபடி படியேறி கதவை மெல்லத் திறந்தான். உள்ளே நுழைந்ததும் அவர் அங்கில்லை என்னும் உணர்வு ஏற்பட்டது. ஆனால் அவர் யோகஅமர்வில் தென்மேற்கு மூலையில் அமர்ந்திருப்பதை விழிகள் உணர்ந்தன.

இளைய யாதவரின் கால்கள் மடிந்து பாதங்கள் தாமரையின் புல்லிகள் எனத் தழைந்திருக்க அல்லிகள் என கைகள் மடிமேல் படிந்திருந்தன. நேர்கொண்ட உடலின் நிகரமைந்த தோள்கள். படிந்த சிறு உதடுகளில் எப்போதுமிருக்கும் புன்னகை இல்லை. மூடிய இமைகளுக்குள் விழிக்குமிழிகள் முற்றிலும் அசைவற்றிருந்தன. இமைமயிர்கள் கருஞ்சிட்டின் இறகுப்பீலிகள்போல பதிந்திருந்தன. நிமிர்ந்த தலையில் குழல்கட்டிலமைந்த விழி மட்டும் நோக்கு கொண்டிருந்தது.

அவன் அவரை நோக்கியபடி சற்றுநேரம் நின்றான். பின்னர் கால்மடித்து அவர் முன் அமர்ந்தான். கைகளைக் கூப்பியபடி "யாதவரே" என்றான். மூன்றாம் முறை அவன் அழைத்தபோது அவர் முகத்தில் மெல்லிய அசைவு தோன்றியது. இமைகளுக்குள் விழிகள் உருண்டன. உதடுகள் விரிந்து பிரிந்தன. விழிதிறந்து அவனை நோக்கியபோது அவர் இவ்வுலகை அறியவில்லை என்று தோன்றியது. "யாதவரே, இது நான். இளைய பாண்டவன், உங்கள் தோழன்" என்றான் அர்ஜுனன்.

அவர் முகத்தில் புன்னகை பரவியது. மடியில் கோக்கப்பட்ட கைகள் பிரிந்து விலகின. பெருமூச்சுடன் "வருக பாண்டவனே, நேற்று உன்னை எண்ணிக்கொண்டிருந்தேன்" என்றார். "எப்போது?" என்று அர்ஜுனன் விழிசுருக்கி கேட்டான். "மூன்றாம் சாமத்தின் தொடக்கத்தில்" என்றார் இளைய யாதவர். "யாதவரே, என்னைப்பற்றி என்ன எண்ணினீர்?" என்று அர்ஜுனன் பரபரப்புடன் கேட்டான். "ஏன்?" என்றார் இளைய யாதவர். "சொல்க..." என்று உணர்வெழுச்சியுடன் அர்ஜுனன் கேட்டான்.

"பெருங்கடலொன்றின் கரையில் நீ சிறுவனென நின்றிருப்பதைப்போல. அலைகளெழுவதைக் கண்டு அஞ்சி அலறியபடி கைவிரித்து என்னை நோக்கி ஓடிவந்தாய்" என்று இளைய யாதவர் சொன்னார். "நான் அப்போது பாண்டுவாக நின்றுகொண்டிருந்தேன். கைகளை விரித்து உன்னை அள்ளி எடுத்து என் நெஞ்சோடணைத்து ஆறுதல் சொன்னேன்.

தோளிலேற்றிக்கொண்டேன். சிரித்தும் தேற்றியும் பேசியபடி கடல்நோக்கிச் சென்றேன். உனது சிறுகால்கள் என் தோளில் கிடந்து துள்ளின. நீ அஞ்சி அலறி என் தலையைப் பிடித்து இழுத்தாய். என் நெற்றியை அறைந்தாய். நான் உன்னை இறக்கி அலைவிளிம்பில் விட்டேன். அலறியபடி திரும்பி என்னைப் பற்றிக்கொண்ட உனது கால்களை அலைவந்து அறைந்தது. நின்று நடுங்கினாய்" என்றார் இளைய யாதவர்.

"மீண்டும் மீண்டும் அலைகள் வந்தன. நான் இன்சொல் கூறிக்கொண்டே இருந்தேன். மெல்ல அலைகளுக்குப் பழகி முகம்மலர்ந்து நோக்கினாய். என் கையை வலக்கையால் பிடித்தபடி அலைகளில் குதித்து விளையாடலானாய். நான் மெல்ல அந்தக் கையைப் பிரித்து உன்னை விட்டுவிட்டு பின்னகர்ந்ததை நீ அறியவில்லை. அலைகளில் உன்னை மறந்து துள்ளிக்குதித்து விழுந்தெழுந்து ஆடிக்கொண்டிருந்தாய்."

அர்ஜுனன் "யாதவரே, அதே பொழுதில்தான் நான் அக்கனவைக் கண்டேன்" என்றான். "சொல்க!" என்றார் இளைய யாதவர். "கனவல்ல, வெளியே பின்னால் நிகழ்வது முன்னரே உள்ளே நிகழ்வது அது. அதில் ஒவ்வொரு மணற்பருவும் ஒவ்வொரு நிழலும் உண்மை. நான் கொண்ட ஒவ்வொரு உணர்வும் மெய்" என்று அர்ஜுனன் சொன்னான். "யாதவரே, நான் குருக்ஷேத்திரத்தில் போர்முனையில் நின்றிருந்தேன்." இளைய யாதவர் விழிகளில் மாறுபாடில்லாமல் "சொல்க!" என்றார்.

களத்தில் நிகழ்வதை நான் தொலைவிலிருந்து நோக்கிக்கொண்டிருந்தேன். அஸ்தினபுரியின் அரசனாகிய துரியோதனன் அணிவகுத்து நின்ற பாண்டவர் படையைப் பார்த்துவிட்டு ஆசிரியராகிய துரோணரிடம் போய் இவ்வாறு சொன்னான். "ஆசிரியரே, துருபதன் மகனும் உம் மாணவனுமாகிய படைத்திறத்தானால் வகுக்கப்பட்ட இப்பெரிய பாண்டவப் படையைப் பாருங்கள். அதில் வீரரும் மாபெரும் வில்லவரும் களத்திறனில் பீமனையும் பார்த்தனையும் நிகர்த்தவருமாகிய பலர் இருக்கிறார்கள்."

யுயுதானன், விராடன், தேர்வலனாகிய துருபதன், திருஷ்டகேது, சேகிதானன், வீரம் செறிந்த காசியரசன், புருஜித், குந்திபோஜன், மானுட ஏறாகிய சைப்யன், வலிமை மிக்க யுதாமன்யு, உத்தமௌஜன், சுபத்திரை மகன், திரௌபதியின் மைந்தர் அனைவருமே பெருந்தேர் விறல் கொண்டவர்கள்.

இருபிறப்பாளர்களில் முதல்வரே, இனி எனது படைக்குத் தலைவராக நம்முள்ளே சிறந்தோரையும் தெரிந்து கொள்க! நீங்கள் உளம்கொள்ள அவர்களைப்பற்றிச் சொல்கிறேன். முதன்மையாக நீங்கள். பின்பு கர்ணன். எதிரிகளை வெல்லும் கிருபர், அஸ்வத்தாமர், விகர்ணர், சோமதத்தரின்

மகன் பூரிசிரவஸ் என பெருவீரர் பலர். என்பொருட்டு வாழ்க்கையைத் துறக்கத் துணிந்தோர், அனைத்து வகை படைக்கலங்களும் அம்புகளும் கொண்டோர், போரில் திறன்மிகுந்தோர்.

ஆயினும் பீஷ்மப் பிதாமகரால் தலைமைகொள்ளப்பட்ட நமது படை போதுமானதாகத் தோன்றவில்லை. பீமனால் தலைமை தாங்கப்படும் அவர்களின் படையோ போருக்குப் போதுமானதாகத் தெரிகிறது. எனவே நீங்கள் அனைவரும் வகுக்கப்பட்டபடி அனைத்து முனைகளிலும் அமைந்து பீஷ்மப் பிதாமகரைக் காத்து நிற்கவேண்டும்.

அதைக் கேட்டு புகழ்மிக்க கௌரவர் குலத்து மூதாதையான துரியோதனனுக்கு மகிழ்ச்சி விளைவிக்குமாறு ஓங்கிய ஓசையில் சிம்மமுழக்கம் புரிந்து தன் சங்கை ஊதினார். அப்பால் சங்குகளும், பேரிகைகளும், தம்பட்டங்களும், பறைகளும், கொம்புகளும் எழுந்து சேர்ந்தொலிக்க அது பேரோசையாயிற்று.

பின்பு வெள்ளைக் குதிரைகள் பூட்டிய பெருந்தேரில் நின்ற நீங்களும் நானும் நமது சங்குகளை ஊதினோம். நீங்கள் பாஞ்சஜன்யத்தை முழக்க நான் தேவதத்தத்தை ஒலித்தேன். பகைவர் அஞ்சும் போர்ச்செயல்கொண்ட ஓநாய் வயிற்றனாகிய பீமசேனர் பௌண்ட்ரம் என்ற பெருஞ்சங்கை ஊதினார். குந்தியின் முதல் மைந்தராகிய யுதிஷ்டிரர் அனந்தவிஜயம் என்ற சங்கையும், இளையோரான நகுலனும் சகதேவனும் சுகோஷம், மணிபுஷ்பகம் என்று பெயர்கொண்ட தங்கள் சங்குகளையும் ஊதினர்.

வில்லோரில் சிறந்த காசியரசனும், தேர்த்திறல் சிகண்டியும், திருஷ்டத்யும்னனும், விராடரும், வெல்லப்படாத சாத்யகியும், துருபதனும், துரோபதை மக்களும், பெருந்தோளுடையவனாகிய சுபத்திரை மகனும் தனித்தனியே தத்தம் சங்குகளை ஒலித்தனர். அந்தப் பெருமுழக்கம் வானையும் மண்ணையும் உடனொலிக்கச் செய்வதாய், திருதராஷ்டிரரின் தரப்பினரின் நெஞ்சுகளைப் பிளந்தது.

பின்னர் அம்புகள் பறக்கத் தலைப்பட்டன. அப்போது குரங்குக் கொடி பறந்த தேரில் எழுந்து நான் திருதராஷ்டிரக் கூட்டத்தாரை விழியோட்டி நோக்கியபின் வில்லை ஏந்திக்கொண்டு உம்மை நோக்கிச் சொன்னேன் "அச்சுதா, படைகளிரண்டுக்கும் நடுவே என் தேரைக் கொண்டு நிறுத்துக! போரை விரும்பி நிற்கும் இவர்களை நான் பார்க்க வேண்டும். இந்தப் போர்முனையில் என்னோடு போர் செய்யப்போகிறவர்கள் யார் யார்? கெடுமதியன் துரியோதனனுக்கு உதவியாக இங்கு போர்செய்யத் திரண்டு நிற்போரை நான் முழுமையாகக் காண வேண்டும்."

இவ்வாறு நான் உரைக்கக் கேட்ட நீங்கள் வல்லமைகொண்ட அத்தேரை இரண்டு படைகளுக்குமிடையே கொண்டு நிறுத்தினீர்கள். பீஷ்மருக்கும் துரோணருக்கும் மற்றெல்லா வேந்தருக்கும் எதிரே தேரை நிறுத்திக்கொண்டு "பார்த்தா! இங்கு கூடி நிற்கும் கௌரவர்களைப் பார்!" என்றீர்கள்.

அங்கு நான் என் தந்தையாரும், பாட்டன்களும், ஆசிரியர்களும், மாதுலரும், மூத்தோரும், இளையோரும், மைந்தரும், பெயர்மைந்தரும், தோழர்களும் நிற்பதைக் கண்டேன். இரு பக்கங்களிலும் படைகள் என மாமன்களும், நண்பர்களும், உறவினர்களும் படைக்கலம்கொண்டு நிற்கக் கண்டு உளம்தளர்ந்தேன். நெஞ்சுதாளா துயருடன் சொன்னேன்.

"கிருஷ்ணா, போர்செய்ய வேண்டி இங்கு திரண்டு நிற்கும் சுற்றத்தார்களைக் கண்டு என் உறுப்புகள் சோர்கின்றன. என் வாய் உலர்கிறது. என் உடல் நடுங்குகிறது. மயிர் சிலிர்க்கிறது. காண்டீபம் கையிலிருந்து நழுவுகிறது. உடம்பில் பதற்றம் உண்டாகிறது. என்னால் நிற்க முடியவில்லை. என் உளம் சுழல்கிறது. கேசவா, தீய நிமித்தங்களைக் காண்கிறேன். போரில் சுற்றத்தார்களைக் கொல்வது நன்று என எனக்குத் தோன்றவில்லை."

யாதவரே, நான் வெற்றியை விரும்புகிலேன். அரசையும் இன்பங்களையும் வேண்டேன். கோவிந்தா, நமக்கு அரசால் ஆவதென்ன? இன்பங்களாலோ வாழ்க்கையாலோ என்ன பயன்? நாம் எவர்பொருட்டு அரசையும் களியாட்டுகளையும் இன்பங்களையும் விரும்புகிறோமோ, அவர்களே தங்கள் உயிரையும் செல்வங்களையும் துறக்க ஒருங்கி வந்து நிற்கிறார்கள்.

நோக்குக! ஆசிரியர்களும், தந்தையரும், மைந்தரும், பாட்டன்களும், மாதுலரும், மாமன்களும், பேரரும், மைத்துனரும், குலம்பரிமாறியவர்களும் இங்குள்ளனர். நான் கொல்லப்படினும் இவர்களைக் கொல்ல விரும்பமாட்டேன். மூவுலகின் ஆட்சி பெறுதற்கெனினும் இதைச் செய்யமாட்டேன். வெறும் மண்ணின்பொருட்டுச் செய்வனோ?

இந்த திருதராஷ்டிரக் கூட்டத்தாரைக் கொன்று நாம் என்ன இன்பத்தை அடையப்போகிறோம்? இந்தப் பாதகரைக் கொல்வதனால் நம்மைப் பழியே சாரும். குருதிச்சுற்றத்தாராகிய திருதராஷ்டிரர் குடியினரைக் கொல்வது நமக்குத் தகாது. உறவினரைக் கொன்றபின் நாம் இன்புற்றிருப்பதெப்படி? பெருவிழைவால் அறிவிழந்த இவர்கள் குலத்தை அழிப்பதில் விளையும் தீங்கையும் நண்பருக்கு வஞ்சம் செய்வதன் பழியையும் காண்கிலராயினும் குலப்பேரழிவால் ஏற்படும் தீங்கை உணர்ந்த நாம் இதிலிருந்து விலகும் வழியறியாதிருப்பதென்ன?

குலமழிகையில் என்றுமுள்ள குலஅறங்கள் அழிகின்றன. அறம் அழிவதனால் குலமுழுவதையும் மறம் சூழ்கிறதல்லவா? கிருஷ்ணா, மறம் சூழ்வதனால் குலப்பெண்டிர் நிலையழிகிறார்கள். விருஷ்ணி குலத் தோன்றலே, பெண்டிர் நிலைகெடுவதனால் வர்ணக் குழப்பமுண்டாகிறது. அக்குழப்பத்தால் குலத்தார்க்கும் அதனை அழித்தார்க்கும் கீழ்உலகம் அமைகிறது. மூதாதையர் அன்னமும் நீருமின்றி வீழ்ச்சி பெறுகிறார்கள். வர்ணக் குழப்பமுண்டாகும்படி குலக்கேடர் செய்யும் இக்குற்றங்களால் பிறவிநெறிகளும் தொன்றுதொட்டுள்ள குலமுறைமைகளும் இல்லாமலாகிவிடுகின்றன. குலநெறிகள் இல்லாமலான மானுடருக்கு எக்காலும் இருளுலகில்தான் இடம் என்று கேள்விப்படுகிறோம்.

அரசஇன்பத்தை விழைந்து சுற்றத்தாரைக் கொல்ல முற்படும் நாம் பெரும்பிழை செய்யத் தலைப்பட்டோம்! கையில் படைக்கலம் இல்லாமல், எதிர்க்காமல் நிற்கும் என்னை இந்தத் திருதராஷ்டிரக் கூட்டத்தார் படைக்கலம் ஏந்திப் போரில் கொன்றுவிடினும் அது எனக்குப் பெரிய நன்மையே ஆகும்.

அர்ஜுனன் காய்ச்சல் கண்ட விழிகளுடன் "தோழரே, களமுனையில் இவ்வாறு சொல்லி அம்புகளையும் வில்லையும் எறிந்துவிட்டு துயரில் மூழ்கிய உளத்தனாய் தேர்ப்பீடத்தின்மேல் அமர்ந்து கொண்டேன்" என்றான்.

"அக்கணம் விழித்துக்கொண்டேன். என் உடல் வியர்வையில் குளிர்ந்து நடுங்கிக்கொண்டிருந்தது. கோட்டைமுகப்பில் காவல்மாடத்தின் உச்சியில் படுத்திருந்தேன். கீழே புதிய படை ஒன்று நகரணைந்ததன் ஓசை. மிக அப்பால் காற்றில் காடு முழங்கிக்கொண்டிருந்தது. என் விழிகளிலிருந்து நீர் வழிவதை உணர்ந்தேன். எழுந்து அமர எண்ணினேன். ஆனால் உடற்தசைகளை அசைக்க முடியவில்லை. நான் முன்னரே இறந்துவிட்டேன் என எண்ணினேன். இல்லை, இதோ இருக்கிறேன் என்று பிறிதொரு நெஞ்சு சொன்னது.

"யாதவரே, அப்போது ஒரு பறவை இருளுக்குள் கிருஷ்ணா என கூவியபடி கடந்து சென்றது. என் உடல் மெய்ப்புகொண்டது. எழுந்தமர்ந்து கைகூப்பினேன். மேலாடையை அணிந்துகொண்டு அருகிருந்த கலத்திலிருந்து நீரள்ளி அருந்தினேன். அங்கிருந்தே கிளம்பி உங்களைப் பார்க்க வந்தேன்" என்றான் அர்ஜுனன்.

இளைய யாதவர் கைநீட்டி அர்ஜுனனின் தோளைத் தொட்டார். அக்கணம் எழுந்த கனவொன்றுக்குள் அவர்கள் இருவரும் நுழைந்தனர். அவர்களுக்கு முன் இரு பக்கமும் பெரும்படை நிறைந்து அலையொலித்து சூழ்ந்திருந்தது. தேர்த்தட்டில் வில்லை விட்டுவிட்டு

அமர்ந்து தன்னிரக்கம் மிகுந்து நீர் நிரம்பிய விழிகளுடன் வருந்திய அர்ஜுனனை நோக்கி தேர்முகப்பில் கடிவாளங்களைப் பற்றிக்கொண்டு அமர்ந்திருந்த இளைய யாதவர் சொன்னார். "என்னை உன் தோழன் என்றும் ஆசிரியன் என்றும் கொள்க! அர்ஜுனா, இத்தருணத்தில் உன் முன் எழுந்த நானே புவிபடைத்துக் காத்து அழிக்கும் பரம்பொருள்." அர்ஜுனன் கைகூப்பி "ஆம், அவ்வாறே கொள்கிறேன். இப்போது மெய்யென இலங்கும் முதற்பொருளின் சொல் அன்றி எதிலும் என் உள்ளம் நிறைவுகொள்ளாது" என்றான்.

இளைய யாதவர் சொன்னார். பார்த்தா, இந்த இக்கட்டுநிலையில் இவ்வுளச் சோர்வை எங்கிருந்து பெற்றாய்? இது ஆரியருக்குத் தகாது. வானுலகைத் தடுப்பது, இகழ்வு தருவது. வில்லவனே, ஆணிலிபோல் பேசவேண்டாம். இது உனக்குப் பொருந்தாது. இழிவுகொண்ட இவ்வுளத் தளர்ச்சியை நீக்கி எழுந்து நில். நீ பகைவரை வெல்லும் விறலோன்.

அர்ஜுனன் சொன்னான். யாதவரே, பீஷ்மரையும் துரோணரையும் போரில் அம்புகளால் எப்படி எதிர்ப்பேன்? இவர்கள் தொழுதற்குரியவர். நீர் பகைவரை முற்றழிப்பவர். நீர் அறியாதது அல்ல, பெரியோராகிய ஆசிரியர்களைக் கொல்வதைவிட இப்புவியில் பிச்சையெடுத்துண்பதும் நன்று. பொருள் நச்சி போருக்கெழுந்த ஆசிரியர்களைக் கொன்று நாம் துய்க்கும் இன்பங்கள் குருதிபடிந்தவை அல்லவா?

நாம் இவர்களை வெல்லுதல், இவர்கள் நம்மை வெல்லுதல் இவற்றுள் எது நமக்கு மேன்மையென்பது விளங்கவில்லை. எவரைக் கொன்றபின் நாம் உயிர்கொண்டு வாழ விரும்போமோ, அத்தகைய திருதராஷ்டிரர் கொடிவழியினர் இதோ போர்முனையில் வந்து நிற்கிறார்கள். உளம்குழம்பி சிறுமைகொண்டு இயல்பழிந்து அறமும் மறமும் அறியாது அறிவு மயங்கி உம்மை கேட்கிறேன். எது நன்றென்பதை எனக்குச் சொல்க.

நான் உமது மாணவன். உம்மையே அடைக்கலமெனப் புகுந்தேன். சொல் தருக. மண்மேல் நிகரில்லா செல்வமுடைய அரசு பெறினும், அன்றி வானோர்மிசை ஆட்சி பெறினும் புலன்களை அழிக்கும் இயல்புடைய இந்தத் துயர் என்னை விட்டு நீங்குமென்று தோன்றவில்லை. நான் இனி வில்லெடுத்துப் போர்புரியப் போவதில்லை.

கிருஷ்ணன் புன்னகை பூத்து, முரண்கொண்டு எழுந்த இரண்டு விரிவுகளுக்கும் நடுவே துயருற்று அமைந்த பார்த்தனை நோக்கிச் சொன்னார். துயர்படத் தகாதார் பொருட்டு துயர்படுகின்றாய். மெய்யறிந்தோரின் சொற்களும் உரைக்கின்றாய்! இறந்தார்க்கும் இருந்தார்க்கும் துயர்கொள்ளார் அறிஞர்.

இதன் முன் எக்காலத்திலும் நான் இல்லாதிருந்ததில்லை. நீயும் இங்குள்ள வேந்தர் யாவரும் அப்படியே. இனி நாம் என்றைக்கும் இல்லாமற்போகவும் மாட்டோம். உயிருக்கு இவ்வுடலில் எங்ஙனம் பிள்ளைப் பருவமும், இளமையும், மூப்பும் தோன்றுகின்றனவோ அங்ஙனமே மற்றொரு உடலும் தோன்றுகிறது. துணிவுளோன் அதில் கலங்கமாட்டான்.

குந்தியின் மகனே, தண்மையும் வெம்மையும், இன்பமும் துன்பமும் தரும் இயற்கையின் தொடுகைகள். தோன்றி மறையும் இயல்புடையன. என்றுமிருப்பனவல்ல. அவற்றைப் பொறுத்துக் கொள்க. இவற்றால் துயர்படாதவன், துயரும் உவகையும் நிகரெனக் கொள்பவன் சாவைக் கடந்தவன்.

இல்லாதது உண்மையாகாது. உள்ளது இல்லாததாகாது. உண்மையறிவார் இவ்விரண்டுக்குமுள்ள வேற்றுமை உணர்வார். இவ்வுலகம் முழுவதிலும் பரந்து நிற்கும் பொருள் அழிவற்றது என்றறிக. இது கேடற்றது; இதனை அழித்தல் யார்க்கும் இயலாது. ஆத்மா என்றுமுளன். அழிவற்றான். அளவிடற்கரியன். எனினும் அவனுடைய வடிவங்கள் இறுதியுடையன என்பர். ஆதலால் அர்ஜுனா, போர் செய்க.

இவன் கொல்வானென்று நினைப்போனும் கொல்லப்படுவானென்று நினைப்போனும் இருவரும் ஏதுமறியாதார். இவன் கொல்வதுமில்லை, கொலையுண்பதுமில்லை. இவன் பிறப்பதுமில்லை, எக்காலத்திலும் இறப்பதுமில்லை. இவன் ஒருமுறை இருந்து பின்னர் இல்லாது போவதுமில்லை. இவன் பிறப்பற்றான். நிலையானவன். என்றும் திகழ்வோன். பழையோன். உடல் கொல்லப்படுகையில் இவன் கொல்லப்படான்.

இது அழிவற்றது, பிறப்பற்றது, என்றுமுளது என்று உணர்பவன் கொல்வது யாரை? அவன் கொல்விப்பது யாரை? நைந்த ஆடைகளைக் கழற்றி எறிந்துவிட்டு மனிதர் புதிய துணிகள் அணிவதுபோல, ஆத்மா நைந்த உடல்களைக் களைந்து புதியனவற்றை கொள்கிறது.

இவனைப் படைக்கலங்கள் வெட்டா. தீ எரிக்காது. நீர் இவனை நனைக்காது. காற்று உலர்த்தாது. பிளத்தற்கரியவன்; எரித்தற்கும், நனைத்தற்கும், உலர்த்துதற்கும் அரியவன்; அழிவற்றவன்; எங்கும் நிறைந்தவன்; உறுதியுடையான்; அசையாதான்; என்றும் இருப்பவன். தெளிதற்கு அரியவன்; எண்ணற்கு ஆற்றான்; மாறுதலில்லாதான். இவனை இங்ஙனம் அறிந்து துயர் ஒழிக.

நீ இவனை என்றும் பிறந்து என்றும் மடிவான் என்று கருதினால்கூட இவன் பொருட்டுத் துயருறல் தகாது. பிறந்தவன் மாள்வது உறுதியெனில்,

மாண்டோர் பிறப்பது உறுதியெனில், இந்த விலக்கொணா நெறிக்கு நீ துயர்கொண்டு பயனென்ன? உயிர்களின் தொடக்கம் தெளிவில்லை. நடுவாழ்வோ இடர் மிக்கது. இறுதியும் அறிதற்கரியது. இதில் துயர்படுவதென்ன?

இந்த ஆத்மாவை வியப்பெனக் காண்கிறார், வியப்பெனச் சொல்கிறார், பெருவியப்பெனக் கேட்கிறார். இதனை அறிபவர் எவருமிலர். அனைவர் உடலிலும் உள்ள இந்த ஆத்மா கொல்லப்பட முடியாதவன். ஆகவே நீ எந்த உயிரின் பொருட்டும் வருந்துதல் வேண்டா!

தன்னறம் எண்ணினாலும் நீ நடுங்குதல் ஒவ்வாது. அறப்போரைக் காட்டிலும் உயர்ந்ததொரு நன்மை அரசர்க்கில்லை. தானே வந்தெய்துவது, திறந்து கிடக்கும் பொன்னுலக வாயில் போன்றது இத்தருணம். இத்தகைய போர் கிடைக்கப் பெறும் மன்னர் இன்பங்களை அடைவார்.

நீ இந்த அறப்போரை நடத்தாமல் விடுவாயானால், அதனால் தன்னறத்தையும் புகழையும் கொன்று பழியையே அடைவாய். உலகத்தார் உன்னை வசைபாடுவர். புகழ் கொண்டோன் பின்னர் எய்தும் இகழ்ச்சி இறப்பினும் கொடிதல்லவா? நீ அச்சத்தால் போரைவிட்டு விலகியதாக பெருந்தேர் வீரர்கள் கருதுவார்கள். அவர்களுடைய நன்மதிப்பைப் பெற்ற நீ இதனால் சிறுமையடைவாய். உன்னை விரும்பாதார் சொல்லத் தகாதன சொல்வார்கள். உன் திறமையைப் பழிப்பார்கள். இதைக் காட்டிலும் துன்பம் எது?

கொல்லப்படின் விண்ணுலகு எய்துவாய். வென்றால் புவி ஆள்வாய். ஆதலால் போர்புரியத் துணிக! இன்பம், துன்பம், இழப்பு, பேறு, வெற்றி, தோல்வி இவற்றை நிகரெனக் கொண்டு, நீ போருக்கு எழுக! இவ்வண்ணம் புரிந்தால் பழி கொள்ளமாட்டாய்.

இவை உலகியல் மெய்மையில் எழுந்த சொற்கள். யோகநெறியைச் சொல்கிறேன், கேள். இந்த மெய்மையை அறிந்தவன் செயற்தளைகளைச் சிதறடித்து மீள்வான். இதில் முயற்சிக்கு அழிவில்லை. இது வரம்பு மீறிய செய்கையுமன்று. இந்த நெறியில் சற்றே அடைந்தாலும் அது பேரச்சத்தினின்று காக்கும்.

உறுதியுடைய சித்தம் ஒருமையுடையது. உறுதியில்லாதோரின் அறிவு கிளைவிரிவது, கட்டற்றது. வேதங்களின் வெற்றுரையில் மகிழ்வோர் மணமிலா பூக்களைப்போன்ற அணிச்சொற்கள் பேசுகிறார்கள். தமது கொள்கை அன்றி பிற பிழையென்கிறார்கள். இவர்கள் விழைவு கொண்டோர். மாற்றுலக இன்பங்களையே மீட்பெனக் கொண்டோர். பிறப்புக்கும் தொழிலுக்கும் பயன் வேண்டுவோர். இன்பத் திளைப்பையும்

ஆட்சியையும் வேண்டுவோர். பலவகையான சடங்குகளைச் சுட்டிப் பேசுகிறார்கள். இவர்கள் சொல்வதைக் கேட்டு மதிமயங்கி திளைப்பிலும் ஆட்சியிலும் பற்றுகொள்வோரின் அலைகொள்ளும் அறிவு மெய்மையில் நிலைபெறாது.

மூன்று இயல்புகளைக் குறித்து வேதங்கள் பேசுகின்றன. அர்ஜுனா, நீ மூன்று இயல்புகளையும் கடந்தோனாகுக. இருமைகளற்று, மெய்நிலையில் நின்று, இங்கு நிகழ்வனவற்றில் ஈடுபடாமல் தன்னை ஆள்பவன் ஆகுக. பிரம்மத்தை நாடுபவனுக்கு வேதங்கள் பெருவெள்ளம் எழுகையில் சிறுகிணறுகள் போன்றவை.

செயலாற்றவே பணிக்கப்பட்டிருக்கிறாய். அதன் பயன்களின்மேல் உனக்கு ஆணையில்லை. செயல்களின் பயனைக் கருதக்கூடாது. செயலாற்றாமலும் இருக்கலாகாது. யோகத்தில் நின்று, பற்றை நீக்கி, வெற்றி தோல்விகளை நிகரெனக் கொண்டு செயலாற்றுக, நடுநிலையே யோகமெனப்படும்.

அறிவுயோகத்தைக் காட்டிலும் செயல்யோகம் தாழ்ந்தது. அறிவை மேற்கொள்க. பயன்கருதுவோர் அளியர். அறிவுடையோன் நற்செய்கை தீச்செய்கை இரண்டையும் துறக்கிறான். ஆதலால் நீ யோகத்தில் பொருந்துக. செயல்களில் திறனே யோகமென்பது. அறிவுடையோர் செயற்பயன் துறந்து, பிறவித்தளை நீக்கி, மெய்நிலையை அடைகிறார்கள்.

உன் அறிவு அனைத்து மயக்கங்களையும் கடந்து செல்லுமாயின், கேட்கப்போவது, கேட்கப்பட்டது என்ற இரண்டிலும் உனக்கு துயர் நிகழாது. உனது அறிவு கேள்வியிலே கலக்கமுறாததாய், உறுதிகொண்டு, மெய்யாகும் பெருநிலையில் அசையாது நிற்குமாயின் யோகத்தை அடைவாய்.

அர்ஜுனன் கேட்டான். கேசவா, உறுதிகொண்ட அறிவுடன் மெய் நிலையில் அமைந்தோன் எவ்வாறு பேசுவான்? நிலையறிவு உடையவன் என்ன சொல்வான்? எப்படியிருப்பான்? எதனைஅடைவான்?

கிருஷ்ணன் சொன்னார். ஒருவன் தன் மனதில் எழும் விருப்பங் களனைத்தையும் துறந்து தன்னிலே தான் மகிழ்ச்சி பெறுவானாயின், அப்போது நிலையறிவு கொண்டவன் என்று சொல்லப்படுகிறான். துன்பங்களுக்கு உளம் கொடாதவனாய், இன்பங்களிலே ஆவலற்றவனாய், அச்சமும் சினமும் தவிர்த்தவனாய் அமைந்தவன் நிலைமதி கொண்டவன் எனப்படுகிறான். நல்லதும் அல்லதும் அணுகும்போது உளவீழ்ச்சியற்றவன், ஆவலுறுவதும் பகைப்பதும் இலாதவன், நிலையறிவுகொண்டவன்.

ஆமை தன் உறுப்புகளை உள்ளிழுத்துக்கொள்வதுபோல், திசைதோறும் பரவும் புலனறிதல்களில் இருந்து தன்னை மீட்க வல்லவனின் அறிவே நிலைகொண்டது. சுவைக்கப்படாதபோது உலகின்பங்கள் தாமே விலகிக்கொள்கின்றன. எனினும் அவற்றிடமுள்ள சுவை மறக்கப்படுவதில்லை. முழுமுதன்மையின் இன்மையை அடைந்த பின்னரே அவ்விழைவு மறைகிறது.

குந்தியின் மகனே, முயன்றுபார்க்கும் விவேகம் கொண்டவனின் உள்ளத்தையும் கூட கொந்தளிக்கும் புலன்கள் பற்றியிழுத்துக் கொள்கின்றன. விழைவுகளை அடக்கி என்னை முதற்பொருளெனக் கொண்டு, புலன்களைக் கட்டுப்படுத்தி வைத்திருப்பவனின் அறிவே நிலைகொண்டது.

புலனின்பங்களைக் கருதும்போது அவற்றில் பற்றுதலுண்டாகிறது. பற்றுதலால் விருப்பமுண்டாகிறது. விருப்பத்தால் சினம் பிறக்கிறது. சினத்தால் மயக்கம்; மயக்கத்தால் நினைவு தவறுதல்; நினைவு தவறுதலால் அறிவழிவு. அறிவழிவால் மானுடர் அழிகிறார்கள்.

விழைவையும் வெறுப்பையும் துறந்து ஆத்மாவில் ஆழ்ந்துள்ள புலன்களை கருவியாக்கி புற உலகில் அலையும் அடங்கிய மனமுடையோன் அருளை அடைகிறான். அருள்கொண்டவனுடைய துயரங்கள் அழியும், ஏனெனில் அகத்தெளிவுடையோன் அறிவிலும் உறுதி பெற்றிருப்பான்.

யோகமில்லாதவனுக்கு அறிவில்லை. யோகமில்லாதவனுக்கு உள்ளுணர்வு இல்லை. உள்ளுணர்வு இல்லாதவனுக்கு அமைதி இல்லை. அமைதி இல்லாதவனுக்கு இன்பமேது? புலன்கள் விழைவை நாடுகையில் உள்ளமும் உடன் செல்லுமாயின், கடற்தோணியைக் காற்றுபோல் அறிவை அது இழுத்துச்செல்கிறது. ஆகவே விழைவுகளில் இருந்து புலன்களைக் கட்ட வல்லவனின் அறிவே நிலைகொண்டது.

எல்லா உயிர்களுக்கும் இரவில் தன்னைக் கட்டியவன் விழித்திருக்கிறான். மற்ற உயிர்கள் விழித்திருக்கும் நேரமெதுவோ அதுவே அவன் இரவு. கடலில் நீர்ப்பெருக்குகள் வந்துசேர அது மேன்மேலும் நிரம்பியபடியே குன்றா கூடா நிறைநிலை கொண்டிருப்பதுபோலே விருப்பங்கள் தன்னுள்ளே புகும்போது இயல்பவன் அமைதி அடைகிறான். விருப்புகொண்டவன் அதனை அடையான்.

விழைவுகள் அற்றவன், எல்லா பற்றுகளையும் துறந்தவன், எனதென்பது இலாதவன், யானென்று எண்ணாதவன் அமைதி அடைகிறான். இது முதல்முழுமையின் நிலை. இதையடைந்தோன் பிறகு மயங்குவதில்லை. இறுதிக் காலத்திலேனும் இதில் நிலைகொள்வோன், வீடுபேற்றை அடைகிறான்.

2

அர்ஜுனன் கிருஷ்ணனிடம் கேட்டான். அறிவு செயலைவிட மேலானது என்று நீர் எண்ணினால் இரக்கமற்ற இச்செயலுக்கு என்னை ஏன் தூண்டுகிறீர்? சிக்கலான சொற்றொடர்களால் எனது அறிவு மயங்குகிறது. எதன் வழியாக நான் சிறப்படைவேனோ அந்த ஒன்றை மட்டும் எனக்குக் கூறுக!

கிருஷ்ணன் கூறினார். பழியற்றவனே, முற்காலம் முதலே இவ்வுலகில் உலகியலாருக்கு ஞானயோகமும் யோகிகளுக்கு செயல்யோகமும் என இருவகைப்பட்ட முறைகளை நான் கூறியிருக்கிறேன்.

முதலோன் செயல்களைத் தொடங்காமலிருப்பதனால் செயலின்மையை அடைவதில்லை, துறப்பதனால் வீடுபேறு பெறுவதுமில்லை. பிறந்தவர் எவரும் கணமேனும் செயலாற்றாமல் இருப்பதில்லை. ஏனென்றால் இயற்கையான இயல்புகளால் கட்டப்பட்டு அனைவருமே செயலாற்றிக்கொண்டிருக்கிறார்கள்.

அர்ஜுனா, செயற்புலன்களை அடக்கி, உள்ளத்தால் புலன்நாட்டங்களை நிகழ்த்திக்கொண்டிருப்பவன் அறிவிலி, பொய்யில் உழல்பவன். புலன்களை உள்ளத்தால் வென்று புலன்களைக் கொண்டு செயல்யோகத்தை ஆற்றுபவனே சிறப்படைகிறான்.

உனக்கான செயலைச் செய்க! ஏனென்றால் செயலின்மையைவிடவும் செயல் மேன்மை உடையது. செயலின்மை கொண்டாயென்றால் உடலைப் பேணவே இயலாதவனாவாய்.

வேள்வியென ஆற்றப்படும் செயல்கள் தவிர்த்த பிறவற்றால் இவ்வுலகம் செயற்சுழலில் சிக்கியிருக்கிறது. ஆகவே குந்தியின் மகனே, அவ்வாறான

செயலைப் பற்றில்லாது செய்க! படைப்பிறைவன் முதல்நாளில் வேள்வியுடன் தன் மக்களைப் படைத்து இந்த வேள்வியால் நீங்கள் பெருகுவீர்களாக, இது உங்களுக்கு விரும்பியதை அளிக்கும் விண்பசு என அமைவதாக என்று அருளினார்.

இந்த வேள்வியால் தேவர்கள் பெருகுக! அத்தேவர்கள் உங்களைப் பெருகச் செய்க! ஒருவரை ஒருவர் பெருக வைத்து முழுமையான சிறப்புகளை அடைவீராக! வேள்வியால் பெருகிய தேவர்கள் உங்களுக்கு வேண்டும் நலன்களை அளிப்பார்கள். ஆகவே அவர்கள் அளித்த நலன்களை அவர்களுக்கு அளிக்காமல் நுகர்பவன் கள்வனேயாவான்.

வேள்வி மீதத்தை உண்ணும் சான்றோர் எல்லா பழிகளிலிருந்தும் விடுதலை அடைகிறார்கள். ஆனால் எவர் தங்களுக்காக மட்டும் சமைத்துக்கொள்கிறார்களோ அந்தப் பழிகொண்டோர் அந்தப் பழியையே உண்ணுகிறார்கள். அன்னத்திலிருந்து உயிர்கள் உருவாகின்றன. மழையிலிருந்து அன்னம் உருவாகிறது. வேள்வியால் மழை உருவாகிறது. வேள்வியோ செயல்களால் உருவாகிறது. செயல் பிரம்மாவிலிருந்து உருவாகிறது. பிரம்மா சொல்லில் இருந்து உருவானவர் என்று அறிக! ஆகவே எங்கும்நிறை பரம்பொருள் என்றும் வேள்வியில் உறைகிறது.

சுழலும் இந்த வட்டத்தை இவ்வுலகில் பின்பற்றி ஒழுகாதோன் பழிசூழ் வாழ்க்கையுடையவன். புலன்களிலே களித்திருப்பவன். பார்த்தா, அவன் வாழ்க்கை வெறும் மயக்கம். ஆத்மாவை விரும்பி, ஆத்மாவில் நிறைவுகொண்டு, ஆத்மாவில் மகிழ்ந்திருக்கும் மானுடன் செய்ய வேண்டியதென ஏதுமில்லை. இவ்வுலகில் அவனுக்கு செயலால் எப்பயனுமில்லை. செயலாற்றாவிடினும் எந்த இழப்புமில்லை. அவன் எந்த நலனுக்காகவும் இந்த உலகிலுள்ள எதையும் நம்பியிருப்பதில்லை. ஆகவே பற்றற்றவனாக, செய்யவேண்டிய செயல்களை சிறப்புறச் செய்க! ஏனென்றால் பற்றற்று செயலாற்றும் புருஷன் முதல்முழுமையை அடைகிறான்.

ஜனகன் முதலானோர் செயலாற்றுவதன் வழியாகவே உயர்ந்த பேற்றை அடைந்தனர். உலகப் போக்கை கவனித்தாலும்கூட நீ செயலாற்ற வேண்டியவனே. மேலோன் எதை கடைப்பிடிக்கிறானோ அதைப் பிறரும் செய்கிறார்கள். அவன் எதை அடிப்படையாகக் கொள்கிறானோ அதையே உலகமும் ஏற்றுக்கொள்கிறது. பார்த்தா, மூன்றுலகத்திலும் எனக்கு எக்கடமையுமில்லை. நான் பெற்றிராத பேறுமில்லை. எனினும் நான் செயலில் ஈடுபட்டுக்கொண்டே இருக்கிறேன்.

ஏனென்றால் நான் எப்போதாவது ஊக்கமற்றவனாக செயலில் ஈடுபடாமலிருந்தால் உலகமும் எல்லா வகையிலும் என் வழியைப்

பின்தொடரக் கூடும். நான் செயலாற்றவில்லை என்றால் இந்த உலகங்கள் அழியும். எல்லைகள் மயங்கச்செய்து உயிர்க்குலத்தை அழிப்பவனாக ஆகிவிடுவேன். அறிவற்றவர் செயலில் பற்றுள்ளவராக செயலாற்றுவதுபோல அறிவுள்ளவன் பற்றற்று உலக நன்மை கருதி செயலாற்ற வேண்டும்.

அறிவுடையவன் செயலில் பற்றுடன் ஈடுபட்டுக்கொண்டிருக்கும் அறிவிலாதோரிடம் அறிவுக் குழப்பத்தை உருவாக்கலாகாது. உளத்தெளிவு கொண்டவன் அனைத்தையும் சிறப்புற ஆற்றி செய்விக்கவும் வேண்டும்.

இயற்கையின் மூவியல்புகளால்தான் எல்லா வகையான செயல்களும் நிகழ்கின்றன. ஆணவத்தால் அறிவிழந்தவர்கள் அவற்றை தாங்கள் செய்வதாக எண்ணிக்கொள்கிறார்கள். வலிமையான தோள் கொண்டவனே இயல்பு, செயல் என்னும் பிரிவினையின் இயல்பறிந்தவன். இயல்புகள் இயல்புகளில் உறைகின்றன என்று அறிந்து செயல்களில் பற்று கொள்வதில்லை.

இயற்கையின் இயல்புகளைப் பொருத்தவரை அறிவிலிகள் இயல்புகள் செயல்கள் ஆகியவற்றை ஒட்டி நிகழ்வனவற்றில் விருப்புவெறுப்பு கொள்கிறார்கள். தத்துவ ஞானமில்லாத அந்த எளியோரை அறிவுடையவன் அறியமுடியாமையில் உழல்விக்கலாகாது. எல்லா செயல்களையும் என்னிடம் ஒப்படைத்துவிட்டு தன்னைப்பற்றிய விழிப்படைந்து பற்றற்று விருப்பற்று துயரம் அறுத்து போர் புரிக!

கூருளம் கொண்டவனாக, பொறையுடையவனாக எனது இந்தத் தரப்பை என்றும் கடைப்பிடிப்பவன் செயற்சுழலில் இருந்து விடுதலையாகிறான். எனது இந்தத் தரப்பை உளம்பொறாது கடைப்பிடிக்காமலிருப்பவன் அறியாமை மிக்கவன், உளத்தெளிவற்றவன். அவன் அழிந்துவிட்டவன் என்று அறிக!

ஞானமுடையவன்கூட தன் இயற்கைக்கு இயையவே நடக்கிறான். உயிர்கள் இயற்கைப்படி இயல்கின்றன. அடக்குதலால் பயன் என்ன? புலன்கள் உலகின்பங்களில் விருப்புவெறுப்புகள் கொண்டுள்ளன. அவ்விரண்டுக்கும் வசப்படலாகாது. அவை வழித்தடைகள்.

சிறப்புற செய்யப்பட்ட பிற அறங்களைவிட நலம் குறைந்தது என்றாலும் தன்னறம் மேலானதே. தன்னறத்தை ஆற்றுகையில் பெறும் இறப்பும் பெருஞ்சிறப்பே. பிற அறங்கள் அச்சமூட்டுபவை.

அர்ஜுனன் கேட்டான். விருஷ்ணி குலத்தில் பிறந்தவனே, என்னுள் உள்ள புருஷன் விரும்பாதிருந்தபோதிலும்கூட எந்தத் தூண்டுதலால் செலுத்தப்பட்டவன்போல பிழை செய்கிறான்?

கிருஷ்ணன் சொன்னார். வெல்லுமியல்பில் தோன்றிய இந்தக் காமமும் சினமும் பேரழிவை கொணர்பவை, பழியில் ஆழ்த்துபவை. அவற்றை உன் எதிரிகள் என்றே அறிக! புகையால் தீயும், அழுக்கால் கண்ணாடியும் மூடப்பட்டிருப்பதுபோல, கருவை கருப்பை மூடியிருப்பதுபோல இது மூடப்பட்டிருக்கிறது.

அர்ஜுனா, நிறைத்துவிட முடியாத அனல் போன்றதும் காம வடிவில் உள்ளதும் ஞானியின் என்றுமுள எதிரியும் ஆன இது உளத்தெளிவை மூடியிருக்கிறது. புலன்களும் உள்ளமும் அறிவும் இதன் உறைவிடம் என்று கூறப்படுகிறது. இவற்றால் ஞானத்தை மூடிவிட்டு உடலானவனை விழைவு கொண்டவனாக்குகிறது. ஆகவே அர்ஜுனா, நீ முதலில் புலன்களை வென்றுவிட்டு அறிவையும் வியனறிவையும் அழிக்கும் இந்தப் பிழையை அறுத்துவிடுக!

புலன்கள் சிறந்தவை என்கிறார்கள். உளம் புலன்களைவிடச் சிறந்தது. அறிவு உள்ளத்தைவிட மேலானது. அறிவைவிட மேலானது அது. இவ்வாறு அறிவைவிட மேலானதை அறிந்து தன்னை தான் நிலைப்படுத்தி வெல்லற்கரிய விழைவெனும் பகையை கொல்வாய்.

கிருஷ்ணன் சொன்னார். இந்த அழிவற்ற யோகத்தை நான் முன்னர் விவஸ்வானுக்கு சொன்னேன். விவஸ்வான் மனுவுக்கு சொன்னான். மனு இக்ஷ்வாகுவுக்கு கூறினான். இவ்வாறு வழிவழியாகக் கிடைத்த இதனை அரசமுனிவர் உணர்ந்திருந்தனர். அந்த யோகம் காலப்பெருக்கால் இவ்வுலகத்தால் இழக்கப்பட்டது. அந்தப் பழைய யோகத்தையே இன்று நான் உனக்கு சொன்னேன், நீ என் அடியவனும் தோழனுமென்பது கருதி. இது மிகவும் அரிய மறைச்சொல்.

அர்ஜுனன் கேட்டான். உம் பிறப்பு பிந்தியது, விவஸ்வானுடைய பிறப்பு மிக முந்தியது. நீர் இதை அன்றே சொன்னவர் என்று நான் தெரிந்துகொள்வது எப்படி?

கிருஷ்ணன் மறுமொழி சொன்னார். அர்ஜுனா, எனக்கு பல பிறப்புகள் கடந்திருக்கின்றன. உனக்கும் அப்படியே. நான் அவற்றை எல்லாம் அறிவேன். நீ அவற்றை அறியமாட்டாய். பிறப்பற்றவன் என்றாலும், அழிவற்றவன் என்றாலும் உயிர்களுக்கெல்லாம் இறைவனே என்றாலும், எனது முதலியற்கையில் அமைந்த என் மாயையால் பிறப்பெய்துகிறேன்.

பாரதா, எப்போதெல்லாம் அறம் அழிந்துபோய் மறம் எழுகிறதோ அப்போதெல்லாம் நான் பிறக்கிறேன். நல்லோரைக் காக்கவும், தீயன செய்வோரை அழிக்கவும், அறத்தை நிலைநிறுத்தவும் நான் யுகம்தோறும் நிகழ்கிறேன்.

எனது இறைவடிவப் பிறப்பும் செய்கையும் இவ்வாறு என்பதை மெய்யாக உணர்வோன் உடலைத் துறந்த பின்னர் மறுபிறப்பு எய்துவதில்லை. அர்ஜுனா! அவன் என்னை எய்துகிறான். விருப்பத்தையும், அச்சத்தையும், சினத்தையும் துறந்தோராய், நானேயாகி, என்னை அடைக்கலம் புகுந்து ஞானத்தவத்தால் தூய்மை பெற்று என்னியல்பு எய்தினோர் பலர். எவர் என்னை எவ்வண்ணம் வேண்டுகிறார்களோ அவர்களை நான் அவ்வண்ணமே சார்கிறேன். பார்த்தா, மனிதர் எங்கும் என் வழியையே பின்பற்றுகிறார்கள்.

தொழில்களில் வெற்றியை விரும்புவோர் இங்கு தேவதைகளை வழிபடுகிறார்கள். உலகில் தொழிலினின்றும் வெற்றி விரைவில் விளைவதல்லவா? இயல்புக்கும் செயலுக்கும் இயல நான் நான்கு வர்ணங்களை சமைத்தேன். செயலற்றவனும் அழிவற்றவனுமாகிய நானே அவற்றை செய்தவன் என்றுணர்க! என்னை செயல்கள் ஒட்டுவதில்லை. எனக்கு செயற்பயனில் விருப்பமில்லை. இவ்வாறு என்னை அறிவோன் செயல்களால் கட்டப்படமாட்டான்.

முற்காலத்தில் வீடுபேற்றை வேண்டினோரும் இதையுணர்ந்து தொழிலே செய்தனர். ஆதலால், முன்னோர்கள் முன்பு செய்தபடி, நீயும் செயல்களை செய்க! எது செயல் எது செயல் அல்ல என்பதில் ஞானிகளும் மயக்கம் எய்துகிறார்கள். ஆதலால் உனக்கு செயலின் இயல்பை உணர்த்துகிறேன். இதை அறிவதனால் தீங்கினின்றும் விடுபடுவாய். செயலின் இயல்பும் தெரியவேண்டும், செயற்கேட்டின் இயல்பும் தெரியவேண்டும், செயலின்மையின் இயல்பும் தெரியவேண்டும். செயலின் நடை மிகவும் ஆழ்ந்தது.

செயலில் செயலின்மையையும், செயலின்மையில் செயலையும் காண்பவனே மனிதரில் அறிவுடையோன். அவன் எது செய்யினும் யோகத்திலிருப்பான். செயல்தொடக்கங்ககளில் விருப்ப நினைவு தவிர்த்தவையாக செயலாற்றுபவனின் செயல்கள் ஞானத் தீயால் எரிக்கப்பட்டவை. அவனை ஞானிகள் அறிவுடையோன் என்கிறார்கள். பயனில் பற்று களைந்தவனாய் எப்போதும் நிறைவுடையோனாக எதனிலும் சார்பற்று நிற்போன் செயல்களை செய்துகொண்டிருக்கையிலும் செயலற்றவனாவான்.

விழைவற்றவனாய், சித்தத்தை ஆத்மாவால் கட்டுப்படுத்தி, எவ்விதக் கொடைகளும் வாங்குவதைத் துறந்து, வெறுமனே உடற்செயல் மட்டும் செய்துகொண்டிருப்போன் பழியடையமாட்டான். தானாக வந்தெய்தும் பெறுகையில் இன்புறுவோனாகி, இருமைகளைக் கடந்து, பொறாமையற்றவனாய் வெற்றியிலும் தோல்வியிலும் நிகர்நிலை

கொண்டவன் செயல் புரிந்தாலும் அதனால் கட்டுப்படுவதில்லை. பற்றுகள் அகன்றவன், விடுதலை கொண்டவன், ஞானத்தில் மதி நிலைக்கப்பெற்றவன், வேள்வியெனக் கருதி செயல் புரிவான் — அவனுடைய வினைகளெல்லாம் தானே நழுவிப் போய்விடுகின்றன.

அளிக்கப்படுவது பிரம்மம், அவியாக்கப்படுவது பிரம்மம், எரிக்கப்படுவது பிரம்மம், அடையப்படுவதும் பிரம்மம். ஆழ்நிலையில் அமைதலும் பிரம்மமே.

சிலர் தேவர்களுக்கு அளிக்கப்படும் வேள்வியை செய்கிறார்கள். சிலர் பிரம்மத்திற்கு வேள்வித்தீயில் வேள்வியையே ஆகுதி செய்துவிடுகிறார்கள். சிலர் செவி முதலிய புலன்களை தவம் எனும் அனலில் ஆகுதி செய்கிறார்கள். சிலர் ஒலி முதலிய நுகர்வுகளை புலன்களெனும் அனலில் ஆகுதியாக்குகிறார்கள். சிலர் எல்லா புலன்நிகழ்வுகளையும் உயிர்நிகழ்வுகளையும் ஞானத்தால் ஒளிகொண்ட தன்னடக்கமெனும் யோகத்தில் ஆகுதியாக்குகிறார்கள்.

சிலர் பொருள்களால் வேள்வி செய்வோர். சிலர் தவத்தால் வேட்போர். அதேபோல யோகத்தால் வேட்போர், நோன்புகளால் வேட்போர் உள்ளனர். சிலர் கற்றறியும் ஞானத்தாலேயே வேள்வி செய்கின்றனர். சிலர் மூச்சொழுக்கை உளம்கூர்ந்து பிராணன் அபானன் எனும் மூச்சுக்களை ஆண்டு அபானத்தில் பிராணனையும் பிராணனில் அபானனையும் ஆகுதிசெய்கின்றனர். வேறு சிலர் நெறிகளை பூண்டு உயிரில் உயிரை ஆகுதி செய்கிறார்கள். இவர்களனைவருமே முறையான வேள்விகளை இயற்றி வேள்வியால் தூய்மையடைந்தவர்களே.

வேள்வியில் எஞ்சிய அமுதை உண்போர் என்றுமுள பிரம்மத்தை அடைகிறார்கள். வேள்வி செய்யாதவர்களுக்கு இவ்வுலகில்லை. அவ்வுலகும். இவ்வண்ணம் பல வேள்விகள் பிரம்மத்தால் சுட்டப்பட்டுள்ளன. அவையெல்லாம் செயலில் தோன்றுவன என்றுணர்க! இவ்வாறு உணர்ந்தால் விடுதலை பெறுவாய். பொருட்களால் செய்யப்படும் வேள்வியைவிட ஞானவேள்வி சிறந்தது.

செயல்கள் ஞானமென்றாகவேண்டும். வணக்கத்தால் செவிசூழ்வதனாலும் தொண்டுசெய்வதனாலும் அதை அறிந்துகொள்க! உண்மையறியும் ஞானிகள் உனக்கு மெய்யை அறிவிப்பார்கள். இதை அறிந்தால் இவ்வகை மயக்கத்தை அடையமாட்டாய். எல்லா உயிர்களையும் எச்சமின்றி என்னுள்ளும் உன்னுள்ளும் காண்பாய். பழிசூழ்ந்தோர் அனைவரைவிட பழிசெய்திருந்தாலும் ஞானத்தின் தோணியேறி அனைத்தையும் கடந்துசெல்வாய்.

விறகிலெரியும் அனல் அதை சாம்பலாக்கிவிடுகிறது. ஞானம் அனைத்து வினைகளையும் எரித்தழிக்கிறது. இவ்வுலகில் ஞானத்தைப்போல் தூய்மைப்படுத்துவது பிறிதில்லை. தக்க தருணத்தில் யோகமென அதை அடைபவன் தன் ஆத்மாவை நிறைவுறச் செய்கிறான். புலன்களை கட்டுப்படுத்தி உளம் குவிப்பவன் ஞானத்தை அடைகிறான். ஞானத்தை அடைந்தபின் அமைதி அடைகிறான்.

அறிவும் உளக்குவிதலும் இன்றி ஐயத்தை இயல்பாகக் கொண்டவன் அழிகிறான். ஐயமுடையானுக்கு இவ்வுலகில்லை. மேலுலகில்லை. இன்பமே இல்லை. யோகத்தால் துறவை அடைந்து ஞானத்தால் ஐயத்தைக் கடந்து தன்னை ஆள்வோனை வினைகள் கட்டுப்படுத்துவதில்லை. ஆகவே நெஞ்சிலிருக்கும் அறியாமையால் தோன்றும் இந்த ஐயத்தை ஞானவாளால் அறுத்து யோகத்தில் நிலைகொள்! எழுந்து நில்!

அர்ஜுனன் கேட்டான். செயல்களைத் துறப்பதையும் துறவு எனும் யோகத்தையும் கலந்து சொல்கிறீர். இவற்றில் எது சிறந்தது என உறுதியாக சொல்க! கிருஷ்ணன் மறுமொழி சொன்னார். துறவு செயல்யோகம் இரண்டுமே உயர்ந்த நலனை அளிப்பவை. செயல்களைத் துறப்பதைவிட செயல்யோகம் மேம்பட்டது. வெறுப்பின்றி விருப்பும் இன்றி செயலாற்றுபவன் என்றும் துறவியே. அவன் இருமை நீங்கி பற்றுகளை விடுத்தவன்.

உலகியலையும் யோகத்தையும் வெவ்வேறென்று சொல்வோர் அறியாதவர். அறிந்தோர் கூறமாட்டார். நிகர்கொண்டு நிலைபெற்றோன் இரண்டின் பயனையும் எய்துகிறான். உலகியலை யோகமென்று ஆற்றுவோர் அடையும் நிலையையே யோகியரும் அடைகிறார்கள். உலகியலையும் யோகத்தையும் ஒன்றெனக் காண்பவன் காட்சியுடையவன்.

ஆனால் யோகமில்லாதவன் துறவை அடைதல் கடினம். யோகத்திலமைந்த படிவர் பிரம்மநிலையை விரைந்து அடைகிறார். தன்னை வென்றோன், புலன்கடந்தோன் தூய்மையடைந்தவன். உயிரனைத்தும் தானே என்றானவன். காண்கினும் கேட்கினும் தொடினும் மோப்பினும் உண்பினும் நடப்பினும் உறங்கினும் உயிர்ப்பினும் உண்மை அறிந்த யோகி நான் எதனையும் செய்வதில்லை என்று நினைக்கவேண்டும். செயலை யோகமெனச் செய்யும் அவன் அதில் ஒட்டுவதில்லை. பேசினாலும் ஒழிந்தாலும் பற்றினாலும் விழித்தாலும் மூடினாலும் புலன்கள் புலனறிதல்களில் செயல்பட்டுக்கொண்டே இருக்கின்றன என்று உணர்ந்து செயல்களையெல்லாம் பிரம்மத்திற்கு அளித்து பற்றறுத்து செயல்புரிபவன் தாமரையிலையில் நீர்த்துளிபோல பழிகளில் ஒட்டுவதில்லை.

யோகிகள் பற்று அறுத்து தன்னை தூய்மை செய்துகொள்ளும்பொருட்டு உடலாலும் அறிவாலும் வெற்றுப் புலன்களாலும் செயல்புரிவர். யோகத்திலமைந்தவன் செயல்பயனைத் துறந்து ஒன்றுவதன் அமைதியை அடைகிறான். யோகத்தில் அமையாதவன் விழைவுகளுக்கு ஆட்பட்டு பயனில் பற்றுகொண்டு தளைப்படுகிறான். நம்மில் வாழும் உடல்கொண்டவன் எதையும் செய்யாமல் செய்யவும் வைக்காமல் ஒன்பதுவாயில் கோட்டையில் எல்லா செயல்களையும் துறந்து இன்புற்றிருக்கிறான்.

செயலுக்குரியவன் எனும் நிலையும் செயல்களும் செயற்பயனும் மானுடருக்கு அளிக்கப்படவில்லை. இயல்புகளே செயல்களாகின்றன. பழிகொண்டோன் நலம்கொண்டோன் என்று எவரையும் ஏற்பதில்லை தெய்வம். அறியாமையால் அறிவு சூழப்பட்டுள்ளது. ஆகவே உயிர்கள் நிலைமயங்குகின்றன. தன்னறிவால் அறிவின்மை அழிக்கப்பட்டவனின் அறிவு கதிரவனைப்போல தன்னொளி கொண்டதாகிறது.

தன்னறிவால் தன் ஆத்மாவைப் பேணி அதிலமைந்து அதை கொள்வோர் அறிவால் மாசுகளைக் கழுவி மீளாப் பதம் அடைகிறார்கள். கல்வியும் அடக்கமும் கொண்ட அந்தணனிடமும், பசுவிடமும், யானையிடமும், நாயிடமும், அதை சமைத்துண்போனிடமும் அறிவுடையோர் நிகர்நோக்கு கொண்டிருப்பர்.

உள்ளம் நிகர்நிலையில் உள்ளவர் இங்கு வாழ்கையிலேயே இயற்கையியல்புகளை வென்றவர். ஏனென்றால் பிரம்மம் மாசற்றது, நிகர்நிலைகொண்டது. ஆகவே அவர்கள் பிரம்மத்திலேயே நிலைகொள்கிறார்கள்.

விரும்பியதைப் பெறுகையில் மகிழாமல், விரும்பாததைப் பெறுகையில் துயர்கொள்ளாமல், நிலையறிவு கொண்டவனாக, மயக்கம் அகன்று, பிரம்மத்தை நாடுபவன் நிலைகொள்கிறான். புறத்தொடுகைகளில் ஆர்வமற்ற மெய்யுசாவி தன்னுள் விளையும் இன்பத்தை பெறுகிறான். அதன்பின் பிரம்மயோகத்தில் அமைந்து குன்றா இன்பத்தை அடைகிறான். புறத்தொடுகையின் இன்பங்கள் துயரூட்டுபவை. அவை முதலிறுதி கொண்டவை. அறிவுடையோன் அவற்றில் மகிழ்வதில்லை.

இங்கிருந்து உடல்நீங்கும் முன்விருப்பத்தாலும் சினத்தாலும் உருவாகும் விசைகளை தாங்கவல்ல யோகியே இன்பம் அடைவான். தனக்குள் இன்பம் காண்பவன், தன்னுள் மகிழ்பவன், தன்னுள் ஒளிகொண்டவன் பிரம்மமே என்றாகி வீடுபேறடைகிறான்.

இருமைகளை வெட்டிவிட்டு எல்லா உயிர்களுக்கும் இனியது இயற்றி அவ்வண்ணமே என ஆத்மா நிலைகொண்டிருக்கும் முனிவர் மாசுகள்

அழிந்து வீடுபேறடைகிறார்கள். விருப்பமும் சினமும் தவிர்த்து சித்தத்தை கட்டுப்படுத்தும் ஆத்மாவை அறிந்த முனிவர்களுக்கு அணுக்கத்திலுள்ளது வீடுபேறு.

புறத்தொடுகைகளை வெளிநிறுத்தி புருவங்கள் நடுவே விழிநாட்டி மூக்கில் ஓடும் பிராணனையும் அபானனையும் நிகர்படுத்தி புலன்களையும் உள்ளத்தையும் சித்தத்தையும் அடக்கி விருப்பத்தையும் அச்சத்தையும் சினத்தையும் விலக்கி வீடுபேற்றை நோற்கும் முனிவன் வீடு கொள்கிறான்.

என்னை வேள்வியையும் தவத்தையும் ஏற்பவன் என்றும் உலகங்களுக் கெல்லாம் ஒற்றைப்பேரரசன் என்றும் எல்லா உயிர்களுக்கும் அணுக்கமானவன் என்றும் அறிபவன் அமைதிகொள்கிறான்.

3

இறைவன் உரைத்தான். செயற்பயனில் சார்பின்றி தக்கதைச் செய்பவன் துறவியும் யோகியுமானவன். அவன் வேள்வியை துறப்பவனல்ல. செயல்களை ஒழிபவனுமல்ல. எதை துறவென்கிறார்களோ அதுவே யோகம் என்று அறிக! ஏனென்றால் கொள்கைகளை துறக்காதவன் யோகியாவதில்லை.

யோகத்தில் ஏற விழைவோர்க்கு செயலே கருவி என்று கூறப்படுகிறது. ஏறிய பின் அமைதியே கருவி. புலன்களுக்குரிய பொருட்களில் பற்றுகொள்ளாதவன் செயல்களில் மகிழாதவன் எல்லா கொள்கைகளையும் துறந்துவிடுகிறான். அவனே யோகத்திலமர்ந்தவன். ஆத்மாவாகுக! ஆத்மாவால் ஆத்மாவை உயர்த்துக! ஆத்மா நலிவுறாதமைக! ஏனென்றால் ஆத்மாவே ஆத்மாவுக்கு நண்பன். ஆத்மாவே ஆத்மாவுக்கு பகைவன்..

ஆத்மாவால் ஆத்மாவை வென்றவனே ஆத்மாவுக்கு நண்பன். வெல்லப்படாத ஆத்மாவுக்கு ஆத்மாவே எதிரி. உடலால் ஆத்மாவை வென்றவன் அமைதியானவன். பரம்பொருளால் விரும்பப்பட்டவன். தண்மைவெம்மையிலும் துயரின்பங்களிலும் சிறுமைபெருமைகளிலும் நிகர்நிலைகொண்டவனாகிய தன்னைவென்றவனிடம் முழுமுதன்மை நிலைகொள்கிறது. அறிவிலும் ஆதலறிவிலும் நிறைவடைந்து, எச்சூழலிலும் நிலைபிறழாது, புலன்களை வென்று, ஓடும் செம்பொன்னும் ஒப்பவே காணும் யோகி நிலையுற்றவன்.

அன்பர், நண்பர், அறியாதார், நடுவார், எதிரிகள், சுற்றத்தார், சான்றோர், பழியோர் அனைவரிடமும் நிகர்நோக்கு கொண்டோன் மேலானவன். தனியனாகி, சித்தத்தை கட்டி, ஏற்பது விலக்கி மறைவிடத்திலிருந்து யோகி

எப்போதும் ஆத்மாவில் யோகமுறவேண்டும். தூய இடத்தில் துணி, மான்தோல், தர்ப்பை ஆகியவற்றின் மேல் உயரமில்லாமல் தாழ்விலாமல் உறுதியான இருக்கையை அமைத்துக்கொண்டு அதிலமர்ந்து சித்தத்தையும் புலன்செயல்களையும் ஒருங்கிணைத்து கூர்மையாக்கி ஆத்மா தூய்மை கொள்ளும்பொருட்டு யோகத்திலமையவேண்டும்.

உடலையும் தலையையும் கழுத்தையும் சீராக அசைவிலாது வைத்து திசைகளை நோக்காது மூக்குநுனியில் நோக்கு நிலைக்கச்செய்து அமைதி கொண்டவனாக அச்சத்தை அகற்றி காமலொறுப்பில் நிலைகொண்டு உள்ளத்தை கட்டுப்படுத்தி என்னிடத்தில் சித்தம் இயையவிட்டு என்னை மட்டுமே இலக்கெனக்கொண்டு யோகமியற்றவேண்டும். இவ்வாறு உள்ளத்தை கட்டுப்படுத்தி ஆத்மாவை இடையறாது இணைத்தபடி என்மேல் நிலைபெற்று வீடுபேறு கொண்டவன் அமைதியடைகிறான்.

அர்ஜுனா, மிகையாக உண்பவனுக்கு யோகமில்லை. உணவற்றவனுக்கு தன்னிலை கிடையாது. மிகுதியாக உறங்குபவனுக்கும் மிகுதியாக விழிப்போனுக்கும் அது இயல்வதில்லை. சரியான உணவுண்டு வாழ்பவன், வினைகளில் ஒழுங்குக்கு முயல்பவன், கனவிலும் ஆழ்நிலையிலும் முறைப்படி அமைபவன் துயரை அழிக்கும் யோகம் கைவரப்பெறுகிறான்.

பணிந்த சித்தம் தன்னுள் நிலைபெற்றிருக்கையில் விழைவுகளில் ஈடுபாடு அகன்றவன் யோகம் அடைந்தான் எனப்படுவான். காற்றிலாத இடத்தில் அகல்சுடர் அசையாமலிருக்கிறது. ஆத்மயோகத்தில் நின்றிருக்கும் யோகியின் வெற்றிகொள்ளப்பட்ட உள்ளத்திற்கு அந்த உவமை சொல்லப்படுகிறது.

எங்கு யோகப் பயிற்சியினால் கட்டுண்ட சித்தம் ஆறுதல் எய்துமோ, எங்கு ஆத்மாவினால் ஆத்மாவையறிந்து ஆத்மா மகிழ்ச்சிகொள்கிறதோ, எங்கு புலன்கடந்து நிற்பதும் அறிவுக்கு அப்பாற்பட்டதும் முதல்முடிவற்ற இன்பத்தை காண்கிறதோ, எங்கு நிலைகொள்வதனால் நாம் உண்மையிலிருந்து வழுவுவதில்லையோ, எதை அடைந்தபின் மேலும் பேறு வேறிருப்பதாகத் தோன்றுவதில்லையோ, எங்கு நிலைபெறுவதால் பெருந்துயரிலும் உழலமாட்டோமோ அந்நிலையே துயருடன் கலப்பது ஒழியும் யோகநிலை என்று உணர்க! அதை உள்ளத்தில் ஏக்கமிலாது உறுதியுடன் பற்றுக!

கொள்கைசூழ்வதிலிருந்து எழும் எல்லா விழைவுகளையும் எச்சமறத் துறந்து உள்ளத்தால் புலன்தொகையை கட்டுப்படுத்தி மெல்ல மெல்ல ஆறுதலடையச் செய்து துணிந்த சித்தத்துடன் உள்ளத்தை ஆத்மாவில் நிறுத்தி எதற்கும் கவலையுறாதிருக்கவேண்டும். எங்கெங்கே

இந்நிலையிலாது அமைதியிழந்து உள்ளம் அலைக்கழிகிறதோ அங்கங்கே அதை கட்டுப்படுத்தி ஆத்மாவுக்கு ஆட்படச் செய்க!

ஏனென்றால் உள்ளம் அமைதியாகி மாசுநீங்கி வெல்லுமியல்பை விடுகையில் பிரம்மவடிவனாகிய யோகிக்கு மிகச் சிறந்த இன்பம் கிடைக்கிறது. குற்றங்களை அகற்றி இவ்வாறு ஆத்மாவில் ஒன்றியிருப்பானாயின் பிரம்மத்தைத் தொடும் உயர்ந்த இன்பத்தை எளிதில் அவன் அடைகிறான். யோகத்தில் கலந்தவன் எங்கும் நிகர்நோக்கு கொண்டவனாக எங்கும் தானிருப்பதையும் தன்னுள் எல்லாம் இருப்பதையும் காண்கிறான்.

எங்கும் என்னை காண்பவனுக்கு எல்லாவற்றையும் என்னிடத்தே காண்கிறவனுக்கு நான் காணப்படாது போவதில்லை. எனக்கும் அவன் காணப்படாதிருப்பதில்லை. ஒருமையில் நிலைகொண்டு எல்லா உயிர்களிலும் உள்ள என்னை தொழும் யோகி எங்கு சென்றபோதிலும் என்னுள் இருந்துகொண்டிருக்கிறான். இன்பமாயினும் துன்பமாயினும் எல்லாவற்றையும் தன்னைப்போலவே நிகரெனப் பார்ப்பவன் பெரும்யோகியாக கருதப்படுவான்.

அர்ஜுனன் கேட்டான். நிகர்நோக்கு கொண்டதென்று சொல்லப்பட்ட இந்த யோகத்தில் உறுதியை என் நிலையழிந்த உள்ளத்தால் ஏற்கவியலவில்லை? ஏனென்றால் உள்ளம் நிலையற்றது. பிழைபடும் இயல்புடையது. வலிமையான பெருக்குள்ளது. அதை கட்டுப்படுத்துதல் காற்றை அணைகட்டுதல்போல கடினமான செய்கை என்று நான் நினைக்கிறேன்.

கிருஷ்ணன் சொன்னார். ஐயமில்லை, உள்ளம் அலைவுகொண்டதே. கட்டுதற்கரியதும்கூட. உறுதியாலும் பழக்கத்தாலும் அதை கையகப்படுத்தலாம். தன்னை கட்டாதவன் யோகமெய்துதல் அரிது. தன்னை கட்டியவன் முயற்சியாலும் உளங்கூர்தலாலும் யோகத்தை அடைவது இயல்வதென்றே நான் கருதுகிறேன்.

அர்ஜுனன் சொன்னான். யோகத்தில் அகம்கூர்ந்தவனாக இருந்தும் தன்னை கட்டாமையால் உளம் வழுவியவன் தோல்வியடைந்து என்னவாகிறான்? பிரம்மத்தை அடையும் பாதையில் வழிமயங்கி நிலைபெயர்ந்து இருநிலையும் எய்தாதவனாகி சிதைந்த முகிலென அழிந்துபோகமாட்டானா? எனக்குள்ள இந்த ஐயத்தை எச்சமின்றி அகற்ற தகுதியானவர் நீரே. இதை நீக்க வேறெவராலும் இயலாது.

கிருஷ்ணன் சொன்னார். பார்த்தா, அவனுக்கு இவ்வுலகில் அழிவில்லை. மேலுலகிலும் இல்லை. ஏனென்றால் நற்செயலின்பொருட்டு எவரும் கீழ்நிலை அடைவதில்லை. யோகத்தில் பிறழ்ந்தவன் நற்செயல்

இயற்றியவருக்குரிய உலகை அடைந்து அங்கே நெடுங்காலம் வாழ்ந்து தூய்மையும் செல்வங்களும் கொண்டவர் இல்லத்தில் பிறக்கிறான்.

அல்லது, அறிவர்களாகிய யோகிகளின் குலத்திலேயே பிறக்கிறான். இவ்வுலகில் அதுபோன்ற பிறவியெய்துதல் மிகவும் அரிது. அங்கே அவன் முந்தைய உடலுக்குரிய அறிவை பெறுகிறான். அவன் மறுபடியும் வெற்றிக்கு முயல்கிறான். அவன் தன்னை மீறியே பண்டைப்பழக்கத்தால் கவரப்படுகிறான். யோகத்தில் ஆர்வம்கொண்டவன்கூட ஒலிவடிவ பிரம்மத்தை கடந்தாகவேண்டும். பாவம் நீங்கியவனாய், உறுதியுடன் முயல்வானேயாயின் யோகி பல பிறவிகளின் வெற்றிப் பயனாகிய வீடுபேற்றை அடைகிறான்.

தவஞ்செய்வோரைக் காட்டிலும் யோகி சிறந்தவன்; ஞானிகளிலும் அவன் சிறந்தோனாக கருதப்படுகிறான்; செயலாற்றுவோரிலும் அவன் சிறந்தவன்; ஆதலால், அர்ஜுனா, யோகியாகுக! அனைத்து யோகிகளிலும் அகம்கூர்ந்து என்னிடம் உள்ளம் ஒன்றி என்னை போற்றும் யோகியே மேலானவன் என்பது என் கொள்கை.

கிருஷ்ணன் சொன்னார். பார்த்தா, என்னிடம் விருப்புகொண்டு என்னைச் சார்ந்து யோகத்திலமர்ந்து எல்லாம் அமைந்த என்னை ஐயமின்றி உணருமாறு சொல்கிறேன், கேள். எதை அறிந்தால் இவ்வுலகில் மேலும் தெரிந்துகொள்ள வேண்டிய வேறு ஒன்றும் மீதம் இருக்காதோ அதை, அமைதலுடன் இணைந்த அறிவை முழுமையாக உனக்கு சொல்கிறேன்.

ஆயிரம் மானுடரில் ஒருவன் வீடுபேறடைய முயல்கிறான். முயல்கிறவர்களில் யாரோ ஒருவனே உண்மையில் என்னை அறிகிறான். மண், நீர், தீ, காற்று, வானம், உளம், அறிவு, ஆணவம் என இந்த இயற்கை எட்டுவகையாகப் பிரிந்து தோன்றுகிறது.

இது அபரா எனும் எனது பிறிதியற்கை. இதிலிருந்து மாறுபட்ட பரா எனும் முதலியற்கையால் இவ்வுலகம் தாங்கப்படுகிறது. எல்லா உயிர்களும் இவ்விரு இயற்கைகளிலிருந்து உருவானவை என்றும் நானே உலகம் உருவாகவும் விரியவும் அவ்வாறே அழிவதற்கும் அடிப்படை என்றும் அறிக! என்னைவிட உயர்ந்த பொருள் இல்லை. இவ்வையகமெல்லாம் நூலில் மணிகள்போல் என்னில் கோக்கப்பட்டது.

நான் நீரில் சுவை. ஞாயிறிலும் திங்களிலும் ஒளி. எல்லா வேதங்களிலும் ஓங்காரம். வானில் ஒலி. ஆண்களிடம் ஆண்மை. மண்ணில் நறுமணம். நெருப்பில் ஒளி. திகழ்வன அனைத்திலும் உயிர். படிவரில் தவம். அனைத்து உயிர்களுக்கும் முதல் விதை என என்னை அறிக! நான் அறிவுடையோரில்

அறிவு. ஒளியுடையோரில் ஒளி. வலிமையுடையவரிடம் விழைவும் பற்றும் கடந்த வல்லமை. அறத்திற்கு முரணாகாத விருப்பமும் நானே.

மேலும் நன்னிலை, வெல்நிலை, உறைநிலை என்னும் மூன்றியல்புகளில் தோன்றிய உணர்வுகள் என்னிடத்தே பிறந்தன. என்னில் அவை உள்ளன, அவற்றில் நான் இல்லை. இம்மூவியல்புகளின் வண்ணங்களால் இவ்வுலகமெல்லாம் மயங்கி இவற்றினும் மேலான அழியா இயல்புகொண்ட என்னை உணராமலிருக்கின்றன. ஏனென்றால் எனது இந்த தேவமாயை என்னும் இயல்பு கடத்தற்கு அரியது. என்னை அடைக்கலம்கொள்பவரே இதை கடக்கிறார்கள்.

மாயையினால் ஞானம் அழிந்தோர், அசுரத்தன்மையை பற்றி நிற்போர், மனிதரில் இழிகுணம் கொண்டவர், கீழான செயல்களை புரிகின்றவர்களான அறிவிலிகள் என்னை சரண் புகார். பயனை வேண்டுவோர், துன்புற்றார், அறிவை விரும்புவோர், ஞானிகள் என நான்கு வகையான நற்செய்கையுடைய மக்கள் என்னை வழிபடுகின்றனர். அவர்களில் நிலையான யோகம் பூண்டு ஒரேமுகமாக அர்ப்பணிக்கும் ஞானி சிறந்தவன். ஞானிக்கு நான் மிகவும் இனியவன்; அவன் எனக்கு மிகவும் இனியன்.

மேற்சொல்லிய யாவரும் நல்லாரே. எனினும், ஞானியை நான் நானாகவே கொண்டுளேன். அவன் யோகத்தில் இசைந்து, உய்யும் வழியாகிய என்னைக் கடைப்பிடித்து நிற்கிறான். பல பிறவிகளின் இறுதியில் ஞானம் கொண்டவன் ‘எல்லாம் வாசுதேவனே’ என்று கருதி என்னை அடைக்கலமாகப் பற்றுகிறான். அவ்வித பேராத்மா அரிதானவன்.

வெவ்வேறு விருப்பங்களால் கவரப்பட்ட அறிவினையுடையோர், தத்தம் இயற்கையால் கட்டுண்டு, வெவ்வேறு நெறிகளில் நிற்பாராய் அயல் தேவதைகளை வழிபடுகின்றனர். எந்தெந்த அடியார் நம்பிக்கையுடன் எந்தெந்த வடிவத்தை வழிபட விரும்புகிறாரோ அவருடைய அசையாத நம்பிக்கைக்குத் தக்க வடிவத்தை நான் மேற்கொள்ளுகிறேன். அவர் அந்த நம்பிக்கையுடன் இயைந்து அவ்வடிவத்தை வணங்கி வேண்டுகிறார். அதனின்றும் தான் விரும்பியனவற்றை எய்துகிறார்; எனினும் அவற்றை வகுத்துக் கொடுப்போன் யானே. எனினும், அற்ப மதியுடைய அன்னோர் எய்தும் பயன் எல்லைக்குட்பட்டது. தேவர்களைத் தொழுவோர் தேவர்களை எய்துகின்றனர். என்னைத் தொழுவோர் என்னையே எய்துகிறார்கள்.

அறிவற்றவர்கள் என்னுடைய இணையற்றதும் அழிவற்றதும் சிறந்ததுமாகிய பெருநிலையை அறிந்துகொள்ளாமல் மறைந்திருப்பவனாகிய என்னைக் காணத்தக்க ஆளுமைகொண்டவன் எனக் கருதுகின்றனர்.

எல்லாவற்றுக்கும் ஒளியாகிய என்னை, யோக மாயை சூழ்வதில்லை. பிறப்பும், கேடுமற்ற என்னை அறிவிலா உலகம் அறியவில்லை. சென்ற, நிகழ்வன, வருவன ஆகிய உயிர்களையெல்லாம் நானறிவேன். என்னை அறிந்தோர் எவருமிலர். விருப்பத்தாலும் பகைமையாலும் எழுந்த இருமைகளின் மயக்கத்தால், எல்லா உயிர்களும் மயங்கிவிடுகின்றன. பழி தீர்ந்து நற்செயல்கள் செய்கின்றவர் இருமைகளின் மயக்கம் அழிந்து உறுதியான நோன்புகொண்டவர்களாக என்னை வழிபடுகின்றனர்.

என்னை வழிபட்டு மூப்பிலிருந்தும் இறப்பிலிருந்தும் விடுபட முயற்சி செய்வோர் 'அது' என நிற்கும் பிரம்மத்தையும் அதுவான ஆத்மமெய்மை முழுமையையும் அது உலகாகும் செயலையும் உணர்வர். புடவிமெய்மை தெய்வமெய்மை வேள்விமெய்மை ஆகியவற்றுடன் என்னை இறுதிக் காலத்திலேனும் அறிந்து யோகத்தில் பொருந்திய சித்தமுடையவரே அறிஞர்.

4

அர்ஜுனன் கேட்டான். அந்த பிரம்மம் எது? ஆத்மஞானம் எது? செயலென்பது என்ன? எது பொருள்மெய்மை? எது தெய்வமெய்மை? வேள்விமெய்மை என்பதென்ன? இவ்வுடலில் எப்படி அது உறைகிறது? தம்மை வென்றவர்களால் இறுதியில் நீர் எப்படி அறியப்படுகிறீர்?

இறைவன் சொன்னார். அழிவற்ற முதற்பொருளே பிரம்மம். அதன் இயல்பறிதல் ஆத்மஞானம். உயிரெனத் தோன்றுவது இயற்கை. அது பெருகுவதே செயல். அழிவுபடும் இயற்கையைக் குறித்தது பொருள்மெய்மை. முதலுருவனைப் பற்றியது தேவமெய்மை. உடலென என்னை அறிதல் வேள்விமெய்மை. இறுதியில் தன் உடலை முற்றிலும் துறந்து எனது நினைவுடன் கடப்போன் எனதியல்பை எய்துவான். இதில் ஐயமில்லை. முடிவில் எத்தன்மையை நினைப்பவனாக உடலைத் துறக்கிறானோ அத்தன்மையிலே கருத்துடையவனாக அதனையே எய்துவான்.

ஆதலால், எல்லா காலங்களிலும் என்னை உளம்கொள்க! போர் செய்க! என்னிடத்தே உளத்தையும், அறிவையும் அடிவைத்தால் என்னையே பெறுவாய். வேறிடஞ்செல்லா அகத்துடன் யோகம் பயிலும் சித்தத்துடன் எண்ணிக்கொண்டிருப்போன் உயர்ந்தவனாகிய பரம்பொருளை அடைகிறான்.

கவிஞனை, பழையோனை, அனைத்தையும் ஆள்வோனை, அணுவின் நுண்ணியனை, அனைத்தையும் சூடுவோனை, கதிரவனின் வண்ணங்கொண்டிருப்பானை, எண்ணுதற்கரிய வடிவுடையோனை, இருள் கடந்தவனை நினைப்பவன் செல்லும் காலத்தில் அசைவிலா

உள்ளத்துடன் புருவநடுவே உயிரை ஏற்றி அடிபணிந்து யோகவல்லமையுடன் குவித்து தூய பரம்பொருளைச் சென்றடைகிறான்.

வேதமறிந்தோர் அழிவற்றதென்று கூறும், விழைவறுத்த முனிவர் சென்று புகும், காமஒறுப்பு நோன்புடையோர் விழையும் அந்த நிலையை உனக்கு சுருக்கமாகச் சொல்கிறேன். அனைத்து வாயில்களையும் மூடி, உள்ளத்தை இதயத்தில் நிறுத்தி, உயிரை உச்சியில் செறித்து, யோகத்தில் ஆத்மாவை நிலைக்கச்செய்து, ஓம் என்ற பிரம்ம எழுத்து ஒன்றையே சொல்லிக்கொண்டு, என்னையே எண்ணி உடல் துறப்போன் பெருநிலை பெறுகிறான்.

பிற நினைவிலாது என்னை எப்போதும் நினைப்பவன் நிலையான யோகத்தில் இயைந்திருக்கும் யோகி. அவனுக்கு நான் எளிதில் சிக்குவேன். என்னையடைந்து பெருநிலை பெற்ற படிவர் மீண்டும் நிலையற்றதும் துன்பத்தின் உறைவிடமும் ஆன மறுபிறப்பை அடையமாட்டார். பிரம்மஉலகுவரை எல்லா புடவிகளும் மறுபிறப்பு உடையன. என்னை அடைந்தவனுக்கு மறுபிறப்பு இல்லை.

பிரம்மனுக்கு ஒரு பகல் ஆயிரம் யுகங்களால் ஆனது, இரவும் ஆயிரம் யுகங்கள் கொண்டது என அறிபவர்களே இரவுபகலின் இயல்பறிந்தோர். பிரம்மனின் பகல் தொடங்கும்போது அறிவென எழுந்த அனைத்தும் அறியப்படாமையிலிருந்து எழுகின்றன. இரவில் அவை அறியப்படாமையில் மீண்டும் மறைகின்றன. இந்த உயிர்த்தொகுதி மீண்டும் மீண்டும் தன்னை மீறி இரவில் அழிகிறது, பகலில் எழுகிறது.

அந்த அறியப்படாததைவிட மேலும் உயர்ந்ததும் அழிவற்றதுமாக வெளிப்படாதிருப்பது எல்லா உயிர்களும் அழிகையிலும் அழிவதில்லை. அழிவற்ற அறியப்படாமை எனப்படும் அதையே பெருநிலை என்பர். எதை எய்திய பின் மீள்வதில்லையோ அதுவே எனது நிலை. அனைத்து உயிர்களும் அமைந்தவன், அனைத்திலும் நிறைந்தவன், முழுமுதலோன் வேறிடம் செல்லா அடிபணிதலால் அடையப்படுவான்.

எந்தக் காலத்தில் இறப்பதனால் யோகிகள் மீளா நிலையும் மீளும் நிலையும் பெறுவார்களோ அக்காலத்தைச் சொல்கிறேன். தீ, ஒளி, பகல், வளர்நிலவு, வடக்குமுகக் கதிரின் ஆறு மாதங்கள் ஆகியவற்றில் இறக்கும் அறிவர் பிரம்மத்தை அடைகிறார்கள். புகை, இரவு, தேய்நிலவு, தெற்குமுகக் கதிரின் ஆறு மாதங்கள் ஆகியவற்றில் இறக்கும் யோகியர் சந்திரனொளியைப் பெற்று இருந்து இங்கு மீள்கிறார்கள்.

ஏனென்றால் இப்புடவியில் வெண்மையும் கருமையும் என்றுமுள்ளது. ஒன்று மீளா நிலையும் பிறிதொன்று மீளும் நிலையும் அளிக்கிறது.

இவ்வழிகளிரண்டையும் உணர்ந்தால் யோகி மயக்கமுறுவதில்லை. ஆதலால், எப்போதும் யோகத்தில் அமைக! இதை அறிபவன் வேதங்களிலும், வேள்விகளிலும், தவங்களிலும், கொடைகளிலும் சொல்லப்பட்ட நற்பயன்கள் அனைத்தையும் கடந்துசென்று மேலும் முதன்மையானதாகிய பெருநிலையை அடைகிறான்.

மறைவான இயைபறிவுடன் கூடிய, தீமையிலிருந்து விடுவிப்பதாகிய இந்த மெய்யறிவை எந்த விலக்கமும் இல்லாமல் உனக்குச் சொல்கிறேன். இது அரசமெய்மை, அரசமந்தணம், தூயது, சிறந்தது, கண்கூடானது, அறத்துக்கியைந்தது, இயற்ற எளியது, அழிவற்றது. இவ்வறத்தில் நம்பிக்கையற்ற மனிதர் என்னை எய்தாமல் உலகியலின் உழல்பாதைகளுக்கே மீள்கின்றனர்.

வெளிப்படா வடிவாக நான் இவ்வுலகு முழுக்க சூழ்ந்துள்ளேன். பருப்பொருட்களனைத்தும் என்னிடத்தே நிலைபெற்றுள்ளன. நான் அவற்றில் நிலைபெறவில்லை. இந்த இறையியல்பு கொண்ட யோகவல்லமையைப் பார்! பருக்களைச் சூடி பருக்களை உருவாக்குபவன் என்றாலும் என் ஆத்மா பருக்களில் நிலைகொள்வதில்லை. எங்கும் இயலும் காற்று வானில் நிலைகொண்டிருப்பதுபோல பொருட்களனைத்தும் என்னில் நிலைகொள்கின்றன என்று அறிக!

ஊழி முடிவில் பருவனைத்தும் என் இயல்பை அடைகின்றன. ஊழி தொடங்கும்போது மீண்டும் அவற்றைப் படைக்கிறேன். இயற்கையின் தன்னியல்பால் தன்னை இழந்த இந்தப் பருப்பொருட்களனைத்தையும் மீளமீள எனது இயல்பால் ஏற்று படைத்துக்கொண்டிருக்கிறேன். அச்செயல்களில் பற்றில்லாமல் அச்செயல்களில் இருந்து உயர்ந்து நிற்கும் என்னை அவை கட்டுப்படுத்துவதில்லை. தலைவனாகிய என் நோக்கில் முதலியற்கையில் அசைவன அசையாதன அனைத்தும் தோன்றுகின்றன. அதனால் உலகம் இயங்குகிறது.

எனது இச்செவ்வியல்பை அறியாத அறிவிலோர் மானுடத்தைத் தாங்குபவனும் பருப்பொருட்களின் தலைவனுமாகிய என்னைப் புறக்கணிக்கிறார்கள். மயங்கிய விழைவும் மயங்குசெயலும் மயங்கறிவும் கொண்ட மதியிலாதோர் அரக்கர், அவுணர், அணங்கு எனும் ஆற்றல்களை சார்ந்தமைகின்றனர். இறைத்தன்மைகொண்ட மாமனிதர் அனைத்துக்கும் முதல்வனும் அழிவற்றவனுமாகிய என்னை வேறுநாட்டமில்லா உள்ளத்துடன் வழிபடுகிறார்கள்.

நிலைநோன்புடன் இடையறாது வாழ்த்தி செயலியற்றி என்னை வணங்குவோர் மாறா யோகிகள். வேறு சிலர் அறிவுவேள்வியால் உளமொன்றி வழிபடுகிறார்கள். சிலர் பேருருக்கொண்ட பரம்பொருளாக

என்னைத் தன்னிலிருந்து வேறெனநிறுத்தி வணங்குகிறார்கள். நானே எரிசெயல். நானே வேள்வி. நானே ஸ்வாகா என்னும் ஊட்டுரை. நானே மருந்து. நானே நுண்சொல். நானே நெய். நானே அனல். நானே அவி. அனைத்தும் நானே.

இவ்வியனுலகை பேணுபவன், தந்தை தாய் மூதாதை, படைக்கத்தக்கவன், தூயவன், முதல் ஒலி, ரிக் சாமம் யஜுர் என்னும் வேதங்களும் நானே. வழியும் காப்பவனும் ஆள்பவனும் சான்றும் உறைவிடமும் புகலிடமும் நண்பனும் முதலும் இறுதியும் நிலையும் நிகழ்வும் அழியா விதையும் நானே. நான் வெம்மையளிப்பவன். மழையைக் கட்டுபவன், பெய்விப்பவன். நானே அமுதும் இறப்பும். நானே இருப்பும் இன்மையும்.

மூன்றுவேதம் அறிந்தோர், சோம மது உண்டோர், பழியகன்றோர் என்னை வேள்விகளால் வழுத்தி வானுலகை வேண்டுகின்றனர். அவர்கள் புனிதமான தேவருலகை அடைந்து விண்ணுலகில் அரிய இன்பங்களை அடைவர். விரிந்த வானுலகில் மகிழ்ந்து அப்பயன் முடிந்தவுடன் மீண்டும் அழிவுள்ள இவ்வுலகுக்கே மீள்வர். இவ்வாறு மூவேதங்களைச் சார்ந்து இன்பம் நாடுவோர் பிறந்திறக்கும் சுழலை அடைகிறார்கள்.

வேறு எதிலும் நாட்டமில்லாதவர்கள் என்னை உளம்சூழ்ந்து, எப்பயனும் நோக்காது வழுத்தி, இடையறாது என்னை நினைத்துக்கொண்டிருக்கிறார்கள். அவர்களின் முழு நலன்களுக்கு நானே பொறுப்பு. நம்பிக்கை கொண்டு மற்ற தேவர்களை வழிபடுகிறார்கள் என்றால் அது நெறிப்படி அல்ல என்றாலும் அவர்களும் என்னையே வணங்குகிறார்கள்.

அனைத்து வேள்விகளிலும் அவிகொள்பவனும் வேள்வித்தலைவனும் நானே. ஆனால் என்னை மெய்யாக அறியாதவர் என்பதனால் வீழ்ச்சியடையக்கூடும். தேவர்களை நோற்போர் தேவர்களை அடைவர். மூதாதையரை வணங்குவோர் மூதாதையரை அடைவார். பொருட்களை வணங்குவோர் பொருட்களை அடைவார். என்னை வேட்போர் என்னை எய்துவார்.

இலையோ, பூவோ, கனியோ, நீரோ அன்புடனே எனக்கு அளிப்பவர் நோன்புகொண்டவர் என்றால் அவர் அன்புடன் அளித்ததை நான் கொள்வேன். எது செய்யினும், எதனை உண்பினும், எதை அவியளித்தாலும், எதனைக் கொடுத்தாலும், எத்தவத்தைச் செய்தாலும், எனக்கு முழுதளிக்கிறாய் என எண்ணிச் செய்க! மங்கலம் மங்கலமின்மை எனும் பயன்களைத் தருவனவாகிய செயற்தளைகளினின்றும் விடுபடுவாய்.

துறவெனும் யோகத்தில் இயைந்து விடுதலை பெறுவாய். என்னையும் பெறுவாய்.

நான் எல்லாவற்றிலும் நிகரானவன். எனக்குப் பகை இல்லை. அன்புமில்லை. ஆனால் என்னை அன்புடன் தொழுவாருக்கு முன் தோன்றுகிறேன். தீய நடத்தை கொண்டவனாயினும் வேறெதையும் நாடாமல் எனக்கு அடிப்பட்டு என்னை வழிபடுபவன் நல்லோன் என்றே கருதுக! ஏனென்றால் அவன் முயல்கிறான். அவன் விரைவில் அறத்தோன் ஆகிறான். நிறையமைதி கொள்கிறான். என்னை வழுத்துவோன் அழிவதில்லை எனும் உண்மையை அறிக!

ஏனென்றால் பெண்களோ வைசியர்களோ சூத்திரர்களோ பாவிகளோ வேறெவருமோ என்னைத் தஞ்சமடைந்தால் முழுமைநிலையை அடைகிறார்கள். தூய்மையான அந்தணரும் அரசமுனிவரும் என்னைக் காண்பார் என்றால் சொல்லவும் வேண்டுமோ? நிலையற்றதும் இன்பமற்றதுமாகிய இப்புவிப்பிறப்பு அடைந்த நீ என்னை வழிபடுக! உள்ளத்தை எனக்கு அளி. என் மேல் பற்றுகொள். என்னை வணங்கு. உளமும் புலன்களும் கொண்ட உடலை என்னில் ஈடுபடுத்தி என்னை அடைக!

இறைவன் சொன்னார். என் மேல் அன்புகொண்ட உனக்கு உன் நலம் கருதி மீண்டும் சொல்கிறேன். எனது உயரிய சொல்லைக் கேள். வானவர் என் மகிமையை உணரார், பெருந்தகை முனிவருமுணரார். எவ்வகையிலும் வானோர்க்கும் முனிவருக்கும் முழுமுதல் நானே. பிறப்பற்றோன், முதலற்றோன் உலகங்களின் தலைவன் என்று என்னை அறிகின்றவர் மயக்கமற்ற அறிவுடையோர், மாசுகளிலிருந்து விடுபட்டோர்.

மதியும், ஞானமும், மயக்கமின்மையும், பொறுத்தலும், வாய்மையும், அடக்கமும், அமைதியும், இன்பமும், துன்பமும், உண்மையும், இன்மையும், அச்சமும், அஞ்சாமையும், துன்புறுத்தாமையும், நடுமையும், மகிழ்ச்சியும், ஈகையும், தவமும், இகழும், புகழும், பருப்பொருள் இயல்புகள் அனைத்தும் என்னிடம் இருந்து எழுவன. இங்குள்ள மக்களை எல்லாம் ஈன்ற ஏழு முதற்றாதையருக்கும் முந்தைய ஜனகர் முதலிய முனிவர்களும் மனுக்களும் உள்ளத்தால் என்னியல்பு கொண்டவர்களே.

இத்தகைய எனது தூய நிலையையும் யோகத்தையும் உள்ளபடியே உணர்பவன் அசைவிலா யோகத்திலமர்கிறான். நானே அனைத்துக்கும் தொடக்கம், என்னிடமிருந்தே அனைத்தும் இயங்குகின்றன என்று புரிந்துகொண்டு நம்பிக்கையும் வணக்கமும் கொண்ட முனிவர் என்னைத் தொழுகிறார்கள். சித்தத்தை என்னிடம் வைத்து உயிரை

என்னுள் புகுத்தி தங்களுக்குள் விளக்கிக்கொண்டு என் புகழ்பேசி எப்போதும் மகிழ்கிறார்கள்.

எப்போதும் எப்போதும் யோகத்தில் இருப்பார் என்றால் அன்புடன் என்னை வழிபடுபவர்களுக்கு என்னை அடையும் ஞானமாகிய யோகத்தை அளிக்கிறேன். அவர்களுக்கு இரங்கி அவர்கள் உள்ளத்தில் நிலைத்து நின்று அறியாமையின் இருளை ஒளிகொண்ட ஞானச்சுடரால் அழிக்கிறேன்.

அர்ஜுனன் கேட்டான். நீங்கள் பரம்பொருள் பெருநிலை முழூத்தூய்மை நிலைகொண்ட உயர்ந்த முதலோன் என்றும் முதன்மைத்தெய்வம் என்றும் பிறப்பற்றவர் எங்கும் நிறைந்தவர் என்றும் முனிவர்கள் சொல்கிறார்கள். நாரதரும் அசிதரும் தேவலரும் வியாசரும் சொன்னார்கள். நீங்களும் அதையே சொல்கிறீர்கள். என்னிடம் சொல்லப்பட்ட அனைத்தும் உண்மை என்று எண்ணுகிறேன்.

இறையோனே, உங்கள் உருவை அசுரர் அறியவில்லை. தேவர்களும் அறியவில்லை. முதலோனே, தன்னைத் தான் மட்டுமே அறியவல்லவனே, பருப்பொருட்களாக ஆன பருப்பொருட்களின் தலைவனே, தேவர்களின் தேவனே, புடவிகளின் இறைவனே, இவ்வுலகங்களில் பரவிநின்றிருக்கும் உம் தூயநிலையையும் மேன்மையான தன்னிலையையும் நீரேதான் முழுமையாகச் சொல்லமுடியும்.

யோகியே, எவ்வாறு எப்போதும் உளம்சூழ்ந்து நான் உம்மை உணர்வேன்? எவ்வடிவங்களிலெல்லாம் நீர் எண்ணும்படி திகழ்கிறீர்? உமது தூய நிலையையும் யோக நிலையையும் விரிவாக மீண்டும் சொல்க! ஏனென்றால் அமுதத்தைக் கேட்டு என் செவிகள் நிறைவடையவில்லை.

இறைவன் சொன்னான். என் தூய நிலை மேன்மையானது. இப்போது முதன்மையான சிலவற்றைச் சொல்கிறேன். ஏனென்றால் என் விரிவுக்கு எல்லை இல்லை. உயிர்கள் அனைத்துக்கும் உள்ளுறையும் ஆத்மா நான். அவற்றின் முதலும் நடுவும் இறுதியும் நானே. ஆதித்யர்களில் நான் விஷ்ணு. ஒளிகளில் கதிரவன். காற்றுகளில் நான் மரீசி. விண்மீன்களில் நான் சந்திரன். வேதங்களில் சாமம். தேவரில் இந்திரன். புலன்களில் உள்ளம். உயிர்களில் நானே உணர்வு.

உருத்திரர்களில் சங்கரன். இயக்கர்களிலும் அரக்கர்களிலும் நான் குபேரன். வசுக்களில் நான் பாவகன். மலைகளில் மேரு. வேதியரில் பிரஹஸ்பதி என என்னை அறிக! படைத்தலைவர்களில் நான் கந்தன். நீர்களில் நான் கடல். முனிவரில் நான் பிருகு. சொற்களில் நான் ஓங்காரம். வேள்விகளில் நான் சொல்சூழ்தல். மலைகளில் நான் இமையம். மரங்களில் நான் அரசு.

தேவமுனிவரில் நான் நாரதன். கந்தர்வர்களில் சித்ரரதன். சித்தர்களில் நானே கபிலன்.

புரவிகளில் நான் அமுதில் பிறந்த உச்சைசிரவம். யானைகளில் ஐராவதம். மானுடரில் அரசன். படைக்கலங்களில் நான் மின். பசுக்களில் காமதேனு. பிறப்பிப்போரில் நான் மன்மதன். பாம்புகளில் நான் வாசுகி. நாகர்களில் நான் அனந்தன். நீர்வாழ்வோரில் வருணன். மூதாதையரில் அரியமான். வென்றாள்வோரில் நானே யமன்.

அசுரரில் பிரகலாதன். இயங்குவனவற்றில் காலம். விலங்குகளில் சிம்மம். பறவைகளில் பருந்து. தூய்மைசெய்வனவற்றில் நான் காற்று. படைக்கலம் தாங்கியவர்களில் நான் ராமன். மீன்களில் நான் சுறா. ஆறுகளில் நான் கங்கை. படைப்புகளின் முதலிறுதிநடு நானே. கல்விகளில் நான் மெய்மை. சொல்சூழ்வோரில் நான் சொல். எழுத்துக்களில் நான் அகரம். சொற்புணர்வுகளில் நான் இரட்டை. அழிவற்ற காலம் நான். எல்லா திசைகளிலும் முகம் கொண்ட பேருருவன். அனைத்தையும் தாங்கியிருப்பவன்.

அனைத்தையும் அழிக்கும் இறப்பு நான். எதிர்காலப் பொருட்களில் பிறப்பு. பெண்களிடம் நான் புகழ்சொல், நல்லெண்ணம், படைப்பூக்கம், நிலைபேறு, பொறுமை. சாமங்களில் நான் பிருஹத்சாமம். சந்தங்களில் நான் காயத்ரி. மாதங்களில் நான் மார்கழி. பருவங்களில் நான் இளவேனில்.

வஞ்சகரின் சூழ்ச்சி நான். ஒளியுடையோரில் ஒளி நான். நானே வெற்றி. நானே உண்மையுடையோரில் உண்மை. விருஷ்ணி குலத்தாரில் நான் வாசுதேவன். பாண்டவர்களில் தனஞ்ஜயன். ஆசிரியர்களில் நான் வியாசன். கவிகளில் சுக்கிரன். ஆள்வோரிடம் செங்கோல். வெற்றியை விரும்புவோரிடம் அறம். மந்தணங்களில் நான் அமைதி. ஞானமுடையோரிடம் ஞானம் நானே.

எல்லா உயிர்களிலும் விதை நானே. நானன்றி திகழும் அசைவன அசையாதன ஏதுமில்லை. என் மேன்மைகளுக்கு அளவேயில்லை. அவற்றில் ஓரளவே சொல்லப்பட்டது. பெருமையும் உண்மையும் அழகும் ஆற்றலும் கொண்டன எல்லாமே எனது ஒளியில் எழுந்தவை என்று அறிக! ஆனால் இவ்வாறு பலவாக அறிதலால் உனக்கு என்ன பயன்? இவ்வியனுலகனைத்தையும் என் ஆற்றலின் ஒரு துளியால் தாங்கியிருக்கிறேன்.

5

அர்ஜுனன் சொன்னான். என்மீது அருள்பூண்டு எனக்கிரங்கி ஆத்மஞானம் என்னும் ஆழ்ந்த மந்தணத்தை நீ எனக்கு உரைத்தது கேட்டு என் மயக்கம் தீர்ந்தது. ஏனென்றால் உன்னிடமிருந்து உயிர்களின் தோற்றத்தையும் அழிவையும் விரிவாகக் கேட்டேன். அழிவற்ற பெருமையையும் கேட்டேன். உயர்ந்தவனே, இறைவனே, நீ உன்னைப்பற்றி கூறியவாறு உன் இறையுருவை காண விழைகிறேன். தலைவ, என்னால் அதைப் பார்க்கமுடியுமென நீ எண்ணுவாய் என்றால் அருள்புரிக! உன் அழிவிலா ஆத்மாவை எனக்குக் காட்டுக!

இறைவன் சொன்னார். பலநூறாகவும் பல்லாயிரமாகவும் பலவகை நிறங்களும் அளவுகளும் கொண்ட என் பேருருக்களைப் பார், பார்த்தா. ஆதித்யர்களைப் பார்; வசுக்களைப் பார்; அசுவினி தேவரைப் பார்; மருத்துக்களைப் பார்; பாரதா, இதற்கு முன் கண்டிராத பல விந்தைகளைப் பார். இன்று இங்கே என் உடலில் ஒரே இடத்தில் உலகம் முழுமையும் அமைந்துள்ளது. எதை விரும்பினாலும் காண். ஆனால் இயற்கையான இவ்விழிகளால் என்னை முழுதுறக் காண்டல் இயலாது. உனக்கு அறிவிழி அளிக்கிறேன். என் இறைவடிவப் பெருந்தோற்றத்தைப் பார்.

என்று சொல்லி யோகதலைவனாகிய கிருஷ்ணன் பார்த்தனுக்கு அனைத்து அழகுகளும் கொண்ட தன் தெய்வவடிவைக் காட்டினான். அவ்வடிவம் பல வாய்களும் விழிகளும் கொண்டது. பல வியப்புறு காட்சிகள் உடையது. பல அரிய அணிகள் பூண்டது. பல தெய்வப்படைக்கலங்கள் ஏந்தியது. அரிய மாலைகளும் ஆடைகளும் புனைந்தது. தூய நறுமணங்கள் பூசியது. எல்லா வியப்புகளும் அமைந்தது. எல்லையற்றது. எங்கும் முகங்கள் கொண்ட இறைவடிவம் அது.

வானத்தில் ஆயிரம் கதிரவன்கள் ஒரே நேரத்தில் தோன்றிய ஒளி அவ்வொளிக்கு நிகரானதாக இருக்கலாம். பற்பல பகுதிகள் கொண்ட வையம் முழுக்க அந்த இறைப்பேருருவனின் உடலில் ஒன்றாகி நிற்பதை அர்ஜுனன் கண்டான். பெருவியப்படைந்து மயிர்ப்புகொண்டு அத்தெய்வத்தைத் தலைதாழ்த்தி வணங்கி கைகூப்பிச் சொன்னான்.

தேவர்க்கிறைவா, உன் உடலில் எல்லா தேவர்களையும் காண்கிறேன். அனைத்து விலங்குகளையும் தாமரைமலரில் அமர்ந்த பிரம்மனையும் அனைத்து முனிவர்களையும் மாபெரும் நாகங்களையும் காண்கிறேன். அனைத்துக்கும் இறைவனே, பல தோள்களும் பற்பல விழிகளும் கொண்ட எல்லையிலா வடிவாக உன்னைக் காண்கிறேன். அனைத்தையும் தன் வடிவாகக் கொண்டவனே, உன் முடிவை நான் காணவில்லை. நடுவையும் தொடக்கத்தையும் காணவில்லை.

மகுடமும் கதையும் ஆழியும் ஏந்தியவன். அனைத்தையும் சுடரச்செய்யும் பேரொளி. எரிந்தெழும் அனல் என, கதிரவன் என விழியழிய வெளிநிறைக்கும் அளவிலி நீ. அழிவிலாதவனே, அறியத்தக்கனவற்றில் முதன்மை நீ, நீயே புடவிப்பெருவெளியின் முழுமுதன்மையின் உறைவிடம். குறைவிலாதவனே, நீயே என்றுமுள அறத்தை நிலைநிறுத்துபவன். தொன்மையான புருஷன் நீயே எனக் கண்டுகொண்டேன்.

முதலும் நடுவும் இறுதியும் இலாதவனாக, எல்லையற்ற வீரம் எழுந்த கணக்கிலா தோள்களுடன், ஞாயிறும் திங்களும் விழிகளாக, அனலென சுடரும் பற்கள் கொண்ட வாயுடன், தன் பேரொளியால் இப்புடவிகளை எரிப்பவனாக உன்னைக் காண்கிறேன். வானுக்கும் பூமிக்கும் இடையேயான வெளியையும், அனைத்துத் திசைகளையும் நீயே நிறைத்திருக்கிறாய். விந்தையான, அச்சுறுத்தும் உன் வியனுருவைக் கண்டு மூவுலகுகளும் தளர்கின்றன.

வானோர் திரளெல்லாம் உன்னுள் புகுந்து மறைகின்றன. அஞ்சி கைகூப்பிக் கூவுகின்றனர் சிலர். முனிவரும் சித்தர்களும் நன்று நிகழ்க என்று உன் அழகுகளைக் கூறிப் புகழ்கிறார்கள். ருத்திரர், ஆதித்யர், வசுக்கள், சாத்யர், விசுவேதேவர், அசுவினி தேவர், மருத்துக்கள், உஷ்மபர், கந்தர்வர், யக்ஷர், அசுரர், சித்தர் போன்ற அனைவரும் உன்னை வியப்புடன் நோக்குகின்றனர். பெருந்தோளாய், பல வாய்களும், பற்பல விழிகளும், ஏராளமான கைகளும், எண்ணற்ற கால்களும், பல வயிறுகளும், அச்சமூட்டும் பற்களுமுடைய உன் பெருவடிவைக் கண்டு உலகங்கள் நடுங்குகின்றன, நானும் அவ்வண்ணமே.

ஏனென்றால் வானைத் தொடுவது, பல நிறங்கள் கொண்டது, திறந்த வாய்களும் எரிகின்ற விழிகளும் கொண்ட உன் வடிவுகளும் கண்டு

அகஆழம் அஞ்சி நிலைமறந்து அமைதியழிந்துள்ளேன். கோரைப்பற்கள் எழுந்த, அச்சமூட்டும் ஊழித்தீ போன்ற உன் முகங்களைக் கண்ட எனக்குத் திசை தெரியவில்லை. எங்கும் அமைதி தோன்றவில்லை. தேவர்களின் தலைவனே, உலகங்கள் சென்றமைபவனே, அருள்க!

இந்த திருதராஷ்டிரன் மைந்தர் மற்ற அரசர்நிரைகளுடன் உன்னுள்ளே செல்கின்றனர். பீஷ்மரும் துரோணரும் சூதன்மைந்தனாகிய கர்ணனும் நம்மைச் சார்ந்த முதன்மை வீரர்களுடன் கொடிய பற்களுடைய உன் கொடிய வாய்களுக்குள் விசையுடன் வீழ்கின்றனர். சிலர் உன் பல்லிடைகளில் அகப்பட்டு தலை சிதைந்துள்ளனர். பல ஆறுகளின் பெருக்குகள் கடலை நோக்கிப் பாய்வதைப்போல இந்த மண்ணுலக வீரர்கள் பற்கள் சுடரும் உன் வாய்களுக்குள் நுழைகிறார்கள். விட்டில்கள் துள்ளி எரிசுடரில் விழுந்து அழியச் செல்வதுபோல உலகங்கள் அழிவை நாடி விசைகொண்டு உன் வாய்களுக்குள் புகுகின்றன.

அனைத்து உலகங்களையும் அனலெழும் வாய்களால் விழுங்கிக்கொண்டு அனைத்து இடங்களையும் தழுவுகிறாய். உன் விசைகொண்ட கதிர்கள் வையங்கள் அனைத்தையும் எரித்து பொசுக்குகின்றன. தேவர்களின் இறைவனே, கொடும்பேருருக் கொண்ட நீ யார்? உன்னை வணங்குகிறேன். எனக்கு அருள்புரிக! தொடக்கமாகிய உன்னை அறிய விரும்புகிறேன். ஏனென்றால் நான் உன் செயலை அறிந்திலேன்.

இறைவன் சொன்னார். உலகை அழிக்க பெருகியெழுந்த காலம் நான். இதோ அனைத்தையும் அழித்துக்கொண்டிருக்கிறேன். எவர் என் எதிரில் இருக்கிறார்களோ அவர்கள் நீ போரிடாமலிருந்தாலும் எஞ்சப்போவதில்லை. ஆகவே நீ எழுந்து நில். போரிட்டுப் புகழ்சூடு. பகைவரை வென்று வளமான நாட்டைப் பெறுக! இவர்கள் முன்னரே என்னால் கொல்லப்பட்டுவிட்டனர். நீ புறநிமித்தம் மட்டுமே. துரோணனையும், பீஷ்மனையும், ஜயத்ரதனையும், கர்ணனையும் மற்ற வீரர்களையும் கொல். அஞ்சாமல் போர் செய். போர்க்களத்தில் பகைவரை வென்று எழு.

கேசவன் சொன்ன இச்சொற்களைக் கேட்டு பார்த்தன் மெய்நடுங்கி கைகூப்பி மீண்டும் மீண்டும் வணங்கி அச்சத்துடன் நாக்குழற சொன்னான். முனிவருக்கிறைவனே, உன் பெயர் சொல்லி உலகம் மகிழ்ந்து இன்புறுவது பொருந்துவதே. அரசர் அஞ்சி திசைகளில் மறைகிறார்கள். சித்தர்கள் வணங்குகிறார்கள். முன்பு பிரம்மனையே படைத்தவன், அனைத்துக்கும் மூத்தவன் நீ. முடிவிலாதோனே, தேவர்க்கிறைவனே, உலகங்களின் உறைவிடமே, உருக்கொண்டும் உருவிலாமலும் கடந்தும் திகழும் அழிவிலா பரம்பொருள் நீ.

நீயே முதல் தேவன். பழைமையான புருஷன். நீ இவ்வகிலத்தின் முதல்முழுமையின் நிலை. நீ அறிவு அறிபடுபொருள் அறிவோன். நீ மெய்நிலை. முடிவற்ற வடிவம்கொண்ட உன்னால் நிறைந்துள்ளது கடுவெளி. நீயே காற்று, யமன், அனலவன், வருணன், நிலவன். நீ பிரம்மன், பிரம்மனின் பாட்டன். உன்னை ஆயிரம் முறை வணங்குகிறேன். மீண்டும் உனக்கு வணக்கம். மீளமீள வணக்கம்.

உன்னை முன்னும் பின்னும் வணங்குகிறேன். அனைத்துமானவனே, உன்னை அனைத்துத் திசைகளிலும் வணங்குகிறேன். எல்லையற்ற விசையும் அளவிலா ஆற்றலும் கொண்டவனே, அனைத்திலும் உறைகிறாய். அனைத்துமாகத் திகழ்கிறாய். உன் பெருமையை அறியாமல் தோழன் என்று எண்ணி பிழையாலோ அன்பாலோ கிருஷ்ணா, யாதவா, நண்பா என்று முறையிலாது சொன்னதுண்டு. களியாட்டிலும் துயிலிலும் அமர்விலும் உண்கையிலும் தனியிடத்திலும் பிறர் முன்னாலும் வேடிக்கையாகவோ அன்றியோ சிறுமை செய்திருந்தால் அளவற்ற மாண்பு கொண்ட நீ அனைத்தையும் பொறுத்தருளவேண்டும்.

நீ அசைவதும் அசைவற்றதுமான இவ்வுலகின் தந்தை. இவ்வுலகின் வழிபாட்டுக்குரியவன். அனைத்துக்கும் ஆசிரியன். நிகரற்றவன். எனில் உனக்குமேல் எவருளர்? மூவுலகிலும் நிகரற்ற மாண்புகொண்டவன். ஆகவே உடல் வளைய வணங்கி அருள்கோருகிறேன். மகனைத் தந்தை என, தோழனைத் தோழன் என, காதலியைக் காதலன் என நீ என்னைப் பொறுத்தருள்க!.

முன்பு காணாததைக் கண்டு மகிழ்கிறேன். என் உளம் அச்சத்தால் சோர்கிறது. நான் கண்ட அந்த அழகிய வடிவையே எனக்குக் காட்டுக! உம்பர்க்கிறையே, உலகங்களின் உறைவிடமே, என்மேல் அளிகொள்க! முன்புபோல மணிமுடியும் கதையும் கையில் படையாழியுமாக உன்னைக் காண விழைகிறேன். உலகங்களின் பரம்பொருளே, ஆயிரம் தோளனே, முன்பிருந்த நான்கு தோள் வடிவில் எழுந்தருள்க!

இறைவன் சொன்னார். அர்ஜுனா, உன்மேல் அருள்கொண்டு என்னுடைய யோகஆற்றலால் பேரொளிகொண்டதும் முதலும் முடிவுமான என் வியனுருவை உனக்குக் காட்டினேன். இது உன்னையன்றி எவராலும் பார்க்கப்படவில்லை. வேள்விகளாலும், கல்விகளாலும், கொடைகளாலும், கொடுந்தவங்களாலும்கூட மானுட உலகில் இவ்வுருவில் காணப்பட இயலாதவன் நான். எனது இந்தக் கொடும்பேருரு கண்டு அஞ்சவேண்டாம். உளம் மயங்கவேண்டாம். அச்சம் நீங்கி மகிழ்வுற்ற உள்ளத்துடன் என் இவ்வடிவை மீண்டும் நோக்கு.

இவ்வாறு சொன்ன வாசுதேவன் மீண்டும் தன் உருவத்தைக் காட்டினார். இனிய வடிவமெய்தி அஞ்சி அமர்ந்திருந்த பார்த்தனை ஆறுதல்கொள்ளச் செய்தார். அர்ஜுனன் சொன்னான். ஜனார்த்தனா, உனது தண்மை பொருந்திய இம்மானிட வடிவத்தைக் கண்டு இப்போது அமைதியுற்றேன். என் உணர்வு மீண்டது; இயற்கை நிலை எய்தினேன்.

இறைவன் சொன்னார். நீ இப்போது கண்ட இவ்வடிவம் காண்பதற்கு அரியது. தேவர்கள்கூட இந்த உருவத்தைக் காண விழைவு கொண்டிருக்கிறார்கள். நீ என்னைப் பார்த்த இவ்வடிவில் வேதங்களாலும் என்னைக் காணமுடியாது. தவத்தாலோ கொடையாலோ வேள்வியாலோ அறியமுடியாது. வேறெதுவும் வேண்டா பணிதலால் இதை காணமுடியும். அறிந்து ஒன்றவும் இயலும்.

ஆற்றவேண்டிய கடமைகளை என்பொருட்டுச் செய்பவன், என்னையே அடையவேண்டுமென குறிக்கோள் கொண்டவன், என்னிடம் தன்னைப் படைப்பவன், பற்றற்றவன், எவ்வுயிரிடமும் பகையிலாதவன் என்னை அடைகிறான்.

அர்ஜுனன் கேட்டான். இவ்வாறு யோகத்திலமர்ந்து உன்னை வழிபடும் அடியார், அல்லது அழிவிலாது மறைந்திருப்பதை வழிபடுபவர் இரண்டில் எவர் யோகத்தில் மேம்பட்டவர்?

இறைவன் சொன்னார். எவர் என்னிடத்தில் உளம்செலுத்தி, மாறா யோகிகளாக அகம்கூர்ந்து என்னை வழிபடுகிறார்களோ அவர்களே யோகிகளில் மேலானவர் என்று என்னால் கருதப்படுவர். அழிவற்றதும் அறிவிக்கப்படாததும் மறைந்திருப்பதும் எங்கும் நிறைந்ததும் உளத்துக்கும் அறிவுக்கும் அப்பாற்பட்டதும் மந்தணமானதும் அசைவற்றதும் மையம்கொண்டதுமானதை வழிபடுபவர்கள் புலன்தொகையை அடக்கி எங்கும் நிகர்நோக்கு கொண்டவர்களாக எல்லா உயிர்க்கும் நலம் நாடுபவர்களாகத் திகழ்பவர்கள் என்னையே அடைகிறார்கள்.

மறைந்திருக்கும் பிரம்மத்தில் உள்ளம் வைத்துச் செய்யும் தவத்தில் முயற்சி மிகுதி. ஏனென்றால் உடலில் அமைந்தவர்களால் உருவற்ற பரம்பொருளை நாடும் பாதையில் மிகுந்த இடருடனே செல்லமுடியும். ஆனால் என்னையே அடைக்கலமாகக் கொண்ட அடியார் எல்லா செயல்களையும் என்னிடம் படைத்து என்னையே பிறழா யோகத்தால் இடையறாது நினைத்து வழிபடுகிறார்கள். என்பால் அறிவை வைத்த அவர்களை நான் இறப்பு நிறைந்த உலகியல் கடலில் இருந்து விரைவிலேயே தூக்கிவிடுகிறேன். மனதை என்பால் நிறுத்து; மதியை என்னுள் புகுத்து. இனி நீ என்னுள்ளே உறைவாய்; ஐயமில்லை.

ஒருவேளை சித்தத்தை என்னிடம் நிறுத்திவைப்பதற்கு முடியாவிட்டால் பயிற்சியினால் என்னை அடைய விரும்பு. பழகுவதிலும் நீ திறமையற்றவனாயின் என்பொருட்டுச் செயலாற்றுபவன் ஆகுக! என்பொருட்டுச் செயல்கள் செய்து கொண்டிருப்பதனாலும் வீடுபேறு அடைவாய். அதைக்கூடச் செய்யமுடியாதவன் என்றால் தன்னைத் தான் கட்டுப்படுத்தி என்னை அடைவதென்ற யோகத்தில் உறுதியாகி செயற்பயன்களையெல்லாம் துறந்து அமைக! பழக்கத்தைவிட ஞானம் சிறந்தது. ஞானத்தைவிட ஊழ்கம் சிறந்தது. ஊழ்கத்தைவிட செயற்பயனை துறந்துவிடுதல் மேம்பட்டது. அத்துறவுக்குப்பின் அமைதி எழுகிறது.

எவ்வுயிரையும் பகைத்தலின்றி, அனைத்திடமும் நட்பும் அளியும் உடையவனாய், யானென்பதும் எனதென்பதும் நீங்கி இன்பத்தையும் துன்பத்தையும் நிகராகக் கொண்டு பொறுமையுடையவனாக எப்போதும் மகிழ்ச்சியுடையவனாக, தன்னைக் கட்டியவனாக, உறுதியுடையவனாக, என்னிடத்தே உள்ளத்தையும் சித்தத்தையும் அளித்து அமையும் என் தொண்டனாகிய யோகி எனக்கு இனியவன். உலகத்தோரால் வெறுக்கப்படாதவன், உலகத்தாரை வெறுக்காதவன், களியாலும் அச்சத்தாலும் சினத்தாலும் விளையும் கொதிப்புகளினின்றும் விடுபட்டவன், எனக்கு உகந்தவன்.

எதிர்பார்த்தலின்றி தூயோனாய், திறமுடையோனாய், பற்றுதலற்றவனாய், கவலை நீங்கியவனாய், எல்லா ஆடம்பரங்களையும் துறந்து என்னிடம் அடிபணிவோன் எனக்கு அன்பன். எதற்காகவும் மகிழாதவன், எதையும் வெறுக்காதவன், எதன்பொருட்டும் துயரப்படாதவன், எதற்காகவும் விழைவுகொள்ளாதவன், நன்மையும் தீமையும் துறந்தவனாகிய யோகி எனக்கு அணுக்கமானவன்.

பகைவனிடமும் நண்பனிடமும் மதிப்பிலும் இழிவிலும் நிகர்நிலையில் இருப்பவன், தண்மையிலும் வெம்மையிலும் இன்பத்திலும் துன்பத்திலும் மாறுபாடில்லாதவன், பற்றறுத்தவன், புகழையும் இகழையும் நிகராகக் கொண்டவன், அமைதியானவன், எது வரினும் அதில் மகிழ்ச்சியுறுபவன், எங்கும் அமையாதவன், நிலையான அறிவுடையவன், என் அன்புக்குரியவன்.

அறவடிவான இந்த அமுதை நான் சொன்னபடி வழிபடுவோர், நம்பிக்கையுடையோர், என்னை முழுமுதலெனக் கொண்டோர், அடியார் என் பேரன்பிற்குரியவர்.

6

அர்ஜுனன் கேட்டான். கேசவா, முதலியற்கை, முதலோன், நிலையம், நிலையன், அறிவு, அறிபடுபொருள் எனும் இவற்றை அறியவிழைகிறேன்.

இறைவன் சொன்னார். இவ்வுடல் நிலையம். இதை அறிபவன் நிலையன் என்கின்றனர் அறிஞர். எல்லா நிலையங்களிலும் நிலையன் நானே என்று உணர்க! நிலையம் நிலையன் எனும் அறிவே மெய்மை என்பது என் கொள்கை. அந்த நிலையம் என்பது எது? எவ்வகைப்பட்டது? என்ன மாறுதல்களுடையது? எங்கிருந்து வந்தது? நிலையன் யார்? அவன் பெருமை எப்படிப்பட்டது? இவற்றை நான் சுருக்கமாக சொல்லக் கேள்.

அது முனிவர்களால் பலவகையில் பாடப்பட்டது. பலவகை சந்தங்களால் இசைக்கப்பட்டது. உறுதியான சொல்லமைவுகள் கொண்ட பிரம்மசூத்திரத்தில் கூறப்பட்டது. ஐம்பருக்கள், தன்னிலை, அறிவு, அறியப்படாதது, பத்து புலன்கள், உள்ளம், புலனறியும் புலங்கள் ஐந்து, வேட்கை, பகைமை, இன்பம், துன்பம், உடல், தன்னுணர்வு, உளநிலை ஆகிய மாறுபட்ட தளங்கள் கொண்டது இந்த நிலையம் என சுருக்கிச் சொல்லலாம்.

ஆணவமின்மை, பெருமிதமின்மை, கொல்லாமை, பொறுமை, நேர்மை, ஆசிரியனிடம் பணிவு, தூய்மை, நிலைத்த தன்மை, தன்னைக் கட்டுதல், புலனறிதல்களில் விருப்பின்மை, தன்முனைப்பின்மை, பிறப்பு இறப்பு நரை நோய் துயரம் உளக்குறை இவற்றில் இயைந்த பார்வைகொண்டிருத்தல், மைந்தர் மனைவி இல்லம் ஆகியவற்றில் பற்றிலாதிருத்தல், உடைமை கருதாமை, விரும்பியவற்றிலும் அல்லவற்றிலும் நிகர்நோக்கு, பிறழ்ச்சியற்ற

யோகத்துடன் என்னிடம் தவறுதலின்றி செலுத்தப்படும் வழிபாடு, தனியிடங்களை மேவுதல், கூட்டத்தில் விருப்பமின்மை, ஆத்ம ஞானத்தில் எப்போதும் நழுவாமை, தத்துவ அறிதலில் பொருளுணர்வு — இவை அறிவு எனப்படும். இவற்றினின்றும் வேறுபட்டது அறிவின்மை.

அறிபடுபொருளை, எதை அறிந்தால் சாகாமை கைகூடுமோ அதை விளக்கிக் கூறுவேன். தொடக்கமற்ற பரம்பொருள் இருப்பு அல்ல. இருப்பின்மையும் அல்ல. அது எங்கும் கைகால்களுடையது. எங்கும் கண்ணும் தலையும் வாயுமுடையது. எங்கும் செவியுடையது. இங்குள அனைத்தையும் சூழ்ந்து நிற்பது. எல்லா புலனியல்புகளும் வாய்ந்து ஒளிர்வது. புலனியல்புகளுக்கும் புறம்பானது. பற்றில்லாதது. அனைத்தையும் பொறுப்பது. தன்னியல்பற்றது. தன்னியல்புகளைத் துய்ப்பது. பருப்பொருட்களுக்கு உள்ளும் புறமுமாவது. அசைவதும் நிலைப்பதுமாவது. நுண்மையால் அறிதற்கரியது. சேய்மையிலுள்ளது. அருகிலிருப்பது.

அறிபடுபொருளாகிய அது உயிர்களில் பிரிவுபட்டு நில்லாமல் பிரிவுபட்டதெனத் தோன்றுவது. பொருட்களைத் தாங்குவது. அவற்றை உண்பது. பிறப்பிப்பது. ஒளிகளுக்கெல்லாம் அதுவே ஒளி. இருளிலும் சுடர்வது அறிவு. அறிபடுபொருள் அந்த அறிவால் அடையப்படுவது. அனைத்துக்கும் ஆழத்தில் அமர்ந்தது என்று கூறப்படுகிறது. இவ்வாறு நிலையம் நிலையன் அறிவு அறிபடுபொருள் சுருக்கமாக விளக்கப்பட்டது. என் அடியான் இதை உணர்ந்து என்னியல்பைத் தானும் அடைகிறான்.

முதலியற்கையும் முதலோனும் தொடக்கமில்லாதவர்கள் என்று உணர்க! வேறுபாடுகளும் இயல்புகளும் முதலியற்கையிலிருந்தே பிறப்பன. நிகழ்வுகளையும் முதனிகழ்வுகளையும் ஆக்குவதற்கு முதலியற்கையே அடிப்படை என்பர். இன்பதுன்பங்களை அடைவதற்கு முதலோன் அடிப்படை. முதலியற்கையில் நின்று முதலோன் முதலியற்கையிலிருந்து பிறக்கும் இயல்புகளைத் துய்க்கிறான். இயல்புகளில் இவனுக்குள்ள பற்றுதலால் இவன் நன்று தீதெனும் பிறவிகளை அடைகிறான்.

மேற்பார்ப்போன், ஒப்புதலளிப்போன், சுமப்பவன், உண்பவன், இறைவன் என உடலிலுள்ள முழுமுதலோன் பரம்பொருளென்றே சொல்லப்படுகிறான். இவ்வண்ணம் முதலோனையும் முதலியற்கையையும் அதன் இயல்புகளையும் அறிபவன் எல்லா நெறிகளிலும் இயங்கினாலும் அவனுக்கு மறுபிறப்பில்லை.

சிலர் ஆத்மாவில் ஆத்மாவால் ஊழ்கம் செய்து ஆத்மாவை அறிகிறார்கள். சிலர் உலகியல்யோகத்தால் அறிகிறார்கள். சிலர் செயல்யோகத்தால்

அறிகிறார்கள். வேறு சிலர் இவ்வாறு அறியாமல் அயலாரிடமிருந்து பெற்ற செவியறிதல்களைக் கொண்டு வழிபடுகிறார்கள். அவர்களும் அவ்வறிதல்களின்படி ஒழுகுவார்கள் என்றால் இறப்பை வெல்வர். நிலைகொண்டதாக இருப்பினும் அசைவதாயினும் உயிர் பிறக்குமென்றால் அங்கே நிலையமும் நிலையனும் இணைந்துள்ளது என்று அறிக!

அழியக்கூடிய எல்லா பொருட்களிலும் அழியாதவனாக, நிகர்நிலையில் நிற்பவனாக இறைவனைப் பார்ப்பவனே காட்சிகொண்டவன். எங்கும் நிகராக இறைவன் நிற்பதை இணையாக நோக்கிக்கொண்டிருப்பவன் தன்னைத் தான் துன்புறுத்திக்கொள்ள மாட்டான். அவன் பெருநிலை அடைகிறான்.

எங்கும் செயல்கள் முதலியற்கையாலேயே செய்யப்படுகின்றன. ஆகவே நான் செய்பவன் அல்ல என்று அறிபவனே காட்சியுடையவன். பலவகையான பருப்பொருட்கள் ஒரே அடிப்படை கொண்டவை என்றும் அந்த அடிப்படையிலிருந்து விரிந்தவை என்றும் காண்கையிலேயே அவன் பிரம்மத்தை அடைகிறான். தொடக்கமின்மையால், தன்னியல் பின்மையால் இந்தப் பரம்பொருள் குறைவற்றவன். இவன் உடலில் உறைந்தாலும் செயலாற்றுவதில்லை. பற்றுகொள்வதுமில்லை.

எங்குமிருந்தாலும் வானம் தன் நுண்மையால் எங்கும் பற்றிலாதிருப்பது போல உடலில் ஆத்மா எங்குமிருந்தாலும் எங்கும் பற்றுவதில்லை. கதிரவன் இவ்வுலகமுழுதையும் ஒளியுறச் செய்வதுபோல நிலையன் நிலையத்தை முழுமையாக ஒளிரச்செய்கிறான்.

இவ்வாறு நிலையத்திற்கும் நிலையனுக்குமான வேற்றுமையையும் முதலியற்கையையும், அதன் செயல்களிலிருந்து விடுபடுவதையும் தன் அறிவிழிகளால் காண்பவர்கள் பரம்பொருளை அடைகிறார்கள்.

இறைவன் சொன்னார். அனைத்து முனிவர்களும் எதை அறிந்து இவ்வுலகில் ஈடேற்றம் அடைந்தார்களோ அந்த மெய்மைகளில் உயர்ந்த முழுமெய்மையை நான் உனக்கு உரைக்கிறேன். இந்த மெய்மையை அடைந்து அதனால் என்னியல்பு பெற்றோர், படைப்புக் காலத்தில் பிறவார். ஊழியிலும் சாகமாட்டார்.

அர்ஜுனா, கருவடிவ பிரம்மமே எனக்கு அடிப்படை. நான் அதில் கருக்கொள்கிறேன். எல்லா உயிர்களும் அதிலேதான் பிறக்கின்றன. பலவிதமான கருவறைகளில் இருந்து உடல்கள் கொண்ட உயிர்கள் உருவாகின்றன. அவை அனைத்துக்கும் முதலியற்கையே பிறப்பிடம். நான் விதையளிக்கும் தந்தை. நிறைநிலை, செயல்நிலை, அமையும்நிலை என்னும் மூவியல்புகள் முதலியற்கையில் எழுவன. அவை உடலில் அழிவற்ற ஆத்மாவைப் பிணைக்கின்றன.

நிறைநிலை மாசற்றது, ஒளிகொண்டது, நோவற்றது. இன்பத்தை அணையவும் அறிவை நாடவும் செலுத்துவது. விழைவுமிக்க செயல்நிலை உலகவிழைவுகளின் இணைவால் உருவாவது. ஆத்மாவை செயற்சுழலில் சிக்கவைக்கிறது. உடலுடைய அனைத்தையும் மயங்கச்செய்யும் அமையும்நிலை அறியாமையிலிருந்து எழுவது. அது பிழைகளாலும் சோம்பலாலும் உறக்கத்தாலும் உயிர்களை ஆள்கிறது.

நிறைநிலை இன்பத்தில் பற்றுகொள்ளச் செய்கிறது. செயல்நிலை செயல்களில் பற்றுகொள்ளச் செய்கிறது. அமையும்நிலை அறிவைச் சூழ்ந்து உயிர்களைத் தேங்கவைக்கிறது. செயல்நிலையையும் அமையும் நிலையையும் அடக்கி நிறைநிலை இயல்கிறது. நிறைநிலையையும் அமையும் நிலையையும் வென்று செயல்நிலை ஓங்குகிறது. அவ்வண்ணமே நிறைநிலையையும் செயல்நிலையையும் கடந்து அமையும்நிலை சூழ்கிறது.

உடலில் உள்ள எல்லா வாயில்களிலும் ஞானத்தின் ஒளி பிறக்கும்போது நிறைநிலை வளர்ச்சி பெற்றுவிட்டது என அறியலாம். செயல்நிலை மிகும்போது விழைவு, முயற்சி, செயல்தொடக்கம், அமைதியின்மை, நிலைகொள்ளாமை, ஈடுபாடு ஆகியவை உருவாகின்றன. அமையும்நிலை ஓங்குமிடத்தில் ஒளியின்மை, முயற்சியின்மை, பிழைகள், மயக்கம் ஆகியவை பிறக்கின்றன.

நிறைநிலை ஓங்கி நிற்கையிலே உடல்கொண்டோன் இறப்பானாயின் மாசற்றவனாகி ஞானிகளின் உலகங்களை அடைகிறான். செயல்நிலையில் இறப்போன் செயலூக்கம் கொண்டோரிடையே பிறக்கிறான். அவ்வாறே அமையும்நிலையில் இறப்போன் அறிவிலார் கருக்களில் தோன்றுகிறான்.

நிறைநிலையின் மாசின்மையே நற்செய்கைகளின் பயன். செயல்நிலையின் பயன் துன்பம். அமையும்நிலையின் பயன் அறிவின்மை. நிறைநிலையிலிருந்து ஞானம் பிறக்கிறது. செயல்நிலையிலிருந்து விழைவும் அமையும்நிலையிலிருந்து பிழைகளும் மயக்கமும் அறிவின்மையும் தோன்றுகின்றன. நிறைநிலைகொண்டவர் மேலேறுகிறார்கள். செயல்நிலைகொண்டவர்கள் இடையில் நிற்கிறார்கள். அமையும்நிலை கொண்டவர்கள் இழிந்த இயல்புகளுடன் கீழே செல்கிறார்கள்.

ஆராய்பவன் இம்மூன்று இயல்புகள் அன்றி வேறான படைக்கும் விசை இங்கில்லை என்று அறிந்து இவ்வியல்புகளுக்கு மேலுள்ளதை உணர்ந்து என் இயல்பை அறிகிறான். உடலில் பிறக்கும் இம்மூன்றியல்புகளையும் கடந்து பிறப்பு, சாவு, மூப்பு, துயர் என்பனவற்றிலிருந்து விடுபட்டோன் இறவாமையை அடைகிறான்.

அர்ஜுனன் கேட்டான். இம்மூன்று இயல்புகளையும் கடந்தவனின் அடையாளங்கள் என்ன? அவன் எப்படி ஒழுகுவான்? இம்மூன்றியல்புகளையும் அவன் எப்படி கடக்கிறான்?

இறைவன் சொன்னார். வெளிப்பாடு, செயல், மயக்கம் இவை தோன்றும்போது முரண் கொள்ளாமல் நீங்கியபின் விரும்பாமல் புறக்கணித்தவன்போல் இருப்பான். இயல்புகளின் சிக்கலால் சலிப்புகொள்ளாமல் இவ்வியல்புகள் சுழன்றுவருமென்று உணர்ந்து அதனால் நிலைகுலையாமலிருப்பான். தன்னிலை உணர்ந்து துன்பத்தையும் இன்பத்தையும் நிகரெனக் கருதி ஓடும் செம்பொன்னும் ஒப்பவே கண்டு, இனியவரிடமும் இன்னாதவரிடமும் நிகராக நடந்து இகழ்வையும் புகழையும் இணையெனக் கருதி ஒழுகுவான்.

சிறுமையும் பெருமையும் நிகரென்று இருப்பான். நண்பரிடமும் பகைவரிடமும் நடுநிலைகொள்வான். எல்லா செயல்களையும் துறந்து அமைவான். அவனே இயல்புகளைக் கடந்தவன் எனப்படுவான். வேறுபாடிலாத வழிபாட்டு யோகத்தால் என்னை வணங்குபவன் இயல்புகளைக் கடந்து பிரம்மநிலையை பெறத் தக்கவன். ஏனென்றால் அழிவற்றதான பிரம்மத்திற்கும் அமுதநிலைக்கும் என்றுமியலும் அறத்திற்கும் தன்னுள் இயலும் இன்பத்திற்கும் நானே உறைவிடம்.

இறைவன் சொன்னார். மேலே வேர்கள் கொண்ட, கீழே கிளைகள் விரித்த அரசமரம் அழிவற்றது என்பார்கள். அதற்கு வேதங்களே கிளைகள். இயலுலகம் என்னும் அந்த அரசமரத்தை அறிந்தவனே வேதமறிந்தவன்.

அவ்வியல்புகொண்ட அந்த மரத்தின் இயல்புகள் புலனின்பங்கள் என்னும் தளிர்களுடன் மனிதர்கள் விலங்குகள் முதலிய பிறவிகளான கிளைகள் எழுந்தும் விரிந்தும் பரவியிருக்கின்றன. மானுடவுலகில் செயல்பிணைப்புகளாக ஆணவம், பற்று, முன்னைச்சுவை எனும் வேர்களும் விரிந்தும் ஆழ்ந்தும் விரவியிருக்கின்றன. இந்த மரத்தின் உருவம்போல வேறெங்குமில்லை. முடிவும் தொடக்கமும் நிலைக்களமும் தென்படுவதில்லை. ஆணவம், பற்று, முற்பிறவிச்சுவை என்னும் உறுதியான வேர்கள் கொண்ட இந்த அரசமரத்தை பற்றின்மை என்னும் ஆற்றல்மிக்க வாளால் வெட்டி வீசுக!

அதன் பின் சென்றவர் மீளாத பெருநிலையை நன்கு தேடுக! அந்த உலகியல் மரம் எங்கிருந்து கிளைத்துள்ளதோ அந்த முழுமுதலோனை அடைக்கலம் புகுக! செருக்கும் மயக்கமும் அகன்றவர்கள், பற்று

என்னும் குறைபாட்டை வென்றவர்கள், ஆத்ம ஞானத்தில் எப்போதும் நிற்போர், விருப்பங்களினின்றும் நீங்கியோர், இன்பதுன்பங்களெனும் இரட்டைகளினின்றும் விடுபட்டோர், அறிவின்மையற்றோர் அழியாநிலையை எய்துகின்றனர்.

அவ்விடத்தை சூரியனும், சந்திரனும், தீயும் ஒளியேற்றுவதில்லை. எதை எய்தினோர் மீள்வதில்லையோ அதுவே என் முழுமைநிலை. இவ்வுடலில் உள்ள உயிர் எனது கூறு. அது முதலியற்கையிலுள்ள உள்ளம் மற்றும் ஐம்புலன்களை ஈர்க்கிறது. காற்று மணங்களை ஓரிடத்திலிருந்து இன்னொரு இடத்திற்குக் கொண்டு செல்வதுபோல உடலை ஆளும் ஆத்மா உள்ளத்துடன் இயைந்த புலன்களை ஒருடலில் இருந்து இன்னொன்றுக்குக் கொண்டுவருகிறது. கேட்டல், காண்டல், தொடுதல், சுவை, மோப்பு, உளம் இவற்றில் நிலைகொண்டு உயிரின் நுகர்வுகளைத் தொடர்ந்து நடத்துகிறது.

அது புறப்படுகையிலும், நிற்கையிலும், உண்ணுகையிலும், இயல்புகளை சார்ந்திருக்கையிலும், அவனை அறிவிலார் காண்பதில்லை. மெய்விழியுடையோர் காண்கின்றனர். யோகிகள் அதைத் தம்முள்ளேயே காண்கின்றனர். முயற்சியுடையோராயினும் தம்மைத் தாம் தகுதிப்படுத்திக்கொள்ளாத அறிவிலார் அதைக் காண்பதில்லை.

சூரியனிடமிருந்து ஒளி அனைத்துலகையும் சுடர்கொள்ளச் செய்கிறது. சந்திரனிலும் தீயிலும் அத்தகைய ஒளியே உள்ளது. அவ்வொளியெல்லாம் என்னுடையதே என்று உணர்க! நான் பூமியுள் புகுந்து உயிர்களை என் உயிர்விசையால் தாங்குகிறேன். சோமமாகி பசும்பயிர்களை செழிக்கச் செய்கிறேன். பசி வடிவோனாகி உயிர்களின் உடலில் வாழ்கிறேன். எழுமூச்சு, விழுமூச்சு என்ற காற்றுகளுடன் கூடி நால்வகை உணவை செரிக்கிறேன்.

அனைவரின் அகத்திலும் புகுந்துள்ளேன். என்னிடம் இருந்துதான் நினைவும், அறிவும், இவற்றின் நீக்கமும் பிறக்கின்றன. எல்லா இடத்திலும் அறியப்படும் பொருள் நான். வேதமுடிபை ஆக்கியோன் நான். வேதத்தை உணர்ந்தவனும் நானே. உலகத்தில் இரண்டு வகை முதலோர் உண்டு. அசையும் முதலோர் அசைவற்றோர். அசையும் முதலோன் என்பது எல்லா உயிர்களையும் குறிக்கும். அறியப்படாது மறைந்திருப்பவன் அசைவிலா முதலோன்.

மூன்று உலகங்களிலும் புகுந்து தாங்கி காப்பவர், அழிவற்றவர் என்றும் இறைவன் என்றும் பரம்பொருள் என்றும் அழைக்கப்படும் அந்த

முழுமுதலோன் இவர்களிலிருந்து மாறுபட்டவன். நான் அழிவைக் கடந்தோனாதலாலும், அசைவிலா முதலோனைவிட சிறந்தோனாதலாலும் உலகத்தாராலும் வேதங்களாலும் முதலோனில்முதலோன் என்று கூறப்படுகிறேன்.

அறிவின்மை அகன்று என்னை முழுமுதலோன் என்று அறிபவன் அனைத்தும் அறிந்தவன். அவன் அனைத்து வகையிலும் என்னை வழிபடுகிறான். இவ்வாறு இந்த மிக மந்தணமான அறிவை உனக்குச் சொன்னேன். இதை உணர்ந்தவன் அறிவன், ஆற்றத்தக்கதை ஆற்றுபவன்.

7

அர்ஜுனன் சொன்னான். கிருஷ்ணா, நூல்நெறியை மீறி ஆனால் நம்பிக்கையுடன் வேள்வி செய்பவர்களுக்கு என்ன நலன் அமைகிறது? நிறையா செயலூக்கமா அமைவா?

இறைவன் சொன்னார். உயிர்களின் இயல்பான நம்பிக்கை மூன்றுவகை. நிறை, செயல், அமைவு. அனைவருக்கும் நம்பிக்கை அவர்கள் உள்ளியல்புக்கு ஒத்தபடியே அமைகிறது. மானுடன் உளக்கூர் கொண்டவன். எப்பொருளில் நம்பிக்கையுடையவனோ அதுவே ஆகிறான். ஒளியியல்புடையோர் வானவர்க்கு வேள்வி செய்கின்றனர்.

செயலூக்கம் கொண்டவர்கள் யட்சர்களுக்கும் அரக்கருக்கும். பிறர் இறந்தோருக்கும் பேருருக்களுக்கும். நெறிநோக்காது பெருமிதமும் ஆணவமும் கொண்டு காமமும் விழைவும் அற்றவர்களாக கடுந்தவம் செய்பவர்கள் உடம்பின் ஐம்பருக்களையும் உள்ளுறையும் என்னையும் வருத்துகிறார்கள். அந்த உளம்தெளியாதவர்கள் அசுரத்தன்மைகொண்டவர்கள்.

ஒவ்வொருவரும் விரும்பும் உணவுகள் மூவகை. வேள்வியும் தவமும் கொடையும் அவ்வாறே. அந்த வேற்றுமையை அறிக! உயிர், விசை, ஆற்றல், நோயின்மை, இனிமை, விழைவு ஆகியவற்றை மிகுதிப்படுத்தும் சுவையான, மென்மையான உணவுகள் உறுதியளிப்பவை, உள்ளத்திற்கு இனியவை. இறைநிலைகொண்டவர்களுக்கு விருப்பமானவை. கசப்பும், புளிப்பும், உப்பும், உறைப்பும், வெம்மையும் கொண்ட உலர்ந்த, எரிச்சலூட்டும் உணவுகளை செயலூக்கம் கொண்டோர் விரும்புவர். இவை துன்பத்தையும் துயரையும் நோயையும் விளைவிப்பன.

கெட்டுப்போன, சுவையற்ற, அழுகிய, பழைய, எச்சில்பட்ட, தூய்மையற்ற உணவு அமைவுநிலை கொண்டோருக்கு உகந்தது.

நெறிகளின்படி சடங்குகள் செய்வது கடமை என்று உணர்ந்து பயன்கருதாது செய்யப்படும் வேள்வி நிறைநிலை கொண்டது. பெருமைக்காகவோ பயன்கருதியோ ஆற்றப்படும் வேள்வி செயலூக்கம் கொண்டது. நெறி தவறியது, பகிர்ந்துண்ணப்படாதது, உரிய நுண்சொல்லற்றது, உரிய கொடைகள் அளிக்கப்படாதது, நம்பிக்கையின்றிச் செய்யப்படுவது அமைவுநிலை வேள்வி.

தேவர், அந்தணர், ஆசிரியர், அறிஞர் ஆகியோருக்கு பூஜை செய்தல் மற்றும் தூய்மை, நேர்மை, காம ஒறுப்பு, கொல்லாமை ஆகியவை உடல்சார் தவமெனப்படும். சினத்தை விளைவிக்காததும் உண்மையுடையதும் இனியதும் உலகநலன் கருதியதுமாகியவை சொற்தவம் எனப்படும். தன்னுள் மகிழ்தல், அமைதி, சொல்லவிதல், தன்னைக் கட்டுதல், எண்ணத் தூய்மை இவை உளத்தவம் எனப்படும்.

பயனை விரும்பாத யோகிகளால் ஆழ்ந்த நம்பிக்கையுடன் இம்மூன்று வகைகளிலும் செய்யப்படும் தவம் நிறைநிலை எனப்படும். மதிப்பையும் பெருமையையும் பிறர் போற்றுதலையும் நோக்கிய தவம் செயலூக்கம் கொண்டது. அது நிலையற்றது, நீடித்த நலம் அளிக்காதது. அறியாக் கொள்கையுடன் தன்னை துன்பப்படுத்திக்கொண்டு பிறரைக் கெடுக்குமாறு செய்யும் தவம் அமைவுநிலை எனப்படும்.

கொடுத்தல் கடமையென்று கருதி இடம் காலம் கலம் கருதி கைம்மாறு வேண்டாமல் கொடுக்கப்படும் கொடை நிறைநிலை. உளம் வருந்தி, கைம்மாறு வேண்டி, பயனைக் கருதி கொடுக்கப்படுவது செயலூக்கக் கொடை. மதிப்பின்றி, இகழ்ச்சியுடன், தகாத இடத்தில், தகாத காலத்தில், தகாதவருக்கு தரப்படுவது அமைவுநிலைக்கொடை எனப்படும்.

ஓம் தத் ஸத் என மூன்று சொற்கள் பிரம்மத்தைக் குறிப்பது என்பார்கள். முதனூல்கள், வேதங்கள், வேள்விகள் தொல்காலத்தில் வகுக்கப்பட்டன. ஆதலால், பிரம்மத்தரப்பினர் நெறிப்படி புரியும் வேள்வி, தவம், கொடை என்ற சடங்குகள் எப்போதும் ஓம் என்று தொடங்கி செய்யப்படுகின்றன. 'தத்' என்ற சொல்லைச் சொல்லி பயனைக் கருதாமல் பலவகை வேள்வியும் தவமும் கொடையும் விண்விழைவோரால் செய்யப்படுகின்றன.

'ஸத்' என்ற சொல் உண்மையென்ற பொருளிலும் நன்மையென்ற பொருளிலும் வழங்கப்படுகிறது. பெருஞ்செயலைக் குறிப்பதற்கும் அச்சொல் வழங்குகிறது. வேள்வி, தவம், கொடை இவற்றில் உறுதிநிலையும் 'ஸத்' எனப்படுகிறது. மேலும் பிரம்மத்தின் பொருட்டாகச் செய்யும்

எச்செயலும் 'ஸத்' என்றே சொல்லப்படும். உளம் ஒன்றாது செய்யப்படும் வேள்வியும் தவமும் கொடையும் பிறசெயல்களும் 'அஸத்' எனப்படும். அவற்றால் இம்மையிலும் மறுமையிலும் பயனில்லை.

அர்ஜுனன் கேட்டான். துறவின் இயல்பையும் விடுத்தலின் தன்மையையும் பிரித்துச் சொல்க! இறைவன் சொன்னார். விருப்பத்தால் செய்யப்படும் அனைத்துச் செயல்களையும் விடுவதே துறவு. செயற்பயன்களைக் கொள்ளாமை விடுத்தல். சிலர் செயல்கள் அனைத்தையும் பிழையெனக் கருதி விடவேண்டும் என்கிறார்கள். வேள்வி, கொடை, தவம் ஆகியவற்றை விடக்கூடாதென்கிறார்கள் சிலர்.

விடுத்தலில் என் தரப்பைச் சொல்கிறேன். விடுத்தல் மூவகை. வேள்வி, கொடை, தவம் என்ற செயல்களை விடக்கூடாது, செய்தாக வேண்டும். அவை அறிவுடையோரைத் தூய்மை செய்கின்றன. ஆனால் அவற்றைப் பற்றின்றி பயன்கருதாது செய்யவேண்டும். நெறிகளின்படி வகுக்கப்பட்ட செயல்களைத் துறத்தலாகாது. உளம் மயங்கி அவற்றை விட்டுவிடுதல் அமைவுநிலையை அளிக்கும். செய்யவேண்டியவற்றைத் துயரெனக் கருதி உடலுக்கு வருத்தம் நேருமென அஞ்சி விடுவோம் என்றால் செயல்நிலையில் நின்று துறப்பதன் பயனை அடைய முடியாது.

நெறிகள் கூறும் செயலை 'இது செய்தற்கு உரியது' என்னும் எண்ணத்தால் பற்றையும் பயன் வேண்டலையும் விடுத்து செய்தால் அதுவே நிறைநிலைத் துறப்பு எனப்படும். நிறைநிலை நின்று மெய்மை உணர்ந்து ஐயங்களை அறுத்த துறவி இன்பமற்ற செய்கையை வெறுப்பதில்லை. இன்பமுடைய செய்கையில் பற்று கொள்வதில்லை. உடல் கொண்டவனால் முழுமையாக செயல்களை விட்டுவிட முடியாது. செய்கைகளின் பயனைத் துறப்பவன் தியாகி எனப்படுவான்.

வேண்டுவது, வேண்டாதது, இரண்டுமானது என மூன்று வகை செயற்பயன்கள் துறக்காதோருக்கு இறந்த பின்னர் ஏற்படுகின்றன. துறந்தோருக்கு அப்பயன் இல்லை. செயல்களை ஒறுக்கும் வழியை கூறும் செயல்நெறியில் செயல்கள் முழுமைகொள்ள ஐந்து அடிப்படைகள் சொல்லப்பட்டன. செயல்நிகழும் இடம், செய்வோன், செயல்கள், செயல்முறைகள், இயற்கை என ஐந்து. மனிதன் உடம்பாலும் சொல்லாலும் எந்தச் செயலைத் தொடங்கினாலும் அது முறையானதாயினும் அல்லாவிடினும் இவ்வைந்துமே அடிப்படைகள்.

தனிப்பொருளாகிய ஆத்மாவைச் செயலாற்றுபவனாக எண்ணுபவன் அறிவிலி. நான் செய்கிறேன் என்னும் எண்ணம் இன்றி பற்றுதல்கள் அற்றுச் செயல்புரியும் மதியுடையவன் உலகங்கள் அனைத்தையும்

கொன்றபோதிலும் கொலையாளி ஆகமாட்டான். பழிகொள்ளவும் மாட்டான்.

அறிவு, அறிபடுபொருள், அறிவோன் என இம்மூன்றும் செயல்களைத் தூண்டுவன. கருவி, செயல், செய்வோன் என செயலின் அமைப்பு மூன்று பகுதிகள் கொண்டது. இயல்புநிலைகளை எண்ணினால் அறிவு, செயல், ஆற்றுவோன் என அவை மூன்று. பிரிவுபட்டு நிற்கும் அனைத்திலும் பிரிவற்ற, அழிவற்ற ஒரே இயல்பைக் காணும் அறிவே நிறைநிலை. உயிர்களனைத்திலும் வெவ்வேறு வகைப்பட்ட இயல்புகள் இருப்பதாகப் பிரித்துக் காணும் அறிவே செயல்நிலை. அடிப்படைகளைக் கருதாமல், ஏதேனும் ஒற்றை நலனை அனைத்துமாகக் கருதிப் பற்றுதல் கொள்வதும், உண்மையில் அறியாததும், சிறுமைகொண்டதுமான மெய்யறிதல் அமைவுநிலை.

பயன்களை வேண்டாதான் பற்றுதலின்றி, விருப்பு வெறுப்பின்றி செய்யும் நெறிநின்ற செயல் நிறைநிலை. விருப்பங்களுக்கு ஆட்பட்டவன் ஆணவத்துடன் மிகுந்த முயற்சிகொண்டு செய்யும் செயலே செயல்நிலை. பின்விளைவையும், பிறருக்கு நேரக்கூடிய ஊறையும், தன் துன்பத்தையும், ஆற்றுவோனின் திறமையையும் கருதாமல், அறிவின்மையால் தொடங்கப்படும் செயல் அமைவுநிலை எனப்படும்.

பற்றற்றவனாகவும், நான் என்னும் எண்ணம் இல்லாதவனாகவும், உறுதியும் ஊக்கமும் உடையவனாகவும், வெற்றி தோல்வியில் வேறுபாடற்றவனாகவும் செயலாற்றுபவனை நிறைநிலையன் என்பர். வேட்கை கொண்டவன், பயன் விரும்புவோன், எண்ணிச்செய்வோன், இடர்இயற்றுவோன், தூய்மை அற்றோன், களிக்கும் துயிலுக்கும் ஆட்பட்டோன் என நின்று செயலாற்றுவோன் செயலியல்புகொண்டவன். யோக நிலை பெறாதோன், பண்படாதோன், அறிவிலி, முரட்டியல்பு கொண்டவன், வஞ்சகன், பொறாமையுடையவன், சோம்பலும் ஏக்கமும் கொண்டவன், காலத்தை நீடித்துக்கொண்டே செல்பவன் என செயலியற்றுபவனை அமைவுநிலை கொண்டவன் என்பர்.

இயல்பினால் மூன்று வகைப்பட்ட அறிவின் வேற்றுமைகளையும் பகுத்துரைக்கிறேன். தொழிலையும் ஒழிதலையும், செய்யத்தக்கதையும் தகாததையும், அஞ்சவேண்டியதையும் வேண்டாததையும், பற்றையும் விடுதலையையும் பகுத்தறியும் அறிவே நிறைநிலை. அறமும் அல்லதும் ஆற்றவேண்டியதும் ஒழியவேண்டியதும் முறையாக உணரப்படாத அறிவே செயல்நிலை எனப்படும். இருளால் கவரப்பட்ட, மறத்தை அறமென மயங்கி அனைத்தையும் மாறாகக் காணும் அறிவே அமைவுநிலை.

உளம், உயிர், புலன்கள் ஆகியவற்றின் செயல்களைப் பிறழ்ச்சியில்லாத யோகத்துடன் கொள்ளும் உறுதியே நிறைநிலை. பற்றுதலுடையவன் பயன்நாடி அறம் பொருள் இன்பங்களைப் பேணுவதில் செலுத்தும் உறுதி செயல்நிலை. உறக்கத்தையும், அச்சத்தையும், துயரத்தையும், ஏக்கத்தையும், கொள்ளும் கருத்தையும் மாற்றத் திறமையில்லாத உறுதி அமைவுநிலை.

மூன்று வகை இன்பங்களைச் சொல்கிறேன், கேள். பயிலப் பயில உவகை மிகும், துயரை அறுக்கும், தொடக்கத்தில் நஞ்சும் விளைகையில் அமுதமும் ஆகும் இன்பமே நிறைநிலை. அது தெளிவிலிருந்து எழுவது. புற இன்பங்களில் புலன்கள் பொருந்துவதனால் தொடக்கத்தில் அமுதைப் போலிருந்து விளைவில் நஞ்சு போன்றதாய் முடியும் இன்பம் செயல்நிலை. தொடக்கத்திலும் இறுதியிலும் ஆத்மாவுக்கு மயக்கம் விளைவிப்பதும், உறக்கம் சோம்பல் தவறுகள் ஆகியவற்றில் பிறப்பதுமான இன்பம் அமைவுநிலை.

முதலியற்கையில் தோன்றும் இம்மூன்று இயல்புகளில் இருந்து விடுபட்ட உயிர் மண்ணில் இல்லை; வானில் தேவரிடமும் இல்லை. அந்தணர், வீரர், தொழிலோர், தொண்டர் என நால்வகையினரின் செயல்கள் அவர்களின் இயல்பில் இருந்து வகுக்கப்படுவன. அகச்செயல் வென்று புறச்செயல் அடக்கிய தவம், தூய்மை, பொறுமை, நேர்மை, நல்லறிவு, கல்வி, நம்பிக்கை இவை அந்தண இயல்புகளாக இயற்கையாகத் தோன்றுகின்றன. வீரம், மிளிர்வு, உறுதி, வெல்லும்திறன், பின்வாங்காமை, கொடை, இறைத்தன்மை ஆகியவை வீரர் இயல்பாக நிகழ்கின்றன. உழவு, ஆபுரத்தல், வணிகம் இவை இயற்கையிலே பிறக்கும் தொழிலோர் செயல்கள். தொண்டு புரிதல் அத்தொழிலோனுக்கு இயற்கையில் எழும் தன்மை.

தனக்குத் தானே உரிய செயலில் மகிழ்ச்சியுறுபவன் ஈடேற்றம் பெறுகிறான். தனக்குரிய தொழிலில் இன்புறுவோன் எப்படி நிறைவடைகிறான் என்று சொல்கிறேன். உயிர்களுக்கெலாம் பிறப்பிடமாய், இவ்வையம் எங்கும் நிறைந்திருக்கும் முழுமுதலை தன் செயலியல்பால் வழிபடுபவன் நிறைவடைகிறான். பிறர்க்குரிய அறத்தை நன்கு செய்வதைக் காட்டிலும் தனக்குரிய அறத்தை குன்றச் செய்தலும் நன்று.

இயற்கையிலேயே தன்னிலெழும் செயலைச் செய்வதனால் மனிதன் பழிகொள்வதில்லை. இயல்பான தொழில் குறையுடையதாயினும் அதைக் கைவிடலாகாது. எல்லாத் தொழில்களையும் குறைகள் சூழ்ந்தே நிற்கின்றன. பற்றற்ற மதியுடன், விழைவைத் தவிர்த்து, தன்னை வென்றவன் செயல் கடந்து நிறைவடையும் வெற்றியை அடைகிறான்.

நிறைநிலை அடைந்தவன் எப்படி பிரம்மத்தில் கலக்கும் உச்சமான ஞானநிலை எய்துகிறான் என்பதைக் கூறுகிறேன். தூய்மை பெற்ற அறிவுடன், உறுதியால் தன்னை வென்று, பலசொல் செவிகொள்ளும் அலைவைத் தவிர்த்து, விருப்பு வெறுப்புகளை எறிந்துவிட்டு, தனித்த இடங்களை நாடுவோனாக, விழைவுகள் மங்கலாகி சொல்லையும் உடலையும் உள்ளத்தையும் வென்று ஊழ்கத்திலமர்ந்து பற்றின்மையே பற்றெனக் கொண்டவனாக ஆணவம், உறுதிகள், செருக்கு, காமம், சினம், இரத்தல் இவற்றை உதறி தன்னிலை அகன்று அமைதியடைந்தவன் தானே பிரம்மம் என ஆகிறான்.

பிரம்மநிலை பெற்றோன், மகிழ்வுடையோன், துயரற்றோன், விருப்பற்றோன், எல்லா உயிர்களையும் நிகராக நினைப்போன் என்மேல் பெரும்பற்றுகொள்ளும் மெய்நிலையை அடைகிறான். என்னை யார் என்றும் எத்தன்மை உடையவன் என்றும் அந்தத் தற்கொடையால் முழுமையாக அறிகிறான். மெய்யாக என்னை அறிந்தபின் அவன் தத் எனப்படும் பிரம்மத்தில் புகுகிறான்.

எல்லாச் செயல்களையும் எப்போதும் செய்துகொண்டிருந்தாலும், என்னையே சார்பாகக் கொண்டவன் என் அருளால் அழிவற்ற பெருநிலையை எய்துகிறான். அறிவினால் எனை எண்ணி செயல்களை எல்லாம் துறந்துவிட்டு, என்னிடத்தில் ஈடுபட்டு, அறிவெனும் யோகத்தில் சார்புற்று, எப்போதும் என்னை உளம்கொண்டவனாக இரு. என்னை உளத்துள் கொண்டிருப்பவனாக எல்லாத் தடைகளையும் என் அருளால் கடந்து செல்க! நீ ஆணவத்தால் இதைக் கேளாது விடுவாய் என்றால் அழிவடைவாய்.

ஆணவத்தால் போர் புரியமாட்டேன் என்று முடிவெடுத்தால் உன் முடிவு பொய்யாகும். இயற்கை உன்னைப் போரில் செலுத்தும். இயற்கையில் தோன்றிய தன்னறத்தால் கட்டுண்டிருக்கும் நீ உளமயக்கத்தால் போர்செய்ய விரும்பாவிட்டாலும் உன் இயல்பால் உன்னைமீறி அதைச் செய்வாய். உடல் என்ற பொறியில் அனைத்து உயிர்களையும் ஏற்றி மாயையால் சுழற்றியபடி அனைத்து உள்ளங்களிலும் இறைவன் நின்றிருக்கிறான். அனைத்து வடிவங்களிலும் அவனையே அடைக்கலம் கொள்க! அவன் அருளால் பேரமைதியாகிய அழியா நிலையை அடைவாய்.

மந்தணங்களில் முதன்மையான மெய்மையை உனக்குச் சொன்னேன். இதைத் தீர ஆராய்ந்து உன் விருப்பப்படி செயல்படுக! என் சொற்களைக் கேள். நீ என் நண்பன். உனக்கு உகந்ததைச் சொல்கிறேன். உன் உள்ளம் எனதாகுக! என் தொண்டனாகுக! எனக்கென வேள்விசெய்க!

என்னையே வணங்குக! என்னை எய்துவாய். உண்மை இதுவே, உனக்கிதை ஆணையிட்டுச் சொல்கிறேன். நீ எனக்கு இனியவன். எல்லா அறங்களையும் கைவிடுக! என்னையே அடிபணிக! எல்லாப் பழிகளில் இருந்தும் உன்னை விடுவிப்பேன். துயர்கொள்ளாதே!

இச்சொற்களை எப்போதும் தவமிலாதவனுக்கும், பக்தியில்லாதவனுக்கும், செவிகொடுக்காதவனுக்கும் என்மேல் ஒவ்வாமை கொண்டவனுக்கும் சொல்லாதே. இம்மாபெரும் மறைபொருளை உகந்தவர்களுக்குச் சொல்லுபவன் என்மேல் அன்புகொண்டு என்னையே எய்துவான். ஐயமில்லை. மானிடருள்ளே அவனைவிட எனக்கு இனிது செய்வோன் வேறில்லை.

இந்த அறச்சொல்லாடலைப் படிப்பவர் இயற்றும் ஞானவேள்வியால் நான் நிறைவு பெறுவேன். இது என் ஆணை. நம்பிக்கை கொண்டு, உளவிலக்கம் அகற்றி இதனைக் கேட்பதை மட்டுமே செய்பவன்கூட விடுதலை அடைவான். நற்செயல் செய்தமையால் சென்றடையும் நல்லுலகங்களை எய்துவான். பார்த்தா, சித்தத்தை ஒருமைப்படுத்தி இதை நீ கேட்டாய் அல்லவா?

"அர்ஜுனா, உன் உளமயக்கம் அழிந்ததா?" என்ற இளைய யாதவரின் குரல் கேட்டு அர்ஜுனன் இடமுணர்ந்தான். திகைத்து "யாதவரே" என்றான். பின்னர் அவருடைய புன்னகைத்த முகத்தை நோக்கி "ஆம், மயக்கம் அழிந்தது. அச்சுதா, நான் நினைவு மீண்டேன். ஐயம் விலகியது. நீங்கள் ஆணையிட்டதைச் செய்வேன்" என்றான்.

அர்ஜுனன் உபப்பிலாவ்யத்தின் அரண்மனையை அடைந்தபோது வாயிலில் நகுலன் காத்திருந்தான். அவன் புரவியிலிருந்து இறங்கியதும் அருகே வந்து "மூத்தவரே, தங்களை அரசர் நேற்றிரவு பலமுறை அழைத்தார். எங்கிருக்கிறீர்கள் என்று தெரியவில்லை என்றேன். தேடி அழைத்துவரச் சொன்னார். கோட்டையின்மேல் காவல்மாடத்திலேயே துயில்கொண்டுவிட்டீர்கள் என்றார்கள். அங்கு வந்தபோது தாங்கள் இல்லை. விரித்திருந்த துணிமட்டும் கிடந்தது. காட்டுக்குள் சென்றிருப்பீர்கள் என எண்ணினேன்" என்றான்.

"ஆம்" என்று அர்ஜுனன் சொன்னான். ஏவலனிடம் புரவியின் கடிவாளத்தை அளித்துவிட்டு அர்ஜுனன் நடக்க நகுலன் உடன் சென்றான். அர்ஜுனனின் நடை மாறுபட்டிருந்தது. எதிரே வந்து வணங்கிய சுரேசரிடம் புன்னகைத்து "நலம்திகழ்க அமைச்சரே, நேற்று துயில்நீத்தீர்களோ?" என்றான். அவர் அந்தப் புன்னகையை எதிர்பார்க்கவில்லை "ஆம்" என்றார். பின்னர் நகுலனை விழிதொட்டு நோக்கால் வினவினார். நகுலன் புன்னகைத்து அறியேன் என

விழிகாட்டினான். சுரேசர் சென்றபின் நகுலன் அர்ஜுனனுடன் அணுகி நடந்து “மூத்தவர் துயர்கொண்டிருக்கிறார். நீங்கள் படைசூழ்கையில் போதிய ஈடுபாடு காட்டவில்லை என்று கருதுகிறார்” என்றான்.

அர்ஜுனன் சினம் கொள்ளலாகாது என்னும் விரைவுடன் “ஆனால் இப்போது உங்களைப் பார்த்தால் மகிழ்வார். உங்கள் முகமே மாறிவிட்டிருக்கிறது. உங்கள் முகத்தில் நெடுநாட்களுக்குப்பின் இப்போதுதான் புன்னகையைக் காண்கிறேன்” என்றான். அர்ஜுனன் தலையை அண்ணாந்து உரத்த குரலில் நகைத்தான். அங்கே நின்றிருந்த காவலர்களின் திகைப்பை நகுலன் கண்டான். “சிற்றவைக்குள் அரசர் இருக்கிறார். மூத்தவர் பீமனும் இளையவன் சகதேவனும் உடனிருக்கிறார்கள்” என்றான் நகுலன். “நேற்று மாலை அனைத்துப் படைஎழுகைகளும் முடிவடைந்தன. சூழ்கைகளை ஓலைகளில் வரைய ஆணையிட்டிருந்தோம். ஓலைகள் அனைத்தும் வந்து சேர்ந்துவிட்டன. அதைத்தான் ஆராய்ந்துகொண்டிருக்கிறார்கள்.”

சிற்றவைக்கு முன் நின்றிருந்த காவலன் உள்ளே சென்று ஆணைபெற்று தலைவணங்க அர்ஜுனன் நகுலனுடன் உள்ளே சென்றான். அவனைக் கண்டதுமே பீமன் உரத்த குரலில் “ஆ! என்ன இது? இளையோனே, நீ முற்றாக மாறிவிட்டாய்!” என்று கூவியபடி கைவிரித்து அணுகினான். யுதிஷ்டிரரும் எழுந்துகொண்டு “ஆம், இடும்பவனக் காட்டில் இருந்த அந்த இளையோனின் புன்னகை இது!” என்றார். பீமன் அர்ஜுனனின் தோள்களைப் பற்றிக்கொண்டு “என்ன நடந்தது? மீண்டும் ஏதாவது காதலில் இறங்கிவிட்டாயா?” என்றபின் திரும்பி சகதேவனிடம் “முதற்காமத்தில்தான் இளையோர் இப்படி கனவுகண்ட குழந்தைபோல சிரித்துக்கொண்டு அலைவார்கள்” என்றான்.

அர்ஜுனன் சிரித்தபடி யுதிஷ்டிரரை வணங்கினான். பீமன் அவன் தோளில் ஓங்கி அறைந்து “சொல்க, என்ன நிகழ்ந்தது?” என்றான். “நான் ஒரு கனவு கண்டேன், மூத்தவரே” என்றபடி அர்ஜுனன் அமர்ந்தான். “கனவா?” என்ற பீமன் சகதேவனிடம் “நான் சொல்லவில்லையா? காமக்கனவு!” என நகைத்தபின் “அதில் நீ முதிரா இளையோன் அல்லவா?” என்றான். “இல்லை, நான் அதில் இளைய யாதவரைக் கண்டேன்” என்றான் அர்ஜுனன். “எண்ணினேன்” என்றார் யுதிஷ்டிரர். “இயல்புதான். அவர் நைமிஷாரண்யம் சென்றபின் நீ சென்று அவரைப் பார்க்கவேயில்லை” என்று பீமன் சொன்னான்.

“சென்ற சிலநாட்களாகவே உளக்கொதிப்பு உச்சம் கொண்டிருந்தது, மூத்தவரே. என்னைச் சூழ்ந்து நிகழ்ந்துகொண்டிருந்த இந்தப் படையொருக்கம் எனக்குள்ளும் நிகழ்ந்தது. ஆனால் ஒருபக்கம் படைகள்

திரள மறுபக்கம் படைகள் விலகிப்பிரிந்து வெற்றுத்திரளென்றும் ஆகிக்கொண்டிருந்தன. எங்கிருக்கிறோம் எவரைப் பார்க்கிறோம் என்ன சொல்கிறோம் என்றே என் ஆழம் அறியவில்லை. பித்துப் பிடிக்கச் செய்யும் நிலையழிவு. வெறுமை நாளுமென ஏறிவந்தது. நேற்று மாலை காவல்மேடைமேல் ஏறியபோது அங்கிருந்து கீழே கைவிடுபடைகளின் அம்புக்கூர்கள் மேல் குதித்துவிட்டாலென்ன என்ற எண்ணம் எழுந்ததைக் கண்டு நான் திடுக்கிட்டேன். தற்சாவு என்னும் எண்ணம் என்னுள் எழுந்ததே இல்லை.

"என் உடல் நடுங்கிக்கொண்டிருந்தது. அவ்வெண்ணம் எழுந்தது எப்படி என எண்ணியபடி சுவர் விளிம்பில் நெடுநேரம் அமர்ந்திருந்தேன். எண்ணிச்சலித்து அப்படியே படுத்து விண்மீன்களை நோக்கிக்கொண்டிருந்தேன். பலகோடி விண்மீன்கள். ஒவ்வொன்றும் பிறரில்லா இருள்சூழ தனிமையில் அமைந்து நடுங்கி அதிர்ந்துகொண்டிருந்தன. அப்படியே துயில்கொண்டிருப்பேன். அதில் ஒரு கனவு. மிகமிக நீண்ட கனவு. பல படிகளாக, அலையலையாக நிகழ்ந்துகொண்டே இருந்தது. நெடுநேரம்" என்றான் அர்ஜுனன். "கனவுகள் எத்தனை நீண்டவை என்றாலும் இமைக்கணமே நிகழ்பவை" என்றார் யுதிஷ்டிரர்.

"என்ன கனவு?" என்று பீமன் கேட்டான். "நான் இளைய யாதவரைச் சென்று சந்திப்பதைப்போல" என்றான் அர்ஜுனன். "அது எவரும் எண்ணக்கூடியதே" என்றான் பீமன். "நானும் அவரைச் சென்று பார்ப்பதாகக் கனவு கண்டேன்." யுதிஷ்டிரர் "ஆம், நானும் அவரைச் சென்று சந்தித்ததாகக் கனவு கண்டேன். அக்கனவில் அவர் எனக்கு நீண்ட அருளுரையை அளித்தார். அக்கனவிலிருந்து மேலும் மேலுமெனக் கனவுக்குள் சென்றேன். அஸ்தினபுரிக்குச் சென்று சகுனியைக் கண்டேன். ஏன் எதிர்காலத்திற்குச் சென்று நம் கொடிவழியில் ஓர் அரசனின் மைந்தரில் ஒருவனாக இருந்தேன்... அதைத்தான் சற்றுமுன் இளையவனிடம் சொல்லி நிமித்தம்சூழ்ந்து உரைக்கும்படி கேட்டேன்" என்றார்.

"நான் நானாக அவரிடம் செல்லவில்லை, மூத்தவரே" என்றான் அர்ஜுனன். "பலராகச் சென்றேன். ஒருவர் பின் ஒருவராக பல வடிவங்களில்... பல நீளுரைகள், பல உட்கனவுகள்." யுதிஷ்டிரர் "எவராகச் சென்றாய்?" என்றார். "அங்கராக, பின் பீஷ்மராக. உங்கள் வடிவிலும் திரௌபதியின் வடிவிலும்கூட" என்று அர்ஜுனன் சொன்னான். இமைக்காமல் அவனையே நோக்கியிருந்த யுதிஷ்டிரர் "என்ன கண்டாய்?" என்றார். "கண்டதையும் கேட்டதையும் என்னால்

தொகுத்துக்கொள்ள முடியும் எனத் தோன்றவில்லை. அவ்வளவு நீண்ட ஆழ்நிகழ்வு. எண்ணினால் ஒரு கணம் என்று தோன்றுகிறது. ஒரு சொல்லும் ஒருதுளிக் காட்சியும் எஞ்சவில்லை. அவ்வினிமை மட்டும் என் ஒவ்வொரு அணுவிலும் நிறைந்துள்ளது.

"ஆனால் என் உடலில் அழுந்திய அனைத்து எடைகளும் விலகிவிட்டன என உணர்கிறேன். நினைவறிந்த நாளில் இருந்து இதுவரை இத்தனை உள்ளமைதியை உணர்ந்ததில்லை. உவகை என்பது அலையல்ல, ததும்பாமை என அறிகிறேன்" என்றான். யுதிஷ்டிரர் "அது உன் முகத்தில் தெரிகிறது. ஊழ்கம் கனிந்து மெய்மையை அடைந்த ஞானிகளின் முகமும் விழிகளும் கொண்டிருக்கிறாய்" என்றார். "ஆம், அதையே நானும் எண்ணினேன், மூத்தவரே" என்று நகுலன் சொன்னான். பீமன் "கனவில் புன்னகைக்கும் குழந்தைபோல என நான் எண்ணினேன்" என்றான்.

யுதிஷ்டிரர் "நீ விடுபட்டுவிட்டதை அறிந்து உவகை கொள்கிறேன், இளையோனே" என்றார். "நீ இன்றிருக்கும் நிலையில் எவ்வுயிருக்கும் எத்தீங்கும் செய்ய இயலாது என அறிவேன். போர்புரியும்படி உன்னிடம் சொல்லமாட்டேன். நீ விழைந்தால் கானேகலாம். உன்னை எங்கள் குலத்திலெழுந்த மாமுனிவன் என எண்ணிப் பணிந்து உவகையுடன் விடையளிக்கிறோம். எங்களில் நீ நிகழ்ந்தபோதே அனைத்து வெற்றிகளையும் புகழ்களையும் அடைந்துவிட்டோம். இனி நாங்கள் வெல்லவும் கொள்ளவும் ஏதுமில்லை" என்றார்.

இனிய புன்னகையுடன் "இல்லை மூத்தவரே, நான் போரிடுகிறேன்" என்று அர்ஜுனன் சொன்னான். அவன் புன்னகை இளைய யாதவருக்குரியது என நகுலன் எண்ணினான். "ஆனால்..." என யுதிஷ்டிரர் தயங்கி சகதேவனை நோக்க அவன் "போரிடும் தவமுனிவர் என்றுகொள்க, அரசே!" என்றான். யுதிஷ்டிரர் மேலும் சிலகணங்கள் அர்ஜுனனை நோக்கிவிட்டு முகம் நெகிழ்ந்து "ஆம், அவ்வண்ணமே" என்றார்.

பீமன் "நம் படைகள் முழுதமைந்துவிட்டன, இளையோனே. ஆனால் இன்றைய நிலையில்கூட அவர்களின் படைக்கு நாலில் ஒன்றே நம் அளவு. இவ்வடிவில் இப்போரில் நாம் வெல்ல வாய்ப்பே இல்லை என்று விராடர், துருபதர் போன்ற படைவல்லுநர் கூறுகிறார்கள்" என்றான். "நம் தரப்பின் முதன்மைத்திறலோன் இளைய யாதவரே. அவர் படைக்கலம் எடுக்கப்போவதில்லை எனும் செய்தி இருபக்கப் படைகளிலும் பரவிவிட்டது. முதல் அம்பு எழுவதற்கு முன்னரே அவர்கள் அடைந்த பெருவெற்றி அது."

சகதேவன் புன்னகையுடன் “யோகத்திலமைந்த கிருஷ்ணனும் வில்லேந்திய விஜயனும் இருக்குமிடத்தில் திருவும் ஆக்கமும் வெற்றியும் நிலைதவறா அறமும் திகழும். சூதர்கள் பாடும் முதன்மை வரி இது, மூத்தவரே” என்றான்.

•••

சொல் விளக்கம்

அகம்படி, அகம்படியர்	–	அரசனின் பரிவாரங்கள்
அகிபீனா	–	அபின்
அக்காரம்	–	வெல்லம்
அக்கை	–	அக்காள்
அடியிலி	–	அதலம், ஆழம், அடியில்லாதது.
அடுமனை	–	சமையலறை
அணங்கு	–	பேய், வெறியாட்டு, அச்சம்.
அணிநிரத்தல்	–	அணிவகுத்தல்
அணுக்கர், அணுக்கன்	–	சிநேகர்
அண்மை	–	சமீபம், அருகில், பக்கம்.
அதர்	–	வழி
அத்திரி	–	கோவேறுக் கழுதை
அந்தணர்சோலை	–	அந்தணர்கள் குடியிருக்குமிடம்
அமரமுனை	–	படகின் குவிந்த முன்முனை
அம்பி	–	தோணி, தெப்பம், மரக்கலம், நீண்ட படகு
அரசுசூழ்தல்	–	ராஜதந்திர ஆலோசனை
அரவணை	–	அரவு + அணை, பாம்புப்படுக்கை
அரவுக்குறை	–	நாகதோஷம்
அரிமலர்	–	அட்சதையும் மலரும்
அலகிலி	–	அளவற்றது
அலர்	–	வம்பு, பழிச்சொல், தூற்றல்.

அவி, அவிப்பொருள்	–	வேள்வியில் அர்ப்பிக்கப்படும் உணவு, ஹவிஸ்.
அவை	–	சபை
அழல்	–	தீயின் கதிர், நெருப்பு, தீக்கொழுந்து, எரிவு, வெப்பம், கோபம், நஞ்சு.
அளி	–	கருணை
அளியர்	–	பரிதாபத்திற்குரியவர், காக்கப்படத்தக்கவர், அன்புமிக்கவர்.
அளைதல்	–	துழாவுதல், தழுவுதல், அனுபவித்தல்
அறைகூவல்	–	சவால்
ஆகுதிப்பொருட்கள்	–	வேள்வியில் தீயிலிடும் பொருட்கள்
ஆசு	–	குற்றம், ஆணவமலம்
ஆடி	–	கண்ணாடி
ஆடிப்பாவை	–	கண்ணாடியில் தெரியும் உருவம்
ஆநிலை	–	பசுக்கொட்டில்
ஆமாடப்பெட்டி	–	ஆமையோட்டை மூடியாகக் கொண்ட சிறிய பெட்டி
ஆமுகம்	–	ஆரம்பம், தொடக்கம்.
ஆயம்	–	விசை
ஆயர்குடி	–	யாதவ குலம்
ஆரம்	–	மாலை
ஆழி	–	சக்கரம், வட்டம், மோதிரம், கடல், கடற்கரை, கட்டளை.
ஆழிஏழில் இதழாயிரமலர்	–	ஏழாவது சக்ரமான சகஸ்ரபத்மம். [குண்டலினி முதல் ஏழு சக்கரங்கள் உள்ளன. ஏழாவது சக்ரமான சகஸ்ராரம் ஆயிரம் இதழ் தாமரையாக நெற்றிப்பொட்டில் மலர்கிறது]
இசைச்சூதர்	–	பாணர்
இடத்துஇணை	–	சிவனின் இடப்பக்கத்துணை உமை. சம்ஸ்கிருதத்தில் வாமபாகம்.
இடைநாழி	–	திண்ணை
இரிதல்	–	கெடுதல், ஓடுதல், விலகுதல், வடிதல், அஞ்சுதல்

இழி	–	கீழான, கீழ்மை, இறங்குதல், குறைதல்.
இழிசினர்	–	புலைமகன்கள், தாழ்ந்தோர்
இளிவரல்	–	ஏளனம், அங்கதம்.
ஈச்சையோலை	–	பேரீச்ச மர ஓலை
உகிர்	–	பறவை விலங்குகளின் கால் நகம்
உசாவுதல்	–	தகவலறிதல், விசாரணை.
உடம்பாடு	–	உடன்படிக்கை
உண்டாட்டு	–	உணவுண்டு மகிழும் விழா, போருக்குப்பின் நிகழும் பெரு விருந்து.
உந்தி	–	முன்தள்ளி, தொப்புள், நாபி, கொப்பூழ், உயர்த்தி, நீர்ச்சுழி, நதி, ஆற்றிடைக்குறை, நீர், நடு, கடல், தேரின் உருளை, தேர்த்தட்டு.
உமிநீறு	–	உமியில் தீயிட்டுக் கிடைக்கும் சாம்பல்
உரகம்	–	நாகம்
உலைதல்	–	மெல்ல அசைதல், அலைதல், நிலைகுலைதல்
உழிச்சில்	–	உடலை நரம்புகள் இழுபடும்படி தடவும் சிகிழ்ச்சை முறை
உழிந்தல்	–	மெல்லச் சுழற்றுவது
உளநா	–	மனதிலுள்ள நாக்கு
உளமயக்கு	–	பிரமை
ஊர்மன்று	–	ஊரிலேயுள்ள மன்றம், ஊர்ப்பொதுவிடம், ஊர்ச் சாவடி.
ஊழ்கம்	–	தியானம்
எதிர்க்களித்தல்	–	இரைப்பையிலுள்ள பொருள் வாய்வழி வெளியேறுதல், பின்னோட்டம், பின்னேற்றம்.
எந்தை	–	என் தந்தை
ஏதிலி	–	ஏதும் இல்லாதவர். அகதி.
ஏழிரட்டி	–	ஏழுமடங்கு

ஐம்பத்தாறு நாடுகள்	–	ஆரியவர்த்தம் எனப்பட்ட நாடு ஐம்பத்தாறு நாடுகளாகப் பிரிக்கப்பட்டிருந்தது.
ஒசிதல்	–	சாய்தல், துவளல், முறிதல், ஒடிதல், நுடங்குதல், நாணுதல், வருந்துதல், ஓய்தல், தளர்தல்.
ஒத்துதீர்ப்பு	–	சமரசம்
ஒப்பளிப்பு	–	அர்ப்பணிப்பு
ஒறுத்தல்	–	அடக்குதல், ஒடுக்குதல்.
ககனவடிவான பரையை பஸ்யந்தி	–	இது மொழிகளின் அடுக்குகள். பரா, பஸ்யந்தி, மத்யமா, வைகரி. வைகரி நாவால் சொல்லப்பட்டு உலகில் புழங்கும் மொழி. மத்யமா உள்ளத்திலும் நாவிலும் உள்ளது. அதாவது நாம் சிந்திக்கும் மொழி. பஸ்யந்தி அதற்கும் அப்பாலுள்ள ஆழ்மன மொழி. பரை எங்குமுள்ள என்றுமுள்ள அழியாத நுண்மொழி. அப்படி ஒரு ஆழத்து மொழி இருப்பதனால்தான் நாம் பேசும் மொழி இன்னொருவரால் அர்த்தப்படுத்தப்படுகிறது. இன்றைய நவீன மொழியியல் இதை langue parole என பிரிக்கிறது. லாங் மனதிலுள்ள மொழி. பரோல் நம்மால் வெளியே பேசப்படுவது.
கங்கணம்	–	கைவளை, காப்பு நாண், ஒருவகை நீர்வாழ் பறவை, உறுதி, சபதம்
கங்காளி	–	கங்காளம் என்னும் கருவியை மீட்டும் காளி
கடகம்	–	பனையோலையால் செய்யப்படும் பெரிய பெட்டி, கையில் அணியும் ஒரு ஆபரணம், நண்டு, பனிரெண்டு ராசிகளில் ஒன்று.
கடிமணம்	–	முறையான திருமணம்

கட்டகம்	–	கட்டமைப்பு, முறையான அமைப்பு, காந்தக்கல், சித்திர வேலைப்பாடு.
கணியர்	–	வானியலிலும் அதனடிப்படையிலெழுந்த சோதிடத்திலும் வல்லவர்கள்
கணையாழி	–	முத்திரை மோதிரம்
கந்தர்வர்கள்	–	இந்துத் தொன்மவியலின் அடிப்படையில் பதினான்கு கணங்களில் ஆடல் பாடலில் வல்ல ஒரு இனக்குழுவினர். கந்தர்வ லோகத்தில் வசிப்பவர்.
கரந்தல்	–	மறைத்தல், மறைதல்.
கரவறை	–	ரகசிய அறை
கலவறை	–	பாத்திரங்கள், ஆபரணங்கள் வைக்கும் அறை.
கலுவம்	–	மருந்து அரைக்கப் பயன்படுத்தும் குழிக்கல், குழி அம்மி, குழி உரல்.
கலுழுதல்	–	அழுதல், கலங்குதல், கண்ணீர் சிந்துதல்
கவந்தப்பெருமீன்	–	வாயும் வயிறும் மட்டும் உள்ள கபந்தன் என்னும் அரக்கனுக்கு நிகரான பசிகொண்ட பெரிய மீன்.
களிப்பாவை	–	விளையாட்டு பொம்மை
களிமகன்	–	கள்ளுண்ணுபவன், கட்குடியன்.
களிறு	–	ஆண்யானை
கற்துறுங்கு	–	கற்சிறை. (துறுங்கு என்றால் சிறை, பொந்து.)
கன்மாஷன்	–	குறைந்த குலப்பதவி கொண்டவன்.
கன்மை	–	கல்தன்மை, உறுதி
காப்பிரி நாடு	–	ஆப்பிரிக்கா
கார்வை	–	ஒலியின் முழக்கம்
கால்கோள் விழா	–	பந்தற்கால், முகூர்த்தக்கால் நடும் விழா
கிளத்துதல்	–	புலப்படக்கூறுதல், விதந்துகூறுதல்.

குந்திரிக்கம்	–	சாம்பிராணி, வெள்ளைக்குங்கிலியம். புகைபோடப் பயன்படுவது.
குமுகம்	–	பொது இயல்புகளைக் கொண்டிருக்கும் பல மனிதர்களின் குழு.
குரவை	–	மகளிர் விசேஷகாலங்களில் நாவாற் குழறி இடும் மகிழ்ச்சியொலி.
குருளை	–	குஞ்சு, குட்டி, பிள்ளை, கன்று, குழந்தை. புலி, சிங்கம் போன்றவற்றின் குட்டி.
குலாந்தகன்	–	குல அந்தகன். குலத்தை அழிப்பவன்.
குவடு	–	திரட்சி, மலை, குன்று, மலையுச்சி, சிகரம்.
குவை	–	குவியல். (பசுங்குவை, குவைமுலை, முலைக்குவை, கந்தகக்குவை, விறகுக்குவை, ஊன்குவை, விரல்குவை, கருங்குவை, முகில்குவை, கூரைக்குவை, கம்பளிக்குவை, இரும்புக்குவை, பொற்குவை, குவைமாடம், குவைமுகடு, முலைக்குவை, முகில்குவை ...)
குழவி	–	குழந்தை
குளம்பு	–	குதிரை, மாடு போன்ற விலங்குகளின் பாதம்
கூகை	–	ஆந்தை, கோட்டான்.
கூடம்	–	இரும்புச்சுத்தியல், வீட்டின் மையப் பகுதி, அனைவரும் ஒன்றுகூடும் இடம்.
கூற்று	–	பேச்சு, எமன்.
கேட்டுச்சொல்லிகள்	–	கேட்டு மீண்டும் அதையே உரக்க சொல்பவர்கள்.
கைவிடுபடை	–	மனித உதவியின்றி இயங்கும் தானியங்கி ஆயுதங்கள்.

கொதும்புத்தோணி	–	கதம்பை நாரில் செய்த சிறிய நீரூர்தி. கொதும்பு என்றால் தேங்காய் நார் அல்லது கதம்பை நார்.
கொம்பரக்கு	–	பெண் பூச்சிகளின் உடலிலிருந்து பிசின் போன்ற திரவம் சுரந்து மரக் கிளைகளில் படிகிறது. இது ஒரு செ.மீ. கனத்துக்குப் படியும். இக்கிளையை வெட்டியெடுத்து அவற்றில் உள்ள அரக்கைச் சுரண்டி எடுப்பார்கள். இதுவே 'கொம்பரக்கு' எனப்படும். பின் அதனை கொதிக்கும் நீரில் போட்டு அதிலுள்ள அசுத்தங்களை அகற்றுவார்கள். இவ்வாறு சுத்தம் செய்த அரக்கு 'மணியரக்கு' எனப்படுகிறது. மணியரக்கை மேலும் தூய்மைப்படுத்தி தகடு வடிவில் தயாரிப்பார்கள். இது 'தகடரக்கு' என்று அழைக்கப்படுகிறது.
கொழுநர், கொழுநன்	–	கணவர்
கோட்டல்	–	கொள்ளுதல், வளைத்துக்கொள்ளுதல். தோள்கோட்டி, இதழ்கோட்டி, செவிகோட்டி...
கோதை	–	ஒரு ஆறு, இருபக்கமும் முடிந்த மாலை.
கோத்து, கோத்தல்	–	கோர்த்து, கோர்த்தல்.
கோன்மை	–	ஆளுமை, வலிமை, அரசாட்சி. மேல்கோன்மை, சொற்கோன்மை,...
சகடம்	–	சக்கரம்
சத்ராபதி	–	சத்ரம் என்றால் வெண்கொற்றக்குடை. சக்ரவர்த்தி, அரசர்.
சத்ராஜித்	–	சத்ரம் என்றால் வெண்கொற்றக்குடை. அனைத்து அரசர்களையும் வென்று வெண்கொற்றக்குடையின்கீழ் ஆளும் பேரரசர்.

சரப்பொளி	சிறிய பதக்கங்களை அடுக்கிச் செய்த மாலை. காசுமாலை போன்றது.
சழக்கர்	தீயவர்
சாளரம்	வெளிச்சமும் காற்றும் உட்புக அமைக்கப்படும் ஜன்னல்
சிதல்	கரையான்
சிதல்புற்று	கரையான் புற்று
சித்தம்	பிரக்ஞை
சிபிநாடு	பாகிஸ்தானில் உள்ள சிபி மாவட்டம்.
சிவை	துர்க்கை [சிவனின் பெண்பால்]
சிற்றில்	சிறு குடில்
சுக்கான்	கப்பல், படகு போன்றவற்றை தேவையான திசையில் திருப்புவதற்கு உதவும் கருவி.
சுடராட்டு	தீபாராதனை
சுண்டுதல்	கயிறு போன்றவற்றை ஒரு கணம் தொய்வாக விட்டுப் பின்னர் விசையுடன் இழுத்தல், நீர் கொதித்து வற்றுதல், சொடுக்குவதன் மூலம் ஒலி எழுப்புதல்.
சுரிகை	உடைவாள், கத்தி
சுனை	இயற்கை நீர்நிலை
செச்சை	வெள்ளாட்டுக் கடா
செட்டை	சிறகு, இறகு, இறக்கை, தோட்பட்டை, கைப்பட்டை.
செண்டு	கொத்து; செண்டுமணிகள்.
செலவு	செல்லுதல், பயணம், பணத்தைச் செலவழித்தல்.
செவிமயக்கு	ஒலிப் பிரமை
சென்னி	தலை
சேக்கை	மெத்தை, படுக்கை. வெண்சேக்கை, மரவுரிச் சேக்கை.
சேடி	வேலைக்காரப்பெண், ஏவல்செய்வோள்.

சேய்மை	–	தூரம், நீளம், தொலைவு
சொல்திறம்பாமை	–	சொன்ன சொல் மாறாதிருத்தல். திறம்பல்
சோரி	–	ரத்தம்
சோனக நாடு	–	அரபு நாடு
தண்ணளி	–	கருணை, குளிர்ந்த அருள்.
தமக்கை	–	தம்+அக்கை; தமக்கு மூத்தவள், க்கா
தமையன்	–	தம்+ஐயன்; தமக்கு மூத்தவன், அண்ணன்.
தருக்குதல்	–	ஆணவம்கொள்ளல்; தருக்கு
தலைக்கோள்	–	முதன்முதலான, முதன்மையான.
தழல்	–	நெருப்பு, சங்ககாலக் காதலன் தன் காதலிக்குத் தரும் விளையாட்டுக் கருவி
தாலமுழிதல்	–	தாலம் என்றால் தாம்பாளம். உழிதல் என்றால் சுழற்றுதல். ஆரத்தியெடுத்தல்.
தாலம்	–	தாம்பாளம்
திகைதல்	–	சரியாகப் பொருந்துதல், நிறைவுறுதல், முடிவுறுதல்.
தீயூழ்	–	தீவினைப் பயன், துரதிருஷ்டம்
துயில்	–	தூக்கம்
துரியம்	–	யோகியர் தன்மயமாய் நிற்கும் உயர்நிலை.
துலா	–	தராசு, கிணற்றிலிருந்து நீரை அல்லது ஒரு இடத்திலிருந்து பெரிய பொருள்களை எடுப்பதற்குப் பயன்படும் நெம்புகோல் வகையைச் சார்ந்த ஒரு பொறி.
துளித்து	–	துளியிட்டு
துறித்தல்	–	புடைத்தல், உந்துதல்.
தென்னெரி	–	தட்சிணாக்கினி
தேரட்டை	–	பெரிய கரிய குழாய் போன்ற அட்டை

தேற்றைகள்	–	கோரைப்பறகள் (வளைத்தேற்றை, பன்றித்தேற்றை...)
நடுகல்	–	இறந்தவரின் நினைவாக எடுக்கப்படும் நினைவுக்கல்
நண்ணுதல்	–	அணுகுதல், கிட்டுதல், பொருந்துதல், செய்தல், இருத்தல்.
நலுங்குதல்	–	மெல்ல அலைவுகொள்ளுதல்
நாகணவாய்	–	மைனாப் பறவை
நாணிலி	–	நாணமில்லாதவன்(ள்)
நாண்	–	நாணம், வெட்கம், கூச்சம், பழிக்கு அஞ்சுதல், கயிறு, வில்லின் கயிறு, வட்டத்தின் பரிதியில் இருக்கும் எந்த இரு புள்ளியையும் இணைக்கும் நேர்க்கோடு, மாங்கல்யம் கோத்த சரடு.
நாரை	–	ஒருவகை நீர்ப்பறவை, கொக்கு வகை
நாழிகை	–	24 நிமிடங்கள்
நாளவன்	–	சூரியன்
நாற்களம்	–	சதுரங்கம், சதுரங்க விளையாட்டு.
நிமித்திகர்	–	புறக்குறிகளைக்கொண்டு வருவது உரைப்பவர்கள்.
நிரந்த	–	நிரையாக, வரிசையாக அமைந்த
நீணாள்	–	நீண்டநாள்
நீர் பொடிய	–	நீர் துளிர்க்க
நீர்ப்பாவை	–	நீரில் தெரியும் உருவம்
நுகம்	–	மாடுகள், குதிரைகளை வண்டியில் அல்லது கலப்பையில் கட்டப்படும் முகப்புத்தடி; (தேர்நுகம்)
நூற்றுவர்தலைவன்	–	நூறு படைவீரர்களின் தலைவன்
நெற்று	–	முதிர்ந்து காய்ந்த காய்
நொய்மை	–	மென்மை, மெதுமெதுப்பு, மெலிவு, தளர்ச்சி, மிருதுத்துவம், பலமின்மை, நுண்மை, வறுமை, மனத்திடமின்மை.

பகன்றை – பெரிய பெரிய இலைகளும் வெள்ளை மலர்களும் கொண்ட கொடிவகை.

பகைப்புலம் – பின்புலம்

படிக்கம் – எச்சில் உமிழும் கலம், முழுக்குநீர் முதலியவற்றைச் சேர்க்கும் பாண்டம்.

படிவர் – முனிவருக்கான தமிழ்ப்பெயர்

பதிட்டை – பிரதிஷ்டை

பரத்தை – பொதுமகள், விபசாரி, தீயநடத்தை, ஒருசெடிவகை, அயல்தன்மை.

பள்ளை – விலா (படகுப்பள்ளை)

பறதி – பதற்றம்

பாங்கர் – அணுக்கத்தோழர்

பாடிவீடு – பாசறை

பார்ப்புப்பழி – பிரம்மஹத்தி

பிச்சி – பித்துப் பிடித்தவள்

பிடியானை – பெண்யானை

பிரஜாபதி – தன்னிலிருந்து படைப்பை உருவாக்கும் ஓர் ஆதி விசை அல்லது ஆதி இருப்பு.

பிராமணம் – மந்திரபாகமல்லாத வேதப்பகுதி. ஒவ்வொரு வேதத்துடனும் இணைந்த, சரியான முறையில் சடங்குகளைச் செய்வதற்கான விளக்கங்களும் வேதச் சடங்குகளின் குறியீட்டுப் பொருள் விளக்கங்களுமான பகுதியாகும்.

பிறவிநூல் – ஜாதகம்

பீதர் நாடு – சீனா

பீதர்நாட்டவர் – மஞ்சள்நிறமானவர். சீனன், திபெத் லடாக் பகுதியினர்.

புடவி – பிரபஞ்சம்

புரத்தல் – பாதுகாத்தல், மிகுதியாகக் கொடுத்தல், ஆதரவளித்தல்.

புரை – சிறிய அறை (ஊட்டுபுரை)

புலரி	–	விடியல்
புளைதல்	–	நெளிதல்
பூசெய்கை	–	பூசை
பூதவேள்வி	–	ஐவகை வேள்விகளுள் விதிப்படி உயிர்கட்கு பலியுணவு கொடுக்கும் வேள்வி.
பூழி	–	குழைசேறு, புழுதி, தூள்.
பூனைக்காது மலர்	–	சங்குபுஷ்பம்
பெற்றி	–	இயல்பு, தன்மை, பெருமை
பேதை	–	சூதுவாது அற்றவன்(ள்), முட்டாள், 5 முதல் 7 வயது வரையான பெண்ணின் பருவம்.
பேருரு	–	விஸ்வரூபம், பிரம்மாண்டமான உருவம்
பைதல்	–	சிறுவன், மைந்தன்.
பொதி	–	மூட்டை
பொதுநீட்டு	–	நீட்டு என்றால் அரசாணை எழுதப்பட்ட ஓலை
பொழுதிணைவு வணக்கம்	–	சந்தியா வந்தனம்
பொறை	–	பொறுமை, பொறுத்தல், பிழையை மன்னித்தல்
போழ்ந்து	–	பிளந்து
மகாவேதிகை	–	உயர்ந்த பீடம் (வேதிகை என்றால் மேடை, பீடம்.)
மங்கலைகள்	–	மங்கலமான பெண்கள்
மண்டுதல்	–	அதிகமாதல், திரளுதல், நெருங்கித்தாக்குதல், அதிகம் உண்ணுதல்.
மதகளிறு	–	மதம் பிடித்த ஆண்யானை
மந்தணம்	–	ரகசியம், அந்தரங்கம்.
மரச்சில்லை	–	கடைசியாக வந்துள்ள சிறிய கிளை
மருகன்	–	மருமகன்
மறலி	–	எமன்

மறுமைந்தர்	–	மகளின் கணவர், மாப்பிள்ளை
மன்று	–	மன்றம், அவை, சபை.
மாப்பு	–	மன்னிப்பு, மிகுதி, மீன் கூட்டம்.
மானுட முதல்துயர்	–	[இது ஆதிமானுஷம் என்னும் துயரம். மனிதனால் வரும் துயர். ஆதிதெய்விகம் என்பது தெய்வம் அளிக்கும் துயரம்]
முக்ரையோசை	–	எருமையின் தாழ்ந்த ஓசை
முதற்றாதை	–	முதல் தாதை
முழவு	–	கையால் மீட்டும் சிறிய பறை
முழுது	–	முழுவதும்
முழை	–	குகை, துடுப்பு, துளை, நுழை. (மண்முழை, தொண்டைமுழை, மத்தகமுழை, தோள்முழை...)
முழைகள்	–	முழை என்றால் இப்போது முண்டு என்று சொல்வது,
முழைக்கோல்	–	நுனியில் முண்டு கொண்ட குச்சி முகபடாம்
முனிதல்	–	வெறுத்தல், சினங்கொள்ளுதல்
மூச்சுலகு	–	பிராணலோகம்
மெய்ப்புகொண்டபடி	–	புல்லரிப்பு
மென்பூழி	–	மெல்லிய மணல்
மேழி	–	கலப்பை
யவனம், யவனநாடு	–	கிரேக்கம், கிரேக்க நாடு
யவனர்	–	கிரேக்கர், ரோமானியர்
யானம்	–	வாயகன்ற பாத்திரம், ஊர்தி.
வடவை	–	ஊழித்தீ, வடவாக்னி.
வலியிலி	–	வலிமையில்லாதவன்
வழிவு	–	பொங்கி வழிதல்
வழுத்துதல்	–	வாழ்த்துதல், துதித்தல்.
வறுதி	–	பஞ்சம்
வறுந்தலை	–	மொட்டைத்தலை

வனைதல்	–	உருவமையச் செய்தல், சித்திரமெழுதுதல், அலங்கரித்தல்.
வாரை	–	இரு கைகளையும் விரிக்கும் அளவு நீளம்
வாலறிவு	–	குறைவில்லாத முழுமையான அறிவு.
வாவி	–	நீர்நிலை, தடாகம், ஆற்றோடை, நடைக்கிணறு.
விசும்புதல்	–	மெல்லோசையுடன் அழுதல், வெறுப்புடன் விலக்குதல், கயிறு முதலியவற்றைச் சுண்டியிழுத்தல்.
விண்ணவர்	–	தேவர்
விதிர்த்தல்	–	நடுங்குதல்
விதிர்ப்பு	–	நடுக்கம்
வியாழவட்டம்	–	12 ஆண்டுகள். வியாழன் கிரகம் சுற்றிவரும் காலம்.
விராடவடிவம்	–	பிரம்மாண்ட வடிவம்
விழவு	–	விழா
விழிதுறித்து	–	விழிகளை உருட்டி, பிதுக்கி
விழிமயக்கு	–	தோற்றமயக்கம், பிரமை.
விழைவு	–	விருப்பம்
விளம்புதல்	–	உணவு பரிமாறுதல்
வீணன்	–	தீயநெறி நடப்போன், சோம்பேறி, பயனற்றவன்.
வெய்யோன்	–	சூரியன்
வெருகுப் பூனை	–	காட்டுப் பூனையை விடச் சற்று பெரிதாகவும் உருவத்தில் சிறுத்தையை ஒத்ததாகவும் இருக்கும் ஒரு வகைப் பூனை.
வெறியாட்டு	–	தன்னுடலில் இறை புகுந்ததாக ஆவேசம்கொண்டு கோயிற் பூசாரி ஆடும் வெறியாட்டம், மதுவருந்தி தன்னிலையிழந்து ஆடும் களியாட்டு.
வெற்பு	–	மலை, பக்கமலை.

வேங்கை	–	புலி, ஒருவகை மரம்
வேட்டல்	–	விரும்புதல்
வேதாங்கம்	–	சிட்சை, வியாகரணம், சந்தோபிசிதம் (சந்தசு), நிருத்தம், சோதிடம், கற்பம் என ஆறுவகைப்பட்ட, வேதப்பொருளை உணர்தற்குரிய கருவி.
வேய்ங்குழல்	–	புல்லாங்குழல்
வேளிர்	–	வேளாளர்
ஜனபதம்	–	மக்கள்வாழும் நிலப்பகுதி. சிறிய சமூகக்கட்டமைப்பு. ஆரியவர்த்தம் 16 ஜனபதங்களாக வேதகாலத்தில் பிரிக்கப்பட்டிருந்தது.
ஸ்தாபத்யம்	–	கட்டடம் அமைக்கும் சிறபக்கலை.

ஜெயமோகனின் புத்தகங்கள்

நாவல்கள்

ரப்பர்
விஷ்ணுபுரம்
பின்தொடரும் நிழலின் குரல்
கன்யாகுமரி
காடு
அனல்காற்று
இரவு
கன்னிநிலம்
வெள்ளையானை
கொற்றவை

சிறுகதைத் தொகுப்பு

திசைகளின் நடுவே
மண்
ஆயிரங்கால் மண்டபம்
கூந்தல்
ஜெயமோகன் சிறுகதைகள்
ஜெயமோகன் குறுநாவல்கள்
ஊமைச்செந்நாய்
அறம்
ஈராறுகால்கொண்டெழும் புரவி
வெண்கடல்

ஆன்மிகம்/தத்துவம்

இந்திய ஞானம்
சிலுவையின் பெயரால்
இந்துமதம் சில விவாதங்கள்

அரசியல்

சாட்சிமொழி
இன்றைய காந்தி

பண்பாடு/வரலாறு

பண்படுதல்
தன்னுரைகள்
எதிர்முகம்

வாழ்க்கை வரலாறு

சுரா: நினைவின் நதியில்
முன்சுவடுகள்
கமண்டல நதி
லோகி (லோகிததாஸ் நினைவு)
கடைத்தெருவின் கலைஞன்
(ஆ. மாதவன் பற்றி)

இலக்கிய அறிமுகம்

சங்கச் சித்திரங்கள்
மேற்குச்சாளரம் (மேலை இலக்கிய அறிமுகம்)
கண்ணீரைப் பின்தொடர்தல் (22 இந்தியநாவல்கள்)
பொன்னிறப்பாதை
விதிசமைப்பவர்கள்
சொல்முகம்
எழுதும் கலை

இலக்கிய விமர்சனம்

ஆழ்நதியைத் தேடி
நவீனத்துவத்துக்குப் பின்
தமிழ் கவிதை - தேவதேவனை முன்வைத்து
உள்ளுணர்வின் தடத்தில் (கவிதை விமர்சனம்)
ஈழ இலக்கியம்: ஒரு விமர்சனப் பார்வை
புதியகாலம் (இலக்கிய விமர்சனம்)
இலக்கிய முன்னோடிகள் வரிசை
ஏழு நூல்கள்
முதற்சுவடு
கனவுகள் இலட்சியங்கள்
சென்றதும் நின்றதும்
மண்ணும் மரபும்
அமர்தல் அலைதல்
நவீனத்துவத்தின் முகங்கள்

கரிப்பும் சிரிப்பும்
பூக்கும் கருவேலம்: பூமணியின் படைப்புலகம்
ஒளியாலானது தேவதேவனின் புனைவுலகம்
எழுதியவனைக் கண்டுபிடித்தல்
இலக்கியவிவாதக் கட்டுரைகள்

அனுபவம்

நிகழ்தல் – அனுபவக்குறிப்புகள்
இன்று பெற்றவை (நாட்குறிப்புகள்)
ஜெ. சைதன்யாவின் சிந்தனை மரபு
நாளும்பொழுதும் (அனுபவக்குறிப்புகள்)
இவர்கள் இருந்தார்கள் (நினைவுக்குறிப்புகள்)

பயணம்

புல்வெளிதேசம்
அருகர்களின் பாதை
இந்தியப் பயணம்
நூறு நிலங்களின் மலை
குகைகளின் வழியே
சூரியதிசைப் பயணம்

மொழிபெயர்ப்பு

தற்கால மலையாளக் கவிதைகள்
இன்றைய மலையாளக் கவிதைகள்
சமகால மலையாளக் கவிதைகள்
கொடுங்கோளூர் கண்ணகி

மலையாளம்

நெடும்பாதையோரம்
உறவிடங்கள்
நூறு சிம்ஹாசனங்கள்

தொகைநூல்கள்

அசோகமித்திரன் (நிறைவுவிழா மலர்)
சுந்தர ராமசாமி (நிறைவுவிழா மலர்)
இலக்கிய உரையாடல்கள்

நாடகம்

வடக்கு முகம்

பொது

நலம் (ஆரோக்கியக் கட்டுரைகள்)

வெண்முரசு (மகாபாரதம் நாவல் வடிவில்)

முதற்கனல்
மழைப்பாடல்
வண்ணக்கடல்
நீலம்
பிரயாகை
வெண்முகில் நகரம்
இந்திரநீலம்
காண்டீபம்
வெய்யோன்
பன்னிரு படைக்களம்
சொல்வளர்காடு
கிராதம்
மாமலர்
நீர்க்கோலம்
எழுதழல்
குருதிச்சாரல்
இமைக்கணம்
செந்நாவேங்கை
திசைதேர் வெள்ளம்
கார்கடல்
இருட்கனி
தீயின் எடை
நீர்ச்சுடர்
களிற்றியானை நிரை
கல்பொருசிறுநுரை
முதலாவிண்

வெண்முரசு (நாவல் பகுதிகள்)

எரிமலர்
புல்லின் தழல்
செம்மணிக்கவசம்
இருள்விழி
ஆயிரம் கைகள்

www.ingramcontent.com/pod-product-compliance
Lightning Source LLC
LaVergne TN
LVHW040319051026
849518LV00001B/6
* 9 7 8 9 3 5 1 3 5 0 4 4 6 *